அமைப்பாய்த் திரள்வோம்
தொல். திருமாவளவன்

அமைப்பாய்த் திரள்வோம்
கருத்தியலும் நடைமுறையும்

தொல். திருமாவளவன்

நக்கீரன்
வெளியீடு

அமைப்பாய்த் திரள்வோம்
கருத்தியலும் நடைமுறையும்

தொல். திருமாவளவன்

பதிப்பு 2025
பக்கங்கள் 520
நூலின் அளவு (14X21,5) டெமி
விலை ரூ.475/

வெளியீடு
நக்கீரன் பப்ளிகேஷன்ஸ்
105, ஜானி ஜான்கான் சாலை
இராயப்பேட்டை
சென்னை 14
செல்: 044- 2688 1700

அட்டை வடிவமைப்பு
வேதா

உள் வடிவமைப்பு
தில்லைமுரளி

கட்டமைப்பு
சாருபிரபா பிரிண்டர்ஸ் லிட்.,
சென்னை 14

அச்சாக்கம்
என் பிரிண்டர்ஸ்
சென்னை 14

AMAIPPAI THIRALVOM
Karuthiyalum Nadaimuraiyum

Thol. Thirumaavalavan

Edition 2025
Pages 520
Book Size (14X21.5) Demy
Price Rs. 475/

Published by
Nakkheeran Publications
105, Jani JahanKhan Road
Royapettah, Chennai 14
Ph 044- 2688 1700

Wrapper Designed by
Vedha

Inner Designed by
Thillai Murali

Binding by
Saaruprabha Printers Ltd.,
Chennai 14

Printed at
N Printers
Chennai 14

புரட்சிகர மாற்றத்திற்காக..

தொல். திருமாவளவன்

இஅமைப்பு என்றால் என்ன? அது சமூக அமைப்பா? அரசியல் அமைப்பா? பொருளாதார அமைப்பா? கலாச்சார அமைப்பா? அமைப்பின் நோக்கம் என்ன? இலக்கு என்ன? கொள்கை–கோட்பாடுகள் என்ன? வடிவம் என்ன? விதிமுறைகள் என்ன? நிர்வாக நடைமுறைகள் என்ன? மக்களை ஏன் அமைப்பாக்க வேண்டும்? அமைப்பாக்க வேண்டிய மக்கள் யாவர்? இன்னும் இவைபோன்ற அடிப்படையான பல்வேறு விவரங்களைத் தேடித் தெளிவுபெறுவதற்கான ஒரு முயற்சிதான் 'அமைப்பாய்த் திரள்வோம்' என்கிற இககட்டுரைகள் ஆகும்.

இவை நமது *தமிழ்மண்* மாத இதழில் 58 மாதங்கள் தொடராக வெளிவந்தன. இத்தொடர் இன்னும் முற்றுப்பெறவில்லை. தவிர்க்க இயலாத காரணங்களால் இடைநிறுத்தம் செய்யப்பட்டுள்ளது. மீண்டும் தொடங்கி இன்னும் ஏராளம் தொடர்ந்து எழுதவேண்டியுள்ளது.

இக்கட்டுரைகளை எழுதவேண்டிய தேவை என்ன? விடுதலைச்சிறுத்தைகள் கட்சி இன்னும் ஒரு அமைப்பாகப் பரிணாமம் பெறவில்லையா? அமைப்பாகியுள்ளதெனில், அது என்ன வகையான அமைப்பு? சமூக அமைப்பா? கலாச்சார அமைப்பா? அரசியல் அமைப்பா? இந்த அமைப்பில் மக்கள் என்போர் யாவர்? இதன் கருத்தியல் என்ன?

இதன் தலைமைத்துவத்தில் கருத்தியலின் பங்கு என்ன? இதற்கு சட்டம்–விதிமுறைகள் உள்ளனவா? பரந்துபட்ட வெகுமக்களை உள்வாங்கியதாக இது அமைப்பாக்கம் பெற்றுள்ளதா? இவை போன்ற ஏராளமான கேள்விகளுக்கும் விளக்கம் தேடும் முயற்சியே இது.

விடுதலைச் சிறுத்தைகள் கட்சியை ஒரு முழுமையான அரசியலமைப்பாக வடிவமைப்பதற்கு ஏற்றவகையில், அதனை மறுசீரமைப்பு செய்யும் நடவடிக்கைகளை மேற்கொண்ட சூழலில், மூன்று முதன்மையான கொள்கை முழக்கங்கள் முன்மொழியப்பட்டன. அவை, "அமைப்பாய்த் திரள்வோம்! அங்கீகாரம் பெறுவோம்! அதிகாரம் வெல்வோம்!" என்பனவாகும்.

அதிகாரத்தை வென்றெடுக்க வேண்டுமெனில், அதற்கு வெகுமக்களின் அங்கீகாரம் வேண்டும்! அத்தகையதொரு அங்கீகாரத்தைப் பெறவேண்டுமெனில், அதற்குரிய அமைப்பாக வெகுமக்கள் அணிதிரளவேண்டும்! இந்த அடிப்படையை உணர்த்துவதற்கான ஒரு எளிய முயற்சிதான் இது!

'அதிகாரத்தை' வெல்வோம் என்றால், அது அரசியலதிகாரத்தையே குறிக்கும். அரசியலதிகாரம் அல்லது ஆட்சியதிகாரம் என்பது மற்ற அதிகாரங்களுக்கெல்லாம் மேலான வல்லமை கொண்ட உச்சநிலை அதிகாரமாகும். இத்தகைய பேராற்றல் வாய்ந்த அரசியலதிகாரத்தை நோக்கி மக்களை அரசியல்படுத்தும் அமைப்பானது அரசியலமைப்பே ஆகும்! எனவே, அரசியல திகாரத்தை நோக்கி இயங்கும் விடுதலைச் சிறுத்தைகள் கட்சியும் ஓர் அரசியல் இயக்கமே ஆகும். சாதி உள்ளிட்ட சமூகக் கூறுகளை மட்டுமே முன்னிறுத்துகிற சமூக அமைப்போ அல்லது பண்பாட்டுத்தளத்தில் மட்டுமே இயங்குகிற கலாச்சார அமைப்போ அல்ல. அது, சமூகம், பண்பாடு உள்ளிட்ட அனைத்துத் தளங்களிலும் உள்ள அரசியல்கூறுகளைச் செழுமைப் படுத்தி, சனநாயக நெறிமுறைகளைப் பின்பற்றி, அரசிய லதிகாரத்தை வென்றெடுப்பதற்கான அரசியலமைப்பே ஆகும்.

ஒரு அரசியலமைப்பைக் கட்டமைத்து வலுப்படுத்தி, வெற்றிகரமாக வழிநடத்த வேண்டுமானால், அதற்கான கொள்கை – கோட்பாடுகளின் அடிப்படையில் அவற்றுக்குரிய பொறுப்பாளர்களையும் மக்களையும் முறையாக அரசியல் படுத்த வேண்டும். அதாவது, கட்சி, கொடி, கொள்கை – கோட்பாடுகள், இலச்சினை மற்றும் சட்டம் – விதிமுறைகள் ஆகியவற்றையெல்லாம் வரையறுப்பதுடன், அவற்றைக் களத்தில் முன்னெடுத்துச் செல்லும் பொறுப்பாளர்கள் மற்றும்

களப்பணியாளர்கள் யாவரையும் அரசியல்படுத்த வேண்டும். அவர்களை மட்டுமின்றி, இலக்கினை நோக்கி அமைப்பாக்கப்பட வேண்டிய வெகுமக்களையும் அரசியல்படுத்த வேண்டும்.

அரசியல்படுத்துதல் என்பது ஒரு அமைப்பு வழியாகவே நிகழ்த்தமுடியும். ஆதலால், அரசியல்படுத்துதலுக்கு அமைப்பைக் கட்டுவதே முதன்மையான தேவையாகும். அமைப்பைக் கட்டுவதிலிருந்தே மக்களை அமைப்பாய்த் திரட்டிட இயலும். அமைப்பைக் கட்டுவதும், அமைப்பாய்த் திரட்டுவதும் வெவ்வேறானவை என்றாலும், அடிப்படையில் இரண்டும் அரசியல்படுத்துதலேயாகும்.

ஒரு அமைப்பை அல்லது கட்சியை வழிநடத்தக் கூடிய தலைவர்கள், பொறுப்பாளர்கள், களப்பணியாளர்கள் போன்ற யாவரையும் அரசியல்படுத்துவதுதான் 'அமைப்பைக் கட்டும்' செயல்திட்டத்தின் அடிப்படையாகும். அமைப்பை வழிநடத்துவோரை அரசியல்படுத்தாமல் அதனை வடிவாக்கமும் வலுவாக்கமும் செய்ய இயலாது. அவ்வாறு, அரசியல்படுத்தப்பட்ட பொறுப்பாளர்களால் வழிநடத்தப்படும் ஒரு அமைப்பால்தான் அமைப்பாக்கப்பட வேண்டிய மக்களை அடையாளம் காணவும் முடியும்; அவர்களை அரசியல்படுத்தி அணிதிரட்டவும் முடியும். இவ்வாறு பரந்துபட்ட வெகுமக்களை அணிதிரட்டி, அரசியல்படுத்தி, அமைப்பாக்குவதுதான், 'அமைப்பாய்த் திரட்டும்' செயல்திட்டத்தின் அடிப்படை ஆகும்.

அதாவது, அமைப்பை வழிநடத்துவோரை அரசியல் படுத்துவது 'அமைப்பைக் கட்டும்' செயல்திட்டம் எனில், அந்த அமைப்பை ஏற்றுக்கொள்வோரை அரசியல்படுத்துவது 'அமைப்பாய்த் திரட்டும்' செயல்திட்டமாகும். சமகாலத்தில் இவ்விரு செயல்திட்டங்களையும் வெற்றிகரமாக நடைமுறைப்படுத்துவதன் மூலமே 'அமைப்பாய்த் திரள்வோம்' என்கிற மாபெரும் சவாலை எதிர்கொண்டு சாதித்திட இயலும்.

அமைப்பை வழிநடத்துவோர் மட்டுமே அரசியல் படுத்தப்பட்டால், அவர்கள் ஒரு அரசியல் சக்தியாகப் பரிணாமம் பெற்றாலும் அவர்களால் ஒரு குழுவாகத்தான் இயங்கிட இயலும். ஒரு வெகுமக்கள் அமைப்பாக வலுப்பெற இயலாது! எனவே, ஏற்புடைய வெகுமக்களையும் அரசியல்படுத்துவது தான் அமைப்பாக்கச் செயல்திட்டத்தின் இன்றியமையாத அடிப்படைத் தேவையாகும்!

அரசியல்படுத்துதல் என்பது ஒவ்வொரு தனிநபரின் ஆளுமையை மேம்படுத்தி வலுப்படுத்துவதாகும். குறிப்பிட்ட

ஒரு கட்சியின் அமைப்புரீதியான விவரங்களையும் அதன் கொள்கை – கோட்பாடுகள் தொடர்பான விவரங்களையும் அறிந்துகொள்வது அல்லது அறியப்படுத்துவது மட்டுமே அரசியல்படுத்துதல் என்றாகாது. அது, குடும்பம், சமூகம், பொருளாதாரம், கலாச்சாரம், அரசியல் மற்றும் சுற்றுச்சூழல் போன்ற பல்வேறு தளங்கள் குறித்த புரிதல்களையும் அவற்றின் மீதான நிர்வாகத் திறன்களையும் பெறுவது – பெருக்குவது என்னும் விரிந்த பொருளைக் கொண்டதாகும்!

கட்சி, கட்சிசார்ந்த அரசியல்; சமூகம், சமூகம்சார்ந்த அரசியல்; பொருளாதாரம், பொருளாதரம்சார்ந்த அரசியல்; கலாச்சாரம், கலாச்சாரம்சார்ந்த அரசியல்; சுற்றுச்சூழல், சுற்றுச் சூழல்சார்ந்த அரசியல் என இவைபோன்ற அனைத்தையும் அரசியல் பார்வையுடன் கூடிய புரிதல்களைப் பெறுவதன் மூலமே, அவற்றின் மீதான நிர்வாகத் திறன்களைப் பெறவும் பெருக்கவும் இயலும்.

கட்சி நிர்வாகம் மட்டுமின்றி குடும்ப நிர்வாகமும் தனிநபரின் ஆளுமையோடு தொடர்புடையதே ஆகும். எனவே, குடும்ப நிர்வாகத்திறனும் அரசியல்படுத்துதலின் ஒரு பகுதியே ஆகும். இவ்வாறு, தனிநபரோடு தொடர்புடைய அனைத்துத் தளங்களுமே தனிநபரின் ஆளுமையைக் கட்டமைப்பதில் உரிய பங்குவகிக்கின்றன.

எனவே, தனிநபரின் ஆளுமையைக் கட்டமைக்கக்கூடிய அரசியல்படுத்துதல் என்னும் நடவடிக்கைகளைக் கட்சி நிர்வாகம் மற்றும் கட்சி அரசியல் ஆகியவற்றோடு மட்டுமே தொடர்புடையவையென சுருக்கிப் பார்த்தல் கூடாது.

'அமைப்பாக்குதல்' , 'அரசியல்படுத்துதல்' ஆகியவற்றின் தேவையை, கடந்த கால்நூற்றாண்டு கால அரசியல்களம் மிக ஆழமாக எனக்கு உணர்த்தியுள்ளது. ஆகவேதான், களத்தில் மக்களிடம் கற்ற பட்டறிவிலிருந்து, மக்களை அமைப்பாக்கும்போது சந்திக்கும் சிக்கல்கள், சவால்கள், அவற்றை எதிர்கொள்ள வேண்டிய அணுகுமுறைகள், தீர்வுகள் போன்றவற்றை, ஒரு நுட்பமான,விரிவான தொடர் உரையாடல்களுக்கான 'முன்மொழிவாகப்' பதிவு செய்துள்ளேன்.

பெரும்பாலும், அமைப்பை வழிநடத்துவோரிடையே எழும் சிக்கல்கள்தாம், அமைப்பாக்க நடவடிக்கைகளுக்கு மிகப்பெரும் சவால்களாக உள்ளன.

ஒரே அமைப்பில், ஒரே களத்தில், ஒரே இலக்கில், ஒரே திசைவழியில், ஒரே சக்தியாகத் திரண்டு செயலாற்றும்போது,

தனிநபர்களுக்கிடையில் கருத்து முரண், கருத்தியல் முரண், நடத்தை முரண், நடைமுறை முரண், நட்பு முரண், பகை முரண் போன்ற பல்வேறு வகையிலான முரண்கள் எழுவதும் அவை சிக்கல்களாக மாறுவதும் அவ்வப்போது அவற்றை இலகுவாக– எதிர்கொண்டு வெற்றிகரமாகக் கடந்து முன்னேறிச் செல்வதும் அமைப்பாக்க நடவடிக்கையில் தவிர்க்க இயலாதவையாகும்.

அதாவது, அமைப்பை வெகுமக்களிடையே கொண்டு செல்லவேண்டிய, அதனை வழிநடத்த வேண்டிய 'தலைவர்கள் முதல் தொண்டர்கள்' வரையிலான பொறுப்பாளர்களிடையே எழும் 'தனிநபர்ச் சிக்கல்கள்' தாம், பெரும்பாலும் அமைப்புக்கும் மக்களுக்குமிடையே பெரும் இடைவெளியை உருவாக்குகின்றன. அவற்றை எதிர்கொண்டு தீர்வுகாண்பது தான் அமைப்பாக்கத்தின் முன்னுள்ள சவால்களிலேயே முதன்மையானதாகும்.

அத்தகைய தனிநபர்ச் சிக்கல்களை எவ்வாறு எதிர்கொள்வது? அமைப்பாக்க நடவடிக்கைகளுக்குப் பாதிப்புகள் நேராவகையில் அவற்றுக்கு எவ்வாறு தீர்வுகாண்பது?

'மக்கள்–அமைப்பு–கொள்கை–மக்கள்' என்னும் தொடர்நிலை உறவுகளின் அடிப்படையில், மக்கள்நலன்கள் மற்றும் அமைப்புநலன்களை முன்னிறுத்தாமல், 'தனிநபர்– அமைப்பு–கொள்கை–தனிநபர்' என்னும் அடிப்படையில் தனிநபர் நலன்களை மட்டுமே முன்னிறுத்துவோரால் தான், இத்தகைய தனிநபர் முரண்கள் எழுந்து, சிக்கல்கள் வளர்ந்து, இயக்கப்போக்கில் தேக்கம் நிகழ்ந்து, அமைப்புக்கும் மக்களுக்குமிடையே தொடர்புகள் அறுந்து, ஒரு இடைவெளி நேர்ந்திடும் சூழல்கள் உருவாகின்றன.

இவ்வாறு, தனிநபர்ச் சிக்கல்களை உருவாக்குவோர் மீது, அமைப்புவழியிலான 'சட்டம்–விசாரணை– எச்சரிக்கை– தண்டனை' என்னும் அடிப்படையில், ஒழுங்குநடவடிக்கைகளை மேற்கொள்வதன்மூலம் தீர்வுகாண்பது ஒருவகையிலான வழிமுறையாகும். அதேவேளையில், 'அமைப்பியல்– கருத்தியல்–அரசியல்படுத்துதல்–ஆளுமைவளர்த்தல்' என்னும் அடிப்படையில் அவர்களைப் பயிற்றுவிப்பதன்மூலம் தீர்வுகாண்பது இன்னொரு வகையிலான வழிமுறையாகும். இந்தவகையிலான வழிமுறைதான் அறிவியல்பூர்வமான, நிறைவான, நிலையான தீர்வுமுறையாகும்.

'தண்டனை' வழிமுறையிலான தீர்வைப் புரிந்து கொள்வதற்கும் ஒத்துழைப்பதற்கும்கூட, 'ஆளுமைவளர்த்தல்'

அமைப்பாய்த் திரள்வோம்

வழிமுறை இன்றியமையாத தேவையாகும். தண்டனை என்பது அமைப்பியலின் ஒரு பகுதியாதலால், அது ஆளுமைவளர்த்தலின் ஒரு அங்கமே ஆகும். தண்டித்தலும் ஒருவகையிலான கற்பித்தல் தான் என்பதால், அதுவும் அரசியல்படுத்துதலே ஆகும். தண்டனை அல்லது ஒழுங்குநடவடிக்கையானது, அமைப்பையும் அதன் கொள்கைகளையும் பாதுகாப்பதற்காக மட்டுமின்றி, நடவடிக்கைக்குள்ளாகும் ஒருவரின் ஆளுமைத்திறனை மேம்படுத்துவதற்காகவும்தான் என்கிற புரிதல் தேவையாகும். அதாவது, ஒழுங்குநடவடிக்கையின் மூலம், ஒருவர் தான் சார்ந்த அமைப்பின் நிர்வாக நடைமுறைகள், சட்டம் மற்றும் விதிமுறைகள், தனிநபருக்குரிய அதிகாரங்கள் மற்றும் உரிமைகள், இன்னும் இவைபோன்ற பிற விவரங்கள் யாவற்றையும் தெளிவுற அறிந்துகொள்ளவும் அமைப்பியல் தொடர்பான அடிப்படைக் கூறுகளைக் கற்றுக்கொள்ளவும் இயலும். இதன்வழி தண்டனைக்குள்ளாகும் நபர் அரசியல்படுத்தப்படுவதால் அவரது ஆளுமைத்திறனும் பெருகும். இவ்வாறு, தண்டனை அல்லது ஒழுங்குநடவடிக்கையானது அமைப்பியல்குறித்த அரசியல்படுத்துதலை நிகழ்த்துகிறது

அமைப்பியலைப் போலவே கருத்தியலையும் தெளிவுறக் கற்றுக்கொள்வது, கற்பிப்பது, அரசியல்படுத்துதலில் மிகவும் இன்றியமையாத தேவையாகும். கருத்தியல் என்பது கொள்கை மற்றும் கோட்பாடுகள் எனலாம். கொள்கைகளும் கோட்பாடுகளும் வெவ்வேறானவை அல்ல; ஒன்றுக்கொன்று தொடர்புடையவை; ஒன்றுக்குள் ஒன்றாய் உருவாகக்கூடியவை ஆகும்.

கொள்கைகள் என்பவை, அமைப்பின் நோக்கம் மற்றும் குறிக்கோள்களையும் அவற்றுக்கென ஏற்றுக்கொள்ளப்படும் கோட்பாடுகளையும் அடிப்படையாகக்கொண்டே தீர்மானிக்கப் படும் அல்லது உள்வாங்கப்படும்.

நோக்குதல் என்பதே நோக்கம் என்றாகிறது. நோக்கம் என்பது எதைநோக்கிப் பயணிப்பது, எதைக் குறிவைத்துச் செயற்படுவது என்கிற ஒரு குறிப்பான நிலைப்பாட்டை அல்லது ஒரு குறிப்பான பார்வையைக் குறிக்கும். அதாவது,ஒரு குறிப்பான–கூர்மையான–குவிமையமான – தெளிவான பார்வையை, அப்பார்வைக்கான கோணத்தைக் குறிப்பதே நோக்கமாகும்.

கோள் என்பது ஒரு புள்ளியை அல்லது ஒரு எல்லையை அல்லது ஒரு இலக்கைக் குறிக்கும். குறிப்பான கோள் என்னும்

குறிப்பான புள்ளியோ, குறிப்பான எல்லையோ, குறிப்பான இலக்கோ குறிக்கோள் எனலாம். அத்தகைய குறிக்கோள் என்பது, ஒரு நோக்கத்தைக் குறிவைத்து இயங்கும்போது, அதற்குரிய குறிப்பான எல்லைகளை அல்லது இலக்குகளை எட்டுவதற்கென வெற்றிகரமாக ஆற்றவேண்டிய கடமைகள், நிறைவேற்ற வேண்டிய தேவைகள் போன்ற செயல்திட்டங்களைக் குறிப்பதாகும்.

வழிபடுதல் என்பது வழிபாடு என்றாகிறது.

கோள்படுதல் என்பது கோட்பாடு என்றாகிறது.

குறிப்பிட்ட கோள்கள் என்னும் குறிக்கோள்களை, இலக்குகளை எட்டுவதன் மூலம் இறுதி இலக்கைச் சென்றடைவதற்கேற்ப அமைப்பை, மக்களை வழிநடத்தும் நெறியே கோட்பாடாகும்.

கோட்பாடுகள் என்பவை, நோக்கம் மற்றும் குறிக்கோள்களை நிறைவேற்றுவதற்கென உள்வாங்கப் பெற்ற கொள்கைகளையும் எட்டவேண்டிய இலக்குகளையும் பொறுத்தே வரையறுக்கப்படும் அல்லது ஏற்கப்படும்.

இலக்குகள் என்பவை, அமைப்புக்கான கொள்கைகள் மற்றும் கோட்பாடுகளின் அடிப்படையில், மக்களுக்கான குறுகியகால மற்றும் நீண்டகால தேவைகளை நிறைவேற்றுவது; அவர்தம் நலன்களைப் பாதுகாப்பது போன்ற செயல்திட்டங்களிலிருந்தே அடையாளப்படுத்தப்படும்.

சான்றாக, வேலைவாய்ப்பு என்பது ஒருவரின் தேவையாகிற போது, அதுவே அவருக்கு ஒரு இலக்காகிறது. எனவே, வேலை வாய்ப்பு என்னும் இலக்கை எட்ட கல்வித்தகுதி என்பது தேவையாகிறது. கல்வித்தகுதி ஒரு தேவையாகிறபோது, அதனைப்பெறுவது ஒரு இலக்காகிறது. இவ்வாறு, தேவைகளைப் பொறுத்தே உடனடி இலக்குகள், தொலைதூர இலக்குகள் மற்றும் இறுதி இலக்குகள் உருவாகின்றன.

இவ்வாறு, கல்வியும் வேலைவாய்ப்பும் வஞ்சிக்கப்பட்ட மக்களின் தேவைகளாக, இலக்குகளாக அமையும்போது, இடஒதுக்கீடு என்பது அவற்றின் கொள்கையாகிறது. இடஒதுக்கீடு என்னும் கொள்கையை உறுதிப்படுத்துவதற்கு, நடைமுறைப்படுத்துவதற்கு, பாதுகாப்பதற்கு சமூகநீதி என்பது அதற்கான கோட்பாடாகிறது.

எனவே, மக்களுக்கான தேவைகள், தேவைகளுக்கான இலக்குகள், அவற்றை நெறிப்படுத்துவதற்கான கொள்கைகள்

அமைப்பாய்த் திரள்வோம்

மற்றும் கோட்பாடுகள் போன்றவற்றை அமைப்பாளர்களும் மக்களும் கற்றுக்கொள்வது, கற்பிப்பது ஆகியவை அமைப்பாக்க நடவடிக்கைகளில் மிகவும் இன்றியமையாததவையாகும். இத்தகைய நடைமுறைகளே கருத்தியலை அரசியல்படுத்தும் நடவடிக்கையாகும்

அரசியல்படுத்துதல் என்பது அமைப்பியல், கருத்தியல் ஆகியவற்றைப்பற்றி மட்டுமின்றி, அமைப்பாக்கப்படும் மக்களின் வாழ்வியல், அவர்கள் எதிர்கொள்ளும் சவால்கள், அவர்களின் தேவைகள், போராட்டங்கள் மற்றும் அவர்களின் பொதுஉளவியல் போன்றவற்றை மக்களிடமிருந்தே கற்று, தேவையொட்டி அவற்றை அமைப்பாக்கப்பட வேண்டிய மக்களுக்கும் அமைப்பின் பொறுப்பாளர்களுக்கும் கற்பிப்பித்தல் என்பனவற்றையும் உள்ளடக்கியதாகும். இத்தகைய 'கற்றலும் கற்பித்தலும்' சமகாலத்தில் நிகழும் ஒரு தொடர்ச்சியான பயிற்சிமுறையே அரசியல்படுத்துதலாகும்.

அரசியல்படுத்துதல் என்னும் இத்தகைய தொடர் பயிற்சிமுறையானது, ஒரு நெடுங்கால செயல்திட்டமாகும். அதாவது, இது குறிப்பிட்ட காலவரம்புக்குட்பட்ட செயல் திட்டமாக இல்லாமல், தேவையின் அடிப்படையில் தலைமுறை தலைமுறையாகத் தொடரவேண்டியதாகும். குறிப்பாக, காலப்போக்கில் நிகழும் மாற்றங்களின் அடிப்படையில், மக்கள் நலன்களுக்கேற்ப கொள்கைகளைச் செழுமைப்படுத்துவதும், அக்கொள்கைக்கான அமைப்பை முறைப்படுத்தி வலுப்படுத்து வதும், அவ்வமைப்பின் முன்னணியினர் மற்றும் அதனைச் சார்ந்த மக்கள் ஆகியோரைப் பக்குவப்படுத்தி அவர்தம் ஆளுமைப்பண்புகளை மேம்படுத்துவதும், அடையவேண்டிய இலக்கை எட்டும் காலம்வரையில் இடையறாது இயங்கியவாறே அமைப்பை வெற்றிகரமாக முன்னோக்கி வழிநடத்துவதும் போன்ற யாவும், ஒரு குறிப்பிட்ட காலவரம்புக்குள் நிறைவேற்றக்கூடியவையல்ல. மாறாக, கற்றல்–கற்பித்தல் என்னும் அரசியல்படுத்துதல் அடிப்படையில், ஒரு நீண்டகால நடைமுறையாக நிகழக் கூடியதாகும்.

இத்தகைய நீண்டகால செயல்திட்டத்தை வெற்றிகரமாக நடைமுறைப்படுத்த வேண்டுமென்னும் தீராவேட்கையினின்று பீறிட்டெழுந்த உணர்வுகள், எண்ணங்கள், போராட்டக் களத்தினின்று கற்றுணர்ந்த படிப்பினைகள் ஆகியவை எழுத்துக்களாக வடிக்கப்பெற்று, 'அமைப்பாய்த் திரள்வோம்' என்னும் நூலாகத் தொகுக்கப்பட்டுள்ளது.

மக்களுக்காக அமைப்பைக் கட்டுதல், மக்களை அமைப்பாய்த் திரட்டுதல் என்னும் மகத்தான கடமையை நிறைவேற்ற, இத்தொகுப்பு வீரியம் மிக்க உந்துதலையும் வேகம் நிறைந்த ஊக்கத்தையும் அளிக்கும் என்று பெரிதும் நம்புகிறேன்.

இதனை விடுதலைச்சிறுத்தைகளுக்காக மட்டுமின்றி, அனைத்து இயக்கங்களின் பார்வைக்கு, களத்திற்கு, புரட்சிகர மாற்றத்திற்கு முன்வைக்கப்படுகிறது.

10.01.2018
சென்னை

தொல்.திருமாவளவன்

உழைக்கும் மக்களின் விடுதலைக்காக..

இரா. ஜவஹர்
மார்க்சிய ஆய்வாளர், மூத்த பத்திரிகையாளர்

மகத்தான புரட்சித்தலைவர் லெனின் கூறினார்: "தொழிலாளி வர்க்கத்துக்கு ஒற்றுமை தேவை. ஆனால் ஒன்றுபட்ட அமைப்புதான் ஒற்றுமையை உருவாக்கிச் செயல்படுத்த முடியும் ... ... தொழிலாளர்கள் ஒன்றுபடாவிட்டால் அவர்கள் எதுவுமே இல்லை; ஒன்றுபட்டால் அவர்கள்தாம் எல்லாமே".

இந்தியாவில் வர்க்கம், சாதி, மதம், பாலினம் உள்ளிட்ட அனைத்து வகையிலும் உழைக்கும் மக்கள் பிளவுபடுத்தப்படுகிறார்கள்; ஒடுக்கப்படு கிறார்கள். இவ்வாறு ஒடுக்கப்படுவோர் அனைவரும் ஒன்றுபட்டுப் போரிடுவதுதானே விடுதலைக்கு வழியாக இருக்க முடியும்? அவர்கள் அமைப்பாகத் திரண்டால்தானே அதைச் சாதிக்க முடியும்?

இத்தகைய உழைக்கும் மக்களின் விடுதலைக் கான கருத்தியல், அமைப்புக்கான கோட்பாடு, செயல்படுவதற்கான வழிகாட்டல் ஆகியவற்றுக்கான மிக முக்கியமான ஒரு பங்களிப்புதான் அருமைத் தோழர் தொல். திருமாவளவன் எழுதியுள்ள 'அமைப்பாய்த் திரள்வோம்' என்ற இந்தப் புத்தகம். (It is a very important contribution to the ideology for the liberation of the toiling people, the theory of organisation and guidance to practice).

இந்தப் புத்தகத்தில் முதலில் என்னைக் கவர்ந்த ஒரு விஷயத்தை முதலில் கூற விரும்புகிறேன்.

காரல் மார்க்ஸ், எங்கெல்ஸ், லெனின், அம்பேத்கர், பெரியார் போன்ற சிந்தனையாளர்களில் ஒருவர் பெயரைக் கூட இதில் தோழர் திருமா குறிப்பிடவில்லை! ஆனால் இவர்கள் அனைவரின் சிந்தனைகளும் இதில் விரவிக் கிடக்கின்றன!

சில எடுத்துக்காட்டுகள்:

காரல் மார்க்ஸ் சொன்னார்: "தொழிலாளர்கள் அமைப்பாக ஒன்றுபட வேண்டும்; அறிவால் வழிகாட்டப்பட வேண்டும். அப்போதுதான் அவர்கள் வெற்றி பெற முடியும்." திருமா சொல்கிறார்: "கட்டமைப்பு வலிமை மற்றும் கருத்தியல் வலிமை ஆகிய இவ்விரு வலிமையையும் கொண்ட மக்கள் திரளால் மட்டுமே, ஆளுமை மிக்க – வலிமை மிக்க ஒரு பேராற்றலாகப் பரிணமிக்க முடியும்."

எங்கெல்ஸ் சொன்னார்: "முரண்பாட்டின் மூலமாகவே வளர்ச்சி ஏற்படுகிறது... நிலையானது எதுவும் இல்லை, நிலையான மாற்றத்தைத் தவிர... அதற்கான விதிகளைத் தவிர." திருமா சொல்கிறார்: "நேர்–எதிர் என்ற போக்குகளைக் கொண்ட பண்பு நிலையே 'முரண்' என்பதாகும். அத்தகைய முரண்களின் மோதல்களில் நிகழ்வதுதான் 'மாற்றம்' என்பதாகும்... மாற்றங்கள் நிகழ்ந்து கொண்டே இருக்கும் என்பது இயங்கியல் விதி."

லெனின் சொன்னார்: "அரசு எந்திரம் என்பது அடக்கு முறைக் கருவியே." திருமா சொல்கிறார்: "ஆயுதம் மற்றும் அதிகாரம் ஆகியவற்றின் கலவையால் உருவான ஓர் அடக்கு முறைக் கருவிதான் அரசு என்பதாகும்"

அம்பேத்கர் சொன்னார்: "சாதி முறையை இந்து மதம் திணித்து இருக்கிறது. ..... சாதி முறையானது மனிதர்களைத் தனித்தனிக் குழுக்களாகப் பிளவுபடுத்துகிறது." திருமா சொல்கிறார்: "இந்தியச் சமூகக் கட்டமைப்பைப் பொருத்தவரையில் மானுடம் சிறிய சிறிய சாதிக் குழுக்களாகச் சிதறிக்கிடக்கிறது. இவற்றைக் காக்கும் பெரும்பணியை 'இந்து மதம்' என்னும் பெரிய நிறுவனம் நிறைவேற்றி வருகிறது."

பெரியார் சொன்னார்: "தொழிலாளர்கள் இவ்வளவு பேரையும் வர்ணாசிரம சாதி முறையில் ஒருவரை ஒருவர் இழித்துக் கூறிக் கொள்ளும்படியாகச் செய்து வைத்து, அவர்கள் ஒன்று சேர்ந்து தங்கள் நலனுக்கும் மேன்மைக்கும் முயற்சி

செய்ய வழியில்லாமல் செய்து வைக்கப்பட்டிருக்கிறது." திருமா கூறுகிறார்: "உழைக்கும் வர்க்கம் சாதி, மதம், இனம் என்கிற முரண்பாடுகளால் சிதறிக்கிடக்கும் மிகப் பெரும் திரள் என்பதனால், இணைந்து – பிணைந்து செயல்படுவதில் மிகவும் சிக்கல் நிறைந்ததாக அமைந்துவிடுகிறது."

இந்தச் சிந்தனையாளர்களை மேற்கோள் காட்ட முடியாத வகையில் பல புதிய சிந்தனைகளையும் இந்தப் புத்தகத்தில் திருமா அளிக்கிறார்.

குறிப்பாக–

தலித்தியம் என்றால் என்ன? என்பதற்கு அவர் அளித்துள்ள விளக்கம் மிகவும் முக்கியமானது. தோழர் திருமாவளவன் எழுதியுள்ள விளக்கத்தைப் பகுத்தும், சுருக்கியும் இங்கே நான் தொகுத்து அளிக்கிறேன்:

தலித்தியம் என்றால் என்ன?

1. தலித்தியம் என்பது ஒரு கோட்பாடு, அதாவது தத்துவம்.

2. பாட்டாளி வர்க்கத் தத்துவத்தின் நீட்சியே தலித்தியம். அதாவது தலித் மக்களின் விளிம்பு வரையில் நீட்டிக்கப்படும், பாட்டாளி வர்க்கத் தத்துவத்தின் நீட்சியே தலித்தியம்.

3. சாதி ஒழிப்புக் கருத்தியலை முதன்மைப்படுத்துகிற தத்துவமே தலித்தியம்.

4. பிறப்பால் ஒரு தலித் பாட்டாளியின் தலைமையே, முழுமையான பாட்டாளி வர்க்கத் தலைமையாக அமையும் என்பதை உணர்த்துவதே தலித்தியம்.

5. அதே நேரத்தில் "பிறந்த சமூகப் பின்னணியைவிட உள்வாங்கிய தத்துவப்பின்னணியே முதன்மையானதாக இடம்பெறுகிறது" என்பதையும் உணர்த்துவதே தலித்தியம்.

6. தலித்தியத் தலைமை மற்றும் தலித் நபர் தலைமை ஆகியவற்றை ஓர் அமைப்பு நிறுவுகிறபோது, விரிவடைந்த மற்றும் முழுமையடைந்த பாட்டாளி வர்க்கத் தலைமையாகவே அது பரிணமிக்கும் என்பதே தலித்தியம்.

7. சாதியால், மொழியால், மதத்தால், பாலினத்தால், இன்ன பிற முரண்பாடுகளால் ஒடுக்கப்பட்டு, சிறுபான்மையினராகச் சிதறடிக்கப்பட்ட உழைக்கும் மக்களின் விடுதலைக்கான அரசியலே தலித்தியம்.

– இவைதான் தலித்தியம் என்றால் என்ன என்பதற்குத் தோழர் திருமா தரும் விளக்கம்.

தலித்தியம் மட்டுமல்ல. இந்தியாவின் இன்றைய நிலைமை என்ன? இன்றைய நிலைமையை மாற்றி, அடைய வேண்டிய இறுதி இலக்கு என்ன? இலக்கை அடைவதற்குப் பொருத்தமான அமைப்பு என்ன? இலக்கை அடைவதற்கான வழி என்ன? வழியில் பயணப்படும்போது எழும் சிக்கல்கள் என்ன? அவற்றுக்கான தீர்வு என்ன? போன்ற பல அடிப்படையான கேள்விகளுக்குத் தோழர் திருமா இந்தப் புத்தகத்தில் விளக்கம் அளிக்கிறார்.

எடுத்துக்காட்டுக்காக, அவரது விளக்கத்தின் சில பகுதிகளை மட்டும் இங்கே நான் சுருக்கி அளிக்கிறேன்:

1. இன்றைய நிலைமை:

இந்தியச் சமூகம் சாதிகளாகச் சிதறிக் கிடக்கிறது. சாதிகளைக் காக்கும் பணியை இந்து மதம் நிறைவேற்றி வருகிறது. குடும்பம், சாதி, அரசு உள்ளிட்ட அனைத்திலும் சுரண்டும் வர்க்கமும், உழைக்கும் வர்க்கமும் அடங்கியுள்ளன. சாதி, மதம், வர்க்கம் கடந்த, அனைவருக்குமான சனநாயகமோ, அதிகாரமோ அனுமதிக்கப்படுவது இல்லை; ஒடுக்குமுறையே நிலவுகிறது.

2. மாற்றும், இறுதி இலக்கும்:

அனைவருக்கும் அதிகாரம், அனவருக்கும் சனநாயகம், அனைவருக்கும் அடிப்படைத் தேவைகள் நிறைவு, அனைவருக்கும் அடிப்படை உரிமைகள் என்கிற சமத்துவச் சமூகமே மாற்று. இதுவே இறுதி இலக்கு.

3. இலக்கை அடைவதற்கு இன்றியமையாத தேவை – அமைப்பு:

ஒரு தனி மனிதனோ, ஒரு குடும்பமோ, சமூகத்தில் எத்தகைய புரட்சிகர மாற்றத்தையும் உருவாக்க முடியாது. மக்களை ஒடுக்குகிற சாதி, மதம், அரசு ஆகிய அனைத்துமே அமைப்புகள்தாம். எனவே ஒடுக்குகிற அமைப்புகளை முறியடித்து வெல்வதற்கும் ஓர் அமைப்பு இன்றியமையாத தேவையாகும். கொள்கை சார்ந்த அரசியல் அமைப்பாய்த் திரள்வதன் மூலம்தான் புரட்சிகரமான மாற்றத்தைச் சமூகத்தில் உருவாக்க இயலும். கருத்தியல் வலிமையும், கட்டமைப்பு வலிமையும் கொண்ட மக்கள் திரளால் மட்டுமே பேராற்றலாகப் பரிணமிக்க முடியும்.

நமது கருத்தியல் அல்லது தத்துவம் என்பது தலித்தியமே.

அமைப்பின் உள்ளீடுகள் என்பவை எவை? பல்வேறு தளங்களில் அந்த அமைப்பு செய்ய வேண்டிய பணிகளுக்கான களப்பணியாளர்கள், தளபதிகள் அல்லது நிர்வாகிகள், நிர்வாகத் துக்கான சட்ட திட்டங்கள், அதிகாரப் பகிர்வு, சனநாயகம், பொருளாதாரம், நேர்மை–தூய்மை, அனைத்தையும் வழி நடத்தும் கருத்தியல் தலைமைத்துவம் இன்ன பிற ஆகும். அமைப்பை வழி நடத்தும் தலைமைப் பாத்திரம் இன்றியமையாதது.

4. தலைமைப்பாத்திரம்:

தத்துவமும், தனிநபரும் இணைந்த ஆளுமை ஆற்றலே தலைமைப் பாத்திரம் ஆகும். தத்துவம் இல்லாத ஒரு தனிநபர்த் தலைமை மட்டும் தலைமைக்கான முழுமையை அடையாது. அதேபோல ஆளுமைப் பண்புகள் நிறைந்த நபர்த் தலைமை இல்லாத தத்துவமும் தலைமைக்கான முழுமையை அடையாது. தத்துவத்தின் ஆளுமையும், தனிநபர் ஆளுமையும் சமமான வலிமையும், பங்களிப்பும் கொண்டவையாக இருக்க வேண்டும். அப்போதுதான் தலைமைப் பாத்திரமானது முழுமையான ஆளுமையைப் பெற்றதாக அமைகிறது.

5. கூட்டுத்தலைமைத்துவம்:

கருத்தியலில் கூட்டுத்தலைமைத்துவம், நபர்களில் கூட்டுத் தலைமைத்துவம் ஆகிய இரண்டும் சேர்ந்ததே கூட்டுத் தலைமைத்துவம் ஆகும். பொருளாதாரம், சமூகம், பண்பாடு, அரசியல் ஆகியவற்றின் அடிப்படையில் உருப்பெறும் தத்துவங்களின் கலவையால் பெறும் ஆற்றலே கருத்தியல் கூட்டுத்தலைமை. தனிநபர் சார்ந்த ஒவ்வொரு தலைமையும் ஒருங்கிணைந்து செயல்படும் சூழலில் உருவாகும் தலைமைத்துவமே நபர் சார்ந்த கூட்டுத்தலைமை. இந்த இரண்டும் சேர்ந்ததே கூட்டுத் தலைமைத்துவம் ஆகும். இத்தகைய கூட்டுத் தலைமைத்துவப் பின்னணியோடு உருவாகும் தனிநபர்த் தலைமை மட்டுமே சனநாயகத் தலைமையாக இயங்கிட இயலும். கூட்டுத் தலைமைத்துவப் பின்புலம் இல்லாத தனிநபர்த் தலைமை, சர்வாதிகாரப் போக்குகளில் சிக்குவதோடு, இயக்கத்தின் போக்குகளையும் தடுமாற வைக்கும்; திசைமாற வைக்கும்.

6. கூட்டமைப்புப் பொதுநீரோட்டம்:

தேவைகளின் அடிப்படையில் பொதுவான இலக்கை எட்டுவதற்குரிய ஒருமித்த நோக்குள்ள அமைப்புகள், தேவையான

தளங்களில் கூட்டுச்சேர்ந்து இயங்கும்போது கூட்டமைப்பாதல் நிகழும். தனித்துவத்தைப் பாதுகாக்க வேண்டும். அதேநேரத்தில் தனிமைப்பட்டுவிடக் கூடாது. பொதுநீரோட்டம் அல்லது மையநீரோட்டம் என்பது அதிகாரங்களின் குவிமையமாக இயங்குவதாகும். இதனுடன் இணைந்து இயங்குவதன் மூலம் அதிகாரத்தொடர்பை அல்லது அதிகாரப்பகிர்வைப் பெற இயலும். அதாவது, அமைப்பாதலும், கூட்டமைப்பாதலும்தான் அதிகாரங்களின் குவிமையமான பொதுநீரோட்டத்துடன் இணைவதற்கும், வலுப்பெறுவதற்கும் வாய்ப்பை உருவாக்கும்.

7. இலக்கை அடையும் பாதை:

இலக்கை அடைவதற்கு உழைக்கும் வர்க்கம் அதிகாரத்தை வென்றிட வேண்டும். நாடாளுமன்ற, சட்டமன்றத் தேர்தல் மூலம் அரசியல் அதிகாரத்தைப் பெறலாம் என்று கூறப்படுகிறது. ஆனால் இந்த நாடாளுமன்ற சனநாயகமோ ஆளும் வர்க்கத்தின் நலன்களைப் பாதுகாப்பதற்கானது. எனினும் வரம்புக்கு உட்பட்டு அதிகாரப்பகிர்வை அனுமதிக்கக் கூடியது. அந்த அளவில் பயன்படுத்தத்தக்கது. எனினும் இறுதி இலக்கை அடைவதற்குப் போராட்டங்களின் ஊடாகவே பயணிக்க வேண்டும்.

– இவ்வாறு அல்லது இந்தப் பொருளில் விரிவான விளக்கங்களைத் தோழர் திருமா அளித்திருக்கிறார்.

இதேபோல், அமைப்பைக் கட்டும்போதும், நடைமுறையில் செயல்படும்போதும் எழுகின்ற சிக்கல்கள் – அமைப்புக்குள்ளும், வெளியிலும் எழுகின்ற சிக்கல்கள் – எவை, அவற்றுக்கான காரணங்கள் எவை, அவற்றுக்குத் தீர்வு காண்பதற்குச் செய்ய வேண்டியவை எவை என்பன பற்றி அவர் விவரித்திருக்கிறார். கோட்பாட்டியல், உளவியல் மற்றும் நடைமுறை சார்ந்து மிக விரிவான விளக்கங்களை, வழிகாட்டல்களை அவர் அளித்திருக்கிறார்.

உழைக்கும் மக்கள் மத்தியில் பணியாற்றும் ஊழியர்களும், பல்வேறு கருத்தியல்களைச் சேர்ந்த முற்போக்காளர்களும், சமூக அக்கறை கொண்ட அனைவரும் இந்தப் புத்தகத்தை ஆழ்ந்து படிக்க வேண்டும்; விவாதிக்க வேண்டும்; பயன் பெற வேண்டும். அந்த அளவுக்குச் சிறந்த சிந்தனைகளையும், விவாதிக்க வேண்டிய, சர்ச்சைக்குரிய சில கருத்துகளையும் கொண்டதுதான் இந்தப் புத்தகம்.

இத்தகைய அரிய புத்தகத்தை அளித்துள்ள அன்புத் தோழர் தொல்.திருமாவளவன் அவர்களுக்கு எனது நெஞ்சார்ந்த வாழ்த்துகளை உரித்தாக்குகிறேன்.

09.01.2018
சென்னை

22

இது படிப்பதற்கல்ல; கற்பதற்காக..

கவிஞர் தணிகைச்செல்வன்

எழுச்சித்தமிழர் தோழர் தொல்.திருமாவளவன் அவர்கள் எழுதியுள்ள 'அமைப்பாய்த் திரள்வோம்' என்ற இந்நூல் தினமும் வெளியாகும் ஆயிரக்கணக்கான நூல்களில் ஒன்றல்ல; இது ஆயிரத்தில் ஒன்று! இவ்வாறு நான் கூறுவது உயர்வு நவிற்சியால் அல்ல. இதை முற்றாகப் படித்து முழுமையாக உள்வாங்கியவன் என்ற முறையில் நான் கூறும் வாய்மை இது.

கற்பனைகளின் மீதமர்ந்து கனவுகளை எழுத்தாக்கிய காகிதம் அல்ல இந்த நூல். தரம் பட்டறிந்தபாடுகளை மட்டுமே அஸ்வதிவாரமாக்கி, படித்தறிந்த ஏடுகளைத் துணையாகக் கொண்டு நிர்மாணித்திருக்கிற கருத்தியல் கட்டுமானமே திருமாவின் இந்த அசுர முயற்சி.

கண்ணால் படிக்கும் வரிகளுக்கிடையில் கண்ணுக்குத் தெரியாத வரிகள் நூல் முழுவதும் பதிவாகியிருப்பதே இந்த நூலின் தனித்தன்மைக்கும் கனத்தன்மைக்கும் காரணமாகும். மறைந்திருக்கும் வரிகளில் உறைந்திருக்கும் தத்துவத்தின் பெயர் 'இயக்க இயல்' (dialectics).

இயக்கவியல் என்பது ஒரு விஞ்ஞானம். அந்த அறிவியலைத் தம் இயக்கத்தின் அரசியலாக்கிக் கொண்டவர் திருமா. அவரது எழுத்தின் செழுமைக்கும் இயக்கத்தின் வலிமைக்கும் ஆதாரமே இயக்கவியல்தான் என்பதை 'இந்த நூலைப்

படிப்பவர்களால் உணரமுடியாது; நூலைக் கற்பவர்களால்தான் உணர முடியும்'. வாசகர்கள் இந்த நூலைக் கற்க வேண்டும் என்பதே என் விழைவு.

2010 சூன் மாத, 'நமது தமிழ்மண்' இதழில் துவங்கிய திருமாவின் 'அமைப்பாய்த் திரள்வோம்' நெடுந்தொடர் ஐந்தரை ஆண்டுகள் பயணித்து 2016 சனவரி மாத இதழில் முடிவுற்றது. 58 கட்டுரைகளடங்கிய இந்நூலின் கட்டுரைத் தலைப்புகளைப் பார்த்தாலே தெரியும். முதல் தலைப்பு முதல் கடைசித் தலைப்பு வரை அவை ஒன்றுடன் ஒன்று கைகோர்த்து மனிதச்சங்கிலி போல் பிணையுண்டிருப்பதே நூலாசிரியர் மேற்கொண்டுள்ள இயக்கவியலின் வரிவடிவமாகும்.

இயக்கவியல் என்பது மிக எளிய தத்துவம். ஒரு சிறு விளக்கம்:

தாவரங்கள் முதல் மனிதர்கள் வரை எல்லா உயிர்களும் எதிர்மைகளால் ஆனவை. ஒரு ஆணும் பெண்ணும் தோற்றத்தில் ஒரே உருவில் இருந்தாலும் ஆணுக்கு விதைப்பையும், பெண்ணுக்குக் கருப்பையும் இருப்பதால் அவர்கள் ஒருமையல்ல; இயற்கையின் படைப்பில் அவர்கள் எதிர்மைகள் (Opposites). பெண்ணின் கருமுட்டையும் ஆணின் விந்தணுவும் இணைந்து ஒன்றாகும்போது அது இரண்டு எதிர்மைகளின் ஒருமை (Unity of Opposites) எனப்படுகிறது.

இந்த எதிர்மைகளின் ஒருமை கருப்பையில் நிரந்தரமாகத் தங்கிவிடுவதில்லை. கரு வளர்ச்சியுற்றதும் கருப்பையே அதற்கு எதிர்மையாகிறது. முதிர்ச்சியுற்ற கரு, கருப்பை என்ற எதிர்மையோடு முரண்பட்டுப் பனிக்குடத்தை உடைத்துக் கொண்டு கருவறைச் சிறையிலிருந்து விடுபட்டு வெளியேறுகிறது. குழந்தையின் உடலுக்குள் ஒவ்வொரு அணுவிலும் எதிர்மைகள் இயங்கிக்கொண்டே இருப்பதால்தான் குழந்தை வளர்கிறது. குழந்தை 'குமரி' ஆவதும் 'குமரன்' ஆவதும் எதிர்மைகளின் இயக்கத்தால்தான். இந்த இயக்கவியல் விதிப்படித்தான் ஒரு விதை செடியாகிறது; ஒரு பூ கனியாகிறது.

சமூகத்தளத்தில் இயக்கவியல் செயல்படுவதால்தான் 'நிலவுடைமை அரசுகள்' என்ற 'முடியரசுகள்' அழிந்து, தொழிலுடைமை அரசுகளான 'குடியரசுகள்' தோன்றின. தொழிலுடைமையில் தனி உடைமை வீழ்ந்து பொதுவுடமை தோன்றியது. இயக்கவியலின் மிகப்பெரிய கொடை 'சமூக மாற்றமே' ஆகும். அதற்கு வேறொரு பெயர் 'புரட்சி'.

'இயக்கவியல்தான் புரட்சியின் அல்ஜீப்ரா' என்று ஒற்றை வரியில் அதை விளக்கியிருக்கிறார் அலெக்சாண்டர் ஹெர்சன் என்ற அறிஞர். இந்தச் சில வரிகளில் இயக்கவியலை முற்றாக விளக்கிவிட்டதாக நான் நிறைவடைய முடியாது. அதை விளக்கப் புகுந்தால் ஏராளமான பக்கங்கள் தேவைப்படும். அதற்கு இங்கு இடமில்லை. இயக்கவியல் பற்றி முதன்முதலில் சிந்தித்தவர் ஜெர்மானியச் சிந்தனையாளர் ஹெகல். ஹெகலின் சிந்தனையை முழுமைப்படுத்தி இயக்கவியல் பொருள் முதல் வாதம் என்ற சித்தாந்தத்தை உலகுக்கு அளித்தவர் கார்ல்மார்க்ஸ்.

இன்றைய சிந்தனையாளர்களில் என்னை மெத்தவும் வியப்பில் ஆழ்த்தியவர் திருமாவளவனே ஆவார். ஏனெனில் சிக்கலான ஒரு தத்துவத்தைச் சிக்கெனப் பிடித்துக்கொண்டு அதில் முழுத்தகவு பெற்று தாம் எடுத்துவைக்கும் ஒவ்வொரு அடியிலும் இயக்கவியலை இம்மியளவும் மீறாமல் அந்த விதிப்படி வினையாற்றும் வித்தகத்தைப் பார்த்து மலைத்துப் போகிறேன். அவர் வித்தகத்துக்கான சான்று இந்தப் புத்தகமே ஆகும்.

திருமாவின் கூற்று இது:

"மானுடச்சமூகத்தில் மனிதன், பிறப்பு முதல் இறப்பு வரையில் ஏதாவது ஓர் அமைப்பினைச் சார்ந்து வாழவேண்டியவனாக இருக்கிறான். குடும்பம், சாதி, இனம், மதம், வர்க்கம், நாடு, அரசு என அடுத்தடுத்த படிநிலையிலான அமைப்புகளின் உறுப்பினராக இருந்து ஒவ்வொருவனும் வாழ்ந்திட வேண்டிய நிலையிலிருக்கிறான்.

" .... அமைப்பாயில்லாமல் மனிதனால் இயங்கவே முடியாது" இதுதான் இந்த நூலில் திருமா எடுத்துவைக்கும் முதல் அடி.

அமைப்பாய்த் திரள்வதன் நோக்கம் என்ன? ரஜினி கட்அவுட்டுக்குப் பாலபிஷேகம் செய்வதா? தோழமை சக்திகளையும் சனநாயக சக்திகளையும் அடையாளம் காணவும் அவற்றோடு உறவுபூணவுமே அமைப்பின் திசைவழியை வகுத்தாக வேண்டும்.

அமைப்பின் இலக்குகள் என்பவற்றில் தொலைவான இலக்கு 'சாதி ஒழிப்பு'; முடிவான இலக்கு 'சமூக மாற்றம்'. ஆனால், உடனடி இலக்கு அதிகாரத்தில் பங்களிப்பு (Empowerment).

'அமைப்பின் வலிமையே அதிகார வலிமை' என்பது அவரது நூலடியாரில் ஒருவரி. அமைப்பின் விளைவு போராட்டங்கள்;

அமைப்பாய்த் திரள்வோம்

போராட்டங்களின் விளைவு தலைமை. ஆனால் தத்துவமில்லாமல் தலைமையில்லை; தலைமையில்லாமல் போராட்டமில்லை; போராட்டமில்லாமல் அமைப்பு இல்லை; அமைப்பு இல்லாமல் அதிகாரமில்லை; அதிகாரமில்லாமல் ஆளுமையில்லை.

'முரண்பாடுகள்' பற்றி ஒரு நூலே எழுதியவர் மா சேதுங். அவரை அடியொற்றித் தம் அணிகளுக்கு அதை விளக்குகிற அமைப்புகள் இப்போது சுருங்கிவிட்டன.

திருமா வெடித்தெழுந்து வருகிறார்; முரண்பாடுகள் பற்றிக் கற்பிக்க!

முரண்பாட்டில் முதன்மை முரண்பாடு, அடிப்படை முரண்பாடு – போன்றவற்றின் இயக்கம் பற்றி விரிவாகவும் தெளிவாகவும் ஆய்ந்துள்ளார். அமைப்பாதலில் அவற்றைப் பொருத்திக் காட்டியிருப்பது சிந்திக்கத்தக்கது. முரண்பாடுகள் தொடர்பாக எழுகிற அடுத்த சிந்தனை 'தலைமை' பற்றியது. தனிநபர்த்தலைமை, கூட்டுத்தலைமை பற்றிய கருத்தாக்கங்கள், அமைப்புகள் அனைத்தும் பகிர்ந்துகொள்ள வேண்டிய செய்திக்களஞ்சியமாகவே உள்ளன.

'தத்துவ வலிமைதான் தலைமையின் வலிமைக்கு அடித்தளம்' என்ற திருமாவின் மதிப்பீட்டை நெடிய பாரம்பரியம் உள்ள அமைப்புகள் மீளாய்வு செய்தல் நலம். திராவிட அமைப்புகள், தமிழ்த் தேசிய அமைப்புகள், பொதுவுடைமை அமைப்புகள் ஆகியவை செறிவான தத்துவ அடித்தளத்திலிருந்து பிறந்தவையே. இன்று அவற்றின் அடித்தளம் ஆட்டம் கண்டுள்ளமை கண்டு கவல்வதைத் தவிர நவில்வதற்கு வேறு என்ன இருக்கிறது?

தன் வர்க்கத்தன்மையை இழந்து பாட்டாளி வர்க்கமாகத் தன்னை மாற்றிக்கொள்வதே கம்யூனிஸ்ட்டுகளுக்கான பண்பு மாற்றம் என்றார் லெனின். இதை வர்க்கம் இழத்தல் (Declass) என்றார் அவர். சாதி இழத்தல் (Decaste)என்ற பண்புமாற்றத்துக்கும் இது பொருந்தும். இத்தகைய மாற்றங்கள் குறித்து நுணுகி ஆய்ந்திருக்கிறார் திருமா. இதோ அவரது வரிகள்:

"தன்னை மாற்றுவதென்பது, தன் அடையாளத்தை இழப்பதாகவோ, தன்னைத் தாழ்த்திக்கொள்வதாகவோ, தான் தோற்றுப்போனதாகவோ பொருளாகாது".

"... (மாற்றம் என்பது) அமைப்பு மற்றும் மக்கள் நலன்களைப் பாதுகாப்பதற்காக மேற்கொள்ளப்படும் போற்றுதலுக்குரிய முயற்சியாகும்"

தனிநபர்த் தொடர்புகளில் மிக நுட்பமான சிக்கல் வரை ஆராய்ந்திருக்கிறார். அமைப்பாக்கலில் அத்தகைய உறவுகள் ஆற்றும் பங்கை அனுபவபூர்வமாக அவர் அறிந்திருக்கிறார். எனவேதான், சொல்லாடலில்கூட நயத்திற்கு நாகரிகம் தேவை என்பதை விளக்கப்படுத்தியிருக்கிறார்.

நூலின் முதல்வரி முதல் கடைசிவரி வரை 'அறிவூட்டல்' என்பதே இதன் கடைக்கால் கொள்கை. என்னைப் பொறுத்தவரை மகிழ்வூட்டலும் வியப்பூட்டலும் வரிகளிலும் வரிகளுக்கிடையிலும் நான் பெற்ற அனுபவமாகும். நான் பெற்ற பயனை இந்த நாடும் பெற வேண்டும் என வாழ்த்துகிறேன்.

இது விடுதலைச் சிறுத்தைகளுக்கான நூல்மட்டும் அல்ல; விடுதலை விரும்பிகள் அனைவருக்குமான நூல்.

11.01.2018
சென்னை

நன்றி

நன்றி நவில்வது மானுடத்தின் நனிசிறந்த நாகரிகம். அது வெறும் சொல் அல்ல; உளம் களிக்கும் உன்னத செயல்! செயல் எனினும், அது 'கடனே' என ஒப்புக்கு ஆற்றப்படும் ஒருவகை சடங்கு அல்ல; மாறாக, மற்றோரை மகிழ்வித்து மகிழும் மகத்தான பண்பு! மற்றோர் எனில், அது உடனிருந்து, உடனுறைந்து, உடன்மகிழ்ந்து, உடன்இயங்கும் உற்றவர்கள் ஆவர்! அத்தகைய உற்றவர்கள் யாவருக்கும் ஈண்டு யானும் இன்புற்று நன்றிக்கடன் ஆற்றுவதற்கோர் நல்வாய்ப்பு இது!

அதிகார வலிமையின்றி அடித்தட்டில் கிடந்துழலும் அப்பாவி மக்களை அமைப்பாக்க வேண்டிய தேவைகளையும், அவ்வாறு நிகழும் அமைப்பாக்க நடவடிக்கைகளின் போது களத்தில் எதிர்கொள்ள வேண்டிய கடும்சவால்களையும், உழைப்போரின் உரிமைக்களத்திற்கும் உள்வாங்கிய கருத்தியலுக்கும் இடையிலான உறவுகளையும், விரிவாக விளக்குகிற – விவரிக்கிற, இந்த அரசியல் ஆவணத்தை யாப்பதில் யான் மேற்கொண்ட முயற்சிகளுக்கு உற்றத்துணையாயிருந்து உவகை பொங்கிட ஒத்துழைப்பு நல்கியோர் யாவரும் எனது ஆழ்மனதில் வேர்கொண்டு ஆழமாக நிலைகொண்டுள்ளனர்.

இவர்கள் இதனை உருவாக்கும் உலைக்களத்தில், ஊனின்றி, உறக்கமின்றி, சோர்வின்றி, சுணக்கமின்றி,

ஒருநொடியும் சலிப்பின்றி, ஊக்கம் குறைவின்றி, ஊதியம் ஏதுமின்றி, உறுதிக் குலைவின்றி, உரிய இலக்கு ஒன்றி, உடலையும் உயிரையும் உருக்கி உழைத்தனர் உள்ளம்கவர் துடிப்போடு! ஏனெனில், எழுச்சிமிகு இதழ் 'நமது தமிழ்மண்', இயக்கத்தின் ஏற்றமிகு கொள்கை ஏடு!

அடித்தட்டு மக்களின் ஆயுதக்கிடங்கான அரசியல் ஏடு 'நமது தமிழ்மண்'! இது இன்றைய அரசியல் களத்தில் அயர்வின்றிப் போராடும் ஆற்றல்மிகு சிறுத்தைகளின் அடிப்படைக் கொள்கைகளைப் பரப்பும் அதிகாரப்பூர்வமான ஆவணமாகும். எனவே, இயக்கத்தின் முன்னணி பொறுப் பாளர்களே, ஈர்ப்புமிகு ஆற்றலோடு, ஈடில்லா எழுச்சியோடு, இன்முகக் களிப்போடு, ஏறுநடை மிடுக்கோடு, இடையறாது தொடர்ந்து இதழ்ப்பணியாற்றுகின்றனர்! இவர்களே என்னை உந்தி இயக்கும் இணையிலா ஆற்றல்களாய் இன்றும் இயங்கிக் கொண்டேயிருக்கின்றனர். இத்தகைய சிறப்புக்குரிய இவர்கள் இக்கட்டுரைகளை வடிப்பதில், வார்ப்பதில் ஆற்றியுள்ள பங்களிப்பு மகத்தானது.

2007–அக்டோபர் 2, வேளச்சேரித் தீர்மானத்தையொட்டி நடந்தேறிய முதற்கட்ட மறுசீரமைப்புப் பணிகளைத் தொடர்ந்து '2011 – விடுதலைச் சிறுத்தைகள் ஆண்டு' என 2010ஆம் ஆண்டு அறிவிக்கப்பட்டது. இது இரண்டாம் கட்ட மறுசீரமைப்புக்கான அறிவிப்பாகும். அப்போதுதான், "அமைப்பாய்த் திரள்வோம்! அங்கீகாரம் பெறுவோம்! அதிகாரம் வெல்வோம்!" என்கிற கொள்கை முழக்கங்கள் முன்மொழியப்பட்டன. இவை, விடுதலைச்சிறுத்தைகள் கட்சியின் மறுசீரமைப்புக்குரிய அடிப்படைச் செயல்திட்டங்களாகும். இவற்றில், முதற்கட்டமாக 'அமைப்பாய்த் திரள்வோம்' என்பதை விவரிக்கும் நோக்கில் விரிவாக மேற்கொள்ளப்பட்ட முயற்சியே இக்கட்டுரைகள் ஆகும்.

இவை யாவும் 2010 – சூன் மாதம் தொடங்கி, 2016 – சனவரி மாதம் வரையில், 58 மாதங்கள் தொடர்க் கட்டுரைகளாக வெளிவந்தன. இடையிடையே ஒருசில மாதங்கள் எழுத இயலவில்லை.

எழுத்தாக்கங்களுக்கு எள்முனையும் இடையூறில்லா இனிமைமிகு தனிமை தேவை. ஆனால், யானோ இத்தகைய தனிமைக்கு ஏங்கி ஏங்கித் தவமிருத்தல் வேண்டும். எந்நாளும் எப்போதும் இடையறா நிகழ்ச்சிகள்; எண்ணற்ற சந்திப்புகள். இயக்கத் தோழர்கள் மற்றும் இயக்கத்தின்மீது நம்பிக்கை கொண்டுள்ள எளிய மக்கள் என ஏராளமானோர் எந்நேரமும்

சுற்றிவளைத்துச் சூழ்ந்துகொள்ளும் நெருக்கடிநிலை. இமைப் பொழுதும் தனிமைக்கு இடமே இல்லை என்கிற இக்கட்டுநிலை. இதனால் எழுதுவதற்கென நேரமொதுக்க இயலாநிலை.

உரிய நேரத்தில் ஒருமுறைகூட எழுதும் சூழல் எட்டவே இல்லை. பெரும்பாலும், இதழ் வெளியாவதற்குரிய இறுதிநாட் களில், அதுவும் இரவின் பின்பாதிப் பொழுதுகளில் தொடங்கி – இருள் மெல்லவிலகி எழுகதிர் மண்ணை எட்டிப் பார்க்கும் வரையில், 'நமது தமிழ்மண்' இதழின் அலுவலகத்திலோ அல்லது நெடுந்தூரம் பயணிக்கும் வண்டிகளிலோ அல்லது வெளியூர் களில் எங்கோ தங்குமிடங்களிலோ எழுதவேண்டிய நிலை.

இதனால், ஒவ்வொருமுறையும் இறுதிப்பொழுதுகளில் இதழ்க்குழுவினருக்கு எகிறும் ஒருவகை பதற்றம்–பரபரப்பு! விரைந்து வேலைகளை முடிக்கவேண்டுமே எனக் கூடும் ஒருவகை வேகம் – விறுவிறுப்பு! கட்டுரையை, வரையறுக்கப்பட்ட நாளுக்குள் வழங்கிட வேண்டுமென என்னை வற்புறுத்திட வேண்டும்; எனினும் இதழ்க்குழுவினருக்கு மேலிடும் ஒருவகை தயக்கம். இதழ்க்குழுவினரின் இத்தகு தயக்கமே அமைதியாய் எனக்குள் ஏற்படுத்தும் ஒருவகை மன அழுத்தம்! இவ்வாறான உணர்ச்சிப் போராட்டங்களின் ஊடாகவே இக்கட்டுரைகள் யாவும் வடிக்கப்பெற்றன.

இத்தகைய பரபரப்பான சூழல்களின் பின்னணியில் எனக்கு ஈடுகொடுத்து என்னால் நேர்ந்த இக்கட்டுகளையெல்லாம் இன்முகத்தோடு ஏற்றுக்கொண்டு இதழ்ப்பணிகளை எழிலுற மேற்கொண்ட இயக்கத்தோழர்கள் யாவரையும் என் நெஞ்சில் இருத்தியுள்ளேன் என்பதை இவண் பதிவுசெய்வதே அவர்களுக்கு யான் செலுத்தும் உண்மையான நன்றிச் செயலாகும்.

2001 – சூலையில், 'தாய்மண்' இதழாக மலர்ந்து, பின்னர் 2006 – செப்டம்பரில் 'நமது தமிழ்மண்' இதழாக விரிந்து, இன்று விடுதலைச் சிறுத்தைகளின் கொள்கைப் போர்வாளாக இருந்து, கடந்த 17 ஆண்டுகளாகத் தொடர்ந்து, வெற்றிகரமாக வீறுநடை போடும் நிலையில், தொடக்க காலத்திலிருந்து செவ்வனே பணியாற்றி இவ்விதழைச் செம்மைப்படுத்தியோர் முதல், இற்றைப் பொழுதுவரை இதனை மென்மேலும் செழுமைப் படுத்துவோர் வரை யாவரையும் நன்றியுணர்வோடு என் நெஞ்சில் நிறைத்துள்ளேன்.

'தாய்மண்' என இதழைத் தொடங்கிய நாளிலிருந்து சுமார் பத்தாண்டுகளுக்கும் மேலாக இதன் பொறுப்பாசிரியராக

இருந்து, இக்கட்டுரைகளின் முதல் வாசிப்பாளராக முந்தி நின்று, ஒருமுறைக்குப் பலமுறை ஊன்றிப்பயின்று, அவை மென்மேலும் சீர்பெற்றுச் செம்மையுற அல்லும் பகலும் அயர்வின்றி இயங்கிய, இயக்கத்தின் இன்றைய துணைப் பொதுச்செயலாளர் தம்பி வன்னிஅரசு அவர்களுக்கும், அப்போது அவருக்கு உற்றத் துணையாயிருந்து இயக்கப்பணிகளையும் இதழ்ப்பணிகளையும் சிறப்புற ஆற்றிய அவரது இல்லறத்துணை தங்கை ஆதிரை அவர்களுக்கும்.

அட்டை முதல் அட்டை வரை, ஒவ்வொரு பக்கத்தையும் ஒவ்வொரு வரியையும் ஒவ்வொரு எழுத்தையும் ஊன்றிப் பார்த்து, உணர்ந்து படித்து, உரிய திருத்தங்கள் மற்றும் உரிய மாற்றங்களைச் செய்து அண்மைநாள் வரையில் இதழை அழகியலோடு வடிவமைத்த, இயக்கத்தின் வெளியீட்டு மையத்தின் மாநிலச்செயலாளராகவும் பணியாற்றிய அன்புச் சகோதரர் நீல.தமிழேந்தி அவர்களுக்கும்,

வன்னிஅரசுக்குப் பின்னர், இதழின் பொறுப்பாசிரியராக யாரையும் அறிவிக்காத நிலையில்,இதழ் வெளிவராமல் இடைநின்று முடங்கிவிடக் கூடாதே என்னும் முனைப்போடு, தானே முன்வந்து 'தமிழ்மண்' பணிகளை முழுமையாக ஏந்திக்கொண்டு, அதிகாரப்பூர்வமாக அறிவிக்கப்படவில்லையெனினும் இதழின் பொறுப்பாசிரியராகவே இருந்து, ஒருசில ஆண்டுகளாகத் தொடர்ந்து, உள்ளார்ந்த ஈடுபாட்டுடன் உழைத்த, இயக்கத்தின் இன்றைய தலைமைநிலையச் செயலாளர் அன்புசால் அ.பாலசிங்கம் அவர்களுக்கும்,

பாலசிங்கத்தைத் தொடர்ந்து பலரும் மனந்திறந்து பாராட்டும் வகையில் இன்று இதழை வெகுநேர்த்தியாக வெளிக்கொணர்ந்து வரும் இதழின் பொறுப்பாசிரியரும் இயக்கத்தின் வெளியீட்டு மைய மாநிலச்செயலாளருமான தம்பி பூவிழியன் அவர்களுக்கும்,

ஆண்கள் சூழ்ந்திருக்கும் நிலையிலும் இயக்கப்பணி, இதழ்ப்பணி ஆற்றுவதே எமது கடமையென, இதழ் தொடங்கப்பெற்ற நாளிலிருந்து இதுநாள் வரையில், அன்று ஆதிரையோடு இணைந்து, இன்று ஒற்றைப் பெண்ணாய் இருந்து இரவு–பகலெனப் பாராமல் எந்நேரமும் தட்டச்சுப்பணி செய்துவரும் இயக்கத்தின் வெளியீட்டு மைய மாநிலத் துணை செயலாளர் தங்கை கவினி அவர்களுக்கும், அவரைப்போலவே நேரம் காலம் பாராமல் தொண்டுள்ளத்தோடு பகலிரவாய்ப்

பணியாற்றிவரும் தட்டச்சர் தம்பி தாமரைவண்ணன் அவர்களுக்கும்,

காலைக் கருக்கல் வரை கண்விழித்துக் காத்திருந்து கட்டுரைகள் தட்டாச்சாகி கைகளுக்கு வரும்போதே கருத்தூன்றிப் படித்து, அவை கருத்துப்பிழையின்றி கனிந்து செழுமையுற, அவற்றின்மீது நேரிய, நெடிய உரையாடல்களை நிகழ்த்தி, மேலும் அவற்றை நேர்த்திபெறச் செய்த அன்புநிறை உடன்பிறப்புகள் இயக்கத்தின் இன்றைய தலைமைநிலையச் செயலாளர் இளஞ்சேகுவேரா மற்றும் இளஞ்சிறுத்தைகள் எழுச்சிப்பாசறையின் மாநிலச்செயலாளர் சங்கத்தமிழன் ஆகியோருக்கும், சந்திக்கும்போதெல்லாம் இக்கட்டுரைகளின் சிறப்புகளைச் சொல்லி சிலாகிக்கும், கட்சியின் அரசியல் குழு மாநிலச்செயலாளர் அண்ணன் நீலவானத்து நிலவன் அவர்களுக்கும்,

இக்கட்டுரைகள் தொடர்ந்து வெளிவருவதற்கு ஆக்கமும் ஊக்கமும் அளித்த கட்சியின் இன்றைய முதன்மைச் செயலாளர்கள் தோழர் உஞ்சைஅரசன், தம்பி பாவரசு, செய்தித்தொடர்பாளர் தம்பி கு.கா.பாவலன் மற்றும் தலைமை நிலையச் செயலாளர் தகடூர் தமிழ்ச்செல்வன் ஆகியோருக்கும், இக்கட்டுரைகளின் சிறப்பான பகுதிகளை அவ்வப்போது ஆங்கிலத்தில் மொழியாக்கம் செய்து சமூக வலைதளங்களில் பரப்புரை செய்துவரும் கட்சியின் துணைப் பொதுச்செயலாளர் தம்பி எஸ்.எஸ்.பாலாஜி அவர்களுக்கும்,

அரிய அழகிய படங்களை அளித்து இதழுக்கு மென்மேலும் மெருகூட்டி மிளிரச் செய்துவருகிற ஒளிப்பட வல்லுநரும் இயக்கத்தின் காட்சி ஊடக மாநிலச் செயலாளருமான தம்பி ஜூம் எழில்இமயன், அவருக்குத் துணையாகச் செயலாற்றிவரும் கூட்டுரோடு குமார், பரசுராமன், உசிலை தமிழ் மற்றும் குடந்தை சசிவளவன் ஆகியோருக்கும்,

இக்கட்டுரைகளின் கொள்கை முழக்கங்களையெல்லாம் ‘திருமாக்குறள்’ என்னும் சிறுதொகுப்பாக வெளியிட்டுள்ள சமூக ஊடக மையத்தின் மாநிலச்செயலாளர் தம்பி சஜன் என்கிற ஆதன் அவர்களுக்கும், அவ்வப்போது கட்டுரைகள் குறித்து ஆக்கப்பூர்வமான கருத்துகளைப் பகிர்ந்துகொள்ளும் ஒழுங்குநடவடிக்கை குழுவின் மாநிலச்செயலாளர் தோழர் தேவராஜ் அவர்களுக்கும், செய்தித்தொடர்பு மையத்தின் மாநிலச் செயலாளர் தம்பி அகரன் அவர்களுக்கும்,

இதழ்களைச் சந்தாதாரர்களுக்கு உரிய நேரத்தில் அஞ்சலில் அனுப்பிவைக்கும் அளப்பரிய பணிகளைத் தொடர்ந்து சிறப்புறச் செய்துவரும் தம்பிகள் மாரிமுத்து, துரையப்பன், தமிழேந்தி, அம்பேத் அரசு, தமிழ்மாறன், தமிழ்க்கதிர், தமிழ்வளவன், அரங்க.தமிழ்ஒளி, வீர.பொன்னிவளவன், விடுதலை, த.இளையா, சுப்பன், பூந்தமிழன், யாழ்ப்பாணன், நீதிவள்ளல், வீரப்பன், சிவராஜ், மனோகரன், நீலமேகம், சமத்துவன், சரவணன், கமல், அலெக்ஸ், சாக்ரடீஸ், பாரிவள்ளல், புகழ்மாறன், அபி, சுகுணாதேவராஜ், மீனாதமிழேந்தி, மதுரை செல்வம், அம்பேத்கர்நகர் பெருமாள், ஜெகன், சண்முகம், பேரறிவாளன், பீமாராவ், கார்த்தி, மசாஜ் குமார் மற்றும் மருதம் ஆசிரியர் பயிற்சிக் கல்லூரியின் துணை முதல்வர் வேல்முருகன், மாணவ – மாணவியர் அனைவருக்கும்,

கடைசிநேரப் பதற்றங்களிலும் முகம்சுளிக்காமல் பொறுமைகாத்து, சிலவேளைகளில் விடுமுறை நாட்களிலும்கூட பணியாற்றி ஆயிரக்கணக்கான இதழ்களை மாதந்தோறும் அச்சிட்டுத்தருகிற ஃப்ரண்ட்லைன் மீடியா அச்சகத்தாருக்கும்,

அஞ்சல் அனுப்பவேண்டிய குறிப்பிட்ட நாள்கள் தவறுகிற போதெல்லாம் அதிகாரிகளிடம் பேசி அவ்வப்போது வேறுநாள்களில் அனுப்புவதற்குரிய ஒப்புதலைப் பெற்றுத்தந்த தோழர்கள் வெங்கல் கோநீலன், அனுராதா ஆகியோருக்கும், நெருக்கடிகள் சூழ்ந்த நேரங்களிலெல்லாம் ஆதரவாயிருந்து அருள்செய்த அஞ்சல்துறை அதிகாரிகள் மற்றும் பணியாளர்கள் ஆகியோருக்கும்,

இதழ்ப்பணிகளுக்கான நிதி நிர்வாகத்தைச் சிறப்புற கையாண்டுவரும் தலைமை நிலையப் பொறுப்பாளர்கள் அண்ணன் தயாளன், அன்புச்சகோதரர் இளந்திரையன், ஊடக மையத்தின் முதன்மைச் செயலாளரும் நமது 'வெளிச்சம்' தொலைக்காட்சியின் நிர்வாக இயக்குநருமான இனிய சகோதரர் பனையூர் பாபு மற்றும் தம்பி இராசேந்திரன் ஆகியோருக்கும்,

இக்கட்டுரைகள் குறித்து அடுத்தடுத்து கருத்தரங்க நிகழ்வுகளை ஒருங்கிணைத்து நடத்திவரும் இளஞ்சிறுத்தைகள் எழுச்சிப் பாசறையின் மாநிலத் துணைச்செயலாளர் தம்பி மாலின் அவர்களுக்கும், இதுகுறித்து அவ்வப்போது அரசு ஊழியர்களிடையே மேற்கோள் காட்டி கருத்துரை ஆற்றிவரும் பேரவையின் முதன்மைச் செயலாளர் கடலூர் பாவாணன் அவர்களுக்கும், புதுவையில் இதுதொடர்பாக நிகழ்ச்சிகளை

34 தொல்.திருமாவளவன்

நடத்தியுள்ள கட்சியின் துணைப் பொதுச்செயலாளர் தோழர் புதுவை பாவாணன் அவர்களுக்கும்,

ஒவ்வொரு கட்டுரையையும் படித்தவுடன் பெரிதும் மகிழ்ந்து, நெகிழ்ந்து, வியந்து, பாராட்டி ஊக்கப்படுத்தியவரும் இந்நூலுக்கு அணிந்துரை அளித்திருப்பவருமான மூத்தத் தோழர் கவிஞர் தணிகைச்செல்வன் அவர்களுக்கும்,

இக்கட்டுரைகளை, விடுதலைச் சிறுத்தைகள் தொடர்ந்து படிக்கவேண்டும் என வலியுறுத்தி, அவ்வப்போது கவிதை புனைந்து, ஊக்கம் அளித்த புரட்சிக்கனல் இளையகம்பன் அவர்களுக்கும்,

அவ்வப்போது இக்கட்டுரைகளை ஊன்றி வாசித்து, உவகைபொங்க உள்ளம் திறந்து பாராட்டி ஊக்கமூட்டுவதோடு, இவையாவும் எல்லா தரப்பினருக்கும் எளிதாக, பரவலாக எட்டவேண்டுமென எப்போதும் வலியுறுத்தக்கூடியவரும்; அதனைச் செயற்படுத்தும் வகையில் தற்போது தானே முன்னின்று இந்த ஆவணத்தைத் தொகுத்து நக்கீரன் பதிப்பகத்தின் மூலம் வெளியிடும் பணிகளை மேற்கொண்டவரும்; தனது அணிந்துரையின் மூலம் இந்நூலுக்கு மேலும் அணி சேர்த்திருப்பவருமான மார்க்சிய ஆய்வாளர் தோழர் ஜவஹர் அவர்களுக்கும்,

சென்னைப் புத்தகத் திருவிழா வெற்றிகரமாக நடைபெற்றுக் கொண்டிருக்கும் இச்சூழலில் எத்தனை எத்தனையோ தொழில்சார் பணிவாய்ப்புகள் தேடிவந்த நிலையிலும், தமிழகமே குடும்பத்தினருடன் பொங்கல் பெருவிழாவைக் கொண்டாடிக் கொண்டிருக்கும் சூழலிலும் ஒருநொடியும் கண்துஞ்சாமல் நான்கு நாள்களாய்ப் பணியாற்றி, உள்ளம்கவர் எழிலுடன் இந்நூலை வடிவமைத்துள்ள தோழர் தில்லைமுரளி அவர்களுக்கும்,

ஏராளமான பணிச்சுமைகளுக்கு மத்தியில் இந்த ஆவணத்தின் அட்டையை அழகுற வடிவமைத்த தோழர் வேதா அவர்களுக்கும்,

புத்தகத் திருவிழா முடிவதற்குள்ளாக இதனைக் கொணர்ந்திட வேண்டுமென்கிற பேராவலுடன் பொங்கல் விடுமுறையிலும் காத்திருந்து அச்சிட்டு வெளியிட்டுள்ள ஊடகப்போராளி அண்ணன் நக்கீரன் கோபால் அவர்களுக்கும் நக்கீரன் பதிப்பகத்தார் அனைவருக்கும்,

இவர்களுடன்,

கடந்த இருபதாண்டுகளுக்கும் மேலாக, அனைத்து நிலைகளிலும் – அனைத்துக் களங்களிலும், ஒருமித்த கருத்தோடு, உளமார்ந்த உறவோடு, உறுதிமிக்க துணிவோடு, அமைப்பை வழிநடத்துவதிலும் வலுப்படுத்துவதிலும் உடன்நின்று அனைத்தையும் எதிர்கொண்டு வரும் கட்சியின் பொதுச்செயலாளர்கள், தோழர் சிந்தனைசெல்வன், மேனாள் சட்டமன்ற உறுப்பினர் தோழர் ரவிகுமார் மற்றும் மாநிலப் பொருளாளர் முகமது யூசுஃப் ஆகியோருக்கும்..

எனது நெஞ்சம் நிறைந்த
நன்றியைக் காணிக்கையாக்குகிறேன்.

இவண்

(தொல்.திருமாவளவன்)
தலைவர்
விடுதலைச் சிறுத்தைகள் கட்சி

15.01.2018
சென்னை

உள்ளடக்கம்

1. மக்கள் திரட்சியும் பரிணாம வளர்ச்சியும் 41
2. அதிகாரப் பகிர்வும் சனநாயக நுகர்வும்............... 51
3. நாடாளுமன்ற சனநாயகமும் புரட்சிகர சனநாயகமும் 58
4. அமைப்பியலும் கருத்தியலும்.................. 66
5. தெளிவான இலக்கும் வலுவான அமைப்பும்.......... 72
6. முரண்களும் மாற்றங்களும் 79
7. நட்பு முரண்களும் பகை முரண்களும் 85
8. முதன்மை முரண்களும் சனநாயக சக்திகளும்......93
9. கருத்தியல் தலைமையும் தனிநபர்த் தலைமையும்................. 102
10. தலைமைத்துவமும் தனிநபர்ப் பாத்திரமும்........... 111
11. அமைப்பும் அதிகாரமும் 119
12. கூட்டுநபர்த் தலைமையும் கூட்டுக்கருத்தியல் தலைமையும் 126
13. கருத்தியல் வலிமையும் கட்டமைப்பு வலிமையும் .. 134
14. நிறுவனமயமாதலும் சனநாயகமயமாதலும்........... 143
15. சனநாயகப்படுத்துதலும் அதிகாரமயப்படுத்துதலும் 151
16. அதிகாரமயமாதலும் மக்கள் வலிமையாதலும் 162

அமைப்பாய்த் திரள்வோம்

17. கூட்டமைப்பாதலும்
    பொதுநீரோட்டத்தோடு இணைதலும் 170

18. அமைப்பாதலும் அரசியல்படுத்துதலும் 179

19. கற்றலும் கற்பித்தலும் 186

20. மனிதவளமும் அமைப்பாதலும் 194

21. உட்பகையும் வெளிப்பகையும் 203

22. தன்னலமும் பொதுநலமும் 210

23. அந்நியமாதலும் அய்க்கியமாதலும் 216

24. தனி அடையாள இழப்பும்
    பொது அடையாள ஏற்பும் 224

25. திட்டமிடுதலும் உந்துதலும் 230

26. செயல் திட்டமும் செயல் தந்திரமும் 237

27. வெளிப்படையும் கழுக்கமும் 243

28. தகவல் தொடர்பும் மக்கள் தொடர்பும் 251

29. தொடர்புகளும் உறவுகளும் 260

30. புரிதல்களும் ஊடகங்களும் 267

31. கலைச்சொற்களும் கருத்துப் புரிதலும் 276

32. மக்கள்மொழியும் களப்பணியும் 283

33. பண்பாட்டுப் புரிதலும் மக்களோடு வாழ்தலும் 289

34. ஒருமைத்துவமும் பன்மைத்துவமும் 298

35. திட்டமிட்டவையும் திட்டமிடாதவையும் 306

36. ஊகநிலையும் உண்மைநிலையும் 313

37. தொடக்கமும் தொடர்ச்சியும் 322

38. தயக்கமும் தேக்கமும் 333

39. மிகைமதிப்பீடும் மேலாதிக்கமும் 343

40. மனத்தையறிதலும் சமநிலைப்படுத்துதலும் 350

41. தன்னையறிதலும் பிறரையறிதலும் 361

42. விமர்சனமும் சுயவிமர்சனமும் 370

43. பொறுமையும் சகிப்புத்தன்மையும் 377

44. மறத்தலும் மன்னித்தலும் 389

45. தன்னை முன்னிறுத்தலும்
    அமைப்பை முன்னிறுத்தலும் 399

46. கீழ்ப்படிதலும் பின்பற்றுதலும் 409

47. தனிஒழுங்கும் பொதுஒழுங்கும் 419

48. பொதுநலமும் போர்க்குணமும் 432

49. நல்லொழுக்கமும் தீயொழுக்கமும் 441

50. முயற்சியும் பயிற்சியும் 449

51. தன்னை மாற்றுவதும் பிறரை மாற்றுவதும் 457

52. ஒப்பீடும் மதிப்பீடும் 465

53. தாகமும் ஈகமும் 473

54. ஏளனமும் இறுமாப்பும் 480

55. உறவு விளிப்பும் உரிய மதிப்பும் 486

56. உரையாடலும் உறவாடலும் 496

57. இடித்துரைத்தலும் இழித்துரைத்தலும் 504

58. வெறும் பேச்சும் வீண் வம்பும் 511

1

மக்கள் திரட்சியும் பரிணாம வளர்ச்சியும்

மனிதன் பிறப்பிலிருந்து இறப்பு வரையில், அறிந்தோ அறியாமலோ, விரும்பியோ விரும்பாமலோ, ஏதோவோர் அமைப்பைச் சார்ந்தோ அல்லது அமைப்பில் சேர்ந்தோ இயங்கிக் கொண்டிருக்கிறான். தனி மனிதனாய், உதிரியாய் ஒருபோதும் வாழ முடியாது. கூடி வாழ்வதுதான் மானுட இயல்பு. மனிதன் மட்டுமில்லை; உயிர்கள் அனைத்தும் அத்தகைய இயல்பைக் கொண்டவையே ஆகும்.

ஒருமித்த பண்புகளையும் வாழ்க்கை முறையினையும் கொண்ட விலங்குகள், பறவைகள் உள்ளிட்ட ஒவ்வோர் உயிரினமும் ஒரு குழுவாகக் கூடிவாழ்வதே இயற்கையாகும்! அவ்வாறே மனிதனும் இயற்கையாகவே கூடிவாழும் இயல்பைக் கொண்டிருக்கிறான். கூட்டம் கூட்டமாய்க் கூடிவாழ்வது ஒட்டுமொத்த உயிரினங்களின் பொதுப்பண்பு! குடும்பம் குடும்பமாய்க் கூடி வாழ்வது மனித இனத்தின் சிறப்பியல்பு!

மந்தை மந்தையாய் விலங்குகள் திரளுவதுபோல, பெருங்கூட்டம் கூட்டமாய் மனிதனும் ஏதோ வொரு பொதுப்பண்பின் அடிப்படையில் திரளுகிறான்! ஆனால், மனிதன் மட்டும் தன்னுடைய தேவைகளுக்காகவும் தன்னுடைய மேம்பாட்டுக்காகவும் எல்லாவற்றுக்கும் மேலாக, தன்னுடைய பாதுகாப்புக்காகவும்

தன்னை நெறிப்படுத்திக்கொள்ளத் தொடர்ந்து முயற்சித்துக் கொண்டேயிருக்கிறான். அவ்வாறு, மனிதன் மேற்கொள்ளும் தொடர்முயற்சிகளால், 'நெறிப்படுத்துதல்' என்னும் தொடர் நடவடிக்கைகளால், மனிதனின் கூடிவாழும் போக்குகளில் பண்பு மாற்றங்கள் நிகழ்கின்றன. அதனால், 'கூட்டம் கூட்டமாய்' என்கிற மந்தைப்போக்கு மாறி, மிகவும் குறிப்பான பொதுப்பண்புகளையும் பொதுக் குறிக்கோள்களையும் அடிப்படையாகக் கொண்டு, 'குழுக்குழுவாய்' பிரிந்தும் இணைந்தும் இயங்குகிற போக்கு உருவாகிறது. இது முற்போக்கான அடுத்த பரிணாம நிலையே ஆகும்.

மனிதனின் 'நெறிப்படுத்துதல்' மேலும் மேலும் கூர்மையடைந்து, மிகமிகக் குறிப்பான பொதுப்பண்புகளையும் நெருக்கமான உறவுப் பிணைப்புகளையும் அடிப்படையாகக் கொண்டு 'குடும்பம் குடும்பமாய்' வாழும் போக்குச் செழுமை யடைகிறது. அதாவது, மனிதனின் வாழ்க்கைப்போக்கில், காலச்சுழற்சியில், அவ்வப்போதைய தேவை அதன் அடிப்படையில், வளர்ச்சி மற்றும் பாதுகாப்பின் அடிப்படையில், இயற்கையாகவே அமையப்பெற்றுள்ள உணர்வுசார்ந்த உறவுகளின் அடிப்படையில், 'கூடிவாழ்தல்' என்னும் இயங்கியல் போக்கினில், 'கூட்டம் – குழு – குடும்பம்' என்கிற பரிணாமப் படிநிலைகளைச் சந்திக்கிறான். இது, 'நெறிப்படுத்துதல்' என்னும் முயற்சி மற்றும் உழைப்பின் விளைவுகளாகும்.

தமக்கான தேவைகளை வரையறுப்பதும், அவற்றைத் தேடுவது மற்றும் உற்பத்தி செய்வதும், அத்துடன் தமக்கான மேம்பாடு மற்றும் பாதுகாப்பை நிலைப்படுத்துவதும் போன்ற தொடர்நடவடிக்கைகளை மனிதன் அல்லது அவன் சார்ந்த குழுவோ அல்லது குடும்பமோ மேற்கொள்ளுகிறபோது, அவற்றை 'நெறிமுறைப்படுத்த' வேண்டிய தேவை எழுகிறது. அத்தகைய 'நெறிமுறைப்படுத்துதல்' என்னும் நடவடிக்கையின் போக்கில் கொள்கை – கோட்பாடு, குறிக்கோள் – இலக்கு, சட்டம் – விதிகள், விசாரணை – தண்டனை போன்ற வரையறைகள் உருவாகின்றன.

இவ்வாறான வரையறைகளின் அடிப்படையில்தான் மனிதக் குழுக்களிலிருந்து 'அமைப்பு' என்கிற வடிவம் உருப்பெறுகிறது. அந்த வகையில், குடும்பம் என்பதும் ஓர் அமைப்பு! தேசம் என்பதும் ஓர் அமைப்பு! சாதி, மதம், இனம் போன்ற வடிவங்களும் அமைப்புகளேயாகும்! இவற்றையெல்லாம் ஆளுமை செய்கிற அரசும் ஓர் அமைப்பேயாகும்! 'குடும்பம்' என்னும் அமைப்பிற்கும் 'அரசு' என்னும் அமைப்பிற்கும்

இயல்பாகவே ஆட்பட்டிருக்கும் மனிதன், சாதி, மதம், இனம் போன்ற அமைப்புகளிலும் அவன் விரும்பியோ விரும்பாமலோ சேர்ந்து இயங்குகிறான். குடும்பமும் அரசும் மிகுந்த செழுமையாகவும் வலிமையாகவும் நெறிமுறைப்படுத்தப்பட்ட நிலையான அமைப்புகளாகும். வடிவத்திலும் அளவிலும் மிகச் சிறியதொரு அலகாக அமையப்பெற்றுள்ள குடும்பம் என்கிற அமைப்பு, சாதி, மத, இனவழி அமைப்புகளின் சமூக – பண்பாட்டுக் கூறுகளை மிகுதியாகக் கொண்டு விளங்குகின்றன. குடும்பத்தின் பொருளாதாரக் கூறுகளும் அரசியல் கூறுகளும், அதன் வலிமையையும் ஆளுமையையும் தீர்மானிக்கின்றன. அதாவது, சமூக – பண்பாட்டு உறவுகளின் அடிப்படையில் ஒரு குடும்ப அமைப்பின் தகுதியும், பொருளாதார – அரசியல் உறவுகளின் அடிப்படையில் அதன் வலிமையும் தீர்மானிக்கப்படுகின்றன.

ஒரு மனிதனின் பிறப்பே, அவனை அவன் பிறந்த குடும்ப அமைப்பின் உறுப்பினராக்கிவிடுகிறது. அதனால், அவன் அறிந்தோ – அறியாமலோ அல்லது விரும்பியோ – விரும்பாமலோ அந்தக் குடும்பத்தின் சமூகத் தகுதிக்கேற்ப, சமூக மரபுகள் மற்றும் வழக்காறுகளுக்குக் கட்டுப்பட்டு இயங்குகிறான். இத்தகைய மரபுகளும் வழக்காறுகளும் குடும்ப அமைப்புக்கான சட்டங்களாகவும் விதிகளாகவும் அமையப் பெறுகின்றன. சாதியும் மதமும் அவன் சார்ந்த இனமும் அக்குடும்பத்தின் மீது பெருமளவில் தாக்கத்தை ஏற்படுத்துகின்றன. சாதிக்கென சில மரபுகளும் வழக்காறுகளும் வழிவழியாக நடைமுறையிலிருக்கின்றன. அவற்றைத் தனது சட்டம் மற்றும் விதிமுறைகளாகவே ஏற்று சாதி இயங்கிவருகிறது.

அதாவது, 'குடும்பம்' என்கிற அமைப்பின் விரிவான – வலுவான – பெருந்திரளான வடிவமே 'சாதி' என்கிற அமைப்பு ஆகும். இத்தகைய சாதி அமைப்பின் உறுப்பினராக இருந்து, அதற்கான அடையாளத்தைச் சுமக்கவேண்டிய பொறுப்பை, அவன் சார்ந்த சமூகக் கட்டமைப்பு திணிக்கிறது. சமூகக் கட்டமைப்பானது, குடும்பம் – சாதி என்கிற அமைப்புகளை உள்ளடக்கி, அவற்றின் மீது மேலாண்மை செலுத்துகிற இன்னொரு பேரமைப்பையும் அடிப்படையாகக் கொண்டு வடிவாக்கம் பெற்று அமைந்துள்ளது. அந்தப் பேரமைப்புதான் 'மதம்' என்னும் சமூக – பண்பாட்டு உறவுகளைத் தீர்மானிக்கும் ஆளுமை வாய்ந்த அமைப்பாக விளங்குகிறது.

குடும்பம், சாதி, மதம் இவை மூன்றும் ஒரு சமூகக் கட்டமைப்புக்கான அடிப்படைக் கூறுகளாக அமைகின்றன.

அமைப்பாய்த் திரள்வோம்

இவை ஒன்றுக்கொன்று மிகவும் நெருக்கமான – இறுக்கமான, உணர்ச்சிப்பூர்வமான சமூகப் பண்பாட்டு உறவுகளைக் கொண்டிருக்கின்றன. இவற்றில், மதம் என்னும் பேரமைப்பு, சமூக-பண்பாட்டுத் தளங்களில் தாக்கத்தை ஏற்படுத்துவது போல, அரசியல் தளத்திலும் தீவிர ஈடுபாட்டுடன் கூடிய தாக்கத்தை ஏற்படுத்தும் வலிமையைப் பெற்றுள்ளது.

நாடு, அரசு என்னும் மாபெரும் அமைப்புகளோடும் அவற்றை நெறிப்படுத்தும் ஆட்சியதிகாரத்தோடும் 'மதம்' என்கிற அமைப்பின் ஆளுமை உறவுகள் எப்போதும் வலுவான தாக்கத்தைச் செலுத்திக்கொண்டேயிருக்கின்றன. ஒவ்வொரு மதமும் அதனதன் வலிமைக்கேற்ப ஆளுமை செலுத்துகிறது. மதம் என்கிற பேரமைப்பில், மனிதன் விரும்பியோ அல்லது விரும்பாமலோ அதன் அங்கத்தினர் என்னும் அடையாளத்தைச் சுமக்கிறான். அதனால், அவன் சார்ந்த மதத்தின் மரபுகள் மற்றும் வழக்காறுகளுக்கு ஆட்பட்டவனாக இயங்குகிறான். அதனடிப்படையில் அவனது சமூகப் பண்பாட்டு உறவுகள் மட்டுமின்றி அவனுக்கான அரசியல் உறவுகளும் அவன் அறிந்தோ – அறியாமலோ தீர்மானிக்கப்படுகின்றன.

மதத்தைப் போலவே, சமூகப் பண்பாட்டு உறவுகளையும் அரசியல் தளத்திலான உறவுகளையும் தீர்மானிக்கக்கூடிய வல்லமை பெற்ற இன்னொரு பேரமைப்பு 'இனம்' என்பதாகும். 'இனம்' என்பது குருதி வழியிலான மரபுக்கூறுகளை அடிப்படையாகக் கொண்ட 'மரபினம்' என்னும் 'பெருந்திரள் குழு'வாகவும், மொழிவழியிலான பண்பாட்டுக் கூறுகளை அடிப்படையாகக் கொண்ட 'தேசிய இனம்' என்னும் மரபினத்துக்குள்ளடங்கிய அடுத்த படிநிலையிலான 'மக்கள்திரள் குழு'வாகவும் வடிவாக்கம் பெற்று இயங்கிவருகின்றன. இவற்றில், மரபினத்தைவிட 'தேசியஇன' அடையாளமே தீவிர உணர்ச்சிப்பூர்வமான பண்புக்கூறுகளைக் கொண்டிருக்கின்றன. மரபினத்தைக்காட்டிலும் அளவிலும் வடிவிலும் தேசிய இனம் சிறியதாகவும் குறுகியதாகவும் உள்ளதால், எளிதில் இணையவும் பிணையவும் கூடிய வலிமையைப் பெற்றுள்ளன. இதனால், அரசியல்தளத்தில் தேசிய இனத்தின் தாக்கம் குறிப்பிடத்தகுந்ததாக அமையப்பெறுகின்றது.

இனக்குழுக்கள் என்னும் இத்தகைய அமைப்புகளைப்போல, இன்னும்பிற உள்ளுறையும் குழுக்களாக அல்லது அமைப்புகளாக வடிவாக்கம் பெற்று இயங்குகின்றன. வர்க்கம் என்பது அத்தகைய உள்ளுறை அமைப்புகளுள் ஒன்றேயாகும். இது

அரசியல் தளத்திலும் பொருளாதாரத் தளத்திலும் மிகப்பெரும் ஆளுமையைச் செலுத்தும் வலிமையைப் பெற்றுள்ளது. ஆளும்வர்க்கம் – உழைக்கும்வர்க்கம் என்றும் இந்த அமைப்பு, குடும்பம், சாதி, மதம், இனம் போன்ற பல்வேறு அமைப்புகளை உள்வாங்கியும், புறந்தள்ளியும் வடிவாக்கம் பெற்று இயங்கிவருகிற ஒன்றாகும். ஆளும்வர்க்கத்திற்குள்ளேயே நிலவும் போட்டி அடிப்படையிலான பகைமுரண்பாடுகள் இருந்தாலும், உழைக்கும் வர்க்கத்திற்கு எதிராக அணிதிரள்வது மிகவும் எளிதாக நிகழ்ந்துவிடக்கூடியதாகும். உழைக்கும் வர்க்கம், சாதி, மதம், இனம் என்கிற முரண்பாடுகளால் சிதறிக்கிடக்கும் மிகப்பெரும்திரள் என்பதனால் இணைந்து – பிணைந்து செயல்படுவதில் மிகவும் சிக்கல் நிறைந்ததாக அமைந்துவிடுகிறது.

'வர்க்கம்' என்னும் இந்தப் பேரமைப்பு, மற்ற அனைத்து அமைப்புகளையும் ஊடறுத்து உள்ளுறையும் மிகவும் விரிவான – வலுவான கட்டமைப்பாகும். ஆனால், சாதி, மதம், இனம் போன்ற அமைப்புகளுக்கு உள்ளதைப்போல, வெளிப்படையான இறுக்கமான – நிலையான மரபுகளோ வழக்காறுகளோ இல்லை. ஆதிக்கம் செலுத்துவதும், அடக்குமுறைகளை ஏவுவதும், சுரண்டலைத் தொடர்வதும் போன்ற பொதுப்பண்புகள்தாம் ஆளும்வர்க்கத்தின் பொதுவான மரபுகளாகவோ வழக்காறுகளாகவோ நடைமுறையிலுள்ளன. ஆளும்வர்க்கத்தின் இத்தகைய பண்புகளை எதிர்த்து, சமத்துவத்திற்காக, சனநாயகத்திற்காகப் போராடுவது என்பதே உழைக்கும்வர்க்கத்தின் பொதுப்பண்பாக நீடித்துவருகிறது.

வர்க்கம் மட்டும்தான் பிற அமைப்புகளைப் போல பல்வேறு குழுக்களாக அமையாமல் ஆளும்வர்க்கம் – உழைக்கும் வர்க்கம் என்கிற இரு பெரும் பிரிவுகளாக மட்டுமே வடிவாக்கம் பெற்று இயங்குகின்றது. சாதி, மதம், இனம் போன்ற அமைப்புகள் எண்ணற்ற பல்வேறு குழுக்களாக இயங்குகின்றன. அளவிலும் வடிவிலும் சிறியதாகவும் குறுகியதாகவுமுள்ள அமைப்புகள் உணர்ச்சிப் பிணைப்புகளால் வலுப்பெற்று விளங்குகின்றன. இத்தகைய வலுவினைப் பெற்றுள்ளதால், இவற்றையெல்லாம் உள்ளடக்கிய வர்க்க அமைப்பு, குறிப்பாக, உழைக்கும் வர்க்கம் என்னும் பேரமைப்பு, எளிதில் திரட்சி காண முடியாத ஒன்றாக விளங்குகிறது. இத்தகைய உழைக்கும் வர்க்க அமைப்பில் உழைக்கும் மனிதனும், சுரண்டும் வர்க்க அமைப்பில் சுரண்டும் மனிதனும் உறுப்பினராக இடம்பெற்றுச் செயலாற்றிக்கொண்டிருக்கிறான்.

மனிதன் எப்படியோ ஒரு வர்க்க அமைப்பின் உறுப்பினராக, அதாவது, பொருளாதார உறவுகளின் அடிப்படையிலான சமூக – பண்பாட்டு உறவுகளைக் கொண்ட ஒரு வர்க்க அமைப்பின் உறுப்பினராக இடம்பெற்று இந்தச் சமூகக் கட்டமைப்பில் வாழ்வதற்காகத் தொடர்ந்து போராடிக் கொண்டிருக்கிறான்.

இவ்வாறு, மானுடச் சமூகத்தில் மனிதன் பிறப்பு முதல் இறப்பு வரையில் ஏதாவது ஓர் அமைப்பினைச் சார்ந்து வாழவேண்டியவனாக இருக்கிறான். குடும்பம், சாதி, இனம், மதம், வர்க்கம், நாடு, அரசு.. என அடுத்தடுத்த படிநிலையிலான அமைப்புகளின் உறுப்பினராக – அதாவது, ஒரே நேரத்தில் இத்தகைய பல்வேறு அமைப்புகளின் உறுப்பினராக இருந்து ஒவ்வொருவனும் வாழ்ந்திட வேண்டிய நிலையிலிருக்கிறான்.

அதாவது, கூடி வாழ்வதுதான் மனிதனின் இயல்பு! குறிப்பாக, பிரிந்தும், இணைந்தும் ஏதேனும் ஓர் அமைப்பாகத் திரண்டு சேர்ந்து வாழ்வதுதான் மனித இயல்பு! அமைப்பாயில்லாமல் மனிதனால் இயங்கவே முடியாது!

தனி மனிதன் என்பவன் ஒண்டியாய் நிற்கும் உதிரியாவான்! குடும்பம் என்பது ஒன்றுக்கும் மேற்பட்டோரைக் கொண்ட ஒற்றை அலகு ஆகும்! மிகப்பெரும் மானுடச் சமூகத்தில், குடும்பம் என்பது 'பன்மையில் ஒருமை' என்கிற ஒற்றை அலகான உதிரி அமைப்பேயாகும். எனவே, ஒண்டியான – உதிரியான ஒரு தனி மனிதனோ அல்லது ஒற்றை அலகான – உதிரி அமைப்பான ஒரு குடும்ப அமைப்போ மாபெரும் சமூகக் கட்டமைப்பில் எத்தகையதொரு புரட்சிகர மாற்றத்தையும் உருவாக்கிட முடியாது!

அதாவது, தனியொரு மனிதனும், தனியொரு குடும்பமும் தாம் விரும்புகிற, ஒரு சமூக மாற்றத்தை உருவாக்கிட வேண்டுமானால், அதற்குரிய சமூக வலிமையும் ஆளுமையும் கொண்ட ஓர் அமைப்பாகத் திரளவேண்டியுள்ளது. அத்தகைய அணிதிரட்சிக்கு, எளிதான – ஏதுவான – உணர்ச்சிப்பூர்வமான பொதுப்பண்புகளை முன்னிறுத்திச் செயலாற்றும் தேவை எழுகிறது.

அந்தவகையில், மனிதர்கள் மிகவும் எளிதாக அணிதிரள் வதற்கு, சாதியும், மதமும், இனமும் ஏதுவாக அமையும் பண்புக்கூறுகளைக் கொண்டிருக்கின்றன. எனவேதான் சாதிக்குழுக்கள் அதிவேகமாக அணிதிரளுகின்றன. சாதியைவிட சற்றுப் பெரியதொரு அமைப்பாக, விரிவான அமைப்பாக,

மதமும் இனமும் அணிதிரளுகின்றன. அதாவது, குழு சார்ந்த பொதுத் தேவைகளுக்காக, குழுசார்ந்த பொதுப் பண்புகளின் அடிப்படையில், சாதிக்குழுவாகவோ, மதக் குழுவாகவோ, இனக்குழுவாகவோ மனிதன் அணிதிரண்டு விடுகின்றான். அப்படி உருவான இக்குழுக்கள், தமக்கான கோரிக்கைகள் அல்லது தேவைகள் நிறைவேறும் வரையில், அல்லது நிறைவேற்றிக்கொண்டதைத் தொடர்ந்து தக்க வைத்துக்கொள்வதற்கும் தற்காத்துக்கொள்வதற்கும் அத்தகைய அமைப்புகளை நிலைப்படுத்திக்கொள்கின்றான். அவற்றுக்குச் சட்டம் மற்றும் விதிகளை வரையறுத்து, கொள்கை – கோட்பாடுகளை வரையறுத்து நெறிமுறைப்படுத்திக் கொள்கின்றான்.

'நெறிப்படுத்துதல்' என்னும் நடவடிக்கையின்போது சாதி–மதம்–இனம் போன்ற அமைப்புகளில் மரபுகளும் வழக்காறுகளும் சட்டங்களாகவோ விதிமுறைகளாகவோ ஏற்கப்படுகின்றன. அதனால், காலப்போக்கில் அந்த அமைப்புகள் நிலையானவையாகவும் வலுவானவையாகவும் மாறிப்போய்விடுகின்றன. அவற்றில் 'மதங்கள்' அத்தகைய நெறிப்படுத்துதலின் போக்கில் மிகப்பெரும் 'நிறுவனங்களா'கவே மாறியுள்ளன. நிறுவனமயப்படுத்தப்பட்டு – நிலைப்படுத்தப்பட்ட அமைப்புகளாக 'மதங்கள்' இயங்குவதனால் சாதி அமைப்புகள் வலுவாகப் பாதுகாக்கப்படுகின்றன.

இந்தியச் சமூகக் கட்டமைப்பைப் பொறுத்தவரையில் மானுடம் சிறிய சிறிய சாதிக்குழுக்களாகச் சிதறிக் கிடக்கின்றன. இவற்றைக் காக்கும் பெரும்பணியை 'இந்து மதம்' என்னும் பெரிய நிறுவனம் நிறைவேற்றி வருகிறது. சாதிக் குழுக்களைச் சார்ந்த ஒவ்வொருவரும் இந்து மதம் என்னும் நிறுவனமயமான ஒரு பேரமைப்பின் ஆளுமைக்குக் கட்டுப்பட்டவர்களாக உள்ளனர். இதனால், சமத்துவத்திற்கும் சனநாயகத்திற்கும் எதிரான போக்குகளை எதிர்க்கும் வலுவில்லாதவர்களாக உள்ளனர். சாதியும் மதமும் பரந்துபட்டச் சனநாயகத்தை அதாவது, உழைக்கும் வர்க்கத்திற்கான சாதி கடந்த சனநாயகத்தை அனுமதிப்பதில்லை.

ஒரே சாதிக்குள் அல்லது ஒரே மதத்துக்குள் குறிப்பிட்ட சாதியின் அல்லது மதத்தின் பொதுநலன் கருதி, அவற்றினுள்ளே அடங்கியிருக்கும் சனநாயகம் சிலவேளைகளில் எப்போதாவது உழைக்கும் வர்க்கத்திற்கு அனுமதிக்கப்படுவதுண்டு. சாதி கடந்த நிலையில் உழைக்கும் வர்க்கத்திற்கான சனநாயகம் அனுமதிக்கப்படுவதேயில்லை.

அமைப்பாய்த் திரள்வோம்

இந்நிலையில்தான், சனநாயகமும் சமத்துவமும் பரவலாக்கப் பட வேண்டுமென்கிற தேவையின் அடிப்படையில் மனிதன் தொடர்ந்து போராட வேண்டியிருக்கிறது. சனநாயகம் பரவலாக்கப்பட்டாலொழிய சமத்துவம் என்பதை இச்சமூகக் கட்டமைப்பில் உருவாக்கவே இயலாது. ஏற்கனவே, நடைமுறையில் உள்ள அமைப்புகளால், சனநாயகத்தையும் சமத்துவத்தையும் வென்றெடுக்க இயலாத நிலையுள்ளது. இச்சமூகக் கட்டமைப்பில் ஏற்கனவே உள்ள ஒவ்வோர் அமைப்பும், தமக்குள்ளாக வர்க்க அமைப்புகளை உள்வாங்கியிருக்கின்றன.

குடும்பம் மற்றும் சாதி என்னும் அமைப்பு முதல், அரசு என்னும் அமைப்பு வரையிலான அனைத்துக் கட்டமைப்புகளிலும் ஆளும் அல்லது சுரண்டும் வர்க்கமும் உழைக்கும் வர்க்கமும் அடங்கியுள்ளன. அவற்றில் சுரண்டப்படும் உழைக்கும் வர்க்கத்திற்கான சனநாயகமும், அதன்வழியிலான சமத்துவமும்தான் இன்றைய சவாலான ஒரு தேவையாகவுள்ளது. அத்தகைய, சாதியாகவோ, மதமாகவோ, அணிதிரண்டும் தங்களுக்கான சனநாயகத்தை வென்றெடுக்க இயலாத நிலையே நிலவுகிறது. எனவே, சாதி, மதம் கடந்து தேசிய இனமாக அணிதிரளும் முயற்சிகளும் விடுதலைப் போராட்டங்களும் ஆங்காங்கே வெடித்துள்ளன. தமிழீழத்தில் அத்தகைய தேசிய இனவிடுதலைப் போராட்டமே நிகழ்ந்துகொண்டிருக்கிறது.

இத்தகைய சனநாயகத்துக்கான – சமத்துவத்துக்கான விடுதலைப் போராட்டங்களை முன்னெடுப்பதற்கு ஏற்கனவே, இச்சமூகக் கட்டமைப்பிலுள்ள சாதி, மதம் என்கிற அமைப்பு களால் இயலாது. எனவே, சாதி கடந்து, மதம் கடந்து, ஒரு புதிய அமைப்பு கொள்கை சார்ந்து கட்டமைக்க வேண்டிய தேவை எழுகிறது. சாதியும் மதமும் மனிதர்களால் கற்பிக்கப்பட்ட கட்டமைப்புகளாகும். குடும்பம் இனம், தேசம், அரசு என்பவை மானுடத்தின் இயற்கையாகப் பரிணாம வளர்ச்சியின் போக்கில் கட்டமைக்கப்பட்டவை. இந்தக் கட்டமைப்புகளிலும் ஆதிக்கப் பண்புகள் உண்டு. ஆனால், இவை மானுடத்தின் தவிர்க்கமுடியாத தேவைகளிலிருந்து உருவான அமைப்புகள்!

'கணவன் – மனைவி' என்னும் இயற்கையான இணைவுகள், நெறிப்படுத்துதலின் விளைவாக, குடும்பம் என்னும் பரிணாமத்தைப் பெறுகின்றன. ஆணும் பெண்ணும் இணைந்து வாழும் வாழ்க்கை முறையில் ஒரு நிலையான நெறிமுறையினைக் கடைப்பிடிக்கிறபோது உருவாவதுதான் குடும்பம்! அதைப்போல, மனிதனும் மொழியும் பிறப்போடுகூடிய

தொல்.திருமாவளவன்

இயற்கையான இணைவுகள்! அதில் ஏற்பட்ட 'நெறிப்படுத்துதல்' என்னும் நடவடிக்கையால் உருவானதுதான் 'தேசிய இனம்' என்னும் தவிர்க்க முடியாத அமைப்பாகும்! அதைப்போல, மனிதர்கள் மாபெரும் மக்கள் திரளாகக் கூடிவாழுகிற நிலையில், அவர்கள் வாழும் நிலப்பகுதி ஒரு தேசம் என்னும் பரிணாம நிலையை அடைகிறது.

ஓர் இனமும், அது வாழும் நிலமும், அதனைத் தொடர்ந்து பொது ஒழுங்கும், பொது நிர்வாகமும், பொது உற்பத்தியும் பாதுகாப்பும் தேவைகளாக உருவாகின்றபோது ஒரு பொதுவான ஆட்சி நிர்வாகம் உருவாகிறது. அதுவே 'அரசு' என்னும் கட்டமைப்பாக மாறுகிறது. ஆகவே, அரசு என்பதும் இயற்கையான வளர்ச்சிப் போக்கில், மானுடம் உருவாக்கிக்கொண்ட ஒரு தவிர்க்கமுடியாத கட்டமைப்பாகும்! இவ்வாறு குடும்பம், இனம், தேசம், அரசு என்கிற கட்டமைப்புகள் உருவாகியுள்ள நிலையில், 'சாதியும் மதமும்', 'சமூகம்' மற்றும் பண்பாட்டுத் தளங்களில் வலிந்து உருவாக்கிக்கொண்ட கற்பிதக் கொள்கைகளிலிருந்து உருவான கட்டமைப்புகளேயாகும்.

இத்தகைய சாதியும் மதமும், பண்பாட்டுத் தளங்களில் மட்டுமின்றி அரசியல் தளங்களிலும் ஆதிக்கம் செலுத்து கின்றன. தமக்கான 'அரசு' கட்டமைப்பை உருவாக்கிக் கொள்கின்றன. இதனால், சனநாயகமும் சமத்துவமும், பரவலாக்கப்பட இயலாதநிலை உள்ளது. இத்தகைய நிலையில்தான் உழைக்கும் வர்க்கத்திற்கு, ஒடுக்கப்பட்ட வகுப்பினருக்கு, சிறுபான்மையினருக்கு சனநாயகத்தைப் பரவலாக்கிட, சமத்துவத்தை வென்றெடுத்திட, அதற்கு அதிகாரங்களைப் பகிர்ந்துகொள்ள அமைப்பாய்த் திரண்டு போராட வேண்டியுள்ளது. யார்யாரெல்லாம், சனநாயகம் மறுக்கப்பட்டவர்களோ, சமத்துவம் மறுக்கப்பட்டவர்களோ, தொடர்ந்து நசுக்கப்பட்டுவரும், சுரண்டப்பட்டுவரும் பிரிவினரோ, அவர்கள் அனைவரையும் ஒரு கட்டமைப்புக்குள் அணிதிரட்டவேண்டியுள்ளது.

அத்தகைய வஞ்சிக்கப்பட்ட தரப்பார் அனைவருக்கும் பொதுவான தேவைகளின் அடிப்படையில், பொதுவான கொள்கை – கோட்பாடுகளை வரையறுத்து, அவற்றைப் பின்பற்றுவதற்கேற்ற பொதுவான சட்டம் மற்றும் விதிகளை வரையறுத்து அவற்றினடிப்படையில், அத்தகைய அனைத்துத் தரப்பினரையும் அமைப்பாக்க வேண்டும். அமைப்பாக அணிதிரள்வதுதான், கொண்ட கொள்கை வழியில்,

அமைப்பாய்த் திரள்வோம்

குறிக்கோளை – இலக்கைச் சென்றடைவதற்கு ஒரே வழி! ஆகவே, ஏற்கனவே, அவ்வாறான பல்வேறு அமைப்புகள் இருந்தாலும், அந்த அமைப்புகளில் அறிந்தோ, அறியாமலோ, விரும்பியோ, விரும்பாமலோ உறுப்பினர்களாக இருந்தாலும், கொள்கை சார்ந்த அரசியலமைப்பாய் அணிதிரள்வதில்தான் புரட்சிகரமான மாற்றத்தைச் சமூகத்தில் உருவாக்கிட இயலும்.

மகளிர் உள்ளிட்ட அனைத்துத் தரப்பு ஒடுக்கப்பட்டவர் களுக்கும், சிறுபான்மையினத்தவர்களுக்கும், ஒட்டுமொத்தத்தில் அனைத்து உழைக்கும் வர்க்கத்தினருக்கும் சனநாயகம் பரவலாக்கப்படவேண்டும். அதற்கு அத்தகைய அனைவருக்கும் அதிகாரங்கள் பரவலாக்கப்படவேண்டும். அதிகாரம் பரவலாக்கப்படவேண்டுமெனில், அவர்கள் அரசியல் சக்தியாக அணிதிரளவேண்டும். 'அரசியல் சக்தி' என்னும் அடையாளத்தைப் பெறுவதற்கு உரிய கொள்கை – கோட்பாடு வழியில் அரசியல் அமைப்பாக, எழுச்சி பெறவேண்டும். அமைப்பாய்த் திரள்வதே சனநாயகத்தை வென்றெடுக்க ஏதுவான வழியாகும்! அமைப்பில்லாமல் இயங்கவே முடியாத மனிதன், தமக்கான கொள்கைசார்ந்த ஓர் அரசியல் அமைப்பாய்த் திரண்டு இயங்கிட – போராடிட வழிவகுப்போம்!

அதிகாரம் பரவாமல் சனநாயகம் மலராது! – அரசியல் அமைப்பாகத் திரளாமல் ஆதிக்கம் வீழாது!

சூன், 2010

2

அதிகாரப் பகிர்வும் சனநாயக நுகர்வும்

வலியவர்கள் அமைப்பாகத் திரள்வது மிகவும் எளிமையானதும் இயல்பானதும் ஆகும். அறிவுதான் வலியவர்களுக்கான அடிப்படைச் சொத்து! வாழ்வின் ஒவ்வொரு தளத்திலும் மனிதனின் தேவைக்கேற்ற புரிதலும் விழிப்புணர்வும் வளர்ச்சியடைகிறபோது, மனிதன் அவ்வப்போது எதிர்கொள்ளுகிற சிக்கல்களைச் சமாளிக்கவும், சவால்களை வென்றிடவும் துன்ப – துயரங்களை இலகுவாக்கிக்கொள்ளவும் இலக்கை நோக்கிய பயணத்தை எளிதாக்கிக்கொள்ளவும் வெற்றி – தோல்விகளைப் பற்றி பதற்றமில்லாமல் தன்னைப் பக்குவப்படுத்திக்கொள்ளவும், இன்னும் இன்னும் இவ்வாறான பல்வேறு தன்னாளுமைப் பண்புகளை வளர்த்துக்கொள்கிற ஆற்றலைப் பெறுகிறான். இதுவே அறிவு என்கிற ஆற்றலாகும்.

தன்னைப் பற்றியும் தன்னைச் சுற்றிச் சூழ்ந்துள்ள ஒவ்வொன்றைப் பற்றியும் அனைத்துப் பரிமாணங்களின் அடிப்படையில் பெறுகிற அறிதலும் புரிதலும்தான் அறிவு என்னும் பேராற்றலாய்ப் பரிணாமம் அடைகிறது. அத்தகைய அறிவாற்றல் மனிதனை வலுவானவனாக வடிவமைக்கிறது. அறிவு வலிமைதான் அனைத்து வலிமைக்கும் அடிப்படையாகும். ஆக்கவும் அழிக்கவும் கூடிய ஆற்றலாய் இயங்கும் அறிவுதான் மனிதனுக்கு மிகப்பெரிய பாதுகாப்பு அரணாகும்.

மிக மிக இன்றியமையாத அடிப்படைத் தேவைகளான பொருளைத் தேடுவதாக இருந்தாலும், மிகமிக வலுவான ஆற்றலைக் கொண்ட அரசியலதிகாரத்தைத் தேடுவதாக இருந்தாலும், அடிப்படையில் அவை யாவும் மனிதனின் தற்காப்பு உணர்ச்சியின் விளைச்சல்களேயாகும். மனிதர்களுக்கு இடையிலான நட்புறவுகளாக இருந்தாலும் பகை உறவுகளாக இருந்தாலும் அவையும் தற்காப்பு உணர்ச்சியினின்று எழுகிற மனித உறவுகளேயாகும். அத்தகைய தற்காப்பின் அடிப்படையிலான மனிதனின் தேடலும் தேடலுக்கான உழைப்பும் அறிவாற்றலைத் தீர்மானிக்கின்றன.

இவ்வாறு வளர்ச்சிபெறும் அறிவாற்றல், கூர்மையும் வலிமையும் பெறுகிற நிலையில், அத்தகைய ஆற்றலுக்குரிய மனிதன் தனக்கான பொருளாதார வலிமையைப் பெருக்கிக் கொண்டு, தன்னுடைய தற்காப்பை நிலைப்படுத்திக்கொள்ள முனைகிறான். அதாவது, தனது பொருளாதாரத்தை மென்மேலும் பெருக்கிக்கொள்ளவும் அதனைத் தொடர்ந்து தக்கவைத்துக் கொள்ளவும் மேற்கொள்கிற முயற்சியிலிருந்து 'கூட்டுச் சுரண்டல்' என்பது அவனது அடுத்தநிலைத் தேவையாக மாறுகிறது. அதனைத் தொடர்ந்து, கூட்டுச்சுரண்டலுக்கான கூட்டுறவு, சுரண்டுவோருக்கிடையில் உருவாகிறது.

அத்தகைய கூட்டுறவையும் கூட்டுச்சுரண்டலையும் தொடருவதற்கு, தக்கவைப்பதற்கு அதிகாரம் – குறிப்பாக அரசியலதிகாரம் – இன்றியமையாததாகிறது. ஆகவே, அரசியல் தளத்திலும் அவர்களின் கூட்டணி நீட்சி பெறுகிறது. அத்தளத்தில் அதிகாரத்தை வென்றெடுப்பதன்மூலம் அரசியல், சமூகம் மற்றும் பொருளாதாரம் உள்ளிட்ட அனைத்துத் தளங்களிலும் அவர்தம் வலிமையை மென்மேலும் பெருக்கிக்கொள்ளவும் உறுதிப்படுத்திக்கொள்ளவும் விரும்புகின்றனர். ஆதலால், அவர்கள் எப்போதும் ஆட்சியதிகாரத்தைத் தக்கவைத்துக்கொள்வதிலேயே மிகவும் குறியாகவுள்ளனர்.

தங்களுக்கிடையில் எவ்வளவு கடுமையான போட்டியும் மோதலும் இருந்தாலும்கூட, பல்வேறு குழுக்களாகப் பிரிந்து நின்றாலும்கூட, அமைப்புவழியில் மிக எளிதாக அணிதிரளுவதிலும், அதன் மூலம் உழைக்கும் பெரும்பான்மை மக்களை நசுக்குவதிலும் மிகத் தெளிவான புரிதலைக் கொண்டுள்ளனர். அரசியல் கட்சிகளாகவோ, சாதி, மத அமைப்புகளாகவோ, தொண்டு செய்யும் நிறுவனங்களாகவோ

தொல்.திருமாவளவன்

அல்லது இன்னும் வேறு பல இயக்கங்களாகவோ அணிதிரள்கின்றனர். அதாவது, வலியவர்கள் மிக எளிதாகவும் இயல்பாகவும் ஒன்றுசேர்ந்து விடுகின்றனர். அவ்வாறு, வலிமை உள்ளோரெல்லாம் ஒருங்கிணைந்து அமைப்பு வழியில் திரண்டு, ஆதிக்கம் செலுத்தியும், ஒடுக்குமுறை செய்தும் தமது சுரண்டலைத் தொடருகிறபோது, அத்தகைய வலியோருக்கெதிராய் எளியோரும் அணிதிரளவேண்டியது தவிர்க்க இயலாததாக மாறுகிறது. ஆனால், எளியோர் அமைப்பாவது அவ்வளவு எளிதான ஒன்றல்ல.

ஆதிக்கத்திற்கெதிராக, அடக்குமுறைக்கெதிராக, சுரண்டலுக்கு எதிராகப் போராட வேண்டுமென்பது உழைக்கும் பெரும்பான்மை மக்களின் தேவையாக இருந்தாலும், அமைப்பு வழியில் அணிதிரளாமல் அவற்றைச் சாதிக்க இயலாது. வலியோர் ஆளும் அல்லது சுரண்டும் வர்க்கமாகவும், எளியோர் உழைக்கும் அல்லது சுரண்டப்படும் வர்க்கமாகவும் முரண்பட்டு மோதிக்கொள்ளும் நிலையில், எளியோரை அவ்வளவு எளிதாக அமைப்பு வழியில் வலிமைபெற வலியோர் அனுமதிப்பதில்லை. உழைக்கும் வர்க்கத்தினர் அமைப்பாவதைத் தடுப்பதற்கான முயற்சிகளிலிருந்துதான் ஆதிக்கம் மற்றும் அடக்குமுறை என்னும் வெறித்தனம் மேலோங்குகிறது. அத்தகைய வெறித்தனமே 'ஃபாசிசம்' என்பதாகும்.

'உழைப்பவன் உயிர்வாழ மட்டுமே தகுதியுடையவன்; ஏனென்றால், உயிர் வாழ்ந்தால்தான் அவன் தொடர்ந்து உழைக்க முடியும்' – என்கிற கருத்தை உள்ளடக்கியதுதான் ஃபாசிசத்தின் அடிப்படையாகும். உழைப்பதைத் தவிர வேறெந்த உரிமையும் உழைப்பவனுக்கில்லை என்ற வெறித்தனத்தின் வெளிப்பாடாகவே, சனநாயகம் மறுதலிக்கப்படுகிறது. அதாவது, தனது கருத்தைச் சொல்லவோ, தனது உணர்வை வெளிப் படுத்தவோ ஒருவனுக்கு உரிமையில்லையென்று மறுப்பதும் தடுப்பதும்தான் சனநாயக மறுதலிப்பாகும். அத்தகைய சனநாயக மறுதலிப்பை எதிர்த்துப் போராடவும் உரிமைகளை வென்றெடுக்கவும் அந்தந்தத் தளங்களில் உழைப்பவர்கள் அமைப்பாக அணிதிரண்டாக வேண்டும். தனித்தனி மனிதர் களால் அல்லது சிறுசிறு குழுக்களால் அத்தகைய உரிமைப் போரை வெற்றிகரமாக முன்னெடுத்துச் செல்ல இயலாது. ஆதிக்கவெறி மிகுந்த ஆளும்வர்க்கத்தை உறுதி குலையாமல் எதிர்த்துப் போராடவும் வெற்றிகொள்ளவும் அதற்கேற்ற வலிமையுடைய அமைப்பாக ஒருங்கிணைய வேண்டும்.

அதாவது, சுரண்டுவோர் அல்லது ஆதிக்கம் செலுத்துவோர் ஓர் அமைப்பாக வலுப்பெற்றிருக்கும்போது, சுரண்டப்படும் உழைக்கும் பிரிவினரும் வலுமிக்க ஓர் அமைப்பாக உருத்திரள வேண்டும். ஆனால், உழைப்பவரிடையே நிலவும் பலவீனங்கள், அமைப்பாக அணிதிரள இயலாத நிலையை உருவாக்குகின்றன. குறிப்பாக, பொருளாதார வலுவின்மை, அவர்களின் மீதான ஆளும் வர்க்கத்தின் தொடர்ச்சியான சுரண்டலால் திணிக்கப்படுகிறது. அதனால், 'வறுமை' என்னும் பலவீனத்திற்கு, அதாவது வலுவின்மைக்குத் தள்ளப்படுகின்றனர். அத்தகு நிலையில், வாழ்க்கையின் பெரும்பகுதி, உயிர் பிழைப்பதற்கே உழைத்தாக வேண்டுமென்னும் நெருக்கடிக்கு ஆளாகின்றனர். விவசாய உற்பத்தி அல்லது தொழிற்சாலை உற்பத்தி போன்ற உற்பத்தித் தளங்களில் வெறும் கூலிக்கு உழைக்கும் உற்பத்திச் சக்திகளாக மட்டுமே வாழும் நிலைக்குத் தள்ளப்படுகின்றனர்.

இந்நிலையில், பிற தளங்களில் நிகழும் சுரண்டலைப் பற்றியோ, சூது–சூழ்ச்சிகளைப் பற்றியோ அறிந்துகொள்ளவும், விழிப்புணர்வு பெறவும் அதற்குரிய ஆற்றலை வளர்த்துக் கொள்ளவும் இயலாத நிலைக்கும் ஆளாகின்றனர். கடுமையான போராட்டங்களுக்கிடையில், அத்தகைய விழிப்புணர்வைப் பெற்று உரிமைக்குரல் எழுப்ப முனைகிறபோது, அமைப்பாக எழுச்சிபெறவிடாமல், அடக்குமுறைகளின் மூலம் சிதறடிக்கப் படும் நிலைக்குத் தள்ளப்படுகின்றனர். விவசாயக் கூலிகள் சங்கமாகவோ, ஆலைத் தொழிலாளர்கள் சங்கமாகவோ, அரசுப் பணியாளர்கள் சங்கமாகவோ, உழைப்பவர்கள் அமைப்பாகும் போதெல்லாம் அவர்கள் மீது அடக்குமுறைகள் ஏவப்படுவதும் சிதறடிக்கப்படுவதும் ஏதாவது ஒரு வடிவத்தில் தொடர்ந்துகொண்டேயிருக்கிறது.

எனினும், உழைக்கும் வர்க்கத்தின் இடைவிடாத போர்க் குணத்தால் சிறிய சிறிய அளவிலான குழுக்களாகவோ, அமைப்புகளாகவோ அணிதிரளுவதற்குச் சட்டப்படியான உரிமை வென்றெடுக்கப்பட்டுள்ளது. அதாவது, சங்கம் அமைத்துக்கொள்ளும் உரிமை சட்டப்படியானதாக அனுமதிக்கப்பட்டுள்ளது. இது 'ஃபாசிசம்' என்னும் ஆதிக்க வெறிப்போக்கினில் ஏற்பட்டுள்ள ஒரு நெகிழ்வுத்தன்மையே ஆகும். ஆனால், இது முழுமையானதாகவோ வலிமையான தாகவோ வடிவம்பெற ஆளும்வர்க்கம் அவ்வளவு எளிதில் அனுமதிப்பதில்லை. ஆகவேதான், உழைக்கும் வர்க்கத்தின் சனநாயகத்திற்கான போராட்டம் மீண்டும் மீண்டும் தொடர்ந்து

கொண்டேயிருக்கிறது. அமைப்பாகும் முயற்சிகளும் ஆங்காங்கே, அவ்வப்போது அரங்கேறிக்கொண்டேயிருக்கின்றன.

அவ்வாறு உருவாகும் அமைப்புகள், அவற்றுக்கான தளங்களில் வரையறுக்கப்பட்ட எல்லைகளில் களமாடி உரிமைகளை வென்று சனநாயகத்தை நுகருகின்றன. அந்தவகையில், காலங்காலமாய்ச் சுரண்டப்பட்டு – நசுக்கப்பட்டுவரும் உழைக்கும் வர்க்கத்தினர் அரசியல் தளத்திலும் ஓர் அமைப்பாய் அணிதிரளும்போதுதான், அனைத்துத் தளங்களிலும் தமது 'தற்காப்பை' உறுதிப்படுத்திக்கொள்ள இயலும். உழைப்புச் சுரண்டலிலிருந்தும் உரிமைச் சுரண்டலிலிருந்தும் சனநாயகச் சுரண்டலிலிருந்தும் உழைக்கும் வர்க்கம் தன்னைத் தற்காத்துக் கொள்ள வேண்டுமெனில், அரசியலதிகார வலிமையைப் பெற்றாக வேண்டும். அரசியலதிகாரம்தான், இருக்கும் அதிகாரங்களில் எல்லாம் ஆளுமைமிக்கதாகவும் வலிமை நிறைந்ததாகவும் உள்ளதாகும். அத்தகைய அரசியலதிகாரத்தை நுகர்ந்திட வேண்டுமெனில், உழைக்கும் வர்க்கம் தனக்கான பங்கை வென்றிடவேண்டும்.

குறிப்பாக, ஒரு பிரிவினர் மட்டுமே அரசியலதிகாரத்தைச் சுருட்டி வைத்துக்கொண்டு, பெரும்பான்மையான உழைக்கும் மக்களை அடக்கி, ஒடுக்கி, தொடர்ந்து சுரண்டி வருவதைத் தடுக்க வேண்டுமெனில், அவ்வதிகாரம் கடைசி மனிதன் நுகரும் வகையில் அவன் சார்ந்த வர்க்கத்தினருக்கும் பகிர்ந்தளிக்கப்படவேண்டும். அதிகாரப்பகிர்வு அல்லது அதிகாரப் பரவலாக்கம்தான் உண்மையான சனநாயகப் பரவலாக்கமாகவும், சமத்துவத்தை நிலைநாட்டும் நடைமுறையாகவும் அமையும். அரசு என்னும் பேரமைப்பில், சட்டம், நீதி, நிர்வாகம் என்னும் தளங்கள்தாம் மிகவும் ஆளுமைவாய்ந்த முகாமையான கட்டமைப்புகளாகும். தேசத்தையும் குடிமக்களையும் பாதுகாப்பதற்கேற்ற – மேம்படுத்து வதற்கேற்ற வகையிலான சட்டங்களையும் விதிகளையும் படைக்கும் ஆற்றல் வாய்ந்த அதிகாரமே, அரசியலதிகாரம் அல்லது ஆட்சியதிகாரம் என்பதாகும். இது சட்டத்துறை என்னும் தளத்திலிருந்து விளையும் உச்சநிலை அதிகாரமாகும்!

நீதி மற்றும் நிர்வாகத்தளங்களிலிருந்து விளையும் அதிகாரங் களும் வலிமைமிக்கவைதான் என்றாலும் அரசியலதிகாரம் என்னும் ஆட்சியதிகாரத்திற்கு உள்ளடங்கியவையே ஆகும். ஆகவேதான், நீதி மற்றும் நிர்வாகத் தளங்களில் அதிகாரங்களைப் பகிர்ந்தளிக்கும் வகையில், இடஒதுக்கீடு என்னும் சமூகநீதி, ஆளும்வர்க்கத்தினரால் அனுமதிக்கப்பட்டுள்ளது!

அமைப்பாய்த் திரள்வோம்

குறிப்பாக, உழைக்கும் வர்க்கத்தின் அரசியல் விழிப்புணர்வால், அந்தச் சமூகநீதி வென்றெடுக்கப்பட்டுள்ளது. இதுவும் சனநாயகப் பரவலாக்கமேயாகும்! அதாவது, முழுமை யான அளவில் அல்லது போதுமான அளவில் நீதி மற்றும் நிர்வாகத் தளங்களில் அதிகாரம் பரவலாக்கப்படவில்லையென்றாலும், சமூகநீதி என்னும் கோட்பாடு, ஆளும்வர்க்கத்தினரால் ஏற்கப்பட்டிருக்கிறது.

சட்டத்துறை என்னும் தளத்திலும், ஒடுக்கப்பட்டோரில் ஒரு பிரிவினருக்கு அதாவது, தாழ்த்தப்பட்ட - பழங்குடிப் பிரிவினருக்கு இடஒதுக்கீடு என்னும் சமூகநீதி என்பது கோட்பாட்டளவில் ஒப்புக்கொள்ளப்பட்டு இடங்கள் மட்டுமே பகிர்ந்தளிக்கப்படுகின்றன என்றாலும், அதிகாரங்களை நுகரமுடியாத வகையில் இன்னும் நசுக்கப்படும் நிலையே தொடருகிறது. இத்தகைய அதிகாரச் சுரண்டல் அல்லது சனநாயகச் சுரண்டலை எதிர்த்துப் போராடுவதும், அனைத்து ஒடுக்கப்பட்ட உழைக்கும் சமூகப் பிரிவினருக்கும், சிறுபான்மை யினருக்கும் அதிகாரப் பகிர்வை வென்றெடுக்கப் போராடுவதும் இன்றியமையாத தேவையாகிறது.

ஆகவே, அனைத்துத் தரப்பு ஒடுக்கப்பட்ட உழைக்கும் பிரிவினருக்கும் அரசியலதிகாரத்தில் நுகர்வும் அதற்கான பகிர்வும் தேவை என்கிற கருத்தின் அடிப்படையில், அத்தகைய மக்கள் யாவரையும் அமைப்பாக்குதல் வேண்டும். அதாவது, ஆளும் வர்க்கத்தின் ஆதிக்கத்திற்கு எதிராக, அடக்குமுறைக்கு எதிராக, சுரண்டலுக்கு எதிராக, உழைக்கும் மக்கள் யாவரையும் ஓர் அரசியல் சக்தியாக அணிதிரட்டும் அதே வேளையில், அரசியலதிகாரம் அல்லது ஆட்சியதிகாரத்தில் உரிய பங்கினைப் பகிர்ந்துகொள்வதற்கான ஓர் அரசியல் சக்தியாக வலிமை பெறவேண்டும்.

முதலாளிகளின் சுரண்டலிலிருந்து தொழிலாளிகளைப் பாதுகாத்திட, தொழிலாளர்கள் தொழிற்சங்கமாக அணிதிரளு வதைப்போல - நிலவுடைமையாளர்களின் சுரண்டலிலிருந்து விவசாயக் கூலிகளைப் பாதுகாத்திட, விவசாயத் தொழிலாளர்கள் சங்கமாக ஒருங்கிணைவதைப் போல - பெரும்பான்மையினர் என்னும் பெயரில் நடக்கும் கொடுமைகளிலிருந்து தம்மைத் தற்காத்துக்கொள்ள சிறுபான்மையினர் ஓர் அமைப்பாக எழுச்சி பெறுவதைப்போல... இன்னும் இவைபோன்ற அனைத்துத்தரப்பு உழைக்கும் ஒடுக்கப்பட்ட பிரிவினர் யாவரும் ஓர் 'அரசியல் சக்தியாக' வடிவம் பெறவேண்டும்! ஆளும்வர்க்கம் வலிமை

மிகுந்த அரசியல் சக்தியாக பேராதிக்கம் செலுத்திவரும் நிலையில், அதனை எதிர்கொள்ளவும், அரசியலதிகாரத்தை வென்றெடுக்கவும் உழைக்கும் வர்க்கமும் 'அரசியல் சக்தியாக' உருத்திரள வேண்டும்.

ஆகவே, சாதியின் பெயரால், மதத்தின் பெயரால், மொழி – மற்றும் இனத்தின் பெயரால், பாலின வேறுபாட்டின் பெயரால், பொருளாதார ஏற்றத் தாழ்வின் பெயரால், ஒடுக்கப்பட்டு தொடர்ந்து சுரண்டப்பட்டுவரும் உழைக்கும் வர்க்கத்தினர் யாவரும் தமக்கான அரசியலதிகாரத்தைப் பகிர்ந்துகொள்வதற்கு ஒற்றை வடிவமாக, அரசியலாற்றல்கொண்ட அமைப்பு வடிவமாக ஆளுமை பெறவேண்டும்!

வீடு, நிலம், ஆடு, மாடு, தானியம், பணம் போன்ற சொத்துக்களைப்போல, அதிகாரமும் ஒருவகை சொத்தே ஆகும்! சொத்துக்கள் அனைத்திலும் பங்குவேண்டுமென்பதைப் போல அதிகாரத்திலும் பங்கு வேண்டுமென்பதே சனநாயகத்தின் வெற்றியாக அமையும்! தனிமனிதனாகவோ அல்லது ஏதேனும் ஓர் அமைப்பாகவோ மனிதன் தனக்கான சனநாயகத்தை முழுமையாக நுகர்ந்திட வேண்டுமெனில், அரசியலதி காரத்தையும் அவன் நேர்முகமாகவோ மறைமுகமாகவோ நுகர்ந்தாக வேண்டும்! தனிமனித ஆதிக்கத்தைத் தனிமனிதனாக எதிர்க்கலாம்! அமைப்புவழியிலான ஆதிக்கத்தை அமைப்பு வழியில்தான் எதிர்த்தாகவேண்டும்! வென்றாக வேண்டும்! ஆகவே, ஆளும்வர்க்கத்தின் 'அரசியல் சக்தி' என்னும் அமைப்பு வடிவத்தை எதிர்கொள்ள உழைக்கும் வர்க்கமும் அமைப்பு வழியிலான அரசியல் சக்தியாகப் பரிணாமம் பெற வேண்டும்!

அரசியலதிகாரமும் பொதுச்சொத்தே யாகும்! – அதனை அனைவருக்கும் பகிர்ந்தால்தான் சனநாயகமாகும்!

ஜூலை, 2010

3

நாடாளுமன்ற சனநாயகமும் புரட்சிகர சனநாயகமும்

குடிமக்கள், தேசம், அரசு ஆகியவற்றின் தன்னுற்பத்தி ஆற்றலே ஆட்சியதிகாரம் என்னும் அரசியலதிகாரமாகும், அவ்வாறு விளையும் அரசியலதிகாரம், குறிப்பிட்ட அத்தேசத்தின் குடிமக்கள் ஒவ்வொருவருக்குமான பங்குரிமையைக் கொண்ட பொதுச்சொத்தாகும். அதாவது, ஒவ்வொரு தனிமனிதனுக்கும் அவனையும் உள்ளடக்கி உருவாகியிருக்கும் அத்தேசத்தில், அவனுக்காக குடியுரிமை எவ்வாறு தன்னியல்பான உரிமையாக அமைகிறதோ, அவ்வாறே அவனுடைய பங்களிப்பினால் உருவாகியிருக்கும் அரசியலதிகாரத்திலும் அவனுக்கான நுகர்வு உரிமையானதும் தன்னியல்பாக மலர்ந்துவிடுகிறது. அரசியலதிகாரத்தை நுகரும் உரிமை என்பது – தனித்தனியான ஒவ்வொருவருக்கும் அவரவர் சார்ந்த தேசத்தில் பிறப்புரிமை யாகிறது.

நுகர்வதற்கான உரிமையைக் கொண்ட ஒவ்வொன்றும் சொத்தேயாகும். ஒரு பொருள் அல்லது சொத்தின் மீதான நுகர்வுரிமையானது, அதன் மீது உடைமைத்துவத்தையும் உருவாக்குகிறது, சொத்து என்பது தனிச்சொத்து, பொதுச்சொத்து என்ற வரையறைக்குள் அடங்குகிறபோது, அவற்றின் மீதான உடமைத்துவமானதும் தனிஉடைமை, பொதுஉடைமை என்கிற வரையறைகளைப் பெறுகிறது.

தேசத்தின்மீதும் அரசின்மீதும் ஒவ்வொரு குடிமகனுக்கும் நுகர்வுரிமையுள்ளது. அவற்றிலிருந்து விளையும் அரசியலதிகாரத்தின்மீதும் அத்தகைய உரிமையுள்ளது. இந்நிலையில், அவ்வுரிமையை நுகரும் அதேவேளையில் அவற்றின்மீது ஒவ்வொருவருக்கும் உடைமைத்துவமும் உருவாகிறது. வீடு, நிலம் போன்ற பொருள்களின்மீதான நுகர்வுரிமையும் உடைமைத்துவமும் தனிநபருக்குரியதாக தனி உடைமையாக அடையாளப்படுத்தப்படுகின்றன. ஆனால், தேசம், அரசு, அரசியலதிகாரம் போன்றவற்றின் மீதான நுகர்வுரிமையையும் உடைமைத்துவத்தையும் அவ்வாறு தனிநபருக்குரியதாகப் பகுத்துப் பிரித்துணர முடியாது. பொதுமையான அடையாளத்துடன் வெகுமக்களுக்குரியதாகவும் பொதுவுடைமைப் பண்புகளைக் கொண்டதாகவும்தான் காண முடியும். அந்த வகையில், தேசமும் அரசும் பொதுவுடைமைகளேயன்றி தனி உடைமைகள் ஆகா. அவை யாவும் பொதுச்சொத்துக்களேயாகும். பொதுச் சொத்துக்களின் மீதான பொதுஉடைமைத்துவத்தையும் பொது நுகர்வுரிமையினையும் தனிநபருக்குரியதாக அல்லாமல் கூட்டுறவின் அடிப்படையில்தான் நுகரமுடியும்,

முடியாட்சிக் காலத்தில் மன்னர் பரம்பரையினருக்கான தனி உடைமையாகவே தேசமும் அரசும் அரசியலதிகாரமும் இருந்தன. குடியாட்சி என்னும் மகத்தான சனநாயக முறையிலான ஆட்சியமைப்பில் அவை யாவும் பொதுமையானதாக – அனைத்துக் குடிமக்களுக்குரியதாக மாறியுள்ளன. ஆனாலும், அவ்வாறு அனைவரும் நுகரக்கூடியவையாக நடைமுறையில் இல்லை. உடலுழைப்போடு – கடின உழைப்போடு தொடர்பே இல்லாத, அறிவுசார்ந்த – மூளை உழைப்புக்குரிய சுரண்டும் வர்க்கத்தின் ஒரு பிரிவினருக்குரியதாகவே, தேசம், அரசு மற்றும் அரசியலதிகாரம் ஆகியவை சுழன்றுகொண்டிருக்கின்றன.

ஆளும் வர்க்கம் அல்லது சுரண்டும் வர்க்கத்தினருக்கிடையிலான கடுமையான போட்டிகளுக்கிடையில் உழைக்கும் வர்க்கமான பெரும்பான்மை மக்கள் சிக்குண்டு, நசுக்கப்படுகின்றனர். அத்தகைய போக்கைத் தக்கவைப்பதற்கான தொடர்முயற்சியில், உழைக்கும் வர்க்கத்தின் மீதான ஒடுக்குமுறையானது ஆளும் வர்க்கத்தினரால், அரசப் பயங்கரவாதத்தினூடாக தீவிரப்படுத்தப்படுகிறது. அதிலிருந்து தற்காத்துக் கொள்வதற்கும் அப்போது நசுக்கப்படும் உரிமைகளை மீட்பதற்கும் உழைக்கும் வர்க்கத்தினர், அவரவர் சார்ந்த தளங்களில் எழுப்பும் உரிமைக்குரல்தான் சனநாயகத்தின் குரலாகும். அதாவது, ஆளும் வர்க்கத்தின் ஒடுக்குமுறையிலிருந்தும் சுரண்டலிலிருந்தும்

தம்மைத் தற்காத்துக்கொள்வதற்கு, உழைக்கும் வர்க்கப் பிரிவினர் மேற்கொள்ளும் முயற்சி அல்லது போராட்டம் என்பது அரசியலதிகாரத்தை அடிநிலை மக்கள் வரையில் பரவலாக்கம் செய்ய வேண்டும் என்பதேயாகும்,

அரசியலதிகாரத்தைப் பரவலாக்கம் செய்வது, நடைமுறையிலுள்ள சட்டம் மற்றும் விதிகளை ஏற்றுக்கொள்வதன் மூலம், அனுமதிக்கப்பட்ட வரம்புகளுக்குள் நின்றுகொண்டு அதிகாரத்தைப் பகிர்ந்துகொள்ளும் முயற்சியாகும். அல்லது அதிகாரத்தைக் கைமாற்றிக் கொள்ளும் முறையாகும். உழைக்கும் மக்களுக்கான அதிகாரப் பகிர்வையும் அனுமதிக்கப்பட்ட வரம்புகளுக்குள் நின்று, அனுமதிக்கப்பட்ட வடிவங்களில் போராடி வென்றெடுக்கும் முறையாகும்.

தற்போதைய ஆளும் வர்க்கத்தின் நலன்கள் வெகுவாகப் பாதிக்காத வகையில், ஓரளவுக்குத் தளர்வு செய்யப்பட்ட சனநாயகக் கட்டமைப்பில், அரசியலதிகாரத்தைப் பகிர்ந்து கொள்வதற்கு வடிவமைக்கப்பட்டுள்ள ஒரு வழிமுறைதான் 'தேர்தல் முறை'யாகும். இவ்வாறு தேர்தல் முறையில் பங்கேற்பதற்கும் அரசியலதிகாரத்தைப் பகிர்ந்துகொள்ளலாம் என்று வாய்ப்பளிப்பதற்கும் அனுமதிக்கிற இந்த சனநாயகம்தான் நாடாளுமன்ற சனநாயகம் ஆகும். அதாவது, ஆளும் வர்க்கத்தின் நலன்கள் அடியோடு பாதித்துவிடாத வகையில், சற்று நெகிழ்ந்தும் தளர்ந்தும் ஒரு குறிப்பிட்ட அளவில் மட்டுமே அதிகாரத்தைப் பகிர்ந்துகொள்ள – பரவலாக்க அனுமதிக்கப்படும் சனநாயகம்தான் நடைமுறையிலுள்ள நாடாளுமன்றத் தேர்தல் முறையிலான சனநாயகமாகும்,

சனநாயகத்தை உழைக்கும் வர்க்கத்திற்கு முழுமையாக அனுமதிக்காமல், அதிகாரத்தைப் பகிர்ந்துகொள்ளலாம் எனவும், அதற்குத் தேர்தலில் போட்டியிடலாம் எனவும், அதற்கேற்ற வகையில் அரசியல் கட்சியாக – அரசியல் சக்தியாக அணிதிரளலாம் எனவும், ஓரளவுக்கான வாய்ப்புகளை உருவாக்கித் தருவதன் மூலம், நடைமுறையிலுள்ள நாடாளுமன்றத் தேர்தல் அரசியலைப் பாதுகாக்கும் சனநாயகமே நாடாளுமன்ற சனநாயகமாகும்.

ஆளும் வர்க்கத்தின் நலன்களைப் பாதுகாக்கும் வகையில், உழைக்கும் வர்க்கத்துடன், வெளிப்படையாகப் பகைத்துக்கொள்ளாத வகையில், ஏற்கனவே நிறுவப்பட்டுள்ள சமூக – அரசியல் – பொருளாதாரக் கட்டமைப்புகளின் அடித்தளங்களில் குறிப்பிடும்படியான பாதிப்பு ஏற்படாத

வகையில், உழைக்கும் வர்க்கத்தினின்று, பால் மீது படியும் மெல்லிய பாலாடைபோல் உருவாகும் மிகமிகச் சிறிய பிரிவினரிடையே அல்லது தனிநபர்களிடையே அதிகாரத்தைப் பகிர்ந்துகொள்ள அனுமதிக்கும் சனநாயகம்தான் இன்றைய நாடாளுமன்ற சனநாயகமாகும்.

இந்த நாடாளுமன்ற சனநாயக முறைக்குள் கட்டுண்டு நீர்த்துப் போகாமல் நடைமுறையிலுள்ள சட்டங்களையோ, தேர்தல் முறைகளையோ, ஆட்சி நிர்வாகக் கட்டமைப்புகளையோ ஏற்றுக்கொள்ளாமல், அவற்றுக்கு நேரெதிரான முறையில், மக்களுக்கான அரசியலதிகாரத்தை வென்றெடுப்பதற்குரிய போராட்ட நடவடிக்கைகள்தான் புரட்சிகர சனநாயக வடிவங்களாகும். உழைக்கும் மக்களுக்குரிய விடுதலையை முன்னிறுத்தி மேற்கொள்ளப்படும் அனைத்து நடவடிக்கைகளும் புரட்சிகர சனநாயக நடவடிக்கைகளாகும். அதாவது, நடைமுறையிலுள்ள ஆளும் வர்க்கத்தினருக்கான சனநாயகம் நாடாளுமன்ற சனநாயகம் ஆகும். மாறாக, உழைக்கும் வர்க்கத்தினருக்கான விடுதலையை முன்னிறுத்தி, 'அதிகாரப் பகிர்வு' என்றில்லாமல், முழுமையான 'அதிகார வென்றெடுப்பு' என்பதற்கான படைமுறை அரசியலைக் கொண்ட சனநாயகம் புரட்சிகர சனநாயகமாகும்!

நாடாளுமன்ற சனநாயக முறையோ அல்லது புரட்சிகர சனநாயக முறையோ, அவற்றின் மீதான உடன்பாட்டின டிப்படையில் அரசியல் அமைப்புகள் கட்டமைக்கப்படுகின்றன. தேர்தல் கட்சிகளாகவோ அல்லது விடுதலை இயக்கங்களாகவோ அரசியல் அமைப்புகள் உருவாகின்றன. ஆனால், அவ்விரண்டு அமைப்புகளின் குறி அல்லது இலக்கு அரசியலதிகாரமே யாகும். வழிமுறைகள் வேறு; எனினும் இலக்கு ஒன்றே ஆகும்! அரசியலதிகாரம் அத்தகைய பேராளுமை வாய்ந்த அதியுச்ச ஆற்றலாகும். ஆகவேதான், அரசியலதிகாரத்தைப் பரவலாக்குவது அல்லது முழுமையாக வென்றெடுப்பது என்பதன் அடிப்படையில் அரசியல் அமைப்புகள் கட்டமைக்கப் படுகின்றன.

ஆளும் வர்க்க அரசுக்கு மாற்றாக உழைக்கும் வர்க்க அரசை நிறுவ வேண்டுமானால், ஆளும் வர்க்க அரசின் படைவலிமை உள்ளிட்ட அனைத்து வகை வலிமைகளையும் சமாளிக்கிற, முறியடிக்கிற ஆற்றல் வாய்ந்த படைவலிமையையும் இன்னும் பிற வலிமைகளையும் கொண்ட ஓர் அமைப்பைக் கட்டியெழுப்புதல் வேண்டும், ஆகவேதான், ஆயுதம் தாங்கிய

அமைப்பாய்த் திரள்வோம்

விடுதலை இயக்கங்கள் உருவாகின்றன. ஆயுதமேந்தாத அரசியல் இயக்கங்களோ அல்லது ஆயுதம் தாங்கிய விடுதலை இயக்கங்களோ, எவையாயினும், அடிப்படையில் மக்கள் 'அமைப்பாதல்' வேண்டுமென்பதே உள்ளீடாகும். ஏதோவொரு கொள்கைவழியில், வெகுமக்கள் அமைப்பாக வேண்டும் என்பதுதான், 'அரசியலதிகாரத்தை' நோக்கிய போராட்டத்தின் அடிப்படைக் கருத்தாகும்.

ஆளும்வர்க்கத்தின் வலிமைமிக்க பாதுகாப்பு அரணான பேரமைப்புதான் 'அரசு' என்பதாகும். உழைக்கும் வர்க்கத்தைச் சுரண்டி – ஒடுக்கி, தொடர்ந்து நசுக்கும் கொடூரமான ஒரு கட்டமைப்பாக விளங்கும் அரசையும், அதன் அதியுச்ச ஆற்றலாய் விளங்கும் அரசியலதிகாரத்தையும் எதிர்கொள்ள, அவ்வரசைப் போன்ற ஆயுத வலிமையுடன் கூடிய மாற்று ஆற்றலாய் – மாற்று அமைப்பாய் விடுதலை இயக்கங்கள் உருவானாலும் அவையும் மக்கள் இயக்கங்களே ஆகும். உழைக்கும் வர்க்கத்தைச் சார்ந்த ஒவ்வொரு தனிமனிதனும் அரசியலதிகாரத்தை – அல்லது அரசியலதிகாரப் பயனை நேரடியாகவோ, வேறுவடிவத்திலோ நுகருவதற்கான ஒரு மாற்று அரசை – மக்கள் அரசைக் கட்டமைப்பது அத்தகைய விடுதலை அமைப்புகளின் நோக்கங்களாகும். இத்தகைய இயக்கங்களின் எழுச்சியை நசுக்குவதற்கான அரசப் பயங்கரவாதம் கட்டவிழ்த்துவிடப்படும் நிலையில், வெகுமக்கள் அவ்வளவு எளிதில், அவ்வியக்கங்களின் வழி அமைப்பாவ தில்லை. அவை, தொடக்கத்தில் போராளிகளை மட்டுமே கொண்டு எழுச்சியுற்றாலும், நாளடைவில் வெகு மக்களுக்கான பேரியக்கங்களாக பரிணாமம் பெறுகிற தகுதியை வளர்த்துக் கொள்கின்றன.

அவ்வாறு வெகுமக்களின் பேராதரவை ஏதோவொரு வடிவத்தில் வென்றெடுக்கும் அமைப்புகள் 'அரசியலதிகாரத்தை' மீட்கிற வலிமையைப் பெறுகின்றன. மக்களுக்கான மாற்று அரசைக் கட்டமைக்கின்றன. அத்தகைய நடவடிக்கைகள்தாம், மாற்றங்கள்தாம் வெகு மக்களின் புரட்சியாக வரலாற்றில் பதிவாகின்றன. மக்கள் அமைப்பாகாமல், மக்கள் ஆதரிக்காமல், மக்களுக்கான ஒரு அமைப்பாகாமல் நாடாளுமன்ற சனநாயக முறையிலும்கூட அதிகாரத்தைப் பகிர்ந்துகொள்ள இயலாது.

ஏதேனும் ஓர் இலக்கை முன்னிறுத்தி அதற்கான கொள்கை வரையறைகளுடன், செயல்திட்டங்களுடன் உடன்பாடுள்ள அல்லது தேவையுள்ள வெகுமக்கள் அமைப்பாவது,

அவ்வப்போதைய அரசியல், சமூக, பொருளாதாரச் சூழல்களைப் பொருத்து அமைகிறது. அந்தவகையில், 'அரசியல் அதிகாரம்' என்கிற இலக்கை முன்னிறுத்தி, இரு வேறுபட்ட கொள்கை நிலைப்பாடுகளின் அனடிப்படையில் மட்டுமே வெகுமக்கள் அமைப்பாக முடியும். அதாவது, மேற்சொன்னவாறு, நாடாளுமன்ற சனநாயக வழிமுறை அல்லது புரட்சிகர சனநாயக வழிமுறை என்னும் கொள்கை – கோட்பாடுகளை மையப்படுத்தியே மக்கள் அமைப்பாக அணிதிரளுகின்றனர்.

நாடாளுமன்ற சனநாயக வழிமுறை என்பது, ஏற்கனவே கட்டமைக்கப்பட்டுள்ள அனைத்து வகை அரசமைப்பையும் சட்ட–திட்டங்களையும் சமூக நடைமுறைகளையும், கொள்கையளவில் மட்டுமின்றி செயலளவிலும் ஏற்றுக்கொண்டு அவற்றின் நீரோட்டப் போக்கில் இயங்குவதும், அனுமதிக்கப்பட்ட வரையறைகளுக்குக் கட்டுப்பட்டு உரிமைகளையும் அதி காரத்தையும் நுகர்வதுமான நடைமுறைகளேயாகும். இத்தகைய நாடாளுமன்ற சனநாயகத்திற்கு நேரெதிரான நிலையில், கொள்கை மற்றும் செயல்பாட்டளவில் முரண்பட்டு இயங்குவதும் எதிர்த்துச் செயல்படுவதும் புரட்சிகர சனநாயக வழிமுறையாகும்,

உலகில் பெரும்பாலான நாடுகளில், நாடாளுமன்ற சனநாயக வழிமுறையிலான அரசியலமைப்பு முறையினை நடைமுறையில் கொண்டுள்ளனர். அதேவேளையில், புரட்சிகர சனநாயக வழிமுறையிலான இயக்கங்களும் உலகெங்கும் இயங்கி வருகின்றன. ஆனால், அத்தகைய இயக்கங்கள் கடுமையான அடக்குமுறைகளை எதிர்கொள்ளும் நிலையில் வெகுவாகப் போராடி வருகின்றன. மக்களுக்கு எதிரான பயங்கரவாதம் என்னும் முத்திரை குத்தி, புரட்சிகர இயக்கங்களை வல்லரசுகள் கொடூரமாக நசுக்கி வருகின்றன. பயங்கரவாத எதிர்ப்பு என்ற பெயரில், உலக வல்லரசுகள் கூட்டமைப்பாகத் திரண்டு, மிகப் பயங்கரமான ஒடுக்குமுறைகளை அத்தகைய புரட்சிகர இயக்கங்களின் மீது திணிக்கின்றன.

இதனால், ஒவ்வொரு தேசத்திலும் அத்தேசத்தின் அரசுகள், உலக வல்லரசுகளுக்கிடையிலான ஆதிக்கப் போட்டிகளுக்கிடையில் சிக்கி, ஏதேனும் ஓர் அணியில் இணைந்து கொள்கின்றன. அவ்வாறு, வல்லரசியக் கூட்டமைப்பில் கைகோர்த்துக்கொண்டு சர்வதேசப் பயங்கரவாத அச்சுறுத்தலின் மூலம், புரட்சிகரக் கூறுகளே தலையெடுக்காத வகையில், கண்காணித்துச் சிதைத்து வருகின்றன. எனினும், இவற்றை

யெல்லாம் தாக்குப் பிடித்துச் சமாளித்து நிற்கும் ஆற்றலைப் பெற்ற புரட்சிகர இயக்கங்களும் இருக்கவே செய்கின்றன. இந்திய அரசும் அத்தகைய அடக்குமுறைகளை மாவோ இயக்கங்களின் மீது தொடர்ந்து ஏவிவருகிறது.

வடகிழக்கு எல்லையோரங்களில் பழங்குடியினத்தவர்களின் விடுதலையை முன்னிறுத்தி, ஆயுதமேந்திப் போராடும் இயக்கங்கள் மீது இன்றும் இந்திய அரசு அத்தகைய ஒடுக்குமுறைகளைத் திணித்து வருகிறது. இந்நிலையில், நாடாளுமன்ற சனநாயக வழிமுறையிலான தேர்தல் அரசியலை உள்வாங்கிக் கொண்டு, அதனடிப்படையில் அரசியலதிகாரத்தைப் பகிர்ந்து கொள்வதற்கென இந்தியாவில் ஏராளமான அரசியல் கட்சிகள் இயங்கி வருகின்றன. புதிதுபுதிதாக ஒவ்வொரு நாளும் தோன்றி வருகின்றன,

இத்தகைய இயக்கங்கள், மக்களை அமைப்பாக்கும் உத்தி களில், சாதி, மதக் கூறுகளைக் கையாளுகின்றன. சாதிசார்ந்து, மதம்சார்ந்து உணர்ச்சிப்பூர்வமான உத்திகளைக் கையாண்டு, அமைப்பாக்கும் முயற்சிகளில் ஈடுபட்டு வருகின்றன. இந்தியாவில் பெரும்பாலான அரசியல் கட்சிகள் சாதி – மத நலன்களை முன்னிறுத்தி, சமூகநீதிக் கோட்பாடுகளை உயர்த்திப் பிடித்து மக்களை அணிதிரட்டுகின்றன.

அதிகாரம் என்பது குறிப்பிட்ட ஒரு சாதியினரின் அல்லது குறிப்பிட்ட ஒரு மதத்தினரின் அல்லது ஆதிக்கவாதிகளில் குறிப்பிட்ட ஒரு பிரிவினரின் தனிச்சொத்தாக அமைந்துவிடாமல், அது கடைசி மனிதன் வரையில் பரவலாக்கப்பட வேண்டும் என்கிற தேவையின் அடிப்படையில்தான் இன்று இத்தகைய சாதி – மதம் சார்ந்த இயக்கங்கள் உழைக்கும் வர்க்கத்தினரிடையில் உருவாகியுள்ளன.

‘அரசியலதிகாரம்’ குறிப்பிட்ட ஒரு வரம்புக்குள், குறுகிய வளையத்திற்குள் குவிந்து கிடந்தால், சமூகத்தின் அடித்தளத்திலுள்ள பெரும்பான்மையான உழைக்கும் மக்களின்மீது ஈரவிரக்கமற்ற ஒடுக்குமுறையும் சுரண்டலும் நீடிக்கும். இதனால், சமத்துவமற்ற சமூகக் கட்டமைப்பே தொடரும். இந்நிலையில், சமத்துவம் தேடும் போராட்டங்களை முன்னெடுக்கும் உழைக்கும் மக்கள் அதற்கான வலிமையைப் பெற அமைப்பாக அணி திரளுவது ஒரு வரலாற்றுத் தேவையாக மாறுகிறது. சாதியின் பெயராலோ, மதத்தின் பெயராலோ அல்லது வேறு எந்தவொரு அடையாளத்தின் பெயராலோ மக்கள் தங்களுக்கான சமத்துவத்தை நோக்கி

அமைப்பாக ஒருங்கிணைகிறார்கள் என்பதுதான் இதில் உணரப்பட வேண்டியதாகும். சமூக சமத்துவமானாலும், பொருளாதாரச் சமத்துவமானாலும் இன்னபிற சமத்துவம் எதுவானாலும் அடிப்படையில், அரசியலதிகாரம் அனைத்துத் தரப்பினருக்குமான பொதுச்சொத்தாக வேண்டும். குறிப்பாக, உழைக்கும் அனைத்துத் தரப்பினரும் நுகருகின்ற ஒரு பொருளாக அரசியலதிகாரம் அமைந்திட வேண்டும்.

அரசியலதிகாரமும் ஒரு நுகர்வுப்பொருள்தான் என்கிற அரசியல் புரிதலின்றி அடித்தட்டு மக்கள், அதன்மீதான பங்குரிமை குறித்த விழிப்புணர்வில்லாமல் விலகி நிற்கின்றனர். அரசியலதிகார மையத்திலிருந்து விலகியும், விலக்கப்பட்டும் விளிம்புநிலையில் தொடர்ச்சியான, கொடூரமான வன்முறைகளுக்கும் வன்கொடுமைகளுக்கும் ஆளாகி வருகின்றனர். இத்தகைய சூழலில், அரசியலதிகாரம் என்கிற மகத்தான வலிமை வாய்ந்த மையத்தை நோக்கி, விளிம்புநிலை மக்களை ஒருங்கிணைத்து, போராட்டக் களங்களினூடாகப் பயணிக்க வேண்டும். அதற்கேற்ற வகையில் மக்கள் ஒரு வடிவமாய், ஆற்றலாய் அணிதிரண்டு அமைப்பாதல் வேண்டும்.

விளிம்புநிலை மக்களை விழிப்புறச் செய்வோம்! – ஆதிக்க வரம்புகளை நொறுக்கி அதிகாரம் வெல்வோம்!

ஆகத்து, 2010

4

அமைப்பியலும் கருத்தியலும்

நடைமுறையிலுள்ள சமூக, பொருளாதார, அரசியல் கட்டமைப்புகளையுயும் அவற்றின் போக்குகளையும் அறிந்துகொள்ளவோ, ஆய்ந்து பார்க்கவோ வாய்ப்புமில்லாத, வலுவுமில்லாத ஒரு வர்க்கம்தான் உழைக்கும் வர்க்கம்! உற்பத்திக்கான ஆற்றலின் வடிவமாய், உடலுழைப்பின் வடிவமாய் விளங்குகிற, பெரும்பான்மையான வெகுமக்களின் தொகுப்பே அத்தகைய உழைக்கும் வர்க்கமாகும்! அவ்வர்க்கத்தின் நலன்களைப் பாதுகாத்திட அல்லது மீட்டெடுத்திடப் போராட வேண்டியது அவ்வர்க்கத்திற்கு இன்றியமையாத தொரு தேவையாகிறது.

ஒருபுறம் அனைத்து வலிமைகளையும் ஒருங்கே பெற்றுள்ள ஆளும் வர்க்கமும், இன்னொருபுறம் அத்தகைய வலிமையேதுமில்லாத உழைக்கும் வர்க்கமும் மாறிமாறி ஒன்றுக்கொன்று முரண்பட்டு மோதிக்கொண்டே இருப்பது இயல்பானதொரு போக்கேயாகும்.

இந்நிலையில், உழைக்கும் வர்க்கம் தன்னை வலிமைப்படுத்திக்கொண்டு தனது போராட்டத்தைக் கூர்மைப்படுத்தினாலொழிய, சுரண்டும் வர்க்கத்தின் கொடுமைகளிலிருந்து மீளமுடியாது. அரசியலதிகார மையத்திலிருந்து வெகுதூரத்திற்கு விலக்கப்பட்டுள்ள விளிம்புநிலை மக்களான உழைக்கும் வர்க்கம், தன்னை

எவ்வாறு வலிமைப்படுத்திக்கொள்வது என்பதுதான் மிகவும் சிக்கலானதாகவும் கடினமானதாகவும் உள்ளது. பெரும்பான்மை மட்டுமே வலிமையாகாது. வலிமையென்பது, எண்ணிக்கையை மட்டுமே அடிப்படையாகக் கொண்டு வரையறுக்கப்படுவதல்ல. ஆளுமை செய்யும் அதிகாரமும், அவ்வதிகாரத்தினைக் கையகப்படுத்தவும், தொடர்ந்து தக்கவைத்துக்கொள்ளவுமான ஆற்றலும்தான் வலிமைக்குரிய மிகமிக இன்றியமையாத கூறுகளாகும்.

அதாவது, அதிகாரமில்லாதவர்கள், அதனை வென்றெடுக்கும் ஆற்றல் இல்லாதவர்கள், எண்ணிக்கையில் எவ்வளவு பெரிய தொகையுடையவர்களாக இருந்தாலும் அவர்கள் வலிமையற்றவர்களே ஆவர். அத்தகைய வலிமையற்றவர்கள், வன்கொடுமைகளுக்கும் சுரண்டலுக்கும் ஆளாக்கப்படுவது தவிர்க்கமுடியாது. ஆகவே, அதிகாரங்களிலேயே ஆளுமைமிக்க அதிகாரமாக விளங்கும் அரசியலதிகாரத்தை உரிய பங்களவில் பகிர்ந்துகொள்ளவோ அல்லது முழுமையாக வென்றெடுக்கவோ போராடினால்தான், உழைக்கும் வர்க்கத்தால் தன்னை வலிமைப்படுத்திக்கொள்ள இயலும். அத்தகைய போராட்டத்தை நடத்துவதற்கும் போதிய வலிமை தேவைப்படுகிறது. அனைத்து வலிமைகளையும் முழுமையாகப் பெற்றுள்ள ஆளும் வர்க்கத்தை எதிர்த்துப் போராடி, அடக்குமுறைகளைத் தாங்கி, அரசியலதிகாரத்தை வென்றெடுப்பதற்கு, அனைத்துத் தளங்களிலும் உழைக்கும் வர்க்கத்திற்கு உரிய ஆற்றல் தேவைப்படுகிறது.

அனைத்துவகை ஆற்றல்களும், ஒன்று இன்னொன்றுடன் சேர்வதாலும் அல்லது விலகுவதாலுமே உற்பத்தியாகின்றன. உயிரியக்கமில்லாத பருப்பொருட்கள் இயற்கைவிதிகளின்படி இணைந்தோ, பிரிந்தோ வெவ்வேறு வடிவங்களில் வெவ்வேறு ஆற்றல்களாகப் பரிணமிக்கின்றன. உயிரியக்கமுள்ள மானுடமோ, தன்னியல்பான விதிகளின்படியும், தேவைகளின் அடிப்படையிலான திட்டமிட்ட செயற்பாடுகளின்படியும் இணைந்தும் பிரிந்தும், தமக்கான வடிவத்தையும் ஆற்றலையும் பெறுகின்றன. உயிரியக்கமுள்ள மனிதர்களால் மட்டுமே இயற்கை விதிகளையும் அவற்றின் போக்குகளையும் முன்னுணர்ந்து தமக்குத் தேவையான வடிவில் ஆற்றல்களை உருவாக்கிக்கொள்ள முடியும்! ஒரு பொருள் இன்னொரு பொருளாய் அளவிலும் வடிவிலும் இயற்கை விதிகளின்படி தன்னியல்பாக மாறிக்கொண்டேயிருக்கும்! அதற்குரிய சூழலும் வாய்ப்பும், சுழலும் காலத்தின் போக்கில் அமையப்பெறும்!

ஆனால், மாற்றத்தை விரும்பும் மனிதன் அதனை விரைவுபடுத்தும் ஆற்றலைக்கொண்டிருப்பதால், பொருத்தமான சூழலில் ஒன்றை இன்னொன்றாக்கிவிடுகிறான். அதன்மூலம் தேவையான ஆற்றலைப் பெற்றுக்கொள்ளவும் பெருக்கிக்கொள்ளவும் வலுவுள்ளவனாக மாறுகிறான். அதாவது, தனது இயல்வலிமையைப் பயன்படுத்தி, தேவையான வலிமையைப் பெருக்கிக்கொள்கிறான். அந்த வகையில், வலிமையற்றவர்களாயிருக்கும் ஒருபெரும் மக்கள் தொகுப்பினர் தங்களை வலிமைமிக்கவர்களாக்கிக்கொள்ள இயலும்! அதிகார வலிமையைப் பெறுவதற்குரிய போராட்ட வலிமையை உருவாக்கிக்கொள்ள முடியும்! அதற்குக் கருத்தியல் வலிமையும் உள்ளடங்கிய அமைப்பியல் வலிமை அடிப்படைத் தேவையாகும்!

'அமைப்பு' என்கிற வடிவம், அது ஏற்றுக்கொண்ட 'கருத்து' என்கிற பொருளோடு இணைகிறபோது, தமது இலக்கை நோக்கிய பாய்ச்சலில் வெற்றி பெறுகிற ஆற்றலைப் பெறுகிறது. ஆகவே, வலிமைபெற விரும்பும் விளிம்புநிலை மக்கள், அதிகாரத்தை வென்றெடுக்கத் துடிக்கும் உழைக்கும் மக்கள், ஆளும்வர்க்கத்தின் அடக்குமுறையிலிருந்து தம்மை விடுவித்துக்கொள்ளப் பதைக்கும் பாட்டாளி மக்கள், தாம் உள்வாங்கிக்கொண்ட கருத்தின் அடிப்படையில் ஓர் 'அமைப்பாக' அணிதிரள வேண்டியுள்ளது. அவ்வாறு அணிதிரளுவது என்கிற முயற்சி, காலத்தின் போக்கில் நீர்த்துப்போகாமலிருக்க அணிதிரட்சிக்குரிய நோக்கம் மற்றும் குறிக்கோள்களில் அணிதிரளும் மக்களுக்குத் தெளிவையும், தொலைநோக்குப் பார்வையையும் உருவாக்குதல் வேண்டும். அத்தகைய தெளிவை உருவாக்கும் அடிப்படைக் கருத்தே, கொள்கையாய், கோட்பாடாய் விரிவடைந்து ஆளுமைமிக்கதாய் மாறுகிறது. கொள்கை – கோட்பாடாக விரிவடைந்து வலுவடையும் ஒரு கருத்தின் வலிமையே அக்கருத்தை உள்வாங்கிய மக்கள் திரளுக்கான அமைப்பியல் வலிமையாக மாறுகிறது.

கருத்தியல் வலிமையும் கட்டமைப்பு வலிமையும்தான், அதிகார வலிமையை வென்றெடுப்பதற்குரிய அனைத்து வலிமைகளையும் அளிக்கும் ஆற்றலைக் கொண்டவையாகும். அதாவது, கட்டமைப்பு வலிமை மற்றும் கருத்தியல் வலிமை ஆகிய இவ்விரு வலிமையையும் கொண்ட மக்கள்திரளால் மட்டுமே, ஆளுமைமிக்க – வலிமைமிக்க ஒரு பேராற்றலாகப் பரிணமிக்க முடியும். கருத்தியல் வலிமையில்லாதவர்களால், வலிமைமிக்கதொரு அமைப்பாக அணிதிரளவோ, தொடர்ந்து இயங்கவோ, குறிக்கோளை வெல்லவோ இயலாது.

தேவைகளை அடிப்படையாகக்கொண்டே மக்கள் அணி திரளுகின்றனர். அத்தகைய தேவைகளை மையமாகக் கொண்ட பொதுக்கருத்தும் பொதுஇலக்குமே மக்களின் அணிதிரட்சியை முறைமைப்படுத்துகின்றன. அவ்வாறான கருத்து எத்தகைய ஆதாரங்களைக் கொண்டு முளைத்தது என்பதையும், அது எவ்வாறு இலக்கைச் சென்றடையும் என்பதையும், அவற்றுக்கான செயல்திட்டம் மற்றும் உத்திகள் யாவை என்பதையும் உள்ளடக்கமாகக் கொண்டு கொள்கை மற்றும் கோட்பாடுகள் விரிவடைகின்றன. இவையே மக்களின் அணிதிரட்சிக்கான கருத்தியல் வலிமையாகப் பரிணமிக்கிறது. கருத்தியல் வலிமைதான் ஆர்ப்பரித்து எழுச்சி பெறும் மக்கள்திரளை ஓர் அமைப்பின் வடிவமாக்கி ஒழுங்கமைவு செய்கிறது.

அதாவது, கருத்தியல் என்னும் கொள்கை – கோட்பாடுகளை அடித்தளமாகக் கொண்டு கட்டி எழுப்பப்படும் ஓர் அமைப்புக்கு அக்கருத்தியலே வலுவூட்டுவதாக அமைவதைப் போல அவ்வாறு கட்டமைக்கப்படும் அமைப்பானது அக்கருத்தியலை மென்மேலும் செழுமைப்படுத்தி அதனை வலிமைப்படுத்துவதாக அமைகிறது. கருத்தியல் வலிமையே ஓர் அமைப்பின் கட்டமைப்பு வலிமையாகவும், கட்டமைப்பு வலிமையே அதன் கருத்தியல் வலிமையாகவும் அமைகின்றன. இவ்விரண்டும் இணைந்த வலிமையே அமைப்பியல் வலிமையாகும். இதுவே வெகுமக்களை அணிதிரட்டி அமைப்பாக்கவும், கருத்துப் பரப்பலை மென்மேலும் விரிவாக்கவும், தொலைதூர இலக்கை நோக்கிய பயணத்தை வெற்றிகரமாக வழிநடத்தவுமான ஆற்றலை வழங்குகிறது.

ஓர் அமைப்புக்குள் உள்வாங்கப்பட்ட மக்கள்திரளும் அம்மக்கள்திரளால் உள்வாங்கப்பட்ட கருத்தியலும்தான் தமது இலக்கை எட்டும் வரையில் தொடர்ந்து வீரியத்தோடு இயங்கும் பேராற்றலைப் பெறுகின்றன. அமைப்பாக்கப்படாத மக்கள் திரளால் கருத்தியலை உள்வாங்க இயலாது. கருத்தியலை உள்வாங்காத மக்கள்திரளால் தொடர்ந்து தமது இலக்கை நோக்கிய பயணத்தை வெற்றிகரமாக முன்னெடுத்துச் செல்ல இயலாது. அந்தவகையில் தாம் ஏற்றுக்கொண்ட அல்லது வரையறுத்துக்கொண்ட கருத்தியலை செழுமைப்படுத்தி வெகு மக்களிடையே பரவச் செய்வதும் அதனைச் செயல்படுத்தும் ஓர் அமைப்பின் கட்டமைப்பை முறைமைப்படுத்தி இயங்கச் செய்வதும்தான் அமைப்பின் முன்னோடிகள் ஆற்ற வேண்டிய களப்பணிகளிலேயே முதன்மையானதாகும். எத்தகைய மக்களை அமைப்பாக்க வேண்டுமோ அம்மக்கள் தொடர்பான

அமைப்பாய்த் திரள்வோம்

அனைத்துவகைச் சிக்கல்களையும் தேவைகளையும் அடையாளம் கண்டு அவற்றை முன்னிறுத்தியே அம்மக்களுக்கு உரிய கொள்கைகளாக வரையறுக்கப்படுகின்றன. அக்கொள்கைகளுக்கான வரலாற்றுப் பின்னணிகளே கோட்பாடுகளாகும்.

எந்தவொரு கொள்கைக்கும் அதனோடு தொடர்புடைய கோட்பாட்டுப் பின்னணி உண்டு. கோட்பாட்டுப் பின்னணி இல்லாதவை கொள்கைகளாக இல்லாமல் வெறும் கோரிக்கைகளாகவே இருக்கும். கோரிக்கைகள் பெரும்பாலும் இடைக்காலத் தேவைகளாகவே விளங்கும். அவை ஆளும்வர்க்கக் கட்டமைப்பின் அடித்தளத்தை அசைக்கும் ஆற்றலைப் பெற்றவையாக இருப்பதில்லை. வலுவான கொள்கைப் பின்னணி இல்லாத கோரிக்கைகள் இடைக்காலமானவையாக விளங்குவதைப்போல, அவற்றுக்கான அமைப்பும் குறுகிய இடைக்காலமானதாகவே இயங்கும். ஆனால், கோட்பாட்டின் அடிப்படையிலான கொள்கைகளும், கொள்கை அடிப்படையிலான கோரிக்கைகளும், அக்கோரிக்கைகளின் அடிப்படையிலான போராட்டங்களும் எந்தவோர் அமைப்பினால் முன்னெடுக்கப்படுகிறதோ, அவ்வமைப்பே இலக்கை எட்டும் வரையிலான நீடித்த, பேரியக்க ஆற்றலைப் பெற்றதாக விளங்கும்.

கோட்பாடு என்பது உலகியல் தத்துவங்களை அடிப்படையாகக் கொண்டதாகும். அதாவது, இடம், பொருள், ஏவலுக்கு ஏற்ப மாறும் பண்புகளைக்கொண்டதாக இல்லாமல், உலகெங்கும் பொருந்தி வருகிற பொதுநிலைப் பண்புகளைக் கொண்ட இயங்கியல் விதிகளைச் சார்ந்த தத்துவமே கோட்பாடாகும். அந்த வகையில், உழைக்கும் வர்க்கத்திற்கான விடுதலையை மையப்படுத்திய தத்துவம் அல்லது கோட்பாடு, உலகெங்கும் வாழ்கிற ஒட்டுமொத்த பாட்டாளி வர்க்கத்திற்கும் பொருந்தி வருவதாகும். அதாவது, எந்தவொரு கோட்பாடும் தொடர்புடைய ஒவ்வொன்றோடும் பொருந்தி வருகிற, பொதுவான பண்புக்கூறுகளைக் கொண்டிருக்கும். ஆனால், அக்கோட்பாட்டின் அடிப்படையில் வரையறுக்கப்படும் கொள்கைகளும் கோரிக்கைகளும் காலத்துக்கும், இடத்திற்கும் ஏற்றவையாக மாறி மாறி அமையலாம். அதைப்போலவே செயல்திட்டங்களும் செயல்உத்திகளும் அவ்வப்போதைய சூழல்களுக்கேற்ப வெவ்வேறு நிலைகளையும் பண்புகளையும் பெற்றவையாக அமையும். ஓர் அமைப்பை வடிவமைப்பதிலும் கட்டமைப்பதிலும் அதற்கான கொள்கையும் கோட்பாடும் முதன்மையான பங்களிப்பைப் பெறும் பாத்திரங்களாக அங்கம் வகிக்கின்றன.

அத்தகைய ஆற்றலைக்கொண்ட கொள்கை – கோட்பாட்டுப் பின்னணியுடன் கட்டமைக்கப்படும் ஒரு வெகுமக்கள் அமைப்பால் மட்டுமே அடக்குமுறைகளையும் ஒடுக்குமுறை களையும் தாக்குப்பிடித்து, நீர்த்துப் போகாமல், நீடித்துப் போராட இயலும். அவ்வாறான ஓர் அமைப்பைக் கட்டியெழுப்பும் ஆற்றல்வாய்ந்த முன்னோடிகள் அவ்வமைப்புக்கான கொள்கை மற்றும் கோட்பாட்டில் தெளிவும் உறுதியும் கொண்டிருக்கும் நிலையில் மட்டுமே அவற்றை வெகுமக்களிடையே கொண்டு செல்ல இயலும்.

வெகுமக்களை அரசியல்படுத்துவதில்தான் ஓர் அமைப்பின் வெற்றி அமைந்துள்ளது. பரந்துபட்ட அனைத்துத் தரப்பு உழைக்கும் மக்களை ஓர் அமைப்புக்குள் அணிதிரட்டுவதன் மூலமே அவர்களை அரசியல்படுத்த இயலும். ஒழுங்கமைவுடன் கூடிய ஓர் அமைப்புக்குள் அணிதிரட்டப்படும் மக்கள், அவர்கள் அமைப்பாவதற்கான நோக்கங்களையும் குறிக்கோள் களையும் அவற்றைத் தெளிவுபடுத்துகிற கொள்கை மற்றும் கோட்பாடு களையும் உள்வாங்கிக்கொள்வதற்கான ஏற்பாடுகளைச் செய்வதே மக்களை அரசியல்படுத்துவதாகும். அதற்கேற்ற உள்ளீ டான கட்டமைப்புடன்கூடிய வலிமை பெற்ற ஓர் அமைப்பின் பங்களிப்பே அதற்கு மிகவும் இன்றியமையாததாகும்.

இந்நிலையில், உழைக்கும் வர்க்கத்தைச் சார்ந்த விளிம்புநிலை மக்களுக்கான ஓர் அமைப்பைக் கட்டுவதும், அதனை முறைமைப்படுத்தப்பட்டதோர் அமைப்பாக வலிமைப் படுத்துவதும், அவ்வமைப்பில் தொடர்புடைய வெகுமக்களை உள்வாங்குவதன் மூலம் அவர்களை அமைப்பாக்குவதும், அமைப்பாக்கப்படும் மக்களை அரசியல்படுத்துவதும் தவிர்க்க முடியாத தேவையாகும். அவ்வாறு அரசியல்படுத்துவதன் அடிப்படையில்தான் அம்மக்கள் அதிகார வலிமையை வென்றெடுப்பதற்கான அமைப்பியல் வலிமையைப் பெற முடியும்.

அமைப்பை முறைப்படுத்தி வலிமையாக்குவோம்! – மக்களை அமைப்பாக்கி அரசியலால் செழுமையாக்குவோம்!

செப்டம்பர், 2010

5

தெளிவான இலக்கும் வலுவான அமைப்பும்

ஒவ்வொரு மனிதனுக்கும் தனித்தனி இலக்குகள் உண்டு. தனிமனிதனாயிருந்து சாதிக்கக்கூடிய இலக்குகளும் உள்ளன. ஒன்றுக்கும் மேற்பட்டவர்கள் ஒன்றுகூடி, சாதிக்கக்கூடிய இலக்குகளும் உள்ளன. ஒரே நாளில் அல்லது ஒருசில மணிநேரங்களில் நிறைவேற்றக்கூடிய இலக்குகளும் உள்ளன. மாதக் கணக்கில் அல்லது ஆண்டுக்கணக்கில் அல்லது தலைமுறைக் கணக்கில் தொடர்ந்து செயலாற்றிச் சென்றடையக்கூடிய இலக்குகளும் உள்ளன. குறுகிய கால இடைவெளியில் சாதிக்கக்கூடிய இலக்குகளுக்குத் தனிமனித ஆற்றலோ அல்லது ஒன்றுக்கும் மேற்பட்டவர்களின் ஆற்றலோ போதுமானதாக அமையலாம். அவற்றை அடைவதற்கான வழிமுறைகளும் இலகுவானதாக இருக்கலாம். அவ்வாறான சூழல்களில் 'அமைப்பு' என்ற ஒன்று தேவைப்படாததாகவும் அமையலாம்.

அதேவேளையில் ஒன்றுக்கும் மேற்பட்டவர்கள் கூடி, இலக்கை எட்டும்வரையில் செயலாற்றுவதற்கு இடைக்காலமாக ஓர் அமைப்பு தேவைப்படலாம்! ஆனால், ஆயிரக்கணக்கான அல்லது இலட்சக் கணக்கானவர்களின் இலக்கினை வென்றெடுக்க, ஆண்டுக்கணக்கில் அல்லது தலைமுறைக் கணக்கில் பயணிக்க வேண்டுமென்கிற தேவை இருக்கிறபோது, எளிய வழிமுறைகளால் அவற்றை எட்ட முடியாது என்கிற நிலையுள்ளபோது, கடுமையாகப் போராடி, இழப்புகளைச் சந்தித்து,

அடுத்தடுத்து தோல்விகளையோ, பின்னடைவுகளையோ சந்தித்து, இடைவிடாத முயற்சியும் அயராத உழைப்பும் கலந்த தூய்மையான அர்ப்பணிப்புகளால் மட்டுமே இலக்கைத் தொட முடியும் என்கிறபோது, 'நிலையான–வலுவான ஓர் அமைப்பு' தேவைப்படுகிறது. அந்த இலக்கை எட்டும் வரையிலான கால அளவு வரையிலும் நிலைகுலைந்துவிடாத, வலுவுடன் கூடிய ஓர் அமைப்பு இன்றியமையாத தேவையாகிறது.

ஓர் இலக்கு பலருக்கும் பொதுவானதாக அடையாளம் காணப்படுகிறபோது, அவ்விலக்கை அடைய வேண்டுமென்று விரும்புகிற அனைவரும் ஒன்றுகூட வேண்டியதும், தொடர்ந்து இயங்கவேண்டியதும், இலக்கை நோக்கிய பாதையினையும், பயண வழிமுறைகளையும் தேர்வுசெய்து, வெற்றிகரமாக முன்னேறுவதும் தேவையாகிறபோது, அதற்கு முறைப்படுத்தப் பட்ட ஓர் அமைப்பு மிகமிக இன்றியமை யாததாகிவிடுகிறது.

ஒரு பொது இலக்கை நோக்கிய பயணத்தில், ஆயிரக் கணக்கில் அல்லது இலட்சக்கணக்கில் மக்கள் பெருந் திரளாக அணிதிரளுகிறபோது, அத்தகைய மக்கள் திரளைக் கட்டுக்கோப்புடன், ஒருமித்த கருத்துடன் வழிநடத்திட, அதற்கேற்ற நெறிமுறைகளும் விதிமுறைகளும் தேவைப்படுகின்றன. அத்தகைய நெறிமுறைகள் மற்றும் விதிமுறைகளுடன் கூடிய, நிர்வாக முறைகளும் உள்ளடங்கியதே 'அமைப்பு' என்னும் வடிவத்தைப் பெறுகிறது. அதாவது, ஒரு பொது இலக்கைச் சென்றடைவதற்காக, அணிதிரளும் மக்களை, ஒருமித்த பார்வையில், பாதையில் வழிநடத்திச் செல்வதற்கு, சட்டம் மற்றும் விதிமுறைகளுடன் இயங்குகிற, சனநாயக முறையில் இயங்குகிற, நிர்வாகக் கட்டமைப்புடன் கூடிய ஆற்றல் வாய்ந்த ஒரு வடிவம்தான் 'அமைப்பு' என்பதாகும்.

குறிப்பிட்ட ஓர் இலக்கை எட்டுவதற்கு, அதற்குரிய காலம் வரையில் வீரியம் குன்றாமல் செயலாற்றுவதற்கு, அதற்கென அணிதிரளும் மக்கள் திரள், தமது கொள்கை மற்றும் கோட்பாடுகளிலிருந்து விலகாமல் அவற்றைச் செழுமைப்படுத்துவதற்கு, உரிய செயல்திட்டங்களை வரையறுக்கவேண்டிய தேவை எழுகிறது. பயணத்தின்போது குறுக்கிடும் எதிர்ப்புகளை முறியடித்திடவும், தடைகளைத் தகர்த்திடவும், சிக்கல்களைத் தவிர்த்திடவும் அல்லது சிக்கல்களிலிருந்து விடுபடவும் இன்னும் இவைபோன்ற நடைமுறைச் செயல்பாட்டுக்கான வரையறைகளைத் தீர்மானிக்க வேண்டியது இன்றியமையாத ஒன்றாகும்.

குறுகியகால அளவிலான நடவடிக்கைகள், நெடுங்கால அளவிலான நடவடிக்கைகள் போன்றவற்றை வரையறுக்க வேண்டியதும் தவிர்க்க இயலாததாகும். இவ்வாறு, இலக்கை நோக்கிய பயணத்தின்போது, கையாள வேண்டிய குறுகிய மற்றும் நெடுங்காலச் செயல்பாட்டுக்கான நடைமுறை உத்திகள், இடைக்கால அளவில் நிறைவேற்ற வேண்டிய பணிகள், எதிர்கொள்ளும் தடைகளையும், சிக்கல்களையும் தகர்த்தெறிவதற்குரிய தந்திரங்கள் போன்றவற்றையெல்லாம் வரையறுப்பதே 'செயல்திட்டங்களாகும்'.

குறிப்பிட்ட சில மாதங்களில் அல்லது ஆண்டுகளில், குறிப்பிட்ட அளவிலான சில பணிகளை நிறைவேற்றவோ, குறிப்பிட்ட அளவிலான தூரத்தை அடையவோ, குறிப்பிட்ட சிக்கல்களைத் தீர்க்கவோ வேண்டுமென்று வரையறுத்து அதன்படிச் செயல்படுவதும், அதற்குரிய உத்திகளை வகுப்பதும்தாம், அத்தகைய செயல்திட்டத்தின் அடிப்படைகளாகும். இவ்வாறு, செயல்திட்டங்களை வரையறுத்து அவற்றை நடைமுறைப்படுத்தும் வலிமையைப் பெறும் ஒரு வடிவம்தான் 'அமைப்பு' என்பதாகும். அத்தகைய வலிமையைக் கொண்ட ஓர் அமைப்பு, அவ்வாறு சட்டம் மற்றும் விதிமுறைகளாலும், இலக்கை நோக்கிய செயல்திட்டங்களாலும் மக்கள் திரளை வழிநடத்துகிறபோது, தனது கட்டமைப்பையும் அது முழுமையாகச் செழுமைப்படுத்திக் கொள்ளவேண்டிய தேவை உருவாகிறது. ஓர் அமைப்பு எத்தகைய வடிவத்தையும் வலிமையையும் பெறவேண்டும் என்பதை அதன் கட்டமைப்பே தீர்மானிக்கும்.

ஓர் அமைப்பை எவ்வாறு கட்டி எழுப்புவது என்பதற்கான அடிப்படை வடிவம்தான் கட்டமைப்பு என்பதாகும். கொள்கை – கோட்பாடு, நோக்கம் – குறிக்கோள், சட்டம் – விதிகள், பாதுகாப்பு மற்றும் நிர்வாகம், அதிகாரப் பகிர்வு மற்றும் சனநாயகம், உழைப்பு மற்றும் பொருளாதாரம் போன்ற அனைத்தும் உள்ளடங்கியதே ஓர் அமைப்புக்கான கட்டமைப்புக் கூறுகளாகும்.

அதாவது, ஓர் அமைப்பை வடிவமைக்கிறபோதே அதன் அடித்தளங்களாக அமையும் கூறுகள்தாம் அவ்வமைப்பின் கட்டமைப்புக் கூறுகளாகும். இத்தகைய கூறுகளைக் கொண்ட கட்டமைப்பின் வலிமையே ஓர் அமைப்பின் வலிமையாகப் பரிணமிக்கிறது. அதாவது, கருத்தியல் உள்ளிட்ட மேற்சொன்ன அனைத்துக் கட்டமைப்பு வசதிகளையும் கொண்டதாக அமைகிறபோதே ஓர் அமைப்பு போதிய வலிமையைப்

பெறுகிறது. அடைய வேண்டிய இலக்கிற்கும், அவ்விலக்கை அடைய விரும்பும் மக்களுக்கும் இடையே உள்ள தூரத்தைக் கடப்பதற்கான ஆற்றலை வழங்கும் கருவிதான் ‘அமைப்பு’ என்பதாகும்.

அதாவது,‘மக்கள் திரள் – அமைப்பு – இலக்கு’ என்கிற தொடர் நிலையில்தான் ஒன்றுக்குள் ஒன்றாயிருந்து இயங்கும் ஆற்றலைப் பெறுகிறது. ஒரு மாபெரும் மக்கள் திரளை, அவர்களுக்கான இலக்கை நோக்கி, நெடுந்தூரத்திற்கு, நெடுங்காலத்திற்கு, தொய்வின்றி, சோர்வின்றி வழிநடத்துவதற்குரிய பொறுப்பை ‘அமைப்பு’ ஏற்கிறது. அது மக்களுக்காக, மக்களிலிருந்தே, மக்களால் உருவாக்கப்படும் ஒன்றுதான் என்றாலும், அம்மக்களை ஒருமித்த கருத்தியலாளர்களாகவும், ஒருங்கிணைந்த செயல் திறம் மிக்கவர்களாகவும் அரசியல்படுத்துவதும், கட்டுக்கோப்புடன், கட்டுப்பாட்டுடன் அவர்களை வழிநடத்துவதுமான அதிகாரத்தைப் பெற்றதாக ‘அமைப்பு’ விளங்குகிறது. அத்தகைய அதிகாரமானது, மக்கள் திரளிலிருந்து உற்பத்தியானதேயாகும்.

அதாவது, தமக்கான அமைப்பு என்று மக்கள் ஒன்றை உருவாக்கும்போது, அல்லது அங்கீகரிக்கும்போது, அந்த அமைப்புக்கு அத்தகைய அதிகாரம் மக்களால் வழங்கப்படுகிறது. அவ்வாறான அதிகாரத்தைப் பெற்று ஆளுமைமிக்கதாய்ப் பரிணாமம் பெறும் அவ்வமைப்பானது, மக்கள் திரளின் வலிமையை மென்மேலும் பெருக்கவும், அம்மக்கள் திரளைத் தொடர்ச்சியாக அரசியல்படுத்தி வழிநடத்தவும், எத்தனை காலமானாலும் எத்தனை தூரமானாலும் இலக்கை எட்டும் வரையில் தொடர்ந்து இயங்கவும், உரிய வகையில், உரிய அளவில் தன்னை வலிமைப்படுத்திக்கொள்ள வேண்டும். அத்தகைய வலிமைதான் அமைப்பின் கட்டமைப்பு வலிமையாகும்.

அதாவது, ஓர் அமைப்பின் உள்ளீடான வடிவமைப்பானது, உரிய தேவையான, உரிய அளவிலான அடிப்படை ஆற்றல்களைக் கொண்டதாக அமைய வேண்டும். ஓர் அமைப்பு எதற்காக உருவாகிறதோ அதனடிப்படையில், அது பணியாற்ற வேண்டிய தளங்கள், ஒவ்வொரு தளத்திலும் ஆற்றவேண்டிய பணிகள், பணிகளுக்குரிய ஆளுமை வாய்ந்த களப்பணியாளர்கள், களப் பணியாளர்களை இயக்கும் அதிகாரம் வாய்ந்த தளபதிகள் அல்லது நிர்வாகிகள், நிர்வாகத்துக்கான உரிய வழிகாட்டும் தெளிவான சட்டத்திட்டங்கள், சட்டத்திட்டங்களின் அடிப்படையிலான அதிகாரப் பகிர்வு, அதிகாரங்களை நடைமுறைப்படுத்துவதில் பேணிப் பாதுகாக்கப்படவேண்டிய

சனநாயகம், ஒவ்வொரு அசைவிலும் வலுவாக இயங்கும் ஆற்றலை அளிக்கும் வலிமையான பொருளாதாரம், பொருளாதாரத்தில் கையாளவேண்டிய நேர்மை – தூய்மை, மக்களையும், மக்களை இயக்கும் அமைப்பையும், அமைப்பை இயக்கும் தலைவர்களையும் ஒட்டுமொத்தமாக வழிநடத்தும் கருத்தியல் தலைமைத்துவம் போன்ற இன்னும் பிற யாவும் ஓர் அமைப்பின் உள்ளீடான வடிவமைப்புக்கான அடிப்படை ஆற்றல்களாகும்.

இத்தகைய ஆற்றல்களினால் வடிவம்பெற்று, வலிமைபெற்று இயங்கும் ஓர் அமைப்பு, கருத்தியல் வலிமையோடும், நிர்வாக வலிமையோடும், தன்னதிகார வலிமையோடும், சனநாயக வலிமையோடும், பொருளாதார வலிமையோடும், மக்கள் வலிமையோடும், தலைமையின் ஆளுமை வலிமையோடும், இன்னும் இவை போன்ற பிற வலிமைகளோடும் இயங்கும் வலிமையைப் பெறுகிற நிலையில், இலக்கை நோக்கிய பயணம் வெற்றிகரமானதாக அமையும். அவ்வாறான பயணத்தின் போக்கில், இடையிடையே நிறைவேற்ற வேண்டிய பணிகள் ஏராளமிருக்கலாம். அத்தகைய பணிகளைச் செய்துமுடிப்பதன் மூலமே அடுத்தக்கட்ட நகர்வை முன்னெடுத்துச் செல்ல முடியும் என்கிற தேவைகள் எழலாம்.

அதாவது, இறுதியாய் அடைய வேண்டிய இலக்கைத் தொடுவதற்கு முன்னரே, இடையில் ஆங்காங்கே குறுகிய கால அளவில், குறுகிய தூர அளவில் நிறைவேற்றவேண்டிய பணிகள் அல்லது தொடவேண்டிய புள்ளிகள், அந்த நெடிய பயணத்தின் போக்கில் இன்றியமையாதவையாக அமையலாம். அவையே குறிக்கோள்கள் என்பனவாகும். குறிக்கோள்களை நிறைவேற்றுவதன் மூலமே இலக்கை எட்டித் தொடமுடியும். தடைகளைத் தகர்த்தால்தான் பயணத்தைத் தொடரமுடியும் என்கிறபோது, தடைகளை அகற்றும் பணிகள் நிறைவேற்றப்படுவது ஒரு குறிக்கோளாக அமையும். குறிப்பிட்ட சனநாயக சக்திகளின் ஆதரவைத் திரட்டுவதன் மூலமே அப்பயணம் இலகுவாக அமையும் என்கிற நிலையில், அத்தகைய ஆதரவைத் திரட்டுதல் ஒரு குறிக்கோளாகும்.

தேர்தலில் பங்குபெறுவது என்பது ஒரு கொள்கையாக ஏற்கப்படுகிறபோது, அந்த அமைப்பானது, தேர்தலில் பங்கு பெறுவதற்கான அரசியல் கட்சியை உருவாக்குவது அல்லது அவ்வமைப்பே ஓர் அரசியல் கட்சியாகத் தன்னைத் தகுதிப்படுத்திக் கொள்வது ஒரு குறிக்கோளை நிறைவேற்றியதாகும். தேர்தல் அரசியலில் பங்கேற்கும் நிலையில், அக்கட்சிக்கு

கூட்டணி அரசியல் தளத்தில், அங்கீகரிக்கப்பட்ட கட்சிகளால் அங்கீகரிக்கப்படுவதும் ஒரு குறிக்கோளாக அமையும்.

அதேபோல, தேர்தல் ஆணையத்தின் அங்கீகாரத்தைப் பெறுவது என்பதும் ஒரு குறிக்கோளாகும். அதற்குச் சட்டப் படியான வரையறைகளின்படி, போதிய சட்டமன்ற உறுப்பினர் களையோ, அல்லது போதிய நாடாளுமன்ற உறுப்பினர்களையோ வென்றெடுப்பதுவும் இன்னொரு குறிக்கோளாகும். சட்டமன்றத்திற்குள் அல்லது நாடாளு மன்றத்திற்குள் போதிய எண்ணிக்கையளவில் இடம் பெறுவது என்பது இலக்கு அல்ல; இலக்கை நோக்கிய பயணத்தில் இடையில்வரும் 'குறிக்கோள்' நிலைகளாகும். இக்குறிக்கோள்களை நிறைவேற்றுவது என்பது, அமைப்பு அல்லது கட்சியை அதிகார வலிமைமிக்கதாய் வலுப்படுத்துவது மற்றும் அத்தகைய அமைப்பை அல்லது கட்சியைச் சார்ந்த மக்கள் திரளை அதிகார வலிமை மிக்கதாய் மேம்படுத்துவது என்கிற 'நோக்கமே' ஆகும்.

அதாவது, இலக்கை நோக்கிய பயணத்தில், அமைப்பு அல்லது கட்சியையும், அவற்றைச் சார்ந்த சமூகத்தை அல்லது மக்கள் திரளையும், 'அதிகார வலிமை' கொண்டவையாக மாற்றுவதுதான் 'நோக்கம்' ஆகும்! அத்தகைய நோக்கங்களும் குறிக்கோள்களும் இலக்கை எட்டும் நெடும் பயணத்தில் 'மைல் கற்களாக' நிலைபெறுகின்றன. அவை எப்போதும் 'இலக்கை' அடிப்படையாகக் கொண்டே வரையறுக்கப்படுகின்றன. நோக்கங்களை அடைவதற்குக் குறிக்கோள்களை நிறைவேற்ற வேண்டும். அமைப்பை வலிமைப்படுத்த வேண்டுமென்று நோக்கமாகிறபோது, உறுப்பினர்களைச் சேர்ப்பது, அடையாள அட்டைகளை வழங்குவது, கிளைகளைக் கட்டுவது போன்ற பல்வேறு பணிகள் குறிக்கோள்களாகும். மக்களை வலிமை மிக்கவர்களாக மேம்படுத்த வேண்டுமென்பது நோக்கமாகிறபோது, அமைப்பை வலிமைப்படுத்துவது குறிக்கோளாக அமையும்! அரசியலதிகாரத்தைப் பகிர்வது அல்லது கைப்பற்றுவது என்பது நோக்கமாகிறபோது, தேர்தலில் போட்டியிடுவது, கூட்டணியில் பங்கேற்பது, போதிய இடங்களைப் பெறுவது, போட்டியில் வெற்றி பெறுவது போன்றவை யாவும் குறிக்கோள்களாக மாறுகின்றன.

அதாவது, இலக்கைப் பொறுத்து நோக்கங்களும் குறிக்கோள்களும் அமைகின்றன. அவற்றைப் பொறுத்து, செயல்திட்டங்கள் வரையறுக்கப்படுகின்றன. மக்கள் திரளின் தேவையிலிருந்து இலக்குகள் மாறுபடலாம். இலக்குகளின் தூரம்

– காலம் மாறுபடலாம்! அவற்றைப் பொறுத்தே அமைப்பு அல்லது கட்சியின் தேவையும் அதன் இயக்கப் போக்குகளும் அமையலாம்! அதாவது, ஓர் அமைப்பின் தேவையும், அதன் கட்டமைப்பும், அதன் வலிமையும், அதன் பணிகளும், இன்னும் இவைபோன்ற பலவும் ஒரு மக்கள்திரள் தாம் சென்றடைய விரும்புகிற இலக்கைத் தீர்மானிப்பதிலிருந்தே அமைகின்றன.

இலக்கைத் தீர்மானிப்பதற்கு, மக்கள் திரளின் தேவையை உணர்வதும் இலக்கை அடைவதற்கு ஏதுவான சூழல்களையும் தடையாகவுள்ள எதிரான சூழல்களையும் கண்டுணர்ந்து, அவற்றைச் சீர்செய்து களப்பணியாற்றிடும் வகையில், அகச்சூழல்கள் மற்றும் புறச்சூழல்களை ஆராய்ந்து அறிந்து தெளிவுபெறுவதும் வேண்டும். அத்தகைய தெளிவைப் பெறுவதற்கு அச்சூழல்கள் தொடர்பான, சமூக, பொருளாதார, அரசியல் மற்றும் வரலாற்றுப் பின்னணிகளை அடிப்படையாகக் கொண்ட கருத்தியலை அறியவும் தெளியவும் வேண்டும்.

கருத்தியல் தெளிவிலிருந்து இலக்கைத் தீர்மானிப்பதும், இலக்கைத் தெரிவுசெய்வதிலிருந்து அதனை எட்டுவதற்குரிய வழிமுறைகள் மற்றும் நடைமுறைகளைத் தீர்மானிப்பதும், அவற்றின் அடிப்படையில் உரிய வலிமையுடன் கூடிய அமைப்பைக் கட்டுவதும் போன்ற நடவடிக்கைகள் யாவும் மக்கள் திரளின் தேவையிலிருந்தே செயலாக்கம் பெறுகின்றன. கருத்தியலையும் இலக்கையும் அவற்றுக்கான அமைப்பையும் தெளிவுபடுத்தி உறுதிப்படுத்துகிற ஆற்றலாளர்கள் எப்போதும் மக்களே! மக்களிடமிருந்து அரசியல் பெறுவதும் மக்களை அரசியல்படுத்துவதும் மக்களால் உருவாக்கப்படும் அமைப்பே யாகும்.

தெளிவும் உறுதியும் இலக்கில் வேண்டும்! – கருத்தியல் தெளிவில் அதனைத் தேர்ந்திட வேண்டும்!

அக்டோபர், 2010

6

முரண்களும் மாற்றங்களும்

'அனைவருக்கும் சனநாயகம்! அனைவருக்கும் அதிகாரம்!' என்கிற சமத்துவம்தான் சனநாயகமும் அதிகாரமும் மறுக்கப்பட்டவர்களின் இறுதி இலக்காக இருக்க முடியும். சனநாயகத்தைப் பரவலாக்காமல், அதிகாரத்தைப் பகிர்ந்தளிக்காமல் குறிப்பிட்ட ஒரு எல்லைக்குள் அவற்றை முடக்குகிறபோது, முரண்களும் மோதல்களும் வெடித்தெழுகின்றன. அவ்வாறான முரண்பாடுகளும் மோதல்களும் அவற்றின் அடிப்படையிலான விளைவுகளும் சமூகத்தின் ஒவ்வொரு தளத்திலும் வெவ்வேறான பண்பு மாற்றங்களை நிகழ்த்திக் கொண்டேயிருக்கின்றன. அத்தகைய மாற்றங்கள், ஒருபுறம் பாதிப்பை அல்லது இழப்பை ஏற்படுத்துவதாகவும் இன்னொரு புறம் பாதுகாப்பை அல்லது பயனை அளிப்பதாகவும் அமையும்.

விளைவுகள் எத்தகையதாயினும், அவை யாவும் மாற்றங்களேயாகும். மாற்றங்கள் என்பவை சிதைவை நோக்கியதாகவும் அமையலாம்; வளர்ச்சியை நோக்கியதாகவும் அமையலாம்! வளர்ச்சியும் சிதைவும் மாறி மாறி நிகழ்ந்துகொண்டேயிருப்பதுதான் மாற்றம். உயிரியக்கம் இல்லாத பொருளாயினும், உயிரியக்கப் பொருளாயினும் அனைத்திலும் இவ்வாறான வளர்சிதை மாற்றங்கள் ஒவ்வொரு துளிப்பொழுதிலும் நடந்தேறிக் கொண்டேயிருக்கின்றன. இவ்வியங்கியல் போக்கு

சமூகக் கட்டமைப்பிலும், அதன் ஒவ்வொரு தளத்திலும் அரங்கேறிக்கொண்டேயிருக்கின்றன.

அதாவது, சமூகக் கட்டமைப்பில் அரசியல், பொருளாதாரம், பண்பாடு போன்ற முதன்மையான தளங்களிலும் இத்தகைய வளர்சிதை மாற்றங்கள் நிகழ்ந்துகொண்டிருக்கின்றன. வளர்ச்சியும் மாற்றம்தான்! சிதைவும் மாற்றம்தான்! ஒன்றின் சிதைவில்தான் இன்னொன்றின் வளர்ச்சி அடங்கியுள்ளது. சிதைவில்லாமல் வளர்ச்சி இல்லை! அழிவில்லாமல் ஆக்கமில்லை! அழிவும் ஆக்கமும் எதிர் எதிர் பண்புகளைக் கொண்ட இயங்கியல் போக்குகளாகும்.

அழிவை எதிர்மறையாகவும் ஆக்கத்தை நேர்மறையாகவும் அடையாளப்படுத்தும்போது, அழிவுக்கும் ஆக்கத்திற்கும் இடையிலான எதிர் எதிர் பண்புநிலைகளை எதிர்மறைக்கும் நேர்மறைக்கும் இடையிலான பண்புகளாகவே அடையாளம் காணலாம். அதாவது, நேர் – எதிர் என்னும் போக்குகளைக் கொண்ட அந்தப் பண்பு நிலையே 'முரண்' என்பதாகும். அத்தகைய முரண்களின் மோதல்களில் நிகழ்வதுதான் 'மாற்றம்' என்பதாகும். மாற்றங்களுக்கு முரண்களே அடிப்படையாகும். அதாவது, நேர்மறை மற்றும் எதிர்மறை என்னும் முரண்பாடுகளால்தான் அனைத்து மாற்றங்களும் நிகழ்கின்றன.

அத்தகைய மாற்றங்கள், தன்னியல்பான போக்குகளாலும் நிகழலாம்! திட்டமிட்ட செயல்பாடுகளாலும் நிகழலாம்! எதிர்பார்க்கப்படும் எந்தவொரு மாற்றத்தையும், அம்மாற்றத்திற்கான கால அளவை நீட்டிக்கவும் செய்யலாம்! அல்லது விரைவுபடுத்தவும் செய்யலாம்! அல்லது அதற்கான வரையறுக்கப்பட்ட, இயங்கியல் போக்கின் அடிப்படையிலான கால அளவையும், திசைவழியையும் அடையாளம் கண்டு அதற்கேற்பச் செயல்படலாம்! எந்தவொன்றின் மாற்றத்தை எதிர்பார்க்கிறோமோ, அந்த ஒன்றின் அகச்சூழலையும் புறச் சூழலையும் பொறுத்து அதன் மாற்றத்தைத் தீர்மானிக்கலாம்! ஒவ்வொரு மாற்றத்திலும், அம்மாற்றத்திற்கு ஆட்படும் ஒவ்வொரு பொருளுக்கும் அகநிலையும் உண்டு! புறநிலையும் உண்டு! அவ்வாறான அகநிலை – புறநிலைப் பண்புகளினால் உருவாகும் அல்லது உருவாக்கப்படும் பண்பு மாற்றமே அப்பொருளின் மாற்றமாக அமைகிறது.

மாற்றங்கள் பிற்போக்கானதாகவும் இருக்கலாம்; முற்போக்கானதாகவும் இருக்கலாம்! மானுடத்திற்கு உகந்தவை, மானுடத்தை மேம்படுத்தக்கூடியவை, மானுடத்தின்

மதிப்பீடுகளை உயர்த்தக் கூடியவை போன்ற பண்பு மாற்றங்களை முற்போக்கான அல்லது புரட்சிகரமான மாற்றங்கள் என்று அடையாளப்படுத்தலாம்! அவற்றுக்கு நேர்எதிரான பண்பு மாற்றங்களைப் பிற்போக்கான மாற்றங்கள் என்று வரையறுத்துக்கொள்ளலாம்! தன்னியல்பாக நிகழும் எல்லா மாற்றங்களும், மனிதன் விரும்பும் முற்போக்கான – புரட்சிகரமான மாற்றங்களாக அமைந்துவிடாது! மனிதன் விரும்பும் கால அளவுக்குள்ளும் நிகழ்ந்து விடாது! மனிதன் விரும்புகிறபடியெல்லாம் மாற்றங்களையும் நிகழ்த்திட முடியாது. மாற்றங்களை இயங்கியல் விதிகளுக்குட்பட்ட நிலையில்தான் திட்டமிட்டச் செயல்பாடுகளால் உருவாக்கிட இயலும்.

மாற்றங்கள் நிகழ்ந்துகொண்டேயிருக்கும் என்பது இயங்கியல் விதி! இவ்விதியை மனிதனால் ஒருபோதும் மாற்றவே இயலாது. ஆனால், ஒரு மாற்றம் பிற்போக்கானதாக இல்லாமல் முற்போக்கானதாகவும், புரட்சிகரமானதாகவும் அமையும் வகையில் அதன் போக்கை மாற்றிடவும் வழிநடத்திடவும் மனிதனால் இயலும்! அதுபோல, ஒன்றிலிருந்துதான் இன்னொன்று உருவாக இயலும் என்பது இயங்கியல் விதி! 'ஒன்றுமில்லாத' என்ற ஒன்றிலிருந்து எந்த ஒன்றும் உருவாக முடியாது! அதாவது, சூன்யத்திலிருந்து எந்த ஒன்றும் உருவாகவோ, மாற்றமடையவோ இயலாது! எனவே, ஒரு பொருளைத்தான் இன்னொரு பொருளாக, அதன் அகநிலை, புறநிலைச் சூழல்களிலிருந்து உருவாக்கவோ மாற்றவோ இயலும்! இந்த இயங்கியல் விதிக்குட்பட்டு மனிதன் திட்டமிடுகிறபோது ஒரு மாற்றத்தை உருவாக்கவோ அல்லது விரைவுபடுத்தவோ இயலும்!

அதாவது, இவ்வாறான இயங்கியல் விதிகளுக்குட்பட்டுத்தான் மனிதனால் சில மாற்றங்களைப் படைத்திட இயலும் என்பதுவும் ஒரு இயங்கியல் விதியேயாகும். இத்தகைய இயங்கியல் விதிகளைப் பற்றிய புரிதல்கள், அவற்றின் அடிப்படையிலான கருத்தியல்கள் மற்றும் செயல்திட்டங்கள்தாம் மனிதன் விரும்புகிற மாற்றங்களை உருவாக்குகிற ஆற்றல்களாகும். ஒரு பொருளின் அகநிலைப் பண்புகளையும் அப்பொருள் அமைந்துள்ள சுற்றுப்புறச் சூழ்நிலைப் பண்புகளையும் அவற்றுக்கிடையிலான முரண் நிலைகளையும் அறிந்துகொள்வதன் மூலமே, அப்பொருளுக்கான மாற்றத்தைத் தீர்மானித்திடவும் செயல்படுத்தவும் இயலும்! சமூகம் என்பதும் ஒரு பொருளேயாகும்! சமூகம் என்கிற பொருளில் ஒரு முற்போக்கான – புரட்சிகரமான மாற்றத்தை உருவாக்கிட வேண்டுமெனில், அச்சமூகத்தின் அகநிலை

– புறநிலைப் பண்புகளையும் முரண்பாடுகளையும் அவற்றின் போக்குகளையும் கண்டறிதல் வேண்டும்! அகநிலையிலுள்ள முரண்பாடுகளுக்கிடையில் நிகழும் ஒற்றுமைப்போக்குகளும் மோதல் போக்குகளும் அகநிலை பண்புமாற்றங்களை நிகழ்த்தக்கூடியவையாகும்! புறநிலையில் அமைந்துள்ள முரண்பாடுகளுக்கிடையில் உருவாகும் ஒற்றுமை மற்றும் மோதல் போக்குகள், அகநிலையில் தாக்கத்தை ஏற்படுத்தக்கூடியவையாகும்! அதாவது, அகநிலை முரண்பாடுகளும் புறநிலை முரண்பாடுகளும் தனித்தனியே தங்களுக்கிடையில் பண்புமாற்றங்களை நிகழ்த்தும் அதேவேளையில், 'அகநிலை – புறநிலை' முரண்பாடுகளுக்கிடையில் சமநேரத்தில் உருவாகும் 'ஒற்றுமை மோதல்' போக்குகளும் பண்பு மாற்றங்களை உருவாக்குகின்றன!

ஆகவே, அகநிலையிலும் புறநிலையிலும் நிலவுகின்ற முரண்பாடுகளைக் கண்டறிவதும், அவற்றில் மனிதன் விரும்பும் மாற்றத்திற்குரிய அடிப்படையிலான முரண்பாடுகளைக் கண்டறிவதும், அதிலும் குறிப்பாக, இலக்கை நோக்கிய முரண்பாடுகளில், கூர்மைப்படுத்தி, தீர்வுகாண வேண்டிய முதன்மையான முரண்பாடுகளை அடையாளம் காண்பதும் மாற்றத்தை விரும்புவோருக்கான கடமைகளாகும்.

சமூகத்தின் ஒவ்வொரு தளத்திலும் கணக்கிலடங்காத முரண்பாடுகள் கொட்டிக்கிடக்கின்றன. அவற்றை வகைப்படுத்துவதும் பிரித்தறிவதும் வரிசைப்படுத்துவதும், மாற்றங்களைப் படைத்திடும் களப்பணிகளில் மிகமிக இன்றியமையாதவையாகும். எந்தவொன்றில் மாற்றம் தேவையோ அந்தவொன்றின் அகநிலையினையும் புறநிலையினையும் சார்ந்து நிலவுகிற முரண்பாடுகளைக் கண்டறிந்தால் மட்டுமே அவற்றை வகைப்படுத்தவும் வரிசைப்படுத்தவும் இயலும்!

ஒரு தேசத்தின் மாற்றத்தை விரும்புகிறபோது, அத்தேசத்தின் அகம், புறம் ஆகியவற்றினிடையே நிலவும் முரண்பாடுகளை வகைப்படுத்தியும் வரிசைப்படுத்தியும், தீர்வுகாணப்படவேண்டிய ஒவ்வொன்றையும் கூர்மைப்படுத்திட வேண்டியது மாற்றத்தை விரும்புவோர் ஆற்ற வேண்டிய அரும்பெரும் பணியாகும். ஒரு தேச எல்லைக்குள் வாழும் மக்களிடையே சமூக – பொருளாதார – அரசியல் – பண்பாடு போன்ற பல்வேறு தளங்களில் நிலவும் அனைத்து முரண்பாடுகளும் அகநிலை முரண்பாடுகளாகும். அந்தத் தேசத்திற்கும், பிற தேசங்களுக்குமிடையில் நிலவும் அனைத்துவகை முரண்பாடுகளும் புறநிலை முரண்பாடுகளாகும்.

இவ்வாறான அகநிலை, புறநிலை முரண்பாடுகளில், தேசத்தில் உருவாக்க விரும்பும் மாற்றத்திற்கேற்ப முரண்பாடுகளை அடையாளம் கண்டு அவற்றின் பண்பு நிலைகளுக்கேற்ப வரிசைப் படுத்தி, தீர்வுக்கான செயல்திட்டங்களை வகுத்திடவேண்டும். ஓர் அமைப்பு, தான் ஏற்றுக்கொண்ட கொள்கை – கோட்பாடு மற்றும் வரையறுத்துள்ள இலக்கு ஆகியவற்றைப் பொறுத்தே, அவ்வமைப்புக்கான முரண்பாடுகளை அடையாளம் காணமுடியும். சாதிஒழிப்பைக் கொள்கையாக ஏற்றுக்கொண்டால், சாதிகளுக்கிடையிலான முரண்பாடுகளும், சாதி தொடர்புடைய அனைத்துத் தளங்களிலும் உள்ள முரண்பாடுகளும் மற்ற முரண்பாடுகளைப் பின்னுக்குத் தள்ளிவிட்டு, அவையே முதன்மையான முரண்பாடுகளாக முன்வந்து நிற்கும்! அவ்வாறு, தேசிய இன மீட்சி கொள்கையாக ஏற்கப்படும்போது, மொழி, இனம் தொடர்பான முரண்பாடுகள் பிற முரண்பாடுகளைப் பின்னுக்குத் தள்ளிவிடும்! தேசிய இனங்களுக்கிடையிலான புறநிலை முரண்பாடுகளும், ஒரே தேசிய இனத்திற்குள்ளே நிலவும் அகநிலை முரண்பாடுகளும் அடையாளம் காணப்படும். அவற்றுள் முதன்மையான முரண்பாடுகள் வரிசைப்படுத்தப்படும்!

இவ்வாறு ஏற்றுக்கொள்ளப்படும் கொள்கைகள் மற்றும் கோட்பாடுகளின் அடிப்படையில், முரண்பாடுகள் அடையாளம் காணப்பட்டு, அவற்றுள் முதன்மையான முரண்பாடுகளைக் கண்டறிந்து அவற்றைத் தீர்ப்பதற்கு வழிகாண வேண்டும். சமகாலத்தில் செய்ய வேண்டியவற்றையும் ஒன்றன்பின் ஒன்றாகச் செய்ய வேண்டியவற்றையும் வரிசைப்படுத்த அவற்றினடிப்படையில் தீர்வுக்குரிய செயல்திட்டங்கள் வகுக்கப்பட வேண்டும்.

ஒரு தேசத்தில் அல்லது சமூகத்தில் குவிந்து கிடக்கின்ற முரண்பாடுகளில், அடிப்படையானவற்றையும், அவற்றுள் முதன்மையானவற்றையும் அடையாளம் காண இயலவில்லை யெனில், எந்தவோர் அமைப்பாலும், எத்தகைய மாற்றத்தையும் உருவாக்கிட இயலாது. எந்தத் தளத்திலும், என்ன மாற்றம் நிகழ்த்த வேண்டுமென்பதைப் பொறுத்தே, அம்மாற்றத்திற் குண்டான அடிப்படை முரண்பாடுகளையும், முதன்மை முரண்பாடுகளையும், அம்மாற்றத்தை விரும்பும் சனநாயக சக்திகளையும், பகைச் சக்திகளையும் இவை போன்ற இன்னபிற நிலைகளையும் கண்டறிய முடியும்! அதனடிப்படையில்தான் அமைப்பாக்கப்பட வேண்டிய 'மக்கள் யார்' என்பதையும் கண்டுணர முடியும்!

அமைப்பாய்த் திரள்வோம்

பொருளாதார முரண்பாடுகளை அடிப்படையான முரண்பாடுகளாகக் கணக்கில்கொண்டால், உழைக்கும் ஏழை – எளியவர்கள்தான் அமைப்பாக்கப்படவேண்டிய மக்கள் ஆவர். இங்கே வர்க்க முரண்பாடு முதன்மையான முரண்பாடாக முன்வந்து நிற்கிறது. ஆளும் வர்க்கம் அல்லது சுரண்டும் வர்க்கம் என்று ஒரு பிரிவையும் பாட்டாளி வர்க்கம் என்று இன்னொரு பிரிவையும் வகைப்படுத்திடும் நிலையில் பாட்டாளி வர்க்கத்தில் நிலவும் அகநிலையிலான பிற முரண்பாடுகள் பின்னுக்குத் தள்ளப்படும். உழைப்பவர்கள் அனைவரும் அமைப்பாக்கப்படுதல் இதன் அடிப்படைத் தேவையாக அமையும்!

பாட்டாளிவர்க்கத்தின் உரிமைகள், விடுதலை போன்ற கருத்தியலில் உடன்பட்டு அதற்கான ஆதரவையும் களப்பணி களையும் அளிப்பவர்கள் சுரண்டும் வர்க்கத்தைச் சார்ந்த குடும்பப் பின்னணியினைக் கொண்டிருந்தாலும் அவர்கள் பாட்டாளிவர்க்கத்தின் சனநாயக சக்திகளாக விளங்குவார்கள். இவ்வாறே அடிப்படை முரண்பாடுகளைப் பொறுத்து முதன்மையான முரண்பாடுகள் அமையும். அமைப்பாக்கப்பட வேண்டியவர்கள் யார் என்பதும் தீர்மானிக்கப்படும். யார் யார் அம்மக்களுக்கு சனநாயக சக்திகள், பகைச் சக்திகள் என்பதும் தீர்மானிக்கப்படும்! அதாவது, அமைப்பாக்கப்படவேண்டிய மக்கள் யார் என்பதைத் தீர்மானிப்பதற்கே, ஏற்றுக்கொண்ட கொள்கை – கோட்பாடுகளும், அவற்றின் அடிப்படையிலான அடிப்படையான முரண்பாடுகளும், அவற்றில் முதன்மையான முரண்பாடுகளும் அடையாளம் காணப்பட வேண்டிய இன்றியமையாதவையாக உள்ளன.

முரண்பாடுகளால்தான் உலகம் இயங்குகிறது! முரண்பாடுகளால்தான் மாற்றங்கள் நிகழ்கின்றன! அவை முற்போக்கானவையாகவும், புரட்சிகரமானவையாகவும், மானுடத்தை மேம்படுத்தக்கூடியவையாகவும் அமைந்திட அத்தகைய முரண்பாடுகள் பற்றிய புரிதல்களைக் கொண்ட ஆற்றல்மிக்க அமைப்பு தேவை!

மோதல் – ஒற்றுமை முரண்களின் இயல்பு! – அந்த முரண்களே வளர்சிதை மாற்றத்தின் சிறப்பு!

நவம்பர், 2010

7

நட்பு முரண்களும் பகை முரண்களும்

முரண்கள் இயற்கையானவை. அவை எப்போதுமே இணைபிரியாதவை. ஒன்றுக்கொன்று நேர் எதிரானவை. முரண்களின் இயல்புகளுக்கேற்ப அவற்றைக் கையாளுவதில்தான் மனிதனின் ஆளுமை அமைகிறது. மனிதன் தான் சார்ந்த சமூகத்தில் நிலவும் முரண்பாடுகளையும் அவற்றின் பண்புகளையும் அறிந்துகொள்வதிலிருந்துதான் அவற்றைக் கையாளும் ஆற்றலைப் பெற முடியும்.

தனி மனிதர்களுக்கிடையிலான முரண்பாடுகள், குழுசார்ந்த முரண்பாடுகள் என ஒட்டுமொத்த மானுடமே முரண்பாடுகளின் தொகுப்பாக இயங்கிக் கொண்டிருக்கிறது. மானுடம் என்பது பிரபஞ்சத்தின் ஒரு துணுக்கு! பஞ்ச பூதங்களான பிரபஞ்சமும் முரண்களின் தொகுப்பேயாகும். முரண்கள் இல்லையெனில் பிரபஞ்ச இயக்கமே இல்லை. முரண்கள் இல்லையெனில் மானுட இயக்கமும் இல்லை. முரண்கள் என்னும் இயற்கைப் பண்புநிலைகளை அறிவதும், ஏற்பதும், அதனடிப் படையில் அவற்றைக் கையாளுவதும்தான் மனிதன் வெற்றிகரமாக இயங்குவதற்கு ஏதுவாக அமையும்.

தனி மனித நலன் அல்லது குழுசார்ந்த நலன் போன்றவற்றை அடிப்படையாகக்கொண்டே முரண்களை நட்புக்குரியதாகவோ அல்லது பகைமைக்குரியதாகவோ மனிதன் தீர்மானிக் கிறான். அந்த வகையில் முரண்பாடுகளை நட்பு

முரண்பாடுகள், பகை முரண்பாடுகள் என வகைப்படுத்திக் கொள்கிறான். முரண்பாடுகள் என்றாலே அவை பகைமைக் குரியவை என்றாகிவிட்டது. ஓரிடத்தில் பகையானதாக இயங்கும் முரண்பாடு இன்னோர் இடத்தில் நட்புக்குரியதாக இயங்கும்!

சொத்துப் பிரிப்பதில் அண்ணன்-தம்பி இருவருக்கு இடையில் மோதல் உருவாகும்போது, அவர்களை இயக்கும் முரண்பாடுகள் பகை முரண்பாடுகளாகும். இங்கே தனிமனித நலன் முன்நிறுத்தப்படுகிறது. அதேவேளையில், அவர்கள் சார்ந்த குடும்பத்திற்கு எதிராக, வெளிப்பகை வரும்போது, அண்ணன்-தம்பிகளுக்கிடையிலான உட்பகை பின்னுக்குத் தள்ளப்பட்டு, வெளிப்பகையை விரட்டிட அல்லது வீழ்த்திட, அண்ணனும் தம்பியும் இணைந்து நின்று எதிர்கொள்வது நிகழ்கிறது. இங்கே குடும்பநலன் என்கிற குழு சார்ந்த நலன் முன்நிறுத்தப்படுகிறது. சொத்துப் பிரிப்பதில் அண்ணன்-தம்பிகளுக்கிடையிலே எழுந்த பகை முரண்பாடுகள், இருவரும் சார்ந்த குடும்பத்திற்கு எதிரான வெளிப்பகையை எதிர்கொள்ளும்போது நட்பு முரண்பாடுகளாக மாறுகின்றன. யாருடைய நலன்கள் முன்நிறுத்தப்படுகின்றன என்பதைப் பொறுத்தே அவற்றைத் தீர்மானிக்க இயலும்.

தனிமனித நலன்களை முன்நிறுத்துகிறபோது அண்ணன்-தம்பி அல்லது கணவன்-மனைவி என்கிற அளவில் கூட இணக்கமாக வாழ்ந்திட இயலாது. குடும்பம் என்கிற ஒரு குழுவாகக்கூட இயைந்து வாழ இயலாது. குழு நலன்களை முன்நிறுத்துகிறபோது, அது எத்தகைய குழு என்பதைப் பொறுத்து அக்குழுவுக்கான நட்பு-பகை முரண்கள் தீர்மானிக்கப்படுகின்றன. குடும்பம் என்பதும் ஒரு குழுவாக இயங்குகிறது.

ஒரு குடும்பமானது ஒரே குருதிவழித் தொடர்புடைய பல குடும்பங்களாகப் பிரிந்தாலும், ஒரே வாழ்க்கை முறை, ஒரே உறவுமுறை என்னும் அடிப்படையில் ஒரு கொத்தாக அல்லது ஒரு வகையறாவாக இணைந்து வாழ்வதைக் காணலாம். இந்த வகையறா என்னும் குழுவின் நலன்களை முன்நிறுத்துகிறபோது இன்னொரு வகையறாவைப் பகையாகக் கருதும் நிலை உருவாகலாம். அப்போது ஒரே வகையறாவுக்குள் நிலவும் பகைமுரண்களை நட்பு முரண்களாகக் கருதும் நிலை உருவாகலாம்.

பல்வேறு வகையறாக்களாகப் பிரிந்து வாழ்ந்தாலும், சமூக-பண்பாட்டுத் தளங்களில் நிலவும் உறவுகளின் ஒற்றுமைக் கூறுகளின் அடிப்படையில் அவை ஒரு 'குலம்' என்னும்

அடையாளங்கொண்டதாக விளங்குகிறது. குலம் என்பதுவும் ஒரு குழுவேயாகும். ஒரு குலத்தின் நலன்களை முன்நிறுத்துகிறபோது இன்னோர் குலம் பகையானதாக அமையலாம். அப்போது ஒரே குலத்தில் நிலவிய மோதல்கள், பகை முரண்கள் யாவும் பின்னுக்குத் தள்ளப்பட்டு நட்புக்குரியதாக மாறலாம்.

பல்வேறு குலங்களாகப் பிரிந்து வாழ்ந்தாலும், செய்யும் தொழில், அதனடிப்படையிலான சமூக, பொருளாதார, பண்பாட்டு உறவுகளின் ஒற்றுமைக்கூறுகளால் அவை ஒரு 'குடி' அல்லது 'சாதி' என்னும் அடையாளத்தைப் பெறுகிறது. சாதி என்பதுவும் ஒரு குழுவேயாகும். ஒரு சாதியின் நலன்கள் முன்நிறுத்தப்படுகிறபோது, இன்னொரு சாதி பகையானதாக முன்நிற்கும்! அப்போது ஒரே சாதிக்குள் நிலவும் மோதல்கள் அல்லது பகை முரண்கள் பின்னுக்குத் தள்ளப்பட்டு, அவை நட்புக்குரியவையாகக் கருதும் நிலை உருவாகும்.

பல்வேறு சாதிகளாகப் பிரிந்து கிடந்தாலும், பேசும்மொழி யின் அடிப்படையிலான சமூக, பொருளாதார, அரசியல் மற்றும் பண்பாட்டு உறவுகளின் ஒற்றுமைக் கூறுகளின் அடிப்படையில் அவை ஓர் 'இனம்' என்னும் அடையாளம் கொண்டதாக இயங்குகிறது. இனம் என்பதுவும் ஒரு குழுவேயாகும். ஒரே மொழியைப் பேசுவதனால், அது ஒரு 'தேசிய இனம்' என்னும் அடையாளத்தைப் பெறுகிறது. ஒரு 'தேசிய இனத்தின்' நலன்களை முன்நிறுத்துகிறபோது, இன்னொரு தேசிய இனம் பகையானதாக அமையலாம்.

அப்போது, ஒரே தேசிய இனத்திற்குள் நிலவும் சாதிய முரண்பாடுகள் பின்னுக்குத் தள்ளப்பட்டு, அவை நட்புக் குரியவையாகக் கருதும் நிலை உருவாகிறது. அதாவது தேசிய இன முரண்பாடுகள் முதன்மையான முரண்பாடுகளாக மாறுகிறபோது மற்ற வகை முரண்பாடுகள் அடுத்த நிலைகளைப் பெறுகின்றன.

பல்வேறு மொழிகளைப் பேசுகிற பல்வேறு தேசிய இனங்களாகப் பிரிந்து வாழ்ந்தாலும், உடலியல் கூறுகளால், குருதிவழிப் பாரம்பரியப் பண்புகளால், அதனடிப்படையிலான சமூக, பொருளாதார, அரசியல், பண்பாட்டு உறவுகளின் ஒற்றுமைப் பண்புகளால், அவை, ஒரு 'மரபினம்' என்னும் அடையாளத்தைப் பெறுகிறது. ஆரியர், திராவிடர், மங்கோலியர் எனப் பல்வேறு மரபினங்கள் மானிட இனத்தில் உள்ளன. மரபினம் என்பதுவும் ஒரு குழுவேயாகும். ஒரு மரபினத்தின் நலன்களை முன்நிறுத்துகிறபோது, இன்னொரு மரபினம் எதிராக

இயங்கும் நிலை உருவாகிறது. இதனால், ஒரே மரபினத்தின் அகநிலை முரண்பாடுகள் பின்னுக்குத் தள்ளப்பட்டு, அவை நட்புக்குரியவையாகக் கருதப்படலாம். மரபினங்கள், தேசிய இனங்கள், தேச எல்லைகள் எல்லாவற்றையும் கடந்து, பண்பாட்டுத் தளத்தில் ஏற்றுக்கொண்ட இறைநம்பிக்கை, வழிபாட்டு முறை, அவற்றின் அடிப்படையிலான சமூக, பொருளாதார, அரசியல் போன்ற தளங்களில் நிலவும் உறவுகளின் ஒற்றுமையைப் பொறுத்து, 'மதம்' என்னும் அடையாளத்தைக் கொண்டவையாக அவ்வினங்கள் விளங்குகின்றன.

மதம் என்பதுவும் ஒரு குழுவேயாகும். ஒரு மதத்தின் நலன்களை முன்நிறுத்துகிறபோது, இன்னொரு மதம் எதிரான நிலையில் இயங்கும் நிலை உருவாகிறது. இதனால், ஒரே மதத்தில் நிலவும் பிற முரண்பாடுகள் பின்னுக்குத் தள்ளப்பட்டு மதங்களுக்கிடையிலான முரண்பாடுகள் முதன்மையானவையாக முன்நிறுத்தப்படுகின்றன. ஆதலால், ஒரே மதத்திற்குள்ளே நிலவும், சாதிய முரண்பாடுகள், தேசிய இன முரண்பாடுகள் நட்புக்குரியவையாகக் கருதப்படுகின்றன.

குடும்பம், வகையறா, குலம், சாதி, இனம், மதம் என்கிற பல்வேறு குழுக்களின் அடையாளங்களோடு மனிதன் முரண்பட்டு, பிரிந்தும் இணைந்தும் வாழ்ந்தாலும், அரசு என்னும் எல்லைக்குட்பட்டு, 'தேசம்' என்கிற அடையாளத்தைக் கொண்ட 'நாட்டினம்' எனப்படும் குழு அடையாளத்தையும் பெறுகிறான். ஒரு நாட்டினத்தின் நலன்களை முன்நிறுத்துகிறபோது, இன்னொரு நாட்டினை அல்லது நாட்டினத்தை எதிராக நிறுத்தும் நிலை உருவாகிறது. அப்போது, ஒரே நாட்டினத்திற்குள் நிலவும் அனைத்து அகநிலை முரண்பாடுகளும் பின்னுக்குத் தள்ளப்பட்டு, நாட்டினங்களுக்கிடையிலான முரண்பாடுகள் முதன்மையான முரண்பாடுகளாக முன்நிறுத்தப்படுவதைக் காணலாம். அவ்வாறான சூழல்களில், ஒரே தேசத்திற்குள் அல்லது ஒரே நாட்டினத்திற்குள் நிலவும் முரண்பாடுகளை நட்புக்குரியவையாகக் கருதும் நிலை உருவாகலாம்.

நிலம் சார்ந்த குழு மனப்பான்மை என்பது, தெரு, ஊர், வட்டாரம், மாவட்டம், மாநிலம், வடக்கு – தெற்கு, கிழக்கு – மேற்கு என்கிற அடிப்படையிலும் வடிவம் பெற்று, மற்ற முரண்பாடுகளைப் பின்னுக்குத் தள்ளி, நிலவியல்சார்ந்த குழு முரண்பாடுகளே முதன்மையான முரண்பாடுகளாக மாறிவிடுகின்றன. அவற்றில் எத்தகைய நிலப்பரப்பு என்பதைப் பொறுத்தும் அவை அமைகின்றன.

இவ்வாறு முரண்பாடுகள் பல்வேறு வடிவங்களில், பல்வேறு பண்புகளைக் கொண்டவையாக வெவ்வேறு சூழல்களில் வெவ்வேறு ஆற்றல்களைக் கொண்டு இயங்கிக் கொண்டிருக்கின்றன. இவற்றை அடையாளங்காண்பதும், இவற்றால் விளையும் பயன்கள் மற்றும் பாதிப்புகளை உணர்வதும், இவற்றிலிருந்து எத்தகைய குழுவைச் சார்ந்து இயங்குவது எனக் கண்டறிவதும் அதனடிப்படையில், நட்பு-பகை முரண்பாடுகளைத் தீர்மானிப்பதும் மனிதனின் அரசியல்-சமூகக் கடமைகளாகின்றன. தேர்வு செய்யப்படும் குழுவின் நலன்கள் எந்த அளவுக்குச் சனநாயகமும் புரட்சிகர-முற்போக்கான பயன்களை விளைவிக்கக் கூடிய பண்புகளையும் கொண்டிருக்கின்றன என்பதையும் கணக்கில்கொள்ள வேண்டும்.

ஒரு குடும்ப நலனையோ, அல்லது வகையறா நலனையோ, குலம், சாதி போன்ற குழுக்களின் நலன்களையோ முன்நிறுத்து வதை, குறுகிய பார்வைகொண்டதாகச் சுருக்கிப் பார்த்துவிட முடியாது. இனம் அதாவது தேசிய இனம் அல்லது மரபினம் சார்ந்த நலன்களையும், தேச நலன் அல்லது உலக நலன்களையும் முன்நிறுத்துவதுதான் புரட்சிகரமானது அல்லது முற்போக்கானது என்றும் கூறிவிடமுடியாது. எந்தக் குழுவின் நலன்சார்ந்த அணுகுமுறைகளாக இருந்தாலும், அவை சனநாயகத்தை அடிப்படையாகக் கொண்டிருத்தலே முற்போக்கானதாகக் கருதமுடியும். அதாவது, பிற குழுக்களின் அடிப்படையான சனநாயக நலன்கள் பாதிக்கப்படாத வகையில் அவை அமைந்திருத்தல் வேண்டும்.

சனநாயகத்தைக் கொள்கையாகவும் சமத்துவத்தை இலக்காகவும் கொண்டு உருவாக்கப்படும் ஓர் அமைப்பு, அது எத்தகைய குழுவின் நலன்களை முன்நிறுத்துகிறதோ, அதன்படி, நட்பு-பகை முரண்பாடுகளை அடையாளம் கண்டு அவ்வமைப்பு இயங்குதல் வேண்டும். ஒன்றுக்கும் மேற்பட்ட குழுக்களின் நலன்களை முன்நிறுத்துகிறபோது, அக்குழுக்களுக்கிடையிலான நட்பு முரண்களைக் கூர்மைப்படுத்தி, ஒற்றுமைக்கூறுகளை வலிமைப்படுத்தி, அக்குழுக்களைச் சார்ந்தோரை ஓர் அரசியல் சக்தியாக அல்லது அதிகார வலிமை கொண்ட அமைப்பாக வளர்த்தெடுக்க வேண்டும். அத்தகைய குழுக்களுக்கிடையில் நிலவும் முரண்களும் மோதல்களும், முதன்மை முரண்பாட்டினைப் பாதிக்காத வகையில் அமைந்திடல் வேண்டும்.

அமைப்பாய்த் திரள்வோம் 89

ஒரு தேசிய இனத்தின் நலன்களை முன்நிறுத்துகிறபோது, அத்தேசிய இனத்திற்குள்ளேயே நிலவும் சாதிய முரண்பாடுகள், உட்சாதி முரண்பாடுகள், மத முரண்பாடுகள், வட்டார முரண்பாடுகள் போன்ற இன்னபிற முரண்பாடுகளையும் அவற்றால் எழும் மோதல்களையும், பாதிப்புகளையும் கண்டுகொள்ளாமல் புறந்தள்ளிவிட முடியாது. அவற்றைக் கூர்ந்து கண்காணித்தலும், அவற்றுக்கிடையில் நிலவும் ஒற்றுமைக்கூறுகளை வலிமைப்படுத்துவதும், சனநாயக அடிப்படையில் தீர்வுகாண்பதும் மிகமிக இன்றியமையாததாகும். ஒரே தேசிய இனத்திற்குள் இரு வேறு சாதிகளுக்கிடையில் நிலவும் முரண்பாடுகள், மோதல்கள் தேசிய இனம் குறித்த நலன்கள் பாதிக்காத வகையில், முதன்மை முரண்பாடுகளாகக் கருதப்படுகிற தேசிய இன முரண்பாடுகள் பின்னுக்குத் தள்ளப்படாத வகையில் சாதியச் சிக்கல்களைக் கையாள வேண்டும். சாதிய முரண்பாடுகளால் அல்லது உட்சாதி முரண்பாடுகளால், பாதிப்படையும் தரப்பாருக்கு சனநாயக அடிப்படையில் நீதி கிடைக்கப் போராடுவது இன்றியமையாதது. ஆனால், அவ்விரு சாதிகளுக்கும் அல்லது உட்சாதிகளுக்கும் இடையிலான மோதல்களால் தேசிய இன முரண்பாடுகள் பின்னுக்குத் தள்ளப்பட்டு விடக்கூடாது. அதற்கான களத்தையும் இழந்துவிடக் கூடாது.

அதேபோல, வர்க்க முரண்பாடுகளைக் கையாளுகிறபோதும், முதன்மை முரண்பாடுகளாக தேசிய இன முரண்பாட்டினை வரையறுத்துள்ள நிலையில், அதனைச் சிதைத்துவிடாத அளவில் முன்னெடுத்துச் செல்ல வேண்டும். அதாவது, முதன்மையான முரண்பாடுகள், தேர்வு செய்யப்படும் குழுவின் அல்லது குழுக்களின் நலன்களை அடிப்படையாகக் கொண்டவையாகும். முதன்மை முரண்பாடுகளை அடையாளம் கண்டுகொண்டால் மட்டுமே, பிற முரண்பாடுகளையும் அவற்றால் விளையும் பாதிப்புகள் மற்றும் பயன்களையும் அடிப்படையாக வைத்து அவற்றைக் கையாள முடியும். நட்பு–பகை முரண்பாடுகளையும் அடையாளம் காண முடியும். ஒற்றுமைக்கூறுகளையும் கண்டுணர்ந்து அவற்றை வலிமைப்படுத்த முடியும். அமைப்பாக்கி, அரசியல்படுத்தப்பட வேண்டிய 'மக்கள் யார்' என்பதையும் வரையறுக்க முடியும். கையாளப்படும் முரண்பாடுகளைப் பொறுத்தே, அவ்வப்போதைய சூழல்களின் அடிப்படையில் 'மக்கள் யார்' என்பதையும் தீர்மானிக்க முடியும்.

தேசிய இன முரண்பாடுகளைக் கையாளும்போது ஒடுக்கும் தேசிய இனத்தை, அல்லது தேசிய இனங்களை

அல்லது அவற்றின் அரசை, எதிராக முன்நிறுத்திக் களம் அமைக்கப்படும். அப்போது ஒடுக்கப்படும் தேசிய இனத்தைச் சார்ந்த அனைத்துப் பிரிவினரும் அமைப்பாக்கப்பட வேண்டிய அல்லது அரசியல்படுத்தப்பட வேண்டிய 'மக்களாக' அமைவர். அதேபோல வர்க்கமுரண்பாட்டின் அடிப்படையில் உழைக்கும் வர்க்கமும், சுரண்டும் வர்க்கமும் ஒரே எல்லைக்குள் உள்ளடங்கிய 'மக்கள் சக்தி'யாக அமைவர். உழைக்கும் பாட்டாளிவர்க்கத்தைச் சுரண்டும் ஆதிக்க வர்க்கப் பிரிவிரினர், தேசிய இன நலன்களுக் கான சக்திகளாக விளங்கும்போது, அவர்களும், உழைக்கும் வர்க்கத்தினரும், தேசிய இன வரையறைக்குள், மக்கள் என்னும் அடையாளத்தைப் பெறுகின்றனர்.

அதாவது தேசிய இன உரிமை அல்லது விடுதலைக்கான களத்தில் பாட்டாளி வர்க்கத்திற்கு எதிரான ஆதிக்கப் பிரிவினரும் அமைப்பாக்கப்பட வேண்டிய மக்களாவர். அதே போல ஒடுக்கும் சாதியினர் – ஒடுக்கப்படும் சாதியினர் ஆகிய இரு தரப்பினருக்கும் இடையில் முரண்பாடுகள், மோதல்கள் நிலவினாலும், தேசிய இன வரையறைக்குள் இரு பிரிவினரும் நட்புச் சக்திகளாக வடிவம் பெறுகிறார்கள். அவ்வாறு அரசியல்படுத்தப்படுகிறார்கள். அப்போதுதான் தேசிய இனமுரண்பாடு, முதன்மை முரண்பாடு என்னும் நிலையிலிருந்து பின்னுக்குத் தள்ளப்படாது. அல்லது முதன்மை முரண்பாடாக முன்னோக்கிச் செலுத்த முடியும். இத்தகைய உத்திகளைக் கையாளுவது, முதன்மையான முரண்பாட்டினைக் கூர்மைப்படுத்தி, அதற்கான சனநாயகத் தீர்வைக் காண்பதற்கேயாகும். இதற்கு எந்த வகையிலும் சாதிகளுக்கிடையில் அல்லது வர்க்கங்களுக்கிடையில் அல்லது மதங்களுக்கிடையில் சமரசம் செய்துகொண்டு பின்வாங்கிக் கொண்டதாக, சனநாயகத்தையும் சமத்துவத்தையும் கைகழுவிவிட்டதாகப் பொருளாகிவிடாது.

முதன்மை முரண்பாடுகளுக்காக, பிற முரண்பாடுகளைப் பற்றி அக்கறைகாட்டாமல் அல்லது பாதிப்புகளையும் பயன்களையும் கணக்கில்கொள்ளாமல் புறந்தள்ளுவதுதான் பிற்போக்கான, சமரசமான, இயலாமைப் போக்காக அமையும். முதன்மையான முரண்பாடுகளுக்கும் அவற்றைக் கையாளும் நடவடிக்கைகளுக்கும் இடம்கொடுக்காமல், பிற முரண்பாடுகளைக் கையாளுவது அடிப்படை நோக்கத்தையும் குறிக்கோள்களையும் இலக்கையும் எட்டமுடியாத, நிறைவேற்ற முடியாத நிலையை உருவாக்கிவிடும்.

எனவே, எந்தக் குழுவை அல்லது குழுக்களை அமைப் பாக்குவது, அரசியல்படுத்துவது என்பதையும், அத்தகைய குழு அல்லது குழுக்களின் நலன்களை முன்நிறுத்தி அவற்றுக்கான முதன்மையான முரண்பாடுகளை வரையறுப்பது என்பதையும் முதலில் தீர்மானித்திட வேண்டும். குழுக்களின் நலன்கள், முதன்மை முரண்பாடுகள் ஆகியவற்றைத் தீர்மானிப்பதிலிருந்தே அமைப்பாக்கப்பட வேண்டிய மக்களையும், அவர்களுக்கிடையில் நிலவும் நட்பு–பகை முரண்களையும் அடையாளம் காண முடியும். அவற்றிலிருந்தே அம்மக்களுக்கான சனநாயக சக்திகள் யார் யார் என்றும் அடையாளம் காண முடியும்!

வர்க்கமுரண்பாட்டில், பாட்டாளிகள் மக்களாக அணி திரட்டப்பட்டாலும், பாட்டாளி அல்லாத வர்க்கத்தைச் சார்ந்தவர்கள், பாட்டாளிகளின் அரசியலை ஏற்றுக்கொண்டு, பாட்டாளியாகவே உணர்ந்து, களப்பணியாற்ற முன்வந்தால், அவர்கள் பாட்டாளி வர்க்கத்தின் சனநாயக சக்திகளாவர். சாதிய முரண்பாட்டுத் தளத்தில், ஒடுக்கப்படும் சாதியினர் மக்களாக அணிதிரட்டப்பட்டாலும் ஒடுக்கும் சாதியைச் சார்ந்தவர்கள், சாதிஒழிப்பில், சாதிஆதிக்க ஒடுக்குமுறை எதிர்ப்பில் உடன்பாடு கொண்டு, ஒடுக்கப்படும் சாதியைச் சார்ந்தவர்களாகவே உணர்ந்து முழு ஈடுபாட்டோடு களப்பணி யாற்றினால், அவர்கள் சாதி ஒழிப்புக்கான சனநாயகச் சக்திகளாவர். அதேபோல தேசிய இன முரண்பாட்டுத் தளத்தில் ஒடுக்கப்படும் தேசிய இனத்தின் உரிமைகளுக்கு அல்லது விடுதலைக்கு உடன்பட்டு, ஒடுக்கும் அல்லது ஒடுக்குதலுக்குத் தொடர்பில்லாத தேசிய இனத்தைச் சார்ந்தவர்கள் களப்பணி யாற்றினால், அடக்குமுறைகளைச் சந்தித்தால், அவர்கள் ஒடுக்கப்படும் தேசிய இனத்திற்கான சனநாயக சக்திகளாவர்!

இவ்வாறு, அமைப்பாக்கப்பட வேண்டிய மக்களையும் அவர்களுக்கான சனநாயக சக்திகளையும் அடையாளம் கண்டு, அவர்களிடையே நல்லிணக்கத்தையும் நம்பிக்கையையும் வளர்த்து, அவர்களை அரசியல்படுத்தவும் அமைப்பாக்கவும் வேண்டும்.

முதன்மை முரண்களை அடையாளம் காண்போம்! – அவை மூலமாய்த் தோழமை சக்திகளை அறிவோம்!

திசம்பர், 2010

8

முதன்மை முரண்களும் சனநாயக சக்திகளும்

முரண்பாடுகளை அகநிலை முரண்கள், புறநிலை முரண்கள் என்று வகைப் பிரித்தறியலாம். அக நிலையை வரையறுப்பதிலிருந்துதான் புறநிலையைத் தீர்மானிக்க முடியும். குறுக்கும் நெடுக்குமாகக் கொட்டிக் குவிந்துகிடக்கும் எண்ணிலடங்கா முரண்பாடுகளில், மிகமிக இன்றியமையாத, அடிப்படையான முரண்பாடுகள் எவையென அடையாளம் காண்பதும், அவற்றில் முரண்களைப் பிரித்தறிவதுமே அகநிலை மற்றும் புறநிலை முரண்களை அடையாளம் காண ஏதுவாக அமையும். இவற்றிலிருந்தே அமைப்பாக்கப்பட வேண்டிய மக்கள் பிரிவினரையும் அம்மக்களுக்கான சனநாயக சக்திகளையும் தெரிவு செய்ய இயலும்.

மனிதனைச் சுற்றி முரண்கள் மலைபோல் குவிந்தும் சூழ்ந்தும் கிடக்கின்றன. அவை வெவ்வேறு திசையிலும் நேர்–எதிர்த்திசையிலும் தொடர்ந்து இயங்கிக் கொண்டேயிருக்கின்றன. சமூகத் தளத்திலும், பொருளியல் தளத்திலும், அரசியல் தளத்திலும், கலை–பண்பாட்டுத் தளத்திலும் என ஏராளமான பல்வேறு தளங்களில் எண்ணற்ற முரண்கள் தன்னியல்பாக இயங்கிக்கொண்டும் இயக்கிக்கொண்டும் இருக்கின்றன. அவ்வாறான முரண்களில் அடிப்படையானவற்றை அடையாளம் காண்பதிலிருந்தே முதன்மையானவற்றைத் தேர்வு செய்ய இயலும்.

குடும்பம், குலம், கோத்திரம், சாதி, மதம் போன்றவற்றைச் சமூகத் தளத்தின் கூறுகளாக வகைப்படுத்தலாம். இவை யாவும் பொருளாதாரம், அரசியல், பண்பாடு போன்ற பிற தளங்களில் உள்ள கூறுகளோடும் ஒன்றோடொன்று பின்னிப் பிணைந்த உறவுகளைக் கொண்டிருக்கும். அதேபோல, மொழி, இனம், பால் மற்றும் தேசம் போன்ற கூறுகளும் அவ்வாறான அனைத்துத் தளங்களின் பண்புக்கூறுகளோடு இணைந்து பிணைந்தவையே ஆகும்.

ஒவ்வொரு தளமும் ஒவ்வொரு கூறும் வெவ்வேறானவை என்றாலும் தனித்தனியானவை அல்ல. ஆகவே, ஒவ்வொரு தளத்திலும் நிலவும் முரண்கள், வெவ்வேறு பண்புக் கூறுகளையும் வெவ்வேறு ஆற்றல்களையும் வெவ்வேறு திசைவழிப் போக்குகளையும் கொண்டவையாக இயங்கினாலும் அவை ஒன்றுக்குள் ஒன்றாய் உள்ளன. இந்நிலையில், அடைய வேண்டிய இலக்கின் அடிப்படையில், பாடாற்ற வேண்டிய செயற்களத்தைத் தேர்வு செய்கிறபோது, அடிப்படையான முரண்களிலிருந்து முதன்மையானவற்றைத் தீர்மானிக்க வேண்டிய தேவை எழுகிறது.

சமூக முரண்கள், பொருளியல் முரண்கள், அரசியல் முரண்கள் மற்றும் பண்பாட்டு முரண்கள் போன்றவற்றை அடிப்படை முரண்பாடுகளென அடையாளப்படுத்தலாம். இவை ஒவ்வொன்றிலும் எண்ணற்ற முரண்களுண்டு. சமூகத் தளத்தில், குடும்பங்களுக்கிடையிலான முரண்பாடுகள், குலம்-கோத்திரங்களுக்கிடையிலான முரண்பாடுகள், சாதிகளுக்கிடையிலான முரண்பாடுகள், மதங்களுக்கிடையிலான முரண்பாடுகள், மொழி-இன முரண்பாடுகள், ஆண்-பெண் ஆகிய இரு பாலினங்களுக்கிடையிலான முரண்பாடுகள் என அடுக்கடுக்கான முரண்பாடுகளைப் பட்டியல் படுத்தலாம்.

பொருளியல் தளத்தில், ஏழை-பணக்காரர்களுக்கிடையிலான முரண்பாடுகள், நிலமில்லா விவசாயக் கூலிகள் – நிலவுடைமையாளர்களுக்கிடையிலான முரண்பாடுகள், உழைப்போர்-சுரண்டுவோருக்கிடையிலான முரண்பாடுகள், தொழிலாளி-முதலாளிகளுக்கிடையிலான முரண்பாடுகள் போன்ற வர்க்க முரண்பாடுகளைக் காணலாம்.

அரசியல் தளத்தில், அதிகாரத்தைக் கைப்பற்றுவதில் அல்லது பகிர்ந்துகொள்வதில் உருவாகும் அரசியல் கட்சிகளுக்கிடையிலான முரண்பாடுகள், மைய அரசுக்கும் மாநில

அரசுகளுக்கும் இடையிலான முரண்பாடுகள், இந்தியாவில் உள்ள மாநிலங்களுக்கிடையிலான முரண்பாடுகள், தேசிய இனங்களுக்கிடையிலான முரண்பாடுகள் முதலிய பல்வேறு முரண்பாடுகளை வகைப்படுத்தலாம்.

அடுத்து, பண்பாட்டுத் தளத்திலும் அவ்வாறான பல்வேறு முரண்பாடுகளைக் கண்டறியலாம். குறிப்பாக, மொழி, இனம், சாதி, மதம் போன்றவை சமூகம் மற்றும் பண்பாட்டுத் தளங்களினூடாக சமூக, பண்பாட்டு முரண்பாடுகளை வெளிப்படுத்தும் வடிவங்களாகும். அதாவது, மொழிகளுக்கிடையிலான பண்பாட்டு முரண்கள், இனவழி அடிப்படையிலான பண்பாட்டு முரண்கள், சாதி அடிப்படையிலான பண்பாட்டு முரண்கள், மதம்சார்ந்த பண்பாட்டு முரண்கள் போன்ற எத்தனை எத்தனையோ முரண்பாடுகளுண்டு. திருமணம், ஈமச்சடங்கு, கடவுள் வழிபாடு மற்றும் வழிபாட்டுத் தலங்கள் போன்ற ஒரு சில புள்ளிகளில், சாதிகளுக்கிடையிலும் மதங்களுக்கிடையிலும் ஏராளமான முரண்பாடுகளைக் காணலாம்.

இப்படி ஒவ்வொரு தளத்திலும் அளவிட இயலாத ஆயிரமாயிரம் முரண்பாடுகளைக் காணலாம். முரண்கள் என்றாலே, அவை எதிரானவை அல்லது பகையானவை என்று மட்டுமே பொருள் கொள்ள முடியாது. முரண்களை எதிர்கொள்ளும் நபரைப் பொறுத்து அல்லது அமைப்பைப் பொறுத்து அவை அமையும். முரண்களால் உருவாகும் விளைவுகள் பயனளிப்பவையாகவோ அல்லது பாதிப்பை அளிப்பவையாகவோ அமையும். ஒரு நபருக்கு அல்லது ஓர் அமைப்புக்குப் பயனளிக்கும் முரண்கள் இன்னொரு நபருக்கு அல்லது இன்னொரு குழுவுக்குப் பாதிப்பை அளிக்கும் வகையில்தான் அமையும்.

எனவே, முரண்கள் எப்போதுமே எதிரானவையென்று கருதவோ அல்லது நட்பானவையென்று கருதவோ இயலாது. சுற்றியுள்ள சிக்கல்களிலிருந்து முரண்களையும் முரண்களிலிருந்து சிக்கல்களையும் அடையாளம் காணலாம். சிக்கல்கள் யாவை, முரண்கள் யாவை என அடையாளப்படுத்துவதற்கு, யாருடைய நலன்கள் முன்நிறுத்தப்படுகின்றன என்பதைப் பொறுத்தே அமையும். அதாவது, அணிதிரட்ட வேண்டியது அல்லது அமைப்பாக்க வேண்டியது யார் என்பதைப் பொறுத்து, அவர்களைச் சுற்றியுள்ள சிக்கல்களையும் முரண்களையும் அடையாளம் காண்பது அமையும்.

அமைப்பாக்கப்பட வேண்டியவர்களை முன்நிறுத்தி அவர்கள் தொடர்பான முரண்பாடுகளைத் தீர்மானிக்கலாம் அல்லது முரண்பாடுகளை முன்னிறுத்தி அமைப்பாக்கப்பட வேண்டியவர்கள் யார் என்பதையும் தீர்மானிக்கலாம். சிக்கல் மற்றும் முரண்களிலிருந்து அமைப்பாக்க வேண்டிய மக்களையும் அல்லது மக்களிலிருந்து சிக்கல் மற்றும் முரண்களையும் தேர்வு செய்யலாம்.

மானுடச் சமூகத்தில் நிலவும் அடிப்படையான முரண்பாடுகளில், முதன்மையான முரண்பாடுகளைத் தேர்வு செய்வதிலிருந்து அமைப்பாக்கப்பட வேண்டிய மக்கள் யாவர் என்பதையும் அவர்களைச் சூழ்ந்துள்ள நட்பான அல்லது எதிரான சிக்கல்கள் யாவை என்பதையும் அவற்றின் நேர்-எதிர் முரண்கள் எவை என்பதையும் தேர்வு செய்ய இயலும். சமூகம், அரசியல், பொருளாதாரம், பண்பாடு, தேசம் மற்றும் சர்வதேசம் போன்ற தளங்களை அடிப்படையான முரண்பாடுகளுக்குரிய தளங்களாகக்கொண்டால், அவற்றில் முதன்மையான முரண் அல்லது முரண்களைத் தேர்வு செய்யும் நிலையில், அரசியல் படுத்தப்பட வேண்டிய மக்களை அடையாளப்படுத்த முடியும்.

உழைப்பவரும் மக்கள்தாம்; அவர்தம் உழைப்பைச் சுரண்டுவோரும் மக்கள்தாம்! ஒடுக்கப்படுவோரும் மக்கள்தாம்; அவர்களை எழுச்சி பெறவிடாமல் தொடர்ந்து ஒடுக்குவோரும் மக்கள்தாம்! தொழிலாளர்களும் மக்கள்தாம்; அவர்களை ஈவிரக்கமின்றி ஏய்த்துப் பிழைக்கும் முதலாளிகளும் மக்கள்தாம்! மேலோட்டமான பார்வையில் அனைவரும் மக்கள்தாம்! ஆனால், இவர்களுக்கிடையிலான முரண்பாடுகளின் அடிப்படையில் யாருடைய நலன்களுக்காகவும் உரிமைகளுக்காகவும் பாடாற்ற வேண்டுமெனத் தீர்மானிக்கிறபோது, அவர்களே அமைப்பாக்கப்பட வேண்டியவர்கள் ஆவர். அதாவது, அவர்களே 'மக்கள்' ஆவர். அணிதிரட்டப்பட வேண்டிய, அரசியல்படுத்தப்பட வேண்டிய, அமைப்பாக்கப்பட வேண்டிய, 'மக்கள் தொகுதி'யினர் எனலாம்.

உழைப்பவர்களின் நலன்களை முன்னிறுத்தினால், உழைக்கும் வர்க்கத்தைச் சார்ந்த அனைத்துப் பிரிவினருமே அமைப்பாக்கப்பட வேண்டிய 'மக்கள்' எனலாம். அவர்களின் உழைப்பைச் சுரண்டுவோர் எவராயினும் அவர்கள் உழைப் போருக்கு எதிரானவர்களே ஆவர். அப்போது, அவர்கள் அமைப்பாக்கப்பட வேண்டிய மக்கள் தொகுதிக்குள் இடம்பெற மாட்டார்கள். அதாவது, உழைக்கும் வர்க்கத்தின் எதிரிகளாகவே கருதப்படுவர்.

அதைப்போல, ஒடுக்கப்படும் சாதிகளைச் சார்ந்தவர்களின் நலன்களை முன்நிறுத்துகிறபோது, ஒடுக்கப்படும் சாதிகளைச் சார்ந்த அனைவருமே அமைப்பாக்கப்பட வேண்டிய 'மக்கள் பிரிவினர்' எனலாம். அவர்களைத் தொடர்ந்து ஒடுக்கும் சாதியவாதிகள், ஒடுக்கப்படுவோருக்கு எதிரானவர்களே ஆவர். அதாவது, சாதியவாதிகள் அல்லது சாதிவெறியர்கள், ஒடுக்கப்படுவோர் என்கிற மக்கள் பிரிவில் இடம்பெற மாட்டார்கள். இவ்வாறு, எத்தகைய முரண்கள் முதன்மையான முரண்பாடுகளாக முன்நிறுத்தப்படுகின்றனவோ அவற்றிலிருந்து தான் 'மக்கள்' யாவர் என்பதைத் தீர்மானிக்க இயலும்.

பொருளியல் முரண்பாடுகள் என்கிற வர்க்க முரண்பாடு களே அடிப்படை முரண்பாடுகள் எனக் கருதினால், அவற்றில் அடையாளம் காணப்படும் முரண்பாடுகளில் எது முதன்மை யானது என்பதையும் தீர்மானிக்கிற தேவை எழுகிறது. அதாவது, தொழிலாளர்களுக்கும் முதலாளிகளுக்குமிடையிலான முரண்பாடுகள், அல்லது விவசாயக் கூலிகளுக்கும் பண்ணை விவசாயிகளுக்கு மிடையிலான முரண்பாடுகள், அல்லது மாநில அளவிலான தேசிய இன முதலாளிகளுக்கும் இந்திய அளவிலான பெருமுதலாளிகளுக்குமிடையிலான முரண்பாடுகள், அல்லது இந்தியப் பெருமுதலாளிகளுக்கும் பன்னாட்டு நிறுவன– சர்வதேசப் பெருமுதலாளிகளுக்குமிடையிலான முரண்பாடுகள் எனப் பொருளியல் தளத்தில் பரந்துகிடக்கிற முரண்பாடுகளில் ஏதேனும் ஒன்று முதன்மையான முரண்பாடாகத் தேர்வு செய்யப்படலாம். இந்தியப் பெருமுதலாளிகளுக்கும் பன்னாட்டு நிறுவன–சர்வதேசப் பெருமுதலாளிகளுக்கும் இடையிலான முரண்பாடுகள் முதன்மையான முரண்பாடாக ஏற்கப்பட்டால், இந்தியப் பெருமுதலாளிகளின் நலன்கள் பாதுகாக்கப்படுவது இன்றியமையாததாக மாறுகிறது.

உழைக்கும் தொழிலாளர்கள் அல்லது பாட்டாளிகளின் நலன்களை முன்நிறுத்தும் அதேவேளையில், வல்லரசிய மேலாதிக்கத்தை எதிர்ப்பது முதன்மையானதாக மாறும்போது, இந்தியப் பெருமுதலாளிகளின் நலன்களைப் பற்றிய அக்கறையும் முன்வந்து நிற்கிறது. அதாவது, உழைக்கும் வர்க்கம் 'மக்கள்' என்னும் வரையறையினைப் பெறுகிற நிலையில், முதலாளித்துவ வர்க்கத்தினர் மக்களுக்கு எதிரானவர்கள் என்று கருதப்படுவர். ஆனால், சர்வதேசப் பெருமுதலாளிகளை அல்லது பன்னாட்டு நிறுவனங்களின் சுரண்டலை எதிர்ப்பது முதன்மையானதாகக் கருதப்படும் நிலையில், இந்தியப் பெருமுதலாளிகள் 'மக்கள்' என்னும் வரையறைக்குள் இடம்பெறும் நிலை உருவாகும். பாட்டாளி வர்க்க நலன்களுக்கான அக்கறையுள்ள முதலாளிகள்

அந்த வரையறைக்குள் இடம்பெறுவர். அல்லது பாட்டாளி வர்க்கத்தின் ‘சனநாயக சக்திகளாக’ ஏற்கப்படுவர். முதன்மையான முரண்பாடுகளைத் தேர்வு செய்வதிலிருந்து ‘மக்கள்’ என்னும் வரையறைக்குட்பட்டவர்களையும் அவர்களின் உரிமைகள் மற்றும் இதர நலன்களில் அக்கறையுள்ள சனநாயக சக்திகளையும் அடையாளம் காணலாம்.

பாட்டாளி வர்க்கத்திற்கும் முதலாளித்துவ வர்க்கத்திற்கும் இடையிலான முரண்பாடுகளை முதன்மையானவையாகக் கருதுகிறபோது, பாடுபடும் அனைத்துத் தரப்பினரும் ‘மக்கள்’ என்னும் வரையறைக்கு உட்பட்டவர்களாகின்றனர். அவர்களைச் சுரண்டிக் கொழுக்கும் முதலாளித்துவ வர்க்கத்தினர் அனைவரும் பாட்டாளி வர்க்கத்திற்கு எதிரானவர்கள். அவர்களில், பாட்டாளி வர்க்கத்தின் உரிமைகள் மற்றும் நலன்களில் அக்கறை செலுத்துவோர், அல்லது பாடுபடுவோர், பாட்டாளி அல்லது தொழிலாளர் அல்லது உழைக்கும் வர்க்கத்தினருக்கான ‘சனநாயக சக்தி’களாக அடையாளம் காணப்படுவர். பிறப்பால், அவர்கள் உழைக்கும் வர்க்கப் பிரிவைச் சாராதவர்கள் என்றாலும், கருத்தியல் மற்றும் செயல் அளவில் பாட்டாளி வர்க்கத்தின் உரிமை மற்றும் நலன்களை ஏற்றுக்கொள்வோர், பாட்டாளி வர்க்கத்தின் சனநாயக சக்திகளாக ஏற்கப்படுவர்.

அதைப்போலவே, தேசிய இன முரண்பாடுகளை முன்நிறுத்துகிறபோது, குறிப்பாக தமிழ்த்தேசிய இனத்தின் நலன்கள் முதன்மையானவையாக ஏற்கப்படுகிறபோது, தமிழ்த் தேசிய இனம் யாவுமே ‘மக்கள்’ என்னும் வரையறைக்கு உட்படும். பிறமொழி பேசும் ஒடுக்கும் தேசிய இனங்கள் ‘மக்கள்’ என்னும் வரையறைக்குள் இடம்பெற மாட்டார்கள். எனினும், தமிழ்த்தேசிய இனத்தின் நலன்களில், மீட்சியில் உடன்பாடுள்ள, களப்பணிகளில் ஈடுபாடுள்ள பிறமொழி ஒடுக்கும் தேசிய இனங்களைச் சார்ந்தோர் தமிழ்த்தேசிய இனத்தின் ‘சனநாயக சக்தி’களாகக் கருதப்படுவர்.

அதைப்போலவே, ஒடுக்கப்படும் சாதியைச் சார்ந்தவர்களின் நலன்களை முதன்மையான தேவையாகக் கருதுகிறபோது, ஒடுக்கும் சாதியினர் ‘மக்கள்’ என்னும் வரையறைக்குள் இடம்பெற மாட்டார்கள். ஆனால், ஒடுக்கப்படும் சாதிகளின் விடுதலையில், அல்லது நலன்களில் அக்கறையுள்ள ஒடுக்கும் சாதியினர், ஒடுக்கப்படும் அல்லது தலித் பிரிவினருக்கான ‘சனநாயக சக்தி’களாக ஏற்கப்படுவர்.

இவ்வாறு, அமைப்பாக்கப்பட வேண்டிய மக்கள் யார்வர் என்பதையும், அவர்களுக்கு எதிரான சக்திகள் யாவர் என்பதையும் அவர்களில், சனநாயக சக்திகள் யாவர் என்பதையும் அடையாளம் காண்பதானது அடிப்படையான முரண்பாடுகளில் முதன்மையானவற்றையும் அவற்றில் முதன்மையான பிற முரண்பாடுகளையும், அவற்றோடு தொடர்புடைய பிற தளங்களிலுள்ள நேர்மறை முரண்பாடு களையும் அடையாளம் காண்பதிலிருந்தே தீர்மானிக்கப்படுகிறது.

சாதி ஒழிப்பை முதன்மையானதாகக் கருதும்போது, சாதியைப் பாதுகாக்கிற சக்திகள் எதிரானவர்களாகவும், சாதியை ஒழிக்க விரும்புகிற – ஒழிக்கப் போராடுகிற அனைவரும் அந்தக் களத்தில் செயலாற்றும் மக்களாகவும் ஏற்கப்படுவர். பிறப்பால் தலித் அல்லாதவர்களில் சாதிஒழிப்பை ஏற்றுக்கொண்டு, செயற்பாட்டில் ஈடுபடுகிறவர்கள், தலித்துகளின் சனநாயக சக்திகளாவர்.

அதாவது, 'சாதியை ஒழிக்க விரும்புவது' என்கிற கருத்தியலின் அடிப்படையில்தான், மக்கள் மற்றும் அம்மக்களுக்கான சனநாயக சக்திகள் யார் யார் என்று தீர்மானிக்கப்படுகிறது. சாதி ஒழிப்பு என்னும் களத்தில், தலித்துகள் மற்றும் தலித் அல்லாத சாதி ஒழிப்புக் கருத்தியலாளர்கள் ஒருங்கிணைந்து பணியாற்றும்போது, அவர்கள் இரு தரப்பாருக்குமிடையில் நிலவும் பிற முரண்பாடுகள் அகநிலை முரண்பாடுகளாகவும் நட்பு முரண்பாடுகளாகவும் கருதப்படும். சாதி ஒழிப்புக் கருத்தை ஏற்காதவர்கள் அல்லது சாதியமைப்பைக் கட்டிக் காப்பவர்கள், எதிரானவர்கள் என்பதுடன், அவர்களுடனான முரண்பாடுகள் புறநிலை முரண்பாடுகளாகவும் பகை முரண்பாடுகளாகவும் கருதப்படும்.

சாதிய முரண்பாடுகளை முதன்மையானவையாகவும் சாதி ஒழிப்பைச் செயல்திட்டமாகவும் முன்நிறுத்திக் களமாடுகிறபோது, சாதி ஒழிப்புக் கருத்தியலை உயர்த்திப் பிடிக்கும் தலித் மக்களிடையே நிலவும் பிற வேறு முரண்பாடுகள் யாவும் அகநிலை முரண்பாடுகளாகவும் நட்பு முரண்பாடுகளாகவும் கருதப்படும். சாதி ஒழிப்புக்கு எதிரானவர்களுடனான முரண்பாடுகள் புறநிலை முரண்பாடுகளாகவும் பகை முரண்பாடுகளாகவும் அடையாளம் காணப்படும். இவ்வாறு, முரண்களை அகநிலை மற்றும் புறநிலை முரண்கள் எனப் பிரித்தறிவதற்கு முதன்மையான முரண்பாடு களையும் அவற்றையொட்டிய துணைநிலை அல்லது நட்பு முரண்களையும் இனம் காண வேண்டியது இன்றியமையாததாகும்.

இவற்றினடிப்படையில், அமைப்பாக்கப்பட வேண்டிய மற்றும் அரசியல் சக்தியாக எழுச்சிபெறச் செய்ய வேண்டிய, 'மக்கள்' யாவர் என்பதையும் அவர்களுக்குக் கருத்தியலின் அடிப்படையில் உற்ற துணையாகக் களமாடும் 'சனநாயக சக்திகள்' யாவர் என்பதையும் இனங்கண்டு ஒருங்கிணைந்து களமாடுவதாலேயே இலக்கை நோக்கிய நெடும் பயணத்தில் வெற்றி காண முடியும்.

சாதிஒழிப்புக்கான களத்தில், சாதிய வன்கொடுமைகளுக்கு ஆளாகும் ஒடுக்கப்பட்ட சாதியினர் மட்டுமே தனித்து நின்று களமாடிச் சாதித்துவிட முடியாது. மாறாக, பிறப்பால் ஒடுக்கப் பட்ட சாதிகளைச் சாராத, குறிப்பாக ஒடுக்கும் சாதிகளைச் சார்ந்தவர்களில் சாதி ஒழிப்பை ஏற்றுக்கொண்ட முற்போக்கான அல்லது புரட்சிகரமான சக்திகளாக விளங்கும் சனநாயக சக்திகளையும் ஒருங்கிணைத்துக்கொண்டு செயலாற்றுவதில்தான் வெற்றி அடங்கியுள்ளது.

பாட்டாளி வர்க்க விடுதலைக்கான களத்தில், உழைப்புச் சுரண்டலுக்கு ஆளாகி ஒடுக்கப்பட்டுக் கிடக்கும் பாட்டாளி வர்க்கத்தினர் மட்டுமே தனித்து நின்று களமாடி விடுதலையை வென்றெடுத்திட இயலாது. வர்க்க முரண்பாடுகளைப் புரிந்து, சுரண்டும் வர்க்கத்தின் ஒடுக்குமுறைகளுக்கு எதிராக, உழைக்கும் வர்க்கத்தினரை அணிதிரட்டவும், உழைக்கும் வர்க்கத்தினருக்காகப் போராடவும், சிந்தனை மற்றும் செயல்களால் பாட்டாளியாகவே வாழவும் முன்வந்துள்ள முற்போக்கான அல்லது புரட்சிகரமான சக்திகளை, சனநாயக சக்திகளாக ஏற்றுச்செயலாற்றும்போதுதான் எண்ணியதை எண்ணியவாறு எய்திட இயலும்.

அதைப்போல, தேசிய இனங்களின் உரிமை அல்லது மீட்சிக்கான செயற்களத்தில், குறிப்பிட்ட ஒரு தேசிய இனம் மட்டுமே தம்மைத் தனிமைப்படுத்திக்கொண்டு போராடுவதன் மூலம் தம் இலக்கைத் தொட்டுவிட இயலாது. தேசிய இனங்களுக் கிடையிலான முரண்பாடுகளையும், அவற்றிலிருந்து ஒடுக்கும் தேசிய இனத்தின் மேலாதிக்கத்தையும் புரிந்து, ஒடுக்கப்படும் தேசிய இனத்தின் உரிமைகளுக்காக அல்லது அவ்வினத்தின் மீட்சிக்காக, கருத்தியல் உடன்பாட்டின் அடிப்படையில், போராடும் முற்போக்கான அல்லது புரட்சிகரமான சக்திகளே ஒடுக்கப்படும் தேசிய இனத்திற்கான சனநாயக சக்திகளாகும்.

இவ்வாறு, மகளிருக்கான உரிமை அல்லது விடுதலைக் களம், வல்லரசுகளின் வல்லாதிக்கப் போக்குகளிலிருந்து வளரும் நாடுகளைக் காப்பாற்றுவதற்கான அல்லது

வல்லரசியச் சுரண்டலுக்கு எதிரான களம் போன்றவற்றிலும் அவற்றுக்கான முற்போக்கு அல்லது புரட்சிகரச் சக்திகளை, சனநாயக சக்திகளாக அடையாளம்கண்டு தோழமைகொண்டு பாடாற்றுவதே வெற்றிக்கு வழிகாட்டும். சனநாயக சக்திகளை இனம் காண்பதும் இணைந்து நிற்பதும் வெற்றிக்கு வலுசேர்க்கும் உத்திகளேயாகும். மாறாக, கொள்கை உறுதிப்பாட்டினை விட்டுக்கொடுத்ததாகவோ, நீர்த்துப் போனதாகவோ கருத முடியாது.

அடிப்படை முரண்பாடுகளையும் முதன்மை முரண்பாடுகளையும் மிகத் தெளிவாகவும் உறுதியாகவும் வரையறுக்கிற நிலையில், எதிர்த்தரப்பிலிருந்து அல்லது பகை முகாமிலிருந்து தமக்கான சனநாயகச் சக்திகளை வென்றெடுப்பதில் குழப்பமோ தேக்கமோ ஏற்படாது! கொள்கை உறுதிப்பாடும் நீர்த்துப் போகாது! அவ்வாறு, தெரிவு செய்யப்படும் சனநாயக சக்திகள், முன்னெடுக்கப்படும் அரசியல் அல்லது கருத்தியலில் தெளிவும் உறுதியும் கொண்டவர்களாய் இருத்தலே, மிகமிக இன்றியமையாத தேவையாகும். ஏற்கனவே, அத்தகைய கருத்தியல் புரிதலும் பக்குவமும் கொண்டவர்களைத் தெரிவு செய்வது என்பதுடன், அவ்வாறான தேடல் அல்லது ஆவல் உள்ளவர்களை இனம் கண்டு அத்தகைய கருத்தியல் புரிதல் பெற்றவர்களாய் அரசியல்படுத்திட வேண்டியதும் தவிர்க்க முடியாத தேவையாகும்.

மக்களை அமைப்பாக்கும் அளப்பரிய களப்பணிகளில், வரையறுத்துக் கொண்ட அல்லது வரித்துக் கொண்ட கொள்கைகளுக்கேற்ப, அடிப்படை மற்றும் முதன்மை முரண்பாடுகளுக்கேற்ப 'மக்கள்' மற்றும் 'சனநாயக சக்தி'களை இனம் காண்பதும் அல்லது வென்றெடுப்பதும் மிகமிக இன்றியமையாத கடப்பாடாகும். அமைப்பாக்கப்பட வேண்டிய மக்களை இனம்காண்பதோடு அம்மக்களுக்கான சனநாயகச் சக்திகளை வென்றெடுப்பதில்தான் கொள்கைக்கான வெற்றி அடங்கியுள்ளது.

முதன்மை, அடிப்படை முரண்களை அறிவோம்! – அவை மூலமாய் சனநாயக சக்திகளைத் தெரிவோம்!

சனவரி, 2011

9

கருத்தியல் தலைமையும் தனிநபர்த் தலைமையும்

அமைப்பாக்கப்பட வேண்டிய 'மக்கள்' யாவர் என்பது, ஏற்றுக்கொண்ட கொள்கை மற்றும் கோட்பாடுகளிலிருந்தும் எட்டவேண்டிய இலக்கிலிருந்தும் வரையறுக்கப்படுகிறது. அவ்வாறு அணிதிரட்டப்படும் மக்களையும், கட்டமைக்கப்படும் அமைப்பையும் நெறிப்படுத்தவும் வழிநடத்தவும் ஆளுமைமிக்கதொரு 'ஆற்றல்' தேவைப்படுகிறது. அத்தகைய ஆற்றலே 'தலைமை' என அறியப்படுகிறது.

'தலைமை' என்பது, அரசியல் அமைப்புகளுக்கு மட்டுமே உரிய ஒன்றல்ல. ஒன்றுக்கும் மேற்பட்டவர்கள் ஒரு குழுவாகவோ, ஓர் அமைப்பாகவோ, ஒரு நிறுவனமாகவோ, ஒரு கட்சியாகவோ, இவைபோன்ற இன்னபிற இயக்கங்களாகவோ ஒன்றுகூடி, ஒரு பொதுக்கருத்தின் அடிப்படையில், ஒரு பொது இலக்கை நோக்கிச் செயலாற்றுகிறபோது, அவர்களுக்கிடையில் உருவாகும் உடன்பாடான விதிமுறைகளையும் நெறிமுறைகளையும் நடைமுறைப்படுத்துவதற்கும் வழிநடத்துவதற்குமான ஆளுமைவாய்ந்த ஓர் ஆற்றலை, அந்தக் குழு அல்லது அந்த அமைப்பு தேர்வு செய்துகொள்கிறது. அவ்வாறு தெரிவு அல்லது தேர்வுசெய்யப்படும் ஆற்றலானது, ஒரு தனிநபராகவோ அல்லது ஒன்றுக்கு மேற்பட்ட நபர்களைக்கொண்ட ஒரு குழுவாகவோ இருக்கலாம். அதுவே தலைமை என ஏற்கப்படுகிறது.

ஒவ்வொரு தளத்திலும், ஒரு குழுவை அல்லது அமைப்பை, அது ஏற்றுக்கொண்ட கருத்து அல்லது தத்துவத்தின் அடிப்படையில், அதனை வழிநடத்திட 'தலைமைப் பாத்திரம்' இன்றியமையாததாகிறது. 'தலைமைப் பாத்திரம்' என்பது தனி ஒருவரை மட்டுமே குறிப்பது ஆகாது. ஏற்றுக்கொண்ட கருத்து அல்லது கொள்கையினை வலிமைப்படுத்தவும் வளமைப்படுத்தவுமான ஆற்றலுடன், அக்கருத்தை முன்நிறுத்திக் கட்டமைக்கப்பட்ட ஓர் அமைப்பை வழிநடத்தவுமான ஆற்றலையும் கொண்ட ஒரு தனிநபரையும் உள்ளடக்கியதே தலைமைப் பாத்திரமாகும். அதாவது, கருத்தியலும் தனிநபரும் இணைந்த ஆளுமை ஆற்றலே 'தலைமைப் பாத்திரம்' என்பதாகும். கருத்தியல் அல்லது தத்துவம் இல்லாத ஒரு தனிநபர்த் தலைமையோ, ஆளுமைப் பண்புகள் நிறைந்த நபர்த் தலைமைப் பாத்திரமில்லாத தத்துவமோ தலைமைக்கான முழுமையை அடையாது. ஒரு தலைமைப் பாத்திரத்தின் உள்ளடக்கமாக, தொடர்புடைய அமைப்புக்கான கருத்தியல் அல்லது தத்துவம் இடம்பெறுகிறது. அதன் புறநிலை ஆற்றலாக தனிநபரின் பங்களிப்பும் இடம்பெறுகிறது.

இந்நிலையில், கொள்கை – கோட்பாடு மற்றும் நோக்கம் – குறிக்கோள் போன்றவற்றின் ஆளுமையை 'அகநிலைத் தலைமை' எனவும், அதனைக் கையாளும் தனிநபரின் ஆளுமையைப் 'புறநிலைத் தலைமை' எனவும் அறிந்துகொள்ளலாம். அகநிலைத் தலைமையும் புறநிலைத் தலைமையும் ஒன்றுக்கொன்று சமமான வலிமையும் பங்களிப்பும் கொண்டவையாய் இருக்கும்போதுதான் 'தலைமைப் பாத்திரமானது' முழுமையான ஆளுமையைப் பெற்றதாக அமைகிறது. ஆளுமைமிக்க தனிநபர்த் தலைமையின் பங்களிப்பு இல்லாத நிலையில், வலிமைவாய்ந்த தத்துவமும் ஆளுமையிழந்ததாக ஆகும்நிலை உருவாகலாம். ஆளுமைநிறைந்த ஆற்றல்வாய்ந்த தத்துவம் இல்லாத நிலையில், நபர்த் தலைமை உருவாகாத நிலையும் ஏற்படலாம். அதாவது, ஒரு தத்துவம்தான் தனிநபர்த் தலைமையை உருவாக்குகிறது. அதேவேளையில் ஒரு தனிநபர்தான் ஒரு தத்துவத்தை உருவாக்கவும் செழுமைப்படுத்தவும் அதனைப் பாதுகாக்கவுமான பங்களிப்பைச் செலுத்துகிறான். ஒரு தலைமைப் பாத்திரத்தைக் கட்டி எழுப்புவதில் தத்துவத்திற்கும் தனிநபருக்குமுள்ள பங்களிப்பு மிகவும் இன்றியமையாததாக அமைகிறது.

தத்துவம் எத்தகைய பின்னணியிலிருந்து உருவாகிறது என்பதைப் பொறுத்து, அது யாருக்கானது என்பதும்,

அமைப்பாய்த் திரள்வோம்

அதிலிருந்து உருவாகும் 'அகநிலைத் தலைமை' வடிவாக்கம் பெறுவதும் தீர்மானிக்கப்படும். அதாவது, சமூகப் பின்னணி, பொருளியல் பின்னணி, அரசியல் பின்னணி போன்ற எத்தகைய பின்னணியிலிருந்து ஓர் அமைப்பும் அதற்கான தத்துவமும் வடிக்கப் பெறுகிறதோ அந்தப் பின்னணியிலிருந்தே நபர்த் தலைமை எனப்படும் புறநிலைத் தலைமை என்பதும் உருவாக்கம் பெறும். உருவாகும் தத்துவப் பின்னணியைப் பொறுத்தே தத்துவத் தலைமையும் அதற்கான நபர்த் தலைமையும் தீர்மானிக்கப்படும்.

கொள்கை – கோட்பாடு எனப்படும் தத்துவம், ஓர் அமைப்பையும் அமைப்பைச் சார்ந்த மக்களையும் நெறிப்படுத்தி வழிநடத்திச் செல்லும் ஆளுமையைப் பெற்றிருந்தால் மட்டுமே அது தலைமைக்கான தகுநிலை கொண்டதாக அமையும். அகநிலைத் தலைமை என்பதற்கான ஆற்றலையும் தகுதியையும் பெறாத, எந்தவொரு கருத்தும் அல்லது கொள்கையும், தத்துவம் என்கிற தகுநிலையை அடையாது. சமூக, பொருளாதார, அரசியல் முரண்பாடுகளிலிருந்து உருவாகும் கோட்பாடு அல்லது தத்துவம், அத்தகைய முரண்பாடுகளை அடிப்படையாகக் கொண்டு ஒன்றுக்கொன்று எதிரான உள்ளடக்கங்களைக் கொண்டதாக அமையும்.

சாதி, மதம் போன்ற பின்னணிகளை அடிப்படையாகக் கொண்டு ஒரு கருத்து அல்லது தத்துவம் உருவானால், அதே பின்னணியில் அதற்கு நேரெதிராக இன்னொரு கருத்து அல்லது தத்துவம் உருவாகும். முதலாளியம் என்னும் கருத்து உருவாகிறபோது, பாட்டாளியம் என்பதும் உருவாகிறது. சாதியம் என்பது இருக்கிறபோது தலித்தியம் என்பதுவும் எழுச்சிபெறுகிறது. முதலாளியம் என்கிற தத்துவத்தை அடிப்படையாகக் கொண்டு 'முதலாளித்துவத் தலைமை' நிலைநாட்டப்பட்டால், பாட்டாளியத்தை அடிப்படையாகக் கொண்டு 'பாட்டாளிவர்க்கத் தலைமை' கட்டமைக்கப்படும். நிலவுடைமையாளர்களின் ஆதிக்கத்தை நிலைநாட்டும் நிலக்கிழாரியத் தலைமை உருவாகும்போது, அதற்கு எதிரான உழைக்கும் விவசாயக் குடிமக்களின் தலைமை நிறுவப்படும். சாதியத்தின் மேலாதிக்கம் நிலைகொள்ளும் சாதியத் தலைமை ஆளுமை செய்கிறபோது, அதனை எதிர்கொள்ளும் வலிமைமிக்க தலித்தியத் தலைமையானது உயிர்ப்பினைப் பெறும். ஆணாதிக்கத் தலைமை நிலைபெறுமிடத்தில் பெண்ணியத் தலைமை துளிர்விட்டெழும்!

தொல்.திருமாவளவன்

இவ்வாறு, தத்துவம் சார்ந்த நேர் – எதிர் தலைமைத்துவம் உருவாவது தவிர்க்க இயலாத தன்னியல்புப் போக்காகும். தலைமைத்துவம் எத்தகையது என்பதை தத்துவமே தீர்மானிக்கிறது. தத்துவம் எத்தகையது என்பதை சமூக, அரசியல், பொருளியல் போன்ற தளங்களில் நிலவும் முரண்கள் தீர்மானிக்கின்றன. அத்தகைய தத்துவமே, திரட்டப்படும் மக்களுக்கான அமைப்பையும், மக்களுக்கான தலைமையையும் உருவாக்கம் செய்கிறது.

தலைமைத்துவத்தில் தத்துவத்தின் பங்களிப்பும் தனிநபரின் பங்களிப்பும் இணையானவை என்றாலும், தத்துவமே தனியொருவரின் ஆளுமையையும் பங்களிப்பையும் வரையறுக் கிறது. அதாவது, தத்துவம் அமைப்பை வழிநடத்துவதோடு, அவ்வமைப்பின் 'நபர்த்தலைமை'யினையும் வழிநடத்தும் ஆற்றலைக் கொண்டதாகும்! தலைமைத்துவத்தில், தனிநபர் பாத்திரத்தின் பங்களிப்பு அந்நபர் உள்வாங்கியிருக்கும் தத்துவத்தின் வலிமையோடு தொடர்புடையதாக அமையும். தலைமைத்துவத்தில் தத்துவப் பின்னணி மட்டுமின்றி பிறப்பு சார்ந்த சமூகப் பின்னணியும் மிக இன்றியமையாத பாத்திரத்தை வகிக்கக்கூடியதாய் அமையும்.

பாட்டாளிவர்க்கத் தலைமையில், பாட்டாளி வர்க்கத் தத்துவப் பின்னணியுடன் தனிநபர்த் தலைமைத்துவத்தின் பிறப்பு சார்ந்த சமூகப் பின்னணியையும் கணக்கில்கொள்வது தவிர்க்க இயலாததாகும். ஒரு பிறவிப் பாட்டாளியே பாட்டாளிவர்க்கத் தலைமைக்கான தனிநபர்த் தலைமைப் பாத்திரம் வகிக்கும் தகுதி பெற்றவராகக் கருதப்படுவார். மாறாக, முதலாளித்துவப் பின்னணி அல்லது நிலவுடைமைத்துவப் பின்னணியிலான பிறப்பைச் சார்ந்த தனிநபர்த் தலைமை, பாட்டாளிவர்க்கத் தலைமைக்கான தகுதியை அல்லது நம்பிக்கையைப் பெற்றதாக அமைய வாய்ப்பில்லை எனவும் கருதப்படும். அதாவது, பிறப்பால் பாட்டாளிவர்க்கத்தைச் சாராத ஒருவர் பாட்டாளிவர்க்கத்தின் விடுதலைக்கான தலைமையை வழங்கிட இயலாது என்கிற கருத்து, பாட்டாளிவர்க்கச் சமூகத்திலிருந்து எழுவது இயல்பேயாகும்.

முதலாளித்துவப் பின்னணியில் அல்லது நிலக்கிழாரியப் பின்னணியில் பிறந்த ஒருவரால், பாட்டாளிவர்க்கத்தின் பார்வையைப் பெறமுடியாது எனவும் அதனால், பாட்டாளிவர்க்கத்திற்குத் தலைமைவகிக்க இயலாது எனவும் பாட்டாளிவர்க்கத்தினர் எண்ணுவது முற்றிலும் சரியெனவும்

கருதிவிட இயலாது. பாட்டாளி வர்க்கத்தில் பிறந்ததாலேயே ஒருநபர், பாட்டாளி வர்க்கப் பார்வையைப் பெற்றுவிட முடியுமெனவும் நம்பிவிட முடியாது. பாட்டாளிகளாய்ப் பிறந்த அனைவருமே பாட்டாளிவர்க்கத் தத்துவத்தைப் புரிந்துகொள்ளக் கூடியவர்கள் அல்லது ஏற்றுக்கொள்ளக் கூடியவர்கள் என்றும் கூறிவிடமுடியாது. அதைப்போல, முதலாளித்துவப் பின்னணி அல்லது நிலக்கிழாரியப் பின்னணியில் பிறந்துவிடுவதாலேயே, அவர்களால், பாட்டாளிவர்க்கப் பார்வையைப் பெறமுடியாது என்றோ, அத்தகைய பார்வையைப் பெற்றாலும் நம்பிக்கைக்குரிய தலைமையாக இருந்து பாட்டாளிவர்க்கத்தை வழிநடத்திட இயலாது என்றோ கருதமுடியாது.

பிறப்பால் ஒரு முதலாளி அல்லது ஒரு நிலக்கிழார், பாட்டாளிவர்க்கத்தின் மீதான ஆதிக்கத்தையும், சுரண்டலையும் புரிந்து அவற்றை எதிர்த்திடவும் ஒழித்திடவும் வேண்டுமென்கிற பாட்டாளிவர்க்கப் பார்வையைப் பாட்டாளிவர்க்கத் தத்துவத்திலிருந்து பெறமுடியும். தத்துவத்திற்கு அத்தகைய ஆற்றலுண்டு. அதாவது, பிறப்பால் பாட்டாளியாய் இல்லாத ஒருவரை, பாட்டாளியாகவே உணரவும் பாட்டாளியாகவே செயல்படவும் வைக்கிற வகையில் அவரை நெறிப்படுத்துகிற, வழிநடத்துகிற ஆற்றல், பாட்டாளி வர்க்கத் தத்துவத்திற்கு இல்லாமல் இருக்கமுடியாது. அவ்வாறான வலிமையுள்ள கொள்கை மற்றும் கோட்பாடே தத்துவம் என்று அழைக்கப் பெறும்.

தலைமைப் பாத்திரம் ஏற்கக்கூடிய ஒருவர் பிறப்பால் எத்தகைய சமூகப் பின்னணியைக் கொண்டிருந்தாலும் 'கருத்தால், செயலால்' எத்தகைய தத்துவப் பின்னணியைக் கொண்டிருக்கிறார் என்பதே, அவரது தலைமை எத்தகையதாக அமையும் என்பதை உறுதிப்படுத்தும். கருத்தும் களப்பணிகளும் ஏற்றுக்கொண்ட தத்துவத்தை அடிப்படையாகக் கொண்டே அமையுமாதலால், பிறந்த சமூகப் பின்னணியைவிட உள்வாங்கிய தத்துவப் பின்னணியே, முதன்மையானதாக இடம்பெறுகிறது. அதாவது, பாட்டாளி வர்க்கத்தத்துவம், பாட்டாளியாய்ப் பிறக்காதவர்களையும் பாட்டாளியாய் உணரவைக்கவும் பாட்டாளியாய்ப் பாடாற்ற வைக்கவும் ஆற்றல் கொண்டிருக்கும் என்பதை உணரலாம். ஒவ்வொரு தளத்திலும் ஒவ்வொரு தத்துவமும் இத்தகைய பண்பையும் ஆற்றலையும் பெற்றிருக்கும் என்பதையும் உணரவேண்டியது இன்றியமையாததாகும்.

தத்துவம் அல்லது கருத்து, நபர்த்தலைமையையும் வழிநடத்துகிற ஆற்றலைப் பெற்றிருப்பதனால், தத்துவத்தலைமை அல்லது கருத்தியல் தலைமையே ஆளுமைமிக்கது என்பதை உணர்த்துகிறது. கருத்தியல் தலைமையும் நபர்த்தலைமையும் தனித்தனியானவை என்று இயங்காமல் இணைந்தே இயங்கும் நிலையில்தான் 'தலைமைப் பாத்திரம்' முழு வலிமையைப் பெறுகிறது. இணைந்து இயங்குவதோடு இணையாகவும் இயங்குதல் வேண்டும். அவ்வாறு இணையாக இயங்குவதற்கு, நபர்த்தலைமையின் பாத்திரம் மிகுந்த சிறப்பிடத்தைப் பெற்றதாக முன்நிறுத்தப்படுகிறது.

இந்த வகையில்தான், அந்தந்தத் தத்துவத்திற்கேற்ற சமூகப் பின்னணியுடன் கூடிய, பிறப்பின் அடிப்படையிலான நபர்த்தலைமை எழுகிறது. ஆனால், கருத்தியல் தலைமை எழுச்சி பெறாதநிலையில், அங்கே நபர்த் தலைமையையும் நிறுவமுடியாத நிலை ஏற்படலாம். ஒவ்வொரு தனிநபரும், தான் புரிந்தவற்றிலிருந்தும் பட்டறிவிலிருந்தும் தன்னை முன்நிறுத்தி சாதிக்க வேண்டுமென்கிற துடிப்பைக் கொண்டிருப்பர். அதனால், அமைப்பின் வளர்ச்சியும் தத்துவத்தின் வலிமையும் அத்தகைய நபர்த்தலைமையால் மென்மேலும் செழுமைப் படுத்தப்படலாம் அல்லது சிதைக்கப்படலாம். அதாவது, நபர்த்தலைமையானது தத்துவத்தைச் சார்ந்திராமலோ அல்லது எதிராகவோ இயங்கினால், அத்தகைய பாதிப்பு அமைப்புக்கும் வெகுமக்களுக்கும் ஏற்படலாம். இதிலிருந்து நபர்த்தலைமையானது கருத்தியல் தலைமையை எவ்வாறு ஏற்றுக்கொண்டிருக்கிறது, எவ்வாறு கையாளுகிறது என்பதைப் பொறுத்துத்தான் 'தலைமைப் பாத்திரத்தின்' பங்களிப்பு எவ்வாறாக அமையும் என்பதை மதிப்பிடமுடியும்.

'கருத்தியல் தலைமையை' பருண்மையானதாகக் காண இயலாது என்பதனால், நபர்த்தலைமையின் பங்களிப்பே மிகமிக இன்றியமையாத தேவையாகத் தோன்றுகிறது. இந்நிலையில், முழுப் பொறுப்பும் 'நபர்த்தலைமை'யின் பங்களிப்பாக அமைந்துவிடுகிறது. நபர்த்தலைமையே, கருத்தியல் தலைமையின் ஆளுமையினை நிலைநாட்டும் பொறுப்புக் கொண்டதாக அமையும். அதாவது, கருத்தியல் தலைமையைப் புலப்படுத்தும் கடமையும் பொறுப்பும் நபர்த்தலைமைக்குரியதே ஆகும். அத்தகைய பொறுப்புமிகுந்த 'நபர்த் தலைமை'யை நிறுவுவது, கட்டமைக்கப்படும் அமைப்புக்கும் அமைப்புசார்ந்த வெகுமக்களுக்கும் உரிய பொறுப்பாக அமையும். இந்நிலையில்,

அமைப்பும் வெகுமக்களும் கருத்தியல் புரிதலும் வலுவும் உள்ள சக்திகளாக வளர்த்தெடுக்கப்படுதல் இன்றியமையாததாகும். கருத்தியல் தலைமை சார்ந்த நபர்த்தலைமையைக் கட்டமைப்பது, அமைப்புக்கும் மக்களுக்குமான பொறுப்பு என்கிற அதேவேளையில், அமைப்பையும் வெகுமக்களையும் கருத்தியல் தலைமையோடு இணைத்து வளர்த்தெடுப்பதும் வழிநடத்துவதும் நபர்த்தலைமைக்குரிய அளப்பரிய பொறுப்பாகும்.

அதாவது, புலப்படாத தலைமையாக இயங்கும் கருத்தியல் தலைமையைப் புலப்படுத்துவதும் வளப்படுத்துவதும் புலப்படும் தலைமையான நபர்த்தலைமையின் கடமையாகிறது. அத்தகைய நபர்த்தலைமை, பிறப்பு சார்ந்த பின்னணியை முதன்மை அலகாகக் கொண்டு தீர்மானிப்பது, கருத்தியல் தலைமை சிதைந்துவிடக்கூடாது என்கிற எச்சரிக்கை உணர்வின் வெளிப்பாடாகவே உணரவேண்டும். கருத்தியல் தலைமையைப் பாதுகாத்திட, வலுப்படுத்திட நபர்த்தலைமையின் கருத்தியல் சார்ந்த உறுதிப்பாட்டினால் மட்டுமே இயலும். பாட்டாளியாய் பிறந்த ஒரு நபரை முன்நிறுத்தி நிறுவப்படும் 'நபர்த்தலைமை'யால் பாட்டாளிவர்க்கத் தத்துவத்தின் தேவையை உணரவும் அத்தத்துவத்தை எளிதில் புரிந்துகொள்ளவும் இயலும் என்பது ஒரு நம்பிக்கையே ஆகும். பாட்டாளி அல்லாத ஒருவர், அத்தேவையை உணர்ந்தாலும், புரிந்தாலும் அதை எவ்வாறு உறுதிப்படுத்துவது என்பதும் அந்த அலகைப் பயன்படுத்தி, போலிகள் ஊடுருவித் தலைமையைக் கைப்பற்றி, உண்மையான கருத்தியல் தலைமையைச் சிதைக்கவும் வாய்ப்புண்டு என்கிற அச்சம் மேலிடுவது தவிர்க்க இயலாததாகும். ஆகவே, இத்தகைய அச்சத்திலிருந்து, பிறப்பு சார்ந்த பின்னணியை ஓர் அலகாக முன்நிறுத்தி, 'நபர்த்தலைமையை' நிறுவுவதில் அமைப்பும் வெகுமக்களும் ஆர்வம் காட்டுவது இயல்பேயாகும்.

இந்நிலையில், பாட்டாளிவர்க்கத் தத்துவத்தின் நீட்சியாகக் கருதப்படும் 'தலித்தியம்' என்பதை ஓர் அமைப்பு தமக்கான கோட்பாடாக, அதாவது தத்துவமாக ஏற்றுக்கொள்ளும்போது, 'தலித்தியத் தலைமை' மற்றும் 'தலித் தலைமை' என்பது தலைமைப்பாத்திரத்தின் அங்கங்களாகக் கருதப்படுகின்றன.

தலித்தியம் என்பது சாதி ஒழிப்புக் கருத்தியலை முதன்மைப் படுத்துகிற விரிவாக்கம் பெற்ற பாட்டாளி வர்க்கத் தத்துவமாகவே இன்றைய தலித் அமைப்புகளால் புரிந்துகொள்ளப்படுகிறது. பாட்டாளிகள், இச்சாதியக் கட்டமைப்பில் தலித்துகள், தலித் அல்லாதவர்கள் என்ற வேறுபாட்டினால் பிளவுபடுத்தப்பட்டும்

முரண்பட்டும் கிடக்கின்றனர். அதாவது, பாட்டாளி வர்க்கத்தை ஒரே வர்க்கமாய் அணிதிரட்ட இயலாதவகையில் சாதியம் முட்டுக்கட்டையாய் முன்நிற்கிறது.

இதனால், பாட்டாளிகளில் ஒரு பெரும்பிரிவினர் சாதியால் புறக்கணிக்கப்படும் நிலை ஏற்பட்டுள்ளது. அத்தகைய பிரிவினர் பாட்டாளிவர்க்கத் தத்துவத்துடன் தொடர்பற்றவர்களாய், சிதறடிக்கப்பட்டுள்ளனர். அத்துடன், பாட்டாளிவர்க்கத் தலைமைத்துவத்தையும் அறிய முடியாதவர்களாய் ஓரங்கட்டப் பட்டுள்ளனர். இந்நிலையில், பாட்டாளிவர்க்கத் தத்துவத்தையும், தலைமைத்துவத்தையும் தலித் பாட்டாளிகள் வரை நீட்டிக்க வேண்டியது தேவையாகிறது. அவ்வாறு தலித் மக்களின் விளிம்புவரையில் நீட்டிக்கப்படும் பாட்டாளி வர்க்கத் தத்துவத்தின் நீட்சியே தலித்தியம் என அறியலாம். கடைசி மனிதர்கள் வரையில் பாட்டாளிவர்க்கத் தலைமையை நீட்டித்து பாட்டாளி வர்க்கத்திற்குரியதாக, நிறுவப்படும்போது அது 'தலித் தலைமை'யாக உணரப்படும்.

பிறப்பால் ஒரு தலித் பாட்டாளியின் தலைமையே, முழுமையான பாட்டாளிவர்க்கத் தலைமையாக அமையும் என்பதை உணர்த்துவதே தலித்தியமாகும். அதாவது, பாட்டாளி வர்க்கத் தத்துவத்தின் நீட்சியே தலித்தியம். பாட்டாளி வர்க்கத் தலைமையின் முழுமையே 'தலித் தலைமை'. சாதிய முரண்பாடுகளையும் வர்க்க முரண்பாடுகளுக்குள் இணைத்து, பாட்டாளி வர்க்கத்தின் முழுப் பரிமாணத்தைக் கணித்திட முயற்சிப்பதே தலித்தியமாகும். சாதியால், மொழியால், மதத்தால், பாலினத்தால், இன்னபிற முரண்பாடுகளால் ஒடுக்கப்பட்டு, சிறுபான்மையினராய்ச் சிதறடிக்கப்பட்ட உழைக்கும் மக்களின் விடுதலைக்கான அரசியலே தலித்தியம் என உரைக்கப்படுகிறது.

பெரும்பான்மை இந்துக்களால் ஒடுக்கப்படும் சிறுபான்மை இசுலாமியர்களின், கிறித்தவர்களின், சீக்கியர்களின், சமணர்களின், பௌத்தர்களின் இன்னும் பிற சிறுபான்மை மக்களின் உரிமைக்கான – விடுதலைக்கான அரசியல் தலித் அரசியலே ஆகும். பெரும்பான்மையான சிங்கள இனவெறியர்களால் ஒடுக்கப்படும் சிறுபான்மைத் தமிழர்களின் விடுதலைக்கான அரசியலும் தலித் அரசியலே ஆகும். இவ்வாறு ஒடுக்கப்படும், சுரண்டப்படும், புறக்கணிக்கப்படும், ஓரங்கட்டப்படும், அனைத்துத் தரப்புச் சிறுபான்மையினரின், உழைக்கும் பாட்டாளிகளின் நலன்களுக்கான அரசியல் அல்லது கோட்பாடுதான் தலித்தியம் என்பதாக அறியப்படுகிறது. தலித்

அமைப்பாய்த் திரள்வோம்

என்பதை 'சாதி' என்கிற அடைப்புக்குள் சுருக்காமல் சிறுபான்மை மற்றும் ஒடுக்கப்பட்ட உழைக்கும் மக்கள் அனைவரையும் குறிப்பதாக அடையாளப்படுத்துவதே தலித்தியம் ஆகும்.

தலித்தியம் என்கிற தத்துவத்தை உள்வாங்குகிற அமைப்பு, தலித்தியத் தலைமை மற்றும் தலித் நபர்த்தலைமை ஆகியவற்றை நிறுவுகிறபோது, விரிவடைந்த மற்றும் முழுமையடைந்த பாட்டாளிவர்க்கத் தலைமையாகவே அது பரிணமிக்கும். இவ்வாறு தலைமைப் பாத்திரமானது ஆளையும் கருத்தையும் அடிப்படையாகக் கொண்டு ஆளுமை செய்யும் ஆற்றல் வாய்ந்ததாக அமையும். அதாவது, நபர்த் தலைமையும் கருத்தியல் தலைமையும் இணைந்ததே ஓர் அமைப்பை நெறிப்படுத்தும் – வழிநடத்தும் ஆற்றல் பெற்ற முழுத் தலைமையாகும்.

அதாவது, தோற்றத்தால் புலப்படாத 'கருத்தியல் தலைமை' அகநிலையிலும், புலப்பட்டு வழிநடத்தும் 'ஆள்தலைமை' புறநிலையிலும் கட்டமைக்கப்படுவதே 'முழுமைத் தலைமை'யாய் முதிர்ச்சியடைகிறது. அகநிலை, புறநிலை என்கிற உள்ளடக்கமும் வடிவமைப்பும் கொண்டதாக தலைமைப் பாத்திரம் இயங்குகிறது. ஓர் அமைப்பின் உள்ளடக்கமும், புறவடிவமைப்பும், அதன் இயங்குதிறனும் தலைமைப் பாத்திரத்தின் வலிமையோடு தொடர்புடையதே ஆகும். அதாவது, ஓர் அமைப்பின் வலிமை அதன் தலைமைப் பாத்திரத்தின் வலிமையாக வெளிப்படும். தலைமைப் பாத்திரத்தின் வலிமை, அமைப்பின் கருத்தியல் வலிமை மற்றும் வழிநடத்தும் ஆளின் வலிமை ஆகியவற்றின் கலவையாக வெளிப்படும். தலைமையின் வலிமையே அமைப்பின் ஆளுமையாக உறுதிப்படும்.

தத்துவத்தின் புறவடிவம் தனிநபர்த் தலைமை! – முழுத் தலைமையின் செயல்வடிவம் அமைப்பின் வலிமை!

பிப்ரவரி, 2011

10

தலைமைத்துவமும் தனிநபர்ப் பாத்திரமும்

ஓர் இயக்கத்தின் தலைமைப் பாத்திரத்தில் தத்துவம் அல்லது கோட்பாட்டின் பங்களிப்பு என்பது அவ்வியக்கத்தின் 'அடிப்படை' ஆற்றலாகும். அதனை நடைமுறைப்படுத்தும் தனிநபரின் பங்களிப்பு என்பது அதன் 'முதன்மை' ஆற்றலாகும். தத்துவப் பங்களிப்பு இயக்கத்தின் அடிக்கட்டுமானமாகவும் தனிநபர்ப் பங்களிப்பு மேல்கட்டுமானமாகவும் அமையும்! தத்துவத்தலைமை அருவநிலையிலான அகப்பொருளாகவும் தனிநபர்த் தலைமை உருவநிலையிலான புறப்பொருளாகவும் அமைந்து, இயக்கத்தின் 'அகமும் புறமும்' இயங்குகிற – இயக்குகிற ஆற்றல்களாக விளங்குகின்றன. 'தத்துவம்' வழிகாட்டும் தலைமையாகவும் 'தனிநபர்' வழிநடத்தும் தலைமையாகவும் இயங்குகிற ஆளுமை கொண்டவையாகும். அதாவது, தலைமைப்பாத்திரத்தில் 'தத்துவமும் தனி நபரும்' இன்றியமையாத, இணைபிரியாத பேராற்றல்களாகும்.

தத்துவமே களத்தைத் தீர்மானிக்கிறது. களமாடும் செயல்வீரர்களைத் தேர்வு செய்கிறது. தோழமைகளையும் பகைமைகளையும் அடையாளப்படுத்துகிறது. குறிக்கோள்களையும் இறுதியில் அடைய வேண்டிய இலக்கையும் தெளிவுபடுத்துகிறது. செயல்திட்டங்களையும் அவற்றுக்கான உத்திகளையும் உரிய வழிமுறை களையும் வரையறுப்பதற்கான ஆற்றலை

வழங்குகிறது. தனிநபர்ப் பங்களிப்பையும் ஊக்குவிக்கிறது. தத்துவமே அனைத்துமாகி ஆளுமை செய்கிறது. தத்துவமே அனைத்திற்கும் தலைமை தாங்குகிறது.

தத்துவம், கருத்து வடிவமாகவும் புலப்படுகிறது; செயல் வடிவமாகவும் வெளிப்படுகிறது. அத்தகைய செயல்வடிவம்தான் தனிநபர்ப் பாத்திரமாகத் தலைமையேற்கிறது. அதாவது, தத்துவமே தனிநபர் உருவில் செயல்வடிவம் பெற்று தலைமைத் துவத்தை முழுமையாக்குகிறது. தலைமைத்துவத்தின் தனிநபர்ப் பாத்திரமானது தத்துவத்தின் நடைமுறை வடிவம் கொண்ட இயக்க ஆற்றலாகும். அத்தகைய செயலாக்க வடிவமாய் இயங்குகிற தனிநபர்ப் பாத்திரமென்னும் நபர்த்தலைமைக்கும் தலைமை கொடுப்பது தத்துவத்தலைமையே ஆகும். தத்துவமே வழிகாட்டவும் செய்கிறது; வழிநடத்தவும் செய்கிறது. அதாவது, வழிநடத்தும் தலைமையாய் இயங்குகிற நபர்த்தலைமையை வழிநடத்துவதும் தத்துவத்தலைமையே ஆகும்.

தத்துவத் தலைமையில்லாத எந்தவோர் இயக்கமும் தனிநபர்த் தலைமையின் விருப்பு–வெறுப்புகளுக்கு இலக்காகும். தனிநபர்த் தலைமை இல்லாத தத்துவம் ஓர் இயக்கமாகப் பரிணாமம் பெற இயலாது. எவ்வளவு உயர்ந்த, சிறந்த தத்துவ மாயினும் அதன் உயிர்ப்பும் ஆற்றலும் தனிநபர்த் தலைமையின் ஆளுமையினால்தான் வலிமையும் செழுமையும் பெறும்.

தத்துவம் சார்ந்த தனிநபர்த் தலைமையால்தான் தத்துவத்தின் பேராற்றல், பேரியக்கமாய் பேருருக்கொள்ளும். தனிநபர்த் தலைமையும் தத்துவத்தலைமையும் ஒன்றுக்கொன்று உடன்பாடின்றி எதிர்மறைப் போக்குகளைக் கொண்டிருந்தால், இயக்கத்தின் எழுச்சியும் வளர்ச்சியும் வெகுவாகச் சிதையும். வலுவும் தெளிவும் இல்லாத தத்துவத்தால், ஒரு வலுவான நபர்த்தலைமையினையும் ஒரு வலுவான வெகுமக்கள் இயக்கத்தையும் ஈன்றளிக்க இயலாது. அதைப் போலவே, ஏற்றுக்கொண்ட தத்துவத்தைப் பற்றிய புரிதலும் செயலாற்றலும் இல்லாதவொரு நபர்த்தலைமையால், தத்துவத்தலைமையை நிலைநாட்ட இயலாது. தலைமைத்துவத்தில் தனிநபரின் தலைமைப் பாத்திரமானது மிகவும் இன்றியமையாதது! தவிர்க்க இயலாதது! தத்துவத்தின் செயல்வடிவமாய்த் தலைமைப் பாத்திரமேற்கும் தனிநபரின் பங்களிப்பு, இயக்கத்தையும் அதனை இயக்கும் தத்துவத்தையும் பாதுகாக்கிற பேரரணாகவோ அல்லது பாழ்படுத்திடும் பேராற்றலாகவோ அமையும்!

தத்துவம் இல்லாமலோ அல்லது தத்துவமிருந்தும் அதனை முன்நிறுத்தாமலோ ஒரு தனிநபர்த் தலைமை நிறுவப்பட்டால்,

அத்தகைய தனிநபரின் ஆதிக்கம் மேலோங்கும்! எனவே, தத்துவத்தை முன்நிறுத்தும் தனிநபர்த் தலைமையை அடையாளம் காண்பதும் அத்தலைமையை நிறுவிக் காப்பதும் ஓர் இயக்கத்தின் கடமையாக அமையும். தத்துவம் சார்ந்த கொள்கைகளை வரையறுப்பது, கொள்கைக்கேற்ற செயல்திட்டங்களை வகுப்பது, குறித்த காலவரம்புக்குள் அவற்றை வெற்றிகரமாக நடைமுறைப்படுத்துவது, தன்வலிமை மற்றும் மாற்றான் வலிமை அறிந்து செயல் உத்திகளைத் தீர்மானிப்பது, அனைத்துத்தரப்பு வெகுமக்களை அமைப்பாக்கி அணிதிரட்டுவது, இயக்கத்தின் கட்டமைப்பு வலிமையைப் பெருக்குவது, தலைமுறை இடைவெளி ஏற்படாமல் அடுத்தடுத்த தலைமுறைகளுக்கிடையில் அரசியலைத் தொடர்ச்சியாகப் பரப்புவது, உதிரிகளாய்ச் சிதறடிக்கப்பட்டோரை, விளிம்புநிலை மக்களை, அரசியலின் பொதுநீரோட்டத்திலே இணைப்பது, அதிகாரப்பகிர்வை வென்றெடுப்பது, அதிகார வலிமையின் மூலம் மக்களை அரசியல் வலிமை கொண்டோராய் வளர்த்தெடுப்பது, சுரண்டலுக்கும் ஆதிக்கத்திற்கும் எதிரான போர்க்குணத்தை விதைப்பது போன்ற இவ்வாறான எண்ணற்ற செயலாக்கம் யாவும் தலைமைத்துவத்தில் தனிநபருக்குரிய மகத்தான பங்களிப்புகளாகும்.

தனிநபரின் தலைமைப் பாத்திரம் எத்தகைய பங்களிப்பைச் செலுத்துகிறதோ, அதன்படியே தலைமைத்துவத்தின் வீரியம் அமையும். தத்துவம், வலிமைவாய்ந்த கருத்தாகவோ, கொள்கையாகவோ விளங்கினாலும் அதனைச் செயல்தளத்திலே, பொருத்தி அதற்கு உயிர்ப்பை ஊட்டுவது, தனிநபர்ப் பாத்திரத்தின் பங்களிப்பேயாகும். வீரியமிக்க தனிநபர்த் தலைமை, அதுவும் கொள்கை – கோட்பாடு சார்ந்த தலைமை நிறுவப்படாமல், தத்துவம் செயல்வீரியமற்றதாய் நீர்த்துப் போகும். அதாவது, தத்துவத்தின் தலைமைப் பாத்திரம் செயலிழந்து போகும்.

வலுவான தத்துவத் தலைமை இல்லாத தனிநபர்த் தலைமையும் அதைப்போலவே வலுவான தனிநபர்த் தலைமை இல்லாத தத்துவத் தலைமையும் இலக்கை நோக்கிய பயணத்தை வெற்றிகரமாக முன்னிழுத்துச் செல்லும் ஆற்றலைக் கொண்டவையாக இருக்காது. தத்துவத்தலைமையே தலைமைத்துவத்தின் அடிப்படையானது என்றாலும், அதனைவிட மிகவும் இன்றியமையாத பங்களிப்பைச் செலுத்தும் பாத்திரமாக விளங்குவது, தனிநபர்த் தலைமை என்பதை நடைமுறையில், செயற்தளத்தில் காணலாம்.

அமைப்பாய்த் திரள்வோம்

அரசியல், சமூகம், பொருளாதாரம் மற்றும் பண்பாடு போன்ற ஒவ்வொரு தளத்திலும் வெவ்வேறு கோட்பாடுகளின் அடிப்படையில், பல்வேறு அமைப்புகள் இயங்கலாம். அடிப்படையான கோட்பாடு ஒன்றே எனினும், அமைப்புகள் வெவ்வேறாய் உருவாகலாம். தத்துவத்தின் அல்லது கோட்பாட்டின் அடிப்படையிலான மாறுபாடுகளால் அவ்வாறு பல்வேறு அமைப்புகள் பிறக்கலாம். அல்லது தனிநபர்ப் பாத்திரத்தின் அடிப்படையிலான வேறுபாடுகளால் அவ்வாறு வெவ்வேறான அமைப்புகள் எழுச்சி பெறலாம். ஆனால், தத்துவத்தின் தலைமைப் பாத்திரமும், தனிநபரின் தலைமைப் பாத்திரமும் ஒருமித்த வீரியமும் வேகமும் கொண்ட அமைப்புகளால் மட்டுமே தமது இலக்கை எட்டமுடியும். இல்லையேல், திசைமாறி நீர்த்துப்போகவோ அல்லது தேக்கமடைந்து சிதைந்துபோகவோ நேரிடலாம்.

ஆன்மிகத் தளத்தில் 'இறை நம்பிக்கை' ஒரு தத்துவமாக, கோட்பாடாக ஏற்கப்படுகிற நிலையில், அதனை அடிப்படையாகக் கொண்டு மதங்கள் என்னும் வெவ்வேறு அமைப்புகள் உருவாகின்றன. 'கடவுள் உண்டு' என நம்புவது ஒரு பொதுவான – அடிப்படையான கோட்பாடாக ஏற்கப்படுகிறபோது, அந்தக் கோட்பாட்டில் எழுகிற மாறுபாடுகளால், பல்வேறு மதங்கள் உருவாகும். அதாவது, கடவுளுக்கு 'உருவம் உண்டு; உருவம் இல்லை' என்கிற மாறுபாடுகள் உருவாகும் நிலையில், உருவ, அருவ நம்பிக்கைகளின் அடிப்படையில் மதங்கள் வெவ்வேறாக வடிவம் கொள்ளும். கடவுள் உண்டு என்கிற கோட்பாட்டில், அக்கடவுள் ஒரே கடவுளா? அல்லது ஒவ்வொரு குலத்துக்கும், ஒவ்வொரு சாதிக்கும், ஒவ்வொரு கடவுளா? என, கடவுளின் எண்ணிக்கை தொடர்பான மாறுபாடுகள் உருவாகிற போது, அவற்றினடிப்படையிலும் வெவ்வேறு மதங்களோ அல்லது மதம் சார்ந்த ஆன்மிக அமைப்புகளோ தோன்றும். அடுத்து, கடவுளுக்கும் மனிதனுக்கும் இடையில் எத்தகைய உறவுகள் அல்லது தொடர்புகள் என்பது பற்றிய கோட்பாட்டில் மாறுபாடுகள் உருவாகிறபோது வெவ்வேறு அமைப்புகள் மலரலாம்.

இவ்வாறு கோட்பாட்டின் அடிப்படையில் மட்டுமின்றி, செயற்பாட்டின் அடிப்படையிலும் மாறுபாடுகள் உருவாகிறபோது வெவ்வேறான அமைப்புகள் உருவாகின்றன. அத்தகைய செயற்பாடுகள் யாவும் தனிநபரின் தலைமைப் பாத்திரங்களாலேயே பெரும்பாலும் தீர்மானிக்கப்படுகின்றன. தத்துவத்தின் தலைமைப் பாத்திரம் செயல்திட்டங்களை

வரையறுப்பதில் வழிகாட்டும் வலிமை பெற்றிருந்தாலும், தனிநபர்த் தலைமைப் பாத்திரம்தான் அவற்றை வரையறுப்பதில் பெரும்பங்கு வகிக்கிறது. 'இறைவன் உண்டு' என்பது பொதுக்கோட்பாடு என்றாலும் எத்தனை இறைவன்? அவனுக்கு உருவம் உண்டா; இல்லையா? அவனை எப்படி, எப்போது வழிபடுவது? என்ன மந்திரங்களை ஓதுவது? எந்த வேதங்களை ஏற்பது? என்ன யாகங்களைச் செய்வது?... போன்ற நடவடிக்கைகளையெல்லாம் வரையறுப்பதில் தனிநபரின் தலைமைப் பாத்திரமே முழுப்பொறுப்பை ஏற்கிறது.

அவ்வாறே, 'கடவுள் இல்லை' என்கிற நம்பிக்கை ஒரு பொதுக்கோட்பாடாக ஏற்கப்படுகிறபோது, கடவுளின் பெயரால் நடக்கும் சுரண்டல் மற்றும் ஆதிக்கத்திற்கு எதிரான இயக்கங்கள் உருவாகின்றன. அவை, சமூக-அரசியல் இயக்கங்களாகவோ அல்லது புரட்சிகர அமைப்புகளாகவோ உருவாகலாம். அதாவது, மதங்கள் போன்ற அமைப்புகளின் நடவடிக்கைகளுக்கு எதிரான இயக்கங்களாக உருவாகலாம்.

அரசியல் தளத்தில் ஆதிக்கம், ஒடுக்குமுறை மற்றும் சுரண்டல் ஆகியவற்றை எதிர்ப்பதும், சனநாயகம் மற்றும் சமத்துவத்தை வென்றெடுப்பதும் உழைக்கும் மக்களுக்கான தேவை என்கிற கருத்து ஒரு பொதுக்கோட்பாடாக ஏற்கப்படுகிறபோது, உழைக்கும் பாட்டாளி வர்க்கத்தைச் சார்ந்த வெகுமக்களைத் திரட்டுவதற்கான அமைப்புகள் உருவாகலாம். எத்தகைய சுரண்டலை, எத்தகைய ஆதிக்கத்தை எதிர்ப்பது என்பதில் மாறுபாடான கருத்துகள் உருவாகிறபோது அவற்றினடிப்படையில் வெவ்வேறான அமைப்புகள் உருவாகலாம்.

அதாவது, சாதி, மதம், மொழி, இனம், நிறம், பால், தேசம் போன்ற பல்வேறு தளங்களில் நிலவும் ஆதிக்கம் மற்றும் சுரண்டல் போன்றவற்றில் எத்தகைய தளத்தைச் சார்ந்த செயல்திட்டங்களை வகுப்பது என்பதைப் பொறுத்து அமைப்புகள் உருவாகலாம். இவ்வாறான வரையறைகளைத் தீர்மானிப்பதில்தான், தனிநபரின் தலைமைப் பாத்திரம் பெரும்பங்கு வகிக்கிறது. தனிநபரின் தத்துவப்புரிதல், செயல்வீரியம், உள்ளிட்ட ஆளுமைத்திறன்கள் தலைமைப் பாத்திரத்தில் இன்றியமையாத பங்கை வகிக்கின்றன. அதாவது, சமூகம், அரசியல், பொருளாதாரம் முதலிய அனைத்துத் தளங்களிலும் தனிநபரின் தலைமைப் பாத்திரமானது அவை சார்ந்த தத்துவத்தைப் புலப்படுத்தவும் – வலுப்படுத்தவுமான பங்களிப்பைச் செய்கிறது. ஆதலால் தனிநபர்த் தலைமைப்

பாத்திரம், போதிய தத்துவப்புரிதலும், தெளிவும் உறுதியும் பெற்றிருத்தல் இன்றியமையாத தேவையாகிறது.

தத்துவத்தின் தலைமைப் பாத்திரம் தொடர்பாக, அத்தகைய தெளிவோ, உறுதியோ இல்லாமல் தன்னலத்தை முன்நிறுத்தும் தான்தோன்றித்தனமான போக்குகளைக் கொண்டதாக தனிநபர்த் தலைமைப் பாத்திரம் அமையும்போது, அவ்வமைப்பு செயல்வீரியம் இழந்து, இலக்கு தவறி, திசைமாறி பிற்போக்கானதாக உருமாறிப் போகலாம். அவ்வமைப்பு ஏற்றுக்கொண்ட தத்துவமும் ஒளிமங்கி முனை மழுங்கிப் போகலாம். தனிநபர்த் தலைமைப் பாத்திரத்தின் விருப்பு–வெறுப்பு முன்னிறுத்தப்படலாம். தனிநபரின் அகந்தை ஆதிக்கம் பெறலாம். அத்தகைய ஆதிக்கத்தின் விளைவாக, அமைப்பில் கட்டிக் காப்பாற்றப்படவேண்டிய சனநாயகம் சிதைக்கப்படலாம். அமைப்பே, ஒரு தனிநபரின் ஆளுகைக்கும் ஆதிக்கத்திற்கும் ஆட்பட்டு சனநாயகமற்ற நிலையைக் கொண்டதாக மாறுகிறபோது, அத்தகைய அமைப்பால், அல்லது அந்தத் தனிநபரின் தலைமைத்துவத்தால், அடைய வேண்டிய இலக்கை நோக்கி அமைப்பை வழிநடத்த இயலாத நிலை உருவாகலாம்.

அதாவது, ஒரு தத்துவத்தைப் பாதுகாப்பதோ அல்லது அத்தத்துவத்தின் தலைமைப் பாத்திரத்தை நிறுவுவதோ, அதனடிப்படையில் ஓர் அமைப்பைக் கட்டமைப்பதோ, அவ்வமைப்பின் வழியாக ஒரு சமூக மாற்றத்தைப் படைப்பதோ அல்லது சமத்துவத்தை வென்றெடுப்பதோ எதுவாயினும், தனிநபர்த் தலைமைப் பாத்திரத்தின் பங்களிப்பைப் பொறுத்தே அமைகிறது.

தலைமைத்துவத்தில், தனிநபர்த் தலைமைப் பாத்திரம் என்பது, அமைப்பின் ஒவ்வொரு அலகிலும் நிறுவப்படவேண்டிய ஒன்றாகும். அரசியல் இயக்கம் என்கிறபோது அடி முதல் நுனிவரையிலான அதன் ஒவ்வொரு அடுக்கிலும், கடைநிலையிலுள்ள ஒவ்வொரு அலகிலும் தனிநபர்த் தலைமைப் பாத்திரம் முகாமையான பங்களிப்பைச் செலுத்த வேண்டியது தவிர்க்க இயலாததாகும். அதாவது, ஒட்டுமொத்தமான ஒற்றைத் தலைமையை மட்டுமே குறிக்காது. குறிப்பாக, ஒற்றை நபரை மட்டுமே குறிப்பதாகாது. அனைத்துத் தளங்களுக்கும் இது பொருந்தும். அரசியல் தளத்தில் மட்டுமின்றி, சமூகம், பொருளாதாரம், பண்பாடு போன்ற அனைத்துத்தளங்களிலும் தனிநபர்த் தலைமைப் பாத்திரம் என்பது ஒற்றை நபரை மட்டுமே கொண்டதாக அமையாது!

ஒற்றை நபரை முன்னிறுத்தி, ஒவ்வோர் அலகிலும் கட்டமைக்கப்படும் தலைமைப் பாத்திரமானது, அமைப்பின் சட்டம் மற்றும் விதிகளின் பின்னணியோடும் அவ்வமைப்பு ஏற்றுக்கொண்ட தத்துவத்தின் பின்னணியோடும், ஆளுமை வடிவம் கொண்ட இன்னொரு அலகாகவே அது இயங்கும். அமைப்பின் சட்டங்களும், விதிகளும் தன்னியல்பாக ஆளுமை செய்யும் தலைமைப் பாத்திரத்தை ஏற்கிற இன்னோர் அங்கமாக அல்லது ஓர் அலகாக விளங்கும். அதாவது, தனிநபர்த் தலைமைப் பாத்திரத்தின் ஒரு பகுதியாக, தத்துவமும், இன்னொரு பகுதியாக அமைப்பின் சட்டங்கள் மற்றும் விதிகளும் அமையும். அவ்வாறு அமையாமல், தனிநபரின் விருப்பு – வெறுப்பே ஆளுமை செய்வதாக அமைந்தால், மக்களை அமைப்பாக்கவோ அரசியல் படுத்தவோ இயலாத நிலை உருவாகும். அது அமைப்பின் ஒவ்வொரு அடுக்கிலும், ஒவ்வொரு அலகிலும் நடைமுறை உண்மையாய் அமையும்.

சமூகத்தின் மற்றும் அமைப்பின் அனைத்து அடுக்குகளிலும் அனைத்து அலகுகளிலும் தனிநபர்த் தலைமைப் பாத்திரமானது, தத்துவம் சார்ந்த கொள்கைப் பின்னணியோடும், அமைப்புச் சார்ந்த சட்டம் மற்றும் விதிகள் போன்ற நிர்வாக அலகுகளின் பின்னணியோடும், அணிதிரட்டப்படும் மக்களின் அங்கீகாரம் என்கிற சமூகப் பின்னணியோடும் கட்டமைக்கப்படவேண்டும். அதாவது, தத்துவத்தின் தலைமைப் பாத்திரத்தை ஏற்றுக் கொண்டதாகவும், பின்பற்றக் கூடியதாகவும், அத்தகைய தத்துவத்தின் அடிப்படையிலான ஓர் அமைப்பின் சட்டம் மற்றும் விதி முறைகளுக்கும், இன்ன பிற நெறிமுறைகளுக்கும் கட்டுப்பட்டு இயங்கக் கூடியதாகவும், அவ்வமைப்பின் வழி அணிதிரட்டப்பட்டு, அரசியல்படுத்தப்பட்டுள்ள வெகுமக்களின் அங்கீகாரத்தைப் பெற்றதாகவும் தனிநபர்த் தலைமைப் பாத்திரம் விளங்கவேண்டும். தத்துவப் பின்னணி, அமைப்புப் பின்னணி, மக்கள் பின்னணி ஆகியவற்றைக் கொண்ட ஒற்றை வடிவமாகவே தனிநபர்த் தலைமைப்பாத்திரம் அமையும் அல்லது அமைய வேண்டும். அத்தகைய பின்னணிகள் ஏதுமில்லாத, எந்தவொரு தனிநபர்த் தலைமைப் பாத்திரமும் மக்களுக்குரியதாக அமையாது. மக்களால் ஏற்கவும் இயலாது.

தலைமைத்துவத்தின் இருநிலைகளாக தத்துவத்தின் தலைமைப் பாத்திரமும், தனிநபரின் தலைமைப் பாத்திரமும் அமைப்பு மற்றும் மக்கள் ஆகியவற்றுடன் இணைந்து ஒருமித்து இயங்குகிற நிலையில்தான், தலைமை என்பது முழுமை பெறுகிறது. இவற்றில், அமைப்பை வடிவமைப்பதிலும்,

வலிமைப்படுத்துவதிலும், மக்களை அமைப்பாக்குவதிலும் அரசியல்படுத்துவதிலும், அமைப்பு மற்றும் மக்கள் திரள் ஆகியவற்றோடு தத்துவம் மற்றும் கொள்கைகளைத் தொடர்பு படுத்துவதிலும் உறவை உறுதிப்படுத்துவதிலும் தனிநபர்த் தலைமைப் பாத்திரத்தின் பங்களிப்பே இன்றியமையாததும் ஆகும்! அதாவது தனிநபர்த் தலைமைப் பாத்திரமே, தத்துவத்தைச் செழுமைப்படுத்துகிறது; அமைப்பை வலிமைப்படுத்துகிறது; மக்களை அரசியல்படுத்துகிறது! தத்துவத்தின் வழிகாட்டுதலின் படி, அமைப்பையும் வெகுமக்களையும் இலக்கை நோக்கி வழிநடத்துகிறது! தலைமைத்துவத்தில் தனிநபர்ப் பாத்திரத்தின் பங்களிப்பு மகத்தானதாகும்!

தத்துவத்தில் முளைக்காத தனிநபர்த் தலைமை! – பாதை தடுமாறி திசைமாறி இழக்கும்தன் வலிமை!

மார்ச், 2011

11

அமைப்பும் அதிகாரமும்

ஓர் அமைப்பு, அதன் அளவிலும் வடிவிலும் சிறியதாகவோ அல்லது பெரியதாகவோ இருக்கலாம். ஆனாலும், அதனைக் கட்டமைப்பதிலும் கட்டிக்காப்பதிலும் தலைமைப் பாத்திரத்தின் பங்களிப்பே மிகவும் முகாமையானதாகும். அத்தகைய தலைமைப் பாத்திரமானது, தத்துவம் மற்றும் தனிநபர் என்கிற கலவையால் கட்டமைக்கப்படுவதாகும். தனியொருவர், ஓர் அமைப்பின் தலைவராக இருந்து வழிநடத்துவது, அந்த அமைப்புக்கான 'அனைத்து வடிவங்களின் ஒற்றை அடையாளமாக' அவர் முன்நிறுத்தப்படுகிறார் என்பதே நாம் உணரவேண்டிய உண்மையாகும். அவ்வாறு முன்நிறுத்தப்படும் தனிநபரை, தனியொரு ஆளாகப் பார்க்காமல், ஓர் அமைப்பாகவோ அல்லது அமைப்புச்சார்ந்த மக்கள் திரளாகவோ பார்ப்பதுதான் அந்தத் தலைமையை நிறுவுவதற்கான அடிப்படையாக அமையும்.

அத்தகைய தலைமைப் பொறுப்பை ஏற்கிற தனிநபரும் அத்தலைமையைக் கட்டியெழுப்ப வேண்டிய பொறுப்புடையோரும் அவ்வாறு உணர்ந்து செயலாற்றுதல் வேண்டும். இத்தகைய உணர்தலும் இயங்குதலும் இல்லாதவிடத்தில் வலுவான 'நபர்த் தலைமை'யைக் கட்டியெழுப்ப இயலாதுபோகும். ஒன்றுக்கும் மேற்பட்டோர் ஒன்றுகூடி, ஒரு பொது நோக்கத்திற்காக ஒரு பொது

அடையாளத்தோடு ஒருமித்து இயங்குகிறபோது, அத்தகைய இயங்குதளத்தில் 'அதிகார மையங்கள்' தன்னியல்பாகவே உருவாகின்றன. அத்துடன், அவ்வதிகார மையங்களில் ஆளுமைவாய்ந்த தலைமைத்துவமும் உருவாகிறது. அவ்வாறு உருவாகும் தலைமைத்துவத்தை ஏற்கிற தனிநபர், தான் கையாளும் அதிகாரங்கள் யாவும் தனக்கேயுரியது என்று கருதாமல், அவை அமைப்புக்கானது, அமைப்புச்சார்ந்த மக்களுக்கானது என்று உணர்ந்து இயங்குதல் வேண்டும். அதாவது, தலைமைத்துவத்தை நோக்கிக் குவியும் அதிகாரங்கள் யாவும் தன்னால் உருவாக்கப்பட்டவை என்றும் தனக்காகவே உருவாக்கப்பட்டவை என்றும் கருதாமல், அவை அமைப்புக்காகவும் மக்களுக்காகவும் உருவானவை என்று உணருகிற, அதன்படி கடமையாற்றுகிற 'நபர்த்தலைமையால்'தான், அமைப்பை அதன் இலக்கைநோக்கி வெற்றிகரமாக வழிநடத்த இயலும்.

அதிகாரங்கள் மக்களிடமிருந்தே உற்பத்தியாகின்றன. அதுவும், மக்கள் ஏதோ ஒரு வடிவத்தில் அமைப்பாகிறபோதுதான் அவை விளைகின்றன. உதிரிகளாகச் சிதறிக் கிடப்போரிடையே அதிகாரங்கள் உருவாவதில்லை. மக்கள் வெவ்வேறு அளவில் வெவ்வேறு அமைப்புகளாக அணிதிரளுகிறபோதும், கூட்டமைப்பாக வடிவம் பெறுகிறபோதும், நிறுவனமாக வலுப்பெறுகிறபோதும் அதிகாரங்களின் அளவும் வலுவும் மாறுபடுகின்றன.

அமைப்பாக அணிதிரளாதவர்கள் அதிகாரமில்லாத வலிமையற்றவர்களாகவே அடக்குமுறைகளுக்கும் சுரண்டலுக்கும் ஆளாகின்றனர். மக்கள் அதிகார வலிமை பெற்றவர்களாக ஆளுமை பெறுவதற்கு அவர்கள் அமைப்பாக வேண்டும் என்பது இன்றியமையாததாகும். அவ்வாறு அமைப்பாகும் மக்களிடையே, உருவாகும் அதிகாரங்களைக் கையாளுவதற்குத் தேவைப்படும் தலைமைத்துவம்தான் 'நபர்த்தலைமை' என்னும் வடிவம் பெறுகிறது. அத்தகைய நபர்த் தலைமையானது தனது கடமைகளை நிறைவேற்றுவதற்கு உரிய வலிமையை வழங்குபவையே அதிகாரங்கள் என்று உணர்தல் வேண்டும். அவ்வாறின்றி, தன்நலனை முன்நிறுத்தி அதிகாரங்களைக் கையாள முயன்றால், அத்தலைமை சனநாயகத் தலைமையாக நிறுவப்படாத நிலை உருவாகும். அதன்வழி அமைப்பும் அமைப்புசார்ந்த மக்கள்திரளும் பாதிப்புகளைச் சந்திக்க நேரிடும். அத்தகைய ஆதிக்கப்போக்குள்ள 'நபர்த்தலைமை' உருவாகாமல் தவிர்க்கவேண்டிய பொறுப்பும் கடமையும்

அவ்வாறான வாய்ப்பைப் பெறுகிற தனிநபர்க்குரியது என்பதை அந்நபரே உணர்தல் வேண்டும்.

அத்தகைய புரிதல் உள்ள நபர்த்தலைமையை அடையாளம் காண்பதும் அதனைக் கட்டியெழுப்பிக் கட்டிக்காப்பதும் அந்த அமைப்பின் கடமையாகும். அமைப்பின் அனைத்துத் தளங்களிலும் அவ்வாறான தலைமையைக் கட்டமைத்திட வேண்டுமென்பதையும் அவ்வமைப்பு உணர்தல் வேண்டும். அமைப்பின் ஒவ்வொரு தளத்திலும் ஒவ்வொரு களத்திலும் உருவாகிற அல்லது உருவாக்கப்படுகிற நபர்த் தலைமைகள் யாவும் இணைந்து, வெகுமக்களின் விருப்போடும் துணையோடும், அமைப்பின் ஒட்டுமொத்த அடையாளமான 'நபர்த்தலைமை'யைக் கட்டியெழுப்புதல் வேண்டும். அதாவது, அமைப்பு என்பது, அமைப்பின் அனைத்துத் தளங்களிலுமுள்ள தனிநபர்த் தலைமைகள், தீவிர களப்பணியாளர்கள், உறுப்பினர்கள் என அனைவரும் உள்ளடங்கிய நிர்வாக வடிவமாகும். இவ்வமைப்பும், அதன்வழி தொடர்புடைய மக்கள் திரளும் இணைந்து, நபர்த் தலைமையைக் கட்டியெழுப்புவதிலுள்ள பொறுப்பை வெகுவாக உணர்தல் வேண்டும்.

மக்களின் தேவைகளிலிருந்து போராட்டங்கள் வெடித்தெழுவதைப் போல, அத்தகைய போராட்டங்களிலிருந்தே நபர்த் தலைமைகளும் முளைத்தெழுகின்றன. அதாவது, மக்களிடமிருந்தே அதிகாரமும் தலைமையும் உற்பத்தியாகின்றன. அதுவும் அமைப்பாக அணிதிரளுகின்ற வெகுமக்களிடமிருந்தே அத்தகைய அதிகாரங்களும் அவற்றைக் கையாளுவதற்கான நபர்த் தலைமைகளும் ஒரு இயல்வினையாகவே உருவாக்கம் பெறுகின்றன. அவ்வாறான 'நபர்த் தலைமை'யைத் தெரிவு அல்லது தேர்வு செய்து, அதனை வலுமிக்கதாக வடிவமைப்பது, ஓர் அமைப்பின் இன்றியமையாத கடமையாகிறது. அவ்வமைப்புச் சார்ந்த மக்களுக்கும் உரிய பொறுப்பாகிறது. அத்துடன், 'நபர்த்தலைமை'க்கான புள்ளியில் குவிக்கப்படும் அதிகாரங்களும், அதன்வழி அத்தலைமையின்மீது உருவாகும் நன்மதிப்பும் அக்குறிப்பிட்ட தனிநபருக்குரியதென்று கருதி, அந்தத் தனிநபருக்கெதிராகச் சிந்திப்பதோ செயல்படுவதோ, அமைப்புக்கும் மக்களுக்கும் எதிரானதாகவே அமைந்துவிடும்.

அதாவது, அமைப்பு மற்றும் மக்கள் நலன்களை முன்நிறுத்திச் செயல்படும் சனநாயகத் தலைமையின் நன்மதிப்புக்கு ஊறுவிளைவிக்கும் செயற்பாடுகள் அமைப்புக்கும் மக்களுக்கும் எதிராக அமைந்துவிடும். நபர்த் தலைமையின்மீது உருவாகும்

அல்லது உருவாக்கப்படும் நன்மதிப்புதான், தொடர்புடைய அமைப்பையும் அமைப்புச்சார்ந்த மக்களையும் வலுப்படுத்துவ தற்கு ஏதுவாக அமையும்.

ஆகவே, அமைப்பின் நபர்த்தலைமைக்கான பொறுப்பை ஏற்கிறவர்கள் தொடர்பாக, வெகுமக்களிடையே நல்லெண் ணத்தையும் நன்மதிப்பையும் நன்னம்பிக்கையினையும் வளர்த்தெடுக்க வேண்டியது அவ்வமைப்பை வழிநடத்துவோரின் இன்றியமையாத கடமையாகும். நபர்த்தலைமையின் மீதான நன்மதிப்பு மற்றும் நம்பிக்கையின் அடிப்படையில்தான், வெகுமக்களை வெற்றிகரமாக அமைப்பாக்க இயலும். பரந்துபட்ட உழைக்கும் மக்களை அமைப்பாக்கும் பணியில், அம்மக்களுக்கான தேவைகளிலிருந்து தத்துவத்தையும், நபர்த் தலைமைத்துவத்தையும் புரிந்துணரச்செய்தல் வேண்டும். அதாவது வெகுமக்களை அரசியல்படுத்துதல் வேண்டும். அரசியல்படுத்துதல் என்னும் மகத்தான பணியில், நபர்த்தலைமை மீதான நன்மதிப்பையும் நம்பிக்கையினையும் வளர்த்தெடுத்தல் ஓர் இன்றியமையாத கடமையாகும்.

அத்தகைய களப்பணியின்போது, தனிநபர் தொடர்பான நல்லெண்ணப் பிம்பத்தைக் கட்டியெழுப்புவதும் ஓர் உத்தியாகக் கையாளப்படுகிறது. இது மக்களை அமைப்பாக்கும் நல்லெண்ணத்தின் அடிப்படையில் கையாளப்படும் நடைமுறை உத்தியாகவே கருதப்படும். 'தலைமைப் பண்புகள் நிறைந்த தலைமை' என்னும் பிம்ப நம்பிக்கையை உருவாக்கும் நிலையில்தான், அவ்வாறான நன்மதிப்பையும் நன்னம்பிக்கை யினையும் வெகு மக்களிடையே வளர்த்தெடுக்க முடியும்.

இயல்பிலேயே அத்தகைய தலைமைப் பண்புகள் நிறைந்த 'நபர்த்தலைமை' உருவானால் அதனைக் கட்டிக்காப்பாற்றும் கடமை மட்டுமே அமைப்புக்குரியதாக அமையும். அவ்வாறு, இயல்பிலேயே உருவாகும் தலைமைப் பண்புகள் நிறைந்த தலைமையை 'தானே தோன்றும் தலைமை' என்று அறியலாம். நடைமுறையில் தலைமைகளை, 'தோன்றும் தலைமை', 'தோற்றுவிக்கப்படும் தலைமை', 'தோற்றமளிக்கும் தலைமை' என மூவகைகளில் காணலாம்.

மக்களோடு மக்களாக வாழ்ந்து, போராடி, தலைமைப் பண்புகளை வளர்த்துக்கொள்வதன் மூலம் தாமே தோன்றி எழுச்சி பெறுகிற தலைமைகள் உண்டு. அவ்வாறான தலைமையை 'இயல்பிலேயே தோன்றும் தலைமை' அல்லது சுயம்புத் தலைமை என அடையாளப்படுத்தலாம். அவ்வாறின்றி,

தேவையையொட்டி, அத்தகைய களங்களும் பணிகளும் கிடைக்கப் பெறாத நிலையிலும், திட்டமிட்டு ஒருவரை அத்தகைய தலைமைக்குரிய பாத்திரமாகத் தேர்வுசெய்து, தலைமைப் பண்புகளை காலப்போக்கில் கற்கிற வாய்ப்பளித்து உருவாக்குகிற தலைமையை, 'தோற்றுவிக்கப்படுகிற தலைமை' என அறியலாம். கற்பது, கற்பிப்பது என்னும் அடிப்படையில் களப்பணிகளிலிருந்து முளைக்கும் தலைமைகள்தாம் இவ்விரு தலைமைகளும். இவையன்றி, கற்கவோ, கற்பிக்கவோ வாய்ப்பில்லாத நிலையில், தன்னலவாதிகளால் தூக்கி நிறுத்தப்படும் மாயையான தலைமையை 'தோற்றமளிக்கும் தலைமை' என்றும் அறியலாம்.

இவற்றில் எத்தகைய தலைமை நிறுவ வேண்டும் என்கிற தேவையும் புரிதலும் அவற்றுக்கேற்ப இயங்கும் திறனும் தொடர்புடைய அமைப்பு மற்றும் மக்கள்திரளுக்குரியதாக அமையும். தோன்றும் தலைமையும், தோற்றுவிக்கப்படும் தலைமையும் களப்பணிகளிலிருந்து அறியப்படும். ஆனால், 'தோற்றமளிக்கும் தலைமை' என்பது, மக்களோடும் களத்தோடும் தொடர்பில்லாத தலைமையாக விளங்கும். உழைக்கும் மக்களின் தலைமைக்குப் போட்டியாக, ஆதிக்கச் சக்திகள் திட்டமிட்டு உருவாக்கும் போலித்தலைமையாகவும் இருக்கலாம். இவற்றில் உண்மைத்தலைமை, போலித்தலைமை எதுவென்று பிரித்தறிய வேண்டிய பொறுப்பு அமைப்புக்கும் மக்களுக்கும் உரியதாகும். அத்தலைமை, உழைக்கும் மக்களுக்கு உழைப்பதைப் போல, உரிய தத்துவத்தை உணர்ந்திருப்பதைப் போல, தலைமைப் பண்புகளைப் பெற்றிருப்பதைப்போல தோற்றமளிக்கலாம். அவ்வாறு தோற்றமளிக்கும் போலித்தலைமைகளை அடையாளம் காண இயலாமல் உழைக்கும் மக்கள் தடுமாறி, திசைமாறிப் போகும் நிலையும் ஏற்படலாம்.

எனவே, மக்களிடமிருந்தே, மக்களுக்கான களங்களிலிருந்தே தன்னியல்பாகத் தோன்றும் தலைமையையோ அல்லது காலப்போக்கில் மக்களால் அங்கீகரிக்கப்படும் வாய்ப்புள்ள ஒரு தலைமையையோ அடையாளங்கண்டு, அதன் மீதான நன்மதிப்பையும் நம்பிக்கையினையும் வளர்த்தெடுப்பதுடன் அவற்றைக் கட்டிக்காப்பதும் தொடர்புடைய அமைப்புக்கும் அவ்வமைப்பைச் சார்ந்த மக்கள் திரளுக்கும் உரிய கடமை யாகும். நபர்த் தலைமையை நிறுவுவதில், அமைப்பு மற்றும் அவ்வமைப்பு சார்ந்த மக்கள் திரள் வெற்றிகரமாகச் செயலாற்றத் தவறினால், தத்துவத் தலைமையை நிறுவுவதிலும் வெற்றிபெற இயலாத நிலை ஏற்படும். தலைமைப் பாத்திரத்தின் இரு

அமைப்பாய்த் திரள்வோம்

அங்கங்களான தத்துவம் மற்றும் தனிநபர்த் தலைமைத்துவம் ஆகியவை சமமான ஆளுமையுடன் நிறுவப்பட்டால்தான் ஓர் அமைப்பு தனது இலக்கை எட்டும் வாய்ப்பைப் பெற முடியும். ஆகவே, தத்துவத்தைப் புரிந்துகொள்வதிலும் அதன் தலைமைத்துவத்தை நிறுவுவதிலும் ஓர் அமைப்புக்கு எத்தகைய ஆற்றல் தேவைப்படுகிறதோ, அதுபோல தனிநபர்த் தலைமையை நிறுவுவதிலும் தேவைப்படுகிறது. அத்தகைய ஆற்றலைப் பெற்ற ஓர் அமைப்பு, தலைமைப் பண்புகள் நிறைந்த உண்மைத் தலைமையை அடையாளம் கண்டு அதனைத் தேர்வு செய்தால் மட்டும் போதாது. அதனைக் கட்டிக் காப்பாற்றும் பெரும் பொறுப்பையும் அவ்வமைப்பு நிறைவேற்றிட வேண்டும். அதன்வழியே வெகுமக்களை மேலும் அமைப்பாக்கவும் அரசியல்படுத்தவும் இயலும்.

அதிகாரம் மக்களால் உருவாக்கப்படுகிறது. அந்த அதிகாரம்தான் மக்களை வலிமையாக்குகிறது. மக்களால் உருவாக்கப்படும் அமைப்பும், அமைப்பால் உருவாக்கப்படும் அதிகாரமும் மக்களை வலிமைப்படுத்துகிறது என்கிறபோது, அதனை வெற்றிகரமாக நடைமுறைப்படுத்துவதற்கு தத்துவத்தலைமையுடன், தனிநபர்த் தலைமையை நிறுவுவதே முதன்மையானதாகிறது. தனிநபர்த் தலைமையை நிறுவுவதில் தொடர்புடைய தனிநபரின் பொறுப்பும், அத்தனிநபரை அடையாளம் காணுகிற அமைப்பு மற்றும் மக்கள்திரளின் பொறுப்பும் மிகமிக இன்றியமையாதவையாக அமைகின்றன.

மக்கள், அமைப்பு, அதிகாரம், தலைமைத்துவம் என்கிற தொடர்நிலை வரிசையில், தனிநபர்த் தலைமையின் பங்களிப்பு மகத்தான இடத்தை வகிக்கிறது. இந்நிலையில், தனிநபர்த் தலைமையை மக்களுக்குரியதாக, அமைப்புக்குரியதாக முன்நிறுத்தி, அத்தலைமையின் மீதான நம்பிக்கையை வலுப்படுத்தும் கடமையை வெற்றிகரமாகநிறைவேற்றவேண்டியது அமைப்பின் பொறுப்பாகும். அதாவது, அமைப்பை வழிநடத்தும், அனைத்துத் தளங்களிலும் இயங்குகிற பொறுப்பாளர்களின் அல்லது பகுதிவாரியான, களவாரியான நபர்த் தலைமையின் கடமையே ஆகும்.

ஓர் அமைப்பின் அடிமுதல் நுனிவரையிலான, படிநிலை வரிசையில் இயங்குகின்ற அதிகார மையங்களின் ஆற்றல்வாய்ந்த புள்ளிகளாக ஆங்காங்கே தனிநபர்த் தலைமைகள் நிறுவப்படும். அத்தகைய தலைமைகளின் அதிகார வலிமையின் அளவுகள் வேறுபடும். அதாவது, வெவ்வேறு அதிகார அளவுகளுடன்

நிறுவப்படும் தனிநபர்த் தலைமைகளால் கட்டியெழுப்பப்படும் அல்லது கட்டிக்காப்பாற்றப்படும் தலைமையே ஒட்டுமொத்த அமைப்பின் ஒற்றைவடிவமாக நிறுவப்படும் 'நபர்த்தலைமை' என்பதாகும். இத்தகைய நபர்த் தலைமையின் மீதான நம்பகத் தன்மையை வளர்த்து, மக்களுக்கும் தலைமைக்கும் இடையிலான இடைவெளியை இட்டு நிரப்ப வேண்டிய மகத்தான பணியை நிறைவேற்ற வேண்டிய கடமை அமைப்புக்கே உரியதாகும். ஓர் அமைப்பை நிறுவி, வழிநடத்த வேண்டிய பொறுப்பு நபர்த் தலைமைக்குரியது என்றாலும், அத்தலைமையை நிறுவிக் கட்டிக் காப்பாற்ற வேண்டிய பொறுப்பு அவ்வமைப்புக்கும் உரியது என்பதை மக்களை அமைப்பாக்கும் ஒவ்வொருவரும் உணர்தல் வேண்டும்.

மக்களால் அமைப்பு உருவாகிறது. அமைப்பால் அதிகாரம் உருவாகிறது. அதிகாரத்தால் தலைமை உருவாகிறது. தலைமையால் மக்களும் மக்களால் தலைமையும் வலிமைபெற்று பாதுகாப்பைப் பெறுகின்றன. இந்நிலையில், வலிமையான தலைமையை நிறுவுவதும் மக்களை வலிமையான அமைப்பாகத் திரட்டுவதும் மக்கள் நலனில் தீவிர ஈடுபாடு கொண்டோரின் தவிர்க்க இயலாத கடமையாகும்.

அமைப்பின் வலிமையே அதிகார வலிமை! – மக்களை அமைப்பாக்கும் வலிமையே தனிநபர்த் தலைமை!

மே, 2011

12

கூட்டுநபர்த் தலைமையும் கூட்டுக்கருத்தியல் தலைமையும்

எந்தவோர் அமைப்பும் ஒற்றை அலகாக மட்டுமே இயங்குவதில்லை. ஒன்றுக்கும் மேற்பட்ட பல குழுக்கள், பல அணிகள், பல பிரிவுகள், பல கிளைகள் என பல்வேறு அலகுகளைக் கொண்ட ஒருங்கிணைந்தவோர் அமைப்பாகவே இயங்கும். அவை இயங்கும் தளம், இயங்குவதற்கான செயல்திட்டம், அவற்றின் வடிவம் மற்றும் கட்டமைப்பு, அவற்றை வழிநடத்தும் நெறிமுறைகள் அவற்றின் உடனடி நோக்கம் மற்றும் குறிக்கோள்கள் போன்றவை யாவும் வெவ்வேறாக இருப்பினும், ஒரு பொது இலக்கை நோக்கி இயங்கும். அளவில் மாறுபட்ட, வேறுபட்ட, தனித்தனியான பல்வேறு அமைப்புகளின் ஒருங்கிணைந்த வடிவமாகவே ஓர் இயக்கம் அல்லது அமைப்பு விளங்கும்.

அத்தகைய தனித்தனியான அமைப்புகள் ஒவ்வொன்றும் தனித்தனியான நபர்த்தலைமையின் ஆளுமையினால் வழிநடத்தப்படும்! தலைமைத் துவத்தின் இருபெரும் கூறுகளான – கருத்தியல் தலைமை மற்றும் நபர்த்தலைமை ஆகியவற்றில், கருத்தியல் தலைமையானது, தாய் அமைப்பு முதல் பிற இணை, துணை, பெரு, சிறு அமைப்புகள் வரை ஒட்டுமொத்த அமைப்புக்கும் பொதுவான தலைமைத்துவத்தை வழங்குவதாக அமையும்.

ஓர் அமைப்பின் உள்ளடங்கிய தனித்தனியான ஒவ்வோர் அமைப்பும், தனித்தனியான கொள்கை

மற்றும் செயல்திட்டங்களைக் கொண்டிருந்தாலும், தாய் அமைப்பின் பொதுவான கொள்கை மற்றும் செயல்திட்டங்களிலிருந்து முற்றிலும் வேறுபடாமல், விலகாமல் செயல்படுவதாய் அமையும். அதாவது, தாய்அமைப்பின் அடிமுதல் நுனிவரையில் உள்ளடங்கியிருக்கும் அனைத்துப் பிரிவுகளையும் ஒட்டுமொத்தமாக 'கருத்தியல் தலைமை'யே வழிநடத்துகிற ஆளுமையைப் பெறுகிறது. அதேவேளையில், நபர்த் தலைமையானது அவ்வாறின்றி, நபர்களின் ஆளுமைப் பண்புகளைப் பொறுத்து வேறுபடலாம். கருத்தியல் தலைமைத்துவத்தை உள்வாங்கிய நபர்களாயினும், ஒவ்வொரு நபரின் தனித்துவமான ஆளுமைத் திறன்களைப் பொறுத்து நபர்த்தலைமைக்கான தலைமைத்துவம் மாறுபடலாம். ஒட்டுமொத்தமாக ஓர் அமைப்பை வழிநடத்துவதில், பொதுவான ஒரே கருத்தியல் தலைமையும் தனித்தனியான நபர்த்தலைமையும் இணைந்து பங்கேற்கிறது. கருத்தியல் தலைமையும் நபர்த்தலைமையும் இணைந்தவொரு 'கூட்டுத் தலைமைத்துவம்'தான் எந்தவோர் அமைப்பையும் வெற்றிகரமாக வழிநடத்தும் ஆற்றலை அளிக்கும்.

'கூட்டுத் தலைமைத்துவம்' என்பது, கூட்டுக்கருத்தியல் தலைமை மற்றும் கூட்டு நபர்த்தலைமை ஆகியவற்றின் கலவையாகவே அமையும். அதாவது, கருத்தியல் தலைமையிலும் கூட்டுத்தலைமைத்துவம், நபர்த் தலைமையிலும் கூட்டுத் தலைமைத்துவம் என்கிற அடிப்படையில் கூட்டுத்தலைமைத்துவம் கட்டமைக்கப்படுகிற வாய்ப்பைப் கொண்ட அமைப்பே தனது இலக்கை நோக்கிய பயணத்தில் வெற்றி பெறுவதாக அமையும்.

கருத்தியல் தலைமையில் கூட்டுத்தலைமைத்துவம் என்பது, ஒன்றுக்கும் மேற்பட்ட கருத்தியல் அல்லது தத்துவங்களின் ஒருங்கிணைந்த ஆளுமையைக் குறிப்பதாகும். ஓர் அமைப்பு, ஒற்றைத் தத்துவத்தை உள்வாங்கியதாகவோ அல்லது பல்வேறு தத்துவங்களை ஏற்றுக் கொண்டதாகவோ தமக்கான களம் அமைத்து இயங்கும். சமூகம், அரசியல், பொருளாதாரம், பண்பாடு போன்ற வெவ்வேறு தளங்களில் வெவ்வேறான தத்துவங்கள் அந்தந்தத் தளங்களை ஆளுமை செய்து இயக்கி வருகின்றன. ஒரேயொரு தளத்தில், ஒற்றைத் தத்துவத்தை மட்டுமே அடிப்படையாகக் கொண்டு, ஓர் அமைப்பு இயங்குவதாக அறிவித்துக்கொண்டாலும், பிற தளங்களுடனான இயல்பான தொடர்புகளின்படி, பிற தத்துவங்களையும் உள்வாங்கி இயங்கும் பண்புகளை அவ்வமைப்பு பெற்றுக்கொள்ளும்.

அதாவது, சமூகத்தளத்தில், சமூகத்தத்துவத்தையேற்று இயங்கும் ஓர் அமைப்பு, அரசியல், பொருளாதாரம் மற்றும் பண்பாடு போன்ற பிற தளங்களுடன் இயல்பாகவே கொண்டுள்ள நேர்முக - மறைமுகத் தொடர்புகளின் அடிப்படையில், அடித்தளங்களில் நிலவும் உரிய முரண்களுக்கான தத்துவங்களையும் உள்வாங்கி அச்சமூக அமைப்பானது இயங்கும் ஆற்றலைப் பெற்றுக்கொள்ளும். தனியொரு அமைப்பு, தனியொரு தத்துவத்தை அடிப்படையாகக் கொண்டு தனித்தியங்கிட இயலாது. அரசியல் சார்ந்ததோர் அமைப்பாக இருந்தாலும், அது சமூகம், பொருளாதாரம், பண்பாடு போன்ற பெருந்தளங்களுடன் கொண்டுள்ள உறவுகளின்படி, அரசியல் சார்ந்த தத்துவத்தோடு பிற தத்துவங்களையும் தேவையினடிப்படையில் உள்வாங்கிக்கொள்ளும்! இவ்வாறு, ஒன்றுக்கும் மேற்பட்ட தத்துவங்களின் கலவையால் உருவாகும் கூட்டுத்தலைமைத்துவம்தான், அமைப்பைக் கருத்தியல் சார்ந்து வெற்றிகரமாக வழிநடத்தும்! அதாவது, கூட்டுத் தலைமைத்துவமானது, நபர்களைச் சார்ந்ததாக மட்டுமின்றி, தத்துவம் அல்லது கருத்தியல் சார்ந்ததாகவும் அமையும்.

இத்தகைய 'கூட்டுக்கருத்தியல் தலைமை' நிறுவப்படும் வாய்ப்புள்ள அமைப்பு எதுவோ, அத்தகையதோர் அமைப்புதான் கருத்தியல் ஆளுமையுடன் கூடிய நபர்த் தலைமையினையும் உள்வாங்கிக்கொள்ளும்! நபர்த்தலைமையானது, ஓர் அமைப்பின் அனைத்துத் தளங்களிலும் அனைத்துப் பிரிவுகளிலும் கருத்தியல் வலுவுடன் நிறுவப்பட்டால்தான் அது அமைப்பை முறையாக இயக்கும் ஆற்றலைப் பெற்றதாக அமையும். அவ்வாறு, கட்டியெழுப்பப்படும் தனிநபர் சார்ந்த ஒவ்வொரு தலைமையும் ஒருங்கிணைந்து செயல்படும் சூழலில், நபர் சார்ந்த கூட்டுத் தலைமைத்துவம் உருவாகும். ஒவ்வொரு பிரிவின் நபர்த் தலைமையும் ஒரு பொதுஇலக்கை நோக்கி, ஒரு பொதுச் செயல்திட்டத்தை நடைமுறைப்படுத்தும்போது உருவாகும் தலைமைத்துவம்தான் நபர் சார்ந்த கூட்டுத்தலைமைத்துவமாகும். அதாவது, 'கூட்டு நபர்த்தலைமை'யாகும்.

முன்னணியாக குறிப்பிட்ட சில தனிநபர்கள் கூடி, ஒருங் கிணைந்து, ஓர் அமைப்பைக் கட்டமைப்பதும், இயக்குவதுமான கடமைகளை நிறைவேற்றுவதில் மட்டுமே கூட்டுத் தலைமைத்துவம் அமைந்து விடுவதாகக் கருதமுடியாது. ஓர் அமைப்பின் அடிமுதல் நுனிவரையிலான கட்டமைப்புகளில் உள்ள ஒவ்வொரு தளத்திலும், ஒவ்வொரு பிரிவிலும், ஒவ்வொரு

தொல்.திருமாவளவன்

குழுவிலும் இத்தகைய நபர்சார்ந்த கூட்டுத் தலைமைத்துவம் நிறுவப்பட வேண்டும்.

குறிப்பாக, அரசியல்தளத்தில் இயங்கும் ஓர் அமைப்பின் அல்லது கட்சியின் கட்டமைப்பில், அதன் அடிக்கட்டுமானத்தில் உள்ள மிகச்சிறிய அலகான கிளைக் குழு முதல் உயர்நிலைக் குழு வரையிலான அனைத்து நிலைகளிலும் நபர்த்தலைமை களின் கூட்டுத்தலைமைத்துவம் நிறுவப்பட வேண்டும். இன்னும் குறிப்பாக, அவ்வியக்கத்தில் தனி அணிகளாகவோ, தனி அமைப்புகளாகவோ இயங்கும் ஒவ்வொன்றிலும் அத்தகைய நபர்த்தலைமைகளின் கூட்டுத்தலைமைத்துவம் வளர்த்தெடுக்கப்படவேண்டும்.

இவ்வாறு, ஒவ்வொரு நிலையிலும் உருவாக்கப்படும் கூட்டுத் தலைமைத்துவமே, ஒட்டுமொத்த பேரமைப்பின் அல்லது தாய் அமைப்பின் தலைமைக்குழு அல்லது உயர்நிலைக்குழு வரையிலான கூட்டுத்தலைமைத்துவத்தை நிறுவுவதற்குரிய பேராற்றலை அளிக்கும். அதாவது, நபர்த்தலைமைகளின் கூட்டுத் தலைமைத்துவமானது, ஒரு தளத்தில் மட்டுமே, குறிப்பாக உயர்நிலையில் மட்டுமே உருவாக்கப்படவேண்டிய ஒன்றல்ல! மிகச்சிறிய அலகிலிருந்து மிகப்பெரிய அலகுவரையில், அடிநிலையிலிருந்து உயர்நிலை வரையில், அனைத்து நிலைகளிலும் கட்டமைக்கப்பட வேண்டிய ஒன்றாகும்!

பரந்துபட்ட வெகுமக்களின் உணர்வுகளையும் எதிர்பார்ப்புகளையும் உள்வாங்குவதற்கும், அவற்றின் அடிப்படையில் கலந்தாய்வு செய்து, உரிய நேரத்தில் உரிய முடிவுகளை மேற்கொள்ளவும், அவற்றை வெற்றிகரமாக நடைமுறைப்படுத்தவுமான வாய்ப்பினையும் வலிமையினையும், நபர்த்தலைமைகளின் கூட்டுத்தலைமைத்துவமே வழங்கும். ஓர் அமைப்பில், ஒட்டுமொத்தமாக அடையாளப்படுத்தப்படும் அல்லது முதன்மைப்படுத்தப்படும் தனி ஒருவர் மட்டுமே வெற்றிகரமான தலைமைத்துவத்தை வழங்கிட இயலாது.

அமைப்பின் ஒவ்வொரு தளத்திலும் ஒவ்வொரு குழுவிலும் முன்நிறுத்தப்படும் தனியொருவரின் தலைமைத்துவமென்பதும், கூட்டுத்தலைமைத்துவத்தின் அடையாளமாகவே இருக்க முடியும்! கூட்டுத் தலைமைத்துவத்தின் பின்புலமில்லாத தனிநபர்த் தலைமை என்பது நீடித்து இயங்கும் வலிமை பெற்றதாக அமைய முடியாது. அனைத்துத் தரப்பினரையும் பிரதிநிதித்துவப்படுத்துவதாகவும் அது ஒருபோதும் அமையாது! அதாவது, அடிநிலையிலிருந்து உயர்நிலை வரையில்

ஆங்காங்கே நிறுவப்படுகிற ஒவ்வொரு நபர்த்தலைமையும், அந்தந்தத் தளங்களின் கூட்டுத்தலைமைத்துவத்தால் முன்நிறுத்தப்படும் ஒற்றை வடிவமேயாகும். தனியொருவராய் அடையாளப்படுத்தப்படும் எந்தவொரு நபர்த் தலைமையும் தனித்து உருவாகவோ தனித்து இயங்கவோ இயலாது. ஒவ்வொரு நபர்த் தலைமையும் அதனதன் கூட்டுத்தலைமையின் வெளிப்பாடேயாகும். கூட்டுத் தலைமைத்துவத்தின் பின்னணியோடு உருவாகும் நபர்த் தலைமையால் மட்டுமே சனநாயகத் தலைமையாகவும் இயங்கிட இயலும். அதாவது, கூட்டுத்தலைமைத்துவப் பின்புலமில்லாத தனிநபர்த் தலைமை, சர்வாதிகாரப் போக்குகளில் சிக்குவதோடு, இயக்கத்தின் போக்குகளையும் தடுமாற வைக்கும்! திசைமாற வைக்கும்! ஓர் இயக்கம் சனநாயக இயக்கமாக வலுப்பெறுவதற்கும் தனிநபர்த் தலைமை ஒரு சனநாயகத் தலைமையாக வளப்படுவதற்கும் கூட்டுத்தலைமைத்துவம் இன்றியமையாத தேவையாகும்.

கூட்டுத்தலைமைத்துவமானது, தனிநபர்களின் கூட்டு நடவடிக்கைகளை மட்டுமே குறிப்பதாகாது. அத்துடன், நபர்த் தலைமைகளின் கூட்டுறவை மட்டுமே குறிக்காது. பல்வேறு நபர்த்தலைமைகளின் கூட்டுத்தலைமைத்துவத்தோடு, கருத்தியல் தலைமையின் கூட்டுத்தலைமைத்துவமும் இணைந்த ஒரு கலவைத் தலைமைத்துவமே உண்மையான, வலுவான கூட்டுத்தலைமைத்துவமாக அமையும்.

கருத்தியல் தலைமையில் கூட்டுத்தலைமைத்துவம் என்பது, தேவையினடிப்படையில் உள்வாங்கப்படும் கொள்கை – கோட்பாடுகளின் அல்லது தத்துவங்களின் கலவையினால் உருவாகும் தலைமைத்துவத்தைக் குறிக்கும். பொருளாதாரக் கோட்பாடுகளின் அடிப்படையில் உருப்பெறும் தத்துவங்களும், மொழி, இனம், சாதி ஆகிய சமூகம் மற்றும் பண்பாட்டுக் கோட்பாடுகளின் அடிப்படையில் உருப்பெறும் தத்துவங்களும் அரசு, சட்டம், ஆட்சி நிர்வாகம் தொடர்பான அரசியல் கோட்பாடுகளின் அடிப்படையில் உருப்பெறும் தத்துவங்களும், இன்னபிற தேவையான கோட்பாடுகளின் அடிப்படையில் உருப்பெறும் தத்துவங்களும் வெவ்வேறு பண்புகளைக் கொண்டிருந்தாலும் ஓர் அமைப்பின் பொதுஇலக்கை நோக்கிய களப்பணிகளுக்குரிய வகையில், அத்தத்துவங்களின் ஒருங்கிணைந்த பொதுப்பண்புகளைக் கொண்டு அவ்வமைப்பை வழிநடத்தும் ஆற்றலைப் பெற முடியும். இவ்வாறு தத்துவங்களின் கலவையால் பெறும் ஆற்றலே, கருத்தியல் தலைமையின் கூட்டுத் தலைமைத்துவமாக அறியலாம். அதாவது, கருத்தியல்

தலைமையிலும் கூட்டுத்தலைமைத்துவத்தை நிறுவ வேண்டியது ஓர் அமைப்பின் இன்றியமையாத தேவையாக அமைகிறது.

ஒற்றைத்தளம், ஒற்றைக்கோட்பாடு, ஒற்றைத்தலைமை, ஒற்றை அமைப்பு என்கிற வகையில் எதுவும் வடிவம் பெறவோ, வலிமை பெறவோ, இயங்கவோ இயலாது. ஒன்றுக்கும் மேற்பட்டவையின் இணைப்பும் கலப்பும் ஒருங்கிணைந்த வடிவங்கொண்டே ஒவ்வொன்றும் இயங்கிட இயலும். அதன்படி, ஒற்றைக் கருத்தியல் தலைமையோ, ஒற்றை நபர்த் தலைமையோ ஓர் இயக்கம் வடிவம் பெறுவதற்குரிய வாய்ப்பை உருவாக்காது.

ஒருமை அல்லது தனிமை என்கிற ஒன்று ஏதுமில்லை. ஒருமை எனக் காண்கிற ஒவ்வொன்றும் ஒரு கலவையின் ஒற்றை வடிவமேயாகும். தனிமை என்பது எளிதில் அறியும் வகையிலோ, அறிய இயலாத வகையிலோ பிறவற்றோடு பல்வேறு உறவுகளையும் தொடர்புகளையும் கொண்டிருக்கிற அதே வேளையில் தனித்திருக்கிற வடிவமேயாகும். அதாவது, பல்வேறு உருவக்கலவைகளின் ஒற்றை வடிவமே 'ஒருமை'யாகும். பல்வேறு உறவுக்கலவைகளின் தனித்த வடிவமே 'தனிமை'யாகும்.

உலகில், ஒருமை, தனிமை என ஒன்றுமே இல்லை. அனைத்தும் 'கலவை'யின் வடிவங்களே. கலவையே உயிர்ப்பின் ஆதாரமாகும். கலவையே வலிமையின் அடிப்படையாகும். கலவையே இயங்கும், இயக்கும் ஆற்றலின் மூலமாகும். கலப்பில்தான் உருவமும் வடிவமும் தீர்மானிக்கப்படுகின்றன. கலப்பில்தான் ஆக்கமும் அழிவும் தீர்மானிக்கப்படுகின்றன. கலப்பில்தான் வலிவும் ஆற்றலும் தீர்மானிக்கப்படுகின்றன. கலப்பில்தான் மாற்றமும் புதுமையும் தீர்மானிக்கப்படுகின்றன. கலப்பில்தான் வெற்றியும் தோல்வியும் தீர்மானிக்கப்படுகின்றன. கூட்டுறவுக்கும் கூட்டுழைப்புக்கும் கலப்பே இன்றியமையாததாகும். கூட்டுத் தலைமைத்துவத்தைக் கட்டமைப்பதற்கும் கருத்தியல் அல்லது தத்துவங்களின் கலப்புடன் நபர்த் தலைமைத்துவத்தின் கலப்பும் தவிர்க்க இயலாத தேவையாக அமையும்.

தத்துவத் தலைமைத்துவங்களின் கலப்பும் நபர்த் தலைமைத்துவங்களின் கலப்பும் ஒருங்கிணைந்த கலவையே, கூட்டுத்தலைமைத்துவம் என்னும் வடிவத்தையும் ஆற்றலையும் வழங்குவதாக அமையும். கலவை என்னும் கருத்தின் அடிப்படையில், தேவையினையொட்டி இயக்கமென்னும் ஒரு கலவையினை உருவாக்குவதற்கு உரிய செயல்திட்டங்களை வரையறுப்பதும், செயல்வீரியத்தைத் தீர்மானிப்பதும்

அமைப்பாய்த் திரள்வோம்

திட்டமிட்டு, தொலைநோக்குப் பார்வையோடு முடிவெடுக்க வேண்டியது நபர்த் தலைமையின் கடப்பாடாகும். நடந்தவை, நடப்பவை, நடக்க இருப்பவை எனச் சீர்தூக்கிக் கலந்தாய்வு செய்யவும், வெற்றிகரமான முடிவுகளை மேற்கொள்ளவும் முன்னோக்கிய திசைவழியில் கொள்கைப் பயணத்தைத் தொடரவும் கொள்கைத் தெளிவும் செயலுறுதியும் வாய்ந்த கூட்டுநபர்த் தலைமையினால் மட்டுமே இயலும். கூட்டுநபர்த் தலைமை என்பது, கூட்டுக்கருத்தியல் தலைமையை வலிமையாகவும் செழுமையாகவும் வளர்த்தெடுப்பதிலிருந்தே நிறுவப்படும். பொதுஇலக்கைப் பற்றிய புரிதலும், பொதுக் கருத்தியல் தெளிவும் பொதுச்செயல்திட்டத்தில் உறுதியும் இல்லாத நபர்த் தலைமைகளை ஒருங்கிணைத்திட இயலாது. கூட்டுநபர்த் தலைமையை நிறுவிட இயலாது. கூட்டுக் கருத்தியல் தலைமைத்துவத்தை நிறுவுவதும் சமவேளையில் கூட்டுநபர்த் தலைமைத்துவத்தைக் கட்டமைப்பதும், சமமான செயல்வேகத்தோடும் சமமான செயல்வீரியத்தோடும் நிறைவேற்றப்படுதல் வேண்டும்.

உழைக்கும் மக்களின் மீதான சுரண்டலையும் ஒடுக்குமுறைகளையும் தடுத்திட வேண்டுமென்பது நோக்கம் என்றால், உழைக்கும் மக்களின் விடுதலைக்கான கோட்பாட்டின் அடிப்படையிலான, பாட்டாளி வர்க்கத் தத்துவத்தையும் அவற்றுடன் தொடர்புடைய தத்துவங்களையும் ஒருங்கிணைந்த கருத்தியலாக உள்வாங்கிய ஓர் இயக்கத்தைக் கட்டியெழுப்பிட வேண்டும். அவ்வாறான இயக்கத்தின் வடிவாக்கத்தில், தனி நபரின் இன்றியமையாத பங்களிப்பு மிகப்பெரும் பாத்திரமாக இடம்பெறுகிறது. இவ்வாறு, ஓர் இயக்கத்தின் உருவாக்கத்தில் தத்துவத்தின் பங்களிப்பும் தனிநபரின் பங்களிப்பும் ஒருங்கிணைந்த கூட்டுத்தலைமைத்துவத்தை நிறுவுகிறது.

கூட்டுத் தலைமைத்துவம் என்பதை, ஓர் அமைப்பை வழிநடத்தும் தனிநபர்களுக்கிடையிலான ஒப்பந்த உறவாக உணர்ந்துகொள்ளக் கூடாது. கருத்தியல்பிணைப்பும் களப்பணிகள் இணைப்பும் கொண்ட நபர்த் தலைமைகளின் கூட்டுறவாகவும் கூட்டுழைப்பாகவும்தான் அதனைப் புரிந்துகொள்ள வேண்டும்.

அத்தகைய கூட்டுத்தலைமைத்துவம்தான் அமைப்பை முழுமையாக சனநாயகப்படுத்தும். அவ்வாறு சனநாயகப்படுத்தப்படும் நிலையில்தான், அமைப்பாக்கப்பட வேண்டிய அனைத்துத்தரப்பு மக்களின் உணர்வுகளும் உழைப்பும் அவ்வமைப்பின் வளர்ச்சியில் பேராற்றல் வாய்ந்த பங்களிப்பாக

இடம்பெறும். பல்வேறு தரப்புகளைச் சார்ந்த வெகுமக்களின் உணர்வு மற்றும் உழைப்பு பங்குபெறாமல் எந்தவோர் அமைப்பும், அமைப்பாக்க வேண்டிய மக்களை அரசியல்படுத்தவோ அமைப்பாக்கவோ இயலாத நிலைக்குத் தள்ளப்படும். மக்களை அரசியல் சக்தியாகவும் வென்றெடுக்க இயலாது.

வெகுமக்களை அணிதிரட்டவும் அரசியல் சக்தியாக வளர்த்தெடுக்கவும் ஓர் அமைப்பை வழிநடத்தும் கூட்டுத் தலைமைத்துவத்தால் மட்டுமே இயலும். அத்தகைய கூட்டுத் தலைமைத்துவமானது சனநாயகப் பண்புகள் நிறைந்தவர் களுக்கிடையிலான கூட்டுறவாலும் கூட்டுழைப்பாலும்தான் வலுவாகக் கட்டி எழுப்பப்படும்!

தத்துவம், தனிநபர் தலைமைகள் இணையும்! – இயக்கத் தளங்களில் கூட்டுத் தலைமைத்துவம் மலரும்!

சூன், 2011

13

கருத்தியல் வலிமையும் கட்டமைப்பு வலிமையும்

தனியாய், ஒண்டியாய் மனிதனால் வாழ முடியாது. குடும்பமாய், குழுவாய் மட்டுமே அவனால் வாழமுடியும். அதைப்போலவே, மனிதனால் உருவாக்கப்படுகிற குழு அல்லது அமைப்பு பல்வேறு குழுக்களாகவும் பல்வேறு குழுக்களோடும் பிரிந்தும் இணைந்தும் இயங்குகிறது, அதாவது, ஒரு குழு அல்லது அமைப்பின் உள்ளும் புறமும் ஒன்றுக்கும் மேற்பட்ட குழுக்களாகவோ அல்லது அமைப்புகளாகவோ பிரிந்து இணையும்; அல்லது இணைந்து பிரியும். இத்தகைய இயங்கியல் போக்கினை மனிதன் ஏற்றுக்கொள்வதைத் தவிர வேறு வழியில்லை.

மனிதனின் வாழ்வில் அவன் எதிர்கொள்ளும் சிக்கல்கள் ஏராளம். ஒவ்வொன்றும் வெவ்வேறு பின்னணிகளையும் பண்புகளையும் கொண்டிருக்கும். அரசியல்களம் அத்தகைய களங்களுள் மிகவும் இன்றியமையாத ஒன்றாகும். அரசியலை விரும்பி ஏற்காவிட்டாலும் அரசியலின் ஓர் அங்கமாய் மனிதன் இயங்கவேண்டியது தவிர்க்க இயலாததாகும். ஒன்றுக்கும் மேற்பட்டவர்கள் ஒன்றுகூடி வாழும்போது, அவர்களுக்கிடையில் ஓர் இயங்குமுறை உருவாகிறது. நெறிப்படுத்துதல், வழிநடத்துதல், கட்டுப்படுத்துதல், தண்டித்தல், உற்பத்தி செய்தல், பகிர்ந்து கொள்ளுதல் போன்ற எண்ணற்ற இயங்குமுறைகள் உருவாகின்றன. அவற்றை முறைப்படுத்துதல், நிலைப்படுத்துதல்

போன்ற ஆளுமைப் போக்குகள் வளர்ச்சி பெறுகின்றன. அவற்றின் வளர்ச்சிப் போக்கில் மாபெரும் திரளாய் மக்கள் ஒருங்கிணைந்து தங்களுக்குள் நெறிப்படுத்திக்கொள்ளும்போது, அங்கே நாடு, அரசு உருவாகி விடுகிறது. சட்டம், விதிகள், நடைமுறைப்படுத்துதல் போன்ற அதிகாரங்களும் உருவாகின்றன. இத்தகைய அதிகாரங்கள் நிறைந்த களம்தான் அரசியல் களமாகும்.

அதிகாரம் என்பது பாதுகாப்பு மற்றும் மேம்பாடு ஆகியவற்றை அடிப்படையாகக் கொண்டதாகும். ஆதலால், அதிகாரங்கள் நிறைந்த அரசியல் களம் போட்டிகள் நிறைந்ததாகவும் மோதல்கள் மிகுந்ததாகவும் விளங்குகிறது. அத்தகைய போட்டிகளை எதிர்கொள்ளும் வகையில், அரசியல் களத்தில் வலுமிக்க அரசியல் அமைப்புகளை உருவாக்கிக்கொள்வது, மனிதனின் தேவையாகிறது. சமூகத் தளத்தில், பொருளாதாரத் தளத்தில், பண்பாட்டுத் தளத்தில் இவை போன்ற இன்னபிற தளங்களில் மனிதன் கட்டமைத்துக் கொள்கிற அமைப்பானது, அதிகாரத்தோடு, அதிலும் அரசியலதிகாரத்தோடு, குறிப்பாக ஆட்சியதிகாரத்தோடு தொடர்புடையதாக அமையும். ஆட்சியதிகாரத்தைப் பகிர்ந்து கொள்வதற்கு, கைப்பற்றுவதற்கு, தக்கவைப்பதற்கு ஏற்ற வகையிலான வலுவைக் கொண்டதாக அத்தகைய அமைப்பு விளங்கிட வேண்டும். அரசை உருவாக்கிட, அரசைக் கைப்பற்றிட, அரசை வழிநடத்திட.. என அரசு என்னும் பேராற்றல் மிகுந்த அமைப்புடன் தொடர்புடைய அமைப்புகளாக அவை விளங்கும். அத்தகைய அமைப்புகள்தாம் அரசியல் கட்சிகள் என்கிற அடையாளங்களுடன் இயங்குவதாக அமைகின்றன.

அரசியல் களத்தில் உருவாகும் அனைத்துமே அரசியல் கட்சிகளாக இருக்க முடியாது. அரசியல் கட்சிகளாக அடையாளப்படுத்திக் கொள்ளாத அமைப்புகள் யாவும் ஆட்சியதிகாரத்துடன் தொடர்பில்லாதவையாகவும் இருக்க முடியாது. ஆட்சியதிகாரத்தை இலக்காக வைத்து உருவாக்கப்படும் அமைப்புகள் பெரும்பாலும் அரசியல் கட்சிகளாக உருப்பெற்று விடுகின்றன. அரசியல் கட்சியென்னும் அமைப்பானது, உள்ளும் புறமும் தன்னை வலிமைப்படுத்திக்கொள்ள பலவகையிலும் முயற்சிகளை மேற்கொள்ளும். அதாவது, பரந்துபட்ட வெகு மக்கள் இயக்கமாக வலிமைப்படுத்துவதற்கு ஏற்ற வகையில் தன்னைத் தகவமைத்துக்கொள்ளும்.

கருத்தியல் வலிமையும் கட்டமைப்பு வலிமையும் ஓர் அரசியல் கட்சியை வலுப்படுத்துவதற்கு இன்றியமையாத

அமைப்பாய்த் திரள்வோம்

தேவைகளாக இருப்பதைப்போல, பொருளியல் வலிமையும் வெகுமக்களின் பங்கேற்பு வலிமையும் மிகமிக இன்றியமையாதவையாக அமையும். தொலைநோக்குப் பார்வையுடன் கூடிய கொள்கை – குறிக்கோள்கள் மற்றும் கோட்பாடுகள் வெகுவான அளவில் மக்களை அமைப்பாக்கும் வலிமையுடையவையாக அமைந்திருந்தால், அது கருத்தியல் வலிமையுடைய அமைப்பு எனலாம்.

கருத்தியல் வலிமையில்லாத எந்தவோர் இயக்கமும் நீடித்து, தனது குறிப்பான இலக்கை நோக்கிப் பயணிக்க இயலாது. அடைய வேண்டிய இலக்கில் தெளிவும் அதற்கான கொள்கையில் தெளிவும், அவற்றின் அடிப்படையான செயல் திட்டங்களில் உறுதியும் உள்ள இயக்கங்கள்தாம் கருத்தியல் வலிமை பெற்றவை எனலாம். அத்தகு வலிமை பயனுள்ளதாக அமைந்திட, கட்டமைப்பு வலிமை இன்றியமையாததாக அமையும். அனைத்து நிலைகளிலும் நிர்வாக மையங்கள், தொலைத்தொடர்பு வசதிகள், போக்குவரத்து வசதிகள், ஊடக வசதிகள் போன்ற நிறுவனமயப்படுத்தும் அடிப்படைத் தேவைகளைப் பெற்ற ஓர் அமைப்பே கட்டமைப்பு வலிமை பெற்றதாக விளங்கும். கருத்தியல் வலிமை மட்டுமே ஓர் அமைப்பை அல்லது கட்சியை அனைத்து வகையிலும் வலுமிக்கதாக உருவாக்கிவிடாது. அதைப்போல, கருத்தியல் வலிமையின்றி கட்டமைப்பு வசதிகள் மட்டுமே ஓர் அமைப்பை நீடித்தியங்க அனுமதிக்காது. இவை இரண்டும் வலிமையுடையவையாக இருந்தால் மட்டுமே, அவ்வமைப்பு வெகுமக்களை அமைப்பாக்கும் ஆற்றல் பெற்றதாக அமையும். அதற்கு, வெகுவான அனைத்துத் தரப்பினரின் பங்கேற்பு மற்றும் பேராதரவு என்கிற 'மக்கள் வலிமை'யும் பொருளியல் வலிமையும் இன்றியமையாத் தேவைகளாகும்.

ஓர் அரசியல் கட்சி, கருத்தியல் மற்றும் கட்டமைப்பு வலிமைகளைப் பெற்றிருந்தாலும், அது நீடித்த, நிலைத்த இயங்கு திறன்களைப் பெறுவதற்குப் பொருளியல் வலிமை மற்றும் மக்கள் வலிமை முதலியவை முதன்மையானவையாக அமைகின்றன. கட்சியானது, கட்சியின் பின்புலத்திலும் முன்புலத்திலும் பொருளியல் வலிமைக்குரிய நிறுவனங்களையும் மக்கள் வலிமைக்குரிய அமைப்புகளையும் கட்டியெழுப்புதல் தேவையாகிறது. கட்சியானது, உள்வாங்கியுள்ள கருத்தியலாலும், அக்கருத்தியலைப் பரப்புகிற அல்லது நடைமுறைப்படுத்துகிற கட்டமைப்பு வசதிகளாலும் இயங்கக்கூடிய ஒரு மைய நிறுவனமாக விளங்கும். அதற்கு, பின்புலத்தில் கட்சிக்கான

பொருளியல் ஆதாரங்களை உருவாக்கவும், பெருக்கவும், பாதுகாக்கவுமான செயல்திட்டங்களுடன் இயங்கக்கூடிய நிறுவனங்கள் தேவையாகின்றன. அதாவது, அசையும் சொத்துக்கள், அசையாச் சொத்துக்கள் போன்ற பொருளாதார வசதிகளை உருவாக்குவதுடன் அவற்றைக் கட்சிக்கான மற்றும் மக்களுக்கான சொத்துக்களாகப் பாதுகாப்பது, பராமரிப்பது போன்ற செயல்திட்டங்களை நடைமுறைப்படுத்தும் அமைப்புகளாக அந்நிறுவனங்கள் இயங்கும். குறிப்பாக, கட்சிக்கான பொருளியல் வலிமையைப் பெருக்குவது மற்றும் பாதுகாப்பது என்கிற வகையில் இயங்கக்கூடிய 'அறக்கட்டளை' போன்ற நிறுவனங்கள் கட்சியின் பின்புல நிறுவனங்களாக விளங்கும்.

கட்சியின் முன்புலத்தில் அனைத்துத் தரப்பு மக்களையும் அமைப்பாக்குகிற வகையிலான வெகுமக்கள் அமைப்புகள் நிறுவப்படுதல் வேண்டும். கட்சியின் கொள்கை – குறிக்கோள்கள் மற்றும் கோட்பாடுகள் மூலை முடுக்கெல்லாம் வெகு மக்களைச் சென்றடைய, அதனடிப்படையில் மக்களை அமைப்பாக்கிட, அரசியல்படுத்திட ஒவ்வொரு தளத்திலும் அவரவர்க்கான மக்கள் இயக்கங்கள் கட்டமைக்கப்பட வேண்டியது தவிர்க்க இயலாத தேவையாகிறது.

கட்சியின் பொதுத்திட்டங்களோடும் பொதுஇலக்கோடும் உடன்பாடு இல்லாதவர்களும் தங்களுக்குரிய மிகவும் குறிப்பான செயல்திட்டங்களுடன் உடன்படுகிறபோது அவர்களை ஒருங்கிணைத்து வழிநடத்துவதற்கு தனித்துவமான ஒரு வெகுமக்கள்இயக்கம் தேவையாக அமையும். ஒரு கட்சியின் அடிப்படையான கொள்கைகளில் உடன்பாடானவர்கள், கட்சியின் பொறுப்புகளையும் ஏற்று, முழுநேரக் களப்பணி யாளர்களாகவும் இயங்கலாம். அவ்வாறு, உடன்பாடான நிலைப்பாடு கொண்டவர்களில் நூறு விழுக்காடு அளவில் தீவிர உறுப்பினர்களாகவோ, கட்சியின் நிர்வாகிகளாகவோ முழுநேரக் களப்பணியாளர்களாகவோ இயங்கிட நடைமுறையில் இயலாது போகும். அத்தகைய உடன்பாடானவர்களையும் உடன்பாடில்லாதவர்களையும் கட்சிக்குள் கொண்டுவர இயலவில்லை என அந்நியப்படுத்திவிடக் கூடாது. அவ்வாறு அந்நியப்படுத்துதல் அல்லது கட்சியே அவர்களிடமிருந்து அந்நியமாகிற போக்கானது கட்சியை வெற்றிகரமாக இயங்குவதற்கு அனுமதிக்காது. நேரடியாகவும் தீவிரமாகவும் கட்சியில் அடையாளப்படுத்திக்கொள்ள வாய்ப்பில்லாதோருக்கு

அமைப்பாய்த் திரள்வோம்

வேறு தளங்களில் இயங்குவதற்குரிய வாய்ப்பை உருவாக்குதல் இன்றியமையாததாகும்.

பெண்கள், மாணவர்கள், தொழிலாளர்கள், அரசு ஊழியர்கள், சிறுபான்மையினர், மாற்றுத்திறனாளிகள், கலை இலக்கியப் படைப்பாளிகள், ஊடகவியலாளர்கள், நாட்டுப்புறக் கலைஞர்கள், அமைப்புச்சாராத் தொழிலாளர்கள், அரவாணிகள், பழங்குடிகள், தாழ்த்தப்பட்ட வகுப்பினர் போன்ற பலதரப்பு வெகுமக்களின் குறிப்பான கோரிக்கைகளின் அடிப்படையில், அவர்களுக்கான இயக்கங்களைக் கட்டமைத்து அவர்களை அணிதிரட்ட வேண்டியது கட்சிக்கான தேவையாக அமைகிறது.

அரசியல் கட்சிகளில் மாணவர்கள் தங்களை நேரடியாக அடையாளப்படுத்திக்கொள்ள இயலாத நிலை இருக்கலாம். அதனால்,அக்கட்சியானது அவர்களை அந்நியப்படுத்தவோ அல்லது அவர்களிடமிருந்து அந்நியப்படவோ கூடாது. அவர்களுக்குரிய, குறிப்பான உரிமைகளுக்காகவும் நலன்களுக்காகவும் செயலாற்ற வேண்டியது அக்கட்சியின் கடமையாகும். அதற்கேற்ற வகையில், மாணவர்களுக்கான இயக்கத்தைக் கட்டமைத்து வழிநடத்த வேண்டியது அக்கட்சியின் செயல்திட்டமாக அமைதல் வேண்டும். அதைப்போல, கட்சியின் தொழில் கொள்கை மற்றும் தொழிலாளர் நலன்சார்ந்த கொள்கையோடு உடன்படுகிறவர்கள், கட்சியின் பிற கொள்கைகளுடன் முரண்படலாம். அத்தகைய நிலையில், அவர்களிடமிருந்து கட்சி அந்நியப்பட்டுவிடாமல், உடன்பாடுள்ள கொள்கைத் தளத்தில் அவர்களுக்கான இயக்கத்தைக் கட்டமைத்து அவர்களை அமைப்பாக்குதல் தேவையாகும். அதாவது, தொழில் மற்றும் தொழிலாளர் கொள்கையில் உடன்பாடு உள்ளவர்களை, தொழிலாளர்களைத் தொழிற்சங்கங்களின் மூலம் அமைப்பாக்குதல் இன்றியமையாததாகும்.

இவ்வாறு, ஒவ்வொரு தளத்திலும் ஒவ்வொரு தரப்பினரையும் அவரவர்தம் குறிப்பான தேவைகளின் அடிப்படையில் அவரவருக்கான இயக்கங்களை உருவாக்கி, அவர்களை அமைப்பாக்குதல், அக்கட்சியின் முன்புலத்தில் நடைமுறைப்படுத்த வேண்டிய செயல்திட்டங்களாகும். இவ்வாறு கட்டமைக்கப்படும் மக்கள் இயக்கங்கள் மிகவும் வெளிப்படையான செயல்திட்டங்களைக் கொண்டவையாக இயங்கும். சனநாயகப் பரவலாக்கத்தை அடிப்படையாகக் கொண்டு இயங்கும். கட்சியின் அடிப்படையான கொள்கைகளை

அனைத்துத் தளங்களிலும் கொண்டு செல்லும் நாடி-நரம்புகளாக அமையும். கட்சி அதிகாரங்களைப் பகிர்ந்தளிக்கக் கூடியவையாகவும் அமையும். மக்களிடமிருந்து கட்சியையும் கட்சியிடமிருந்து மக்களையும் அந்நியமாக்கும் போக்கைத் தடுப்பதாகவும் அமையும். இவ்வாறான இயக்கங்கள் தனி அமைப்புகளாகவே வடிவம் கொண்டு செயல்திட்டங்களை வரையறுத்து தனித்தியங்கக் கூடியவையாக இருந்தாலும், கட்சியின் அடிப்படையான கொள்கை மற்றும் கோட்பாடுகளுக்கு முரணாகவோ எதிராகவோ அமையாதவாறு கட்சியால் வழிநடத்தப்படும்.

கட்சியின் அடிப்படையான கொள்கைகளுக்கேற்ற செயல்திட்டங்களைக் கொண்டு இயங்கும் வெகுமக்கள் அமைப்புகள் யாவும் அக்கட்சியின் வெளிப்படையான இயங்குதளங்களேயாகும். அதாவது, கட்சியின் மாணவர் இயக்கம், அக்கட்சியின் கொள்கைகளைப் பின்புலங்களாகக் கொண்டிருந்தாலும், அம்மாணவர்கள் இயக்கம் கட்சியாகாது. ஆனால், கட்சியின் கொள்கை – கோட்பாடுகளை மாணவர் தளத்தில் முன்னெடுத்துச் செல்லும் அங்கமாகும். அதைப்போலவே, தொழிற்சங்கம் என்பதுவும் கட்சியின் கொள்கைகளைப் பின்னணி ஆற்றலாகப் பெற்றிருந்தாலும், அத்தொழிற்சங்கமே கட்சியாகாது. ஆனால், கட்சியின் அடிப்படையான தொழிற்கொள்கைகளை, குறிக்கோள்களை, கோட்பாடுகளை தொழிலாளர் தளத்தில் முன்னெடுத்துச் செல்லும் ஓர் அங்கமாக இயங்கும். ஒவ்வொரு வெகுமக்கள் இயக்கமும் இவ்வாறே கட்சியின் இயங்குதளங்களாகச் செயல்படுபவையாக விளங்கும். இத்தகைய வெகுமக்கள் அமைப்புகள் அல்லது துணைநிலை அமைப்புகளை உருவாக்காத அரசியல் கட்சி, ஒரு மாபெரும் வெகுமக்கள் இயக்கமாக வடிவம் பெறவும் இயலாது; வலுப்பெறவும் இயலாது.

குறிப்பிட்ட வரம்புகளுக்குள் அடங்கிய ஒரு குழுவாக அல்லது வெகுமக்களிடமிருந்து அந்நியப்பட்ட ஓர் அமைப்பாக மட்டுமே அடையாளம் பெறும். கருத்தியல் வலிமை, கட்டமைப்பு வலிமை மற்றும் பொருளியல் வலிமை ஆகியவை ஒரு கட்சிக்கு வளமாக அமைந்திருந்தாலும், வெகுமக்கள் இயக்கங்களைக் கொண்டிருக்காவிட்டால், அக்கட்சி ஒரு மக்கள் இயக்கமாக வளர்ச்சி பெறாது. மக்களிடமிருந்து விலகிநின்று தத்துவம் பேசும் அமைப்பாகச் சுருங்கி வீரியமிழந்துபோகும். எவ்வளவு உயர்ந்த – சிறந்த தத்துவத்தைக் கொண்டிருந்தாலும், ஓர் அமைப்பு அல்லது கட்சி மக்களை அரசியல்படுத்தவும் அமைப்பாக்கவும்

அமைப்பாய்த் திரள்வோம்

தவறினால், வெகுமக்கள் இயக்கங்களைக் கட்டமைக்கத் தவறினால், அவ்வமைப்பு அல்லது அக்கட்சி மக்களிடமிருந்து அந்நியப்பட்டுச் செயலிழந்து நிற்கும். மக்களை வென்றெடுக்காத அல்லது மக்களை உள்வாங்காத கட்சியும், அக்கட்சியின் தத்துவமும் பயனற்றுப் போகும்; வலுவிழந்து போகும்.

தத்துவம் அல்லது கொள்கை என்பவை மக்களுக்கானவையே ஆகும். மக்களை அமைப்பாக்குவதற்கே தத்துவம்! மக்களை அரசியல்படுத்தவே தத்துவம்! ஒவ்வொரு தளத்திலும், ஒவ்வொரு தரப்பினரையும் சார்ந்த மக்கள் யாவரையும் அமைப்பாக்குதல் வேண்டும். அதற்கு இவ்வாறான வெகுமக்கள் அமைப்புகளைக் கட்டமைத்தல் மிகமிக இன்றியமையாத தேவையாகும்.

கட்சியின் அதிகாரங்களைப் பரவலாக்குதல், கட்சியின் சனநாயகத்தைப் பரவலாக்குதல், கட்சியின் கொள்கை – கோட்பாடுகளை வெகுமக்களிடையே பரப்புதல், அனைத்துத் தரப்பு மக்களையும் அரசியல்படுத்தி அமைப்பாக்குதல் போன்ற வற்றை, இத்தகைய வெகுமக்கள் இயக்கங்களை உருவாக்குதன் மூலமே வெற்றிகரமாக நடைமுறைப்படுத்த இயலும். இவை, கட்சியின் பொதுவான இலக்கு மற்றும் பொதுவான செயல்திட்டங்களுக்கு ஒத்திசைவாகச் செயல்படும் வகையில், கட்சியின் பொதுவான வழிகாட்டுதலின்படி வழிநடத்தப்படும்.

கட்சியானது, வெளிப்படையாக அறிவிக்கப்பட்ட செயல்திட்டங்களைக்கொண்டிருக்கும் அதேவேளையில் வெகுமக்களுக்கு அறிவிக்கத் தேவைப்படாத, அல்லது அறிவிக்கக்கூடாத சில செயல்திட்டங்களையும் கொண்டிருக்கும். கட்சியே, அதனால் வரையறுக்கப்பட்ட அல்லது ஏற்றுக்கொள்ளப் பட்ட கொள்கை – கோட்பாடுகள், சட்டம் – விதிமுறைகள் மற்றும் செயல்திட்டங்கள் போன்றவற்றைப் பாதுகாத்திடும், நடைமுறைப்படுத்திடும் ஒரே காப்பரணாகும். கட்சியின் பின்புலம் மற்றும் முன்புலங்களில் நிறுவப்படுகின்ற அமைப்புகள் யாவற்றையும் வழிநடத்துகிற ஆற்றல் கொண்ட அமைப்பு கட்சியே ஆகும். கட்சியின் கொள்கை சார்ந்த முடிவுகளையும் அவற்றுக்கான செயல்திட்டங்களையும், கட்சிக்கு முன்னும் பின்னும் கட்டமைக்கப்படுகின்ற நிறுவனங்களாலோ அல்லது வெகுமக்கள் அமைப்புகளாலோ வரையறுக்க இயலாது. அவை கட்சியால் மட்டுமே இயலும். கட்சிக்கே அத்தகைய முழு அதிகாரமுண்டு.

மகளிரை அமைப்பாக்குவதற்கென உருவாக்கப்படும் ஒரு வெகுமக்கள் இயக்கம், அதற்கான செயல்திட்டங்களை

வரையறுத்துச் செயல்பட்டாலும், மகளிர் தொடர்பான அடிப்படைக் கொள்கைகளையும் கோட்பாடுகளையும் வரையறுக்கிற, மாற்றங்களுக்கு உட்படுத்துகிற அதிகாரம் கட்சிக்கே உள்ளது. மகளிருக்கான வெகுமக்கள் இயக்கத்தின் முன்னோடிகள், கட்சியின் தீர்மானகரமான ஆற்றல்களாக விளங்குவர். அதாவது, மகளிருக்கான உரிமைகள், நலன்கள் மற்றும் அவர்தம் விடுதலைக்கான அரசியல் போன்ற அடிப்படையான கொள்கைகள் தொடர்பானவற்றில், மீளாய்வுகளை மேற்கொள்வது, முற்போக்கான, புரட்சிகரமான மாற்றங்களை உள்வாங்குவது போன்றவற்றை வரையறுக்கிற ஆற்றலும் அதிகாரமும் கட்சிக்குரியதாகவே அமையும்.

எத்தகைய தளங்களில் பணியாற்றுவது, எத்தகைய தரப்பு மக்களை அணி திரட்டுவது, எவ்வாறு மக்களை அமைப்பாக்குவது போன்ற அடிப்படையான செயல்திட்டங்களுக்குரிய உத்திகளையும் நெறிமுறைகளையும் கட்சியே வரையறுக்கும். அவற்றின் அடிப்படையில்தான் ஒவ்வொரு தரப்புக்குமான வெகு மக்கள் இயக்கங்களின் வடிவமும் செயலும் வரையறுக்கப்படும்.

பொருளியல் வலிமைக்கான ஆதாரங்களைத் தேடுவதும், திரட்டிப் பாதுகாப்பதும், அவற்றைக்கொண்டு கட்சியின் செயல்திறனை மேம்படுத்துவதும் போன்ற செயல்பாடுகளை நடைமுறைப்படுத்திட 'அறக்கட்டளைகள்' போன்ற நிறுவனங்களையும் கட்டமைத்து இயங்கும் வலிமையைப் பெற்றதாக கட்சியே விளங்கும்.

இவ்வாறு அரசியல்தளத்தில் கட்டமைக்கப்படும் அமைப்பான ஒரு கட்சி, அறக்கட்டளைகள் போன்ற நிறுவனங்களையும், வெவ்வேறு தளங்களுக்கான இயக்கங்கள், சங்கங்கள்போன்ற வெகுமக்கள் அமைப்புகளையும் உள்ளடக்கியதாக இயங்கும். அவ்வாறு இயங்கும் கட்சியே, அனைத்து வலிமைகளையும் கொண்ட ஒரு மாபெரும் மக்கள் இயக்கமாக வலுப்பெறும். அதாவது, அறக்கட்டளைகள் போன்ற நிறுவனங்கள் இல்லாத கட்சி பொருளியல் வலிமை இல்லாத ஓர் இயக்கமாக வலுவிழந்துபோகும். பொருளியல் வலிமைக்கு அத்தகைய நிறுவனங்களைக் கட்டமைப்பதும் வளர்த்தெடுப்பதும் கட்சிக்கு இன்றியமையாத தேவையாகிறது.

அதைப்போல, மாணவர் இயக்கம், தொழிற்சங்கம், மகளிர் அமைப்பு, விவசாயிகள் அமைப்பு, சிறுபான்மையினர் இயக்கம் போன்ற வெகுமக்கள் இயக்கங்கள் இல்லாத கட்சி, மக்கள் ஆதரவு அல்லது மக்கள் வலிமை இல்லாத ஓர் இயக்கமாகச்

அமைப்பாய்த் திரள்வோம்

சுருங்கிப் போகும். வெகுமக்கள் இயக்கங்களின் மூலமே கட்சிக்கான 'மக்கள் வலிமை' கிட்டும். பொருளியல் வலிமையும் வெகுமக்கள் வலிமையும் கொண்ட அமைப்பு அல்லது கட்சியே, தன்னுடைய கருத்தியல் மற்றும் கட்டமைப்பு வலிமையை மேலும் பெருக்கி, வீரியமாகவும் வேகமாகவும் தீவிரமாகவும் இலக்கை நோக்கி இயங்கும்!

வெகுமக்கள் இயக்கங்கள் வலிமையாக்கும்! – கட்சியின் வேகத்தை வீரியத்தைக் கூர்மையாக்கும்!

சூலை, 2011

14

நிறுவனமயமாதலும் சனநாயகமயமாதலும்

ஒருசிலரோ அல்லது வெகுபலரோ ஒன்று கூடி, ஒரு பொதுநோக்கத்திற்காக, ஒரு பொதுஅடையாளத்துடன் இயங்கும் எந்தவோர் அமைப்பும், அந்நோக்கம் நிறைவேறும் வரையில் தொடர்ந்து இயங்க வேண்டியிருக்கும். அதற்கான கால இடைவெளி குறுகியகால வரம்புக்கு உட்பட்டதாகவோ, நெடுங்கால வரம்பைக் கொண்டதாகவோ அமையலாம்.

எந்தவொரு கொள்கையானாலும், கோரிக்கையானாலும் ஒரு நாள் இடைவெளியில் நிறைவேறிவிடுவதில்லை. அதற்குரிய கால இடைவெளி தேவைப்படுகிறது. அதுவரையிலும் அந்த அமைப்பு தொடர்ந்து இயங்கியாக வேண்டும். ஏற்றுக்கொண்ட கொள்கை சிதையாமல், வரையறுத்துக்கொண்ட பாதையும் இலக்கும் தவறாமல், வீரியம் குன்றாமல் அவ்வமைப்பு இடையறாமல் இயங்குதல் வேண்டும். அதிலும் குறிப்பாக, தலைமுறை கடந்து பல தலைமுறைகள் தொடர்ந்து நீண்ட நெடுங்காலம் நீர்த்துப் போகாமல் இயங்குதல் வேண்டும் என்ற தேவை எழலாம்.

அவ்வாறு அடுத்தடுத்த தலைமுறைகள் வரை தொடர்ச்சியாக இயங்க வேண்டுமென்கிறபோது, அவ்வமைப்பை உருவாக்கியவர்கள் அல்லது அப்பயணத்தைத் தொடங்கியவர்கள், தாம்

மேற்கொண்ட பணிகளைத் தமக்கடுத்த தலைமுறையினரிடம் ஒப்படைத்தாக வேண்டும். அதாவது, உள்வாங்கிய கொள்கையை – கோட்பாட்டை ஒப்படைத்தாக வேண்டும்; உருவாக்கிய பாதையை ஒப்படைத்தாக வேண்டும்; உணர்ந்துகொண்ட பட்டறிவை ஒப்படைத்தாக வேண்டும்; வரையறுத்துக்கொண்ட விதிமுறைகளை, மரபுகளை ஒப்படைத்தாக வேண்டும். இப்படி, ஒரு தலைமுறை இன்னொரு தலைமுறையிடம் அனைத்தையும் ஒப்படைத்தால் மட்டுமே அவ்வமைப்பு சாதிக்க விரும்பியதைச் சாதித்திட இயலும். இல்லையேல், காலப்போக்கில் அத்தகைய அமைப்பின் அடிச்சுவடுகளே இல்லாமல் சிதைந்து போகும். அமைப்புக்கான நோக்கத்தை நிறைவேற்றவோ அல்லது இலக்கை எட்டவோ இயலாமற்போகும். மாறாக, அமைப்பின் கொள்கை-கோட்பாட்டை மென்மேலும் செழுமைப்படுத்திட, நோக்கம்-குறிக்கோள்களை நிறைவேற்றிட, பொதுவான இலக்கைத் தொட்டு சாதனைகளை நிகழ்த்திட, அவ்வமைப்பை, அவ்வமைப்பின் கடமைகளை அடுத்தடுத்த தலைமுறையினரிடம் சிதையாமல்-சிதறாமல் ஒப்படைத்திட வேண்டும்.

ஒரு தலைமுறையினரிடமிருந்து இன்னொரு தலைமுறையினரிடம் ஓர் அமைப்பினை ஒப்படைத்தல் என்பது, அவ்வமைப்பின் பெயரையும், கொடியையும், இலச்சினை என்கிற சின்னத்தையும், கொள்கை அறிக்கை மற்றும் செயல் திட்டங்களையும், அசையும்-அசையாச் சொத்துக்களையும் ஒருவர் இன்னொருவரிடம் ஒப்படைப்பது என்று மட்டுமே பொருளாகாது. வெகுமக்கள் அணிதிரண்டு ஓர் அமைப்பாக வடிவம் பெற்று ஒரு பொதுநோக்கத்திற்காக இயங்கிக் கொண்டிருக்கிற அதே வேளையில், அடுத்த தலைமுறையினரும் அதே நோக்கத்திற்காக, அந்த அமைப்பின் வழியாக உள்வாங்கப்பட்டு முந்தைய தலைமுறையோடு இயைந்து இயங்குவது என்றே பொருளாகும். அதாவது, முந்தைய தலைமுறைக்கும் பிந்தைய தலைமுறைக்கும் இடைவெளி ஏற்படாமல், கொள்கைப் பிணைப்பும் செயல் இணைப்பும் ஒன்றுக்குள் ஒன்றாய் உள்வாங்கி, இயங்கிடும் தொடர்ச்சியான போக்கேயாகும்.

காலமும் தூரமும் இடைவெளிகளை உருவாக்கும் கூறுகளாகும். இவற்றால் உருவாகும் இடைவெளிகளில் 'தலைமுறை இடைவெளி' என்பது எவற்றாலும் இட்டு நிரப்ப இயலாததாகும். சமூகம், அரசியல், பொருளாதாரம், பண்பாடு முதலிய தளங்களில், ஒரு தலைமுறைக்கும் இன்னொரு தலைமுறைக்குமிடையில் அறிதல், புரிதல், இயங்குதல்

போன்றவற்றில் வேறுபாடுகளும் மாறுபாடுகளும் உருவாதல் இயங்கியல் போக்கேயாகும். இத்தகைய மாற்றங்களினால் முந்தைய – பிந்தைய தலைமுறைகளுக்கிடையில் உருவாகும் இடைவெளியே 'தலைமுறை இடைவெளி' என்பதாகும்.

ஒரே தலைமுறைக்குள்ளேயும் இடைவெளிகள் இருப்பதும், தொடர்வதும் தவிர்க்க இயலாததாகும். கணவனும் மனைவியும் ஒரே குடும்பமாய் வாழ்ந்தாலும் ஆண் – பெண் என்கிற இடைவெளி இருந்தே தீரும். ஒருவரையொருவர் அறிந்துகொள்வதிலும் புரிந்துகொள்வதிலும், மதிப்பதிலும் மதிப்பீடு செய்வதிலும் இடைவெளிகள் இருப்பதால்தான் முரண்பாடுகளும் மோதல்களும், விலகுதல்களும் விலக்குதல்களும் நிகழ்ந்து கொண்டேயிருக்கின்றன,

அதைப்போல, ஒரே சாதிக்குள், ஒரே மதத்திற்குள், ஒரே மொழி பேசும் இனக்குழுவிற்குள், ஒரே மரபினத்திற்குள் *'அறிதல் – புரிதல் – இயங்குதல்'* போன்றவற்றில் இடைவெளிகள் இருப்பதையும் தொடர்வதையும் காணலாம். அதிலும் குறிப்பாக, ஒரே தலைமுறைக் காலத்தில், அதாவது சம காலத்தில் இத்தகைய இடைவெளிகள் இருந்து கொண்டேயிருப்பதை அறியலாம். சாதி, மதம், மொழி போன்ற கூறுகளால், ஒரு சாதிக்கும் இன்னொரு சாதிக்கும், ஒரு மதத்துக்கும் இன்னொரு மதத்துக்கும், ஒரு தேசிய இனத்திற்கும் இன்னொரு தேசிய இனத்திற்கும் இடையே ஒரே தலைமுறைக் காலத்தில் இத்தகைய இடைவெளிகள் விரிந்து பரந்து கிடக்கின்றன.

இவ்வாறான சூழல்களில், ஒரு தலைமுறைவிட்டு இன்னொரு தலைமுறைக்கு ஓர் அமைப்பை அல்லது அவ்வமைப்பின் கொள்கை – கோட்பாட்டைக் கொண்டு செல்ல வேண்டுமென்கிறபோது தலைமுறை இடைவெளி குறுக்கீடு செய்யும். ஒரே தலைமுறைக் காலத்தில் ஒவ்வொரு தளத்திலும் உருவாகிற இடைவெளிகளே ஓர் அமைப்பை வெற்றிகரமாக இயங்கச் செய்வதற்குத் தடைகளாக விளங்குமென்கிறபோது, அடுத்தடுத்த தலைமுறைகளுக்கிடையில் ஒவ்வொரு தளத்திலும் உருவாகிற தலைமுறை இடைவெளிகள் எத்தகைய தடைகளாக விளங்கும் என்பதை உணரலாம்.

ஒரே காலத்தை அல்லது சம காலத்தைச் சார்ந்த அண்ணன் – தம்பி, அக்கா – தங்கை ஆகியோர் ஒரே தலைமுறையைச் சார்ந்தவர்கள். இந்த ஒரே தலைமுறைக்குள்ளேயே ஒரு பொருளை அறிந்துகொள்வதிலும், ஒரு கருத்தைப் புரிந்துகொள்வதிலும், ஒன்றைச் செயல்படுத்திட இயங்குவதிலும் இடைவெளிகள் உண்டு. அந்நிலையில், ஒரு தலைமுறைக்கும் இன்னொரு

அமைப்பாய்த் திரள்வோம்

தலைமுறைக்கும் இடையே எத்தகைய இடைவெளிகள் உருவாகும் என்பதை உணரலாம்.

தாத்தா புரிந்துகொண்ட ஒன்றை, பேரன் எவ்வாறு புரிந்துகொள்கிறான் என்பதில் காணப்படும் வேறுபாடும் மாறுபாடும்தான் தலைமுறை இடைவெளி என்பதாகும். தாத்தா காலத்தில், தாத்தாவுக்கு இருந்த கடவுள் நம்பிக்கையும், பேய்— பிசாசு நம்பிக்கையும் பேரன் காலத்தில் குறைந்து போயிருக்கலாம் அல்லது இல்லாமலும் போயிருக்கலாம். இவர்களுக்கிடையிலான கடவுள் மற்றும் பேய் – பிசாசு நம்பிக்கைகள் தொடர்பான இடைவெளி 'தலைமுறை இடைவெளி' என்பதாக அமையும். தாத்தா சாதியமைப்பை ஏற்றுக்கொண்டிருக்கலாம்; பேரன் சாதியமைப்பைத் தகர்த்திடப் போராடிக் கொண்டிருக்கலாம். சாதி தொடர்பாக தாத்தாவுக்கும் பேரனுக்குமிடையிலான புரிதலிலும் இயங்குதலிலும் உள்ள இந்த இடைவெளியே தலைமுறை இடைவெளி என்பதாகும்.

இத்தகைய தலைமுறை இடைவெளியால், ஒரு கருத்து அல்லது கொள்கை, ஒரு தலைமுறையிலிருந்து இன்னொரு தலைமுறைக்கு எடுத்துச் செல்லப்படும்போது நீர்த்துப்போகவோ சிதைந்துபோகவோ நேரலாம். வேறு பரிமாணங்களைப் பெற்று புதிய வடிவத்தையும் புதிய பொருளையும் கொண்டதாக மாறலாம். அக, புறச் சூழல்களால் அத்தகைய மாற்றங்கள் நிகழலாம். அவை நேர்மறை மாற்றங்களாகவோ எதிர்மறை மாற்றங்களாகவோ அமையலாம். தலைமுறை இடைவெளியால், அக-புறச் சூழல்களால் நிகழும் இத்தகைய மாற்றங்களைக் கணக்கில் கொண்டு, ஓர் அமைப்பை ஒரு தலைமுறையிடமிருந்து இன்னொரு தலைமுறையிடம் கொண்டு செல்வது மிகவும் இன்றியமையாதவொரு நடைமுறையாகும்.

இலக்கை எட்டும் வரையில் அவ்வமைப்பின் பயணம் தொடர வேண்டும். அத்துடன், பயணத்திற்கான நோக்கம், குறிக்கோள்கள் பாதிக்கப்படாமல் அது நீடிக்க வேண்டும்.

அமைப்பாகத் திரளும் மக்களின் ஆற்றல் சேதப்படாமல் – சிதையாமல் அப்பயணம் தொடர்ந்து முன்னேற வேண்டும். நேரிய வழியில், சீரிய முறையில் வீரியம் இழக்காமல் அந்நெடும் பயணம் வெற்றிகரமாக இயங்குதல் வேண்டும். எத்தனை தலைமுறைகளைக் கடந்தாலும் அவ்வமைப்பின் பயணம் அடிப்படைக் கருத்தில் அல்லது கொள்கையில், முற்போக்கான அல்லது புரட்சிகரமான நேர்மறை மாற்றங்களை

உள்வாங்கியவாறு, மென்மேலும் வலிமையும் செழுமையும் பெற்றவாறு தொடர்தல் வேண்டும். இவ்வாறான வளர்சிதை மாற்றங்களோடு ஓர் அமைப்பு தனது கொள்கைப் பயணத்தைத் தொடர்வதற்கு அவ்வமைப்பு உயிரோட்டமான அல்லது தன்னியல்பானதொரு இயங்குதிறனைப் பெறுதல் வேண்டும்.

பெயர், கொடி, சின்னம், கொள்கை அறிக்கை, செயல்திட்ட அறிக்கை, தலைவர், தொண்டர்கள், மக்கள் திரள், நிர்வாகம், களப்பணிகள் போன்றவற்றை உள்ளடக்கமாகக் கொண்ட ஒரு வடிவமே 'அமைப்பு' என அறியப்படுகிறது. இத்தகையதோர் அமைப்பு அவ்வப்போது தேவையையொட்டி மட்டுமே இயங்குவதாக இல்லாமல், அடிப்படை நோக்கத்தை நிறைவேற்றுவதற்கேற்ற வகையில் தொடர்ந்து இயங்க வேண்டியதாக அமையும்போது, அது தன்னியல்பாக, தானே இயங்க வேண்டும்! அத்தகைய இயங்குதிறன் கொண்ட ஓர் அமைப்பால் மட்டுமே பல தலைமுறைகளைக் கடந்து பயணித்தல் இயலும். அதாவது, தன்னியல்பாக இயங்குதல் என்பது, புற அழுத்தங்களினால் மட்டுமே நெருக்கடியான தேவைகளின்போது மட்டுமே இயங்குவது என்றில்லாமல், இடையறாமல் இலக்கை நோக்கித் தொடர்ந்து இயங்குகிற வரையறுக்கப்பட்ட ஒரு செயல்முறையாகும்.

வரையறுக்கப்பட்ட வழிமுறைகளின்படி, வரையறுக்கப்பட்ட காலம் மற்றும் தூரம் ஆகிய வரம்புகளின்படி, வரையறுக்கப்பட்ட திசைவழியின்படி, வரையறுக்கப்பட்ட இலக்கை நோக்கி ஓர் அமைப்பு தன்னகத்தே உரிய உந்துதலை அல்லது தூண்டுதலைப் பெற்று தொடர்ந்து இயங்கும் ஆற்றலைப் பெறுகிறபோது, அது தன்னியல்பாக – தானே இயங்கும்!

அதாவது, ஓர் அமைப்பு இவ்வாறான வரையறைகளுடன் புறநிலைத் தூண்டுதலுக்கோ அல்லது புறநிலை அழுத்தத்திற்கோ காத்திராமல், அகநிலைத் தூண்டுதலைக்கொண்டு இயங்குகிறபோது, தொடர்ந்து இயங்குகிறபோது, அவ்வமைப்பு தன்னியல்பாக – தானே இயங்கும் திறனைப் பெற்றதாக அமைகிறது. தன்னியல்பாக – தானே இயங்குவதற்கு அவ்வமைப்புக்குப் போதிய கட்டமைப்பு வசதிகள் இன்றியமையாத தேவைகளாகின்றன. அகநிலையிலும் புறநிலையிலும் ஓர் அமைப்புக்குரிய போதிய கட்டமைப்பு வசதிகள் உருவாக்கப்படுகிறபோது மட்டுமே அவ்வமைப்பு, புறநிலை அழுத்தங்களுக்காகக் காத்திருக்காமல் அகநிலைத் தூண்டுதல் கொண்டதாகப் பரிணாமம் பெற்று, தன்னியல்பாக இயங்கிடும் ஆற்றலைப் பெறும்.

அமைப்பாய்த் திரள்வோம்

அதாவது, ஓர் அமைப்பு, ஒரு தனிநபரின் விருப்பு வெறுப்புக்கேற்ப இயங்காமல், தனிநபரின் ஆணைக்குக் காத்திருக்காமல், அவ்வமைப்புக்கான சட்டம் மற்றும் விதிமுறைகளால் தன்னியல்பாக இயங்குகிற ஆற்றலைப் பெறும்! அவ்வமைப்பின் கொள்கை – கோட்பாடுகளால் இயங்கும்! அதற்கேற்ற வகையிலான கட்டமைப்பு வசதிகளை அவ்வமைப்பு பெற்றிருந்தால் மட்டுமே அவ்வாறு இயங்கிட இயலும்!

கொள்கை – கோட்பாட்டில் வரையறைகள், சட்டம் – விதிமுறைகளில் வரையறைகள், அமைப்பின் வடிவமைப்பில் வரையறைகள், நிர்வாக முறைகளில் வரையறைகள், அதிகாரப் பகிர்வில் வரையறைகள், சனநாயக அணுகுமுறைகளுக்கான நடவடிக்கைகளில் வரையறைகள் போன்ற பல்வேறு வரையறைகளுடன் கூடிய ஓர் அமைப்பை, பாதுகாப்பதற்கும் வழிநடத்துவதற்கும் போதிய கட்டமைப்பு வசதிகளை உருவாக்குவது இன்றியமையாத தேவையாகும். இத்தகைய வரையறைகளைப் பாதுகாப்பதற்கு அமைப்பின் அடி முதல் நுனி வரையில் செயலக வசதிகள், தொலைத்தொடர்பு வசதிகள், ஊடக வசதிகள், போக்குவரத்து ஊர்தி வசதிகள், வரவு – செலவுக்கான ஆதார வசதிகள் போன்றவற்றை உருவாக்குவதும் வலுப்படுத்துவதும் மென்மேலும் பெருக்குவதுமே மிகமிக இன்றியமையாதவையாக உள்ளன.

ஓர் அமைப்பு எத்தகைய வடிவங்களைக் கொண்டதாக வரையறுக்கப்படுகிறதோ அவற்றுக்கேற்ற வகையில் நிர்வாக நடைமுறைகள் வரையறுக்கப்படும். அத்தகைய நிர்வாக நடைமுறைகளுக்கான வரையறைகளுக்கேற்ற வகையில் கிளைச்செயலகம் முதல் தலைமைச்செயலகம் வரையில் செயலகக் கட்டமைப்பு வசதிகளும் தேவையான பிற கட்டமைப்பு வசதிகளும் உருவாக்கப்படும். இவை யாவும் அமைப்புக்கான அசையும் மற்றும் அசையாச் சொத்துக்களாக அமையப் பெறும். இவற்றை வரையறுக்கப்பட்ட சட்டங்களும் விதிமுறைகளும் தொடர்ந்து இயக்குகிற ஆற்றலைப் பெற்றிருக்கும். இவ்வாறு ஓர் அமைப்புக்கான கட்டமைப்பு வசதிகள் உருவாக்கப்படுகிறபோது அவ்வமைப்பு ஒரு வரையறுக்கப்பட்ட நிறுவனத்திற்குரிய பண்புகளைப் பெறுகிறது,

ஓர் அமைப்பு தன்னியல்பாக இயங்குவதற்குரிய கட்டமைப்பு வசதிகளைப் பெறுகிறபோது, அது நிறுவனமயமாகிற நிலையைப் பெறுகிறது. நிறுவனமயமாதல் என்பது வணிகம் தொடர்பான

அமைப்புகளுக்கு மட்டுமே உரியதன்று. எந்தவோர் அமைப்பும், வடிவத்தால், கொள்கை – கோட்பாடுகளால், சட்டம் – விதிமுறைகளால், நிர்வாகத்தால், அதிகாரப் பகிர்வுகளால், பொருள் வரவுக்கான ஆதாரங்களால் இன்னும் இவை போன்றவற்றால் தம்மை வரையறுத்துக் கொள்கிறபோது அல்லது வரையறைகள் என்கிற வரம்புகளை உருவாக்கிக் கொள்கிறபோது, அவ்வமைப்பு நிறுவனமயமாகிற நிலையை எட்டுகிறது எனலாம்.

அத்தகைய நிறுவனமயமாதல், அமைப்பை அனைத்துப் பரிமாணங்களிலும் வலிமைப்படுத்துவதாகவும், அமைப்புக்கான பாதுகாப்பை உறுதிப்படுத்துவதாகவும் அமைகிறது. அதாவது, அமைப்பைப் பாதுகாத்திட, அமைப்பின் கொள்கையைப் பாதுகாத்திட, சனநாயகத்தைப் பாதுகாத்திட அவ்வமைப்பு நிறுவனமயமாக வேண்டியது இன்றியமையாததாகும். அத்தகைய நிறுவனமயமாதல் என்பது, தலைமுறை இடைவெளியால் ஓர் அமைப்பு சிதைந்துபோகாமல், அவ்வமைப்பின் கொள்கை நீர்த்துப்போகாமல், பொது இலக்கை நோக்கிய பயணத்திற்கான செயல்திறன் வலுவிழந்து போகாமல், தொடர்ந்து தன்னியல்பாக இயங்குவதற்குரிய ஆற்றலை வழங்கும் மாற்றமேயாகும்.

போதிய கட்டமைப்பு வசதிகள் இல்லாத எந்தவோர் அமைப்பும் நிறுவனமயமாகும் நிலையை எட்டாது. அவ்வாறு நிறுவனமயமாகாத அமைப்பு, தலைமுறை கடந்து பல தலைமுறைகளுக்கு ஒரு கருத்தைப் பாதுகாப்பாக முன்னெடுத்துச் செல்லும் வலிமையைப் பெறாது! தலைமுறை இடைவெளியால், அவ்வமைப்பு நீர்த்துப் போகாமல் வலிமை பெறுவதற்கு நிறுவனமயமாதல் தவிர்க்க இயலாத தேவையாகிறது. அதே வேளையில், நிறுவனமயமாதல் நடவடிக்கையில் சொத்தும் அதிகாரமும் சிக்கல்களை உருவாக்கும் கூறுகளாக மாறலாம். தனிநபர்களுக்கிடையிலான முரண்களை, மோதலைக் கூர்மைப்படுத்தலாம். அவற்றை எதிர்கொள்வதற்கேற்ற வகையில், சனநாயகப் பரவலாக்கமும் அதற்குரிய அதிகாரப் பரவலாக்கமும் நிறுவனமயமாதலின் போக்கிலே நடைமுறைப்படுத்தப்பட வேண்டியது இன்றியமையாத ஒன்றாகும்.

நிறுவனமயமாதலின்போது சொத்துக்குவிதலும் அதிகாரக் குவிதலும் நிகழும். இதனால் தனிநபர்களுக்கிடையிலான அதிகாரப் போட்டிகள் தலைதூக்கும். இப்போக்குகள் அமைப்பின் நோக்கையும் போக்கையும் சிதைக்கலாம். இத்தகைய எதிர்விளைவுகள் நிகழாமல் தடுத்திட, நிறுவனமயமாதலின்

அமைப்பாய்த் திரள்வோம்

போக்கினூடாகவே, அதிகாரப் பரவலாக்கத்தின் மூலமாக சனநாயகத்தைப் பரவலாக்கும் நடைமுறையினையும் தீவிரமாகக் கையாளுதல் வேண்டும். அதாவது, சனநாயகமாதலும் நிறுவனமயமாதலும் சமகாலத்தே நடந்தேறுதல் வேண்டும். வணிகநோக்கில் நிகழும் நிறுவனமயமாதல் எதிர்விளைவுகளை உருவாக்கும்! சனநாயக நோக்கில் நிகழும் நிறுவனமயமாதல், தலைமுறைகளைக் கடந்தும் அமைப்பு தன்னியல்பாக இயங்கும் வலிமையைக் கொடுக்கும்!

நிறுவன மயமாகும் நிலைபெறுதல் வேண்டும்! – அமைப்பு
நிலைகுலையா வகையில் வலுப்பெறுதல் வேண்டும்!

ஆகத்து, 2011

15

சனநாயகப்படுத்துதலும் அதிகாரமயப்படுத்துதலும்

அடுத்தவர்களின் கருத்துக்களை அனுமதிப்பதும், அடுத்தவர்களின் உணர்வுகளை மதிப்பதுமே சனநாயகத்தின் அடிப்படையாகும். அடுத்தவர்களின் கருத்துக்கள் எதிரானதாகவோ கடுமையானதாகவோ இருக்கலாம். உண்மைக்குப் புறம்பானதாகவோ உடன்பாடு இல்லாததாகவோ இருக்கலாம். ஆனாலும், அத்தகைய கருத்துக்களை வெளிப்படுத்தவே கூடாது என அடக்கி ஒடுக்குவது சனநாயகமாகாது.

அத்துடன், ஒரு நிகழ்வையொட்டி, ஒருவர் தன்னுடைய மகிழ்ச்சியை அல்லது ஆத்திரத்தை வெளிப்படுத்தவிடாமல் தடுப்பதோ, வாய்ப்பை மறுப்பதோ சனநாயகமாகாது. மாற்றாரின் உணர்வுகளை மதிக்காமல், மாறான கருத்துக்களை அனுமதிக்காமல் ஆதிக்கத்தைத் திணிக்கிறபோது, அதனையெதிர்த்து நிகழ்கிற அடங்க மறுத்தலும் அத்துமீறலும் அடக்குமுறைகளை ஏவுவதற்கு உந்துதலாக அமைந்துவிடுகின்றன. முரணான கருத்துக்களையும் எதிரான நடவடிக்கைகளையும் அரங்கேறவிடாமல் தடுப்பதன் மூலம் ஆதிக்கத்தை நிலைநாட்டுவதும் நீட்டிப்பதும் தேவைகளாக மாறுகின்றன. அதற்கு ஈவிரக்கமில்லாத அடக்குமுறைகளும் ஒடுக்குமுறைகளும் தீவிரமான நடைமுறைகளாக மாறுகின்றன. இவ்வாறான ஆதிக்கப்போக்குகளும் அடக்குமுறைகளும் சனநாயக அணுகுமுறைகளுக்கு எதிரானதாகும்.

சனநாயகத்திற்கு நேர் எதிரான இத்தகைய நடைமுறைகளே 'ஃபாசிசம்' என்பதாகும்.

மறுத்துக் கருத்துச் சொல்லவோ, எதிர்த்துச் செயல்படவோ அனுமதிக்காமல், கடுமையாகவும் கொடுமையாகவும் அடக்கி, ஒடுக்கும் நடவடிக்கைகளுக்கு 'அதிகாரக் குவிப்பே' ஆதாரமாக அமையும்! ஒரே இடத்தில் அதிகாரங்கள் யாவும் குவிக்கப்படுகிறபோது, அங்கே ஆதிக்கப் போக்கு தலைவிரித்தாடும்! அதிகாரங்கள் பகிர்ந்தளிக்கப்பட்டுப் பரவலாக்கம் செய்யப்படுகிற போது, ஆதிக்கம் நீர்த்துப்போகும்! அடக்குமுறைப் போக்குகளும் தகர்ந்துவிழும்! அத்தகைய சூழல்களில்தான் சனநாயகம் துளிர்விட்டு எழும்! ஆகவே, சனநாயகத்திற்கு நேர் எதிரான 'ஃபாசிசத்திற்கு' அதிகாரக் குவிப்பே அடிப்படையாகிறது.

அதாவது, அதிகாரக் குவிப்பிலிருந்தே ஆதிக்கவெறி மேலிடு கிறது. ஆதிக்க வெறியிலிருந்தே அடக்குமுறை – ஒடுக்குமுறைப் போக்குகள் வெடித்தெழுகின்றன. இத்தகைய ஃபாசிசத்தினால், ஆட்சியதிகாரத்தோடு தொடர்பில்லாத, நெருக்கமில்லாத ஏழை–எளிய மக்களே வெகுவாகத் தொடர்ந்து பாதிக்கப்படும் நிலைமைக்கு ஆளாக நேரிடுகிறது. அவ்வாறு பாதிக்கப்படும் எளிய மக்களின் உணர்வுகள் மதிக்கப்படுகிறபோதும் அவர்தம் கருத்துக்கள் அனுமதிக்கப்படுகிறபோதும் ஆங்கே சனநாயகம் மலரும் நிலை உருவாகலாம். அதாவது, எளிய மக்களால் தம் உணர்வுகளை வெளிப்படுத்தவும் தமது கருத்துக்களைச் சொல்லவும் முடிகிறதென்றால் அத்தகைய மக்களிடையே அதிகார வலிமை பரவியுள்ளது என்றே பொருளாகும். அதிகாரப் பரவலாக்கத்தால் மட்டுமே சனநாயகத்தைப் பரவலாக்கம் செய்ய இயலும். அதாவது, சனநாயகப்படுத்துதல் என்பது, மக்களை அதிகாரமயப்படுத்துதல் என்பதாகவே அமையும்.

தனியொருவனிடத்தில் அதிகாரம் குவிக்கப்பட்டிருந்தால் அவன் மற்றும் அவனைச் சார்ந்தவர்கள் மட்டுமே அதிகாரமயப் படுத்தப்பட்டவர்களாக, ஆதிக்கம் செலுத்தக்கூடியவர்களாக அமைந்து விடுகின்றனர். தனியொருவனை மையப்படுத்தி அல்லது முதன்மைப்படுத்தி, அதிகாரங்களைக் குவித்து, ஆட்சி நிர்வாகம் இயங்குகிறபோது அது 'மன்னராட்சி' அல்லது 'முடியாட்சி' என்பதாக அமைகிறது. மன்னரை முதன்மைப்படுத்துவதால் அல்லது மையப்படுத்துவதால், அது 'மன்னர்நாயகம்' அல்லது 'முடிநாயகம்' என்பதாக அமையும். அதைப்போல, மக்களை முதன்மைப்படுத்துகிறபோது அல்லது

மையப்படுத்துகிறபோது அது 'மக்கள் நாயகம்' அல்லது 'குடிநாயகம்' என்பதாக அமையும். அதாவது, மன்னராட்சிக்கு நேரெதிரானது மக்களாட்சி! மன்னர்நாயகத்திற்கு நேரெதிரானது மக்கள் நாயகம்! தனியொருவனை மட்டும் அதிகாரமயப்படுத்தினால், அது மன்னர் நாயகம்! மக்கள் யாவரையும் அதிகாரமயப்படுத்தினால் அது மக்கள் நாயகம்! தனியொருவனிடத்தில் அல்லது மன்னரிடத்தில் மட்டும் 'அதிகாரக் குவிப்பை' நிகழ்த்தினால் அது முடிநாயகம்! மக்களிடத்தில் 'அதிகாரப் பரவலாக்கத்தை' நிகழ்த்தினால் அது குடிநாயகம்! அதாவது, மக்களை முதன்மைப்படுத்துதல் அல்லது மையப்படுத்துதல், மக்களை அதிகாரமயப்படுத்துதல் அல்லது வலிமைப்படுத்துதல் என்கிற நடவடிக்கைகளே குடிநாயகப்படுத்துதல் அல்லது சனநாயகப்படுத்துதலின் அடிப்படைகளாகும்.

'பெரும்பான்மையின் ஆளுமையே' சனநாயகம் என்று புரிந்துகொள்ளப்படும் நிலையே பரவலாக உள்ளது. ஒன்றைவிட இன்னொன்று எண்ணிக்கையில் 'ஒன்று மட்டுமே' கூடுதலாக இருந்தாலும் அதுவே பெரும்பான்மை என்றாகிவிடுகிறது. அந்தப் பெரும்பான்மையே வெற்றி பெற்றதாக ஏற்கப்படுகிறது. வெற்றியே அதிகார வலிமைமிக்கதாக வடிவம் பெறுகிறது. ஒன்றைவிட எண்ணிக்கையில் 'ஒன்று மட்டுமே' குறைவாகவுள்ள இன்னொன்று தோல்வியடைந்ததாகப் புறந்தள்ளப்படுகிறது. தோல்வியோ அதிகார வலிமையற்றதாக ஓரங்கட்டப்படுகிறது. அதாவது, 'கூடுதலாக ஒன்று' என்கிற எண்ணிக்கை மட்டுமே வெற்றிக்கான அளவுகோலாகக் கருதப்படுவதால், அதுவே சனநாயகமாகவும் ஏற்கப்படுகிறது. சனநாயகத்தின் வரையறையானது, எண்ணிக்கையின் மதிப்பீடுகளிலிருந்து அல்லது பெரும்பான்மையின் ஆளுமைகளிலிருந்து மட்டுமே தீர்மானிக்கப்படுவதில்லை. சனங்களை அல்லது மக்களை முன்நிறுத்துவதில் அல்லது முதன்மைப்படுத்துவதில்தான் சனநாயகத்தின் முழுப்பரிமாணம் அடங்கியுள்ளது.

மக்களை முதன்மைப்படுத்துதல் மற்றும் அதிகாரமயப் படுத்துதல் என்பது எத்தகைய பின்னணியிலிருந்து தேவையாக எழுகிறது? முடியாட்சி முறையானது முற்றிலும் ஒழிந்தநிலையில், மக்களாட்சித் தத்துவம் ஏற்கப்பட்டுள்ள நிலையில், சனநாயகப்படுத்துதல் என்பது மாபெரும் போராட்டமாகவே நிகழ்ந்துகொண்டிருக்கிறது. மக்களுக்கு எதிரான சுரண்டும் வர்க்கத்தினர் அல்லது ஆளும் வர்க்கத்தினர் சனநாயகப்படுத்துதலை எளிதில் ஏற்றுக்கொள்ளாத நிலை

அமைப்பாய்த் திரள்வோம்

யிலிருந்துதான் இத்தகைய போராட்டங்கள் அனைத்துத் தளங்களிலும் அரங்கேறிக் கொண்டேயிருக்கின்றன. அரசியல் தளத்தில் மட்டுமே, அதிலும் குறிப்பாகத் தேர்தல்களில் மட்டுமே, மக்களை முன்நிறுத்துவதால் சனநாயகப்படுத்துதல் என்னும் புரட்சிகர மாற்றம் நிகழ்ந்துவிட்டதாகப் பொருளாகிவிடாது. மக்களே வாக்களித்து உருவாகும் ஆட்சி மக்களாட்சி என்று கருதப்படுவதால், அரசியல் தளத்தில் சனநாயகப்படுத்துதல் நிகழ்ந்துவிட்டதாகக் கருதிவிடமுடியாது. மக்கள் வாக்குரிமை பெற்றிருப்பதனால், அவ்வாக்குரிமையின் மூலம் ஓர் ஆட்சியை உருவாக்குவதனால் அது மக்களுக்கான ஆட்சி என்றாகிவிடாது!

அனைவருக்கும் வாக்குரிமை, அதன் வழி மக்களாட்சி என்பது சனநாயகப்படுத்துதலின் ஒரு பகுதியே ஆகும்; முழுமை யாகாது. உரிமைகள் யாவும் அதிகாரத்தின் ஆற்றல்களாகும். அதாவது, உரிமைகளிலிருந்தே அதிகாரங்கள் பிறக்கின்றன. உரிமைகள் மறுக்கப்படுகிற இடங்களில் அதிகாரமும் மறுக்கப்படுகிறது. அதிகாரங்கள் மறுக்கப்படுகிற இடங்களில் உரிமைகள் வலுவிழந்தவையாகப் பயனற்றுப்போகும். உரிமைகள் மக்களை அதிகாரமயப்படுத்தும் ஆற்றல்களேயாகும். அவ்வாறு அதிகாரமயப்படுத்தாத உரிமைகள் சனநாயகப்படுத்துதலின் ஆற்றலைப் பெற்றவையாக அமையாது. அதாவது, மக்களை அதிகாரமயப்படுத்தும் உரிமைகளே சனநாயகப்படுத்துதலை நிகழ்த்தக் கூடியவையாகும். உரிமைகள் அரசியல் தளத்தில் மட்டுமின்றி, சமூகம், பொருளாதாரம், பண்பாடு போன்ற அனைத்துத் தளங்களிலும் பரவிக்கிடக்கின்றன.

ஒவ்வொரு தளத்திலுள்ள உரிமைகளும், பறிக்கப்படாமலோ மறுக்கப்படாமலோ மக்களால் நுகரப்படுகிற நிலையில்தான், மக்கள் அதிகாரமயப்படுத்தப்படும் நிலையும் உருவாகும். அரசியல் உரிமைகள், சமூக உரிமைகள், பொருளியல் உரிமைகள், பண்பாட்டு உரிமைகள் போன்ற அனைத்துவகை உரிமைகளையும் பெறுகிற மக்களே அதிகாரமயப்படுத்தப்பட்டவர்களாய் – ஆளுமை மிக்கவர்களாய் விளங்கிட இயலும். வாக்குரிமை மட்டுமே மக்களை அதிகாரமயப்படுத்திவிடாது. பிற உரிமைகள் மறுக்கப்பட்டோ, இருந்தும் நுகர இயலாமல் தடுக்கப்பட்டோ, வாக்குரிமையை மட்டும் மக்கள் பயன்படுத்துகிறபோது, அவ்வுரிமையானது மக்களால் நிறைவேற்றப்படும் மற்றவர் களுக்குரியதே ஆகும். அதாவது, மக்களால் பயன்படுத்தப் பட்டாலும் அது மக்களுக்கான உரிமை ஆகாது. அத்தகைய வாக்குரிமையால் உருவாக்கப்படும் ஆட்சியும் மக்களுக்கான ஆட்சியாக இருக்கவியலாது.

மக்களுக்கான கல்வி, மக்களுக்கான உற்பத்தி, மக்களுக்கான பண்பாடு போன்றவற்றை உறுதிப் படுத்த இயலாத ஓர் அரசு அல்லது ஆட்சி, மக்களால் உருவாக்கப்பட்டதாக இருந்தாலும் அது மக்களாட்சியாக இருக்க இயலாது. ஆளும் வர்க்கத்திற்கான அல்லது சுரண்டும் வர்க்கத்திற்கான கல்வி, சுரண்டும் வர்க்கத்திற்கான உற்பத்தி, சுரண்டும் வர்க்கத்திற்கான பண்பாடு என அனைத்தும் சுரண்டும் வர்க்கத்திற்குரியதாக அமைகிற நிலையில், அரசும் சுரண்டும் வர்க்கத்திற்குரியதே ஆகும்!

சுரண்டும் வர்க்கத்திற்குரிய ஓர் அரசை அல்லது ஆட்சியை உருவாக்கும் வாக்குரிமையானது, மக்களை முதன்மைப் படுத்துவதாகவும், அதிகாரமயப்படுத்துவதாகவும் எவ்வாறு அமைந்திட இயலும்? இந்நிலையில், வாக்குரிமையானது எவ்வாறு சனநாயகத்தின் அல்லது சனநாயகப்படுத்துதலின் ஒரு பகுதியாக அமையும்? எந்தவொரு உரிமையும் மக்களுக்கானதாக அமைகிறபோது மட்டுமே அது சனநாயகப்படுத்துதலின் ஓர் அங்கமாக அமையும். மக்களுக்கான ஓர் அரசை உருவாக்கும் வாக்குரிமைதான் மக்களுக்கான வாக்குரிமையாக விளங்கும். மக்களுக்கான கல்வியை வழங்கும் உரிமைதான் மக்களுக்கான கல்வி உரிமையாக அமையும். மக்களுக்கான உற்பத்தி அல்லது படைப்பினை வழங்கும் உரிமைதான் மக்களுக்கான பொருளியல் உரிமை அல்லது வேலைவாய்ப்பு உரிமையாகத் திகழும். இவ்வாறு, ஒவ்வொரு தளத்திலுமான உரிமைகளும் மக்களுக்கானவையாக அமைந்திடும் நிலையில்தான், அவை மக்களை முதன்மைப் படுத்துவதாகவும் அதிகாரமயப்படுத்துவதாகவும் அமைந்து சனநாயகப்படுத்துதலை நிகழ்த்தும்.

உரிமைகள் மறுக்கப்படுகிற நிலையில் சனநாயகம் மறுக்கப்படும். அதேபோல உரிமைகள் ஒப்புக்காக அல்லது பெயரளவில் அனுமதிக்கப்படுகிற அல்லது அளிக்கப்படுகிற நிலையிலும் சனநாயகம் மறுக்கப்படுவதாக அமையும். ஆளும் வர்க்கத்தால் அல்லது அரசால் அனுமதிக்கப்பட்ட வாக்குரிமையால், மக்களுக்கான பாதுகாப்பை உறுதிப்படுத்த இயலாத, மக்களுக்கான உற்பத்தியை அல்லது படைப்புகளை உருவாக்க இயலாத, மக்களுக்கான கல்வி, வேலைவாய்ப்பு, கலை-இலக்கியம் மற்றும் பண்பாடு போன்றவற்றை வழங்க இயலாத அல்லது அனுமதிக்க விரும்பாத ஓர் அரசு அல்லது ஆட்சி அமைந்தால், அந்த வாக்குரிமையானது சனநாயகமாகாது அல்லது சனநாயகப்படுத்துதலை நிகழ்த்தாது.

அமைப்பாய்த் திரள்வோம்

தனி மனிதனால் அல்லது மக்களால் நுகரப்படும் உரிமையானது, நுகர்வோரால் நிறைவேற்றப்படக் கூடியதாக மட்டுமில்லாமல், பயன்பெறக் கூடியதாகவும் அமைதல் வேண்டும். பயன் பெறுவதாக அமையாவிடினும் பாதுகாப்பைப் பாதிப்பதாக அமைந்துவிடாமல் இருத்தல் வேண்டும். வாக்குரிமையானது, வயது வந்தோர் அனைவருக்கும் வழங்கப்பட்டுள்ளது என்றாலும், ஒடுக்கப்பட்டோருக்கு அல்லது சிறுபான்மையோருக்கு அந்த உரிமையை நடைமுறையில் நிறைவேற்ற இயலாத நிலையும் ஏற்படலாம். சாதி, மதம், மொழி மற்றும் பகுதி போன்றவற்றின் அடிப்படையிலான சிறுபான்மையினரால் தமது வாக்குரிமையை நிறைவேற்ற இயலாத அளவில் அச்சுறுத்தலையும் அடக்குமுறைகளையும் ஆதிக்கச் சக்திகள் கையாளலாம். இவ்வாறு ஒடுக்கப்பட்டோர் மற்றும் சிறுபான்மையோர், குறிப்பாக தலித்துகள், பழங்குடிகள், பெண்கள் போன்ற பிரிவினர் தமது வாக்குரிமையினை நிறைவேற்ற இயலாத அளவிற்குப் பெரும்பான்மையினர் அல்லது வலுவானவர்கள் மேலாதிக்கம் செய்யும் நிலையானது சனநாயகப்படுத்துதல் நிகழவில்லை என்பதை உறுதிப்படுத்துவதாகும்.

அதாவது, சட்டப்பூர்வமாக அறிவிக்கப்பட்ட ஓர் உரிமையை நிறைவேற்றுவதற்கேற்ற பாதுகாப்பையும் சுதந்திரத்தையும் வழங்குவதற்குரிய சூழலை சனநாயகப்படுத்துதலின் மூலமே உருவாக்கிட இயலும். பெரும்பான்மையோரின் ஆதிக்கத்திற்கு ஆளாகும் சிறுபான்மையோரும் அல்லது வலுவானோரின் ஆதிக்கத்தால் பாதிக்கப்படும் எளியோரும், தமது உரிமையை நிறைவேற்றும் அல்லது நுகரும் அளவுக்குத் தடையேதும் இல்லாத மற்றும் அச்சமில்லாத சூழலும், அனைத்து வகையிலான பாதுகாப்பும் உறுதிப்படுகிறபோதுதான் சனநாயகப்படுத்துதல் நிறைவேற்றப்பட்டதாக அமையும்.

தேர்தலில் போட்டியிடும் உரிமை, சட்டப்படி வழங்கப் பட்டாலும் போட்டியிட இயலாத நிலை ஏற்பட்டால்; ஒருவேளை போட்டியிட்டு வெற்றி பெற்றாலும் வென்ற பதவிக்குரிய அதிகாரத்தை நடைமுறைப்படுத்த இயலாத நிலை ஏற்பட்டால், அந்த உரிமையானது ஒப்புக்கான ஓர் உரிமையே ஆகும். உரிமையை நிறைவேற்றினாலும் அவ்வுரிமையின் பயனை நுகர இயலாத நிலை அல்லது அவ்வுரிமையின் மூலம் உருவான அதிகாரத்தை நடைமுறைப்படுத்துவதற்குரிய பாதுகாப்பு இல்லாத நிலை நிலவுவதற்குப் பெரும்பான்மையோரின் அல்லது வலுவானோரின் மேலாதிக்கமே முழு முதல் அடிப்படையாகும்.

அதாவது ஆதிக்கமும் அடக்குமுறையும் கோலோச்சும்போது, சனநாயகப்படுத்துதல் நிகழாது.

மேலும், அனைவருக்கும் தமது தாய்மண்ணில் குடியிருக்க உரிமை உண்டு; ஆனால் அனைவரும் ஒரே குடியிருப்பில் குடியிருக்க முடியாது! அனைவருக்கும் வழிபாட்டுரிமை உண்டு; ஆனால், அனைவரும் கோயிலில் நுழைய முடியாது. காலங்காலமாய் வஞ்சிக்கப்பட்டோருக்கு, வாய்ப்பு மறுக்கப் பட்டோருக்கு, கல்வி மற்றும் வேலைவாய்ப்பில் இடஒதுக்கீடு பெறும் உரிமை உண்டு; ஆனால், உயர்பதவிகளில் மற்றும் தனியார்த் துறைகளில் இடஒதுக்கீட்டு உரிமையைப் பெற முடியாது. இவ்வாறு, சட்டப்பூர்வமான உரிமைகள் வழங்கப் பட்டிருந்தாலும் அவ்வுரிமைகளை உழைக்கும் மக்கள் யாவரும் நுகர முடிவதில்லை.

அதாவது, கல்வி, தொழில், வணிகம், சாதி, மதம், மொழி, பாலினம், தேசிய இனம், மரபினம் மற்றும் அரசியல் போன்ற அனைத்துத் தளங்களிலும் ஆதிக்கம் செலுத்துவோரால் அல்லது ஆளும் வர்க்கத்தினரால் மற்றும் அதிகார வர்க்கத்தினரால் மட்டுமே அத்தகைய உரிமைகளையும் அதிகாரங்களையும் மிக எளிதாக நுகர முடிகிறது. இதனால் சனநாயகம் என்பது ஆளும்வர்க்க அளவில் மட்டுமே நின்றுவிடுகிறது. இத்தகைய நிலையில்தான் சனநாயகப்படுத்துதல் என்பது ஒரு தேவையாகிறது.

பெரும்பான்மையிலிருந்து சிறுபான்மை வரையிலும், வலியவர்களிலிருந்து எளியவர்கள் வரையிலும், உயர்மட்டத் திலிருந்து கீழ்மட்டம் வரையிலும், முதலாளிகளிலிருந்து தொழிலாளர்கள் வரையிலும், பெரும் பணக்காரர்களிலிருந்து ஏழைகள் வரையிலும், ஆண்பாலிலிருந்து பெண்பால் வரையிலும் என யாவராலும் உரிமைகளும் அதிகாரங்களும் நுகரப்படும் நிலையே சனநாயகப்படுத்துதல் என்பதாகும். குறிப்பாக, ஆதிக்கம், ஒடுக்குமுறை மற்றும் சுரண்டல் ஆகியவற்றின் வீரியத்தை அல்லது கொடூரத்தை நீர்த்துப்போகச் செய்தல் அல்லது இல்லாது ஒழித்தல் என்கிற நடவடிக்கைகளே 'சனநாயகப்படுத்துதல்' ஆகும். அதாவது, 'அனைவருக்கும் அடிப்படைத் தேவைகள்; அனைவருக்கும் அடிப்படை உரிமைகள்' என்பதே சனநாயகப்படுத்துதலின் அடிப்படைக் கோட்பாடு ஆகும்.

உணவு, உடை மற்றும் உறைவிடம் ஆகியவை மனிதனின் இன்றியமையா அடிப்படைத் தேவைகளாகும். இத்தேவைகளையும்கூட பெற இயலாத நிலையில் மக்கள்

வறுமையில் வாடும்நிலை தொடரவே செய்கிறது. இச்சமூகக் கட்டமைப்பில் ஒருவனுக்குக் கடல்போன்ற அரண்மனையாக வீடு உள்ளது; இன்னொருவனுக்கு குருவிக் கூடுபோல குடிசை உள்ளது. அந்தக் குடிசையும்கூட இல்லாத நிலையில் சாலையோரங்களில் படுத்து, அலைந்து திரியும் அவலத்தில் வாழ்வோரும் இருக்கவே செய்கின்றனர். இவ்வாறு, உணவு மற்றும் உடை போன்ற தேவைகளைப் பெறுவதிலும் மாந்தரிடையே மிகப்பெரும் இடைவெளி உள்ளது. சிலருக்குப் பகட்டான வாழ்வும் பலருக்குப் பற்றாக்குறையான பரிதாப நிலை வாழ்வும் அமைந்துவிடுகின்ற சமூகச்சூழல் தொடர்கிறது. ஒருவரின் உழைப்பை இன்னொருவர் நேர்முகமாகவோ அல்லது மறைமுகமாவோ ஈவிரக்கமின்றிச் சுரண்டும் நிலையே இத்தகைய வேறுபாடுகள் அல்லது முரண்பாடுகளுக்குக் காரணமாகும். சுரண்டல் என்பது மானுடத்தில் நிகழும் தொடர்ச்சியான வன்கொடுமையே ஆகும்.

இது எங்கே, எப்போது நிகழ்கிறது? ஒரு தனிமனிதனோ அல்லது ஒரு சமூகமோ அல்லது ஒரு தேசமோ தனது தற்காப்பு வலிமையை அல்லது எதிர்ப்பாற்றலை இழக்கிறபோது, வலுகுன்றிய நிலையில் இருக்கிறபோது அங்கே சுரண்டும் கும்பலின் ஆதிக்கம் வேர்விடுகிறது. அதாவது, ஒன்றின் 'வலுவிழப்பு நிலையே' இன்னொன்றின் 'ஆதிக்கத்திற்கும் சுரண்டலுக்கும்' வழிவகுக்கிறது. போதிய தேவைகளையும் தாண்டி சொத்து, அதிகாரம் போன்றவற்றைத் தமக்காகவும் தம்முடைய வாரிசுகளுக்காகவும் ஒரே இடத்தில் குவித்திட விரும்புவோரின் துடிப்பும் முனைப்பும்தான் ஆதிக்கமாகவும் சுரண்டலாகவும் விரிவடைந்து, சமூக வன்கொடுமைகளாக வலுவடைந்து விடுகின்றன.

இவ்வாறான சுரண்டல் மற்றும் ஆதிக்கப் போக்குகளைத் தக்கவைத்துக் கொள்ளவும், தொடரச் செய்யவும் விரும்புகிற இத்தகைய சுரண்டும் கும்பல், சுரண்டலை எதிர்த்து வெடிக்கும் எழுச்சியை அடக்குவதற்கும், வேறு எப்போதுமே அத்தகைய எதிர்ப்பு முளைவிடாத அளவில் முற்றாக ஒடுக்குவதற்கும் திட்டமிட்ட அடக்குமுறை – ஒடுக்குமுறைகளைக் கையாள விரும்புகிறது. அதற்கும் ஆயுதமும் அதிகாரமும் தேவையாகின்றன.

ஆயுதம் மற்றும் அதிகாரம் ஆகியவற்றின் கலவையால் உருவான ஓர் அடக்குமுறைக் கருவிதான் அரசு என்பதாகும். அத்தகைய அரசு, எப்போதும் தமது கைகளில் மட்டுமே இருக்கவேண்டுமென்று சுரண்டும் கும்பல் அல்லது ஆளும்

வர்க்கம் விரும்புகிறது. அத்துடன், சுரண்டப்படுவோர் எழுச்சிகொள்ளாமல் இருக்க வேண்டுமானால், அவர்களின் உரிமைகளைப் பறிக்கவும் அல்லது மறுக்கவும் செய்கிறது. இதனால், உழைப்பவர்கள் அல்லது உற்பத்தி செய்பவர்கள் அல்லது பாட்டாளிவர்க்கம் மற்றும் சிறுபான்மையினர் போன்ற யாவரும் அடிப்படைத் தேவைகளையும் அடிப்படை உரிமைகளையும் பெற இயலாத நிலைமைக்கு ஆளாகின்றனர்.

அடிப்படைத் தேவைகளும் அடிப்படை உரிமைகளும் மறுக்கப்படுகிறபோது அங்கே சனநாயகமும் மறுக்கப்படுவதாக அமையும். அடிப்படைத் தேவைகளைப் போல ஒவ்வொரு மனிதனுக்கும் அடிப்படை உரிமைகளும் இன்றியமையாதவை யாகும். பேச்சுரிமை, கருத்துரிமை போன்ற அடிப்படை உரிமைகள் ஒவ்வொரு மனிதனுக்கும் உரியவையாகும்.

அதாவது, ஒவ்வொருவருக்கும் தனது உணர்வுகளையும் கருத்துக்களையும் வெளிப்படுத்துவதற்கு உரிமையுண்டு. இத்தகு அடிப்படை உரிமைகளை அனுமதிப்பதும் அங்கீகரிப்பதும்தான் சனநாயகமாகும். இவ்வாறு அனுமதிக்கப்படும் நிலையானது, சுரண்டலுக்கு எதிரான கருத்து உருவாகவும், அக்கருத்தைப் பரப்பும் சூழல் ஏற்படவும், அதனால் கிளர்ச்சியோ புரட்சியோ வெடிக்கவுமான வாய்ப்பு உருவாகும். ஆகவேதான், சுரண்டும் வர்க்கம், ஈவிரக்கமின்றி அடிப்படை உரிமைகளை நசுக்கவும் தயங்குவதில்லை.

ஒருவன் தான் விரும்பும் இடத்தில் குடியிருக்க வேண்டும் என்பதும் விரும்பும் மதத்திற்கு மாறவோ, விரும்பும் பெண்ணைத் திருமணம் செய்துகொள்ளவோ வேண்டுமென்பதும் ஒவ்வொருவருக்குமுள்ள அடிப்படை உரிமைகளாகும். ஆனால், ஒருவன் குறிப்பிட்ட பகுதியில் வசிக்கவேண்டுமென வரம்புகளை விதிக்கும் சாதி ஆதிக்கப் போக்கும், அதைச் சட்டப்படி அனுமதிக்கவில்லையென்றாலும் அறிவித்துவிட்டு வெளிப்படையாக அனுமதிக்கிற அரசின் போக்கும், சனநாயக மறுப்பை உறுதிப்படுத்துவதாக அமைகிறது.

அதைப்போலவே, மதம் மாறினால், வெளிப்படையாகவே வன்முறை வெறியாட்டத்தைக் கட்டவிழ்த்து விடுகிற மதவெறி ஆதிக்கப் போக்கும், அதற்குத் துணையாக மதமாற்றத் தடைச் சட்டத்தை இயற்றுவது அல்லது மதம் மாறினால் இடஒதுக்கீடு உரிமையை மறுப்பது போன்ற அரசு அல்லது ஆட்சியாளர்களின் ஆதிக்கப் போக்கும் சனநாயக மறுப்பை உறுதிப்படுத்துவதாக அமைகின்றன. சாதி வரம்புகளை மீறி, மத எல்லைகளைத்

அமைப்பாய்த் திரள்வோம்

தாண்டித் திருமணம் செய்து கொள்கிறபோது, பிரித்தல், புறக்கணித்தல், படுகொலை செய்தல் போன்ற கொடூரங்களை அரங்கேற்றுகிற போக்கும், அதற்குத் துணையாயிருக்கிற சுரண்டும் வர்க்கத்தின் போக்கும் சனநாயக மறுப்புக்கு ஆதாரங்களாக விளங்குகின்றன.

இவ்வாறு மனிதனின் அடிப்படைத் தேவைகளையும் அடிப்படை உரிமைகளையும் இன்னும் பிற வாழ்வுரிமைகளையும் மறுக்கிற அல்லது பறிக்கிற போக்குகள் யாவும் சனநாயகப் படுத்துதலுக்கு முற்றிலும் எதிரானவையாகும். அதாவது, சனநாயகப்படுத்துதல் என்னும் நடவடிக்கையானது அனைவருக்கும் அடிப்படைத் தேவைகள் மற்றும் அனைவருக்கும் அடிப்படை உரிமைகள் யாவையும் கிடைக்கப் பெறச்செய்வது அல்லது நுகரச் செய்வது என்பதேயாகும். இதற்கு, சுரண்டப்படுவோர் யாவரும் சுரண்டலுக்கெதிரான புரிதலுடன், சிதறடிக்கவியலாத கட்டமைப்பு வலிமையுடன் தொலைநோக்கோடும் தொடர்ச்சியாகவும் போராடி வெல்லுதல் வேண்டும். குறிப்பாக, ஆதிக்கம், சுரண்டல் மற்றும் ஒடுக்குமுறை ஆகியவை எந்த வடிவத்தில் வெளிப்பட்டாலும் அவற்றை எதிர்த்துக் களமாடுவதே சனநாயகப்படுத்துதல் என்பதாகும். ஆள்வலிமைகள் அமைப்பு வலிமையாக ஆற்றல் பெறுகிறபோது அனைத்துவகை சுரண்டல் போக்குகளையும் அவற்றுக்கான ஆதிக்கம் மற்றும் அடக்குமுறைப் போக்குகளையும் தகர்த்தெறியும் நிலையை உருவாக்கும்.

அதாவது, சுரண்டலுக்கு எதிராக, ஆதிக்கத்திற்கு எதிராக, அடக்குமுறைகளுக்கு எதிராக, சுரண்டப்படும் உழைக்கும் வர்க்கத்தின் அல்லது உழைக்கும் சிறுபான்மையோர் அல்லது அதிகார வலிமையில்லாத எளியோர், அமைப்பாய்த் திரண்டு நடத்தும் போராட்ட நடைமுறையே சனநாயகப்படுத்துதல் என்பதாகும். அதனடிப்படையில்தான் அனைவருக்குமான அடிப்படைத் தேவைகளையும் அடிப்படை உரிமைகளையும் வென்றெடுத்திட இயலும். குறிப்பாக, சுரண்டும் வர்க்கத்தை அல்லது ஆளும் வர்க்கத்தை எதிர்த்து நடத்தப்படும் உழைக்கும் வர்க்கத்தின் மாபெரும் புரட்சியே சனநாயகப்படுத்துதல் ஆகும். இது தேச அளவில் மட்டுமின்றி, சமூக அளவில் மட்டுமின்றி, குடும்பம் மற்றும் அமைப்பு போன்ற அனைத்து மட்டங்களிலும் நிகழும்! அல்லது நிகழ்த்தப்படவேண்டும்! சனநாயகப்படுத்துதலுக்கான இத்தகைய போராட்டம் தான் உண்மையான சமத்துவத்திற்கானதாகும். சமத்துவம் என்பது

மேடு-பள்ளங்களை, அல்லது இயற்கை வேறுபாடுகளை இட்டுநிரப்புவதல்ல! மானுடத்தை மதிப்பதில் உள்ள உயர்வு - தாழ்வுகளை இட்டு நிரப்புவதில் அல்லது அனைவருக்குமான அடிப்படைத் தேவைகளையும் அடிப்படை உரிமைகளையும் அனுமதிப்பதில், அங்கீகரிப்பதில் அடங்கியுள்ளது.

மக்களுக்குரிய அடிப்படைத் தேவைகளை வென்றெடுப்பதிலும் அடிப்படை உரிமைகளை மீட்டெடுப்பதிலுமான போராட்டத்தில்தான் சுரண்டும் வர்க்கத்தின் சொத்துக் குவிப்பும் அதிகாரக்குவிப்பும் தகர்க்கப்படும்! அல்லது சொத்துப்பகிர்வும் அதிகாரப்பகிர்வும் நடந்தேறும்! இதன்மூலம் மக்கள் அதிகார மயப்படுத்தப்படுவதும் எதிர்ப்பாற்றல் மிகுந்த வலிமையுடையோராய் வடிவம் பெறுவதும் நிகழும்! அதாவது, அதிகாரவலிமை கொண்டோராய் உழைக்கும் மக்களை அணிதிரட்டுவதில்தான் சனநாயகப்படுத்துதல் என்கிற மகத்தான போராட்டத்தின் வெற்றி அமைந்துள்ளது!

ஆதிக்கம், சுரண்டல், ஒடுக்குமுறை எதிர்ப்போம்! – மக்களின் அடிப்படைத் தேவைகள், உரிமைகள் மீட்போம்!

அக்டோபர், 2011

16

அதிகாரமயமாதலும் மக்கள் வலிமையாதலும்

ஒன்றுக்கும் மேற்பட்டவர்கள் ஒன்றுகூடி ஒருமித்த கருத்துடன் தொடர்ந்து இயங்குகிறபோது, அவர்களுக்கிடையில் தன்னியல்பாக உருவாகும் 'ஆளுமை ஆற்றல்' என்பதே 'அதிகாரம்' என்பதாகும். ஒரு குழு அல்லது ஒரு குடும்பம் அல்லது ஓர் அமைப்பு அல்லது ஒரு நிறுவனம் அல்லது ஓர் அரசு, தமக்கான நோக்கங்களை நிறைவேற்றுவதற்காகத் தொடர்ந்து இயங்குகிறபோது, இயங்குதளத்தின் மையத்தில் உருவாகும் ஆளுமைக்கான 'தன்னுற்பத்தி ஆற்றலே' அதிகாரம் என்பதாகும்.

அமைப்பு என்கிற வடிவம், சிறியதோ, பெரியதோ ஆயினும் தன்னை ஒழுங்கமைத்துக்கொள்ளவும் தொடர்ந்து இயங்குதலைச் செய்யவும் தனக்குத்தானே உற்பத்தி செய்துகொள்ளும் – ஆளுமைக்குரிய பேராற்றல்தான் 'அதிகாரம்' என்பதாக அமைகிறது. ஒன்றை உருவாக்கும் அல்லது வரையறுக்கும் பேராற்றல், ஒன்றைச் செயற்படுத்தும் மற்றும் பாதுகாக்கும் பேராற்றல், ஓர் அமைப்பின் இயங்கும் மற்றும் இயக்கும் பேராற்றல்களாக பரிணாமம் பெறுவதே அதிகாரம் என்னும் 'செயலாற்றலாக' அமைகிறது. அதாவது, ஓர் அமைப்பின் 'செயலாற்றல் வடிவமே' அதிகாரமாகும். ஒன்றை உருவாக்குவதாக இருந்தாலும், பாதுகாப்பதாக இருந்தாலும்

அதனைச் செயற்படுத்துவதற்கு ஓர் ஆற்றல் தேவையாகிறது. அத்தகைய செயலாற்றலே ஒன்றைப் படைக்கும் அதிகாரமாக அல்லது பாதுகாத்திடும் அதிகாரமாக வடிவம் பெறுகிறது. அதாவது, 'படைத்தல் – காத்தல் – அழித்தல்' ஆகியவற்றை நடைமுறைப்படுத்தும் செயலாற்றல்தாம் அதிகாரம் என்னும் மகத்தான ஆற்றலாகும்.

எல்லாச் செயல்களுக்கும் எண்ணம் அடிப்படையாகிறது. அத்தகைய எண்ணம் அல்லது கருத்து, ஒன்றுக்கு மேற்பட்டவர்களின் ஒருமித்த எண்ணமாக மாறுகிறபோது அது 'கொள்கை'யாக ஏற்கப்படுகிறது. அத்தகைய கொள்கையானது, எங்கும் பொருந்தும் இயற்கை ஜீவிகளின் அடிப்படையில் செழுமையுறுகிறபோது 'கோட்பாடாக' உள்வாங்கப்படுகிறது. இவ்வாறான 'எண்ணம் – கொள்கை – கோட்பாடு' ஆகியவை செயலாக்கம் பெறுகிறபோது இடையே உற்பத்தியாகும் ஆற்றலே 'அதிகாரம்' என்கிற செயலாற்றலாய் விளங்குகிறது. அதாவது, எண்ணத்திற்கும் செயலுக்கும் இடையில் உருவாகும் ஆற்றல்தான் 'அதிகாரம்' என்னும் பேராற்றலாகும். அதுவே படைக்கிறது; அதுவே பாதுகாக்கிறது; அதுவே அழிக்கிறது! 'படைத்தல் – காத்தல் – அழித்தல்' என்பவையே அதிகாரத்திற்கான அடிப்படைகளாகும்.

ஒன்றைப் படைக்கவோ, காக்கவோ அல்லது அழிக்கவோ தனியொருவரால் அல்லது வலுகுன்றிச் சிதறிக்கிடப்போரால் இயலாது. ஒன்றுக்கும் மேற்பட்டோரால் அல்லது ஓர் அமைப்பால் மட்டுமே படைத்தலை, காத்தலை, அழித்தலைச் செய்ய இயலும். ஒன்றுக்கும் மேற்பட்டோர் ஓர் அமைப்பாய் அணிதிரளுகிறபோது, அங்கே இயற்றல், காத்தல், அழித்தல் ஆகியவற்றுக்கான தேவைகளும் அவற்றை நிறைவேற்றுவதற்கான அதிகாரங்களும் உற்பத்தியாகின்றன.

அதாவது, அமைப்பு என்னும் வடிவத்திலிருந்தே, அதன் இயங்குதளத்திலிருந்தே அதிகாரங்கள் பிறக்கின்றன. ஒன்றுசேராமல், ஒருங்கிணையாமல், ஒரே அமைப்பாய் அணிதிரளாமல், கட்டமைப்பாய் வடிவம் பெறாமல், வலிமை பெறாமல், அதிகாரங்கள் பிறப்பதில்லை. அவை, ஒன்றுக்கும் மேற்பட்டோர் ஒருங்கிணையும் புள்ளியில் உருவாகும் 'உள்ளூற்பத்தி ஆற்றல்களே' ஆகும்.

அதிகாரங்கள் வெளியிலிருந்து அல்லது புறநிலையிலிருந்து உற்பத்தியாவதில்லை. சிதறிக் கிடக்கும் தனிமனிதத் தேவைகளும், சிதறிக்கிடக்கும் தனிமனித ஆற்றல்களும் ஓர் அமைப்பின்

வடிவத்திற்குள் குவிகிறபோது, அந்த அமைப்பின் அகநிலை யிலிருந்தே அதிகாரங்கள் உற்பத்தியாகின்றன. அதாவது, அவ்வமைப்பின் உள்ளுற்பத்தி அல்லது தன்னுற்பத்தி ஆற்றல்களாகவே அதிகாரங்கள் பிறக்கின்றன.

அதிகாரம் என்பது கண்ணுக்குத் தெரியும் பருப்பொருள் அல்ல; உருவமும் வடிவமும் இல்லாத பரம்பொருள்! ஆனால், ஆளுமை மிக்கது; பெருவலிமை கொண்டது! குடும்பமாயிருந்தாலும் அல்லது அரசாயிருந்தாலும் அவற்றின் வடிவத்திற்கும் கட்டமைப்பிற்கும் ஏற்ற வகையில் அவை தமக்கான அதிகாரங்களை உற்பத்திசெய்து கொள்கின்றன. அவ்வாறு உற்பத்தியாகும் அதிகாரங்கள் அவ்வமைப்புகளுக்கான சொத்துக்களாகும்.

பருப்பொருள்கள் மட்டுமே சொத்துக்கள் அல்ல. பரம்பொருளாய் விளங்கும் அறிவும் அதிகாரமும்கூட சொத்துக்களேயாகும். வீடு-மனை, ஆடு-மாடு, பொன்-வெள்ளி போன்ற பருப்பொருள்கள் யாவும் சொத்துக்களாக அமைவதைப்போல, எண்ணம் – சொல், கொள்கை-கோட்பாடு மற்றும் அதிகாரம் போன்றவையும் சொத்துக்களாகவே அமையும். பருப்பொருள்களாகச் சொத்துக்கள் குவியும் புள்ளிகளிலும் அதிகாரங்கள் பிறக்கும். அறிவுச் சொத்துக்களிலிருந்தும் அதிகாரங்கள் உற்பத்தியாகும். அத்தகைய அதிகாரங்களே சொத்துக்களாகவும், சொத்துக்களே அதிகாரங்களாகவும் அமையும். சொத்து அதிகாரங்களும், அதிகாரச் சொத்துக்களும் வலிமையூட்டக் கூடியவை. இவை இல்லாத இடங்கள் வலிமை குன்றியவையாய் விளங்கும். தனிமனிதராகவோ, சமூகமாகவோ இருப்பினும், சொத்து அதிகாரம் அல்லது அதிகாரச் சொத்து இல்லையெனில், அத் தனிநபர் அல்லது அச்சமூகம் வலுவிழந்த நிலையில்தான் இருக்க முடியும். அதிகாரம்தான் வலிமையின் அடையாளமாகும். அதிகாரமில்லாதவர்கள் வலிமையில்லாதவர்கள்! வலிமையில்லாதவர்களால் தம் மீதான ஆதிக்கத்தையோ சுரண்டல் மற்றும் ஒடுக்குமுறைகளையோ தடுத்திட, எதிர்த்திட இயலாது.

அதிகாரமோ அல்லது சொத்தோ குறிப்பிட்ட புள்ளிகளில் மட்டுமே குவிந்தால், அது சுரண்டலுக்கு வழிவகுக்கும். அதேவேளையில், அவை குவிதலின்றி, பகிர்தலின் மூலம் பரவலாக்கப்பட்டால் சுரண்டலை எதிர்க்கும் அல்லது தடுக்கும் வலிமையை அளிக்கும். குவிதல் நிகழும் இடங்களில் பகிர்தலும் நிகழ்தல் வேண்டும். அதாவது, குவிதலினால் விளையும் அதிகாரங்களைப் பரவலாக்கும் வகையிலான பகிர்தலைச்

செய்தல் வேண்டும். ஓர் அமைப்பு அல்லது கட்சி என்னும் வடிவத்திற்குள் மக்கள் குவிந்தால், அங்கே அதிகாரங்களும் குவிகின்றன. ஒரு குடும்பம் அல்லது ஓர் அரசு என்கிற அமைப்புகளிலும் அதிகாரங்கள் குவிந்து கிடக்கின்றன. மக்கள் குவிதலைப் போல சொத்துக் குவிகிறபோதும் அதிகாரங்கள் குவிகின்றன. மக்கள் குவிதல் அல்லது சொத்துக்குவிதல் போன்ற குவிதல்களிலிருந்து அதிகாரங்கள் விளைகின்றன. அத்தகைய விளைவுகளான அதிகாரக்குவிதல்கள் நிகழுகிறபோது அவற்றைப் பரவலாக்கம் செய்கிற பகிர்தல்கள் நிகழ்ந்தால், அவை சுரண்டலை அனுமதிக்காது. அடக்குமுறைப்போக்குகளை அண்டவிடாது. ஆதிக்க உணர்வுகளையே முளைபெற விடாது.

சொத்துக்குவிப்பும் அதிகாரக்குவிப்பும் சனநாயகத்தைப் பகைக்கும்; பழிக்கும்! சொத்துப் பகிர்வும் அதிகாரப்பகிர்வும் சனநாயகத்தை வளமாக்கும்; வலுவாக்கும்! பகிர்தலும் பரவலாக்குதலும் சனநாயகத்தைச் செழுமைப்படுத்தும் அதேவேளையில், சுரண்டலை எதிர்க்கும் வலிமையையும் வழங்கும்.

சுரண்டலை எதிர்க்கும் வலிமையானது, அதிகாரங்களை உருவாக்குவதிலும் பகிர்ந்துகொள்வதிலும், அவற்றைக் கைப்பற்றுவதிலும் அடங்கியுள்ளது. அதிகாரங்களை உருவாக்குவதில், மக்கள் நேர்முகமாகவும் மறைமுகமாகவும் பங்கேற்கும் நிலை உள்ளது. ஒரு குடும்பத்தை உருவாக்குகிறபோது அல்லது ஓர் அமைப்பை உருவாக்குகிறபோது அல்லது ஓர் நிறுவனத்தை உருவாக்குகிறபோது அவற்றில் நேர்முகமான பங்களிப்பைச் செலுத்திட இயலும்.

அதேவேளையில், ஓர் அரசை உருவாக்குகிறபோது, குடிமகன் என்கிற முறையில் ஒவ்வொருவரும் மறைமுகமான பங்களிப்பையும் செலுத்திட நேருகிறது. அதாவது, குடும்பம் அல்லது கட்சி அல்லது அரசு போன்ற அமைப்புகளிலிருந்து அல்லது நிறுவனங்களிலிருந்து அதிகாரங்கள் உருவாகும்போது மக்களின் பங்களிப்பு நேர்முகமாகவும் மறைமுகமாகவும் இடம்பெறுகிறது. அவ்வாறு உருவாகும் அதிகாரங்கள் பகிர்ந்துகொள்ளப்படுவதும், சில வேளைகளில் அவற்றைக் கைப்பற்றவேண்டியதும் நிகழலாம்.

அதிகாரங்களில் மிகவும் உச்சநிலையான ஆளுமை வலிமை கொண்டது 'ஆட்சியதிகாரமே' ஆகும். அதிகாரங்கள் அனைத்துத் தளங்களிலும் வெவ்வேறு வகைகளில், அளவுகளில் உருவாகின்றன. குடும்பம், சாதி, மதம், மொழி மற்றும் பாலினம் போன்ற சமூகத்தளங்களில் அதிகாரங்கள் உற்பத்தியாகின்றன.

அமைப்பாய்த் திரள்வோம்

அதாவது, சமூகத்தளங்களில் கட்டமைக்கப்படும் அமைப்புகள் அல்லது நிறுவனங்கள் வரையறுத்துக்கொள்ளும் சட்டம் மற்றும் விதிகளின் அடிப்படையில் அதிகாரங்கள் உருவாகின்றன. அதேபோல, பொருளாதாரத் தளத்தில் கட்டமைக்கப்படும் 'உற்பத்தி மற்றும் வழங்குதல்' ஆகியவற்றுக்கான வணிக அமைப்புகள் அல்லது நிறுவனங்கள், தமக்கான தேவைகளின் அடிப்படையில் வரையறுத்துக்கொள்ளும் சட்டத் திட்டங்கள் மற்றும் விதிமுறைகளின் மூலம் அவற்றுக்கான அதிகாரங்கள் உருவாகின்றன. அத்துடன், அரசியல் தளத்தில் கட்டமைக்கப்படும் மனித உரிமை அமைப்புகள், சிறுபான்மை யினர் இயக்கங்கள், ஒடுக்கப்பட்டோருக்கான அமைப்புகள், மகளிர் இயக்கங்கள், தொழிற்சங்கங்கள் மற்றும் அரசியல் கட்சிகள் போன்றவை தமக்குத் தாமே வரையறுத்துக் கொள்கிற சட்டம் மற்றும் விதிகள், கொள்கை அறிக்கைகள் மற்றும் குறுகிய – நெடுங்காலச் செயல்திட்டங்கள் ஆகியவற்றின் மூலம் அதிகாரங்கள் உருவாகின்றன.

அத்துடன் அரசியல் தளத்தில் தேசம் மற்றும் குடிமக்களால் கட்டமைக்கப்பட்ட அரசு என்கிற பேரமைப்பு, சட்டத்துறை, நீதித்துறை மற்றும் நிர்வாகத்துறை ஆகிய கட்டமைப்புகளின் மூலம் வரையறுத்துக்கொண்ட அரசியலமைப்புச் சட்டம் மற்றும் பிற சட்டங்கள், விதிமுறைகள், அரசாணைகள், தீர்மானங்கள், தீர்ப்புகள், சுற்றறிக்கைகள் போன்றவற்றின் அடிப்படையில் அரசியலதிகாரம் அல்லது ஆட்சியதிகாரம் உருவாகிறது. இவ்வாறு சமூகம், பொருளாதாரம் மற்றும் அரசியல் தளங்களில் உருவாகும் அதிகாரங்களில் எல்லாம் பேராளுமை மிகுந்த அதிகாரம் அரசியலதிகாரம் அல்லது ஆட்சியதிகாரமே ஆகும். அதாவது, சமூக அதிகாரங்களைவிடவும் பொருளாதார அதிகாரங்களைவிடவும் அரசியலதிகாரம் அல்லது ஆட்சியதிகாரம் மாபெரும் வலிமை கொண்டதாகும். அதியுச்ச ஆளுமை வாய்ந்ததாகும். அனைத்துவகை அதிகாரங்களையும் வழிநடத்தும் தலைமை அதிகாரமாகும்.

அத்தகைய தலைமை அல்லது முதன்மை அதிகாரமான அரசியலதிகாரம் அல்லது ஆட்சியதிகாரத்தைப் பகிர்ந்து கொள்வதற்கோ அல்லது கைப்பற்றுவதற்கோ, சமூக – பொருளா தார அதிகாரங்களை வென்றெடுப்பது இன்றியமையாததாக அமையும். சமூகத்தளங்களிலான குடும்பம், சாதி மற்றும் மதம், மொழி மற்றும் இனம் போன்றவற்றின் அடிப்படையிலான அதிகாரங்களைப் பகிர்ந்துகொள்வது, அவ்வதிகாரங்களின்மூலம் சமூகவலிமை பெறுவது என்பதுவும், பொருளாதாரத்

தளத்தில் சொத்து வலிமையை அல்லது சொத்துக்களின் மூலமான அதிகார வலிமையைப் பெறுவது என்பதுவும் அரசியலதிகாரத்தை வென்றெடுப்பதற்கான தேவைகளாக அமையும். அத்துடன், அரசியல்தளத்தில் நிறுவப்பட்டுள்ள சட்டத்துறை, நீதித்துறை மற்றும் நிர்வாகத்துறை போன்றவற்றின் மூலமான அதிகாரங்களும் அரசியல் இயக்கங்களை அல்லது கட்சிகளை வலிமைப்படுத்துவற்குரிய தேவைகளாக அமையும்.

குறிப்பாக, சட்டத்துறையின் அதிகாரங்களை வென்றெடுப் பதன் மூலமே ஆட்சியதிகாரத்தை வென்றெடுத்திடஇயலும். அதாவது, சட்டமன்ற, நாடாளுமன்ற அவைகளின் மூலமான அதிகாரங்களின் வழியாக ஆட்சியதிகாரத்தைக் கைப்பற்றிட இயலும். நீதித்துறை மற்றும் நிர்வாகத் துறைகளிலுள்ள அதிகாரங்கள் அரசியல் தளத்திலான அதிகாரங்களே ஆயினும், சட்டத்துறையின் மூலமான அதிகாரங்களே ஆட்சியதிகாரத்துக்கானவையாக அமைந்துள்ளன. இத்தகைய சட்டத்துறை அதிகாரங்களை வென்றெடுப்பதற்கு, அரசியல் கட்சிகளே அடிப்படைத் தளங்களாக விளங்குகின்றன. அரசியல் கட்சிகள் தத்தமக்குரிய சட்டத் திட்டங்களை வரையறுத்துக்கொள்வதன் மூலம் உருவாகும் அதிகாரங்கள் அந்தந்தக் கட்சியைச் சார்ந்த அனைத்துத் தரப்பினருக்கும் உரியதாகப் பகிர்ந்தளிக்கப்படுவதில்லை என்பது நடைமுறை உண்மையாகவுள்ளது.

குறிப்பாக, ஒடுக்கப்பட்ட சேரிவாழ் மக்கள், சிறுபான்மைச் சாதியினர், சிறுபான்மை மதத்தினர் மற்றும் பெண்கள் போன்ற வகுப்பைச் சார்ந்தவர்களுக்கு கட்சி அதிகாரங்களும் பகிர்ந்தளிக்கப்படுவதில்லை. கட்சி அதிகாரத்தையும் பெற இயலாதவர்களால் சமூக, பொருளாதாரத் தளங்களிலான அதிகாரங்களைப் பெற இயலாத நிலையே உள்ளது. கட்சி அதிகாரம் பெற்றவர்களால் பிற தளங்களிலும் ஆளுமை செலுத்த இயலுகிறது. அரசியலதிகாரத் தளங்களிலுள்ள பிற அதிகாரங்களையும் அத்தகையோரால் வென்றெடுக்க இயலும். இவ்வாறு, சமூகம், பொருளாதாரம் மற்றும் அரசியல் தளங்களிலெல்லாம் அதிகாரங்களைப் பகிர்ந்துகொள்ளுதல் அல்லது வென்றெடுத்தல் போன்ற நடவடிக்கைகளின் மூலமே மக்களை வலிமைப்படுத்திட இயலும். அதாவது, மக்களை அதிகார வலிமையுள்ளவர்களாக வென்றெடுப்பதே அவர்கள் மீதான சுரண்டலைத் தடுப்பதற்கும் ஒடுக்குமுறைப் போக்கை ஒழிப்பதற்கும் வழிவகுப்பதாக அமையும்.

அமைப்பாய்த் திரள்வோம்

பெரும்பான்மையினரால் அல்லது வலுவானவர்களால் புறக்கணிக்கப்பட்ட அல்லது ஒடுக்கப்பட்ட அனைத்துத் தரப்பு மக்களையும் அவரவருக்கான தேவைகளின் அடிப்படையில், அமைப்பாக்க வேண்டியது இன்றியமையாததாகும். அவ்வாறு அமைப்பாக்கப்படும் நிலையில் மட்டுமே அவர்களுக்கான கட்சி அதிகாரப்பகிர்வை அவர்களால் பெற்றிட இயலும். அமைப்பாக அணிதிரளாத எவராலும் கட்சி அதிகாரத்தையும் பகிர்ந்துகொள்ள இயலாது. அதிகாரத்தைச் சொத்தாகக் கருத இயலாதவர்களால் அதிகாரத்தைத் தேடவேண்டுமென்றோ அல்லது அதிகாரத்தை நுகர வேண்டுமென்றோ அல்லது அதனைக் கைப்பற்றிட வேண்டுமென்றோ எண்ணிட இயலாது. அவ்வாறான அதிகாரத்தோடு எத்தகைய தொடர்பும் இல்லாமல் அதிகார மையத்திலிருந்து வெகுதூரம் விலகி நிற்கும் அல்லது விலக்கி வைக்கப்பட்டு விளிம்பு நிலையில் கிடக்கும் மக்களால் அதிகாரத்தின் வலிமையை உணரவே இயலாது.

அதிகார வலிமையை உணரமுடியாதது மட்டுமின்றி, அதிகாரத்தைக் கண்டு அஞ்சுகிற மனநிலையும் தாழ்வுமனநிலையும் மேலோங்கிய நிலையில், அதிகாரத்தோடு தொடர்பில்லாத விளிம்புநிலை மக்கள் தம் மீதான ஒடுக்குமுறையினையும் சுரண்டலையும் தொடர்ந்து அனுமதிக்கும் நிலைக்கு ஆட்பட நேரிடும். ஆகவே, புறக்கணிக்கப்பட்டவர்களும் ஒடுக்கப்பட்டவர்களும் அதிகார மையத்திலிருந்து வெகுதூரம் விலக்கப்பட்ட அனைத்துத் தரப்பைச் சார்ந்த எளியவர்களும் அதிகாரத்தின் பண்பையும் அதிகாரத்தின் ஆற்றலையும் அறிந்துகொள்வதற்கு அவர்கள் அமைப்பாக அணிதிரள வேண்டியது அடிப்படைத் தேவையாகிறது.

அவரவருக்குரிய சமூகத்தளங்களிலோ அல்லது பொருளாதாரத் தளங்களிலோ அல்லது அரசியல் தளங்களிலோ அமைப்பாக அணிதிரளும் போதுதான், அவ்வமைப்புகளின் மூலம் உருவாகும் அதிகாரங்களைப்பற்றி அறிந்துகொள்ள வாய்ப்புகள் உருவாகும். குறிப்பாக, அரசியல் தளத்தில் கட்சி அதிகாரத்தை நுகருவோரால் மட்டுமே அரசியலதிகாரத்தின் வலிமையை உணர்ந்துகொள்ளும் வாய்ப்பைப்பெற இயலும்.

அதிகாரங்கள் யாவும் வரையறுக்கப்படும் சட்டங்கள் மற்றும் விதிகள் அல்லது மரபுகள் போன்றவற்றின் மூலமே உற்பத்தியாகின்றன. அத்தகைய சட்டங்கள், விதிகள் மற்றும் மரபுகள் யாவும் வரையறுக்கப்பட்ட கொள்கை – கோட்பாடு மற்றும் நோக்கங்களைக் கொண்ட அமைப்புகளால் அல்லது நிறுவனங்களால் உருவாகின்றன. அத்தகைய அமைப்புகள் அல்லது நிறுவனங்கள் யாவும் வரையறுக்கப்பட்ட தேவைகள்

அல்லது கோரிக்கைகளை அடிப்படையாகக் கொண்ட 'மக்கள் திரளால்' கட்டமைக்கப்படுகின்றன. இவ்வாறு 'மக்கள் திரள்' அமைப்பாகிறபோதுதான் அங்கே சட்டங்களும் அதிகாரங்களும் 'தன்னுற்பத்தி' ஆற்றல்களாகப் பிறக்கின்றன.

அதிகார வலிமையற்ற மக்களின் மீது அதிகார வலிமையின் மூலம் திணிக்கப்படுகிற சுரண்டல் மற்றும் ஒடுக்குமுறையினை எதிர்ப்பதற்கும் வீழ்த்துவதற்கும் அம்மக்கள் அதிகார வலிமையைப் பெற்றாக வேண்டும். அவ்வாறு அதிகார வலிமை பெறுவதற்கு மக்கள் அவரவர் சார்ந்த தளங்களில் அமைப்பாக வேண்டும்; அல்லது அரசியல் தளத்தில் அமைப்பாக வேண்டும்! அமைப்புவழி அதிகாரத்தின் மூலம் வலிமையைப் பெற்று, அமைப்புவழி திணிக்கப்படும் ஆதிக்கத்தையும் சுரண்டலையும் மக்களால் எதிர்த்திட அல்லது தடுத்திட இயலும். அரசு என்கிற அமைப்புவழி அரசியலதிகாரம் அல்லது ஆட்சியதிகாரத்தைப் பயன்படுத்தி விளிம்புநிலை மக்களின் மீது நிகழ்த்தப்படும் சுரண்டல் மற்றும் ஒடுக்குமுறையினை, கட்சி என்கிற அமைப்பு வழியிலான அதிகாரவலிமையோடு எதிர்த்துப் போரிட இயலும்.

சுரண்டலிலிருந்தும் ஒடுக்குமுறையிலிருந்தும் தற்காத்துக் கொள்வதற்கான அதிகாரவலிமையாக மட்டுமில்லாமல், சுரண்டலும் ஒடுக்குமுறையும் முற்றிலும் இல்லாத அளவில் அவற்றை ஒழித்துக்கட்டுவதற்கான அதிகார வலிமையைப் பெற்றவர்களாகவும் மக்கள் பரிணாமம் பெறவேண்டும். அதற்குச் சமூகத்தளத்திலும், பொருளாதாரத் தளத்திலும் அரசியல் தளத்திலும் இன்னும் பிறதளங்களிலும் அதிகார வலிமை பெற்றவர்களால் ஒடுக்கப்பட்ட – புறக்கணிக்கப்பட்ட விளிம்புநிலை மக்கள் ஆளுமை பெறவேண்டும்! அதாவது, அனைத்துத் தளங்களிலும் அத்தகைய உழைக்கும் மக்கள் தங்களை அமைப்பாக்கிக்கொள்ளுதல் வேண்டும்! அமைப்பாதலின் மூலமே அதிகாரமயமாதலும் நிகழும்! மக்கள் அமைப்பாவதும் அதிகார வலிமையைப் பெறுவதும்தான் ஆதிக்கத்தையும் சுரண்டலையும் வீழ்த்தி சனநாயகத்தை வளர்க்கும்!

அமைப்பாதலில் மட்டுமே அதிகாரங்கள் பிறக்கும்! – அந்த அதிகார வலிமையே ஆதிக்கத்தைத் தகர்க்கும்!

நவம்பர், 2011

17

கூட்டமைப்பாதலும் பொதுநீரோட்டத்தோடு இணைதலும்

ஒன்று பலவாய்ப் பிளவுபடுதலும், பலவும் ஒன்றாய்ப் பிணைவு பெறுதலும் உலகில் எங்கும் எப்போதும் இடையறாமல் நிகழ்ந்து கொண்டே யிருக்கும் இயல்பான இருப்பு நிலையாகும். ஒன்று இன்னொன்றாய்ப் பிளவுபடுவதிலிருந்துதான் ஒன்றோடு இன்னொன்று இணைவதும் நிகழ்கிறது. பிரிந்து இணைவதும், இணைந்து பிரிவதும் வளர்சிதை மாற்றங்களில் நிகழும் தொடர்ச்சியான இயங்கியல் போக்காகும். வளர்ச்சியின் போக்கில் சிதைவும், சிதைவின் போக்கில் வளர்ச்சியும் நிகழ்வதால் பழையன கழிந்து, புதியன புகுந்து, ஒன்று இன்னொன்றாய் உருப்பெறுகிறது. பழையன கழிதலும் புதியன புகுதலும் வளர்சிதை மாற்றங்களுக்கான அடிப்படையாகும். பழைய ஒன்றிலிருந்து புதிய ஒன்று உருப்பெறுவதற்குப் ‘பிளவும்–இணைவும்‘ என்கிற பின்னிப் பிணைந்த இயங்கியல் போக்கே முதன்மையும் மூலமும் ஆகும்.

ஒன்றிலிருந்துதான் இன்னொன்று! ஒன் றோடு ஒன்றுதான் மற்றொன்று! ஒன்றில்லாமல் இன்னொன்று இல்லை. ஒன்றுடன் ஒன்று இணையாமல் மற்றொன்று இல்லை. ஒன்று இன்னொன்றாய் உடைவதும், அந்த ஒன்றும் இன்னொன்றும், மற்றொன்றாய் இணைவதும் சமகாலத்தில் தன்னியல்பாய் நிகழ்ந்து கொண்டே யிருக்கும். அதாவது, பிளவுகள் இல்லாமல் இணைவுகள் இல்லை; சிதைவுகள் இல்லாமல்

வளர்ச்சியும் இல்லை. பிளவும் இணைவும் வளர்ச்சிக்கானவை. பிளவுகளின்போதும் இணைவுகளின்போதும் வளர்ச்சி மட்டுமின்றி சிதைவுகளும் நிகழும். சிதைவுகளும் வளர்ச்சிக் கானவையே. அதாவது, பிளவுகள், இணைவுகள் மற்றும் சிதைவுகள் போன்றவை வளர்சிதை மாற்றத்தின் போக்கில் நிகழும் இயங்கியல் பண்புகளே ஆகும்.

மானுடத்தின் வாழ்வியலிலும் இத்தகைய இயல்புகள் இருப்பது இயல்பானவையாகும். அமைப்பாதல் நிகழ்விலும் இவை இடம்பெற்றிருக்கும். சமூகம், பொருளாதாரம், அரசியல் மற்றும் பண்பாடு போன்ற அனைத்துத் தளங்களிலும் ஒன்று பலவாகப் பிளவுபடுதலும், பிளவுபட்டிருக்கும் பலவும் ஒன்றாக இணைவதும் நிகழ்ந்தவாறே உள்ளன. ஒரு குடும்பம் பலவாகப் பிளவுற்று அல்லது பிரிவுற்று தனித்தனிக் குடும்பங்களாக இயங்கும் அதேவேளையில், அவை ஒன்றுடன் ஒன்று இணைந்து ஒரு கொத்தாக அல்லது ஒரு வகையறாவாக வடிவம் பெற்று கூட்டுறவுடன் இயங்கிக் கொண்டேயிருக்கும். ஒரு கொத்து அல்லது ஒரு வகையறா பிற வேறு கொத்துக்களுடன் இணைந்து ஒரு குலக்குழுவாகவோ அல்லது பல்வேறு குலக்குழுக்களைக் கொண்ட ஒரு சாதிக்குழுவாகவோ பின்னிப் பிணைந்து வாழும். சமூகத்தளத்தில் இவ்வாறு நிகழ்தல் போல அனைத்துப் பிற தளங்களிலும் அமைப்பாதல் இயல்பாகவே நிகழ்கிறது.

ஒன்று பலவாகப் பிளவுற்று பல்கிப் பெருகும் நிலையில் அவை காலத்தின் சுழற்சியில், வரலாற்றின் போக்கில் பழைய அல்லது மூல வடிவத்தையும் பண்பையும் பெரும்பாலும் அல்லது முற்றிலும் இழந்து மற்றொன்றாக மாறிப்போயிருக்கும். ஒன்றின் மூல வடிவம் மற்றும் அதன் பண்புகளுக்கும் அதிலிருந்து முற்றிலும் மாறுபட்டு உருப்பெற்ற மற்றொன்றின் வடிவம் மற்றும் அதன் பண்புகளுக்கும் இடையில் நிகழ்ந்த மாற்றங்கள் வளர்ச்சி மற்றும் சிதைவுக்கான வரலாற்றுப் பின்னணியைக் கொண்டிருக்கும். அடி–முடியை அறிய முடியாத, தொடர் சங்கிலியைப் போன்ற வளர்சிதை மாற்றங்களுக்கான வரலாற்று நிகழ்வுப் போக்கில் எந்தவொரு புள்ளி தொடக்க நிலையாகக் கருதப்படுகிறதோ அதுவே மூலமாகக் கருதப்படும். ஆனால் அதுவே முழுமுற்றான ஆதிமூலம் அல்ல. அந்த மூலத்திற்கும் உரிய மூலமானது எங்கோ ஓரிடத்தில் பின்னோக்கியிருக்கலாம்.

ஒன்றிலிருந்து இன்னொன்று உருவாகும் மாற்றம் நிகழும்போது பிளவுகளும் இணைவுகளும் பல்கிப் பெருகுவதால் அளவுகளும் பண்புகளும் மாற்றம் பெறுகின்றன. இத்தகைய

அளவு மாற்றங்களும் அதனால் விளையும் பண்பு மாற்றங்களும் தொடக்க நிலையாகக் கருதப்படும் மூலத்தின் வடிவத்தையும் பண்புகளையும் படிப்படியாக இழக்கச் செய்யும். இவ்வாறு நிகழும் மாற்றங்கள் மானுடத்திற்கான தேவைகளின் அடிப்படையில் முற்போக்கானதாகவோ அல்லது பிற்போக்கானதாகவோ அமையலாம்.

மானுடத்திற்கான சமூக, பொருளாதார, அரசியல் கட்டமைப்புகளும் இன்னும் பிற கட்டமைப்புகளும், ஒரு குழு இன்னொரு குழுவின் மீது ஆதிக்கம் செலுத்துவதாகவும், ஒடுக்குமுறைகளின் மூலம் அந்த ஆதிக்கத்தைத் தக்கவைத்து அக்குழுவின் உழைப்பைத் தொடர்ந்து சுரண்டுவதாகவும் அமையப்பெற்றுள்ளன. அதாவது அவ்வாறான தளங்களில், தன்னியல்பாக அமைந்துள்ள கட்டமைப்புகளும், திட்டமிட்டு உருவாக்கப்படும் கட்டமைப்புகளும் அத்தகு சுரண்டலுக்கான வடிவங்களையும் பண்புகளையும் பெற்றிருக்கின்றன.

சுரண்டும் வடிவங்களையும் பண்புகளையும் கொண்ட கட்டமைப்புகளை வலுவிழக்கச் செய்வதும் அல்லது முற்றிலும் தகர்க்கச் செய்வதும் சுரண்டப்படுவோரின் தேவையாகவும், அக்கட்டமைப்புகளைக் காப்பாற்றுவதும், சுரண்டலைத் தக்கவைப்பதும் அல்லது மேலும் அதனை வலுவாக்குவதும் சுரண்டுவோரின் தேவையாகவும் அமையப் பெறுவதால், சுரண்டுவோரும் சுரண்டப்படுவோரும் அவரவருக்கான தளங்களில் திட்டமிட்டு அமைப்பாய்த் திரளுவதும் தேவையாக அமைகிறது. அதாவது ஒவ்வொரு தளத்திலும் தன்னியல்பாய்த் திரண்டுள்ள குழுக்கள் வெவ்வேறு குழுக்களாகப் பிளவுபட்டு இருந்தாலும் அந்தந்தத் தளங்களில் தன்னியல்பாய் உருவான அதே குழு அடையாளத்துடன், அவரவர் தேவைகளையொட்டி சுரண்டுவதற்கோ அல்லது சுரண்டலை ஒழிப்பதற்கோ திட்டமிட்டு அமைப்பாவதும், அவ்வமைப்புகள் ஒன்றுடன் ஒன்று இணைந்து கூட்டு வடிவம் பெறுவதும் தேவையாக அமையலாம்.

சுரண்டுவோர் தங்களுக்கான அமைப்புகளாகவும், அவ்வமைப்புகள் ஒருங்கிணைந்த கூட்டமைப்புகளாகவும் தங்களுக்கிடையில் அணிதிரளும் தேவை உருவாகலாம். அதைப் போலவே சுரண்டலை எதிர்ப்பவர்கள் அதனை முற்றிலும் ஒழிப்பதற்காகத் தங்களுக்கான அமைப்புகளாகவும், அவ்வமைப்புகள் ஒருங்கிணைந்த கூட்டமைப்புகளாகவும் தங்களுக்கிடையில் அணிதிரள வேண்டியதும் உருவாகலாம்.

வெவ்வேறு சாதிக் குழுக்களாகவோ, வெவ்வேறு மதக் குழுக்களாகவோ, வெவ்வேறு தேசியஇனக் குழுக்களாகவோ, வெவ்வேறு மரபினக் குழுக்களாகவோ மற்றும் வெவ்வேறு நாட்டின் குடியினக் குழுக்களாகவோ மக்கள் அணிதிரண்டிருப்பது ஒரு தன்னியல்பான அமைப்பாதல் போக்காகும். பிறப்பால் அத்தகைய அமைப்பாதலுக்கு உட்படுகிற நிலை அமையும்.

ஒரு சாதி என்பது ஒரு குழுவாக இயங்கும்போது அது ஒரு தன்னியல்பான அமைப்பாக வடிவம் பெறுகிறது. அதே சாதிக் குழுவுக்குள் உட்சாதிகள் தங்களின் தனித்த அடையாளங்களை இழக்காமல் தனித் தனிக் குழுக்களாக இயங்கும்போது அவையும் தன்னியல்பான அமைப்புகளாக வடிவம் பெறுகின்றன. அதாவது உட்சாதிக் குழுக்களாகவும் அல்லது சாதிக் குழுக்களாகவும் தமது தனித்த அடையாளங்களுடன் அல்லது பொது அடையாளங்களுடன் இயல்பாகவே அணிதிரண்டிருப்பதை 'தன்னியல்பான அமைப்பாதல்' எனக் கருதலாம்.

இவ்வாறு மதம், தேசிய இனம், பாலினம், மரபினம், நாட்டுக் குடியினம் போன்ற குழுக்கள் தமது தனித்த அடையாளங்களுடன் இயங்குவதும் ஒரு தன்னியல்பான அமைப்பாதலேயாகும். அதே வேளையில் ஒவ்வொரு தன்னியல்பான அமைப்புக்குள்ளும் தேவைகளின் அடிப்படையில் சமூக அமைப்பாகவோ, பொருளாதார அமைப்பாகவோ, பண்பாட்டு அமைப்பாகவோ, கலை—இலக்கிய அமைப்பாகவோ, அரசியல் அமைப்பாகவோ அல்லது இன்னபிற அமைப்புகளாகவோ அணிதிரளுவதும் தவிர்க்க இயலாததாய் அமைகிறது.

இவ்வாறு அமைப்பாதல்தாம் வரலாற்றின் போக்கில் மாற்றத்தை நிகழ்த்துவதற்கானதாக அமையும். இதனைத் 'திட்டமிட்ட அமைப்பாதல்' எனக் கருதலாம்.

ஒரு சாதிக் குழுவிற்குள் அச்சாதியின் நலன்களுக்கான அல்லது அதன் உட்சாதி நலன்களுக்கான ஓர் அமைப்பை உருவாக்குவது 'திட்டமிட்ட அமைப்பாதல்' என்பதாகும். அதாவது, சாதி என்பது தன்னியல்பான அமைப்பு என்றால் சாதிச் சங்கம் அல்லது உட்சாதிச் சங்கம் என்பது திட்டமிட்ட அமைப்பு எனலாம். மதம் என்பது ஒரு தன்னியல்பான அமைப்பாக இயங்கும் நிலையில், அம்மதத்தின் நலன்களுக்கான அல்லது அதன் உட்பிரிவுகளுக்கான நலன்களையொட்டி உருவாக்கப்படும் சங்கங்கள் அல்லது நிறுவனங்கள் யாவும் திட்டமிட்ட அமைப்பாகக் கருதப்படும்.

இவ்வாறு ஒவ்வொரு தளத்திலும் இயங்குகிற தன்னியல்பான அமைப்புகளுக்குள் தேவைகளின் அடிப்படையில் திட்டமிட்ட அமைப்புகள் உருவாக்கப்படுகின்றன. அவை சுரண்டுவோருக்கானதாகவும் இருக்கலாம்; சுரண்டப் படுவோருக்கானதாகவும் இருக்கலாம். ஆதிக்கத்தையும் ஒடுக்குமுறையினையும் தொடர்ந்து தக்கவைப்போருக்கான தாகவும் இருக்கலாம்; அவற்றைத் தொடர்ந்து எதிர்க்கக்கூடிய உழைக்கும் மக்களுக்கானதாகவும் இருக்கலாம். சாதி, மதம், மொழி, இனம் போன்ற அனைத்துத் தளங்களிலும் சுரண்டுவோர் –சுரண்டப்படுவோர் என்கிற வர்க்கங்களின் அடிப்படையில் அமைப்பாதல் நிகழும். இதுவே திட்டமிட்ட அமைப்பாதலாகும்.

ஆதிக்கம் செலுத்துவோர், சுரண்டுவோர் ஏற்கனவே அவ்வாறு திட்டமிட்டு அமைப்பானதால்தான் தமது ஆதிக்கத்தையும் சுரண்டலையும் தொடர விரும்புகின்றனர். அதற்காகவே மேலும் மேலும் அவர்கள் அமைப்பாதலை வலுப்படுத்துவதில் தீவிரம் காட்டலாம். தனித்தனி அமைப்பு களாகத் திரண்டிருப்பதோடு அவ்வமைப்புகள் எல்லாம் ஒருங்கிணைந்து கூட்டமைப்பாகவும் இயங்கலாம்.

ஒவ்வொரு சாதியிலும் உள்ள, ஒவ்வொரு மதத்திலும் உள்ள, இவைபோன்ற ஒவ்வொரு தளத்திலும் உள்ள சுரண்டுவோர் யாவரும் அனைத்து வரம்புகளையும் தாண்டி ஒரு வர்க்கமாக – அதாவது சுரண்டும் வர்க்கமாக – இயங்குகின்றனர். அமைப் பாய்த் திரண்டிருப்பதனாலேயே சுரண்டும் வர்க்கத்தினரால் தொடர்ந்து தமது மேலாதிக்கத்தைத் தக்க வைத்துக்கொள்ள இயலுகிறது. தொழில், வணிகம் மற்றும் தரகு போன்ற தளங்களில் வரையறுக்கப்பட்ட அமைப்புகளாகவோ அல்லது நிறுவனங்களாகவோ சுரண்டும் வர்க்கம் எப்போதுமே அணிதிரண்டிருப்பதும் தங்களுக்கிடையில் போட்டி மற்றும் மோதல்களை எதிர்கொள்வதும் உழைக்கும் வர்க்கத்தைச் சுரண்டுவதையே அடிப்படையாகக் கொண்டிருக்கும்.

அதேபோல சுரண்டப்படுவோர் அல்லது உழைக்கும் வர்க்கத்தினர் தங்கள் மீதான ஆதிக்கம் மற்றும் சுரண்டலை எதிர்த்துப் போராட தங்களுக்கான அமைப்பாகவும் அல்லது கூட்டமைப்பாகவும் இயங்க வேண்டியது தேவையாகிறது. சுரண்டப்படுவோர் அமைப்பாதல் சுரண்டுவோருக்கு எதிரானதாக அமைவதால் சுரண்டப்படுவோரை அமைப்பாய்த் திரள விடாமல் தடுப்பது அல்லது அமைப்பாகும் முயற்சிகளை முறியடிப்பது சுரண்டுவோரின் முதன்மையான கடமையாகிறது.

தொல்.திருமாவளவன்

சுரண்டப்படுவோர் அமைப்பாய்த் திரளுவதும் அல்லது கூட்டமைப்பாய்த் திரளுவதும் ஏற்கனவே தன்னியல்பாக அமைந்துள்ள பல்வேறு பிரிவுகளின் அல்லது பிளவுகளின் கட்டமைப்பு மற்றும் பண்புகளால் தீர்மானிக்கப்படுகின்றன. தனித்தனியான அடையாளங்களுடன் அமைப்பாய்த் திரளுவதிலேயே அவர்களுக்கு ஏதுவான சூழல்கள் அமைவதில்லை. அமைப்பாய்த் திரளவே முடியாத நிலையில் கூட்டமைப்பாக ஒருங்கிணைந்து செயல்படவும் வாய்ப்பில்லாத நிலையே அமையும்.

தனித்தனியாக அமைப்பாவதும் அவ்வமைப்புகளில் ஒருமித்த பொது அடையாளங்களைக் கொண்டவை தேவைகளின் அடிப்படையில் கூட்டமைப்பாக ஒருங்கிணைவதும் 'அமைப்பாதல்' நடவடிக்கையில் இன்றியமையாத தேவையாக அமையும். சுரண்டப்படும் உழைக்கும் வர்க்கப் பிரிவினர் விவசாயிகளாய், தொழிலாளர்களாய், அரசுப் பணியாளர்களாய், வழக்குரைஞர்களாய், தாழ்த்தப்பட்டோராய், பழங்குடியினராய், உழைக்கும் மகளிராய், இவை போன்ற இன்னபிற வகையினராய் பிளவுபட்டு, தனித்த அடையாளங்களுடன் இயங்குவதனால் அவர்கள் தனித்தனியாகவே அமைப்பாவது தவிர்க்க இயலாததாகும். அவர்தம் அடையாளங்களை இழக்காமலேயே அமைப்பாய்த் திரளுவதுதான் முதன்மையானதாக இருக்கும். அவரவர் நலன்களை மட்டுமே முன்னிறுத்தும்போது அவர்களின் தனித்த அடையாளங்களை உயர்த்திப் பிடிப்பதும் தேவையாக அமைந்து விடுகிறது.

இதனால் பாட்டாளி வர்க்கத்தின் பல்வேறு குழுக்களுக் கிடையிலான பிளவுகள் அவ்வர்க்கத்தின் ஒருங்கிணைவுக்கு ஏதுவான சூழல்களை உருவாக்கிட வாய்ப்பளிப்பதில்லை. எனினும், 'பிளவுகள் இருப்பின் இணைவுகள் இருக்கும்' என்கிற அடிப்படையில் அக்குழுக்கள் தங்களுக்கிடையிலான பொதுத்தேவைகளையும் பொது அடையாளங்களையும் கண்டறிந்து அவற்றின் அடிப்படையில் இணைவுகளை நிறைவேற்றிக் கொள்ளும். பொதுத்தேவைகள், பொது இலக்குகள் மற்றும் இன்னபிற பொது அடையாளங்கள் ஆகியவற்றை முன்னிறுத்தும்போது தனி அடையாளங்கள், தனித் தேவைகள், தனி இலக்குகள் போன்றவை பின்னுக்குத் தள்ளப்பட்டுத் தனித்து அமைப்பாய்த் திரண்ட பாட்டாளி வர்க்கக் குழுக்கள் ஒருங்கிணைந்து செயல்படும் சூழல்கள் உருவாகும். அதாவது, பல்வேறு அமைப்புகள் ஒருங்கிணைந்து ஒரு கூட்டமைப்பாக இயங்கும் நிலை உருவாகும்.

கூட்டமைப்பாக ஒருங்கிணைதல் என்பது அமைப்பாதல் நிகழ்வின் இன்றியமையாத ஒரு பரிணாம நிலையாகும். தேவைகளின் அடிப்படையில் பொதுவான இலக்கை எட்டுவதற்குரிய ஒருமித்த நோக்குள்ள அமைப்புகள் தேவையான தளங்களில் கூட்டுச் சேர்ந்து இயங்கும்போது இத்தகு 'கூட்டமைப்பாதல்' நிகழும். பொதுத் தேவைகளை வென்றெடுப்பதற்கு அல்லது பொது இலக்கை எட்டுவதற்கு பொது அடையாளங்களை மட்டுமே உயர்த்திப் பிடிக்க வேண்டிய தேவ்வை எழும். அத்தகைய சூழல்களில் நோக்கம் நிறைவேறியதும் கூட்டமைப்பின் தேவை இல்லாமலும் போகலாம். நோக்கம் நிறைவேறுகிற வரையில் கூட்டமைப்பின் தேவையானது வலுப்பெறுமானால் பொது அடையாளமே புதிய அடையாளமாக மாறிப் போகலாம். அதனால் தனி அடையாளங்கள் பழைய அடையாளங்களாகி நீர்த்துப்போகவும் செய்யலாம்.

அதாவது, ஒரு சாதிக் குழுவுக்குள் உட்சாதிக் குழுக்கள் தனித்தனி அடையாளங்களோடு அமைப்பாய்த் திரண்டு இயங்கினாலும் அவற்றினிடையே உள்ள ஒரே சாதி என்பதற்கான பொது அடையாளங்கள் பொதுத் தேவைகளின் அடிப்படையில் முன்னிறுத்தப்படும்போது உட்சாதி அமைப்புகளுக்கிடையில் ஒரு 'கூட்டமைப்பாதல்' நிகழும். அது தேவையையொட்டி நீடித்து இயங்குகிறபோது கூட்டமைப்பு வலுப்பெற்று ஒரே சாதி என்கிற அடையாளத்தையே உயர்த்திப் பிடிக்கும். அப்போது உட்சாதி அமைப்புகள் தங்களுக்கான தனித்த அடையாளங்களை இழக்க உடன்படலாம். அதன் மூலம் ஒரே சாதி என்கிற பொது அடையாளமே அதற்கான புது அடையாளமாக மாறலாம்.

இவ்வாறான இந்த மாற்றங்கள் 'கூட்டமைப்பாதல்' என்கிற நிகழ்வின் மூலமே நிகழ்கின்றன. முற்போக்கான வளர்ச்சிக்குரிய மாற்றங்களாக இவை ஏற்கப்படும் நிலையில் இத்தகு கூட்டமைப்பாதலைத் திட்டமிட்டு விரைவுபடுத்துதல் இன்றியமையாத தேவையாக அமையும். ஒரு சாதிக்குள் நிகழும் இத்தகைய கூட்டமைப்பாதலைப் போல பொதுத் தேவைகளும், பொது அடையாளங்களும் கொண்ட பல்வேறு சாதிகள் தங்களுக்கிடையிலான கூட்டமைப்பாதலைச் செய்ய வேண்டியதும் தேவையாக அமையும்.

ஒடுக்குமுறை, சுரண்டல் போன்ற பொதுஅடையாளங் களைக் கொண்டிருக்கும் வெவ்வேறு சாதிகள், அவற்றிலிருந்து மீட்சி பெறுவது என்கிற பொதுத் தேவையின் அடிப்படையில்

ஒருங்கிணைய வேண்டிய நிலை ஏற்படும்போது, அச்சாதிகளுக்கான அமைப்புகளுக்கிடையில் கூட்டமைப்பாதல் நிகழும். அக்கூட்டமைப்பின் தேவை அல்லது நோக்கம் நிறைவேறுகிற வரையில் அச்சாதிகளின் தனி அடையாளங்கள் பின்னுக்குத் தள்ளப்பட்டு பொது அடையாளங்கள் மட்டுமே உயர்த்திப் பிடிக்கப்படும். பொதுத்தேவை நிறைவேற்றப்பட்டுவிட்டால் அல்லது பொதுஇலக்கு வென்றெடுக்கப்பட்டுவிட்டால் கூட்டமைப்பின் தேவையும் பொது அடையாளத்தின் தேவையும் இல்லாத நிலை உருவாகலாம். மீண்டும் சாதி அமைப்புகள் தனி அடையாளங்களோடு தனித்து இயங்கும் நிலையும் ஏற்படலாம். அல்லது பொதுத் தேவைகளை வென்றெடுத்ததையடுத்தும் புதிய தேவைகள் உருவாகலாம். அதனால் கூட்டமைப்பு மேலும் வலுவாக இயங்கும் நிலையும் ஏற்படலாம். ஒவ்வொரு சாதிக்குமான தனி அடையாளங்களை இழக்கவும் அச்சாதிகளின் அமைப்புகள் உடன்படலாம். பொது அடையாளங்களையே புதிய அடையாளமாக ஏற்கும் நிலையும் உருவாகலாம். இத்தகு மாற்றங்களுக்கு 'கூட்டமைப்பாதல்' என்பது திட்டமிட்டுக் கட்டமைக்கப்படும் தேவையாக அமையும்.

சமூகத் தளத்திலுள்ள உழைக்கும் சாதி அமைப்புகள் போன்ற பாட்டாளி வர்க்க அமைப்புகள் மட்டுமின்றி பொருளாதார, அரசியல், பண்பாடு போன்ற பிற தளங்களிலுள்ள பாட்டாளி வர்க்க அமைப்புகளோடும் இவ்வாறான கூட்டமைப்பாதல் நிகழ்வதும் இன்றியமையாத தேவையாக அமையலாம். அதாவது, ஒவ்வொரு தளத்திலுமுள்ள உழைக்கும் வர்க்க அமைப்புகள் தங்களுக்கிடையே கூட்டமைப்பாதலும் மற்றும் வெவ்வேறு தளங்களிலுள்ள உழைக்கும் வர்க்க அமைப்புகளுடன் கூட்டமைப்பாதலும் நிகழலாம்.

சுரண்டும் வர்க்கத்தினரிடையே கூட்டமைப்பாதல் எளிதில் நிகழ்தலைப் போல சுரண்டப்படும் உழைக்கும் வர்க்கத்தினரிடையே நிகழ்ந்து விடுவதில்லை. அமைப்பாதல் நிகழாமல் கூட்டமைப்பாதல் நிகழாது. அமைப்பாய்த் திரள்வதும் கூட்டமைப்பாய் இணைவதும் ஒவ்வொரு தளத்திற்குமான 'பொது நீரோட்ட'த்தில் கலந்து இயங்குவதற்கான வலிமையை வழங்கும். சமூகத் தளம், பொருளியல் தளம், பண்பாட்டுத் தளம், அரசியல் தளம் போன்ற அனைத்துத் தளங்களிலும் 'தனித்தனியான பொதுநீரோட்டமும்', அனைத்துத் தளங்களும் இணைந்த 'அனைத்துப் பொதுநீரோட்டமும்' தன்னியல்பாக இயங்கிக்கொண்டேயிருக்கும் நிலையில், அத்தகைய பொதுநீரோட்டங்களில் பங்கேற்பதற்கு அமைப்பாதலும் கூட்டமைப்பாதலும் இன்றியமையாதவையாக உள்ளன.

சிதறிக் கிடப்போரால் எந்தவொரு பொதுநீரோட்டத்திலும் கலந்து இயங்கிட இயலாது. இதனால் தனிமைப்பட்டு விலகி நிற்கும் நிலையே உருவாகும். அதாவது, பொதுநீரோட்டம் அல்லது மைய நீரோட்டம் என்பதிலிருந்து ஒதுக்கப்பட்டுத் தனிமைப்படுத்தப்படும் நிலையானது, ஒருங்கிணைந்த வளர்ச்சியுடன் சேர்ந்து வளர இயலாத நிலையை ஏற்படுத்தும்.

தனித்துவத்தைப் பாதுகாப்பதென்பது ஒவ்வொரு குழுவிற்கும் தவிர்க்க இயலாத ஒரு தேவையாக இருந்தாலும், அதன் பெயரால் அக்குழு அல்லது குழுக்கள் தனிமைப்பட்டுவிடாத வகையில் மைய நீரோட்டத்தோடு இணைந்து இயங்குவதிலும் ஈடுபாடு கொள்வது இன்றியமையாததாகும். தனித் தேவைகளும், தனி அடையாளங்களும் ஒரு குழுவின் அல்லது குழுக்களின் தனித்துவத்தையும் ஆளுமையையும் இழந்திட அனுமதிப்பதில்லை. அத்தகு தனித்துவம் மற்றும் ஆளுமையானது பொதுத்தேவைகள் மற்றும் பொதுஅடையாளங்களுக்காக பொதுநீரோட்டத்துடன் இணைகிறபோது அக்குழு அல்லது அக்குழுக்கள் மேலும் பன்மடங்கு வலிமை பெறும். பொது நீரோட்டம் அல்லது மைய நீரோட்டம் என்பது அதிகாரங்களின் குவிமையமாக இயங்குவதாகும். இத்தகு அதிகார மைய நீரோட்டத்துடன் இணைந்து இயங்குவதன் மூலமே ஒரு குழுவிற்கு அதிகாரங்களுடன் தொடர்பு உருவாகவும், அல்லது அக்குழுவினால் அதிகாரப் பகிர்வினைப் பெறவும் இயலும். அதிகார மையத்துடன் தொடர்பில்லாத நிலையில் அல்லது அதிகாரப்பகிர்வினைப் பெற இயலாத நிலையில் பொது நீரோட்டத்திலிருந்து விலகி அல்லது விலக்கி விளிம்பு நிலைக்குத் தள்ளப்பட்டு, தனிமைப்படும் நிலை உருவாகும். அவ்வாறு தனிமைப்பட்டு விடாமல் பொதுநீரோட்டத்தில் இணைதல் என்பது கூட்டமைப்பாதல் என்கிற பரிணாமத்தைப் பெறுவதாக அமையும்.

அதாவது, அமைப்பாதலும் கூட்டமைப்பாதலும்தான் அதிகாரங்களின் குவிமையமான பொதுநீரோட்டத்துடன் இணைவதற்கும் வலுப்பெறுவதற்கும் வாய்ப்பை உருவாக்கும்.

அமைப்பாய்த் திரள்வதும் கூட்டமைப்பாய் இணைவதும் – மக்களை அதிகாரக் குவிமைய நீரோட்டத்தில் இணைத்திடும்!

திசம்பர், 2011

18

அமைப்பாதலும் அரசியல்படுத்துதலும்

கருத்தியல் தளத்திலும் செயற்களத்திலும் ஓரளவுக்கேனும் உடன்படும் வாய்ப்புள்ள அமைப்புகள்தாம் கூட்டமைப்பாக இணைந்து செயல்படமுடியும். அவ்வாறு, கூட்டமைப்பாதலில் ஈடுபடும் ஒவ்வொரு அமைப்பும் தமது தனித்துவத்தைத் தக்க வைத்துக்கொள்ள வேண்டுமென்பதில் மிகுந்த எச்சரிக்கையுட னிருக்கும். அதாவது, உடன்பாட்டுத் தளங்களில் இணைய வேண்டிய தேவைகள் எழும்போது, தமது அடிப்படையை அல்லது அடையாளத்தை இழந்துவிடாமல் ஒன்றுடன் ஒன்று இணைவதும், வரையறுக்கப்பட்ட சில பொதுத்திட்டங்களைச் செயற்படுத்துவதற்காகத் தொடர்ந்து இயங்குவதும் 'கூட்டமைப்பாதல்' நடவடிக்கையில் இன்றியமையாதவையாக அமையும்.

தனித்துவத்தைத் தக்கவைத்தலும், பொதுத் திட்டங்களின் அடிப்படையில் கூட்டாக இணைந்து இயங்குதலும், அவ்வமைப்புகளின் அக, புறச் சூழல்களைப் பொறுத்தே அமையும். வலிமையான அகநிலை பெற்றிராத அமைப்புகள் புறச்சூழல்களின் தாக்கத்தினால் தமது அடிப்படையை இழக்க நேரலாம். அதாவது, தமது தனித்துவத்தை மெல்ல மெல்ல இழந்துவிடும் நிலை உருவாகலாம். அவ்வாறின்றி, எத்தகைய புறநிலைத் தாக்கம் நேர்ந்தாலும், தமது அடையாளத்தை இழக்கும் அளவுக்கு அகநிலையில் மாற்றம் நிகழாமல்

தக்கவைத்திட சில அமைப்புகள் போரிடலாம். அத்தகைய போராட்ட மனநிலைப் போக்குகளே 'அடிப்படைவாதம்' என்பதாக அறியப்படுகிறது.

ஒரு சாதி அமைப்போ, மத அமைப்போ, இன அமைப்போ, தம்முடைய பாரம்பரிய அடையாளங்களை இழக்காமல், தமது தனித்துவத்தைத் தக்கவைத்துக் கொள்வதற்கு, எத்தகைய நெகிழ்வுப் போக்கிற்கும் இடம் தராமல் மிகுந்த இறுக்கத்தோடும் உறுதியோடும் இயங்கினால், அதுவே அவ்வமைப்புச் சார்ந்த அடிப்படைவாதமாக அமையும்.

ஒரு சாதி தன் மரபுவழி அடையாளத்தை இழப்பதற்கு விரும்பாத நிலையில், அதனைத் தக்கவைப்பதற்கு அந்த சாதி அமைப்பு நடத்தும் உரையாடல்களும் களப்பணிகளும் சாதிய அடிப்படைவாதமாக அமையும். அவ்வாறே மத அடிப்படை வாதம் மற்றும் இன அடிப்படைவாதம் போன்றவையும் அமையும். இத்தகு அடிப்படைவாதங்கள் அவ்வமைப்புகளின் தனித்துவத்தை அல்லது அடையாளத்தைத் தக்கவைத்திடும் வலிமையைப் பெற்றிருக்கும்போது, அவை பொதுநீரோட்டத் தோடு இணைவதற்கு அல்லது கூட்டமைப்பாக இணைந்து இயங்குவதற்கு இயலாத நிலையை உருவாக்கலாம்.

பொதுநலன்களை முன்நிறுத்தும்போது, கூட்டமைப் பாதலின் தேவையும் வலுப்பெறும்போது, தனித்துவத்திற்கான 'அடிப்படை வாதங்கள்', தளர்வையும் நெகிழ்வையும் பெற்று மெல்ல மெல்ல வலுவிழக்கும் நிலை உருவாகலாம். அத்தகைய தளர்வோ, நெகிழ்வோ நிகழாத நிலையில், அந்த அடிப்படைவாதமானது அவ்வமைப்புகளைத் தனிமைப் படுத்தும் சூழலை உருவாக்கும். தனித்துவத்தைத் தக்கவைப்பது என்கிற அடிப்படைவாதமானது எத்தகைய தேவையைக் கொண்டிருக்கிறது என்பதை மதிப்பிடுவதிலிருந்தே அதனை எவ்வாறு கையாளுவது என்று தீர்மானிக்க இயலும். அதாவது, சாதி அடையாளத்தை இழப்பதா – வேண்டாமா? அதைப்போலவே, மத அடையாளத்தையோ அல்லது இன அடையாளத்தையோ இழப்பதா – வேண்டாமா என்கிற தேவையைப் பொறுத்தே அவற்றின் அடிப்படைவாதங்களில் தளர்வு மற்றும் நெகிழ்வு – போக்குகளைக் கையாளுவதா – வேண்டாமா என்பதைத் தீர்மானிக்க இயலும்.

அதாவது, சாதி ஒழிப்பைக் கொள்கையாக ஏற்றுக் கொண்டிருக்கிற ஓர் அமைப்பு சாதி அடையாளத்தைத் தக்கவைத்துக்கொள்ள விரும்பாது. சாதி அடிப்படைவாதத்தையும்

அவ்வமைப்பு உள்வாங்காது. அத்தகைய ஓர் அமைப்பு 'கூட்டமைப்பாதல்' நிகழ்வின்போது, சாதி ஒழிப்பு என்னும் கொள்கை 'அடிப்படையை' இழக்காமல் பொதுத் திட்டங்களை வரையறை செய்வதில் முனைப்பாக இருக்கும். இவ்வாறான புரிதலைக் கொண்ட தனிநபர்கள் அல்லது அமைப்புகள்தாம் 'கூட்டமைப்பாதலுக்குரிய' சனநாயக ஆற்றல்களாகும். இது அடிப்படைவாதங்களில் நம்பிக்கையுள்ள இயக்கங்களுக்கிடையிலான கூட்டமைப்பாதலுக்கும் பொருந்தும். அதாவது, சாதி இருப்பை விரும்புகிற அல்லது சாதி இருப்பினால் பெருமைப்படுகிற அமைப்புகள் அத்தகைய கருத்தியலும் நடைமுறையும் கொண்ட பிற அமைப்புகளோடு உடன்பாடுகொள்ளும் நிலையில் கூட்டமைப்பாதல் நிகழும்.

இவ்வாறு கூட்டமைப்பாதல் என்பது கருத்தளவிலும் செயலளவிலும் குறைந்த அளவிலேனும் உடன்பாடுகொள்ளும் சூழல்கள் அமையும்போது மட்டுமே நிகழ்வதாகும். நேரெதிர் கருத்தியல் மற்றும் நடைமுறைகளைக் கொண்ட அமைப்புகளுக்கிடையே இத்தகைய கூட்டமைப்பாதல் நடவடிக்கை அமையாது. உடன்பாடான கருத்தியலையும் நடைமுறைகளையும் கொண்ட அமைப்புகளை அடையாளம் காண்பது கூட்டமைப்பாதலின் முதன்மையான தேவையாக அமையும்.

ஓர் அமைப்பு, தம்முடைய அடையாளங்களையும் பிற அமைப்புகளின் அடையாளங்களையும் தெரிவுபடுத்திக் கொள்ளும் ஆற்றலைப் பெற்றதாக வளர்ச்சியடையும் நிலையில் தான் கூட்டமைப்பாதலிலும் தன்னை இணைத்துக்கொள்ள முடியும். எத்தகைய அடையாளங்களைத் தக்கவைத்துக்கொள்வது; எத்தகைய அடையாளங்களை இழக்க உடன்படுவது; எத்தகைய அடையாளங்கள் இயங்கியல் போக்கிற்கு உடன்பாடானவை அல்லது மாறானவை – போன்ற கருத்தியல் தெரிவுகொண்ட அமைப்புகளால் மட்டுமே, அவ்வாறான உடன்பாடுள்ள பிற அமைப்புகளையும் அடையாளங்கண்டு கூட்டமைப்பாக இணைந்திட இயலும்.

கூட்டமைப்பாதலுக்கும் முன்னதாக ஒவ்வோர் அமைப்பும் அத்தகைய கருத்தியல் தெளிவைப் பெறுவதற்கு அவ்வமைப்பு தாம் ஏற்றுக்கொண்ட கொள்கை – கோட்பாடுகளின் அடிப்படையில் தொடர்ச்சியான அரசியல்படுத்துதலுக்கு உட்படுத்தப்படுதல் வேண்டும். அரசியல்படுத்தப்படாத எந்தவோர் அமைப்பினாலும் தொடர்ச்சியான, முற்போக்கான வளர்ச்சியைப் பெற இயலாது.

அரசியல்படுத்துதல் என்பது அமைப்பாதலின் மிக இன்றியமையாத ஒரு நடவடிக்கையாகும். அமைப்பின் கொள்கை மற்றும் கோட்பாடுகள், செயல்திட்டங்கள், அவற்றைப் பரப்புவதற்கும் நடைமுறைப்படுத்துவதற்குமுரிய உத்திகள் மற்றும் செயல்தந்திரங்கள் போன்றவற்றை அமைப்பினை வழிநடத்தும் முன்னோடிகள், அமைப்பைப் பின்பற்றும் தொண்டர்கள் முதலியோருக்குத் தொடர்ந்து தெரிவுபடுத்தும் நடவடிக்கைகளே அரசியல்படுத்துதலாகும். அமைப்பின் முன்னோடிகள் உள்ளிட்ட அனைத்து நிலை பொறுப்பாளர்கள் மற்றும் கடைநிலைத் தொண்டர்கள் வரையில் அனைவரும் அவ்வமைப்பு உள்வாங்கியிருக்கும் கொள்கை மற்றும் கோட்பாடுகளைப் பற்றிய புரிதலைப் பெறுவதற்கேற்ற வகையிலான பயிற்சிகளைப் பெறவேண்டும்.

கருத்தியல் மட்டுமின்றி, அதனடிப்படையிலான குறுகிய மற்றும் நெடுங்காலச் செயல்திட்டங்கள், அவற்றை நடைமுறைப்படுத்துவதற்கான உத்திகள் மற்றும் செயல்தந்திரங்கள் உள்ளிட்ட அனைத்து விவரங்களைப் பற்றிய தெளிவையும் உறுதிப்பாட்டினையும் அமைப்பின் பொறுப்பாளர்கள் மற்றும் அனைத்துக் களப்பணியாளர்களுக்கும் ஏற்படுத்துதல் வேண்டும்.

இவ்வாறான கருத்தியல் பரப்பல், களப்பணிகளுக்கான பயிற்சி, ஆளுமைத் திறன்களுக்கான பயிற்சி போன்றவை அடுத்தடுத்த புதிய தலைமுறையினருக்கும் வழங்கப்படுதல் வேண்டும். ஒரு தலைமுறைக்கும் இன்னொரு தலைமுறைக்கும் இடையில் நிகழும் சமூக, அரசியல் மாற்றங்களுக்கேற்ற வகையில், தொடர்ச்சியான இணைப்பையும் பிணைப்பையும் உருவாக்குதல் அமைப்பாதல் நடவடிக்கையின் ஒரு தேவையாகும். தலைமுறை இடைவெளி என்பது, ஒன்றைப்பற்றிய புரிதல் மற்றும் பார்வையானது ஒரு தலைமுறைக்கும் அடுத்த தலைமுறைக்கும் இடையில் இயல்பாகவே உருவாகும் வேறுபாட்டைக் குறிப்பதாகும். அத்தகு ‘தலைமுறை இடைவெளி’ ஓர் அமைப்பைப் பற்றிய புரிதலிலும் பார்வையிலும் அடுத்தடுத்த தலைமுறைகளுக்கிடையில் பெரும் வேறுபாட்டை உருவாக்கும்.

அதாவது, அமைப்பின் கொள்கை – கோட்பாட்டினை முதல் தலைமுறை எத்தகைய கோணத்தில் பார்த்தது, புரிந்துகொண்டது என்பதற்கும் அடுத்த தலைமுறை எந்தக் கோணத்தில் பார்த்தது–புரிந்துகொண்டது என்பதற்கும் இடையில் இயல்பாகவே ஒரு வேறுபாடு இருக்கும். இது புறச்சூழல்களால் நிகழும் மாற்றங்களாகும். இத்தகைய

பார்வை மற்றும் புரிதலில் உருவாகும் வேறுபாடுகளையும் கடந்து, அமைப்பின் கொள்கையை, கோட்பாடுகளை, செயல் திட்டங்களை, நடைமுறை உத்திகளையெல்லாம் அடுத்தடுத்த தலைமுறைகளுக்குக் கொண்டு செல்லுதல், தெளிவுபடுத்துதல், வெகுமக்களிடத்தில் பரப்புதல் போன்ற நடவடிக்கைகளைத் தொடர்ச்சியாக மேற்கொள்ளுதல் வேண்டும்.

குறிப்பாக, சமூகம், அரசியல், பொருளாதாரம், பண்பாடு போன்ற தளங்களில் தொடர்ந்து நிகழ்ந்து கொண்டேயிருக்கிற மாற்றங்கள் ஏற்படுத்தும் தாக்கத்தினால், அமைப்பின் அகநிலையிலும் புறநிலையிலும் உருவாகும் 'தகவமைதல்' அடிப்படையிலான, ஏற்புடைய மாற்றங்களை அடுத்தடுத்த தலைமுறைகளுக்குத் தெளிவுபடுத்துதல் மிக இன்றியமையாத பணியாகும். அத்தகைய தெளிவின் அடிப்படையில், அவற்றின் மீதான ஈடுபாட்டைத் தீவிரப்படுத்துதல், உறுதிப்படுத்துதல் மிகமிக இன்றியமையாத தேவைகளாகும்.

இவ்வாறான அரசியல்படுத்துதல், அமைப்பின் கட்டமைப்பு வடிவங்கள், சட்டத் திட்டங்கள், நிர்வாக நடைமுறைகள், சனநாயக நெறிமுறைகள் போன்றவை தொடர்பானவற்றிலும் நிகழுதல் வேண்டும். அதாவது, கொள்கை – கோட்பாடுகள் தொடர்பானவற்றில் மட்டுமின்றி, அமைப்பின் உள்ளும் புறமும் தொடர்பான அனைத்திலும் இது நிகழுதல் வேண்டும். அமைப்பைச் சார்ந்த ஒவ்வொருவருக்கும் அமைப்பைப் பற்றிய அனைத்தையும் தெளிவுபடுத்துதல் வேண்டும். அமைப்பின் வடிவங்களிலும், சட்டத் திட்டங்களிலும், நிர்வாக நடைமுறைகளிலும் அவ்வப்போது நிகழுகின்ற ஏற்புடைய மாற்றங்கள் உள்ளிட்ட அனைத்தும் அமைப்பின் பொறுப்பாளர்கள் யாவருக்கும் தெளிவுபடுத்தப்படுதல் வேண்டும். இதுவும் 'அரசியல்படுத்துதல்' என்பதாகவே அமையும்.

ஏற்கனவே அரசியல்படுத்தப்பட்ட முன்னோடிகள், கொள்கை – கோட்பாடுகளை வரையறுத்த சிந்தனையாளர்கள், செயல்திட்டங்களைத் தீட்டிய திறனாளர்கள், இத்தகைய அரசியல்படுத்துதலை நிகழ்த்தும் அதேவேளையில், அடுத்த தலைமுறைக்கான பயிற்றுநர்களை அல்லது வல்லுநர்களை உருவாக்குதலையும் மேற்கொள்ள வேண்டும். அதாவது, கருத்தியலைப் பரப்புவதற்கான வல்லுநர்களை, பயிற்றுநர்களை, திறனாளர்களை உருவாக்கும் நடவடிக்கைகளும் 'அரசியல்படுத்துதலே' ஆகும்.

அமைப்பின் செயல்திட்டங்களை நடைமுறைப்படுத்துவ தற்குத் தேவையான 'முழுநேரப் பணியாளர்களை' உருவாக்கு வதும், அரசியல்படுத்துதல் நடவடிக்கையின் ஓர் அங்கமே ஆகும். உழைப்புக்கு ஊதியம் பெறாமல், அமைப்பை முறைப்படுத்தவும் வழிநடத்தவுமான பணிகளை மேற்கொள்ளும் முழுநேரப் பணியாளர்களைத் தேர்வு செய்வதும், அவர்களுக்குரிய பயிற்சிகளை வழங்குவதும் அரசியல்படுத்தும் நடவடிக்கையே ஆகும். அதாவது, தமது குடும்பம் உள்ளிட்ட அனைத்து உறவுகளையும் அமைப்பாக்கி, அமைப்பு, கொள்கை, செயல்திட்டங்கள் ஆகியவற்றை முன்நிறுத்தி, எத்தகைய சூழலிலும் தொடர்ந்து களப்பணியாற்றும் முழுநேரப் பணியாளர்களை உருவாக்குவது அரசியல்படுத்துதலே ஆகும்.

ஓர் அமைப்பின் 'முதன்மை அங்கத்தை' முறைப்படுத்துவதும் வலுப்படுத்துவதும், அமைப்பைச் சார்ந்த ஒவ்வொருவரின் கடமையாக உணரவைத்து செயற்படவைப்பது அரசியல் படுத்துதல் நடவடிக்கையாகும். முதன்மை அங்கத்தை மட்டுமின்றி, அதனையொட்டி இயங்கும் துணைநிலை அமைப்புகளையும் முறைப்படுத்துவது, வலுப்படுத்துவது அமைப்பினரின் கடமையே ஆகும். பரந்துபட்ட அளவில், வெகுமக்களை அமைப்பாக்கும் வகையில், ஓர் அமைப்பின் முதன்மை அங்கத்துடன் இணைந்துநின்று இயங்குவதற்கேற்ற பல்வேறு துணைநிலை அமைப்புகளை உருவாக்குவதும், அவற்றுக்கான கட்டமைப்பு வடிவங்கள், சட்டம் மற்றும் விதிகள், செயல் திட்டங்கள், நிர்வாக நடைமுறைகள், சனநாயக நெறிமுறைகள் போன்றவற்றை வரையறுப்பதும், அவற்றினடிப்படையில் அவை சார்ந்த உறுப்பினர்கள் உள்ளிட்ட அனைவரையும் செயல்படவைப்பதும் அரசியல்படுத்துதல் நடவடிக்கையாகும்.

முதன்மை அங்கமும் துணைநிலை அங்கமும் இணைந்து ஒரே அமைப்பாக வடிவம் பெற்று இயங்குவதற்கு ஏற்றவகையில், அமைப்பின் பொறுப்பாளர்கள் மற்றும் களப்பணியாளர்கள் அனைவரையும் பயிற்றுவிப்பது அரசியல்படுத்துதலாகும். இத்தகைய அரசியல்படுத்தும் நடவடிக்கையானது, அமைப்பாதல் மற்றும் கூட்டமைப்பாதல் என்கிற செயற்களங்களில் மிகவும் இன்றியமையாத ஒன்றாக அமைந்துள்ளது.

அடிப்படைவாதங்களில் ஏற்புடையவை அல்லது ஏற்க இயலாதவை எவையெனப் பகுத்தறியும் திறனைப் பெறவும், அவற்றினடிப்படையில், தனித்துவத்தை இழக்காமல், தக்கவைக்கும் போராட்டத்தை மேற்கொள்வதா அல்லது

அத்தகு அடையாளத்தை இழக்க உடன்படுவதா என்பதைப் பிரித்தறியும் ஆற்றலைப் பெறவும் அமைப்பின் பொறுப்பாளர்கள் பயிற்றுவிக்கப்படுதல், அமைப்பாதல் மற்றும் கூட்டமைப்பாதல் நடவடிக்கைகளில் தவிர்க்க இயலாததாகும்.

சமூகத்தின் கட்டமைப்பில், இயங்கியல்போக்கில் அமைந்துள்ள வடிவங்களில் நிலையாக அமையப் பெற்றுள்ள அடிக்கட்டுமானங்கள் அல்லது இடைக்காலமாக அமையப் பெற்றுள்ள மேல்கட்டுமானங்கள் எவையென அடையாளங் காணும் ஆற்றலைப் பெறத்தக்க வகையில் அமைப்பைச் சார்ந்தவர்கள் பயிற்றுவிக்கப்படுதல், அமைப்பாதல் மற்றும் கூட்டமைப்பாதல் என்கிற நடவடிக்கைகளில் மிகவும் இன்றியமையாததாகும்.

அதாவது, ஆண்–பெண் வேறுபாடு இயங்கியல் போக்கில் நிலையாக அமையப் பெற்றுள்ள ஒன்றாகும். இதனை அடிக்கட்டுமானம் என்று புரிந்துகொண்டால், ஆணாதிக்கம் என்பது இடைக்காலமாக அமையப்பெற்றுள்ள அல்லது பெண்களின் மீது திணிக்கப்பட்டுள்ள மேல்கட்டுமானமாகப் புரிந்துகொள்ளமுடியும். சாதி அல்லது குலம், மதம், இனம், மொழி போன்றவை அடிக்கட்டுமானங்களா அல்லது மேல்கட்டுமானங்களா என்பதை அறிந்துகொள்வதும் அவற்றின் அடிப்படையில் செயற்திட்டங்களைத் தீட்டுவதும், உத்திகளைக் கையாளுவதும் தீர்மானிக்கப்படும். அவற்றுக்கேற்ற வகையில் அமைப்பைச் சார்ந்த பொறுப்பாளர்கள் பயிற்றுவிக்கப்படுதல், அமைப்பாதல் மற்றும் கூட்டமைப்பாதல் நடவடிக்கையில் இன்றியமையாத ஒன்றாகும்.

இவ்வாறான பயிற்றுவிக்கப்படுதல் யாவும் அரசியல் படுத்துதலே ஆகும். அரசியல்படுத்துதல் என்பது அமைப்பாதல் மற்றும் கூட்டமைப்பாதல் செயற்பாடுகளின்போது, தொடர்ச்சியாக அடுத்தடுத்த தலைமுறைகளுக்கும் எடுத்துச் செல்லப்பட வேண்டிய நடவடிக்கை ஆகும்!

அரசியல் படுத்துதல் நடந்தேற வேண்டும்! – அது
அடுத்தடுத்த தலைமுறைக்கும் தொடர்ந்திட வேண்டும்!

சனவரி, 2012

19

கற்றலும் கற்பித்தலும்

'கற்றலும் கற்பித்தலும்' மானுடத்தின் சிறப்பியல்பாகும். ஒரு நிலையிலிருந்து இன்னொரு நிலைக்கு முற்போக்கான வகையில் மானுடம் வளர்ச்சியடைவதற்கு இதுவே அடிப்படையாக அமைகிறது. வாழ்வின் போக்கில், மனிதன் ஒன்றை அறிந்துகொள்வதும் புரிந்துகொள்வதும் அவனுக்கு ஏராளமான 'பட்டறிவை' வழங்குகிறது. அவனைச் சூழ்ந்துள்ள இயற்கையிலிருந்தும், அவன் சார்ந்துள்ள சமூகத்திலிருந்தும், அவன் சந்திக்கும் சிக்கல்களிலிருந்தும், அவன் எதிர் கொள்ளும் சவால்களிலிருந்தும், அவனைத் தொடரும் வெற்றி–தோல்விகளிலிருந்தும், இன்னும் இவை போன்றவற்றிலிருந்தும் அவன் ஏராளமானவற்றைக் கற்றுக்கொள்கிற வாய்ப்பைப் பெறுகிறான்.

நல்லவை–அல்லவை, நன்மை–தீமை, உண்மை–பொய்மை போன்ற விவரங்களைக் கற்றுக்கொள்கிறான். நட்பைப் புரிந்துகொள்ளவும், பகையை அறிந்துகொள்ளவும், ஒன்றோடு ஒன்றை ஒப்பீடு செய்யவும், ஒவ்வொன்றையும் மதிப்பீடு செய்யவும், தன்னை உணர்ந்துகொள்ளவும், சூழல்களைத் தெரிந்துகொள்ளவும்... இவை போன்ற எண்ணற்ற விவரங்களை மனிதன் தனது வாழ்க்கைப் போராட்டத்தினூடாகக் கற்றுக்கொள்கிறான்.

அரசியல், பொருளியல், பண்பாடு உள்ளிட்ட அனைத்துத் தளங்களிலுமுள்ள மனித உறவுகள்

தொடர்பாகவும், நிலம், நீர், நெருப்பு, காற்று மற்றும் ஆகாயம் என்னும் ஐம்பெரும் பூதங்களான இயற்கை தொடர்பாகவும் மனிதன் தனக்குள்ள ஈடுபாட்டின் அடிப்படையில், கணக்கிலடங்கா விவரங்களைக் கற்றுக்கொள்கிறான். தனக்கான தேவைகளை உணரும்போது, அவற்றை அடைவதற்கான முயற்சிகளை மேற்கொள்வது மனிதனின் தவிர்க்க முடியாத கடமையாகிறது. அந்தக் கடமையே உழைப்பாகிறது. அதாவது, தேவைகளை நிறைவேற்றுவதற்கான முயற்சியே உழைப்பாகும். அத்தகைய உழைப்புதான் மனிதனுக்கு யாவற்றையும் கற்பதற்குரிய வாய்ப்பை வழங்குகிறது. அதாவது, உழைப்பிலிருந்தே மனிதன் பலவற்றையும் கற்றுக்கொள்கிறான்.

உணவு, உடை மற்றும் உறைவிடம் போன்ற அடிப்படைத் தேவைகளுக்காகவும் உழைக்கிறான். உரிமை, பாதுகாப்பு, அதிகாரம் போன்ற அரசியல் தேவைகளுக்காகவும் உழைக்கிறான். பாடுபடுவதும் உழைப்புதான்! போராடுவதும் உழைப்புதான்! சிந்திப்பது, ஆய்வது, படைப்பது, பரப்புவது போன்ற செயற்பாடுகளும் உழைப்புதான்! இத்தகைய உழைப்பிலிருந்து மனிதன் ஏராளம் கற்றுக்கொள்கிறான். இவ்வாறு மனிதன் கற்றுக்கொள்ளும் ஒவ்வொன்றையும் பிறருக்குக் கற்பித்தல் என்னும் உழைப்பையும் மேற்கொள்கிறான்.

கற்பதும் கற்பித்தலும் ஒரே நேரத்தில் அல்லது சமகாலத்தில் தொடர்ச்சியாக நிகழ்ந்து கொண்டேயிருக்கிறது. கற்றல்– கற்பித்தல் என்கிற தொடர் இயக்கத்தின் விளைச்சலே இன்றைய மானுடத்தின் வளர்ச்சி நிலை என்பதாகும். மனிதன் எதைக் கற்றுக்கொள்கிறானோ அதையே பிறருக்கும் கற்பிக்கிறான். இதுவே மானுட நாகரிகத்தின் அடிப்படையாக அமைகிறது. கற்றல் மற்றும் கற்பித்தல் என்பதை முறைப்படுத்தும்போதும் நிலைப்படுத்தும்போதும் அது மானுடத்தின் நாகரிகமாக அல்லது பண்பாடாக முதிர்ச்சி பெறுகிறது.

ஒரு தலைமுறை தாம் கற்றுக்கொண்டதை இன்னொரு தலைமுறைக்குக் கற்பிப்பது பல்வேறு வடிவங்களில் நிகழ்கிறது. நிறுவனமயப்படுத்தப்பட்ட அமைப்புகளின் வழியாகவும் நிறுவனமயப்படுத்தப்படாத பிற அமைப்புகளின் வழியாகவும் தனிநபர்களின் அல்லது குழுக்களின் வாயிலாகவும் இத்தகைய கற்பித்தல் போக்கானது அடுத்தடுத்த தலைமுறைகளுக்கு நிகழ்ந்துகொண்டேயிருக்கிறது. சான்றாக, ஒரு சமூகம் அல்லது ஓர் இனக்குழு, தம்முடைய பண்பாட்டு நெறிமுறைகளை ஒரு தலைமுறையிடமிருந்தே இன்னொரு தலைமுறை

கற்றுக்கொள்கிறது. அவ்வாறு கற்றுக்கொண்டதை அடுத்த தலைமுறைக்குக் கற்பிக்கிறது. இத்தகைய 'கற்றல் மற்றும் கற்பித்தலை' குடும்பம், சாதி, இனம், மொழி மற்றும் மதம் போன்ற அமைப்புகளின் வாயிலாக நிகழ்த்துகிறது. இவற்றில், மதம் என்பதை நிறுவனமயப்படுத்தப்பட்ட அமைப்பு என அறியலாம். மற்றவை நிறுவனமயப்படுத்தப்படாத அல்லது ஓரளவே நிறுவனத்தன்மை பெற்ற அமைப்புகள் எனலாம். குறிப்பாக, குடும்பம் என்பது ஓரளவில் நிறுவனமயப்படுத்தப்பட்ட ஓர் அமைப்பாகவே இயங்கக் கூடியதாகும். அதாவது, ஒரு தலைமுறை கற்றுக்கொண்ட பண்பாட்டு நெறிமுறைகளை இன்னொரு தலைமுறைக்கு இத்தகைய நிறுவனமயமான அல்லது நிறுவனத் தன்மைகளைப் பெற்ற அல்லது நிறுவனமயப்படுத்தப்படாத அமைப்புகளின் வழியாக எடுத்துச்செல்லும் நடவடிக்கைகளே 'கற்பித்தல்' என்பதாகும்.

ஒரு சாதி அல்லது ஓர் இனம், தனக்கான உணவுமுறையை, உணவுக்கான உற்பத்திமுறையை, உணவு உண்ணும் முறையை, தமக்குரிய மரபாகவோ அல்லது பண்பாடாகவோ ஒரு தலைமுறையிலிருந்து இன்னொரு தலைமுறைக்கு எடுத்துச் செல்கிறது. இவ்வாறே உடை உடுத்தும் முறை, உடை வடிவமைப்பு முறை, அதற்கான தொழில்நுட்பம், உடைக்குரிய மூலப்பொருளை ஈட்டுதல் முறை அல்லது உற்பத்தி முறை போன்றவற்றைக் கற்றுக்கொண்ட ஒரு தலைமுறை, இவற்றை இன்னொரு தலைமுறைக்குக் கற்பிப்பதை தமது கடமையாக ஏற்று இயங்குகிறது.

உறைவிடங்களை அமைத்துக்கொள்வதிலும் இத்தகைய நடைமுறைகளே கையாளப்படுகிறது. குடிசை அல்லது வீடுகளைக் கட்டும் முறை, வீதிகளை அமைக்கும் முறை, கோயில் அல்லது குலதெய்வங்களுக்கான அமைவிடங்களை உருவாக்கும் முறை, குளம் அல்லது ஏரிகளை வெட்டும் முறை போன்ற பல்வேறு நடைமுறைகளை, உறைவிடங்களை அமைப்பதில் ஒரு தலைமுறையிடமிருந்து இன்னொரு தலைமுறை கற்றுக்கொள்ளவும் கற்பிக்கவும் செய்கிறது.

இவ்வாறே இசை, நடனம் அல்லது நாட்டியம், சிற்பம், ஓவியம் போன்ற கலைகள், இலக்கியம், பண்பாடு, மருத்துவம், வானவியல் அல்லது சோதிடம் உள்ளிட்ட இன்னபிற தளங்களிலும் இத்தகைய கற்றல் மற்றும் கற்பித்தல் தொடர்ந்து இயங்குகிறது. இவை யாவும் ஏதேனும் ஒரு வகையிலான அமைப்புகளின் வழியாகவே நிகழ்கின்றன.

இத்தகைய அமைப்புகள், சமூக நிறுவனங்களாகவோ, அரசு நிறுவனங்களாகவோ இருக்கலாம். குடும்பம், சாதி, மதம் போன்றவை சமூக நிறுவனங்களாகவும், பள்ளி, கல்லூரி, பல்கலைக்கழகம் போன்றவை அரசு நிறுவனங்களாகவும் இயங்குபவையாகும். சமூகம், அரசியல், வரலாறு, தத்துவம், பொருளியல், இலக்கியம், அறிவியல், கணிதம் போன்ற அனைத்தும் அத்தகைய சமூக நிறுவனங்கள் அல்லது அரசு நிறுவனங்கள் என்கிற அமைப்புகளின் வழியாகவே கற்பிக்கப்படுகின்றன.

கற்றல் மற்றும் கற்பித்தல் என்பதிலும் பாகுபாடுகளைக் கடைப்பிடிக்கும் நிலை மானுடத்தில் நிலவுகிறது. ஒருவன் எதைக் கற்கலாம் அல்லது கற்கக் கூடாது என்பதையும் ஆதிக்கவாதிகள் தீர்மானிக்கிற நிலை மானுடச் சமூகத்தில் நிலவுகிறது. குறிப்பாக, சாதி, மத நிறுனங்கள், அந்தந்த சாதி மதங்களைச் சார்ந்தவர்கள் மட்டுமே அந்தந்த சாதி, மதங்கள் தொடர்பான கல்வியைப் பெறலாம் என்கிற நிலையை உருவாக்கியுள்ளன. அதிலும் குறிப்பாக, ஒரு மதத்தைச் சார்ந்த பல்வேறு குலங்கள், அந்தந்த குலங்களுக்குரிய தொழில் மற்றும் மரபுகள் தொடர்பாக மட்டுமே கற்றுக்கொள்ளவும் கற்பிக்கவும் முடியும் என்கிற கட்டுப்பாடுகளை உருவாக்கியுள்ளதைக் காணலாம். ஒரு குலத்தைச் சார்ந்தவர் இன்னொரு குலத்தின் தொழிலையோ, வாழ்வியல் முறைகளையோ கற்றுக்கொள்ளக் கூடாது என்கிற நிலை இந்தியச் சமூகத்தில் நிலவுகிறது. மானுடத்தின் பிற சமூகங்களிலும் வேறு வடிவங்களில் இத்தகைய கட்டுப்பாடுகள் நிலவலாம்.

அதாவது, ஆதிக்கம் செலுத்துவோர் எவராயினும், அவர்கள் பிற உழைக்கும் மக்களை ஓரங்கட்டுவதிலும் ஒதுக்குவதிலும் பொது நீரோட்டத்திலிருந்து விலக்கி ஒடுக்குவதிலும் ஒரே கருத்தினைக் கொண்டிருப்பார்கள். அதன்படி, கற்பது மற்றும் கற்பிப்பது என்கிற நடைமுறைகளிலும் அத்தகைய ஆதிக்கவாதிகள் சனநாயகத்துக்குப் புறம்பான நிலைப்பாடுகளையே மேற்கொள்வார்கள். ஒன்றைக் கற்றுக்கொள்ளவும் அல்லது கற்பிக்கவும் ஒருவர் அனுமதிக்கப்படும்போது இன்னொருவர் மறுக்கப்படுவது சனநாயகத்திற்குப் புறம்பானதே ஆகும். சனநாயகத்தை மறுக்கும் அனைத்தும் சமத்துவத்தையும் மறுக்கும். சனநாயகத்தை வென்றெடுப்பதன் வழியே சமத்துவத்தை நிலைநாட்ட இயலும்.

அத்தகைய சனநாயகம் மற்றும் சமத்துவம் பற்றிய புரிதலையும் அவற்றினடிப்படையிலான செயற்பாடுகளையும் கொண்ட மக்கள் திரள், 'கற்றலும் கற்பித்தலும்' என்கிற வகையில்

அமைப்பாய்த் திரள்வோம்

அரசியல்படுத்தப்படுதல் தேவையாகும். ஓர் அமைப்பை வழிநடத்துவோர் மற்றும் அவ்வமைப்பைப் பின்பற்றுவோர், தமது அமைப்பின் கொள்கை-கோட்பாடுகளைக் கற்றுக் கொள்வதும் – பிறருக்குக் கற்பிப்பதும் அமைப்பாதல் நடவடிக்கையில் தேவையானதாக அமையும். அதாவது, 'கற்றல்– கற்பித்தல்' என்னும் செயற்பாடுகள், அரசியல்படுத்துதலின் நடவடிக்கைகளே ஆகும்.

அமைப்பாக்கப்பட வேண்டிய மக்கள் திரளோடு கலந்துரையாடுவதும் களப்பணிகளாற்றுவதும் போராடுவதும் கற்றலுக்கும் கற்பித்தலுக்கும் ஏதுவானதாக அமையும். அதாவது, களப்பணியாளர்கள் மக்களிடமிருந்தும், மக்கள் களப்பணியாளர்களிடமிருந்தும் கற்றுக்கொள்வதும் கற்பித்தலும் சமகாலத்தில் நிகழும். அத்துடன், இத்தகைய நடைமுறையானது, தொடர்ந்து நிகழுவதற்கு நிறுவனமயப்படுத்தப்பட்ட அமைப்புவழியாக முறைப்படுத்துதலும் தேவையாக அமையும். அமைப்பின் கொள்கை மற்றும் கோட்பாடுகளில் தெளிவும் திறமும் உள்ள வல்லுநர்களைக் கொண்டு, அமைப்பை வழிநடத்துவோர் மற்றும் களப்பணியாளர்களுக்குக் கற்பித்தலை முறைப்படுத்துதல் என்பது அரசியல்படுத்தும் நடவடிக்கையின் ஒரு பகுதியாகும். அத்தகைய கோட்பாட்டு வல்லுநர்களை அடையாளம் காண்பதும் அல்லது உருவாக்குவதும், அரசியல்படுத்தும் பணிகளை அவர்களிடத்தில் ஒப்படைப்பதும் அமைப்பாதல் நடவடிக்கையில் ஓர் அங்கமாகும்.

அமைப்பை வழிநடத்துதல், அமைப்பை வழிநடத்தும் பொறுப்பாளர்களை இயக்குதல், அத்தகைய-பொறுப்பாளர் களுக்குரிய தலைமைப் பண்புகளைப் பெருக்குதல், அவர்களி லிருந்து ஆளுமைமிக்கத் தலைவர்களைத் தெரிவு செய்தல், கொள்கை விளக்குநர் மற்றும் பரப்புநர்களை உருவாக்குதல் போன்ற பயிற்சிகளைத் தொடர்ந்து வழங்கும் நடவடிக்கைகள் யாவும் அரசியல்படுத்துதல் அல்லது அமைப்பாக்குதல் என்பதே ஆகும்.

கொள்கை மற்றும் கோட்பாடுகளுக்கேற்ப செயல் திட்டங்களை வகுப்பதும், செயல்திட்டங்களை நடைமுறைப் படுத்துவதற்குரிய உத்திகளை வரையறுப்பதும் அதற்கான களங்களைக் கட்டமைப்பதும், களப்பணியாளர்களை உருவாக்குவதும், கருத்தொருமித்த தோழமை சக்திகளை இணைத்துக் கொள்வதும், வெகுமக்களின் ஆதரவைத் திரட்டுவதும், அதற்குரிய பரப்புரைகளைச் செய்வதும் போன்ற

கடமைகளை ஆற்றுவதற்கு கருத்தும் களமும் கருவிகளும் எவ்வளவு இன்றியமையாத தேவைகளோ அந்த அளவுக்கு அவற்றைக் கையாளுவதற்குரிய ஆளுமைப் பண்புகள் நிறைந்த தலைவர்கள் அல்லது அமைப்பாளர்கள் மிகவும் இன்றியமையாத தேவைகளாக அமைவர். அதாவது, அமைப்பை வழிநடத்தும் ஆற்றல்வாய்ந்த பொறுப்பாளர்கள் இருந்தால் மட்டுமே, கருத்தும் களமும் கருவியும் செயலாக்கத்தைப் பெறும். கடமையாற்றும் ஆளுமை வாய்ந்தோர் இல்லையெனில், கருத்து–களம்–கருவி–செயல் ஆகிய நான்கும் ஒரே நேர்க்கோட்டில் இயங்காது திரிந்து, திசைமாறிப் போகும் நிலை உருவாகும்.

ஓர் அமைப்பை நிறுவனமயப்படுத்துவதில், செயலக வசதி, தொலைத்தொடர்பு வசதி, போக்குவரத்து வசதி, ஊடக வசதி மற்றும் பொருளாதார வசதி ஆகிய கட்டமைப்பு வசதிகள் மிகவும் தவிர்க்க முடியாத தேவைகளாகும். அதேவேளையில், அவற்றையெல்லாம் உருவாக்கவும், முறையாக இயக்கவும் ஆற்றல்வாய்ந்த, ஆளுமை நிறைந்த பொறுப்பாளர்கள் அல்லது தலைவர்களைப் பெறுவது அல்லது வளர்த்தெடுப்பது இன்றியமையாததாகும். அதாவது, ஆளுமைப் பண்புகளைக் கொண்ட தலைவர்களை உருவாக்குவதும் 'அமைப்பாக்குதல்' அல்லது 'அமைப்பினை நிறுவனமயப்படுத்துதல்' என்னும் நடவடிக்கையே ஆகும். தலைவர்களை உருவாக்கும் இத்தகைய நடவடிக்கையில், 'கற்றலும் கற்பித்தலும்' என்கிற நடைமுறை கையாளப்படும். இது பயிற்றுவித்தல், பரப்புதல் போன்ற நடவடிக்கைகளின் வழி நிறைவேற்றப்படும். அமைப்பு என்னும் கட்டமைப்புக்குள்ளேயே, பயிற்றுவித்தலுக்கும் பரப்புவதற்குமுரிய கல்வி நிறுவனத்தைக் கட்டமைப்பதன் மூலம் பயிற்றுவித்தலையும் பரப்புதலையும் செய்ய முடியும்.

குடும்பம், சாதி, மொழி, இனம் மற்றும் மதம் போன்ற பல்வேறு சமூக நிறுவனங்களின் வழி தன்னியல்பாகவோ அல்லது திட்டமிட்ட நடைமுறைகளின் மூலமாகவோ 'கற்றலும் கற்பித்தலும்' நடைபெறும். அதேவேளையில், வரையறுக்கப்பட்ட கல்வித்திட்டங்களை, திட்டமிட்டுக் கட்டமைக்கப்பட்ட பயிற்சி நிறுவனங்களின் மூலமாகவும் இத்தகைய 'கற்றலும் கற்பித்தலும்' தொடர்ந்து நிகழ்தல் வேண்டும். அமைப்பியல், கருத்தியல், செயற்பாட்டியல் மற்றும் ஆளுமையியல் உள்ளிட்ட இன்னபிற இயங்கியல் தொடர்பான அனைத்தையும் பயிற்றுவிப்பதற்குரிய கட்டமைப்பு வசதிகளைக் கொண்ட பயிற்சி நிறுவனங்களையும் அவற்றைத் திறம்பட இயக்கிடும் ஆற்றல்வாய்ந்த வல்லுநர்களையும் உருவாக்குதல்

மூலமே, கற்றலையும் கற்பித்தலையும் தொய்வின்றி அடுத்தடுத்த தலைமுறைகளுக்கு முன்னெடுத்துச் செல்ல முடியும். அத்துடன், அமைப்பாக்கப்பட வேண்டிய மக்கள் திரளை அரசியல்படுத்துவதற்கும் அல்லது அவர்தம் ஆதரவையும் பங்களிப்பையும் மென்மேலும் பெருக்குவதற்கும் தோழமை சக்திகளை வென்றெடுப்பதற்கும் ஏற்ற வகையில், அமைப்பின் நிலைப்பாடுகள், செயற்பாடுகள் உள்ளிட்ட யாவற்றையும் பரப்புவதற்குரிய ஊடக நிறுவனங்களைக் கட்டமைப்பதும் அவற்றை வெற்றிகரமாக இயக்கிடும் திறன்வாய்ந்த சிந்தனை யாளர்களை, படைப்பாளர்களை, தொழில்நுட்ப வல்லுநர்களை, இதழியலாளர்களை, கலைஞர்களை, இவை போன்ற இன்னபிற ஆற்றலாளர்களைத் தெரிவுசெய்வதும் அல்லது உருவாக்குவதும் கற்றலுக்கும் கற்பித்தலுக்குமான மிக இன்றியமையாத தேவைகளாக அமையும்.

அமைப்பின் முன்னோடிகளைச் சோர்வின்றி இயக்குவதற்கும் களப்பணியாளர்களை அச்சமின்றிச் செயற்படவைப்பதற்கும் அவ்வப்போது எழும் அல்லது எழுப்பப்படும் அய்யங்களை அல்லது குழப்பங்களைத் தெளிவுபடுத்தி, தேக்கநிலை உடைத்து, அமைப்பை முன்னோக்கி வழிநடத்துவதற்குத் தொடர்ச்சியான பரப்புதல் பணிகள் தேவையாகும். பேச்சு, எழுத்து, பாடல், இசை, கூத்து, திரைக்கலை, கவிதை, ஓவியம், சிற்பம் உள்ளிட்ட பல்வேறு வடிவங்களில் பரப்புதல் பணிகளை மேற்கொள்வதற்கேற்ற வகையில், அச்சு ஊடகங்கள், ஒலி அலை ஊடகங்கள், காட்சி ஊடகங்கள் மற்றும் கணினி உள்ளிட்ட அனைத்துவகை மின்னணு ஊடகங்கள் யாவற்றையும் கையாள வேண்டியது ஓர் அமைப்பின் தவிர்க்க முடியாத தேவையாகும். அதாவது, அனைத்துக் கட்டமைப்பு வசதிகளுடன்கூடிய பல்வேறு ஊடக நிறுவனங்களின் வழி, கற்றலையும் கற்பித்தலையும் நடைமுறைப்படுத்துதல் வேண்டும்.

வெகுமக்களை ஈர்க்கும் வீரியமிக்க பேச்சாளர்கள், கருத்தைக் கவரும் கவிதைகள் படைக்கும் பாவலர்கள், எளியோரையும் வீறுகொண்டு எழுச்சிபெற வைக்கும் எழுத்தாளர்கள், அடித்தட்டு மக்களையும் அணிதிரட்டும் ஆளுமை கொண்ட ஆடல்–பாடல் கலைஞர்கள், காட்சி ஊடகங்களின்வழி கருத்தைப் பரப்பும் படைப்பாக்கத் திறனாளர்கள், வலைதளங்களின் ஊடாக உழைக்கும் வர்க்கத்தை ஓரணியில் வளைத்திடும் வல்லுநர்கள் மற்றும் இவை போன்ற சிறப்புத் திறன்களைப் பெற்ற செயல்வீரர்களைத் தேடிப் பெறுவதும், அல்லது

திட்டமிட்டுப் பயிற்றுவித்து வளர்த்தெடுப்பதும், அமைப்பின் கற்றலுக்கும் கற்பித்தலுக்குமான கடமைகளாகும். இவை அடுத்தடுத்த தலைமுறைகளுக்கும் தொடரும் வகையில் நிறுவனமயப்படுத்துதல் வேண்டும்.

இத்தகைய செயற்பாடுகளின் ஊடாக, அமைப்பை வழிநடத்துவதற்கும் வலுப்படுத்துவதற்கும் உரிய வல்லமை வாய்ந்த முன்னோடிகளை அல்லது தலைவர்களை வளர்த்தெடுப்பது `அமைப்பாதல்' நடவடிக்கையின் மிக இன்றியமையாத தேவையாகும். மக்களைச் சந்திப்பதும், மக்களை நேசிப்பதும், மக்களோடு இயைந்து மக்களுக்காகப் பாடாற்றி மக்களைத் திரட்டுவதும் போன்ற களப்பணிகளின் மூலமாக, போராட்டங்களின் ஊடாக, மக்களிடமிருந்து கற்றுக்கொள்வதும், கற்றதை மக்களுக்குரிய தேவையின் அடிப்படையில் கற்பிப்பதும், ஆளுமைத் திறம் வாய்ந்த தலைவர்களை வார்த்தெடுக்கும். மக்களிடமிருந்து கற்றுக்கொள்வதுடன், கட்டமைக்கப்படும் பயிற்சி நிறுவனங்கள், ஊடக நிறுவனங்கள் போன்றவற்றின் மூலமாகவும் அமைப்பை வழிநடத்துவோர் அனைவரும் `கற்பதும் கற்பிப்பதும்' ஒரு தொடர்ச்சியான இயக்கமாகவே நடந்தேற வேண்டும்.

கற்றலும் கற்பித்தலும் கடமையாதல் வேண்டும்! – அந்தக் கடமையில் தலைவர்கள் உருவாதல் வேண்டும்!

பிப்ரவரி, 2012

20

மனிதவளமும் அமைப்பாதலும்

தொடர்ந்து இயங்குவதில்தான் ஓர் அமைப்பின் நோக்கம் வெற்றிகரமாக அமையும். அவ்வாறு தொடர்ந்து இயங்குவதற்கு உரிய மற்றும் போதிய கட்டமைப்பு வசதிகள் தேவை. அதாவது, 'கருத்து–கருவி–களம்–செயல்' என்கிற கட்டமைப்பு வசதிகளின் இயக்கப் போக்கில்தான் ஓர் அமைப்பின் இலக்கை எட்ட முடியும்.

கட்டமைப்பு வசதிகளின் தொடர்ச்சியான இயக்கம் மற்றும் ஒருங்கிணைந்த இயக்கம் வெற்றிகரமாக அமைவதற்குப் போதிய மூலாதார ஆற்றல் தேவை. அத்தகைய மூலாதார ஆற்றலாக அமைவது மனித ஆற்றலே ஆகும். மனித ஆற்றல் அல்லது மனித வளம் என்பது ஆற்றல்களைப் பயன்படுத்தும் பேராற்றலாகும். மானுடத்தின் வெற்றிக்கும் தோல்விக்கும், புகழுக்கும் இகழுக்கும் மனிதவளம் என்னும் இந்த மகத்தான ஆற்றலே அடிப்படையாகும். அதாவது, மானுடத்தின் தேவைகளுக்கேற்ப ஆற்றல்களைப் பயன்படுத்தும் ஒரே ஆற்றல் மனிதவளம் என்கிற மனித ஆற்றலே ஆகும். மனித ஆற்றலும் இயற்கை ஆற்றல்தான்.

இயற்கை ஆற்றல்கள் அனைத்தும் இயக்க ஆற்றல்களே ஆகும். தானே இயங்கும் அல்லது பிறவற்றை இயக்கும் ஆற்றல்களாக விளங்கும் இயக்க ஆற்றல்களாகவே அனைத்து ஆற்றல்களும் அமைந்துள்ளன. இயக்க ஆற்றல் என்பது, ஆக்கும் இயக்கமாகவும் அழிக்கும் இயக்கமாகவும் மாறிமாறி நிகழ்ந்துகொண்டே இருக்கும். தம்முடைய

தேவைகளுக்கு ஏற்ப ஒன்றை ஆக்கவும் அல்லது அழிக்கவும் மனிதன் தம்முடைய ஆற்றலையும் பிற ஆற்றல்களையும் பயன்படுத்துகிறான்.

ஆற்றல்கள் எப்போதும் அழிவதில்லை என்பது இயங்கியல் விதி. ஓர் ஆற்றல் இன்னோர் ஆற்றலாக மாறும். அது முற்றிலும் இல்லாது ஒழியாது. ஆற்றலின் வடிவம் மாறலாம். நிறை, எடை, பண்பு போன்றவை மாறலாம். அதாவது, ஆற்றலானது வடிவம் பெற்றதாகவோ அல்லது வடிவமில்லாததாகவோ இருக்கலாம். எப்படியாயினும், ஆற்றலானது, ஆக்கத்திற்கும் அல்லது அழிவிற்கும் உரியதாகவே விளங்கும். ஒரு சில ஆற்றல்களுக்கு உருவமும் வடிவமும் அமையப் பெறலாம். ஒரு சிலவற்றுக்கு உருவமோ வடிவமோ இல்லாமலிருக்கலாம். ஆனால், ஆற்றல் ஆற்றலாகவே இயங்கும். அது அமைந்துள்ள சூழல், உருவம், வடிவம், நிறை, எடை போன்ற பண்புக்கூறுகளின் அடிப்படையில், அவ்வாற்றலின் இயக்கம் அமையும்.

ஒன்றின் இயக்கம், அதன் வேக அளவைப் பொறுத்து அமையும். வேகம்தான் ஒன்று இயங்குகிறதா அல்லது இயங்கா நிலையில் உள்ளதா என்பதைப் புலப்படுத்துகிறது. இயங்காமல் உலகில் எதுவுமில்லை. யாவும் இயங்கிக்கொண்டேயிருக்கின்றன. அசைவது, புரள்வது, உருளுவது, ஓடுவது, பாய்வது போன்ற நடைமுறைகள் மட்டுமே இயங்குவதாக உணரப்படுகிறது. அசையாமலிருக்கும் ஒன்று இயங்காமலிருப்பதாகக் கருதப்படுகிறது.

அசையும் மற்றும் அசையாத ஒவ்வொன்றும் ஓர் ஆற்றலை இன்னோர் ஆற்றலாக மாற்றும் செயல்களில் பங்களிப்புச் செய்தவாறே உள்ளன. ஒன்று அசையாமல் இருப்பதன் மூலமே இன்னொன்று அசைய முடிகிறது. அதாவது, ஒன்று அசைந்து இயங்குவதற்கு இன்னொன்று அசையாமல் இயங்குகிறது. அசைவதும் அசையாததும் நேரெதிர் விசைகளைக் கொண்டு இயங்குகின்றன. மேல்நோக்கிய விசையுடன் ஒன்று அசைகிறபோது, கீழ்நோக்கிய விசையுடன் ஒன்று அசையாமல் இயங்குகிறது. அசையாமை என்பது இயங்காமை என்றாகாது.

உலகில் அனைத்தும் இயங்கிக்கொண்டேதான் இருக்கின்றன. சில அசைந்து இயங்கும். சில அசையாமல் இயங்கும். சில உருவமும் வடிவமும் கொண்டு இயங்கும். சில உருவமில்லாமலும் வடிவமில்லாமலும் இயங்கும். இயங்காமலிருப்பது என்று ஒன்றுமில்லை. அசையாமல் இருப்பது இயங்காமல் இருப்பது போன்ற தோற்றத்தை அளிக்கலாம். ஆனால், அசையாமலிருப்பது என்று ஒன்றுமில்லை, உலகில் யாவும்

அசைந்துகொண்டே இருக்கின்றன, அசையாமலிருப்பதைப் போன்ற ஒவ்வொன்றும் அசைந்துகொண்டேயிருக்கின்றன என்பது இயங்கியல் உண்மையாகும்.

பூமி அசையாமலிருப்பதைப் போன்று தோற்றமளித்தாலும் பூமி அசைந்துகொண்டிருப்பது இரவு–பகல் மாற்றங்களால் உறுதிசெய்யப்பட்டுள்ளது. மலைகள், மரங்கள் போன்றவை அசையாமல் இருப்பதைப் போன்று தோற்றமளிக்கின்றன. பூமியே அசைகிறது அல்லது சுழல்கிறது, சுற்றுகிறது என்கிறபோது, பூமியிலுள்ள மலைகளும் அசையத்தானே செய்யும். அதாவது, அசைவது, அசையாமலிருப்பது ஆகிய அனைத்துமே உலகில் எப்போதும் இயங்கிக்கொண்டேயிருக்கின்றன. ஆனால், இயக்கம் என்பது, வேகம் மற்றும் காலம் ஆகியவற்றின் அளவைப் பொறுத்து தீர்மானிக்கப்படுகிறது. காலத்தின் அளவிலிருந்து வேகத்தின் அளவு வரையறுக்கப்படுகிறது. ஓர் ஆற்றலின் வேகம், இன்னோர் ஆற்றலின் வேகத்தைவிடக் கூடுதலாகவோ அல்லது குறைவாகவோ இருக்கும். இந்த வேக அளவு மாறுபாடு ஒரு குறித்த கால அளவின் மதிப்பீட்டிலிருந்து கணக்கிடப்படுகிறது. குறைந்த கால அளவில் அதிக வேக அளவு இருக்கும்போது அசைவதும் இயங்குவதும் மனிதனின் புரிதலுக்குட்படுகிறது. மனிதனின் வாழ்நாளை விட மிகமிக அதிகமான காலஅளவும், மிகமிகக் குறைந்த வேகஅளவும் கொண்ட ஒன்றின் அசைவையும் இயங்குதலையும் மனிதனால் உணர முடியாத நிலை ஏற்படலாம். அதாவது, அசையாமலிருப்பதைப் போன்று தோற்றமளிக்கும் அனைத்தும், அசைந்தும் இயங்கியும் வருகின்றன என்பது அறிவியல் உண்மையாகும்.

ஒவ்வொன்றுக்கும் அல்லது ஒவ்வோர் ஆற்றலுக்கும் அதனதன் இயங்கும் வேக அளவும் கால அளவும் மாறுபடுகின்றன. இத்தகைய மாறுபாடுகளையும் வேறுபாடுகளையும் கண்டறிந்து, கணக்கிட்டு மதிப்பிட்டு ஒவ்வோர் ஆற்றலையும் தமக்கேற்ற வகையில் பயன்படுத்தும் ஆற்றலைக் கொண்டவன்தான் மனிதன். கால அளவுகளையும் வேக அளவுகளையும் கூட்டியோ குறைத்தோ, ஓர் ஆற்றலை இன்னோர் ஆற்றலுடன் இணைத்தோ பிரித்தோ பயன்படுத்தும் மகத்தான பேராற்றல்தான் மனிதனின் ஆற்றல் எனப்படும் மனிதவளம் ஆகும்.

இத்தகைய மனிதவளம், ஓர் அமைப்பு தொடர்ந்து இயங்குவதற்கும் வெற்றிகரமாக இயங்குவதற்கும் மிகமிக இன்றியமையாதத் தேவையாகும். மனிதவளம் என்பது, ஓர் அமைப்பின் கட்டமைப்பு வசதிகளுள் முதன்மையானதாகும்.

ஓர் அமைப்பு அல்லது, நிறுவனம் அல்லது அரசு போன்ற எதுவாயினும் அவற்றைத் 'தொடர்ச்சியாகவும் வெற்றிகரமாகவும்' இயக்குவதற்கு மனிதவளமே அடிப்படையான – முதன்மையான ஆற்றலாகும்.

மனிதவளமில்லாத நாடு அல்லது அரசு உரிய பாதுகாப்பையும் வளர்ச்சியையும் பெற இயலாத நிலை உருவாகும். அதுபோலவே, ஓர் அமைப்புக்குப் போதிய மனிதவளமில்லையேல் அவ்வமைப்பு வலிமை பெற இயலாது. அடுத்தடுத்த தலைமுறைகளுக்கும் உரிய வழிகாட்டுதல் செய்ய இயலாது. மக்களை அமைப்பாக்கும் களப்பணியில் வெற்றிபெற இயலாது. ஓர் அமைப்புக்கான மனிதவளத்தை உருவாக்குவது அமைப்பாதல் நடவடிக்கையின் மிக இன்றியமையாத கடமை யாகும்.

அறிவாற்றலையும் உழைப்பாற்றலையும் கொண்டதுதான் மனித ஆறறல் என்னும் மனிதவளம் என்பதாகும். அந்தந்தத் துறைக்கேற்ற அறிவாற்றலையும் உழைப்பாற்றலையும் வளர்த்தெடுப்பதும் வலுப்படுத்துவதும் அந்தந்தத் துறைக்கான மனிதவளத்தை மேம்படுத்துவதாக அமையும்.

ஒரு தேசத்தின் வளர்ச்சிக்கு அல்லது பாதுகாப்புக்கு ஏற்ற வகையில், ஒவ்வொரு துறையிலும் அதனதன் தேவைக்கேற்ற மனிதவளத்தைப் பெருக்க வேண்டியது தேவையாகும். சான்றாக, கல்வித்துறை எனில், தேசத்தின் நலன்களுக்கேற்ற கல்வித் திட்டத்தை வரையறுப்பதும், அத்திட்டத்தை நடைமுறைப்படுத்துவதற்கான கல்லூரிகள், பள்ளிகள் போன்ற கட்டமைப்பு வசதிகளை உருவாக்குவதும், அக்கல்வித் திட்டத்தைத் தொடர்ச்சியாகவும் வெற்றிகரமாகவும் செயற்படுத்திட கல்வியாளர்கள், ஆசிரியர்கள், பேராசிரியர்கள் போன்ற திறனாளர்களை வளர்த்தெடுப்பதும் இன்னும் இவை போன்ற ஆற்றலாளர்களை அடுத்தடுத்த தலைமுறைகளில் உருவாக்குவதும்தாம் கல்வித்துறைக்கான மனிதவளத்தை மேம்படுத்தும் பணிகளாகும்.

இவ்வாறு, ஓர் அமைப்பு வலிமை பெறுவதற்கு, தொடர்ச்சியாக – வெற்றிகரமாக இயங்குவதற்கு அவ்வமைப்புக் கான மனிதவளத்தைத் தேடுவதும் பெருக்குவதும் தவிர்க்க முடியாத தேவையாக அமையும். அமைப்புக்கான கொள்கை – கோட்பாடுகளை வரையறுப்பதும் அவற்றை வெற்றிகரமாக நடைமுறைப்படுத்துவதற்குரிய செயல்திட்டங்களை வகுப்பதும் போன்ற கடமைகளைச் செய்யும் அறிவாற்றலும்

உழைப்பாற்றலும் கொண்ட மனிதவளத்தை உருவாக்குதல் தேவையாகும்.

கொள்கை நெறியாளர்கள், முன்னணிச் செயல்வீரர்கள், மக்கள் தொடர்பாளர்கள், அமைப்பாக்கப்பட வேண்டிய மக்களிடம் பணியாற்றும் களப்பணியாளர்கள் போன்ற திறனாளர்கள்தாம் ஓர் அமைப்பின் மிக இன்றியமையாத மனிதவளமாக அமைவார்கள். இத்தகு திறன்மிகுந்தோரை அடையாளம் கண்டு தெரிவு செய்தல், தலைமைப் பண்புகளை வளர்த்துக்கொள்ளும் விருப்புள்ளவர்களைக் கண்டு அவர்களை வளர்த்தெடுத்தல், இவை போன்ற இன்னும் பிற கடமைகளை ஆற்றிட, ஓர் அமைப்பில் கணிசமான அளவில் முழு நேரப் பணியாளர்கள் மற்றும் பகுதிநேரப் பணியாளர்கள் என்பது கட்டாயத் தேவையாகும்.

பொதுவாழ்வில் ஈடுபடுவோர், தாம் சார்ந்த அமைப்புக் காகப் பணியாற்றிட ஆவல் கொண்டிருந்தாலும் தமது குடும்பம், குடும்பம் சார்ந்த உறவுகள் முதலான தொடர்புகளினால் முழுமையாக, பணியாற்றிட இயலாத நிலை உருவாகும். குடும்பத்தின் அன்றாடத் தேவைகளுக்காகவும், எதிர்காலத் தேவைகளுக்காகவும் குழந்தைகளின் கல்வி மற்றும் பிற தேவைகளுக்காகவும் உறவுசார்ந்த கடமைகளுக்காகவும் தமது நேரத்தையும் உழைப்பையும் செலவிட வேண்டியது தவிர்க்க இயலாததாகும்.

இத்தகைய நெருக்கடிகள் ஒவ்வொருவருக்கும் உண்டு. இவற்றைச் சமாளிப்பதற்குப் போதிய அளவில் பொருளீட்ட வேண்டும் என்பதால், நேரத்தை ஒதுக்க வேண்டுமென்பதால், ஆவல் உள்ளவர்களால்கூட, அமைப்புக்காக முழுநேரத்தையும், முழு ஆற்றலையும் பயன்படுத்த இயலாத நிலை ஏற்படுவது இயல்பாகும்.

இந்நிலையில், ஒவ்வொருவரும் குடும்பம், உறவுகள் என்று தமது நேரம் மற்றும் உழைப்பைச் செலவிட்டால், பொதுமக்கள், பொது நலம் என்கிற விரிந்த தளத்தில் பணியாற்றுவது யார் என்ற வினா எழுகிறது. குடும்பம் மற்றும் உறவு வளையங்களைத் தாண்டி பயன் கருதாமல் பணியாற்றுவது, தமது நேரம், அறிவு மற்றும் உழைப்பு ஆகியவற்றைப் பொதுநலத்திற்கென பங்களிப்புச் செய்வது எளிதான நடைமுறையாகாது.

குடும்பத்தைப் பேணுவது, உறவின் பிணைப்புகளைக் காப்பது போன்ற கடமைகள் பிறவிக் கடன்களாக ஒவ்வொருவருக்கும் அமைவதாகும். அத்தகு கடமைகளைத் தவறுவதோ அல்லது

உதறுவதோ பொதுநலம் பேணுவதற்கான தேவைகள் என்று ஞாயப்படுத்திட இயலாது. இல்லறம் தவிர்த்து அல்லது துறந்து, உறவுகள் அறுத்து முழு நேரத்தையும் முழு ஆற்றலையும் தாம் சார்ந்த அமைப்புக்காக அல்லது பொதுநலத்துக்காக ஒப்படைத்திட வேண்டும் என்றில்லை. மதம் போன்ற ஒரு சில நிறுவனங்களில் அவ்வாறு இல்லறமேற்காமல் துறவுநிலை மேற்கொண்டு தமது வாழ்வையும் உழைப்பையும் தமது நிறுவனத்திற்காக, நிறுவனம் சார்ந்த மக்களுக்காக முழுமையாக ஒப்படைவு செய்யும் நிலை உள்ளது. இது ஒரு வகையில் அளப்பரிய ஈகமே ஆகும். இத்தகைய பங்களிப்புச் செய்யும் மனோநிலை அல்லது பக்குவம் என்பது மனிதவளத்தின் ஒரு பண்புநிலையே ஆகும். அத்தகைய ஈக மனோநிலையோடு, தாம் சார்ந்த அமைப்பின் அல்லது மதத்தின் கொள்கை கோட்பாடுகளையும், நோக்கம்–குறிக்கோள்களையும் அறிந்து, தெளிந்து, மக்களுக்காகத் தமது ஆற்றலைச் செலவிடும் திறனைப் பெருக்கிக்கொள்ளும் பண்புதாம் மனிதவளமாகும். அதாவது, மதம் சார்ந்த அறிவாற்றலையும் உழைப்பாற்றலையும் வளர்த்துக்கொள்வதுதான் அம்மதத்திற்குரிய மனிதவளமாக அமையும்.

ஒரு விடுதலை இயக்கத்தில் தன்னை ஈடுபடுத்திக்கொள்ளும் போது, அவ்வியக்கத்தின் கொள்கை–கோட்பாடுகளில் தெளிவு பெற்று, கருவிகளைக் கையாளுவதற்கான பயிற்சிகளைப் பெற்று, உயிரையும் கொடையளிப்பதற்குத் துணிவது, அதற்காக இல்லறம் துறந்து, குடும்ப உறவுகள் தவிர்த்து முழுமையாகத் தன்னை ஒப்படைத்துக்கொள்ளும் ஒவ்வொரு தனிமனிதனின் ஆற்றல்கள்தாம் அவ்வியக்கத்திற்கான மனிதவளமாகும். அதாவது அத்தகையோரின் போர்க் குணமும் ஈகமும் அவ்வியக்கத்திற்குரிய மனிதவளமாக அமைகிறது. இல்லறம் தவிர்ப்பதும் உயிர்க்கொடையளிப்பதும் மட்டும்தான் ஈகம் என்றாகாது. தம்முடைய நேரத்தையும் அறிவு மற்றும் உழைப்பையும் பிறருக்காகச் செலவிடுவதும் ஒரு வகையில் ஈகமேயாகும். அமைப்புக்காக அல்லது மக்களுக்காக தமது உறக்கத்தை இழப்பதும் அத்தகு ஈகமாகவே அமையும். இல்லறத்தைத் துறக்காமலும் குடும்ப உறவுகளை அறுக்காமலும் முழுநேரக் களப்பணியாளர்களாக உழைத்திட இயலும். தமது குடும்பத்தையும் உற்றார் உறவினர்களையும் அரசியல்படுத்தி அமைப்பாக்குவதன் மூலம் அத்தகைய துறவுநிலை தேவைப்படாது.

குடும்பத்தின் ஒத்துழைப்பு, உறவினர்களின் ஆதரவு ஆகியவற்றுடன், பகுதிநேரமாக மட்டுமின்றி முழுநேரமும்

அமைப்பாய்த் திரள்வோம்

உழைத்திட இயலும். குடும்பம் மற்றும் உறவுகளின் ஒத்துழைப்பு அல்லது பங்களிப்பு என்பதுவும் அவ்வமைப்பின் மனிதவளமேயாகும். குடும்பம் குடும்பமாய் அமைப்பாதல் மூலம் ஓர் அமைப்பின் உறுப்பினர் எண்ணிக்கையைப் பெருக்குவது அவ்வமைப்புக்கான மனிதவளத்தைப் பெருக்குவதாக அமையும். உறுப்பினர்களின் 'எண்ணிக்கை வலிமை' அமைப்புக்கான மனிதவளத்தின் மிக இன்றியமையாத தேவையாகும். அதேவேளையில், 'எண்ணிக்கை வலிமை' மட்டுமே அமைப்புக்குரிய முழுமையான மனிதவளமாகிவிடாது. அவர்களிலிருந்து வளர்த்தெடுக்கப்படும் களப்பணியாளர்கள், குறிப்பாக முழுநேரக் களப்பணியாளர்கள், தலைமைப் பண்புள்ள முன்னணிச் செயல்வீரர்கள், இன்னும் இவை போன்ற திறனாளர்கள் தாம் ஓர் அமைப்பின் வலிமை வாய்ந்த மனிதவளமாகும்.

அமைப்புக்கான கொள்கை-கோட்பாடுகளை வரையறை செய்தல், அமைப்புக்கான சட்டம் மற்றும் செயல் திட்டங்களை வகுத்தல், நிர்வாக நடைமுறைகளைக் கையாளுதல், கட்டமைப்பு வசதிகளைப் பெருக்குதல், கொள்கை மற்றும் கோட்பாடுகளைப் பரப்புதல், ஆளுமைப் பண்புகளைக் கொண்ட ஆற்றலாளர்களை உருவாக்குதல் போன்றவை யாவும் களப்பணியாளர்கள் ஆற்ற வேண்டிய கடமைகளாகும்.

இத்தகு களப்பணியாளர்கள்தாம் ஓர் அமைப்பின் மிகச் சிறந்த மகத்தான மனிதவளமாகும். களப்பணி ஆற்றுவதற்குரிய அறிவாற்றலும், உழைப்பாற்றலும் எவ்வளவு இன்றியமையாததோ அதைவிட இன்றியமையாதது களப்பணியாளர்களின் தீவிர ஈடுபாடு என்பதாகும். அமைப்பின்மீதான பற்று, அமைப்புசார்ந்த மக்களின்மீதான நேசம், அமைப்பின் கொள்கை-கோட்பாடு தொடர்பான புரிதல், அமைப்பின் செயல்திட்டங்களுக்கேற்ற பயன்கருதா உழைப்பு ஆகியவை ஒரு களப்பணியாளரின் தீவிர ஈடுபாட்டை அல்லது பங்களிப்பைக் குறிக்கும். இத்தகைய தீவிர ஈடுபாடு அல்லது அர்ப்பணிப்பு குணம், ஓர் அமைப்புக்குரிய வலுவான மனிதவளமாகும்.

அறிவு மற்றும் உழைப்பு ஆகியவற்றைவிட, அவை முழுமையாக ஓர் அமைப்புக்குப் பயன்படுவதற்கேற்ற அர்ப்பணிப்பு குணம்தான் மனிதவளத்தின் பேராற்றலாகும். அத்தகைய பண்புள்ளவர்கள் முழுநேரப் பங்களிப்பாளர்களாகச் செயல்பட முன்வருவார்கள். முழு நேரமும் உழைக்கவும் தமது முழு ஆற்றலையும் அமைப்புக்கெனப் பயன்படுத்தவும் உறுதியேற்றுப் பணியாற்றுவோர் ஒரு தலைமுறையில்

மட்டுமின்றி அடுத்தடுத்துவரும் புதிய தலைமுறைகளிலிருந்தும் உருவாக்கப்படுதல் வேண்டும். தேடப்படும் திறனாளர்கள் மற்றும் திட்டமிட்டு உருவாக்கப்படும் திறனாளர்கள் அல்லது தலைவர்கள் ஒரு தலைமுறையோடு முடிந்துபோனால், அவர்களால் வழிநடத்தப்பட்ட அமைப்பு அதற்குமேல் தொடர்ந்து இயங்கிட இயலாத வகையில் நீர்த்துப் போகும். அவ்வாறின்றி அவ்வமைப்புத் தொடர்ந்து இயங்குவதற்குப் பக்குவம் நிறைந்த, நுட்பம் மிகுந்த திறனாளர்கள் மற்றும் தலைவர்கள் அடுத்தடுத்த தலைமுறைகளுக்கும் தேவைப்படுவார்கள். இவர்கள் அமைப்பின் மூலாதார ஆற்றலாக விளங்குவர்.

ஓர் ஆற்றலை இன்னோர் ஆற்றலாக மாற்றும் திறம் கொண்ட 'மூலாதார ஆற்றல்களை' உருவாக்குவதும் அல்லது தக்கவைப்பதும் 'முழு நேர அர்ப்பணிப்பு' நடைமுறைகளால் மட்டுமே நிறைவேற்ற இயலும். இவ்வாறு முழு நேரமும் அர்ப்பணிப்புச் செய்யும் ஆற்றலாளர்களும் 'மூலாதார ஆற்றல்களே' ஆவர். மூலாதார ஆற்றல்களால் தான், அதே பண்புகளைக் கொண்ட புதிய மூலாதார ஆற்றல்களை உருவாக்கிட இயலும். இவ்வாறான மூலாதார ஆற்றல்களாக விளங்கும் ஆளுமை வாய்ந்தோர்தான் ஓர் அமைப்பின் மகத்தான மனிதவளமாக அமைவர்.

கட்டமைக்கப்பட வேண்டிய ஓர் அமைப்புக்குரிய மனித வளங்களைத் தேடுவதும், தேவைக்கேற்ப உருவாக்குவதும் அமைப்பாதல் நடவடிக்கையின் மகத்தான பங்களிப்பாகும். புதிய மாற்றங்களை அல்லது புரட்சிகர மாற்றங்களை உருவாக்கும் நோக்கத்தை அடிப்படையாகக் கொண்ட ஓர் அமைப்பு, அம்மாற்றங்களைக் குறைந்த கால அளவில், விரைந்த வேக நிலையில் நிறைவேற்றுவதற்குரிய திறனாளர்களைப் பெற்றிருக்க வேண்டும். ஒரு மாற்றத்திற்கான காலஅளவையும் வேக அளவையும், அம்மாற்றத்தை நிகழ்த்த விரும்பும் அமைப்புக்குரிய மனிதவளத்தின் அளவு தீர்மானிக்கும்.

அதாவது, மனிதவளத்தின் அளவு அல்லது வலிமை, ஒரு செயலின் கால அளவை நீட்டிக்கவோ அல்லது குறைக்கவோ செய்யும். வேக அளவை விரைவுபடுத்தவோ அல்லது மந்தப்படுத்தவோ செய்யும். காலம், வேகம் என்னும் இயக்க ஆற்றல்களை எவ்வாறு பயன்படுத்துவது என்பது மனிதஆற்றல் என்கிற மனித வளத்தைப் பொறுத்து அமையும். அளவிலும் பண்பிலும் நிறைந்த மனிதவளம், ஆற்ற வேண்டிய ஒரு செயலைக் குறைந்த கால அளவிலும் விரைந்த வேக அளவிலும் நிறைவேற்றும் ஆற்றலைப் பெற்றிருக்கும்.

அமைப்பாதல் நிகழும் தொடக்க நிலையிலும் போதிய மனிதவளம் அடிப்படைத் தேவையாக அமையும். குறிப்பாக, பயன்கருதாத, ஊதியம் விரும்பாத முழு நேரக் களப் பணியாளர்கள்தாம், அமைப்பாதலின் தொடக்க நிலையில் இன்றியமையாத மனிதவளமாகும். அறிவு, உழைப்பு மட்டுமின்றி தமது ஊன், உறக்கம், நேரம், உறவு, நட்பு போன்ற அனைத்தையும் பயன்கருதாமல் அமைப்புக்காக அல்லது மக்களுக்காக ஒப்படைப்பது என்கிற 'அர்ப்பணிப்பு மனோ நிலை'யைக் கொண்ட முழுநேரக் களப்பணியாளர்களைத் தேடுவது அல்லது வளர்த்தெடுப்பதுதான் அவ்வமைப்புக்கான மனிதவளத்தை உருவாக்கும் மகத்தான செயலாகும். போதிய மனிதவளமே விரும்பிய மாற்றத்தைப் படைக்கும்.

பயன் கருதி அல்லது ஊதியம் கருதி தமது அறிவு மற்றும் உழைப்பைச் செலவிடும் மனிதவளமும் அமைப்பாதலில் தவிர்க்க முடியாத தேவையாக அமையும். பயன்கருதா முழுநேரப் பங்களிப்பாளர்களால் மட்டுமே ஓர் அமைப்பு தொடர்ச்சியாகவும் வெற்றிகரமாகவும் இயங்கிட இயலாது. அன்றாட அடிப்படைத் தேவைகளை நிறைவு செய்வது என்கிற கடமையை ஓர் அமைப்பு ஏற்றுக்கொள்ளும் நிலையில், உழைப்புக்கான ஊதியமில்லாமல் உழைத்திடும் திறனாளர்கள் அவ்வமைப்பின் போற்றுதலுக்குரிய மனிதவளமாக அமைவர்.

அதேவேளையில், இத்தகைய மனிதவளம், ஓர் அமைப்பை உருவாக்குவதில், வழிநடத்துவதில் முழுமையான அளவில் பங்களிப்புச் செய்யாது. மாறாக, உழைப்புக்கேற்ற ஊதியத்துடன் பாடாற்றும் திறனாளர்களைக் கொண்ட மனிதவளமும் ஓர் அமைப்பை வெற்றிகரமாக உருவாக்கிடவும் வழிநடத்திடவும் வலுப்படுத்திடவும் ஏதுவாக அமையும். அதாவது, ஊதியத்துடன் பங்களிப்புச் செய்யும் ஆற்றலாளர்கள், ஊதியம் கருதாமல் உழைத்து ஈகம் செய்யும் திறனாளர்கள் என்கிற மனிதவளங்களைப் பெற்ற அமைப்பே தொடர்ந்து வெற்றிகரமாக இயங்கும்!

ஆற்றல்களைப் பயன்படுத்தும் பேராற்றல் மனிதவளம்! – அதுவே மானுடம் விரும்புகின்ற மாற்றங்களின் அடித்தளம்!

மார்ச், 2012

21

உட்பகையும் வெளிப்பகையும்

படைத்தல், காத்தல், அழித்தல் என்பவை ஒன்றன்பின் ஒன்றாய் நிகழ்வன அல்ல. ஒன்றுக்குள் ஒன்றாய் மாறி மாறி தொடர்ந்து நிகழ்ந்து கொண்டேயிருப்பவையாகும். படைத்தலின் போதே, காத்தலும் அழித்தலும் நிகழும். அவ்வாறே காத்தலின்போதே படைத்தலும் அழித்தலும், அழித்தலின்போதே படைத்தலும் காத்தலும் என ஒவ்வொரு செயற்பாட்டிலும் அவை ஒரு தொடரியக்கமாக நடந்துகொண்டேயிருக்கும். இவற்றில் ஒன்று நிகழாமல் மற்றவை நிகழ்வதில்லை. இதனடிப்படையில், ஒன்றை உருவாக்கும்போதே, அவ்வுருவாக்கத்திற்குத் தேவையானவற்றைக் காத்தலும் தேவையற்றவற்றைக் கழித்தலும் அழித்தலும் நிகழும்.

மானுட வாழ்வில் இத்தகைய செயற்பாடுகளுக்கு இம்மூவகை ஆற்றல்களும் நிறைந்த மனிதவளம் என்பது அடிப்படையான தேவையாகும். மனிதவளத்தைப் பொறுத்தே எந்தவொரு படைப்பும் உருவாக்கம் பெறும். ஒன்றின் உருவாக்கத்திற்குத் தேவையான பல்வேறு ஆற்றல் நிறைந்தவர்களைத் தேடுவதும் தேர்வு செய்வதும் திறனூட்டுவதும் அவ்வுருவாக்கத்திற்குரிய மனிதவளத்தைப் பெருக்குவதாக அமையும். அமைப்பாதலின்போதும் அவ்வமைப்பாக்கத்திற்குரிய மனிதவளம் இன்றியமையாததாகும்.

அமைப்பாய்த் திரள்வோம்

அமைப்பாதல் என்கிற படைப்பாக்கம் நிகழும்போது காத்தல் மற்றும் அழித்தல் ஆகியவை தன்னியல்பாகவும் திட்டமிட்டவாறும் நிகழும். காத்தலின்றி, அழித்தலின்றி படைத்தல் ஒருபோதும் நிகழாது. அதாவது, காத்தலுக்கான ஆற்றலும் அழித்தலுக்கான ஆற்றலும் இணைந்ததுதான் படைப்புக்கான ஆற்றலாகும். இத்தகைய படைப்பாற்றலைக் கொண்ட மனிதவளத்தைப் பெறுதல் மற்றும் பெருக்குதல் என்பவை அமைப்பாதல் நடவடிக்கைக்குரிய இன்றியமையாத செயற்பாடுகளாகும்.

ஒவ்வொரு படைப்புக்கும் அதன் முன்னும் பின்னும் காத்தல் என்பது உரிய முறையில் நிகழ்ந்தால் மட்டுமே படைப்பாக்கத்தை வெற்றிகரமாக நிறைவேற்ற இயலும். ஒரு படைப்புக்குரிய மூலாதார ஆற்றல்களைப் பாதுகாப்பதிலிருந்துதான் அப்படைப்பின் செயற்பாடுகள் தொடங்கும். படைப்புக்கான மூலாதாரங்களைப் பாதுகாத்தல் என்பது படைப்புக்கு முன் நிகழும் செயற்பாடாகும். இவ்வாறே படைப்பின்போதே நிகழும் மாற்றங்களையும் படிப்படியான வளர்ச்சி நிலைகளையும் பாதுகாத்தல் இன்றியமையாததாகும். அத்தகைய பாதுகாப்பு நடவடிக்கையின் மூலமே படைப்பாக்கத்தை அல்லது அமைப்பாக்கத்தை முழுமை செய்ய இயலும்.

தன்னியல்பாகவோ அல்லது திட்டமிட்டவாறோ நிகழ்கிற அழிவியக்கப் போக்குகளிலிருந்து படைப்புக்கானவற்றையும் படைப்பையும் பாதுகாத்தல் என்பது மனிதவளத்தைப் பொறுத்தே அமையும். இவ்வாறான பாதுகாத்தலுக்குரிய ஆற்றல் நிறைந்த மனிதவளமில்லையேல், உரிய படைப்பினை முழுமையாக்கிட இயலாது.

தன்னியல்பாக அழிதலும் திட்டமிட்டவாறு அழித்தலும் அக நிலையிலிருந்தும் புறநிலையிலிருந்தும் சமகாலத்தில் நிகழலாம். இவ்வாறு நிகழும் அழிதல் மற்றும் அழித்தல் என்பவை, படைப்புக்கானதாகவும் அல்லது படைப்புக்கெதிரானதாகவும் அமையலாம்.

அழிதல் மற்றும் அழித்தல் என்னும் அழிவியக்கப் போக்கானது, படைப்புக்குரியதாக, படைப்புக்குத் தேவையானதாக அமைதல் ஆக்கப்பூர்வமானதாகும். அதே வேளையில், அத்தகைய அழிவியக்கப் போக்குகள் படைப்புக்கு எதிரானதாக, படைப்புக்குத் தீங்கானதாக அமைதல் பாழாவதற்குரியதாகும். படைப்புக்கான மூலாதாரங்களையும் படைப்பின் முயற்சி களையும், படைப்பின்போது நிகழும் பரிணாம வளர்ச்சிப்

போக்குகளையும் பாழ்படுத்தும் வகையில் அமையும் அழிவியக்கப் போக்குகள்தாம் படைப்புக்கு எதிரானவையாகும். அமைப்பாதல் என்னும் படைப்பாக்கத்தின்போதும் இத்தகைய அழிவியக்கப் போக்குகள் அமைப்பாதலுக்கு எதிரானவையாக அமையலாம்.

அமைப்பாதலுக்கு எதிரானவற்றை முன்னுணர்வதும் கண்டறிவதும் அழித்தொழிப்பதும் அமைப்பாதல் என்னும் படைத்தலைப் பாதுகாப்பதாகும். இவ்வாறான முன்னுணர்தல், கண்டறிதல் மற்றும் அழித்தொழித்தல் போன்ற ஆற்றல்களைக் கொண்ட மனிதவளம் இத்தகு பாதுகாப்பு மற்றும் படைப்பு நடவடிக்கைகளுக்குத் தவிர்க்க இயலாத தேவையாகும்.

அமைப்பாதலுக்கு எதிரானவை அல்லது பகையானவை எப்போதும் அமைப்புக்குப் புறநிலையிலிருந்து மட்டுமே தாக்கக் கூடியவை அல்ல. அகநிலையிலிருந்தும் தாக்குதல் நிகழ்த்தும். உள்ளும் புறமும் உருப்பெறும் உட்பகை மற்றும் வெளிப்பகை ஆகியவற்றை முன்னுணர்வதன் மூலமே வருமுன் காக்கும் தடுப்பு நடவடிக்கைகளை மேற்கொள்ள இயலும்.

முன்னுணர்தல் என்னும் ஆற்றலைக் கொண்ட மனிதவளத் தால் மட்டுமே வருமுன் தடுக்கும் நடவடிக்கைகளுக்கான செயற்திட்டங்களை வரையறுக்கவும் நடைமுறைப்படுத்தவும் இயலும். உட்பகையாயினும் வெளிப்பகையாயினும் அவற்றை வளரவிடாமலும் வலுப்பெறவிடாமலும் தடுப்பதற்கு, அவ்வாறு அப்பகைச் சூழல்கள் கருவுறுவதற்கு முன்பே 'உணர்ந்தறிதல்' தேவையாகும்.

முன்னுணர்தல் என்பது மகத்தான தலைமைப் பண்பாகும். இத்தகைய தலைமைப் பண்புகளைப் பெற்றிருப்பதன் மூலமே முளைவிடும் நிலையிலோ அல்லது அதற்கு முந்தைய நிலையிலோ அப்பகைமைக் கூறுகளைக் களைந்தெறிய முடியும். முன்னுணர்தலிலிருந்தும் தப்பித்து முளை விடும் பகைமைக் கூறுகளைக் கண்டறிதல் என்பதும், அவற்றைக் கண்டறிந்த நிலையில் அவை மீண்டும் முளைத்தெழாத வகையில் முழுமையாக அழித்தொழித்தல் என்பதும், படைப்பினைக் காத்து முன்னோக்கி எடுத்துச் செல்லும்.

அதாவது, அக, புற நிலைகளில் உருவாகும் உட்பகை மற்றும் வெளிப்பகை ஆகியவற்றை, உருவாகும் முன்பே முன்னுணர்ந்து, உருப்பெறவிடாமல் முன்னெச்சரிக்கை யாகத் தடுத்தல் அல்லது தவிர்த்தல் என்பதும், அல்லது உருப்பெறும் நிலையில் கண்டறிந்து, அவற்றை வலுவடையவிடாமல் முற்றாக அழித்தொழித்தல் என்பதும் படைப்பாக்க நடவடிக்கையில்

முதன்மையான செயற்பாடாகும். முன்னுணர்தலிலிருந்து வருமுன் காத்தலும் கண்டறிதலிலிருந்து அழித்தொழித்தலும் நிகழ்த்தப்படாத நிலையில், உட்பகையும் வெளிப்பகையும் எந்தவொரு படைப்பினையும் உருப்பெற விடாது பாழ்படுத்திச் சிதைத்து விடும்.

பகைமைக் கூறுகளை அடையாளம் காண்பது, இத்தகைய 'படைத்தல் – காத்தல் – அழித்தல்' நடவடிக்கைகளில் அடிப்படையான ஒன்றாகும். பகைமைக் கூறுகள் முளைவிடுவதற்கு எப்போதும் முரண்களே அடித்தளங்களாக அமைகின்றன. முரண்களே ஆக்கத்திற்கும் அடிப்படை! அழிவிற்கும் அடிப்படை! அத்தகைய முரண்களைக் கண்டறிவதும் கையாளுவதும் எவ்வாறு அமைகிறது என்பதைப் பொறுத்தே பகைமைக் கூறுகளையும் கண்டறிந்து அவற்றைக் கையாள முடியும். பொதுவாக, இம்முரண்கள், முதன்மையான இருவகை முரண்களாக விளங்கும். அவை, கொள்கை–கோட்பாடு அடிப்படையிலான முரண்கள் மற்றும் தனிநபர் செயற்பாடு அடிப்படையிலான முரண்கள் என்பனவாக அமையும்.

கருத்தியல் அல்லது கொள்கை–கோட்பாடு ஆகியவற்றின் அடிப்படையில் நிலவும் முரண்பாடுகள், புறநிலையிலான பகைமைக் கூறுகளை உருவாக்கும். இம்முரண்கள் முற்றிலும் பகை முரண்கள் ஆகும். இவை எப்போதும் புறப்பகையாகவே அமையும். அதாவது அமைப்புக்கு வெளியே நின்று, அமைப்புக்கு எதிரே நின்று மூர்க்கமாக மோதும் பகையாகும். வெளிப்படையாகக் கண்ணுக்குப் புலப்படும் பகையாகும். இத்தகைய வெளிப்பகையை எதிர்கொள்வதும், எதிர்த்து வீழ்த்துவதும், இல்லாதொழிப்பதும், ஓர் அமைப்பினைப் படைத்தல் மற்றும் பாதுகாத்தல் நடவடிக்கைகளின்போது தவிர்த்திட இயலாத தேவைகளாகும். வெளிப்பகையினால் நிகழும் தடைகள் மற்றும் தாக்குதல்கள் யாவுமே மதிப்பிடுவதற்குரிய அளவில் புலப்படும் வெளிப்படையானவையாக விளங்கும். அம்மதிப்பீடுகளிலிருந்து அவற்றை எதிர்கொள்ள இயலும்!

ஆனால், புலப்படும் வகையிலோ மதிப்பிடும் வகையிலோ அமையாமல் அமைப்புக்குள்ளேயே, அகநிலையிலேயே ஊடுருவித் தாக்கும் பகை உட்பகையாகும். இப்பகை எளிதில் கண்ணுக்குப் புலப்படாமல், மதிப்பிடவும் இயலாமல் உள்ளூரப் பரவித் தாக்கும். இத்தகு பகைமைக்கூறுகள் பெரும்பாலும் அடையாளம் காணவியலாத வகையில், தோழமைத் தோற்றத்துடன் அல்லது நட்புப் போர்வையுடன் முளைவிட்டெழும்! ஒரே கொள்கை மற்றும் கோட்பாட்டினை ஏற்றுக்கொண்ட நிலையிலும், ஒரே அமைப்புக்குள்ளேயே உருப்பெறும் இப்பகையே –

உட்பகையாகும். இத்தகு உட்பகைக் கூறுகள், பொதுவாக தனிநபர் செயற்பாட்டு அடிப்படையில் உருவாகும் முரண்களை அடிப்படையாகக் கொண்டவையாகும். அமைப்பு, கொள்கை, மக்கள் ஆகியவற்றின் நலன்களை ஒருபொருட்டாகக் கருதாமல், அவற்றைப் பின்னுக்குத் தள்ளிவிட்டு, தனிநபரின் நலன்களை முன்னிறுத்தும் தன்னலப் போக்குகளினால் எழும் முரண்பாடுகளே உட்பகைக்கான உள்ளீடாக அமைகின்றன. இத்தகைய உட்பகை முரண்பாடுகளை தோழமையோடு அணுகும்போது சில வேளைகளில் முறியடித்துவிட இயலும். அவ்வாறு இயலாத நிலையில், உட்பகையை எதிர்கொள்வது என்பது மிகவும் சிக்கலானதாகவே இருக்கும்.

உட்பகையை முன்னுணர்ந்து, அதனை முளைவிடாமல் தடுத் தாள்வதில்தான், ஒரு படைப்பின் அல்லது அமைப்பின் பாதுகாப்பு அடங்கியுள்ளது. அறிவாற்றலும் செயலாற்றலும் நிறைந்த திறனாளர்களைக்கொண்ட மனிதவளமாக மட்டுமில்லாமல், தன்னலத்தை முதன்மைப்படுத்தாத – முன்னிறுத்தாத திறனாளர்களைக் கொண்டதாகவும் அது அமைந்திட வேண்டும். அமைப்புக்காக, கொள்கைக்காக, மக்களுக்காகத் தன்னை ஒப்படைத்து, தனது அறிவையும் ஆற்றலையும் பயன்படுத்துகிற திறனாளர்களைக் கொண்ட மனிதவளமே பொதுநலத்திற்குரியதாக அமையும். அறிவுத்திறம், செயல்திறம் ஆகியவை இருந்தும், தன்னலம் நிறைந் திருந்தால், அத்திறனாளர்களைக் கொண்ட மனிதவளம், அமைப்பாதலுக்குப் பயனற்றதாகவோ அல்லது அமைப்பாதலைப் பாழ்படுத்துவதாகவோ அமைந்துவிடும்.

தனிநபர்களின் தன்னலப் போக்குகளுக்கு அவர்தம் அகந்தை மனோநிலைகளே அடிப்படையாகும். தமது அறிவும் தமது ஆற்றலும் தம்முடைய நலன்களுக்கு மட்டுமே உரியது என்று அணுகும் போக்கே அகந்தையின் உள்ளீடாகும். தாம் ஏற்றுக்கொண்ட அமைப்புக்காகவோ, உள்வாங்கிக் கொண்ட கொள்கைக்காகவோ, அவ்வமைப்பையும் அக்கொள்கை யினையும் நம்பியிருக்கும் மக்களுக்காகவோ தம்முடைய அளப்பரிய ஆற்றல்களைப் பயன்படுத்த முன்வராமல், அவற்றை முழுமையாகத் தமது நலன்களுக்கென பயன்படுத்தும் மனோநிலையே அகந்தையாக வலுப்பெறுகிறது. இத்தகைய அகந்தைப் போக்குள்ள, தன்னலத்தை முன்னிறுத்தும் தற்குறிகளுக்கிடையில் உருவாகும் போட்டி, பொறாமை, மோதல் போன்ற முரண்பாடுகளால், அமைப்புக்குள்ளேயே, அல்லது அமைப்பாதலின் போக்கிலேயே உட்பகை எழுந்து, உருக்குலைவுகள் உருவாகும்.

செய்ய வேண்டியவற்றைச் செய்யாமலிருத்தல், செய்யக் கூடாதவற்றைச் செய்தல், உரிய காலத்தில் உரிய செயல்களை நிறைவேற்றும் வலிமையில்லாதிருத்தல், ஒரே களத்தில் மற்றவர்களோடு ஒருங்கிணைந்து செயல்படும் தோழமை இல்லாதிருத்தல், கொள்கைப்புரிதலோ, திட்டமிடுதலோ, உத்திகளை வரையறுக்கும் செயலாற்றலோ இல்லாதிருத்தல் போன்ற தனிநபர் அணுகுமுறைகளுக்கும் தன்னலப்போக்கின் அடிப்படையிலான அகந்தையே அடிப்படை ஆகும். ஓர் அமைப்புக்குள் ஒருமித்த கருத்து, ஒருமித்த வேகம் மற்றும் ஒருமித்த வீரியத்துடன் செயலாற்றுவதற்குத் தனிநபர்களின் அகந்தை இடம்தராது. ஒருங்கிணைவு, ஒற்றுமை, பொதுநோக்கு போன்றவை இதனால் சீர்குலைந்து உட்பகை உருப்பெற்று உள்ளூரப் பரவி, அவ்வமைப்பைப் பாழ்படுத்தும். தனிநபர்களின் தன்னலம் அல்லது அகந்தை என்பது, தற்குறிகளுக்கான குழுமனோநிலையை உருவாக்கும்.

அமைப்பு–கொள்கை–மக்கள் ஆகியவற்றைக் குறியாகக் கொண்டு இயங்கும் குழுமனோநிலை பொதுநலன்களின் மேம்பாட்டுக்கானதாக அமையும். தன்ஆற்றல், தன்வளர்ச்சி, தன்பாதுகாப்பு ஆகியவற்றைக் குறியாகக் கொண்டு இயங்கும் தனிநபர்களின் குழுமனோநிலை, தற்குறிகளுக்கான குழுமனோநிலையேயாகும்.

அது பொதுநலன்களுக்கு எதிரானதாகவே அமையும். அமைப்பைப் பாதுகாக்கவோ, கொள்கையைப் பாதுகாக்கவோ, மக்களைப் பாதுகாக்கவோ ஒருபோதும் தன்னலத்தை முன்னிறுத்தும் தற்குறிகள் முன்வருவதில்லை. தற்குறிகளின் அகந்தை அதற்கு இடமளிப்பதில்லை. தம்முடைய நேரத்தையோ, ஆற்றலையோ, உழைப்பையோ, பொதுநலத்திற்கென செலவுசெய்ய அத்தகையோரைத் தன்னலத்தின் தொகுப்பான அகந்தை அனுமதிப்பதில்லை. அது பொதுஒழுங்கு மற்றும் பொதுக் கட்டுப்பாட்டிற்கு இயைந்து போகாது. ஒருங்கிணைந்த குழு நடவடிக்கைகளுக்கு ஒத்துழைக்க உடன்படாது. தம்முடைய நிலைப்பாடுகளே சரியானவை என்று ஞாயப்படுத்துவதில் தளராது. தம்முடைய விருப்பு–வெறுப்பை பிறர்மேல் திணிப்பதைக் கைவிடாது. சனநாயகத்தை மதிக்காது. எளிதில் உணர்ச்சிவசப்படும் போக்குகளிலிருந்து மாறாது. மாற்றுக் கருத்தை ஏற்காது. எதிர்க்கருத்தைச் சகித்துக்கொள்ளாது. தம்முடைய நலன்களுக்கேற்ப அடிப்படையான கொள்கை மற்றும் கோட்பாடுகளையும் திரித்துக் கூறுவதற்குத் தயங்காது. வேண்டாதவர்களுக்கு எதிராக அவதூறுகளைப் பரப்புவதற்கு அஞ்சாது. தாம் தப்பித்துக்கொள்ள வேண்டிய

தேவை எழும்போது பிறர்மீது பழி சுமத்துவதில் நீதி–நேர்மை பார்க்காது. அதிகாரத்தின்மீது அடங்கா வெறிகொள்ளும். ஆதிக்கம் செலுத்துவதில் தீவிரம் காட்டும். பாராட்டு, புகழ்ச்சிகளில் பூரித்து மயங்கும். தம்முடைய நலன்களுக்குப் பயன்விளையுமெனில், பொதுநலன்களை விட்டுக்கொடுக்கும். இவ்வாறு தன்னைமட்டுமே குறிவைத்து இயங்கும் தன்னலப் போக்குகளின் குவிமையமே அகந்தை. இத்தகைய அகந்தைப் போக்குகளால் அமைப்பானது, உட்பகையின் தாக்குதலுக்கு மட்டுமின்றி வெளிப்பகையின் தாக்குதலுக்கும் இலகுவாக இலக்காகும். அதாவது, அது உட்பகையை உருவாக்கும்; வெளிப்பகையை வரவேற்கும். அமைப்புக்கெதிரான சீர்குலைவுகளுக்கு வழிவகுக்கும். இத்தகைய அகந்தைப் போக்குகளினால், தனிநபர்களுக்கிடையில் எழும் முரண்பாடுகளும் அவற்றால் விளையும் உட்பகையும் மொத்த மனித வளத்தையே பாழ்படுத்தும்.

ஓர் அமைப்பின் மனிதவளத்திற்கு அறிவுத்தளத்திலும் செயல்தளத்திலும் தேவையான திறனூட்டம் செய்வது எவ்வளவு இன்றியமையாததோ அதைப்போல, தன்னலம் நிறைந்தோரின் அகந்தைப் போக்குகளை அகற்றுவதற்குரிய பயிற்சிகளை அளிப்பது மிகவும் இன்றியமையாததாகும். அதாவது, அமைப்பைப் பாதுகாத்திட திறனாளர்களை ஆட்கொண்டிருக்கும் அகந்தையைப் பொசுக்க வேண்டும் அல்லது அகந்தையுடையோரை அமைப்பினின்று புறந்தள்ள வேண்டும். இல்லையெனில், தனிநபர்களின் அகந்தையினால் வேர்கொள்ளும் உட்பகை, அமைப்பின் வேர்களை அரித்துவிடும்.

அதாவது, அமைப்பாதல் என்னும் இயக்கப் போக்கினூடாக, விளையும் உட்பகை மற்றும் வெளிப்பகை ஆகியவற்றின் பாதிப்புகளிலிருந்து, அமைப்பைப் பாதுகாப்பதன் மூலமே, அமைப்பாக்கம் என்னும் படைப்பினை முழுமையாக்க இயலும். இத்தகு பகைமைக் கூறுகளைத் தவிர்த்தல், தடுத்தல், கட்டுப்படுத்தல், அழித்தல் போன்ற நடவடிக்கைகளின் மூலம் கையாளுதல் வேண்டும்.

அகமும் புறமும் ஆட்கொள்ளும் பகைமை! – அதனை அழிப்பதால் விளையும் அமைப்புக்கு வலிமை!

ஏப்ரல், 2012

அமைப்பாய்த் திரள்வோம்

22

தன்னலமும் பொதுநலமும்

தனி நபர் நலன், குழு நலன், பொதுநலன் ஆகியவை தனித்தனியானவை அல்ல; வெவ்வேறானவை என்றாலும் ஒன்றோடு ஒன்று பின்னிப் பிணைந்தவையே ஆகும். தனிநபர் நலன்களை அடிப்படையாகக் கொண்டதே குழு நலன் அல்லது பொதுநலன் ஆகும். பிறர் நலன் அல்லது பொதுநலன்களைப் பற்றிக் கருத்தில் கொள்ளாமல், தனிநபர் நலன்களை மட்டுமே முதன்மைப்படுத்தும்போது, பிறர் நலன்கள் அல்லது பொதுநலன்கள் பாதிக்கப்படும் நிலை உருவாகும். அத்தகைய பாதிப்புகள் நேராத வகையிலான தனிநபர் நலன்கள், பொதுநலன்களுக்கு ஏற்புடையவையாகவே அமையும்.

பொதுநலன்களை அடிப்படையாகக் கொண்டு இயங்கும்போது தனிநபர் நலன்களே கூடாது என்று பொருளாகாது. ஒவ்வொரு தனிநபரின் உரிமைகளையும் நலன்களையும் பாதுகாத்திட உறுதியளிப்பதில்தான் பொதுநலன்களின் பாதுகாப்பும் அடங்கியிருக்கும்.

ஓர் அமைப்பின் நலனைப் பொதுநலனாகக் கருதும்போது, அவ்வமைப்பைச் சார்ந்த ஒவ்வொரு தனிநபரின் நலன்களையும் அடிப்படையாகக் கொண்டே அவ்வமைப்பின் பொதுநலன்களும் அமையும். தனிநபரின் உரிமைகளுக்ோ நலன்களுக்கோ பாதுகாப்பில்லை என்னும் நிலை இருந்தால், அவ்வமைப்பின் பொதுநலன்களுக்கும்

பாதுகாப்பில்லாத நிலையே உருவாகும். அதாவது, தனிநபர் நலன்களிலிருந்து பொதுநலன்களும் பொதுநலன்களிலிருந்து தனிநபர் நலன்களும் உள்ளீடாகவே அமையும்.

பொதுநலன் என்பது அமைப்பு நலன்களை மட்டுமே குறிப்பதாக அமையாது. அமைப்பாகாத, அமைப்புக்குள் அடங்காத, அமைப்புக்கு வெளியே உள்ள பொதுமக்களின் நலன்களையும் குறிப்பதாக அமையும். தனிநபர் நலன் என்பது, அமைப்புச் சார்ந்த, அமைப்புக்குள்ளே உள்ள ஒவ்வொருவரின் நலன்களையும் மற்றும் அமைப்புச்சாராத, அமைப்புக்கு வெளியே உள்ள ஒவ்வொருவரின் நலன்களையும் குறிப்பதாக அமையும். இவ்வாறான தனிநபர் நலன் மற்றும் பொதுநலன் ஆகியவற்றுக்கிடையில் குழு நலன் என்பதும் அமைப்பாதலின் இயக்கப் போக்கில் அல்லது கட்டமைக்கப்பெற்ற ஒரு அமைப்பின் செயற்பாட்டுத் தளத்தில் தவிர்க்க இயலாத ஒரு கூறாக அமையும்.

பரந்து விரிந்த சமூகத்தளத்தில், பன்முக வடிவங்களையும் பண்புகளையும் கொண்ட பல்வேறு சமூகக்குழுக்கள் இடம்பெற்றுள்ளன. அவை சாதிக்குழுக்களாகவோ, மதக் குழுக்களாகவோ, இனக்குழுக்களாகவோ இன்னும் இவை போன்ற எண்ணற்ற குழுக்களாகவோ அடையாளம் பெற்றுள்ளன. இவை தனித்தனியானவை அல்ல. ஒன்றில் பலவாகவும் பலவற்றில் ஒன்றாகவும் பல்வேறு குழு அடையாளங்களுடன் இயங்கக்கூடியவை ஆகும்.

அதாவது, ஒரு சாதிக்குழுவில் பல மதக்குழுக்களும் பல இனக்குழுக்களும், ஒரு மதக்குழுவில் பல சாதிக் குழுக்களும் பல இனக்குழுக்களும், ஓர் இனக்குழுவில் பல சாதி, பல மதக் குழுக்களும், இவை போன்ற இன்னும் பிற குழுக்களும் ஒன்றுக்குள் ஒன்று உள்ளடங்கியிருக்கும். குழு குழுவாய் இயங்கும் போக்குத் தவிர்க்க இயலாத ஓர் இயங்கியல் பண்பாகும். அளவுகளிலும், வடிவங்களிலும், பண்புகளிலும் மாறுபட்ட கணக்கிலடங்கா குழுக்களாய், குழுவிற்குள்ளே பல குழுக்களாய்க் கூடியும் விலகியும், இணைந்தும் எதிர்த்தும் அவை இயங்கிக்கொண்டேயிருக்கும். இவ்வாறான குழுக்களின் இயக்கப் போக்கில் 'குழு நலன்கள்' அடிப்படையானவையாக அமையும். தனிநபர் நலன்களிலிருந்து குழு நலன்களாய் விரிவடையும் பரிணாமப் போக்கே அமைப்பாதலின் அடிப்படையாகும். குழு நலன்களின் உள்ளடக்கத்தைப் பொறுத்து அக்குழுவின் அடையாளம் வெளிப்படும். அதன் அளவும் வடிவும்

பண்புகளும் அக்குழுவின் உள்ளடக்கத்திலிருந்தே வரையறை பெறும். இவ்வாறு குழுவாதலும், அக்குழுவின் நலன்களை முன்னிறுத்தலும் அமைப்பாதலின் போக்கில் இன்றியமையாதவையாகும். சாதி நலன்களே உள்ளடக்கம் எனில் அது சாதிக்குழுவாகவும், உட்சாதி நலன்கள் உள்ளடக்கம் எனில் அது உட்சாதிக் குழுவாகவும் உருப்பெறும். இவ்வாறே பிற குழுவாதலும் நிகழும். குழுவாதல் என்னும் அளவு மாற்றம் மற்றும் பண்பு மாற்றங்களின் போக்கில், திட்டமிட்ட இலக்கை நோக்கிய செயற்பாடுகளின் மூலம் அக்குழுவே ஓர் அமைப்பாக வடிவம் பெறும். அதாவது, குழுவாதல் என்பது அமைப்பாதலின் பரிணாமப் படிநிலைகளில் நிகழும் முதல் நிலை அல்லது தொடக்க நிலை ஆகும். குழுவாதல் நிகழாமல் அமைப்பாதல் நிகழாது. குழுவின் நலன்களே அமைப்பின் நலன்களாக ஏற்கப் பெறும் நிலையில்தான், அக்குழு அமைப்பாக விரிவாக்கமும் வடிவாக்கமும் பெறும். அவ்வமைப்பின் நலன்களே அமைப்புக் கான பொதுநலன்களாகவும் பண்பு மாற்றம் பெறும். அத்தகைய பொதுநலன்களுக்கேற்ற குழு நலன்களும் தனிநபர் நலன்களும் அவ்வமைப்புக்கு ஏற்புடையவையாக, பாதுகாப்பானவையாக அமையும்.

மாறாக, அமைப்பு நலன்கள் அல்லது பொதுநலன்களுக்கு எதிராக அமைகின்ற குழுநலன்களும் தனிநபர் நலன்களும் அவ்வமைப்புக்கு அல்லது அவ்வமைப்பு மையப்படுத்தும் பொதுமக்களுக்குத் தீங்காக அமைந்துவிடும்.

தனிநபர் நலன் என்பதில், தனிநபர் கொண்டிருக்கும் பார்வையும் அணுகுமுறையும், அத்தனிநபர் சார்ந்துள்ள அமைப்பு கொண்டிருக்கும் பார்வையும் அணுகுமுறையும் கணக்கில்கொள்ள வேண்டியவையாகும். ஓர் அமைப்பைச் சார்ந்த ஒரு தனிநபர், தன்னுடைய நலன்களையே முதன்மையானதாகக் கருதி, அமைப்பு நலன்களையும் மக்கள் நலன்களையும் பின் னுக்குத் தள்ளும் போக்கினைக் கொண்டிருந்தால், அத்தகைய 'தனிநபர் நலன்' அமைப்புக்கும் மக்களுக்கும் தீங்கானதாக அமையும். அதுவே, தனிநபரின் தன்னை முன்னிறுத்தும் – தன்னலப் போக்காகும். தன்னலம் என்பது தனிநபரின் தீராத வேட்கையாக நீட்சி பெற்றுக்கொண்டே இருக்கும். பொதுநலத்திற்கு எதிரானதாகவே இயங்கும். தன்னலம் சார்ந்த குழுவாதலை நிகழ்த்தும். தன்னலத்தை மட்டுமே முன்னிறுத்தும் குழு நலன்களை முதன்மைப்படுத்தும். அத்தகைய குழுநலன்கள், அமைப்பின் நலன்கள் மற்றும் பொதுநலன்களுக்கு எதிரானவையாக, தீங்கானவையாக முன்வந்து நிற்கும்.

இவ்வாறான தன்னலம்சார்ந்த குழு மனோநிலையே, அமைப்பின் உட்பகைக்கும் வெளிப்பகைக்கும் அடித்தளமாக அமையும்.

தனிநபர் நலனை, அத்தனிநபர் சார்ந்துள்ள அமைப்பு கருத்தில்கொண்டு இயங்க வேண்டியது தவிர்க்க இயலாத தேவையாகும். அமைப்பின் நலன்கள் அல்லது பொதுநலன்களை முதன்மைப்படுத்தி, தனிநபரின் உரிமைகளையும் பிற நலன்களையும் பாதுகாத்திட வேண்டியது அவ்வமைப்பின் பொறுப்பாகும். அதாவது, தனிநபர் நலனில் – அந்த நபர் சார்ந்துள்ள அமைப்பின் பார்வையும் அணுகுமுறையும் அமைப்பு நலன்களையும் பொதுமக்கள் நலன்களையும் முன்னிறுத்தியே அமையும். தனிநபர் நலன் தவிர்க்க இயலாதது; இன்றியமையாதது. அது, தன்னலம் சார்ந்த தனிநபர் நலனாக இல்லாமல் பொதுநலம் சார்ந்த தனிநபர் நலனாக அமைந்திட வேண்டும். அதாவது, தனிநபர் நலன் தேவையானது; தன்னலம் தீங்கானது.

பொதுநலன்களுக்காக அமைப்பாகும் போதும், தொண்டாற்றும்போதும் தனிநபர் நலன்களையும் குழு நலன்களையும் முற்றிலும் எதிரானவையாகக் கருதிட இயலாது. தனிநபர்களின் தன்னலமும் தன்னலம் சார்ந்த குழுநிலையும்தான் அமைப் பாதலுக்கும் பொதுநலத்திற்கும் எதிரானவையாக – தீங்கானவை யாக அமையும்.

சமூகம், அரசியல், பொருளியல் மற்றும் பண்பாடு என மானுடத்தின் அனைத்துத் தளங்களிலும் தேவைகளின் அடிப்படையில் தன்னியல்பான போக்கில் எண்ணிலடங்கா குழுக்கள் இயங்குவதும் அவை அமைப்பாகப் பரிணாமம் பெறுவதும் தொடர்ச்சியாக நிகழ்வன ஆகும். அதே வேளையில், ஓர் அமைப்பிற்குள்ளேயும் தேவைகளின் அடிப்படையில், அமைப்பு நலன் மற்றும் பொதுநலன் கருதி பல்வேறு குழுக்கள் உருவாக்கப்படுவதும் தனிநபர்களின் தன்னலம் கருதி சில குழுக்கள் உருவாவதும் தவிர்க்க இயலாதவையே ஆகும்.

கொள்கை – கோட்பாடுகளின் அடிப்படையில், தேவைகளையொட்டி திட்டமிட்டு உருவாக்கப்படும் குழுக்கள், இடைக்காலக் குழுக்களாகவும், நிலையான குழுக்களாகவும், துணைநிலை அமைப்புகளாகவும் தமக்கான செயல்திட்டங்களை வரையறுத்துக்கொண்டு இயங்கும். குறுகிய காலச் செயல்திட்டங்கள் மற்றும் உடனடிச் செயல்

திட்டங்கள், நாளாந்த செயல்திட்டங்கள் போன்றவற்றை நடைமுறைப்படுத்துவதற்குரிய இடைக்காலக் குழுக்களும், கலந்தாய்வுகளைச் செய்தல், செயல்திட்டங்களை வரையறுத்தல், நடைமுறைப்படுத்துவதற்கான உத்திகளை வகுத்தல், ஒழுங்கு நடவடிக்கைகளை மேற்கொள்ளுதல், இன்னும் இவை போன்ற நிலைப்பாடுகளை மேற்கொள்வதற்குரிய நிலையான குழுக்களும், பொதுநோக்கத்தை அல்லது பொதுஇலக்கை எட்டுவதற்கு ஏற்ற வகையில், தொழில், வணிகம், விவசாயம், கல்வி, மருத்துவம், மகளிர், இளைஞர் போன்ற பெருந்தளங்களில் உரிய செயல்திட்டங்களை நிறைவேற்றுவதற்குரிய துணை நிலை அமைப்புக்களும் தொலைநோக்குப் பார்வையோடு உருவாக்கப்படுவதும் கட்டமைப்பதும் இன்றியமையாத தேவைகளாகும்.

இவ்வாறான குழுக்களின் 'குழு நலன்கள்' அமைப்பின் நலன்களுக்கும், பொதுமக்களின் நலன்களுக்கும் ஏற்றவையே ஆகும். மாறாக, குழுவுக்குள் குழுவாகத் தன்னலம் சார்ந்து இயங்குவதும், அமைப்பின் நலன் மற்றும் பொதுநலன்களுக்கு எதிராகச் செயல்படுவதும் போன்ற நடவடிக்கைகள் முன்னெச்சரிக்கையாகத் தவிர்க்கப்படவும் தடுக்கப்படவும் முற்றாக அழித்தொழிக்கப்படவும் வேண்டியவை ஆகும்.

தன்னலத்தைத் தவிர்ப்பது, தடுப்பது அல்லது அழிப்பது என்பது தனிநபரின் தனித்த முயற்சியால் நிகழ்வதோ அல்லது நிகழ்த்தப்படுவதோ அல்ல. அமைப்பு சார்ந்து, அமைப்பு நலன் சார்ந்து, மக்கள் நலன் சார்ந்து, இயங்குதளத்தின் பரப்பையும், நோக்கத்தையும் விரிவுபடுத்த, விரிவுபடுத்த, தன்னலப்போக்கு ஆட்கொள்வதைத் தவிர்க்கவும், ஆட்டிவைப்பதைத் தடுக்கவும் அழித்தொழிக்கவும் இயலும். அதாவது, சமூகத்தளத்தில் தனிநபர் சார்ந்த தன்னலம், குடும்ப நலம் சார்ந்த தன்னலமாகவோ, சாதிசார்ந்த தன்னலமாகவோ மற்றும் மதம், இனம்சார்ந்த தன்னலமாகவோ விரிவடையலாம். அதேவேளையில், அது கொள்கை-கோட்பாடுசார்ந்த, அமைப்புசார்ந்த மக்கள் நலன் சார்ந்த அளவில் மென்மேலும் விரிவடைய நேரும்போது, பொதுநலம் என்னும் வடிவத்தைப் பெற்று தன்னலம் முற்றாக அழிந்து போயிருக்கும்.

மக்களை நேசிப்பதிலிருந்தும், மக்களுக்கான அமைப்பை நேசிப்பதிலிருந்தும் அமைப்புக்கான கொள்கை-கோட்பாடுகளை நேசிப்பதிலிருந்தும் அவற்றை நிறைவேற்றுவதற்கான களப்பணிகளை நேசிப்பதிலிருந்தும் அக்களத்தில் தம்மை

முழுமையாக ஒப்படைத்துக்கொள்வதிலிருந்தும் அமைப்பில் உருவாகும் தன்னலம் சார்ந்த, குழுநிலைப் போக்குகளையும் அவற்றால் விளையும் தீங்குகளையும் தடுத்திடவும் அழித்திடவும் இயலும்.

மக்கள் நலத்தினின்று பொதுநலம் விரியும்! – அமைப்பில் பொதுநலம் நிறைய தன்னலம் சிதையும்!

மே, 2012

23

அந்நியமாதலும் அய்க்கியமாதலும்

பொதுநலம் என்பது தன்னலத்தின் விரிவாக்கமே ஆகும். அது தன்னலத்திலிருந்து முற்றிலும் மாறுபட்டதல்ல; தன்னலத்திற்கு நேர் எதிரானதுமல்ல. தன்னலத்தின் பரப்பு விரிவடைய விரிவடைய அது பொதுநலத்தின் பண்புகளைப் பெறுகிறது.

ஒருவரின் நலன் என்பதிலிருந்து ஒன்றுக்கும் மேற்பட்டவர்களின் நலன்களாக எல்லை விரிவடையும்போது, தனிநபருக்குரிய தன்னலமானது பிறருக்குமுரிய பொதுநலம் என்னும் வடிவத்தையும் பண்பையும் கொண்டதாக மாற்றம் பெறுகிறது. குடும்ப நலன் என்பதுவும் ஒன்றுக்கும் மேற்பட்டவர்களின் நலன்களென்பதால், அவை தனிநபர் நலன்களிலிருந்து விரிவாக்கம் பெற்ற பலருக்குமுரிய பொதுநலமாக அடையாளம் பெறும்.

ஒருவரின் தன்னலம் என்பது தனது குடும்ப நலமாக மாற்றம் பெறுகிற நிலையில், அவரது தன்னலம் என்பது மாறி அவரின் குடும்பத்தின் பொதுநலமாகப் பரிணாமம் பெறுகிறது. குடும்ப நலம் என்பது அக்குடும்பத்தைச் சார்ந்த தனியொருவரின் நலன்களுக்கு முற்றிலும் மாறுபட்டதோ அல்லது முரண்பட்டதோ அல்ல. குடும்பத்திலுள்ள ஒவ்வொரு தனிநபரின் நலன்களின் ஒருங்கிணைந்த வளர்ச்சி நிலையே குடும்ப நலம் என்னும்

பொதுநலமாக அமைகிறது. அதாவது, இத்தகைய பொதுநலம் என்பது சற்று விரிவடைந்த தன்னலமே ஆகும்.

'தான்' என்பதிலிருந்து 'தன் குடும்பம்' என்று எல்லை விரிவடையும் போது குடும்பத்திலுள்ள பிறரையும் தன்னோடு இணைத்துக்கொள்ளுதல் நிகழுகிறது. குடும்பத்திலுள்ள பிற யாரையும் பொருட்படுத்தாமல் தன்னை மட்டுமே முதன்மைப்படுத்தும்போது, முன்னிறுத்தும்போது குடும்பத்தினரிடமிருந்தே தனிமைப்படும் நிலை உருவாகும்; குடும்பத்திலுள்ள ஒவ்வொருவரோடும் ஒருங்கிணைதல் என்னும் அய்க்கியமாதல் நிகழாமல் அந்நியமாதல் நிகழும் நிலையும் ஏற்படும். 'தான்' என்கிற வளையத்தை, 'தன் குடும்பம்' என்கிற வளையமாக விரிக்கும் நிலையில், தனிமைப்படுதல் தவிர்க்கப்பட்டு ஒருங்கிணைந்த 'ஒன்றாதலும் வலுவாதலும்' நிகழும்.

தான் என்கிற ஒற்றை அலகு, தன் குடும்பம் என்கிற ஒற்றை அலகாக மாறும் நிலையில், ஒன்றுக்கும் மேற்பட்ட தனி நபர்களின் அய்க்கியமும் அத்தனிநபர்களுக்கான வலிமைகளின் அய்க்கியமும் ஒரே காலத்தில் நிகழும். இதனால், வடிவத்திலும் வலிமையிலும் கூடுதலான வளர்ச்சியடைந்த ஒற்றை அலகாக அது உருப்பெறுகிறது. ஒன்றுக்கும் மேற்பட்டவர்கள் உள்ளடங்கிய ஒரு குடும்பம், ஒரே அடையாளங்களைக் கொண்ட ஒற்றை அலகாக வலிமை பெறுவதற்கு, அக்குடும்பத்தைச் சார்ந்த ஒவ்வொருவரும் அது 'தன் குடும்பம்' என்கிற உரிமையைக் கொண்டிருப்பதே அடிப்படையாகும். அக்குடும்பத்தில் தானும் ஓர் உறுப்பினர் என்கிற உரிமையைக் கொண்டாடுவதும் நிகழ்கிறது. ஒன்றின் மீது உரிமை கொண்டிருத்தல் அல்லது உரிமைக் கோருதல், அதனுடன் ஒன்றித்துப் போதல் அல்லது ஒற்றை அலகாக உருப்பெறுதல் நிகழ்வதற்கு அடிப்படையாக அமையும்.

ஒன்றின்மீது உரிமை கொண்டாடுவதன் மூலம் மட்டுமே அந்த ஒன்றுடன் கலந்த ஒன்றாக மாற முடியும். உரிமை இல்லாத ஒன்றுடன் அல்லது உரிமை கொண்டாடாத ஒன்றுடன் ஒருங்கிணைந்து ஒன்றாகவே கலந்து இயங்கிட இயலாது. உரிமை கொண்டாடும் ஒன்றுடன் மட்டுமே ஒருங்கிணைய அல்லது ஒன்றிணைய முடியும்.

ஒரு குடும்பம் தன் குடும்பம் என்று உரிமை கொண்டிருப்பதன் மூலம் அல்லது உரிமை கொண்டாடுவதன் மூலம் அக்குடும்பத்தின் நலன்கள் யாவும் தன்னுடைய நலன்களெனக்

கருதும் நிலை உருவாகிறது. அதாவது, குடும்பத்தின் நலமானது அல்லது அக்குடும்பத்தினரின் பொதுநலமானது தன்னலமாகவே அடையாளம் பெறுகிறது. அத்தகைய தன்னலம், அக்குடும்பத்தை உரிமை கொண்டாடுவதில் அல்லது சொந்தம் கொண்டாடுவதில் விரிவடைந்த ஒன்றாகும். இவ்வாறு உரிமை கொண்டாடுவது அல்லது சொந்தம் கொண்டாடுவதன் பரப்பு அல்லது எல்லை விரிவடைய விரிவடைய தன்னலத்தின் பரப்பும் விரிவடைவதாகவே அமையும். அதாவது, விரிவடையும் உரிமைப் பரப்பும் அதன் மூலம் விரிவடையும் தன்னலப் பரப்பும் அவ்வாறு விரிவடைந்த ஒன்றின் பொதுநலப்பரப்பாக விளங்கும். தான் என்பதன் உரிமைப் பரப்பு தன் குடும்பம் என்கிற உரிமைப் பரப்பாக விரிவடையும் நிலையில், தான் என்கிற தன்னலப் பரப்பும் தன் குடும்பம் என்கிற தன்னலப் பரப்பாக விரிவடைகிறது. அதுவே அக்குடும்பத்தின் பொதுநலப் பரப்பாகவும் அமைகிறது.

தன்னலம் என்பது தனிநபர் நலன்களை மட்டுமே குறிப்பதாகக் கருத முடியாது. தன் குடும்பம், தன் ஊர், தன் சாதி, தன் மொழி, தன் இனம், தன் மதம், தன் தேசம் என 'தன்னுடையது' என்று உரிமை கொண்டாடும் ஒவ்வொன்றின் நலமும், அவ்வாறு உரிமை கொண்டாடுவோரின் தன்னலமாகவே கருதலாம். அதாவது, தன்னலம் என்பது 'இது என்னுடையது' என்று உரிமை கொண்டாடுவது அல்லது சொந்தம் கொண்டாடுவதை அடிப்படையாகக் கொண்டதாகும். பிற நலன்களை அல்லது பிறர் நலன்களைப் பொருட்படுத்தாத தனிநபர் நலன்களைத் தவிர, பிற நலன்கள் யாவும் பொதுநலத்தை அடிப்படையாகக் கொண்டவையே ஆகும். அவை ஒவ்வொன்றும் ஒப்பீட்டளவில் இன்னொன்றின் நலன்களுக்கான பரப்பைவிட குறுகியதாகவோ அல்லது விரிந்து பரந்ததாகவோ அமையலாம். அளவும் வடிவும் எவ்வாறாயினும், 'இது என்னுடையது' என்று சொந்தம் கொண்டாடப்படும் ஒவ்வொன்றின் நலமும், அவ்வாறு சொந்தம் கொண்டாடுவோரின் தன்னலமாகவே கருதப்படும்.

குடும்ப நலன்கள், அக்குடும்பத்தின் தனிநபர் நலன் களிலிருந்து மிகவும் இடைவெளி கொண்டதாக இருப்பதில்லை. அவற்றைப் பிரித்துப் பார்க்க இயலாத அளவிற்கு அவை மிகுந்த நெருக்கமும் இறுக்கமும் கொண்டவை. எனவே, குடும்ப நலத்தைப் பொதுநலத்தின் அடையாளமாக ஏற்பதில்லை. ஆனால், ஊர்நலம், சாதிநலம், மொழி நலம், இன நலம், மத நலம் மற்றும் தேச நலம் போன்றவை யாவும் பொதுநலத்தின்

அடையாளங்களாகவே ஏற்கப்படுகின்றன. ஆயினும், பிறவற்றின் நலன்களுடன் ஒப்பிடும்போது, அவை பரப்பில் குறுகியதாகவோ, வலுவில் குன்றியதாகவோ இருக்கலாம். தன் ஊர் நலத்தை முன்னிறுத்துகிறபோது, பிற ஊர்களின் நலன்களிலிருந்து ஒப்பீட்டளவில் குறுகியதாகவும் வலு குன்றியதாகவும் விளங்கும். எனினும், இது பொதுநலத்தை அடிப்படையாகக் கொண்ட தன்னலப் பரப்பேயாகும். இவ்வாறு சாதி, மொழி, இனம், மதம், தேசம் போன்ற அலகுகள் மேலும் மேலும் விரிவடைகின்ற பரப்புகளையும் வலுக்களையும் கொண்டிருந்தாலும் அவை யாவும் பொதுநலத்தை அடிப்படையாகக் கொண்ட தன்னலப் பரப்புகளே ஆகும். தன் சாதி நலன்களையோ, தன்மொழி நலன்களையோ, தன் இனநலன்களையோ, தன்மத நலன்களையோ, தன் தேச நலன்களையோ முதன்மைப்படுத்தும்போது, பிற சாதி, பிற மொழி, பிற இன, பிற மத, பிற தேச நலன்களைப் பொருட்படுத்தாத அல்லது புறக்கணிக்கிற நிலையும் அல்லது எதிர்க்கிற நிலையும் ஏற்படலாம். அதாவது, ஒன்றைத் தன்னுடையது என்று உரிமை கொண்டாடும்போது, அந்த ஒன்றைத் தவிர மற்றவை யாவும் தனக்கு உரியவை அல்ல என்றோ, எதிரானவை என்றோ கருதி, அவற்றைப் புறக்கணிக்கிற அல்லது பகைக்கிற சூழல்கள் உருவாகும்.

ஒன்றைப் புறக்கணிப்பது அல்லது பகைப்பதன் மூலம் மட்டுமே இன்னொன்றின் நலன்களை மீட்கவோ அல்லது பாதுகாக்கவோ முடியுமெனில், அந்த இன்னொன்றைத் தன்னுடையது என்று உரிமை கொண்டாடுவது, சொந்தம் கொண்டாடுவது இன்றியமையாததாகும். அதாவது, ஒன்றின் நலன்களை மீட்கவோ அல்லது பாதுகாக்கவோ வேண்டுமெனில், அந்த ஒன்றைத் தன்னுடையது என்று சொந்தம் கொண்டாட வேண்டியது தவிர்க்க இயலாத தேவையாகும்.

தன்னுடையது என்கிற தன்னலம்தான், அதன் மீது தீவிர ஈடுபாட்டையும் பொறுப்பையும் உருவாக்கும். இது மானுடத்தின் இயங்கியல் பண்பாகும். தன்னுடையது அல்லாத எந்தவொன்றின் மீதும் அல்லது அவ்வாறு சொந்தம் கொண்டாடாத எந்தவொன்றின் மீதும் மானுடம் ஈடுபாடு காட்டுவதில்லை; பொறுப் பேற்பதில்லை. அவ்வாறு ஈடுபாடு காட்டாத, பொறுப்பேற்காத எந்த வொன்றின் நலன்களைப் பற்றியும் கவலைப்படுவதில்லை; அக்கறை செலுத்துவதில்லை. தனக்குச் சொந்தமில்லாத ஒன்றுக்கு எதிரானவற்றைக்

அமைப்பாய்த் திரள்வோம்

கண்டுகொள்வதுமில்லை. அதாவது, ஒன்றின் நலன்களுக்கான பாதுகாப்பு என்பது, அந்த ஒன்றைத் தனக்குச் சொந்தமானது என்று உரிமை கொண்டாடுவதில்தான் அடங்கியுள்ளது.

'தன்னுடையது எது' என்று வரையறுப்பது தனி நபரின் விருப்பத்தை அல்லது நோக்கத்தைப் பொறுத்து அமையும். தன்னுடைய தனிநபர் நலன், தன்னுடைய குடும்ப நலன், தன்னுடைய சாதி நலன், தன்னுடைய மொழி அல்லது இன நலன், தன்னுடைய மத நலன், தன்னுடைய தேச நலன் போன்ற பல்வேறு அலகுகளில் எது தன்னுடையது என்பதை தனிநபரின் விருப்பத்திலிருந்தோ, நோக்கத்திலிருந்தோ வரையறுக்க நேரும். அவரவரின் பொது இலக்கை அடிப்படையாகக் கொண்டு அது தீர்மானிக்கப்படலாம். தமது பொது இலக்கை எட்டுவதற்கேற்ற அலகுகளை அடிப்படையாகக் கொண்டு அமைப்பாதலை நிகழ்த்த வேண்டிய தேவை எழலாம். அமைப்பாதல் நடவடிக்கையிலும் தன்னுடையது என்கிற உரிமை கொண்டாடுதல் இன்றியமையாததாகும்.

இந்த அமைப்பு என்னுடையது; இந்த அமைப்பின் கொள்கை – கோட்பாடுகள் எனக்குச் சொந்தமானவை; இந்த அமைப்பைச் சார்ந்த அனைவரும் எனக்குச் சொந்த மானவர்கள்; இந்த அமைப்பின் உடைமைகள் யாவும் எனக்கு உரிமையுடையவை; இந்த அமைப்பின் நலன்கள் யாவும் என்னைச் சார்ந்தவை; இந்த அமைப்போடு தொடர்புடைய அனைத்திலும் எனக்குப் பொறுப்பு உண்டு! – இப்படி அமைப்பையும் அமைப்புடன் தொடர்புடைய அனைத்தையும் உரிமை கொண்டாடாத எவராலும் அமைப்பின் நலன்களின் மீது அக்கறை காட்ட இயலாது. அமைப்புக்கு எதிரானவற்றை முறியடிக்கவோ சிதைக்கவோ அத்தகையோரால் ஆர்வம் காட்ட இயலாது. அமைப்பைச் சீர்குலைக்கவும் சிதறடிக்கவும் அவர்களே துணியலாம்; அல்லது பிறருக்குத் துணை போகவும் செய்யலாம். அமைப்பை வலுவாகக் கட்டமைப்பதிலோ, வளர்த்தெடுப்பதிலோ அவர்களுக்கு ஈடுபாடு ஏற்படாது. தனிப்பட்ட தன்னுடைய நலன்களுக்காக மட்டுமே அமைப்பைப் பயன்படுத்திக்கொள்ள அவர்களுக்குத் தயக்கமோ கூச்சமோ இருக்காது. தன்னுடைய நலன்கள் பாதிக்கப்படும்போது அமைப்பையே பலி கொடுப்பதற்கும் அவர்களுக்கு அச்சம் வராது. அதாவது, அமைப்பிலிருந்து அந்நியப்பட்டு, தன்னைத் தனிமைப்படுத்திக்கொள்ளும் தனிநபர் எவராலும் அமைப்பின் பாதுகாப்பையும் அமைப்பின் பிற நலன்களையும் முதன்மைப்படுத்தவே இயலாது.

தொல்.திருமாவளவன்

அமைப்போடு அய்க்கியமாகி அமைப்பின் அனைத்துவகை நலன்களையும் முன்னிறுத்துவோரால் மட்டுமே அமைப்பையும் தன்னையும் ஒருங்கிணைத்துப் பாதுகாத்திட இயலும். அமைப்பைத் தனக்குச் சொந்தமானது என ஏற்காமல் அமைப்போடு ஒன்றித்து இயங்கிட இயலாது. அமைப்பின் அனைத்து வகை உறவுகளையும், உடைமைகளையும், அதன் ஆற்றல்களையும் தன்னுடையவை என்று ஏற்பதும் அமைப்புடன் தொடர்புடைய அனைத்துக்கும் தாமே பொறுப்பேற்பதும் போன்ற நடவடிக்கைகள்தாம் அமைப்பைச் சொந்தம் கொண்டாடுவதாக அமையும். அத்தகைய உரிமை மற்றும் பொறுப்பு ஆகியவை, அமைப்பைச் சார்ந்த அனைவருக்குமான கூட்டுரிமை மற்றும் கூட்டுப்பொறுப்பு ஆகும். அதாவது, அமைப்பு தன்னுடையது என்று ஏற்பது, தனிநபருக்கு மட்டுமே உரிய உரிமை அல்லது உடைமை என்றாகாது. அமைப்பைச் சார்ந்த ஒவ்வொருவரும் அவ்வமைப்பைத் தன்னுடையது என்று ஏற்பது, அனைவருக்குமான கூட்டு உரிமை அல்லது கூட்டு உடைமை என்பதே ஆகும். இத்தகைய கூட்டுச்சொந்தமானது அமைப்பிலுள்ள ஒவ்வொருவரையும் தனது சொந்தமாக ஏற்பதிலிருந்தே உருவாகும். அமைப்பைச் சார்ந்தவர்களைத் தனது சொந்தமாக ஏற்க இயலவில்லையெனில், அவ்வமைப்பையும் தனக்குச் சொந்தமானதாக அல்லது கூட்டுச்சொந்தமானதாகக் கருதவே இயலாத நிலைதான் ஏற்படும்.

தன்னை மட்டுமே முன்னிறுத்தும் தனிநபர் நலன்களை அடிப்படையாகக்கொண்ட தன்னலம் என்பது மிகவும் தீங்கானது. தன்னையே அமைப்புடன் அய்க்கியப்படுத்திக்கொண்டு, தன்னையும் அமைப்பையும் பிரித்துப் பாராமல், அமைப்பு நலன்கள், தன்னுடைய நலன்கள் என்று வேறுபடுத்திக் காண இயலாத வகையில் அமைப்பை முன்னிறுத்தும் தனி நபரின் தன்னலம் அமைப்பைச் சார்ந்த அனைவருக்கும் பாதுகாப்பானது.

தனிநபர் முதன்மைப்படுத்தும் தன்னலம், அமைப்பிடமிருந்து அத்தனிநபரைத் தனிமைப்படுத்தும். அமைப்பை முதன்மைப்படுத்தும் தனிநபரின் தன்னலம் அத்தனிநபரை அமைப்புடன் அய்க்கியப்படுத்தி வலுவாக்கும். அய்க்கியமாதல் என்னும் நடவடிக்கைகளுக்கு நேரெதிரான அந்நியமாதல் என்பது, ஒதுக்குதல் மற்றும் ஒதுங்குதல் ஆகிய நடவடிக்கைகளின்வழி நிகழ்வதாகும். தன்னை முன்னிறுத்தும் தனிநபரின் நடவடிக்கைகள், தன்னிடமிருந்து பிறரை ஒதுக்கவும் பிறரிடமிருந்து தானே ஒதுங்கவும் வழிவகுக்கும்.

இவ்வாறு தனிமைப்படுதல் என்னும் அந்நியமாதல், அமைப்புக்கும் தனிநபருக்கும் பயனளிப்பதாக அமையாது. மாறாக, அமைப்பாதலுக்கு எதிரானதாக அமையும். அய்க்கியமாதலின் மூலமே அமைப்பாதலை வெற்றிகரமாக நிகழ்த்திட இயலும். அய்க்கியமாதல் என்பது ஏற்றுக்கொண்ட கொள்கை கோட்பாட்டுடனும், அத்தகைய கொள்கை – கோட்பாட்டை ஏற்றுக்கொண்ட மற்றவர்களுடனும் ஒற்றை அலகாய் ஒன்றித்து இயங்குவதைக் குறிப்பதாகும். அதாவது கட்டமைக்கப்பெறும் அமைப்புடன் ஒரே வடிவமாய், ஒரே அடையாளமாய் ஒருங்கிணைந்து செயலாற்றுவதாகும்.

அமைப்பாதல் நடவடிக்கையின்போது, அந்நியமாதலை விலக்கி, அய்க்கியமாதலைப் பெருக்கி அமைப்பை வெற்றிகரமாக முன்னெடுத்துச் செல்வதற்கு அல்லது வழிநடத்துவதற்கு அவ்வமைப்பினைத் தன்னுடையது என உரிமை கொண்டாடுவது அல்லது சொந்தம் கொண்டாடுவதில்தான் அடங்கியுள்ளது. இவ்வாறு அமைப்பையும் அதன் கொள்கை – கோட்பாடுகளையும் அவ்வமைப்பைச் சார்ந்த உறவுகள் மற்றும் உடைமைகளையும் 'தன்னுடையது' என்று உரிமை கொண்டாடுவது அல்லது சொந்தம் கொண்டாடுவது தனிநபருக்கான தன்னலம் ஆகாது. மாறாக அமைப்புக்கான தன்னலம் ஆகும். அதாவது அமைப்பு நலம் அல்லது மக்கள் நலம் அல்லது பொது நலம் சார்ந்த தன்னலமாகும்.

தனக்குச் சொந்தமானது என்று ஒன்றின் மீது உரிமை கொண்டாடுவது தன்னலம் என்று வரையறுக்கப்படும் நிலையில், ஒரு அமைப்பைத் தனக்குச் சொந்தமானது என்று உரிமை கொண்டாடுவதும் தன்னலமே ஆகும். ஓர் அமைப்பின் பரப்புக்கு, அதன் மீது சொந்தம் கொண்டாடும் உரிமையை விரிவாக்கும்போது, தன்னலமும் விரிவாக்கம் அடைகிறது. அதாவது, தன்னுடையது என்கிற தன்னலத்தின் விரிவாக்கமே அமைப்பின் நலமாக அல்லது பொதுநலமாகப் பரிணாமம் பெறுகிறது.

அதாவது, ஓர் அமைப்பின் நலம் பொதுநலம் என்ற வரையறையைக் கொண்டிருந்தாலும், அதனை முற்றும் தனக்குச் சொந்தமானது என்று உரிமைகொள்ளும்போது, அவ்வாறு உரிமைகொள்ளும் தனிநபரின் தன்னலமாகவே அது கருதப்படும். பிற அமைப்புகளுக்கு மாறாகவோ அல்லது எதிராகவோ அத்தனிநபர் செயல்பட நேர்வதால், அவர் தன்னுடையதாகக் கருதும் அமைப்பின் நலம் அவருடைய

தன்னலமாகவே அமையும். வெவ்வேறு அளவுகளில் மற்றும் வடிவங்களில் இயங்கும் ஒவ்வொரு அமைப்பும் ஏதேனும் ஒரு வகையில் பிற அமைப்புகளோடு முரண்படுவதால், அவ்வமைப்பின் நலன்கள், முரண்படும் அமைப்பின் நலன்களுக்கு எதிரானவையாக இருக்கும். இந்நிலையில், அவ்வமைப்பின் நலன்கள் அவ்வமைப்புக்கான தன்னலமேயாகும். அதனைத் தன்னுடையதாகக் கருதுவோருக்கும் அவர்களின் தன்னலமாகவே விளங்கும்.

ஒட்டுமொத்த மானுடமும் ஒரேகுலம்; ஒட்டுமொத்த நாடுகளும் ஒரே நாடு; ஒட்டுமொத்த மொழிகளும் ஒரே மொழி என உலகில் 'யாவும் ஒன்றே' என்னும் ஒற்றை அலகை உருவாக்கிட இயலாது. அது இயங்கியலுக்கு முரணானது. அவ்வாறு நிகழவே நிகழாது. பல்வேறு அளவுகள், பல்வேறு வடிவங்கள், பல்வேறு ஆற்றல்கள், பல்வேறு நோக்கங்கள் என மானுடம் மற்றும் பிரபஞ்சம் பன்முகக் கூறுகளைக் கொண்டிருப்பதால், பல்வேறு அமைப்புகள் உருவாவதும் இயங்கியல் போக்கேயாகும்.

இந்நிலையில், வரையறுத்துக்கொண்ட இலக்கின் அடிப்படையில் திட்டமிட்டு உருவாக்கப்படும் அமைப்பாதல் நடவடிக்கையில், அதனை வெற்றிகரமாக நிறைவேற்றுவதற்கு, அவ்வமைப்பைச் சார்ந்த ஒவ்வொருவரும் அதனைத் தனக்குச் சொந்தமானதாக ஏற்றிடல் வேண்டும். அதாவது அது ஒருவருக்கு மட்டுமின்றி ஒவ்வொருவருக்கும் சொந்தம் என்றும், அமைப்பு தொடர்பான நல்லவை அல்லவை யாவற்றுக்கும் ஒருவர் மட்டுமின்றி ஒவ்வொருவரும் பொறுப்பேற்க வேண்டும். இத்தகு நடவடிக்கைகளே அந்நியமாதலைத் தவிர்க்கும்; அய்க்கிய மாதலை நிகழ்த்தும்; கூட்டுச்சொந்தமும் கூட்டுப் பொறுப்பும் அமைப்பாதலை வெற்றிகரமாக முன்னோக்கி நகர்த்தும்.

தன்னைமட்டும் முன்னிறுத்தி தனிமையாதல் தவிர்ப்போம்! – அமைப்பில்
தன்னையும் ஒன்றிணைத்து உரிமையோடு காப்போம்!

ஜூன், 2012

24

தனி அடையாள இழப்பும் பொது அடையாள ஏற்பும்

முரண்பாடுகளால் விலகுவதும் உடன்பாடுகளால் இணைவதும் அந்நியமாதல் மற்றும் அய்க்கியமாதல் ஆகியவற்றின் அடிப்படையாகும். முரண்பாடுகள், கொள்கை-கோட்பாடு அடிப்படையில் நட்பு முரண்பாடு மற்றும் பகை முரண்பாடு என அறியப்படும் நிலையில், அவற்றிற்கு ஏற்பவே இணைதலும் விலகுதலும் நிகழும். பெருமளவில் நேர்மறையாகவும் ஓரளவில் எதிர்மறையாகவும் ஒரு முரண்பாடு அமையும்போது, அது 'நட்பு முரண்' என அறியப்படும். ஆனால், முற்றிலும் ஒவ்வாத அல்லது உடன்படாத எதிர்மறை முரண்பாடு 'பகை முரண்' என அறியப்படும்.

பொதுவாக, முரண்பாடு என்பதே பகைமைக்குரியதாக உணரப்படுகிறது. மாறாக, முரண்பாடுகளில் நட்புக்குரியவையும் உண்டு. அதாவது, முரண்பாடு எப்போதும் மோதலுக்குரிய, பகைமைக்குரிய எதிர்மறைப் பண்புகளைக் கொண்டதாகவே கருதப்பட்டு வருகிறது. அளவுகளில் மாறுபடுவதும், வடிவத்தில் மாறுபடுவதும், பண்புகளில் மாறுபடுவதும் போன்ற இயல்புகள்தாம் முரண்பாடு என்பதாகும். அது நட்புக்குரியதாகவோ அல்லது பகைமைக்குரியதாகவோ இயங்கும்.

மாறுபட்ட அல்லது முரண்பட்ட அல்லது நேரெதிரான பண்புகளைக்கொண்டிருந்தாலும்

அவற்றுடன் அவைபோன்ற மற்றவை இணைந்திருக்கக் கூடிய சூழலைப் பெற்றிருந்தால், அத்தகைய முரண் 'நட்பு முரண்' என்பதாகும். அதாவது, அளவில் மாறுபாடு, வடிவத்தில் மாறுபாடு மற்றும் பண்பில் மாறுபாடு போன்ற நேர்–எதிர் போக்குகளைக் கொண்டிருந்தாலும், அவற்றுடன் மற்றவை விலகாமல்–பகைக்காமல்–மோதாமல் ஒரே களத்தில் ஒருங்கிணைந்து நிற்கக் கூடிய சூழல்கள் நிலவினால், அத்தகைய மாறுபாடு அல்லது முரண்பாடு, நட்பு முரண்பாடு என அறியப்படும். அவ்வாறு இணைந்திருக்க இயலாத மாறுபாடுகள் அல்லது முரண்பாடுகள்தாம் 'பகை முரண்பாடு' என்பதாகும். இது களம்–கருத்து–இலக்கு ஆகியவற்றைப் பொறுத்து அமையும்.

ஒரு களத்தில் நட்புமுரணாக இருப்பது இன்னொரு களத்தில் பகைமுரணாகவும், ஒரு களத்தில் பகை முரணாக இருப்பது இன்னொரு களத்தில் நட்புமுரணாகவும் அமையலாம். அதாவது, நட்புமுரண், பகைமுரண் ஆகியவற்றை களமும் கருத்துமே தீர்மானிக்கின்றன. நட்புமுரண்களையும் பகைமுரண்களையும் அடையாளம் காண்பதன் வழியேதான் உடன்பாட்டுப் புள்ளிகளையும் கண்டறிய இயலும். அதனடிப்படையில்தான் 'அய்க்கியமாதல்' நிகழும். அய்க்கியமாதலின் அடிப்படையில்தான் 'அமைப்பாதல்' நிகழ முடியும். தனிமைப்படுத்தலின் நேரெதிர் போக்கே அய்க்கியமாதலாகும்.

தனிமைப்படுதல் என்பது ஒதுங்குதல் மற்றும் ஒதுக்குதல் போன்ற நடவடிக்கைகளின் விளைவேயாகும். ஒதுங்குவதும் ஒதுக்குவதும் அய்க்கியமாதலுக்கு நேரெதிரான போக்குகளாகும். பகைமுரண்களிலிருந்து ஒதுங்குவதும் ஒதுக்குவதும் இன்றியமையாத தேவையெனினும், நட்புமுரண்களிலிருந்தும் அவ்வாறு விலகுவது அல்லது விலக்குவது தேவைக்குரிய அய்க்கியமாதலைத் தவிர்க்கும் அல்லது தடுக்கும். பொதுவாக, ஒதுங்குவதும் ஒதுக்குவதும் தனி நபரையோ அல்லது தனிக்குழுவையோ, பொதுநீரோட்டத்திலிருந்து அல்லது மைய நீரோட்டத்திலிருந்து தனிமைப்படுத்தும்.

தனிமைப்படுதல் அகநிலையிலிருந்தும் புறநிலையிலிருந்தும் நிகழலாம். தனியொருவர் அல்லது தனியொரு குழு தமது தனித்துவத்தை இழப்பதற்கு உடன்படாமல், அதனைக் கட்டிக் காப்பாற்றுவது என்னும் அடிப்படையில், பிறரோடு அல்லது பிற குழுக்களோடு அய்க்கியமாவதை ஏற்பதில்லை. அய்க்கியமாதல், தனிநபர்களின் அல்லது தனிக் குழுக்களின் தனி அடையாளங்களை அல்லது தனித்துவப் பண்புகளை தேவையினடிப்படையில் இழக்கச் செய்யும். தமது தனித்துவத்தை

இழக்க உடன்படாத தனி நபர்கள் அல்லது தனிக்குழுக்கள் பொது நீரோட்டம் அல்லது மைய நீரோட்டத்திலிருந்து விலகி அல்லது ஒதுங்கி இயங்கும் நிலை உருவாகும். இது 'அகநிலைத் தனிமையாதல்' என அறியப்படும். அதேவேளையில், தனி நபர்களை அல்லது தனிக்குழுக்களை தம்மோடு அல்லது தாம் இடம்பெற்றுள்ள பொதுநீரோட்டத்தோடு இணையவிடாமல் அல்லது அய்க்கியமாக விடாமல் விலக்கி ஒதுக்குவதும் அல்லது தடுப்பதும் தனிமைப்படுத்தலை நிகழ்த்தும். இது 'புறநிலைத் தனிமையாதல்' என அறியலாம்.

தனிமைப்படுதல் என்பது அகநிலையிலிருந்தும் புறநிலையிலிருந்தும் ஒதுங்குவது அல்லது ஒதுக்குவது என்னும் அடிப்படையில் நிகழும் அதே வேளையில், ஆதிக்க எதிர்ப்பு மற்றும் ஆதிக்கத் திணிப்பு என்னும் அடிப்படையிலும் நிகழ்ந்திடும். ஆதிக்கத்தைத் திணிப்பது, ஆதிக்கத்தை நிலைநாட்டுவது மற்றும் ஆதிக்கத்தைத் தக்கவைப்பது என்னும் ஆதிக்கப் போக்கானது சுரண்டப்படும் குழுக்களின்மீது அடக்குமுறை மற்றும் சுரண்டல் ஆகியவற்றினூடாகப் 'புறநிலைத் தனிமையாதலைத்' திணிக்கும் நிலையை உருவாக்கும். ஆதிக்கத் திணிப்பை எதிர்க்கும் குழுக்கள், சுரண்டும் ஆதிக்கக் குழுக்களிடமிருந்து தம்மைத் தனிமைப்படுத்திக்கொள்வதும், அவ்வெதிர்ப்பை வலுவாக்கிட, தொடர்ந்திட, வெற்றிகரமாக சாதித்திட தமக்கிடையில் அய்க்கியமாதலை நிகழ்த்துவதும் நடந்தேறலாம். அதேபோல, ஆதிக்கத்தைத் திணிக்கும் குழுக்களுக்கிடையிலும் அத்தகைய அய்க்கியமாதல் நிகழலாம். இவ்வாறு தனிமையாதலும் அய்க்கியமாதலும் அமைப்பாதலின்போது சமகாலத்தில் நிகழ்ந்திடும்.

பெருங்குழு ஒன்றிலிருந்து சிறுகுழு ஒன்று விலகியோ அல்லது விலக்கப்பட்டோ தனிமையாதலுக்குட்படும் நிலையில், அச்சிறு குழுவானது தன்னகத்தே அய்க்கிய மாதலையும் அமைப்பாதலையும் நிகழ்த்தும். பெரும்பான்மை, சிறுபான்மைக் கெதிராகவும், வலுமிகுந்தவை வலுக்குன்றியவைக் கெதிராகவும் ஆதிக்கம் செலுத்தும் நிலையில், இரு தரப்பிலும் விலகுதல் மற்றும் விலக்குதல் அகநிலையிலிருந்தும் புறநிலையிலிருந்தும் நிகழும்.

ஆதிக்கத்தினூடாக ஒன்றின் தனித்துவத்தைச் சிதைப்பதும், சுரண்டலைத் தொடர்வதும் நிகழும் நிலையில், அந்த ஒன்று தனது தனித்துவத்தைத் தற்காத்துக் கொள்ளவும் சுரண்டலைத் தடுக்கவும் அத்தகைய ஆதிக்கத்தை எதிர்த்து அய்க்கியமாவதும் அமைப்பாவதும் நிகழும்.

தனித்துவத்தைத் தற்காத்துக் கொள்வதற்காக ஒரு குழு, தனிக்குழுவாகவோ, சிறு குழுவாகவோ விலகி நின்று, எத்தகைய பொதுநீரோட்டத்திலும் இணையாமல், தமக்கெதிரான ஆதிக்கத்தை, அடக்குமுறையை, சுரண்டலை எதிர்க்கப் போதிய வலுவில்லாமல் தனிமைப்பட்டால், மென்மேலும் அது நசுக்கப்படுவதற்கும் தனித்துவத்தை இழப்பதற்கும் ஆளாக நேரிடும். ஆதிக்கத்தை முறியடிப்பதற்குரிய அளவில் போதிய வலுவைத் திரட்டுவது, அய்க்கியமாதல் மற்றும் அமைப்பாதல் நடவடிக்கையில் இன்றியமையாததாகும். அதாவது, ஆதிக்கத்தை எதிர்க்கும் நிலையில், ஆதிக்கத்தின் வலுவிற்கு இணையாகவோ அதற்கு மேலாகவோ எதிர்ப்புக்குழு வலுப்பெற்றிருக்க வேண்டும். அத்தகைய போதிய வலுவைத் திரட்டுவதற்குத் தன்னகத்தே நிகழும் அய்க்கியமாதலோடு புறநிலையிலும் அது நிகழ்தல் வேண்டும்.

பொதுத்தேவையின் அடிப்படையில், பொதுநீரோட்டத்தில் இணையும் வகையில், நிகழும் 'புறநிலை அய்க்கியமாதலின்'போது, தனித்துவத்தை உரிய அளவில் இழக்கவும் அதற்கு இணையாகப் பொது அடையாளத்தை உள்வாங்கவும் நேரலாம். அத்தகைய 'விட்டுக்கொடுத்தலும் உள்வாங்கலும்' அய்க்கியமாதல் மற்றும் அமைப்பாதலில் தவிர்க்கவே இயலாத நடவடிக்கைகளாகும். தனித்துவத்தை அல்லது தனி அடையாளத்தை இழக்க மறுப்பது, அய்க்கியமாதலுக்கும் அமைப்பாதலுக்கும் எதிரான போக்குகளாக அமையும்.

ஒவ்வொரு தனிமனிதனும் அல்லது ஒவ்வொரு தனிக்குழுவும் 'நான்' அல்லது 'நாம்' என்கிற தனி அடையாளத்தைச் சிறிதளவும் சேதப்படுத்திக்கொள்ள அவ்வளவு எளிதில் ஒப்புக்கொள்வதில்லை. தனித்துவத்தை இழப்பது மெல்ல மெல்ல அடிமைத்தனத்தை ஏற்கச் செய்யும்; ஆதிக்கம் செலுத்துவோரின் விருப்புக்கேற்ப தமது அடையாளத்தை மாற்றிக்கொள்ளும் நிலைக்குத் தள்ளும் என்கிற அச்சமே அதற்கு அடிப்படையாகும்.

தனி அடையாளத்தைப் பாதுகாப்பதில் ஆதிக்க எதிர்ப்பு அடங்கியுள்ளது. அத்தகைய ஆதிக்க எதிர்ப்பின்போது நிகழும் அய்க்கியமாதல் நடவடிக்கையில், அவ்வாறு எதிர்க்கும் குழுவுக்கான அல்லது குழுக்களுக்கான பொதுத்தேவையினடிப் படையில், அக்குழு அல்லது அக்குழுக்களின் பொது அடையாளத்தை ஏற்க வேண்டிய தேவை எழும். அதாவது, அக்குழுவின் அல்லது அக்குழுக்களின் தனித்தனியான அடையாளத்தின் ஒரு பகுதியையாவது இழந்து அவற்றின்

அமைப்பாய்த் திரள்வோம்

பொது அடையாளத்தை உள்வாங்க வேண்டிய நிலை உருவாகும். அத்தகைய பொதுஅடையாளமே அக்குழுக்களின் 'ஒருங்கிணைந்த தனி அடையாளமாகக்' கருதப்பட்டு, அதனைக் காப்பாற்றுவதற்கான ஆதிக்க எதிர்ப்பும், அவ்வெதிர்ப்புக்கான அய்க்கியமாதலும் நிகழும்.

எத்தகைய தனித்துவத்தை ஏற்பது மற்றும் காப்பது என்பதை, எத்தகைய ஆதிக்கத்தை எதிர்ப்பது என்பதிலிருந்தே தீர்மானிக்க இயலும். தனிநபருக்குரிய தனித்துவம், அல்லது தனிக் குழுவுக்கான தனித்துவம், அல்லது பல்வேறு குழுக்கள் ஒருங்கிணைந்த ஒரு பெருங்குழுவுக்கான தனித்துவம் என இவற்றில் எத்தகைய தனித்துவத்தை ஏற்பது மற்றும் காப்பது என்பதை வரையறுப்பதிலிருந்தே, எந்த அளவில் அந்தத் தனித்துவத்தின் இழப்பை ஏற்பது என்றும், எந்த அளவில் பொது அடையாளத்தின் உள்வாங்கலை ஏற்பது என்றும் தீர்மானிக்க இயலும். அதைப்போல, எத்தகைய பொது அடையாளத்தை 'ஒருங்கிணைந்த தனி அடையாளமாக' அல்லது தனித்துவமாக ஏற்பது என்றும் தீர்மானிக்க இயலும்.

தனி அடையாள இழப்பு, பொது அடையாள ஏற்பு மற்றும் பொது அடையாளத்தையே தனிஅடையாளமாக அல்லது தனித்துவமாக உள்வாங்கல் போன்றவற்றையெல்லாம் எத்தகைய ஆதிக்கத்தை எதிர்ப்பது அல்லது சிதைப்பது என்பதை வரையறுப்பதிலிருந்தே தீர்மானிக்க முடியும். ஆதிக்க எதிர்ப்பில் அய்க்கியமாதல் இன்றியமையாத தேவையாகும். அய்க்கியமாதலில் ஒரு பகுதியளவோ அல்லது முழு அளவோ தனி அடையாள இழப்பும் பொது அடையாள ஏற்பும் தவிர்க்க இயலாததாகும். அத்தகைய இழப்பும் ஏற்பும் மறுதலிக்கப்படும் நிலையில் அய்க்கியமாதல் ஒருபோதும் நிகழாது. அய்க்கியமாதலின்றி அமைப்பாதலும் நிகழாது. தனது தனித்துவத்தில் அல்லது தனி அடையாளத்தில் ஒரு சிறு அளவேனும் இழக்க தனிநபர் ஒருவர் உடன்படவில்லையெனில், அந்நபர் ஒரு குழுவின் பொது அடையாளத்தை ஏற்கவோ, அக்குழுவுடன் அய்க்கியமாகவோ இயலாது.

அதைப்போலவே, ஒரு குழுவின் பொதுஅடையாளமானது அக்குழுவின் தனிஅடையாளமாக ஏற்கப்பட்டு அக்குழு ஒருமித்த பிற குழுக்களோடு அய்க்கியமாகும் நிலையில், தனிக்குழுவின் பொது அடையாளமான தனி அடையாளத்தில் இழப்பையும் ஒருங்கிணைந்த பல்வேறு குழுக்களின் பொதுஅடையாளத்தின் ஏற்பையும் தவிர்க்க இயலாது. அவ்வாறின்றி தனிக் குழு தனது தனித்துவத்தை இழக்க மறுதலித்தால், அக்குழு பிற குழுக்களோடு

228 தொல்.திருமாவளவன்

அய்க்கியமாதல் இயலாது. அதாவது, தனிநபராயினும், அல்லது குழுவாயினும் அய்க்கியமாதலின்போது பகுதியளவேனும் முழுஅளவேனும் தனி அடையாளத்தில் இழப்பையும் பொது அடையாளத்தின் ஏற்பையும் எதிர்கொண்டேயாக வேண்டும்.

தனி நபர்களுக்குரிய தனி அடையாளங்களின் சிதைவில், ஒரு குழுவின் பொது அடையாளம் உருப்பெறுகிறது. பல தனிநபர்களைக்கொண்ட அந்தக் குழு ஒரே அலகாக ஏற்கப்படுகிற நிலையில், அக்குழுவின் பொது அடையாளமானது அதன் தனி அடையாளமாகப் பரிணாமம் பெறுகிறது. அதைப்போலவே, பல்வேறு குழுக்களுக்குரிய அத்தகு தனி அடையாளங்களின் சிதைவில், ஒரு பெருங்குழுவின் பொது அடையாளம் உருப்பெறுகிறது. பல்வேறு குழுக்களைக் கொண்ட அப்பெருங்குழு ஒரே அலகாக ஏற்கப்படுகிற நிலையில், அதன் பொது அடையாளமானது அதற்கான தனி அடையாளமாக அல்லது தனித்துவமாக அடையாளம் பெறுகிறது. இவ்வாறு, அடையாளங்களின் இழப்பிலும் ஏற்பிலும்தான் அய்க்கியமாதலும் அமைப்பாதலும் நிகழ்கின்றன. அத்துடன், தனிமையாதல் தவிர்ப்பும், சுரண்டல் தடுப்பும் சமகாலத்தில் நிகழும்.

தனிமையாதல் என்பது ஆதிக்கம், அடக்குமுறை மற்றும் சுரண்டலுக்கு இடங்கொடுக்கும். ஆதிக்க எதிர்ப்புக்கு அது ஒருபோதும் துணை நிற்பதில்லை. ஆதிக்கத்தை எதிர்க்கும் வலிமை அய்க்கியமாதலுக்கு மட்டுமே உண்டு. இத்தகு அய்க்கியமாதல், பொதுத்தேவைக்காக, பொதுநோக்கத்திற்காக, பொது அடையாளம் கொண்ட ஒரு பொதுநீரோட்டத்தில் இணைவதையே அடிப்படையாகக் கொண்டதாகும்.

ஒதுங்குவது அல்லது ஒதுக்குவது என்னும் அடிப்படையில் தனிமைப்படவோ அல்லது தனிமைப்படுத்தவோ இடமளிக்காமல், உரிய அளவில் தனி அடையாளங்களை விட்டுக்கொடுத்து பொது அடையாளத்தை உள்வாங்கி ஒருமித்த இலக்கை நோக்கி ஒரே அலகாகப் பொதுநீரோட்டத்தில் அய்க்கியமாதல்தான் அமைப்பாதலை உறுதிப்படுத்தும்!

அடையாளத்தை இழந்தும் ஏற்றும் அய்க்கியமாவோம்! – கொடிய ஆதிக்கத்தை எதிர்க்கும் சிதைக்கும் ஆற்றல்பெறுவோம்!

சூலை, 2012

25

திட்டமிடுதலும் உந்துதலும்

'நான்' அல்லது 'தான்' என்பது ஒவ்வொருவருக்குமான தன்னடையாளம் ஆகும். தனியொருவரின் 'பண்புகள் மற்றும் நடத்தைகள்' ஆகியவற்றின் தொகுப்பே 'நான் அல்லது தான்' என்னும் வடிவத்தைப் பெறுகிறது. ஒருவரின் பண்புகளும் நடத்தைகளும், அவரின் தாய்–தந்தை வழியிலான உயிரிழைகளின் மூலம் உள்வாங்கப்படுவதாகவும், பிறப்பு–வளர்ப்பு–உழைப்பு சார்ந்த சமூக, பொருளாதார, அரசியல் மற்றும் பண்பாட்டுச் சூழல்களின் வழியிலான பழக்கத்தின் மூலம் உள்வாங்கப்படுவதாகவும் அமையும்.

அதாவது, உயிராய்க் கருவுறும் ஓரணு நிலையிலிருந்தே ஒருவர் தனது பெற்றோரின் உயிரிழைகளின் மூலம் உள்வாங்கப்படும் 'பாரம்பரியப் பண்புகளும்', அவ்வாறு கருவுற்று, உருப்பெற்று, வளர்ச்சியுற்று வாழும் காலமெல்லாம் அவர் தான் சார்ந்த குழு நடத்தைகளால் பெறும் பழக்கங்களின் மூலம் உள்வாங்கப்படும் 'சார்நிலைப் பண்புகளும்' இணைந்தே அவரின் 'நான்' என்னும் அடை யாளத்தை, வடிவத்தைக் கட்டமைக்கின்றன. அத்தகைய பண்புகள் செயல்வடிவம் பெறுவதே நடத்தைகளாகும். அவ்வாறு செயல்வடிவம் பெறாத நிலையில் உள்ளுறைந்து கிடக்கும் குணங்களே பண்புகளாகும்.

இவ்வாறான பண்புகளாலும் நடத்தை களாலும் வடிவாக்கமும் வலுவாக்கமும் பெறுகின்ற 'நான்' என்னும் தன்னடையாளத்தைத் துளியளவும் சேதப்படுத்தவோ சிதைக்கவோ அந்த 'நான்' ஒருபோதும் அவ்வளவு எளிதில் அனுமதிப்பதில்லை. அத்தகைய 'நான்' என்பதுதான் 'அகந்தை' என்பதாகும். தனியொருவரின் 'நான்' என்கிற தன்னடையாளத்தை அல்லது 'தான்' என்கிற அகந்தையைச் சிறிதேனும் இழப்பதன் மூலமே ஏற்க விரும்பும் ஒரு பொது அடையாளத்தை உள்வாங்க முடியும். பொது அடையாளமானது, ஒரு குழுவின் அல்லது ஓர் அமைப்பின் தன்னடையாளம் ஆகும். 'நான்' என்கிற தனிநபரின் தன்னடையாளத்தை இளக வைத்தால் மட்டுமே 'நாம்' என்கிற குழுவின் அல்லது அமைப்பின் பொது அடையாளத்தை உள்வாங்கிட இயலும். ஏற்றுக்கொண்ட அமைப்பின் பொது அடையாளத்தை ஒவ்வொரு தனிநபரும் தன்னடையாளமாக உணர்தல் வேண்டும்.

அத்தகைய உணர்தலைப் பெறுவதற்கு, பொது அடையாளத்தையே தன்னடையாளமாக உள்வாங்குவதற்கு ஒவ்வொருவருக்கும் 'தூண்டுதல்' என்பது இன்றியமையாத தேவையாகும்.

எரியும் ஆற்றல் ஒரு எண்ணெய்க்கு இருந்தாலும், அதனைத் தீயால் தீண்டினால்தான் அது திகுதிகுவெனப் பற்றி எரியும். எண்ணெயில் எரியும் ஆற்றல் உள்ளுறைந்து கிடந்தாலும், அதனைத் தீயின் சுடர்களால் தீண்டும்போதுதான் அவ்வாற்றல் தூண்டப்படுகிறது. ஒரு செயலைத் தீவிரப்படுத்தவும் விரைவு படுத்தவும் செழுமைப்படுத்தவும் வலிமைப்படுத்தவும் முழுமைப்படுத்தவும் நிறைவுபடுத்தவும் 'தொடர்ச்சியான தூண்டுதல்' என்பது தவிர்க்க முடியாத தேவையாக அமையும்.

ஒன்றை ஏற்பதற்கும் ஒன்றை இழப்பதற்கும் ஒவ்வொரு நிலையிலும் உரியதொரு முடிவை எடுத்தாக வேண்டும். ஒவ்வொரு செயலிலும் அச்செயல் தொடர்பான பின்னணி உண்டு. அத்துடன் ஒவ்வொரு செயலின் தொடக்கத்திற்கும் முந்தைய நிலையில் ஒரு முடிவெடுத்தல் நிகழும். அதாவது, முடிவெடுத்தல் என்பதுதான் ஒரு செயலின் தொடக்கமாகவே அமையும். இவ்வாறு முடிவுகளை எடுப்பதற்கும் செயல்களைத் தொடங்குவதற்கும் அடிப்படையில் ஒவ்வொருவருக்கும் ஒரு 'உந்துதல்' என்னும் தூண்டுதல் தேவைப்படும். உந்துதலின்றி ஒரு முடிவையும் எடுக்க இயலாது. உந்துதலின்றி ஒரு செயலையும் தொடங்க இயலாது. உந்துதலின்றி ஓரணுவும் அசையாது. இத்தகைய உந்துதல் ஒவ்வொரு தனிநபருக்கும்

இன்றியமையாததைப்போல, அமைப்பாதலில் ஒவ்வொரு குழுவுக்கும் இன்றியமையாததாகும். உணர்தல், புரிதல், இயங்குதல் போன்ற ஒவ்வொரு அசைவிலும் உந்துதல் என்பது இன்றியமையாத ஒன்றாக இடம்பெறுகிறது. இத்தகைய உந்துதல் தன்னியல்பான நிகழ்வாகவோ திட்டமிட்ட நிகழ்வாகவோ அமையலாம். தன்னியல்பாக நிகழும் உந்துதலை 'அகநிலை உந்துதலாகவும்' திட்டமிட்டு நிகழும் உந்துதலை 'புறநிலை உந்துதலாகவும்' கருதலாம். ஏற்கனவே உள்வாங்கியுள்ள உணர்தல்கள் மற்றும் புரிதல்களின் அடிப்படையில், ஒன்றின்மீதான ஈடுபாட்டையொட்டி எழும் உந்துதலை தன்னியல்பான நிகழ்வாக அல்லது அகநிலை உந்துதலாக உணரலாம். ஒன்றின் இருப்பை உணரவைக்கவும் அவ்வொன்றின் அடிப்படையைப் புரியவைக்கவும் அதன் மீதான ஈடுபாட்டை உருவாக்கவும் திட்டமிட்டு நிகழ்த்தப்பெறும் உந்துதலை 'புறநிலை உந்துதலாக' புரிந்துகொள்ளலாம்.

குறித்த இலக்கை எட்ட, குறித்த வேகத்தில் குறித்த காலவரம்புக்குள் அவ்விலக்கை அடைய, ஒன்றுக்கும் மேற்பட்டவர்கள் ஒருங்கிணைந்து இயங்கும் வகையில் வரையறுக்கப்படும் செயல்திட்டமானது, ஒவ்வொரு தனிநபருக்கும் அல்லது அத்தனிநபர்கள் ஒன்றிணைந்துள்ள குழுவுக்கும் புறநிலையிலிருந்து உரிய உந்துதலை வழங்கும். அதாவது, அமைப்பாதல் நிகழும்போது, அவ்வாறு ஏற்கப்பட்ட ஓர் அமைப்பின் கொள்கை மற்றும் குறிக்கோள் ஆகியவற்றின் அடிப்படையில், வரையறுக்கப்பட்ட வேகம் மற்றும் கால வரம்புக்குள் அவற்றை நிறைவேற்றுவதற்கென தனிநபர்களை அல்லது குழுக்களை ஈடுபாட்டுடன் இயங்கச் செய்வதற்குத் திட்டமிட்டு வழங்கப்படும் அழுத்தமே, திட்டமிட்ட நிகழ்வாக அமையும் 'புறநிலை உந்துதல்' ஆகும்.

ஒவ்வொரு தனிநபரையும் வடிவப்படுத்துகிற அல்லது அடையாளப்படுத்துகிற 'நான்' என்கிற இருப்பை, மெல்ல இளக வைத்திட, மெல்லியதாகவேனும் இழக்க வைத்திட, அதே வேளையில், ஏற்க வேண்டிய பொதுஅடையாளத்தைப் புரிய வைத்திட, மெல்ல மெல்ல அதனை உள்வாங்கச் செய்திட திட்டமிட்ட உந்துதல் தேவைப்படுகிறது. அத்தகைய புறநிலை உந்துதலை உருவாக்கிட 'திட்டமிடுதல்' இன்றியமையாத ஒன்றாக அமையும்.

திட்டமிடுதலில் காலம், வேகம் மற்றும் இலக்கு ஆகியவை அடிப்படைக்கூறுகளாக அமையும். அவற்றை

அடிப்படையாகக் கொண்டு உரிய செயல்திட்டங்களையும், அச்செயல்திட்டங்களை நடைமுறைப்படுத்துவதற்கு அல்லது நிறைவேற்றுவதற்கான உத்திகளையும் வரையறுத்தல், திட்டமிடுதலில் இன்றியமையாதவையாகும். அடையவேண்டிய இலக்கைப் பொறுத்தும், உரிய கால அளவைப் பொறுத்தும் ஆற்ற வேண்டிய கடமைகளை உடனடிச் செயல்திட்டங்கள், குறுகிய கால செயல்திட்டங்கள் மற்றும் நீண்டகாலச் செயல்திட்டங்கள் என வரையறுப்பது திட்டமிடுதல் நடவடிக்கையில் நிகழ்வதாகும். அவ்வாறு செயல்திட்டங்களை வகுப்பதில் காலமும் வேகமும் மானுடத்திறமும் மிகவும் இன்றியமையாத கூறுகளாகும். இவற்றை அடிப்படையாகக் கொண்டு செயல்திட்டங்களை வகுப்பதில், 'முன்னுரிமை' வழங்குதல் முதன்மையான தேவையாக அமையும். முன்னுரிமை வழங்குதலின் அடிப்படையில்தான் உடனடிச் செயல்திட்டங்கள், குறுகிய கால மற்றும் நீண்டகாலச் செயல்திட்டங்கள் ஆகியவை வரையறுக்கப்படும்.

எண்ணிலடங்காச் சிக்கல்களை ஒவ்வொரு நொடிப் பொழுதும் எதிர்கொள்ள வேண்டிய நிலையில், அவற்றில் முதன்மையானவற்றை அடையாளம் காண்பதே முன்னுரிமை அளிப்பதாக அமையும். போதிய காலம், உரிய வேகம், தேவையான மனித ஆற்றல் அல்லது உழைப்பு ஆகியவற்றைப் பொறுத்தே இத்தகைய செயல்திட்டங்களை வரையறுத்திட இயலும். காலம் – வேகம் – உழைப்பு ஆகியவற்றின் அளவை இயற்கை வரம்புகளுக்கு மாறாக விருப்பத்திற்கேற்ப கூட்டுவதோ குறைப்பதோ ஒரு வெற்றிகரமான திட்டமிடுதலுக்கு ஏதுவாக அமையாது. ஆனாலும் அவற்றின் அளவைத் தேவைக்கேற்ப, இயங்கியல் வரம்புகளுக் குட்பட்டு கூட்டுவதும் குறைப்பதும்தான் திட்டமிடுதலில் மிகமிக இன்றியமையாத நடவடிக்கையாகும். விருப்பமும் தேவையும் ஒரே அளவுகளைக் கொண்டவை அல்ல. ஒன்று, இன்னொன்றின் அளவுகளைவிடக் கூடுவதாகவோ குறைவதாகவோ இருக்கும்.

கோடைகாலம், குளிர்காலம் போன்றவை இயற்கை வரம்புகளுக்கு உட்பட்டவையாகும். இவற்றின் அளவைக் கூட்டுவதோ குறைப்பதோ மானுடத் திறனுக்கு உட்பட்டவை யல்ல. இத்தகைய காலவரம்புகளுக்குள் அல்லது இயங்கியல் வரம்புகளுக்குள், நிறைவேற்ற வேண்டிய செயல்திட்டங்களுக்குரிய கால அளவை, வேக அளவை, உழைப்பின் அளவைக் கூட்டவோ குறைக்கவோ செய்யலாம்.

இவ்வாறு தேவைகள் மற்றும் விருப்பங்கள் ஆகியவற்றைக் கணக்கில்கொண்டு, இயங்கியல் வரம்புகளுக்குட்பட்ட நிலையில், காலம்–வேகம்–உழைப்பு ஆகியவற்றின் அளவுகளைக் கூட்டியோ குறைத்தோ, உடனடிச் செயல்திட்டங்கள், குறுகிய மற்றும் நீண்டகால செயல்திட்டங்கள் ஆகியவற்றை வரையறுப்பதும், அவற்றுக்கான உத்திகளை வகுப்பதும், அவற்றை நடைமுறைப்படுத்துவதற்கு அல்லது நிறைவேற்றுவதற்கு உரிய உந்துதலை உருவாக்குவதும், திட்டமிடுதலில் இன்றியமையாதவையும் தவிர்க்க இயலாதவையும் ஆகும். எல்லாவற்றுக்கும் மேலாக, எதிர்கொள்ளும் எண்ணற்ற சிக்கல்களில், எவற்றுக்கு முதன்மைத்துவம் அல்லது முன்னுரிமை அளிப்பது என்பதைத் தேர்வு செய்வதும் 'திட்டமிடுதலில்' முதன்மையானதாகும்.

இத்தகைய திட்டமிடுதல் ஒவ்வொரு தனிநபரையும் 'உணர்தல்–புரிதல்–இயங்குதல்' என்கிற வகையில் உந்துவதாக அமைய வேண்டும். உதிரிகளாய்க் கிடக்கும் ஒவ்வொரு தனிநபரையும் ஒரு குழுவாய் அல்லது அமைப்பாய் ஒருங்கிணை வதற்கேற்ற வகையில், அக்குழுவின் அல்லது அவ்வமைப்பின் பொதுஅடையாளத்தை உள்வாங்கிடவும் அப்பொது அடையாளத்தையே தன் அல்லது தம் அடையாளமாக ஏற்றுக்கொள்ளவும் உந்துதல் அளிக்க வேண்டும்.

ஒவ்வொரு தனிநபருக்கும், அவர் சார்ந்த குழு அல்லது அமைப்புக்கும் ஊக்கமூட்டுவதாக அத்தகைய உந்துதலும் திட்டமிடுதலும் அமைய வேண்டும். கொள்கை–கோட்பாடுகள், நோக்கம் – குறிக்கோள்கள், செயல்திட்டங்கள்–உத்திகள் போன்றவற்றிலும், தனிநபருக்குரிய தன்மதிப்பு, தன்னம்பிக்கை மற்றும் பாதுகாப்பு போன்றவற்றிலும் உருவாகிற குழப்பங்கள், தடுமாற்றங்கள், ஏமாற்றங்கள், தோல்விகள் மற்றும் இவற்றின் மூலம் உருவாகும் மனஅழுத்தங்கள் ஆகியவற்றை எதிர்கொள்ளும் ஆளுமைப் பண்புகளை வளர்த்துக்கொள்ளும் வகையில், ஊக்கமூட்டுவதாக அத்தகைய உந்துதல் அமைய வேண்டும். பதவிகள், பாராட்டுகள், பரிசுகள், வாழ்த்துக்கள் மற்றும் விருதுகள் போன்றவை ஊக்கமூட்டும் உந்துதலாக அமையும்.

இவ்வாறான உந்துதல்களின் மூலம் ஒவ்வொரு தனிநபரையும் அங்கீகரிப்பது, மனச்சோர்வுகளிலிருந்தும் மன அழுத்தங்களிலிருந்தும் அவர்களை விடுவித்து ஊக்கம் அளித்திட ஏதுவாக அமையும். ஆற்றலாளர்களை

அடையாளம் காண்பதும் அங்கீகரிப்பதும், தனிநபர்களின் ஈடுபாட்டையும் பங்களிப்பையும் தீவிரப்படுத்தும். ஆற்றல் மிக்கவர்களை மட்டுமின்றி ஆவல் உள்ளவர்களையும் இத்தகு அங்கீகாரம், தீவிர ஈடுபாடு கொண்டவர்களாக உருப்பெற்றிட ஊக்கமூட்டும். தனிநபர்களின் இத்தகைய தீவிர பங்களிப்பானது, குழுவாதலை அல்லது அமைப்பாதலை விரைவுப்படுத்தவும் வலுப்படுத்தவும்கூடிய வகையில் உந்துதலை அளிக்கும்.

தனிநபர் சார்ந்த பாதிப்புகள், அத்தகைய தனிநபர்கள் உள்வாங்கியுள்ள கொள்கை–கோட்பாடு சார்ந்த சிக்கல்கள், அக்கொள்கை அடிப்படையிலான அமைப்புச் சார்ந்த நிலைப்பாடுகள் ஆகியவற்றால் ஏற்படும் தேக்கநிலைகளை உடைத்து, தொடர்ந்து வீரியத்தோடு இயங்குவதற்கு தனிநபர்களை அங்கீகரித்து ஊக்கப்படுத்தும் செயல்திட்டங்களை வரையறுப்பது திட்டமிடுதல் நடவடிக்கையில் இன்றியமையாத ஒரு பகுதியாகும். அதாவது தனிநபர்களின் பாதிப்புகள் அவர்சார்ந்த அமைப்பையும் வெகுவாகப் பாதிக்கும்.

பொது அடையாளத்தை ஏற்பது என்கிற நடவடிக்கை யால் ஒருவரின் மதிப்புக்கும் பாதுகாப்புக்கும் ஊறு விளையுமேயானால் அவரால் தொடர்ந்து அத்தகைய பொது அடையாளத்தோடு இயங்க இயலாத நிலை ஏற்படும். தனியொருவருக்கு நேரும் அவ்வாறான பாதிப்புகள் அவரோடு மட்டும் தேங்கி விடுவதில்லை. அவர் சார்ந்த குழுவை அல்லது அமைப்பை வெகுவாகப் பாதிப்படையச் செய்யும். அவரது தேக்கம், அமைப்பின் தேக்கமாக மாறும். இத்தகைய தேக்கநிலையைத் தவிர்க்க அல்லது உடைக்க அவரை ஊக்கமூட்டும் உந்துதல் தேவையாகும். அதாவது தனியொருவருக்குரிய தன்மதிப்பின் பாதுகாப்பு, உரிமைகளின் பாதுகாப்பு, உயிர் மற்றும் உடைமைகளின் பாதுகாப்பு போன்றவற்றை உறுதிப்படுத்துவதே, அத்தனிநபரைச் சோர்வு நிலையிலிருந்தும் தேக்க நிலையிலிருந்தும் மீட்கும் ஊக்கத்தையும் உந்துதலையும் அளிக்கும். இவ்வாறான உறுதிப்படுத்துதல், அவர்சார்ந்த குழுவின் அல்லது அமைப்பின் நடத்தையாக அல்லது நடவடிக்கையாக அமையும்.

தனிநபரின் பாதிப்புகள், அவரின் தன்மானம், தன்னம்பிக்கை, உயிர், உடைமை மற்றும் உரிமை போன்றவற்றுக்கு எதிரானதாக ஊறு விளைவிப்பதால் மட்டுமின்றி, அவர் உள்வாங்கியுள்ள கொள்கை மற்றும் கோட்பாடுகள், நோக்கம் மற்றும் குறிக்கோள்கள், செயல்திட்டங்கள் மற்றும் உத்திகள் போன்றவற்றில் ஏற்படும்

குழப்பங்களாலும் ஏமாற்றங்களாலும் தோல்விகளாலும் நிகழலாம். இத்தகைய குழப்பங்களைத் தெளிவுபடுத்துவதும், ஏமாற்றங்களை – தோல்விகளைத் தாங்கிக்கொள்வதற்கும் சகித்துக்கொள்வதற்கும் அணியப்படுத்துவதும்தான் அத்தகு பாதிப்புகளிலிருந்து அவரை மீட்கும்.

இவ்வாறான பாதிப்புகள், அமைப்பின் நிர்வாகக் கட்டமைப்பு, பதவிகளின் மூலம் அதிகாரப் பகிர்வு, கலந்துரையாடல், ஒழுங்கு நடவடிக்கை, செயல் திட்டங்கள் மற்றும் உத்திகள் போன்றவற்றாலும் நிகழலாம். இத்தகைய பாதிப்புகளிலிருந்து தனிநபர்களைப் பாதுகாப்பதற்கு, அமைப்பின் அனைத்து நடவடிக்கைகளையும் சனநாயகப்படுத்துதல் தேவையாகும். சனநாயகப்படுத்தப்படாத அமைப்பின் நடவடிக்கைகள் தனிநபர்களையும், அமைப்பையும் வெகுவாகப் பாதிப்படையச் செய்யும். இத்தகைய பாதிப்புகளிலிருந்து தனிநபர்களையும் அமைப்பையும் பாதுகாப்பதற்கு அமைப்பின் நிர்வாகக் கட்டமைப்பையும் அமைப்பின் அனைத்துவகைச் செயற்பாடுகளையும் சனநாயகப்படுத்துவது இன்றியமையாததாகும்.

இவ்வாறு தனிநபர் சார்ந்த – கொள்கை சார்ந்த – அமைப்பு சார்ந்த பாதிப்புகளிலிருந்து, தனிநபரையும் அமைப்பையும் பாதுகாப்பதற்குரிய நடவடிக்கைகள்தாம் ஒவ்வொருவருக்கும் ஊக்கமூட்டுகிற உந்துதலை அளிக்கும். அவற்றுக்குரிய செயல் திட்டங்களையும் நடைமுறை உத்திகளையும் வரையறுக்கிற திட்டமிடுதல் மிகவும் இன்றியமையாத தேவையாகும்.

திட்டமிடுதலின்றி உந்துதல் இல்லை! உந்துதலின்றி ஊக்கமில்லை! ஊக்கமின்றி சோர்வும் தேக்கமும் நீங்குதல் இல்லை. தேக்கம் உடைதலின்றி நோக்கம் நிறைவதில்லை!

தனிநபரின் பாதுகாப்பு உறுதியாதல் வேண்டும்! – சோர்வுத் தடைநீங்கி ஊக்கம்தரும் உந்துதல் வேண்டும்!

ஆகஸ்டு–செப்டம்பர், 2012

26

செயல் திட்டமும் செயல் தந்திரமும்

என்ன? எது? எவ்வளவு? எவ்வாறு? எங்கே? எப்போது? யார்? யாருக்கு?... என்னும் இவை போன்ற வினாக்களுக்கு விடைகளைத் தேடுவதில்தான் வெற்றிகரமான 'திட்டமிடுதல்' நிகழும். ஆற்ற வேண்டிய கடமைகள், அடைய வேண்டிய இலக்கு, எதிர்கொள்ள வேண்டிய சவால்கள் போன்றவை தொடர்பான புரிதல்கள், அவற்றை அடிப்படையாகக் கொண்ட தொலைநோக்குப் பார்வை முதலியன திட்டமிடுதலில் மிகவும் இன்றியமையாத அடிப்படைக் கூறுகளாகும்.

எட்ட வேண்டிய இலக்குத் தொடர்பான அனைத்து விவரங்களைப் பற்றிய புரிதல்களில் தெளிவும், அதனின்று விரியும் தொலைநோக்குப் பார்வையும் இல்லாத நிலையில் சிறப்பான, வலுவான, வெற்றிகரமான ஒரு திட்டமிடுதலை நிகழ்த்த இயலாது.

திட்டமிடுதல் வெற்றிக்கான செயல்! சாதனைக்கான செயல்! புரட்சிக்கான செயல்! மாற்றத்திற்கான செயல்! அத்தகைய திட்ட மிடுதலைச் செய்து முடிப்பதே இலக்கை எட்டும் செயலையும் முடிக்கும். அதாவது, வெற்றிகரமான திட்டமிடுதல் நிகழுகிறபோது, வெற்றிகரமாக இலக்கை எட்டுதலும் இலகுவாக அமையும்.

‘திட்டமிடுதல்’ என்னும் இந்த மகத்தான செயலைச் செய்து முடிப்பதற்கும் ஒரு ‘முன்திட்டம்’ தேவையாகும். ‘இலக்கை எட்டுவதற் கான செயல்திட்டத்தை வரையறுத்தல்’ என்னும் திட்டமிடுதலை நிறைவேற்றுவதற்கு மேற்கொள்ளப்படும் முன்னேற்பாடுகளே ‘முன்திட்டம்’ என்பதாகும். வரையறுக்க வேண்டிய செயல்திட்டங்களைப் பற்றிய அடிப்படைகளைப் புரிந்துகொள்வதும் அவற்றினடிப்படையில் தேவைகளை அடையாளம் காண்பதும், அத்தேவைகளைத் தேடுவதும் திரட்டுவதும் போன்ற நடவடிக்கைகள் செயல் திட்டங்களை வரையறுப்பதற்கு முன் ஆற்ற வேண்டிய செயற்பாடுகளாகும். அதாவது, எவ்வாறு திட்டமிடுவது என்பது குறித்த திட்டமிடுதல்தான், இத்தகைய முன்னேற்பாடுகள் அல்லது முன்திட்ட ஏற்பாடுகள் என்பனவாகும். இவ்வாறான முன்திட்ட ஏற்பாடுகள் சிறப்பாக ஒருங்கிணைக்கப்படும் நிலையில்தான், இலக்கை எட்டுவதற்குரிய செயல்திட்டங்களை வரையறுக்கும் ‘உரிய திட்டமிடுதல்’ வெற்றிகரமானதாக நிறைவேற்றப்படும்.

திட்டமிடுவதற்கென அல்லது செயற்திட்டங்களை வரையறுப்பதற்கென நேரம் ஒதுக்குதல், கலந்தாய்வு செய்தல், கலந்தாய்வுக்குரிய இடம், பொருள், ஏவல் ஆகியவற்றைத் தேர்வு செய்தல் – குறிப்பாக, கலந்தாய்வுக்குரிய ஆற்றல் கொண்டோரை ஒருங்கிணைத்தல் போன்றவை எவ்வாறு திட்டமிடுவது என்பதற்குரிய முதனிலைத் திட்டமிடுதலாகும். அதாவது, திட்டமிடுவதற்கான முன்னேற்பாடுகள் அல்லது முன்திட்ட ஏற்பாடுகள்தாம் ‘திட்டமிடுதலுக்கான திட்டமிடுதல்’ அல்லது ‘முதனிலைத் திட்டமிடுதல்’ என்பதாகும்.

இலக்கை அடைவதற்கான செயல்திட்டங்களை வரையறுப்பதுதான் அடிப்படையான அல்லது முதன்மை யான திட்டமிடுதல் ஆகும். ஏற்றுக்கொண்ட கொள்கை – கோட்பாடுகளின் அடிப்படையில், எட்டவேண்டிய இலக்கை நோக்கி, எவ்வாறு அதற்கான நோக்கங்களையும் குறிக்கோள்களையும் நிறைவேற்றுவது என்கிற செயல் திட்டங்களை வரையறுப்பதுவே அடிப்படையான அல்லது ‘முதன்மையான திட்டமிடுதல்’ ஆகும். இத்தகைய முதன்மையான திட்டமிடுதலுக்கான முன்னேற்பாடுகள் அல்லது முன்திட்ட ஏற்பாடுகள்தாம் ‘முதனிலைத் திட்டமிடுதல்’ என்பதாகும். முதன்மைத் திட்டமிடுதல் மற்றும் முதனிலைத் திட்டமிடுதல் ஆகியவை தனி நபர்களால் மட்டுமே நிகழ்வன அல்ல. தொடர்புடைய தளங்களில், களங்களில் ஈடுபாடும் ஆற்றலும் நிறைந்தவர்களுக்கிடையே நடைபெறும் கலந்துரையாடல்கள்

மற்றும் கலந்தாய்வுகளின் அடிப்படையில் இத்தகைய திட்டமிடல்கள் நிகழும்.

திட்டமிடுதல் என்பது உத்திகளை அடிப்படையாகக் கொண்டதாகும். உத்திகளை நடைமுறைப்படுத்துவதற்கான வழிமுறைகள்தாம் திட்டமிடுதல் ஆகும். எத்தகைய உத்திகளைக் கையாண்டு இலக்கை எட்டுவதெனத் தீர்மானிக்கிற நிலையில்தான் திட்டமிடுதலுக்கான அடித்தளம் அமையும். அதாவது, உத்திகளைத் தீர்மானிப்பதிலிருந்தே திட்டமிடுதலைத் தீர்மானிக்க இயலும். இறுதி இலக்கை அடைவதற்குரிய காலம், வேகம், உழைப்பு ஆகியவற்றைப் பொறுத்தே உத்திகளை வரையறுப்பது நிகழும். அதாவது, உத்திகளை வரையறுப்பதிலும் திட்டமிடுதலை வகுப்பதிலும் காலம், வேகம் மற்றும் உழைப்பு ஆகியவை மிக இன்றியமையாத பங்கை வகிக்கின்றன.

இறுதியில் நிறைவேற்ற வேண்டியதை வெற்றிகரமாகச் செயல்படுத்துவதற்கு 'கால அளவுகளும்' தீர்மானிக்கும் ஆற்றல்களாக விளங்குகின்றன. அதாவது, குறுகிய கால அளவுகளில் செய்து முடிக்க வேண்டியவை, நெடுங்கால அளவுகளில் செய்து முடிக்க வேண்டியவை என அடுத்தடுத்துச் செய்ய வேண்டியவையெல்லாம் காலத்தையே அடிப்படையாகக்கொண்டு வரையறுக்கப்படுகின்றன. குறிப்பிட்ட காலவரம்புக்குள் நிறைவேற்ற வேண்டியவற்றை அடையாளம் காண்பதும் அவற்றுள் உடனடியாகச் செயற்படுத்த வேண்டியவற்றுக்கு முதன்மைத்துவம் அளிப்பதும், அவற்றை வரையறுக்கப்பட்ட உரிய காலத்திற்குள் செய்து முடிப்பதும் போன்ற நடவடிக்கைகள் யாவும் கால அளவுகளைக் கொண்டே தீர்மானிக்கப்படுகின்றன.

ஒரு புள்ளியில் தொடங்கி ஒரு புள்ளியில் முடிவடையும் ஒரு செயலை நிறைவேற்றிட, தொடங்கும் புள்ளியிலிருந்து முடியும் புள்ளி வரையிலான இடைவெளியில், வெவ்வேறு கால அளவுகளிலும், வெவ்வேறு வேக அளவுகளிலும், வெவ்வேறு உழைப்பு அளவுகளிலும் செயல்திட்டங்களை வரையறுக்க வேண்டிய சூழல்கள் அமையும். அதாவது, காலம், வேகம், உழைப்பு ஆகியவற்றின் அளவுகளைக் குறைத்தோ, கூட்டியோ செயலாற்ற வேண்டிய நிலையில், அவற்றுக்கான 'செயல்வகைகளை' வரையறுப்பதுதான் உத்திகள் என்பனவாகும். இத்தகைய செயல்வகைகள் எனப்படும் உத்திகளை வரையறுப்பதில், பொதுநோக்கு மற்றும் தொலைநோக்குப் போன்றவை இன்றியமையாத கூறுகளாகும். அதாவது, உடனடியாகச் செய்ய

வேண்டியவை, சற்றுக் காலஇடைவெளியில் அதிவேகமின்றி செய்ய வேண்டியவை, அடுத்தடுத்து செய்ய வேண்டியவை என ஒவ்வொன்றுக்குமான தனித்தனிச் செயல்திட்டங்களை வரையறுத்தாலும், அவை அனைத்திற்குமான ஒரு பொதுத் திட்டத்தை வரையறுப்பதும் இன்றியமையாத தேவையாகும். தனித்தனியான செயல்திட்டங்களையெல்லாம் பொதுநோக்கு மற்றும் தொலைநோக்கின் அடிப்படையில் ஒருங்கிணைக்கும் செயல்திட்டமே பொதுத்திட்டம் என்பதாகும். அதாவது, உடனடி செயல்திட்டம், குறுகியகால செயல்திட்டம், நெடுங்காலச் செயல்திட்டம் மற்றும் அன்றாடச் செயல்திட்டம் என அனைத்தையும் உள்ளடக்குகிற பொதுவான பார்வையுடனும் எதிர்காலப் பார்வையுடனும் வரையறுக்கப்படுவதே பொதுத்திட்டம் எனலாம். இவ்வாறான செயல்திட்டங்கள் ஒவ்வொன்றையும் எவ்வாறு வெற்றிகரமாகவும் இலகுவாகவும் நிறைவேற்றுவது என்பதற்கான செயல்முறைகள் அல்லது வழிமுறைகளையே உத்திகள் என அறியலாம்.

அத்தகைய உத்திகளின் அடிப்படையில், செயல்திட்டங்களை ஒவ்வொன்றாய் நடைமுறைப்படுத்துவதற்கான வழிமுறைகளை வரையறுப்பதே திட்டமிடுதல் என்பதாகும். அத்தகைய உத்திகளைத் தேர்வு செய்வதிலும் திட்டமிடுதலை வரையறுப்பதிலும், பொறுமை மற்றும் சகிப்புத்தன்மை ஆகியவற்றை அடிப்படையாகக்கொண்ட அணுகுமுறைகள் தவிர்க்க முடியாத தேவைகளாகும். கையாளும் உத்திகளிலும் செயல் திட்டங்களிலும் குறைகளோ பிழைகளோ இருப்பின் அவற்றை நடைமுறைப்படுத்துவதில் சிக்கலும் தேக்கமும் நேரலாம். தோல்விகளும் ஏற்படலாம்.

அத்தகைய சூழலில், கடுமையான விமர்சனங்கள் எழுந்து வழிநடத்தும் தலைமைத்துவத்தை அல்லது அதற்குரிய ஆற்றலாளர்களை நிலைகுலைய வைக்கலாம். அவ்வாறான நெருக்கடிகள் சூழும்நிலையில், இறுதி இலக்கை எட்டுவதற் கான உத்திகள் மற்றும் செயல்திட்டங்களை மீளாய்வு செய்வதற்கும் பொருத்தமான, இலகுவான மாற்று உத்திகள் மற்றும் செயல்திட்டங்களை வரையறுப்பதற்கும் பொறுமை மற்றும் சகிப்புத்தன்மை போன்ற தலைமைப் பண்புகளின் அடிப்படையிலான அணுகுமுறைகள் தேவை.

செயற்படும் களத்தின் உள்ளும் புறமும் ஆய்வு செய்வதோ மீளாய்வு செய்வதோ அதற்குரிய பொறுப்பேற்றவர்களின் அல்லது தலைமைத்துவ ஆற்றலாளர்களின் 'கூட்டுப்பொறுப்பு' ஆகும்.

அதாவது, களத்தின் உள்ளார்ந்த வலிமைகளையும், வலுவில்லா நிலைமைகளையும் ஆய்வதும் அல்லது மீளாய்வு செய்வதும் அத்தகைய கடமையுடையவர்களின் செயற்பாடுகளாகும். அதைப் போலவே, களத்தின் புறமிருந்து உருவாகும் வாய்ப்புகளையும், தடைகள் மற்றும் இடையூறுகளையும் ஆய்வு செய்வதும் மீளாய்வு செய்வதும் அத்தகையோரின் 'கூட்டுப் பொறுப்'பாகும். இவ்வாறான, கள ஆய்வுகள் மற்றும் மீளாய்வுகளிலிருந்துதான் வெற்றிகரமான உத்திகளையும் செயல்திட்டங்களையும் வரையறுக்க முடியும். குறைகளையும் பிழைகளையும் முற்றிலும் களையும் வரையில், மீளாய்வுகளைச் செய்ய வேண்டியிருக்கும். அதற்குரிய பொறுமையும் சகிப்புத் தன்மையும் கொண்ட அணுகுமுறைகளைக் கையாளவில்லை யென்றால், பொருத்தமான உத்திகளை வகுக்கவோ, வலுவான செயல்திட்டங்களை வரையறுக்கவோ இயலாது போகும்.

களத்தில் இருக்கும் வலிமையை மேலும் பெருக்குவதும், வலுவிழந்து குன்றியுள்ள நிலைகளை மாற்றி வலுவாக்குவதும், இருக்கும் வாய்ப்புகளைச் சரியாகப் பயன்படுத்துவதும், புதிய வாய்ப்புகளை உருவாக்குவதும், இயல்பாக அமையும் தடைகளை, சிக்கல்களை எதிர்கொள்வதும், திட்டமிட்டே ஏவப்படும் சதிகளை, இடையூறுகளை, நெருக்கடிகளை முறியடிப்பதும், ஆய்வு மற்றும் மீளாய்வுகளுக்கான நடவடிக்கைகளாகும். இத்தகு நடவடிக்கைகளிலிருந்தே உரிய வழிமுறைகளையும் தீர்வுகளையும் காண முடியும். அதாவது உரிய உத்திகளைத் தேர்வு செய்யவும் அவற்றுக்கான செயல்திட்டங்களை வரையறுக்கவும் இயலும். இவற்றை நடைமுறைப்படுத்தும் களத்தில், ஒவ்வொன்றையும் வெற்றிகரமாக நிறைவேற்றுவதற்கு ஆங்காங்கே சூழல்களுக்கேற்ப, தேவைகளுக்கேற்ப செயல்தந்திரங்களும் செயல்நுட்பங்களும் தேவைப்படலாம்.

செயல்தந்திரம் மற்றும் செயல்நுட்பம் ஆகியவை களத்திற்கும் களப்பணியாளர்களுக்கும் தொடர்புடையவை ஆகும். என்ன வகை உத்திகளாக இருந்தாலும், எத்தகைய செயல்திட்டங்களாக இருந்தாலும், அவற்றை நடைமுறைப்படுத்துவதில், களத்தில் நிலவும் சூழல்களும் களப்பணியாளர்களின் அணுகுமுறை களும் அவற்றின் போக்கைத் தீர்மானிக்கும் ஆற்றல்களாக அமையும். அவ்வப்போது நிகழும் களச்சூழல்களைப் பொறுத்து, செயற்திட்டங்களை வெற்றிகரமாக நடைமுறைப் படுத்துவதற்குரிய நுட்பமான, மிகவும் நுணுக்கமான முடிவுகளையும் செயல்முறைகளையும் களப்பணியாளர்கள் மேற்கொள்ள நேரலாம். களப்பணியாளர்கள் கையாளும்

அமைப்பாய்த் திரள்வோம் 241

இத்தகைய நுணுக்கமான முடிவுகளும் செயல்முறைகளும்தான் செயல் தந்திரங்கள் மற்றும் செயல்நுட்பங்கள் என்பதாக அறியப்படும்.

குறிப்பிட்ட ஒரு களத்தில், ஒரு குறிப்பிட்ட புள்ளியில் தொடங்கி, ஒரு குறிப்பிட்ட இலக்கை அடைவதற்கு இடையில், இவ்வாறான களப்பணிகள் இன்றியமையாத பெரும்பங்கை வகிக்கின்றன. அதாவது, எடுத்துக்கொண்ட நோக்கங்கள் மற்றும் குறிக்கோள்களை நிறைவேற்றுவதற்கு அல்லது இறுதி இலக்கை எட்டுவதற்குக் கையாள வேண்டிய 'வழிமுறைகள்' என்னும் செயல்வகை அல்லது உத்திகளை வகுப்பதும், அவற்றினடிப்படையில் செயற்படுத்தும் 'நடைமுறைகள்' என்னும் செயல்திட்டம் அல்லது திட்டமிடுதலை வரையறுப்பதும் களச்சூழல்களுக்கேற்ப, காலச்சூழல்களுக்கேற்ப கையாளப்படும் நுணுக்கமான, பொருத்தமான 'முடிவுகள் அணுகுமுறைகள்' என்னும் செயல்தந்திரம் மற்றும் செயல்நுட் பம் ஆகியவற்றைத் தீர்மானிப்பதும் போன்ற களப்பணிகள், மக்களை அமைப்பாக்கும் அமைப்பாதல் நடவடிக்கையிலும் மிகமிக இன்றியமையாத பங்களிப்பைச் செய்கின்றன. இத்தகைய களப் பணிகள் யாவும் வெற்றிக்குத் திட்டமிடுவதாக அமையும்.

வெற்றிக்கு மட்டுமின்றி தோல்விக்கும் திட்டமிடுதல் உண்டு. திட்டமிடாமலேயே களமிறங்குதல்தான் தோல்விக்கான திட்டமிடுதலாகும். உத்திகளை வகுக்காமல், செயல்திட்டங்களை வரையறுக்காமல், செயல்தந்திரங்களையோ செயல்நுட்பங் களையோ கையாளாமல், நோக்கங்களை நிறைவேற்றவும் இலக்கை அடையவும் முயற்சிப்பது தோல்விக்கான அல்லது வீழ்ச்சிக்கான திட்டமிடலாகவே அமையும். மாறாக, தேவையான, வலுவான செயல்திட்டங்களும் கமுக்கமான, நுணுக்கமான செயல்தந்திரங்களும் களத்தில் நடைமுறைப்படுத்தப்படும் நிலையே வெற்றிக்கான திட்டமிடலாக அமையும்.

உத்திகளும் திட்டங்களும் உருவாகும் செயற்களத்தில்! – வெற்றி உடன்கிட்டும் கையாளும் உரியசெயல் தந்திரத்தில்!

அக்டோபர், 2012

27

வெளிப்படையும் கமுக்கமும்

ஒளிவு–மறைவின்றி, உயர்வு–தாழ்வின்றி, ஒதுங்குதல்–ஒதுக்குதலின்றி, ஒரே நோக்கில், ஒரே களத்தில் ஒன்றுபட்டு இயங்க வேண்டியவர்கள், 'வெளிப்படையாய்' ஒருங்கிணைந்து இயங்குவது சனநாயகத்தின் சிறப்புக்கூறுகளுள் ஒன்றாகும். அதாவது, சனநாயகத்தின் பண்புக்கூறுகளுள் 'வெளிப்படை' என்பது மிக உயர்ந்த, சிறப்புவாய்ந்த, இன்றியமையாத ஒரு பண்புநிலை ஆகும்.

வெளிப்படையான கொள்கை–கோட்பாடுகள், வெளிப்படையான நோக்கங்கள்– குறிக்கோள்கள், வெளிப்படையான உரையாடல்கள், வெளிப் படையான கருத்தாய்வுகள், வெளிப்படையான செயல்திட்டங்கள், வெளிப்படையான சட்டம்–விதிமுறைகள் மற்றும் வெளிப்படையான செயற்பாடுகள் என ஒவ்வோர் அசைவும் நகர்வும் வெளிப்படையானவையாக அமைவது மட்டுமே சனநாயகத்தின் சிறப்பாக அமையும். அதாவது, எதிலும் வெளிப்படை, எங்கும் வெளிப்படை, எப்போதும் வெளிப்படை என்பதே சனநாயகத்தின் அடிப்படை!

வெளிப்படையாய் இல்லாத, வெளிச்சமாய் இல்லாத எந்தவொன்றும் நம்பிக்கைக்கும் பாதுகாப்புக்கும் உரியதாக விளங்காது! இயங்காது! வெளிச்சமும் வெளிப்படையும்தான் அய்யத்திற்கும் அச்சத்திற்கும் இடமளிக்காது!

தயக்கத்திற்கும் தேக்கத்திற்கும் வாய்ப்பளிக்காது! மாறாக, நம்பிக்கைக்கும் பாதுகாப்புக்கும் உறுதியளிக்கும்! நம்பிக்கையும் பாதுகாப்பும் சனநாயகத்தின் விளைச்சல்கள் ஆகும். அத்தகைய நம்பிக்கை மற்றும் பாதுகாப்புக்கு வெளிப்படையும் வெளிச்சமும் இன்றியமையாதவையாகும். ஒளிவு-மறைவு, இருட்டு-திருட்டு, ஒதுங்குதல்-ஒதுக்குதல் போன்றவை நம்பிக்கைக்கும் பாதுகாப்புக்கும் எதிரானவை. ஆதலால், அவை சனநாயகத்திற்கு முற்றிலும் பகைமையானவை. வெளிச்சமும் வெளிப்படையும் மேலோங்கும் சூழல்களில் சனநாயகத்தின் பகைமைக் கூறுகளால் வேர்கொள்ள இயலாது! சனநாயகத்தின் வேர்கள் மட்டுமே விரவி-பரவி வளர்ச்சியுற்று வலிமை பெறும்! அதாவது, சனநாயகத்தின் வளர்ச்சிக்கும் வலிமைக்கும் 'வெளிச்சமும் வெளிப்படையும்' இன்றியமையாத தேவைகளாகும். சனநாயகத்தின் அனைத்து நடைமுறைகளிலும் வெளிச்சமாய், வெளிப்படையாய் இருப்பதும் இயங்குவதும் எவ்வளவு இன்றியமையாதவையோ, அதைவிட அவை எத்தகைய தளத்தில், எத்தகைய வரம்பில் அவ்வாறு இருத்தல் வேண்டும்; இயங்குதல் வேண்டும் என்பதும் மிகவும் இன்றியமையாததாகும்.

எந்தவொன்றுக்கும் பகைமை உண்டு. பகைமையினால் எதிர்ப்பு உண்டு. பகைமையின்றி எதிர்ப்பின்றி எந்தவொன்றும் இயங்காது. இயங்கும் ஒவ்வொன்றும் எங்கும் எப்போதும் எதிர்ப்பையும் மோதலையும் எதிர்கொண்டவாறே உள்ளன. இயங்குதல் என்பதே எதிர்ப்பும் மோதலுமே ஆகும்.

அத்தகைய எதிர்ப்பையும் மோதலையும் மீறி வெற்றிகரமாக இயங்குவது கையாளப்படும் செயல்திட்டங்கள் மற்றும் செயல் தந்திரங்களைப் பொறுத்தே அமையும். அத்தகைய செயல் தந்திரங்களைக் கொண்ட செயல்திட்டங்கள், முழுமையான அளவில் வெளிச்சமானதாகவும் வெளிப்படையானதாகவும் இருக்க வாய்ப்பிருக்காது. எதிர்ப்பும் மோதலும் உள்ள பகைமைத் தளத்தில், எதுவும் முற்றிலும் வெளிப்படையாக இயங்குதல் இயலாது. பகைவர்களால் எளிதில் அறிந்துகொள்ளக்கூடிய எதுவும் செயல்தந்திரமாக இருக்காது. பகைவர்கள் எதிர்பார்க்கிற அல்லது ஊகம் செய்கிற ஒன்றை வெளிப்படையான செயல்திட்டமாக அறிவிக்கிறபோது, அதனை பகைவர்களால் எளிதில் முறியடித்துவிட முடியும். அவ்வாறின்றி, எதிர்ப்பை முறியடித்து பகையை வீழ்த்துவதற்குரிய செயல்தந்திரங்களைக் கையாளுதல் இன்றியமையாத தேவையாகும்.

ஒளித்தும் மறைத்தும் எதிரிகளை வீழ்த்தும் செயல் திட்டங்களே உத்திகள் மற்றும் செயல்தந்திரங்கள் எனப்படுபவை ஆகும். ஒளிவு-மறைவு இல்லாமல் உத்திகள் மற்றும் செயல்தந்திரங்கள் இல்லை. ஒளிவு-மறைவு என்பது சனநாயகத்தின் பகைமைக் கூறுகளே என்றாலும், அத்தகைய ஒளிவு-மறைவு, செயல்தந்திரங்களில் இன்றியமையாத கூறுகளாகவும் அமையும். அதாவது, இலக்கை எட்டுவதற்கான செயல்திட்டங்களில், செயல்தந்திரங்களைக் கையாள வேண்டியது தவிர்க்க முடியாததாகும். அத்தகைய இலக்கை எட்டுவதற்குரிய செயல்தந்திரங்களை வகுக்கிறபோது, ஒளிவு-மறைவு என்பதும் தவிர்க்க இயலாததாக அமைகிறது. எதிர்ப்பை, பகையை வீழ்த்தி சனநாயகத்தை வென்றெடுப்பதற்கு, ஒளிவு-மறைவுடன் கூடிய செயல்திட்டங்களைக் கையாளுவதுதான் செயல்தந்திரம் ஆகும்.

செயல்திட்டங்களை வரையறுக்கும் நிலையில், பகைமைத் தளம் அறிந்து, பகையின் வலிமை அறிந்து, அதனை முற்றிலும் வீழ்த்தும் வகையில் வெளிப்படையானதாகவும் மறைமுகமானதாகவும் வகுத்திட வேண்டியது தேவையாகும். அதாவது, வெளிப்படையான செயல்திட்டங்களுடன் மறைமுகச் செயல்திட்டங்களையும் வரையறுக்க வேண்டியது தவிர்க்க இயலாததாகும். பகைவர்களும் அறிந்துகொள்ளும் வகையிலான பொதுச் செயல்திட்டங்களை 'வெளிப்படையான செயல்திட்டங்கள்' எனவும், பகைவர்கள் அறிந்துகொள்ளக் கூடாத குறிப்பான சில செயல்திட்டங்களை – செயல் தந்திரங்களை உள்ளுறைவாகக் கொண்ட சில செயல் திட்டங்களை 'மறைமுகச் செயல்திட்டங்கள்' எனவும் அறியலாம். இத்தகைய ஒளிவு-மறைவுடன் கூடிய செயல்திட்டங்களான, பகைவர்களால் எளிதில் ஊகிக்க முடியாத செயல் தந்திரங்களைக் கொண்ட செயல்திட்டங்களான 'மறைமுகச் செயல்திட்டங்களும்' வெளிப்படையான செயல்திட்டங்களைப் போலவே சனநாயகத்தினை வென்றெடுப்பதற்கு அல்லது உரிய இலக்கை எட்டுவதற்கே ஆகும்.

மறைமுகச் செயல்திட்டங்கள் எதிரிகளை வீழ்த்துவதற்கு மட்டுமே உரியது எனக் கூற இயலாது. எண்ணியதை அடைந்தே தீருவது, இலக்கைத் தொட்டே தீருவது என்னும் வகையிலான நடவடிக்கைகளே மறைமுகச் செயல்திட்டங்களின் அடிப்படையாகும். தனிமனிதனின் அன்றாட வாழ்விலும் இத்தகைய மறைமுகச் செயல்திட்டங்கள் அவனை இயக்கிக்

கொண்டேயிருக்கும். அதாவது, ஒவ்வொரு தனிமனிதனுக்கும் வெளிப்படையான செயல்திட்டங்களும் மறைமுகமான செயல் திட்டங்களும் உண்டு. மறைமுகச் செயல்திட்டங்கள் இல்லாத மனிதர்களே இல்லை எனலாம். ஒவ்வொரு மனிதனுக்கும் ஒவ்வொரு நாளும் வெவ்வேறு வகையிலான மறைமுகச் செயல்திட்டங்கள் உண்டு. அன்றாட நோக்கங்கள், அன்றாடக் குறிக்கோள்கள், அன்றாட இலக்குகள் என ஒவ்வொரு மனிதனுக்கும் அன்றாடச் செயல்திட்டங்கள் உண்டு. அதேபோல – குறுகிய கால மற்றும் நீண்டகால செயல்திட்டங்களும் உண்டு. அவற்றை நிறைவேற்றும் களத்தில் ஒவ்வொருவரும் வெளிப்படையான மற்றும் மறைமுகமான செயல்திட்டங்களைக் கையாள வேண்டியது தவிர்க்க இயலாததாகும்.

அதாவது, மறைமுகச் செயல்திட்டங்கள், ஒவ்வொரு தனிநபரின் அன்றாட நடவடிக்கைகளிலும் உள்ளன. ஓர் அமைப்பு அல்லது நிறுவனத்திற்கு மட்டுமே அத்தகைய மறைமுகச் செயல்திட்டங்கள் உண்டு என்பதில்லை. வெளிப் படையான செயல்திட்டங்கள் உள்ள ஒவ்வொன்றிலும் மறைமுகச் செயல்திட்டங்களும் இடம் பெற்றிருக்கும். இவ்வாறு மறைமுகச் செயல்திட்டங்களைக்கொண்டிருப்பது செயல்தந்திர நடவடிக்கைகளே ஆகும்.

பகைவர்கள் அறியாத வகையில் அல்லது பகைவர்கள் ஊகிக்க முடியாத வகையில், பகைவர்களுக்கு எதிராக வரையறுக்கப்படும் செயல்திட்டங்கள் மட்டுமே மறைமுகச் செயல்திட்டங்கள் எனக் கருதிட இயலாது. ஒருமித்த கருத்துள்ளவர்களுக்கிடையில், ஒரே அமைப்பைச் சார்ந்தவர் களுக்கிடையில், தோழமை சக்திகளுக்கிடையில் அதாவது நட்புத்தளத்தில் வரையறுக்கப்படும் செயல்திட்டங்களிலும் மறைமுகச் செயல்திட்டங்கள் இருப்பது இயல்பே ஆகும். ஒரே குடும்பத்திலுள்ளவர்களுக்கிடையிலும் அத்தகைய மறைமுகச் செயல்திட்டங்கள் இருப்பது தவிர்க்க இயலாததாகும்.

வரையறுத்துக்கொண்ட நோக்கத்தை அல்லது குறிக்கோளை நிறைவேற்றுவதற்கு அல்லது இறுதி இலக்கை எட்டுவதற்கு எத்தகைய நிலையிலும் தடைகளோ, இடையூறுகளோ இல்லாத வகையில் ஏதுவான செயல்திட்டங்கள் தேவைப்படும். அவையே, கமுக்கமான அல்லது மறைமுகமான செயல்திட்டங்களாகும். அனைவருக்கும் தெரிந்த – அத்தனையும் திறந்த வெளிப்படையான செயல்திட்டங்கள், பரந்துபட்ட வெகுமக்களை ஒருங்கிணைப்பதற்கும்

சனநாயகப் பண்புக்கூறுகளைச் செழுமைப்படுத்துவதற்கும் ஏதுவாக அமையுமென்றாலும், அவை இலகுவான முறையில் எதிர்ப்பு மற்றும் தடைகளை ஏற்படுத்துவதற்கான வாய்ப்புகளையும் உருவாக்கலாம். அதாவது, எதிரிகளை எளிதில் ஒருங்கிணைக்கவும் வரையறுக்கப்பட்ட செயல் திட்டங்களை நடைமுறைப்படுத்துவோரைச் சிதறடிக்கவுமான வாய்ப்புகளுக்கும் வழிவகுக்கலாம். நோக்கங்களும் குறிக்கோள்களும் அவற்றை வெற்றிகரமாக நிறைவேற்றுவதற்கான செயல்உத்திகளும் செயல்தந்திரங்களும் அடைய வேண்டிய இலக்குகளும் எவையெவை என வெளிப்படையான செயல் திட்டங்களாக அறிவிக்கும் நிலையில், அவற்றுக்கு எதிராகவும் ஆதரவாகவும் செயல்படும் சக்திகளுக்கு இலகுவான – ஏதுவான சூழல்கள் மற்றும் வாய்ப்புகள் இயல்பாகவே அமையும்.

குறிப்பாக, தோழமை அல்லது ஆதரவு சக்திகளின் வெளிப்படையான – தீவிரமான செயற்பாடுகள், பகை சக்திகளின் எதிர்ப்பைத் தூண்டும் நிலையை உருவாக்கலாம். அதாவது, வெளிப்படையான செயல்திட்டங்களால் உந்தப்படுகிற ஆதரவு சக்திகளின் வெளிப்படையான நடவடிக்கைகள் சிலவேளைகளில் எதிர்ப்பு மற்றும் இடையூறுகளுக்கு, எதிரான சதி வேலைகளுக்கு இடமளிப்பவையாகவும் அமையும்.

எனவே, ஆதரவு சக்திகளுக்கும் அறிவிக்கப்படாத வகையில், அமைப்பைச் சார்ந்தோர் அனைவரும் அறிந்துகொள்ள இயலாத வகையில், குறிப்பிட்ட ஒரு சிறிய வட்டத்திற்குட்பட்ட அளவில் மட்டுமே அறியப்படும் வகையில் மறைமுகமான செயல்திட்டங்களை வகுக்க வேண்டியதிருக்கும். சதிவேலை களைத் திட்டமிடுவதற்குரிய வாய்ப்பை எதிரிகளுக்கு வழங்காமல் செயல்படுவதற்கான தந்திர நடவடிக்கைகள்தாம் இத்தகைய மறைமுகச் செயல்திட்டங்களாகும்.

எதிர்ப்பே இல்லாமல், தடைகளே இல்லாமல், எதிரிகளின் சதிகளை எதிர்கொள்ளாமல் எந்தவொன்றையும் செயற்படுத்தவே இயலாது. எனினும், எதிர்ப்புகளுக்கான வாய்ப்புகளை உருவாக்காமலும், எதிர்ப்பின் அளவை மற்றும் வலுவைப் பெருக்க விடாமலும் அல்லது எதிர்ப்பின் வீரியத்தை நீர்த்துப்போகும் வகையிலும் செயல்தந்திரங்கள் உள்ளடங்கிய, வெளிப்படையாய் அறிவிக்கப்படாத வேலைத்திட்டங்களை வகுக்க வேண்டியது முதன்மையான தேவையாகும். எதிரிகளின் சதிவலைகளுக்குள் சிக்கிக்கொள்ளாமல், மிகுந்த முன்னெச்சரிக்கையுடன் செயல்படவேண்டிய செயல்திட்டங்களை வகுப்பதைப்

போலவே, எதிரிகளை அல்லது எதிரிகளுக்கு உடந்தையாயிருந்து மறைமுகமாய்த் துணைபோகும் சக்திகளை, அவர்தம் சதிகளை முறியடிப்பதற்கான செயல்திட்டங்களையும் வகுப்பதன் மூலமே அடைய வேண்டிய இறுதி இலக்கை எட்ட முடியும். அதாவது, எதிரிகளின் சூது, சூழ்ச்சி போன்ற சதிகளை வீழ்த்துவதற்கான இத்தகு செயல்திட்டங்களும் மறைமுகச் செயல்திட்டங்களே ஆகும். இவற்றை 'எதிரிகளுக்கு எதிரான சதித்திட்டங்கள்' என்றும் புரிந்துகொள்ளலாம். ஒரு வகையில், வரையறுக்கப்பட்ட நோக்கங்களை நிறைவேற்றுவதற்கு, உச்ச நிலையிலான இலக்கைச் சென்றடைவதற்கு எதிரிகளுக்கு எதிராகக் கையாள வேண்டிய 'தற்காப்பு நடவடிக்கைகள்' என்றும் இதனை அறிந்துகொள்ளலாம்.

கொள்கை–கோட்பாடுகள் நீர்த்துப் போகவோ, திரிந்துபோகவோ அல்லது முற்றிலும் சிதைந்துபோகவோ செய்யும் வகையில், எதிரிகள் மேற்கொள்ளும் முயற்சிகளுக்கு அல்லது விரிக்கும் சதிவலைகளுக்கு இடம்கொடுக்காமல் அவற்றைப் பாதுகாப்பதற்கான செயல்தந்திர நடவடிக்கைகளைக் கொண்டதே அத்தகைய 'தற்காப்பு நடவடிக்கைகள்' எனலாம். கொள்கை–கோட்பாடுகளைப் பாதுகாப்பது மட்டுமின்றி, அவற்றைப் பரப்புவது மற்றும் நடைமுறைப்படுத்துவதற்குரிய செயற்களத்தையும், செயற்பாட்டாளர்களையும், தொடர்புடைய வெகுமக்களையும், நிறைவேற்றவேண்டிய நோக்கங்கள் மற்றும் குறிக்கோள்களையும், இன்னும் இவைபோன்ற நடவடிக்கைகளையும் எதிரிகளின் அல்லது எதிரிகளுக்குத் துணைபோகும் சக்திகளின் பாழ்செய்யும் சதி முயற்சிகளிலிருந்து பாதுகாத்திட வேண்டும். அதற்கான கமுக்க நடவடிக்கைகள்தாம் 'தற்காப்பு நடவடிக்கைகள்' அல்லது மறைமுகச் செயல்திட்டங்கள் என்பனவாகும்.

பகைவர்களின் தாக்குதல்களிலிருந்து தப்பித்துக்கொள்வதற்கான நடவடிக்கைகளாக, எதிரிகள் அறிந்துகொள்ளும் வகையிலோ, எதிரிகளை உசுப்பிவிடும் வகையிலோ வெளிப்படையாகவும் தம்பட்டம் அடிப்பதாகவும் இல்லாமல், எதிரிகளுக்குத் தொடர்பில்லாத ஒரு திசையை நோக்கி அல்லது ஓர் இலக்கை நோக்கிச் செயல்படுவதைப் போன்ற களப்பணிகளை மேற்கொள்ளுதல் வேண்டும். பகைவர்கள் அணிதிரள்வதற்கோ, திட்டமிடுவதற்கோ வாய்ப்பளிக்காமல் முன்னெச்சரிக்கையாகத் தடுப்பது என்பது ஒருவகை தற்காப்பு நடவடிக்கை ஆகும். அதேவேளையில், அவர்கள்

அணிதிரளும் வாய்ப்பையும், சதித்திட்டங்களைத் தீட்டுகிற வாய்ப்பையும் பெற்றுவிட்டார்கள் என்றால், அத்தகைய அணிதிரட்சி மற்றும் சதி முயற்சிகளை முறியடிப்பதற்குரிய அல்லது அவற்றை முற்றிலும் சிதைக்கக்கூடிய வகையில் பகை மீது பாயும் நடவடிக்கைகளை மேற்கொள்வதும் ஒருவகை தற்காப்பு நடவடிக்கையே ஆகும். அதாவது, 'பதுங்குவதும் பாய்வதும்' தற்காப்பு நடவடிக்கைகள் என்னும் மறைமுகச் செயல்திட்டங்களின் செயல் தந்திரங்களே ஆகும்.

பாய்வதற்காகப் பதுங்குவதுதான் மறைமுகச் செயல் திட்டமாக அமையும். பாய்வதற்கு இயலாது என்கிற நிலையில் பதுங்குவது என்பது ஒரு தற்காப்புச் 'செயல்' ஆகுமே தவிர, அது ஒரு 'செயல் திட்ட'மாகாது. பதுங்குவ தானாலும் பாய்வதானாலும் அவை ஏற்றுக்கொண்ட கொள்கை–கோட்பாடு மற்றும் இலக்கு ஆகியவற்றோடு தொடர்புடையவையாக இருக்கும்போதுதான், அவற்றுக்கான திட்டமிடுதல்கள் செயல்திட்டங்களாக அடையாளம் பெறும். குறிப்பாக, தடுப்பு மற்றும் தாக்குதல் என்னும் தற்காப்பு நடவடிக்கைகள் மறைமுகச் செயல்திட்டங்களாக அறியப்படும். இத்தகு செயல்திட்டங்களை வரையறுப்பதற்கு, 'தன் வலி மற்றும் மாற்றான் வலி' ஆகியவற்றை மதிப்பீடு செய்வதும் கணக்கில்கொள்வதும் மிகவும் இன்றியமையாதவையாகும்.

தம் வலிமையை மதிப்பீடு செய்வதும் தமக்கு எதிரான பகைமை சக்திகளின் வலிமையை மதிப்பீடு செய்வதும் அவற்றை ஒப்பீடு செய்வதும் அவற்றிலிருந்து பகையின் வலிமையை வெல்வதற்கு ஏற்ற வகையில் தமது வலிமையைப் பெருக்குவதும் முதன்மையான தேவைகளாகும். மாற்றான் வலிமைக்கு இணையாகவோ, அதற்கு மேலாகவோ தம் வலிமையைப் பெருக்காமல், பகைமைக்கு எதிராகப் பாய்வதோ அல்லது பாய்வதற்குத் திட்டமிடுவதோ வீழ்ச்சியை நோக்கி அல்லது சிதைவைநோக்கி இட்டுச் செல்லும்.

ஆள் வலிமை, பொருள் வலிமை, கருத்து வலிமை, கருவி வலிமை மற்றும் செயல் வலிமை போன்ற அனைத்துவகை வலிமைகளையும் இரு தரப்பிலும் இயன்ற அளவில் சரியாக மதிப்பீடு செய்வதும் ஒப்பீடு செய்வதும் அவற்றிலிருந்து நிறை–குறைகளை அறிவதும்தான் வெற்றிகரமான செயல்திட்டங்களை, குறிப்பாக மறைமுகச் செயல் திட்டங்களை வரையறுக்க ஏதுவாக இருக்கும். தம் வலிமையினையும் பகை வலிமையினையும் அறிந்துகொள்வது எவ்வளவு இன்றியமையாததோ அதை விடவும் தமது வலிமையின் முழுப் பரிமாணத்தையும்

வெளிப்படுத்தாமல் கமுக்கமான வகையில் பாதுகாப்பதும் இன்றியமையாததாகும். அதாவது திட்டமிடுவோருக்குத் தெரிந்திருக்கும் 'தம் வலிமை' பற்றிய விவரங்கள் எதுவும் எதிரிகளுக்குத் தெரியாமல் பாதுகாத்தல் வேண்டும். மேலும், ஒருமித்த கருத்துள்ள, ஒரே அமைப்பிலுள்ள அத்தனை பேரும் அறிந்ததாகவோ அறியக்கூடியதாகவோ 'தம் வலிமை' என்பது இருத்தல் கூடாது. திட்டமிடும் வட்டத்திற்குள் மட்டும் அத்தகு 'தம் வலிமை' வெளிப்படையானதாக இருத்தல் வேண்டும்.

ஒரே தளத்தில், ஒரே களத்தில், ஒரே கருத்தில், ஒரே நோக்கில் ஒருங்கிணைந்து செயல்படும் அனைவரும் அறிந்துகொள்ளக் கூடியதாக 'தம் வலிமை' என்பது இருக்குமேயானால், அது பகை முகாமுக்கும் வெளிப்படையாக அறிவிக்கப்பட்டதாகவே இருக்கும். ஆகவே, 'திட்டமிடுவோர்' என்னும் மிகக் குறுகிய வட்டத்திற்குள் மட்டுமே அது கமுக்கமானதாக இருத்தல் வேண்டும். இத்தகைய கமுக்கமான அல்லது ஒளிவு–மறைவான நடவடிக்கைகள் சனநாயகத்திற்குப் புறம்பானவை என்று கருதுவது கூடாது. மாறாக, மக்கள் நலன்கள், அமைப்பு நலன்கள், கொள்கை – கோட்பாட்டு நலன்கள் போன்றவற்றைப் பாதுகாப்பதற்கான கமுக்கங்களைப் பாதுகாத்திடும் சனநாயகமாகக் கருதிட வேண்டும். அதாவது, சனநாயகத்திற்கான கமுக்கங்களைப் பாதுகாப்பதும் சனநாயகத்தைப் பாதுகாப்பதே ஆகும்.

சனநாயகத்தைப் பாதுகாப்பதில் வெளிப்படைச் செயல் திட்டங்கள் மட்டுமின்றி, மறைமுகச் செயல்திட்டங்களும் இன்றியமையாத பங்கை வகிக்கும் மகத்தான ஆற்றலைப் பெற்றுள்ளன. அதாவது, மறைமுகச் செயல்திட்டங்கள், சனநாயகத்தின் பாதுகாப்பு அரண்களாக இயங்கும் வல்லமை கொண்டவையே ஆகும்! ஆகவே, அமைப்பாதல் நடவடிக்கையில், மறைமுகச் செயல்திட்டங்கள் எவ்வகையிலும் தவிர்க்க இயலாதவையாக அமையும்.

தன்வலி மாற்றான்வலி மதிப்பிடல் வேண்டும்! – சதிகளைத்
தகர்த்திட கமுக்கமாய்த் திட்டமிடல் வேண்டும்!

நவம்பர், 2012

28

தகவல் தொடர்பும் மக்கள் தொடர்பும்

உலகின் தலைசிறந்த சொல் ‘செயல்’ என்பதே ஆகும். அது மொழி, ஒலி, எழுத்து போன்ற வரம்புகளை அல்லது வடிவங்களைக் கடந்ததாகும். செயல் என்பது இயங்குதலின் அடிப்படையாகும். அதுவே உயிரின் தனிச்சிறப்பாகும். இயங்காத, செயற்படாத எதுவும் உயிர்ப்புடையது ஆகாது. செயலே உயிர்ப்பு! செயலே ஆற்றல்! செயலே இயக்கம்! செயலே மொழி! செயலே ஒலி! செயலே எழுத்து! செயலே கொள்கை! செயலே கோட்பாடு! செயலே தத்துவம்! செயலே அனைத்தும்! அத்தகைய செயலின் அளவு, செயலின் களம், செயலின் வேகம், செயலின் காலம், செயலின் எல்லை, செயலின் விளைவு போன்றவற்றை ஆய்வதும், அதனையொட்டி தேவைகளின் அடிப்படையில் திட்டமிடுவதும், அவற்றை நடைமுறைப்படுத்துவதும்தான் ஓர் இயக்கத்தின் வெற்றிகரமான செயற்பாடு ஆகும். அதாவது, செயலே ‘வெற்றி’ ஆகும்.

ஆழ்ந்து சிந்திப்பதும் செயல்தான்! சிந்தித்து ஆய்வதும் செயல்தான்! ஆய்ந்து திட்டமிடலும் செயல்தான்! திட்டமிட்டவாறு நடைமுறைப் படுத்துவதும் செயல்தான்! நடைமுறைப்படுத்தும் செயல்தான் முழுமையானதும் வலிமையானதும் ஆகும். நடைமுறைப்படுத்தப்படாத திட்டங்களோ, நடைமுறைப்படுத்தப்படாத கொள்கை – கோட்பாடுகளோ எவ்வளவு உயர்ந்ததாகவும்

சிறந்ததாகவும் இருந்தாலும் அவை உயிர்ப்பு டையதாகவோ ஏற்புடையதாகவோ அமையாது. வரையறுக்கப்பட்ட கொள்கை – கோட்பாடுகளையும், வகுக்கப்பட்ட செயல்திட்டங்களையும் நடைமுறைப் படுத்துவதற்கு, உரிய அளவிலான 'ஏற்புடைய ஆற்றல்' தேவையாக அமையும். அதாவது, கொள்கை – கோட்பாடுகளை ஏற்றுக்கொண்ட, செயல்திட்டங்களில் உடன்பாடுகொண்ட தேவையான மக்கள் சக்தியே, நடைமுறைப் படுத்துவதற்கான ஏற்புடைய ஆற்றலாகும். இத்தகைய ஏற்புடைய ஆற்றலைத் திரட்டுவதே 'அமைப்பாதல்' என்பதாகும்.

ஒன்றுக்கும் மேற்பட்டவர்கள் ஒருமித்த கருத்துடன் அல்லது ஒருமித்த கொள்கையுடன் ஒருங்கிணைந்து செயல்படுவதற்கு அக்கருத்து அல்லது அக்கொள்கை பரந்த அளவில் பலருக்கும் சென்றடைதல் வேண்டும். ஒரு கருத்து அல்லது கொள்கை ஒருவரிடமிருந்து இன்னொருவருக்குப் பரிமாறுவது அல்லது பரப்புவது அமைப்பாதல் என்னும் இயக்கப்போக்கில் இன்றியமையாத ஒரு செயலாகும். எத்தகைய கருத்துக்களை அல்லது கொள்கை – கோட்பாடுகளைப் பரப்புவது, யார் பரப்புவது, யாருக்குப் பரப்புவது, எப்போது பரப்புவது, எங்கே பரப்புவது, எப்படிப் பரப்புவது, என்ன வகையிலான கருவிகள் மூலம் பரப்புவது போன்ற வினாக்களுக்கு விடைதேடுவதும், அவற்றை வரையறுத்து அவற்றின் அடிப்படையிலான செயல் அல்லது நடவடிக்கையில் ஈடுபடுவதும் பரப்புதலின் தவிர்க்க இயலாத தேவைகளாகும். கருத்துப் பரப்பல் அல்லது கொள்கைப் பரப்பல் என்னும் செயல் வெற்றிகரமானதாக அமைந்திட, தொடர்ச்சியாகவும் விரிவாகவும் மக்கள் தொடர்பு மற்றும் கருத்துப்பகிர்வு நிகழ்ந்திட வேண்டும்.

தகவல் தொடர்பும் மக்கள் தொடர்பும் 'பரப்புதல்' நடவடிக்கையில் அடிப்படையான செயல்திட்டங்களாக அமையும். மக்கள் தொடர்பில்லாமல் தகவல் தொடர்பில்லை. தகவல் தொடர்பில்லாமல் மக்கள் தொடர்பில்லை. இவ்விரு தொடர்புகள் இல்லாமல் கருத்துப் பரப்பல் இருக்க முடியாது.

ஒரு நோக்கம் அல்லது ஒரு குறிக்கோளுக்காக, ஒருவரிட மிருந்து ஒன்றின் வழியாக ஒரு தகவலை இன்னொருவருக்குத் தெரிவிப்பது 'தகவல் தொடர்பாகும்'. ஓர் இலக்கை அடைவதற்காக ஓர் அமைப்பிடமிருந்து பல்வேறு வழிகளின் மூலமாக தகவல் மற்றும் கொள்கை அல்லது கோட்பாடுகளை பல்வேறு தரப்பு வெகுமக்களுக்குத் தெரிவிப்பது 'மக்கள் தொடர்பாகும்'.

தனிநபர்களுக்கிடையில் அல்லது குழுவினருக்கிடையில் ஒரு கருத்தை அல்லது ஒரு செயல்திட்டத்தைப் பரிமாறிக்கொள்வது, 'அனுப்புவோர் – பெறுவோர்' என்னும் இருவழித் தொடர்பாக தகவல் தொடர்பு அமையும். மேலிருந்து கீழும், கீழிருந்து மேலும் அல்லது இடமிருந்து வலமும், வலமிருந்து இடமும் இரு முனைகளுக்கிடையில், ஒரு குறிப்பிட்ட எல்லைக்குள் வெளிப்படையானதாகவோ மறைமுகமானதாகவோ பரிமாறிக்கொள்ளப்படும் கருத்துப் பகிர்வாகவே 'தகவல் தொடர்புகள்' நிகழும். இது ஒரே அமைப்புக்குள் அல்லது ஒன்றுக்கும் மேற்பட்ட அமைப்புகளுக்கிடையில் நிகழலாம்.

அமைப்புச் சார்ந்தோருக்கிடையில் மட்டுமின்றி, அமைப்புச் சாராத வெகுமக்கள் வரையில் விரிவாக்கம் பெற்றதாக 'மக்கள் தொடர்பு' அமையும். அதாவது, தகவல் தொடர்புகளுக்கான செயற்களத்தின் விரிவாக்கமே 'மக்கள் தொடர்பு' என அறியலாம். இத்தகைய தொடர்புகளின் மூலமாகவே சொல்ல வேண்டியதை அல்லது பரப்ப வேண்டியதை வெற்றிகரமாக நடைமுறைப்படுத்த இயலும். ஒரு கருத்தை அல்லது கொள்கையை உரியவர்களுக்கு அல்லது பொதுமக்களுக்குத் தெரியப்படுத்துதல், தெளிவுபடுத்துதல், உடன்படச்செய்தல், உள்வாங்கச் செய்தல், ஒருங்கிணையச்செய்தல், ஒத்துழைக்கச் செய்தல் போன்ற நடவடிக்கைகள் தாம் மக்கள் தொடர்புக்கான அடிப்படை நோக்கங்களாகும்.

சொல்லப்படாத கருத்துக்கள் அல்லது பரப்பப்படாத கொள்கை–கோட்பாடுகள், உயிர்ப்பில்லாத – வீரியமில்லாத விதைகள் எனலாம். ஓர் அமைப்பின் வளர்ச்சி மற்றும் வலிமை என்பது, உரிய மக்கள் திரளுடன் அல்லது வெகுமக்கள் திரளுடன் கொண்டுள்ள தகவல் தொடர்புகளைப் பொறுத்தே அமையும்.

எதைச் சொல்லவேண்டுமோ அல்லது பரப்ப வேண்டுமோ அதனை முறையாக, சரியாக, முழுமையாகச் சொல்வதில்தான் அதன் நோக்கம் வெற்றிகரமாக நிறைவேறும். எதையும் சொல்வது எளிது என்பதும் சொல்லியவாறு செய்வது கடினம் என்பதும் அனைவரும் அறிந்ததே! அதாவது, செயல் என்பது அவ்வளவு இலகுவானதோ, எளிதானதோ அல்ல. செயலை நடைமுறையாக்க அதற்குரிய கட்டமைப்பு வசதிகள் இன்றியமையாதவை ஆகும். ஒரு செயலை நடைமுறைப்படுத்துவதற்கு அச்செயலுக்குரிய கருத்து, களம், கருவி, காலம், வேகம் மற்றும் களப்பணிகளுக்குரிய மனிதவளம்

போன்ற கட்டமைப்பு வசதிகளும், செயல்திட்டங்களும் தேவைகளாக அமையும். இவை முழுஅளவிலும் போதிய அளவிலும் இல்லையெனில், ஒரு செயல் நிறைவேறாது.

ஒரு செயலை நிறைவேற்றுவதற்கு இத்தனை தேவைகள் இருப்பதாலும் அவற்றைத் தேடித் திரட்ட வேண்டியிருப்பதாலும் செயல்படுத்துவதற்கான உழைப்பு மற்றும் பொருள் போன்ற ஆற்றல்களைச் செலவு செய்ய வேண்டியிருப்பதாலும் 'செயல்' என்பது கடினமானதாக அமைகிறது.

ஒவ்வொரு செயலாக்கத்திலும் அதனை நடை முறைப்படுத்தும் ஒவ்வொரு மனிதனின் புரிதல்திறன் மற்றும் செயல்திறன் என்னும் ஆற்றல்கள் இன்றியமையாதவையாகவும் பெரும்பங்கு வகிப்பவையாகவும் அமைகின்றன. புரிதல்திறனைப் பொறுத்தே செயல்திறன் அமையும். புரிதலின்றிச் செயல்படவே இயலாது. புரிதலின்றி தேவைகளை உணரவோ, திரட்டவோ இயலாது. புரிதல்திறன்தான் செயல்திறனைப் பெருக்கும். அத்தகைய புரிதல்திறன் மற்றும் செயல்திறன் ஆகியவை தனிமனிதனின் பாரம்பரிய அல்லது மரபுவழிப் பண்புகளோடு தொடர்புடையவை என்றாலும், அவனது வாழ்நிலை, சூழ்நிலை, தன்முனைப்பு, இடைவிடாத முயற்சி, உழைப்பு போன்ற வற்றையும் பொறுத்து அவை செழுமையும் வலிமையும் பெறும்.

ஒரு மனிதனுக்கு இயல்பாகவே அமையப்பெற்ற புரிதல்திறன் மற்றும் செயல்திறன் ஆகியவற்றை அறிவதும் அவற்றுக்கேற்ப இயங்குவதும் அல்லது இயங்கச் செய்வதும் செயலாக்கத்தில் இன்றியமையாததாகும். அதேவேளையில், அத்தகைய திறன்களைத் தேவைக்கேற்ப மேம்படுத்துவதும் தவிர்க்க இயலாத தேவையாகும். புரிதல்திறனும் செயல்திறனும் களம்நின்று செயலாற்றுவோருக்கு மட்டுமே தேவை என்று கருதுதல் கூடாது. அதாவது, ஒன்றைச் சொல்லுவோருக்கு அல்லது பரப்புவோருக்கு அத்தகைய புரிதல்திறன் மற்றும் செயல்திறன் தேவையில்லை என்றாகாது.

சொல்லுவதும் ஒரு செயல்தான். சொல்லுதல் என்பது செயலுக்கான செயல்! இயக்குவதற்கான இயக்கம்! எனவே, சொல்லுதலும் கடினமானதே! எளிதானதல்ல! சொல்வதற்கும் புரிதல் மற்றும் செயல்திறன்கள் இன்றியமையாதவை ஆகும். ஒன்றைப் புரிந்துகொள்ளாமல், தெரிந்து கொள்ளாமல் அதனை முறையாகவோ, சரியாகவோ, முழுமையாகவோ சொல்ல இயலாது. அவ்வாறு சொல்லும் செயலுக்கும் கட்டமைப்பு வசதிகள் மற்றும் செயல்திட்டங்கள் தேவையாகும். உரிய

அளவிலும், போதிய அளவிலும் கட்டமைப்பு வசதிகள் இல்லாமல், அவற்றுக்குரிய செயல்திட்டங்கள் இல்லாமல் சொல்லுதல் என்னும் செயலைச் செய்தல் இயலாது. அது அவ்வளவு எளிதாகாது.

எதைச் சொல்வது? யார் சொல்வது? யாருக்குச் சொல்வது? எப்படிச் சொல்வது? எதன் ஊடாகச் சொல்வது? எப்போது சொல்வது? போன்றவற்றுக்கான விடைகள் அல்லது தேவைகள் யாவற்றையும் தேடுவதும் உருவாக்குவதும் போன்ற நடவடிக்கைகள்தாம், சொல்லுக்கும் செயலுக்குமுரிய கட்டமைப்பு வசதிகள் மற்றும் செயல்திட்டங்களுக்கான அடிப்படை ஆகும். ஒன்றைச் சொல்வதற்குப் பல்வேறு வழிமுறைகள் உண்டு. அவற்றில், எதனைப் பயன்படுத்துவது அல்லது எத்தனை வழிமுறைகளைப் பயன்படுத்துவது போன்றவற்றைத் தீர்மானிப்பதற்கும் அதனைச் சொல்லுவோருக்குப் புரிதல்திறனும் செயல்திறனும் அடிப்படைத் தேவைகளாகும்.

அதாவது, எழுத்து, ஒலி, காட்சி மற்றும் குறியீடு போன்ற வடிவங்களில் ஒரு கருத்தைச் சொல்லவோ அல்லது பரப்பவோ இயலும். தேவைக்கேற்ப இத்தகைய வடிவங்களைப் பயன்படுத்துவதற்குரிய புரிதல்திறனும் செயல் திறனும் சொல்லுவோருக்கு அல்லது பரப்புவோருக்கு இன்றியமையாததாகும். தகவல் தொடர்பில் கையாளப்படும் வடிவங்களில் உரியவற்றைத் தேர்வு செய்வதும், அவ்வடிவங் களுக்கேற்ற ஊடகங்களைத் தேர்வு செய்வதும் அவற்றுக்கான கட்டமைப்பு வசதிகளைத் தேடுவதும் அல்லது உருவாக்குவதும் சொல்லும் செயலில் தவிர்க்க இயலாதவையாகும்.

எத்தகைய வடிவங்களில், எத்தகைய ஊடகங்களில், எத்தகைய காலங்களில், எத்தகைய கருத்துக்களை, எத்தகைய மக்கள் திரளுக்கு ஒரு கருத்தைச் சொல்லுவது அல்லது பரப்புவது என்பதை வரையறுப்பதே அதனை 'முறைப்படி சொல்லுதல்' என்பதாக அமையும். இவ்வாறு முறைப்படி சொல்லாத எதுவும் சரியாகவோ, முழுமையாகவோ உரியோருக்கு, உரிய காலத்தில் சென்றடையாது. தகவல் தொடர்பு வெற்றிகரமானதாக அமையாது. இதனால் மக்கள் தொடர்பும் வலுவுள்ளதாக விளங்காது. ஒன்றை முறையாகச் சொல்லுதலிலிருந்துதான் அதனைச் சரியாகவும் முழுமையாகவும் சொல்லுதல் நிகழும்.

ஒருவரிடமிருந்து அல்லது ஓர் அமைப்பிடமிருந்து இன்னொருவருக்கு அல்லது இன்னோர் அமைப்புக்கு ஒரு தகவலைப் பரிமாற்றம் செய்யும் போது, அத்தகவலின்

அமைப்பாய்த் திரள்வோம்

உள்ளடக்கம் மாறாமல், உள்ளது உள்ளபடியே போய்ச்சேரும் என்று சொல்ல இயலாது. வடிவம், ஊடகம், காலம், கருத்து போன்ற அனைத்தையும் முறையாகத் தேர்வு செய்து, அனுப்ப வேண்டிய அல்லது பரப்ப வேண்டிய கருத்து அல்லது கொள்கையில் எந்தவொரு மாற்றமும் ஏற்படாமல், உள்ளது உள்ளபடியே முறைப்படி சொல்லும்போதும் அல்லது பரப்பும்போதும்கூட சரியாகவும் முழுதாகவும் போய்ச் சேரும் என்று எத்தகைய உறுதியும் அளித்தல் இயலாது. இல்லாததை இருப்பதாகவோ, இருப்பதை இல்லாததாகவோ, சொல்லாததைச் சொன்னதாகவோ, சொன்னதைச் சொல்லாததாகவோ, கூட்டியோ குறைத்தோ தகவல் பரிமாற்றம் நிகழும் என்பது தவிர்க்க முடியாததாகும். 'சரியாகவும்' 'முழுமையாகவும்' ஒன்றைச் சொல்வதற்கு 'முறையாகச் சொல்லுதல்' என்பது முதன்மையானதாகும்.

முறையாகவும், சரியாகவும், முழுமையாகவும் ஒன்றைச் சொன்னாலும்கூட அதனைச் சரியாகவும் முழுமையாகவும் ஒருவரால் புரிந்துகொள்ள முடியும் என்றும் உறுதியாகக் கூற முடியாது. தகவலைப் பெறுவோர் எத்தகைய சூழலில் அத்தகைய தகவலைப் பெறுகின்றனர் என்பதையும், எத்தகைய புரிதல் திறனைக் கொண்டுள்ளனர் என்பதையும் பொறுத்தே 'புரிந்துகொள்ளுதல்' நிகழும். தகவல் பெறுவோரைப் பற்றிய புரிதல், தகவல் அளிப்போருக்கு இருத்தல் வேண்டும். தகவல் பெறுவோரின் புரிந்துகொள்ளும் திறன் குறித்துப் புரிந்துகொள்ளும் திறனும் தகவல் அளிப்போருக்கு இருந்தாக வேண்டும். அதாவது, சொல்லுவோருக்குச் சொல்ல வேண்டிய கருத்து பற்றிய புரிதல், சொல்லுவதற்குரிய கட்டமைப்பு வசதிகள் குறித்த புரிதல், அவற்றை நடைமுறைப்படுத்துவதற்குரிய செயல்திட்டங்களை வரையறுப்பதற்கான புரிதல் போன்ற புரிதல்திறன்களோடு, தகவல் பெறுவோரின் புரிதல் திறனைப் பற்றிய புரிதல்திறனும் கூடுதல் திறனாகத் தேவைப்படுகிறது. ஆகவே, சொல்லுதல் என்பது அவ்வளவு எளிய செயல் அல்ல!

தகவலைப் பெறுவோர், அத்தகவலைப் புரிந்துகொள்ளும் வகையிலும், புரிந்துகொள்ளும் வரையிலும், முறையாகவும் சரியாகவும் முழுமையாகவும் சொல்லுகிற அல்லது பரப்புகிற செயல்திறனும் சொல்லுவோருக்குத் தேவையானதாகும்.

அதாவது, புரிதல் திறன்களுடன் செயல்திறனும் கொண்டோரால் மட்டுமே ஒன்றை முறையாகவும் சரியாகவும் முழுமையாகவும் சொல்லுதல் இயலும். இல்லையேல்,

தாறுமாறாகவும் தவறாகவும் அரைகுறையாகவும்தான் தகவல் பரிமாற்றங்கள் நிகழும். இதனால், கருத்து அல்லது கொள்கைத் திரிபுகளும் முரண்பாடுகளும் பெருகி, இலக்கு விலகி, திசை மாறிச் செல்லும் எதிரான போக்குகளும் எதிர்மறையான விளைவுகளும் உருவாகும்.

தகவல் பரிமாற்றத்தின்போது நிகழும் இத்தகைய பிழைகளால் அல்லது பிறழ்வுகளால் உரியோருக்கு உரியது சென்று சேர இயலாத நிலை ஏற்படுவது மட்டுமின்றி, மக்கள் தொடர்பு பாதிக்கும் நிலை ஏற்படுவது மட்டுமின்றி, கருத்து அல்லது கொள்கை-கோட்பாடுகள் திரிந்து, அவற்றின் கருவும் உருவும் சிதைந்து, முற்றிலும் முரண்பாடான அல்லது எதிரான போக்குகள் வளர்ந்து, இலக்கு நோக்கிய பாதை பிறழ்ந்து திசை மாறும் நிலையே உருவாகும்.

இத்தகைய சீர்குலைவுகள், சொல்லுவோரால் நிகழும் வாய்ப்புகளுண்டு என்பது ஒருபுறமிருக்கும் அதே வேளையில், பகைவர்களால், பகைமைக்குத் துணைபோகிற தோழமை சக்திகளால் நிகழ்வதற்கும் வாய்ப்புகளுண்டு. அத்தகையோரால், திட்டமிட்டுப் பரப்பப்படும் அவதூறுகளால், ஆதாரமில்லாத குற்றச்சாட்டுகளால், மக்கள் தொடர்பு வெகுவாகப் பாதிக்கப்படும். உரிய இலக்கைச் சென்றடைய இயலாத நிலை ஏற்படும். எனவே, பகைத் தரப்பிலிருந்து தீட்டப்படும் சதிகளையும் சீர்குலைவு நடவடிக்கைகளையும் முறியடிக்கும் வகையில், முறையாகவும் சரியாகவும் முழுமையாகவும் கருத்தை அல்லது கொள்கையைச் சொல்லுதல் அல்லது பரப்புதல் சொல்லுவோரின் கடமைகள் ஆகும். தமது தரப்பு நடவடிக்கைகளாலோ பகைத் தரப்பு நடவடிக்கைகளாலோ தகவல் பரிமாற்றமும் மக்கள் தொடர்பும் பாதிக்காத வகையில் செயலாற்றுதல் இன்றியமையாததாகும்.

சொல்ல வேண்டியதன் உள்ளடக்கம் மாறாமல், திரியாமல், சிதையாமல், முற்றிலும் சரியாக, முற்றிலும் முழுமையாக உரியோருக்குக் கொண்டு சேர்க்க இயலாது. காலத்தாலும், சமூகம், அரசியல், பொருளாதாரம் மற்றும் பண்பாடு போன்ற தளங்களில் நிலவும் அவ்வப்போதைய சூழல்களாலும், களப்பணியாற்றும் தனிநபர்களின் ஆற்றல் மற்றும் அணுகுமுறைகள் போன்ற பங்களிப்புகளாலும், அறிவியல் மற்றும் தொழில்நுட்பத் தளங்களில் அவ்வப்போது நிகழும் மாற்றங்களாலும், இன்னும் இவை போன்ற பல்வேறு வகைப்பட்ட காரணிக்கூறுகளாலும் சொல்லப்பட வேண்டிய கருத்தில் அல்லது கொள்கை-

கோட்பாடுகளில், செயல்திட்டங்களில் குறிப்பிட்ட அளவிலான திரிபுகளும் சிதைவுகளும் நிகழ்வதைத் தவிர்க்க இயலாது. எனினும், அதன் அடிப்படை மாறாத வகையில் அடுத்தடுத்த நிலைகளுக்கு அல்லது உரிய மக்கள் திரளுக்குக் கொண்டு செல்ல வேண்டியது மகத்தான – அளப்பரிய செயலாகும். இத்தகைய செயலே வெற்றிகரமான தகவல் தொடர்பு மற்றும் மக்கள் தொடர்பு ஆகும்.

காலத்தால் நிகழும் மாற்றங்களைப்போல, இன்னபிற சூழல்களில் நிகழும் மாற்றங்களைப்போல, தகவல் பரிமாற்றங்கள் நிகழும் இருதரப்பிலும் மாற்றங்கள் நிகழும். அதாவது, தகவல் தருவோர் மற்றும் பெறுவோர் என்னும் இவ்விரு தரப்பினரும் மாற்றமடைவது தவிர்க்க இயலாததாகும். அதாவது, தகவல் பரிமாற்றம் தலைமுறை விட்டுத் தலைமுறை எனத் தொடர்ந்து நீடிக்கிற நிலையில், இருதரப்பிலும் புதிய தலைமுறைகள் அவற்றைப் பரிமாறிக்கொள்ளும் நிலை ஏற்படும். இத்தகைய ஆள் மாற்றங்களால் அல்லது தலைமுறை மாற்றங்களாலும் சொல்ல வேண்டிய கருத்து அல்லது கொள்கை மற்றும் கோட்பாடுகளில் திரிபுகளும் சிதைவுகளும் நிகழ்வது தவிர்க்க இயலாததாகும். ஆனாலும், அதன் அடிப்படை மாறாமல், திரிபுகளுக்கும் சிதைவுகளுக்கும் இடம்தராமல் அவற்றை முன்னெடுத்துச் செல்ல வேண்டிய கடமை தகவல் தருவோருக்குரியதாகும்.

தகவல் பரிமாற்றத்தில் எழுத்து, ஒலி, காட்சி மற்றும் குறியீடு போன்ற வடிவங்கள் எத்தகைய பங்களிப்பைச் செய்கின்றனவோ, அத்தகைய பங்களிப்பை வழங்குவதில் 'மொழி'க்குப் பெரும்பங்கு உள்ளது. தகவல் பெறுவோரின் தாய்மொழியில் அல்லது தகவல் பெறுவோருக்குப் புரியும் பொதுமொழியில் தகவல் பரிமாற்றங்கள் நிகழ்தல் வேண்டும்.

இத்தகைய பரிமாற்றங்களில் மொழியும் ஓர் ஊடகமாகும். எழுத்து வடிவமாக ஏற்கப்படுகிறபோது, மொழி ஓர் ஊடகமாக அமைகிறது. எழுத்து மட்டுமின்றி பிற வடிவங்களுக்கும் மொழி என்பது மிக இன்றியமையாத ஓர் ஊடகமாகும். அறிக்கைகள், இதழ்கள், நூல்கள் போன்றவை எழுத்து வடிவிலும், உரைகள், பாடல்கள், அறிவிப்புகள் போன்றவை ஒலி வடிவிலும், நாடகங்கள், திரைப்படங்கள், கலை நிகழ்ச்சிகள் மற்றும் நேர்காணல்கள் போன்றவை காட்சி வடிவிலும், சின்னங்கள், இலச்சினைகள், முத்திரைகள், சுருக்கெழுத்துக்கள், ஓவியங்கள், சிற்பங்கள், மறைமுகமாகப் பொருளுணர்த்தும் அடையாளங்கள் மற்றும் உடல் அசைவுகள் போன்றவை குறியீட்டு வடிவிலும்

கருத்துக்களை அல்லது கொள்கை – கோட்பாடுகளைச் சொல்லும் அல்லது பரப்பும் ஊடகங்களாக அமைகின்றன. இவையனைத்திற்குமே மொழி என்பது முதன்மையான – இன்றியமையாத ஓர் ஊடகமாகும்.

உரிய வடிவங்களையும் உரிய ஊடகங்களையும் காலச்சூழல் மற்றும் பிற சூழல்களைப் பொறுத்துத் தேர்வு செய்வதும் பயன்படுத்துவதும் சொல்லுதலில் அல்லது பரப்புதலில் இன்றியமையாதவை ஆகும். இவ்வாறான வடிவங்கள் மற்றும் ஊடகங்களின் மூலம் முறையாக – சரியாக – முழுமையாகத் தகவல் பரிமாற்றங்களை நிகழ்த்துவதன் வழியாகவே, மக்கள் தொடர்பை விரிவாகவும் வலுவாகவும் தொடர்ச்சியாகவும் வெற்றிகரமாகவும் நிகழ்த்திட இயலும்.

வெற்றிகரமான தகவல் தொடர்புகளின் மூலம்தான் வெற்றிகரமான மக்கள் தொடர்புகளை நிகழ்த்த முடியும். அத்தகைய மக்கள் தொடர்புகளின் ஊடாகவே வெற்றிகரமான அமைப்பாதலை நிறைவேற்ற இயலும். உரியோருக்குப் போய்ச் சேர்ந்ததா, இல்லையா, உரியோருக்கு உரிய கருத்து அல்லது கொள்கை புரிந்ததா, இல்லையா என்பதை ஒரு பொருட்டாகக் கருதாத எந்தவொரு தகவல் தொடர்பும் வெற்றிகரமானதாக அமையாது. உரியோருக்குச் சென்று சேரும் வரையிலும், உரியோர் புரிந்துகொள்ளும் வரையிலும் உரிய கருத்துக்களை அல்லது கொள்கை–கோட்பாடுகளைத் தெளிவுபடுத்துதல்தான் வெற்றிகரமான தகவல் தொடர்பாகவும் மக்கள் தொடர்பாகவும் அமையும்.

தகவல் தொடர்பின்றி மக்கள் தொடர்பில்லை! – கொள்கைசார் மக்கள் திரளின்றி அமைப்புக்கு வலுவில்லை!

திசம்பர், 2012

29

தொடர்புகளும் உறவுகளும்

தொடர்புகளே உறவுகளை உருவாக்கும். உறவுகளே ஒருங்கிணைவை வலுவாக்கும். ஒருங்கிணைந்த உறவின் வலிமையே செயல் வலிமையைப் பெருக்கும். வலுவான செயற்பாடு களுக்குத் தொடர்புகளும் உறவுகளும் அடிப்படைத் தேவைகளாகும். தொடர்புகளைப் பொறுத்தே உறவுகளும், உறவுகளைப் பொறுத்தே செயற்பாடு களும், செயற்பாடுகளைப் பொறுத்தே விளைவு களும் அமையும். உள்ளூறும் உணர்வுகளும், உருவாகும் எண்ணங்களும், உள்வாங்கும் கொள்கை – கோட்பாடுகளும் ஒருவரின் சிந்தனைகள், தொடர்புகள் மற்றும் உறவுகளைத் தீர்மானிக்கின்றன.

தொடர்புகளைத் தவிர்ப்பதும் தொடர்புகளை அறுப்பதும் தனிமையாதல் மற்றும் அந்நியமாதல் ஆகியவற்றின் அடிப்படையாக அமைகின்றன. நல்லவையோ அல்லவையோ எத்தகைய தொடர்புகளுமின்றி தானே விலகி யிருப்பதும் அல்லது விலக்கப்படுவதும் தனிமையாதலுக்கு அல்லது தனிமைப்படுத்தலுக்கு வழிவகுக்கும். தனிமையாதலே பிற உறவுகளிலிருந்து வேறுபடுத்தும் அந்நியமாதலை உருவாக்கும். அமைப்பாதலுக்கு முற்றிலும் முரணானவை, எதிரானவை தனிமையாதலும் அந்நியமாதலும் ஆகும். இத்தகைய தனிமையாதலையும் அந்நியமாதலையும் தவிர்ப்பதற்கும் தடுப்பதற்கும் தொடர்புகளே இன்றியமையாதவையாகும்.

எத்தகைய தொடர்புகள், எதனோடு அல்லது எவரோடு தொடர்புகள், எவ்வளவு கால வரம்புகளுக்கு உட்பட்ட தொடர்புகள் எனத் தீர்மானிக்கப்படுகிற தொடர்புகளிலிருந்தே உறவுகளும் செயற்பாடுகளும் அமையப் பெறுகின்றன. தனிநபருக்கும் தனிநபருக்குமிடையிலான தொடர்புகள், தனிநபருக்கும் குழுவினருக்குமிடையிலான தொடர்புகள், தனிநபர் அல்லது ஒரு குழு அல்லது ஓர் அமைப்புக்கும் மக்களுக்குமிடையிலான தொடர்புகள் போன்றவை எத்தகைய தேவைகளைப் பொறுத்து அமைகின்றனவோ அவற்றின் அடிப்படையிலேயே அவை சமூகவியல் நட்புறவாகவோ, பொருளியல், அரசியல் மற்றும் பண்பாட்டியல் சார்ந்த நட்புறவுகளாகவோ அமையும்.

தனியொருவரின் நலன்கள், ஒரு குழு அல்லது அமைப்பின் நலன்கள், பரந்துபட்ட மக்கள்திரளின் நலன்கள் ஆகியவற்றை அடிப்படையாகக் கொண்டே தொடர்புகளும் உறவுகளும் தீர்மானிக்கப்படும். இவை தேடிச் செல்வதாகவோ நாடி வருவதாகவோ இருக்கலாம். தனிநபர், அமைப்பு மற்றும் மக்கள் திரள் ஆகியவற்றின் நலன்கள் மற்றும் பாதுகாப்பு போன்றவற்றின் மீதுள்ள ஈடுபாடு மற்றும் பொறுப்புணர்வைப் பொறுத்தே தேவையான தொடர்புகளும் உறவுகளும் தேடிச் செல்வதாகவோ, நாடிவருவதாகவோ அமையும்.

ஒன்றின்மீது எத்தகைய ஈடுபாடு மற்றும் பொறுப்புணர்வு உள்ளன என்பதைப் பொறுத்தே தொடர்புகளுக்கான, உறவுகளுக்கான தேடல்கள் அமையும். ஈடுபாடு இல்லாமல் பொறுப்புணர்வு இல்லை; பொறுப்புணர்வு இல்லாமல் தேடல்கள் இல்லை; தேடல்கள் இல்லாமல் தொடர்புகளோ உறவுகளோ இல்லை. தீவிர ஈடுபாட்டிலிருந்துதான் தீவிரப் பொறுப்புணர்வு மிகும்! தீவிரப் பொறுப்புணர்விலிருந்து தீவிரத் தேடல்கள் எழும்! இவையே தொடர்புகளையும் உறவுகளையும் விரிவாக்கும்! வலுவாக்கும்! அத்தகைய தீவிர ஈடுபாடு என்பது, 'என்னுடையது' என்கிற உரிமை கொண்டாடுவது அல்லது சொந்தம் கொண்டாடுவதிலிருந்து உருவாவதாகும். 'எனக்குரியது' என்கிற உணர்வு, பொதுவாக தன்னலம் சார்ந்ததாகவே அறியப்பட்டுள்ளது. ஆனாலும், அத்தகைய உணர்வே தீவிர ஈடுபாட்டுக்கும் தீவிரப் பொறுப்புணர்வுக்கும் அடிப்படையானதாக உள்ளது. ஒன்றின் நலன்கள் மற்றும் பாதுகாப்பு, அதன் மீதான ஈடுபாடு மற்றும் பொறுப்புணர்வுகளைப் பொறுத்து அமைவதால், அதற்கு 'என்னுடையது' என்கிற 'தன்னலம்' தேவையானதேயாகும்.

'எனக்குரியது' என்று உரிமை கொண்டாடும்போது அல்லது சொந்தம் கொண்டாடும்போதுதான் அதன் மீதான நல்லவை அல்லவை யாவற்றுக்கும் பொறுப்பேற்கும் நிலை உருவாகும். உரிமையில்லாத, சொந்தமில்லாத ஒன்றின் நலன்களைப் பற்றியோ பாதிப்புகளைப் பற்றியோ யாரும் பொருட்படுத்தவோ பொறுப்பேற்கவோ வாய்ப்பே இல்லை. ஒன்றின் ஆக்கத்திலும் அழிவிலும், பாதுகாப்பிலும் பாதிப்பிலும், வளர்ச்சியிலும் வீழ்ச்சியிலும் ஒரு தனிநபருக்கு அல்லது ஓர் அமைப்புக்குப் பொறுப்பேற்கும் கடமையானது, அதன் மீதான உரிமை அல்லது சொந்தம் கொண்டாடும் நிலையைப் பொறுத்தே அமையும். உரிமையும் சொந்தமும் ஒன்றை நேசிக்கும் தீவிர ஈடுபாட்டிலிருந்து எழும் உணர்வு நிலையாகும். தன்னை நேசிக்கும் ஒவ்வொருவரும் 'எல்லாம் தனக்கே உரியது' என்கிற உணர்வையும், தன் குடும்பத்தை நேசிக்கும் ஒவ்வொருவரும் 'எல்லாம் தன் குடும்பத்துக்கே உரியது' என்கிற உணர்வையும், தன் சாதி, தன் மதம், தன் மொழி, தன் இனம் என தான் சார்ந்த சமூகக்குழுக்களை நேசிக்கும் ஒவ்வொருவரும் 'எல்லாம் தன் சாதிக்கே உரியது' அல்லது 'தனது குழுவுக்கே உரியது' என்கிற உணர்வையும் பெறுகிற நிலை உருவாகும்.

'தனக்குரியது' என்கிற அந்த உணர்வு 'தன்னலம்' சார்ந்தது என்கிற அடையாளத்தைக் கொண்டிருந்தாலும் அதன் எல்லையும் வடிவமும் தெளிவடையும்போது அதன் பண்பும் பயனும் பொதுநலம் சார்ந்ததாகவே பரிணாமம் பெறும். பொதுநலம் என்பது முற்றிலும் தன்னலம் ஒழிந்தது எனப் பொருளாகாது. தன்னலத்தின் விரிவாக்கமே பொதுநலம் என்பதாகும். 'நான் அல்லது என்' என்கிற தனிநபர் நலமே 'தன்னலம்' ஆகும். என் குடும்பம், என் சாதி, என் மதம், என் மொழி, என் இனம், என் தேசம், என் இயக்கம், என் கட்சி என்கிற உரிமை அல்லது சொந்தம் கொண்டாடுதலும் 'தன்னலம்'தான். தனிநபர் நலம் என்கிற தன்னலமானது குடும்பம், சாதி, மதம், மொழி, இனம், தேசம், இயக்கம், கட்சி என்கிற அடிப்படையில் விரிவாக்கம் பெறுகிறபோது வரம்புகளும் வடிவங்களும் மாற்றம் பெற்ற தன்னலமாக இயங்கும். ஆனால், இத்தகைய விரிவடைந்த தன்னலத்தின் பண்புகளும் அவற்றால் விளையும் பயன்களும் 'பொதுநலம்' கொண்டதாகவே விளங்கும்.

பொதுநலம் என்பது நல்லோருக்கும் தீயோருக்கும் பொதுவானது என்று பொருளாகாது. ஆதிக்கம் செலுத்தி,

தொல்.திருமாவளவன்

அடக்குமுறைகளை ஏவி, சுரண்டிக் கொழுக்கும் ஆளும் வர்க்கத்திற்கும் அடிமைகளாய்க் கிடந்து உழலும் பாட்டாளி வர்க்கத்திற்கும் பொதுவானது என்று புரிந்துகொள்ளுதல் கூடாது. பொதுநலம் என்பதும் ஒருதரப்பின் நலன்களையும் பாதுகாப்பையும் அடிப்படையாகக் கொண்டதே ஆகும். ஆதிக்கம் செலுத்துவோர் மற்றும் ஆதிக்கத்திற்கு ஆட்படுவோர் என சமூகம் எப்போதுமே இருதரப்பாகவே எதிரும் புதிருமாக இயங்கிக்கொண்டே அல்லது போராடிக் கொண்டே இருக்கும். ஆகவே, பொதுநலம் என்பது இவ்விருதரப்பாருக்கும் பொதுவானதாகக் கருதிட இயலாது. பாதிப்புக்குள்ளாகும், சுரண்டலுக்குள்ளாகும் ஒருதரப்புக்குரிய நலத்தையே பொது நலமாக ஏற்பதால், அதனை அத்தரப்புக்குரிய தன்னலமாகவே அறியலாம்.

தனிநபர் நலன்களைச் சார்ந்த தன்னலம், ஒன்றுக்கும் மேற்பட்டோர் அடங்கிய சமூகக்குழுக்களின் நலன்களைச் சார்ந்த தன்னலம் என தன்னலத்தைப் பிரித்தறியும் நிலையில், தனிநபர் நலன் சார்ந்த தன்னலம் மட்டுமே தீங்கானது என்றோ, குழுநலன் சார்ந்த தன்னலம் தீங்கற்றது என்றோ கருதிடவும் இயலாது. தனிநபர் நலன்களும் பாதுகாக்கப்பட வேண்டியதே ஆகும். தனிநபர் நலமே பொதுநலமாக அமைய முடியும். தனிநபர் நலம் இல்லாமல் பொதுநலம் இருக்க முடியாது. ஒவ்வொரு தனிநபரின் நலன்களும் பாதுகாக்கப்படுவதற்குரிய உறுதிப்பாட்டிலிருந்தே அந்நபர் சார்ந்த குழு அல்லது அமைப்பின் நலன்களைப் பாதுகாக்கும் பொதுநலம் என்பதும் அமைந்திட இயலும். தனிநபர் நலன்களுக்குப் பாதுகாப்பில்லாமல் அந்நபர் சார்ந்த குழுவின் பொதுநலம் பாதுகாக்கப்படாது.

அதே வேளையில், தனிநபர் நலன்களால், அந்நபர் சார்ந்த ஒரு குழுவின் பொதுநலன்கள் பாதிக்கப்படும் நிலை அமைந்துவிடக் கூடாது. அதேபோல, ஒரு குழுவின் நலன்களுக்குப் போதிய பாதுகாப்பில்லாமல், அக்குழு இடம்பெறும் விரிவடைந்த ஒரு பெருங்குழுவின் நலன்களுக்குப் பாதுகாப்பு இருக்க முடியாது. குடும்பம், சாதி, மதம் போன்ற குழுவின் நலன்களுக்குரிய பாதுகாப்பை உறுதிப்படுத்தாமல், அக்குழுக்கள் இடம்பெறும் ஒரு பெரும்குழு அல்லது அமைப்பின் நலன்களுக்குரிய பாதுகாப்பை உறுதிப்படுத்தவியலாது. அதேவேளையில், அத்தகைய குழுக்களின் நலன்களை முன்நிறுத்துவதன்மூலம் அவை இடம்பெறும் ஒரு பெரிய குழு அல்லது அமைப்பின் நலன்களுக்கு ஊறுவிளைந்துவிடக் கூடாது.

அமைப்பாய்த் திரள்வோம்

கொள்கை மற்றும் கோட்பாட்டின் அடிப்படையில், விரிந்து பரந்த அளவில் மக்கள் நலன்களை அடிப்படையாகக்கொண்ட பொதுநலத்தை முன்னிறுத்தும்போது, அவற்றுள் அடங்கும் குழுக்களின் நலன்களைப் பின்னுக்குத் தள்ள வேண்டியதும் அல்லது இழக்க வேண்டியதும் தேவையாக அமையலாம். ஒப்பீட்டளவில் ஒரு பெரிய குழுவின் அல்லது அமைப்பின் பொதுநலம் இன்றியமையாததாக அமையும்போது, சிறிய குழுக்களின் நலன்களை விட்டுக் கொடுப்பதுதான் அவற்றின் நலமாகவும் பாதுகாப்பாகவும் அமையும். தனித்தனியே தனிநபர் நலன்களும் குழுநலன்களும் இன்றியமையாதவைதான் என்றாலும் அவை தனித்தே இயங்கும் நிலையில், பெருங்குழுவுக்கு அல்லது அமைப்புக்கு, அதன் பொதுநலன்களுக்கு அவை ஒருபோதும் பாதுகாப்பாக இருத்தல் இயலாது. இவற்றில், முற்போக்கானவை, பிற்போக்கானவை எவையென ஒப்பீட்டளவில் கண்டறிவதும், முற்போக்கான மாற்றங்களை அளிக்கும் தனிநபர் அல்லது குழு சார்ந்த நலன்களே பொதுநலத்துக்குரியவை என அடையாளம் காண்பதும் தேவையாக அமையும்.

சனநாயகத்திற்கு ஏற்புடையவை முற்போக்கானவை என்றும் சனநாயகத்திற்குப் புறம்பானவை அல்லது எதிரானவை பிற்போக்கானவை என்றும் அறியலாம். சனநாயகத்தை மறுதலிக்கும் எந்தவொன்றும் முற்போக்கானதாக இருக்கவியலாது! ஏற்கவியலாது! தனிநபர் நலன்களாயினும் குழுநலன்களாயினும் சனநாயகத்தை அடிப்படையாகக் கொண்டிருக்கும்போது, அவை ஒருபோதும் பொதுநலன்களுக்கு ஊறுவிளைவிப்பதாக அமையாது. சனநாயகத்தை அடிப்படையாகக் கொண்ட பொதுநலத்தை, தன்னுடைய நலமாக ஒவ்வொரு தனிநபரும், அந்நபர் சார்ந்த குழுவும் ஏற்பது இன்றியமையாததாகும்.

அதாவது, பொதுநலத்தையே தன்னலமாகக் கருதுதல் வேண்டும். இத்தகைய பொதுநலம்சார்ந்த தன்னல உணர்வைப் பெறுவதற்கு அப்பொதுநலத்துக்குரிய குழுவை அல்லது அமைப்பைத் தன்னுடையதாகவே ஏற்கிற உரிமை அல்லது சொந்தம் கொண்டாடுகிற தீவிர ஈடுபாட்டையும் தீவிரப் பொறுப்புணர்வையும் அந்நபர் பெறுதல் வேண்டும். என் கொள்கை, என் கோட்பாடு, என் இயக்கம், என் கட்சி, என் கொடி, என் மக்கள் என்று 'எனது' என்கிற சொந்தம் கொண்டாடும் முற்போக்கான பரிணாம வளர்ச்சி தேவையாகும்.

இவ்வாறு 'என்னுடையது' என்று தான் சார்ந்த இயக்கம் அல்லது கட்சியை உரிமை கொண்டாடாத, சொந்தம்

கொண்டாடாத யாரும் அதன் நலன்களின் மீது ஒருபோதும் அக்கறை செலுத்திட இயலாது. அத்தகைய பொறுப்பேற்கும் அக்கறை இல்லாதோரால், தொடர்புகளைப் பெருக்கவோ உறவுகளை வலுப்படுத்தவோ இயலாது. தான்சார்ந்த அமைப்புக்குள்ளேயும், அமைப்புக்கும் மக்களுக்கும் இடையேயும் இடையறாத தொடர்புகளையும் அதன்வழி கொள்கைசார்ந்த உறவுகளையும் நபர்சார்ந்த நட்புறவுகளையும் பெருக்கிடவேண்டியது அமைப்பாதல் நடவடிக்கையில் தவிர்க்க இயலாதவையாகும். கொள்கைசார்ந்த தொடர்புகளையும் உறவுகளையும் தேடுவதும் தேர்வு செய்வதும் அமைப்பாதலின் வெற்றிக்கு அடிப்படையாக அமையும்.

'என்னுடையது', 'எனக்குரியது' என்கிற 'எனது' என்னும் உடைமை மற்றும் உரிமை உணர்வுகள்தாம் தேடல்களுக்கும் அடிப்படையாக அமைகிறது. தனக்கான தேடல்கள்தாம் எப்போதும் தீவிரமானவையாகவும் வலிமையானவையாகவும் இருக்கும் என்பது மானுடத்தின் இயல்பாகும். தீவிரமான தேடல்களின்மூலமே சிறந்த தொடர்புகளையும் உயர்ந்த உறவுகளையும் தேர்வு செய்திட இயலும். அத்தகைய தேடல்களுக்கு, என்னுடைய இயக்கம் அல்லது என்னுடைய கட்சி என்கிற உடைமை மற்றும் உரிமை உணர்வுகளைப் பெறுதல் வேண்டும். இவ்வாறான உணர்வுகளும் தேடல்களும்தான், அந்நபர் சார்ந்த குழு அல்லது அமைப்பின் நலன்களின் மீது அக்கறை செலுத்தும் பொறுப்புணர்வையும் அதன் நல்லவை அல்லவைக்குப் பொறுப்பேற்கும் கடமையுணர்வையும் உருவாக்குவதற்கான அடிப்படையாக இருக்கும். தேடாமல் தொடர்புகள் இல்லை; நாடாமல் உறவுகள் இல்லை. தன்னுடையது, தனக்குரியது என்கிற நேசமில்லாமல் ஈடுபாடில்லாமல், தேடுதலோ நாடுதலோ இருக்கவியலாது.

தான்சார்ந்த குழு அல்லது இயக்கம் அல்லது கட்சி நலன்களும், மக்கள் நலன்களும் தன்னுடைய நலன்களே என்று ஏற்காமல் அது தன்னுடையது, தனக்குரியது என்று நம்பிக்கைகொள்வது இயலாது. எனவே, தனிநபர் ஒவ்வொருவரும் தான் சார்ந்த கட்சி அல்லது அமைப்பு நலன்களே மக்கள் நலன்கள் என்றும், மக்கள் நலன்களே பொதுநலன்கள் என்றும், அத்தகைய பொதுநலமே தன்னுடைய நலமென்றும் ஏற்பதும் இயங்குவதும் அமைப்பாதல் நடவடிக்கையின் அடிப்படைத் தேவைகளாகும். இத்தகைய உணர்வுகளையும் புரிதல்களையும் அமைப்புச்சார்ந்த ஒவ்வொருவரும், அமைப்புச்சாராத;

அமைப்பாய்த் திரள்வோம்

அதேவேளையில் அமைப்பின் கொள்கைசார்ந்த வெகுமக்களும் பெற வேண்டியது தேவையாகும்.

அமைப்பினருக்கும் பொதுமக்களுக்கும் அமைப்பின்மீதும் அதன் கொள்கை – கோட்பாடுகளின்மீதும் உரிமை மற்றும் உடைமை உணர்வுகளை உருவாக்கிட வலிமை வாய்ந்த ஊடகங்களின் பங்களிப்பு மகத்தான தேவையாக அமையும். அதாவது, அமைப்புவழித் தொடர்புகளுக்கும் கொள்கைவழி உறவுகளுக்கும் ஊடகங்களின் தேவை தவிர்க்க இயலாததாகும். ஊடகங்களின் பங்களிப்பின்றி, கொள்கைப் புரிதல்களை உருவாக்கவோ, கொள்கைப் புரிதல்களின்றி உடைமை மற்றும் உரிமை உணர்வுகளைத் தெளிவுபடுத்தவோ, இத்தகைய புரிதலும் தெளிவுமின்றி தீவிர ஈடுபாடு மற்றும் தேடல்களைச் செய்யவோ, இவ்வாறான தேடல்களின்றி கொள்கைசார்ந்த தொடர்புகளையும் உறவுகளையும் பெருக்கவோ வலுவாக்கவோ இயலாது. இவ்வாறான உறவுகளுக்கு உறுதிமிக்க ஊடக வலிமை தவிர்க்க இயலாத, அடிப்படையான தேவையாகும்.

என்கட்சி என்மக்கள் எல்லாம் என்சொந்தம் – என ஏற்கின்ற தொடர்புகளும் உறவுகளும் வேண்டும்!

சனவரி, 2013

30

புரிதல்களும் ஊடகங்களும்

இல்லாததை இருப்பதாகவும் இருப்பதை இல்லாததாகவும், கையளவைக் கடலளவாகவும் கடலளவைக் கையளவாகவும், மென்மையை வன்மையாகவும் வன்மையை மென்மையாகவும் புரிந்துகொள்வது, பரப்புவது போன்ற பண்புகளும் மனிதனின் இயல்புகளே ஆகும். ஒன்றை உள்ளது உள்ளபடியே புரிந்துகொள்வதும் புரிந்து கொண்டதைப் புரிந்தவாறே பிறருக்குப் புரிய வைப்பதும் அவ்வளவு எளிதானதல்ல. புரிந்து கொள்வதில் எழும் சிக்கல்கள்தாம் மானுடத் தின் அனைத்துவகைச் சிக்கல்களுக்கும் அடிப்படை யாகும்.

புரிந்துகொள்வதிலுள்ள முரண்கள்தாம் ஒன்றை ஏற்பது அல்லது மறுப்பது என்னும் மோதல்களுக்கும் ஆக்குவது அல்லது அழிப்பது என்னும் நகர்வுகளுக்கும் மூலமாக அமைகின்றன. ஒன்றை ஒருவர் புரிந்துகொள்வதைப் போலவே இன்னொருவர் புரிந்துகொள்ள இயலாது. ஒவ்வொரு தனிநபரும் தனித்தனியான, வெவ்வேறான புரிதல்திறன்களைப் பெற்றிருப்பதே இத்தகைய சிக்கல்களுக்கு அடிப்படையாகவுள்ளன. ஒருவரைப்போல இன்னொருவர் இருப்பதில்லை என்பதையும்விட, ஒருவரே அந்த ஒருவராக எப்போதும் இருப்பதில்லை. ஒன்றை, ஒருவர் ஒருமுறை புரிந்துகொண்டதைப் போலவே இன்னொரு முறையும் புரிந்துகொள்வதில்லை.

ஒன்று, அந்த ஒன்றாகவே இருப்பதில்லை. ஒருவர், அந்த ஒருவராகவே தொடர்வதில்லை. எந்த ஒன்றைப் புரிந்துகொள்ள முயற்சிக்கப்படுகின்றதோ அந்த ஒன்று, காலஓட்டத்தில், அகநிலை மாற்றங்களாலும் புறநிலை மாற்றங்களாலும் புதிய ஒன்றாக மாற்றம் பெறும் நிலையைப் பெறுகிறது. அதைப் போலவே அந்த ஒன்றைப் புரிந்துகொள்ள முயற்சிக்கும், அந்த ஒருவரும், அகநிலை மற்றும் புறநிலை மாற்றங்களால் புதிய ஒருவராக மாறும் நிலையைப் பெறுகிறார். எனவே, ஒருவரே, ஒன்றை ஒருமுறை புரிந்துகொள்வதைப்போல இன்னொரு முறை புரிந்துகொள்வதில்லை.

ஒருவருக்குள்ளேயே இத்தகைய முரண்களும் மோதல்களும் தொடர்ச்சியாக நிகழ்கின்றபோது, ஒருவருக்கும் இன்னொருவருக்கும் இடையில் அது எவ்வாறு நிகழும் என்பதைப் புரிந்துகொள்ளலாம். ஒருவரே 'தனக்குள்' மாறுபடுவதும் முரண்படுவதும், ஒருவர் இன்னொருவரோடு மாறுபடுவதும் முரண்படுவதும் ஒன்றைப் புரிந்துகொள்வதில் மனிதர்களிடையே எப்போதும் மாறுபாடுகளையும் முரண்பாடுகளையும் வெகுவாக உருவாக்குகின்றன.

புரிந்துகொள்வதிலிருந்துதான் ஏற்பதும் – மறுப்பதும், அணைப்பதும் – பகைப்பதும், படைப்பதும் – சிதைப்பதும் போன்ற இயக்கங்கள் தொடர்ச்சியாக நிகழ்கின்றன.

அமைப்பாதல் நடவடிக்கையில், 'புரிந்துகொள்ளுதல்' என்பது இன்றியமையாத ஒரு பண்புநிலையாகும். எதைப் புரிந்துகொள்வது? எப்படிப் புரிந்துகொள்வது? யார் புரிந்துகொள்வது? எப்போது புரிந்துகொள்வது? புரிந்துகொள்ள வேண்டியவர்களின் புரிந்துகொள்ளும் திறனை எவ்வாறு புரிந்து கொள்வது? இவை போன்ற வினாக்களுக்கு விடை தேடும் செயல்திட்டங்கள் யாவும் அமைப்பாதல் நடவடிக்கையில் இன்றியமையாதவையாகும்.

அகத்தை – புறத்தைப் புரிந்துகொள்ளுதல், உருவத்தை – அருவத்தைப் புரிந்துகொள்ளுதல், முரண்களை – மோதல்களைப் புரிந்துகொள்ளுதல், நட்பை – பகையைப் புரிந்துகொள்ளுதல், மெய்யை – பொய்யைப் புரிந்துகொள்ளுதல், சரியை – தவறைப் புரிந்துகொள்ளுதல்... இவை போன்ற புரிந்துகொள்வதற்குரிய தளங்களும் களங்களும் விரிந்தவை, பரந்தவை ஆகும்.

அமைப்பாதல் நடவடிக்கையில், எதை அல்லது எவற்றைப் புரிந்துகொள்வது என வரையறுக்கப்பட்டதன் அடிப்படையில்,

புரிந்துகொள்வதற்கான தளங்கள் மற்றும் களங்கள் தீர்மானிக்கப்படும். அமைப்பாதலில் 'புரிந்துகொள்ளுதல்' மட்டுமின்றி, 'புரியச்செய்தல்' என்பதுவும் மகத்தான ஒரு செயல்திட்டம் ஆகும். வெற்றிகரமான 'புரிந்துகொள்ளுதல்' 'நிகழாமல் வெற்றிகரமான 'புரியவைத்தல்' நிகழாது. புரிந்து கொள்ளுதலும் புரியவைத்தலும் அமைப்பாதல் நடவடிக்கையை மிகவும் இலகுவாக்கும் ஆற்றலைக் கொண்டவையாகும்.

அவ்வாறு ஒன்றைப் புரிந்துகொள்வதற்கும் புரிய வைப்பதற்கும் ஊடகம் இன்றியமையாத பங்கு வகிக்கிறது. ஊடகம் இல்லாமல் எந்த ஒன்றும் ஒரு புள்ளியிலிருந்து இன்னொரு புள்ளிக்குச் சென்று சேராது. எண்ணம், கருத்து, சிந்தனை, கொள்கை-கோட்பாடு போன்ற எதுவாயினும் ஒருவரிடமிருந்து இன்னொருவருக்குச் சேருவதன் மூலமே அது மேலும் வீரியம் கொண்டதாகவும் சுற்றுச்சூழலில் பெரும் தாக்கத்தை ஏற்படுத்துவதாகவும் அமையும்.

எண்ணமே இயக்கம்! எண்ணமே செயல்! எண்ணமே பொருள்! எண்ணமே மாற்றம்! எண்ணமே ஆக்கம்! எண்ணமே அழிவு! எண்ணமே மோதல்! எண்ணமே அமைதி! எண்ணமே நட்பு! எண்ணமே பகை! எண்ணமே உயர்வு! எண்ணமே தாழ்வு! எண்ணமே எளிமை! எண்ணமே வலிமை! எண்ணமே எல்லாம்...! அத்தகைய எண்ணம் முழுமையடையவும் செழுமையடையவும் ஒன்றிலிருந்து இன்னொன்றுக்குப் பயணம் செய்ய வேண்டியது இன்றியமையாததாகும். அத்தகைய மகத்தான பங்களிப்பை ஆற்றுவது ஊடகமே ஆகும்.

எண்ணத்தின் பயணங்கள் மாற்றங்களின் மீது தாக்கத்தை ஏற்படுத்தும் ஆற்றலைக் கொண்டுள்ளன. இயற்கை விதிகளின்படி ஒவ்வொரு நொடிப்பொழுதிலும் நிகழும் மாற்றங்களும் அத்தகைய மாற்றங்களுள் ஒன்றான எண்ணத்தின்மூலம் நிகழும் மாற்றங்களும் நகர்வு அல்லது இயக்கம் என்பதிலிருந்து நிகழ்கின்றன. அத்தகைய நகர்வு அல்லது இயக்கம் என்கிற மாற்றமும் அதற்கான ஊடகத்தின் வழியாகவே நிகழ்கின்றது.

ஊடகமில்லாமல் நகர்வு இல்லை. நகர்வு இல்லாமல் இயக்கமில்லை. இயக்கமில்லாமல் மாற்றமில்லை. மாற்றங்களுக்கு ஊடகம் இன்றியமையாததாகும்.

உருவமாயினும் அருவமாயினும் ஒவ்வொன்றும் அசைதல் அல்லது நகர்தல் அல்லது இயங்குதல் என்னும் பண்புகளைக் கொண்டுள்ளன. மனிதனின் மெய், வாய், கண்,

மூக்கு, செவி ஆகிய ஐம்புலன்களால் உணரக்கூடிய உருவமும் வடிவமும் கொண்ட பொருள்களும், மனத்தால், அறிவால், உணரக்கூடிய உருவமில்லாத, வடிவமில்லாத பொருள்களும் எப்போதும் இயங்கிக்கொண்டேயிருக்கின்றன. எண்ணம் அல்லது கருத்து அல்லது சிந்தனை அல்லது கொள்கை-கோட்பாடு அல்லது தத்துவம் போன்றவை மனத்தால் அல்லது அறிவால் உணரக்கூடியவையாகும். புலன்களால் உணரக்கூடிய பொருள்களில் அருவமானவையும் உள்ளன. மூக்கு, செவி ஆகியவை உணரும் பொருட்கள் உருவமில்லாதவை ஆகும். இப்புலன்களின்வழி மனத்தால் உணரப்படும் அருவமானவையும் பொருள்களேயாகும். அதாவது, உருவமானவையும் அருவமானவையும் பொருள்களே என்பதால் அவை இயங்கிக் கொண்டேயிருக்கின்றன. இயங்குதல் என்பது எப்போதும் ஏதேனும் ஓர் ஊடகத்தினூடாகவே நிகழ்கின்றது. அதாவது ஊடகமின்றி இயங்குதல் இல்லை.

எண்ணம் என்பது அருவமானது என்றாலும் அதுவும் இயங்கிக் கொண்டேயிருக்கும் ஒரு பொருளேயாகும். அதாவது எண்ணமும் இயங்குகிறது. இயங்குவதால் எண்ணமும் பொருளாகிறது. எண்ணம் மனத்தால் உணரப்படும் அருவப்பொருள். எனினும், எண்ணம் மனத்தால் உணரப்படுவதால் மனமும் ஒரு புலனாகிறது. மனம், மனிதனின் ஆறாவது புலனாகும்! அருவப்புலனாகும்! மனம் உள்ளிட்ட மனிதனின் புலன்கள்தாம் மனிதனின் முதன்மையான ஊடகங்களாகும். புலன்களினூடாகவே மனிதன் உலகைப் புரிந்துகொள்கிறான். ஒன்றைப் பற்றிய உணர்வுகளை உள்ளிருந்தும் வெளியிருந்தும் உள்வாங்குவதும் வெளிப்படுத்துவதும் மனிதனின் புலன்களின் வழியாகவே நிகழ்கின்றன. இவ்வாறு புலன்களால் உணரப்படும் உணர்வுகளின் தொகுப்பாகவும் உருவமற்றதாகவும் இடையறாத இயங்குதிறன் கொண்டதாகவும் விளங்குவதே `மனம்' என்பதாகும்.

மனம் உருவமற்றது, வடிவமற்றது என்றாலும், மனத்தின் உருவமும் வடிவமும் மனிதனே ஆகும். மனத்தின் இயக்கமே மனிதனின் இயக்கம்! மனத்தின் பண்பே மனிதனின் பண்பு! மனத்தின் செயலே மனிதனின் செயல்! மனத்தின் ஆற்றலே மனிதனின் ஆற்றல்! மனமே மனிதன்! மனத்தால் ஆனவனே மனிதன்! மனம் எழுந்தால் மனிதன் எழுகிறான். மனம் வீழ்ந்தால் மனிதன் வீழ்கிறான். மனம் சிரித்தால் மனிதன் சிரிக்கிறான். மனம் கொதித்தால் மனிதன் கொதிக்கிறான். மனத்தின் உருவே மனிதனின் உரு! மனத்தின் வடிவே மனிதனின் வடிவு!

மனத்தின் அழகே மனிதனின் அழகு! மனம் மனிதனின் புலன்களால் உருவான புலன்! புலன்கள் உள்ளடங்கிய புலன்! புலன்களால் இயங்கும் புலன்! புலன்களை இயக்கும் புலன்! அருவமான புலன்! எனினும், மனிதன் என்னும் உருவமான புலன், உருவத்தின் உள்ளியங்கும் அருவம்! உருவமாகவே இயங்கும் அருவம்! அருவமாகவும் உருவமாகவும் புலனாகவும் பொருளாகவும் இடையறாமல் இயங்கிக்கொண்டே இருக்கும் மனம் மனிதனின் முதன்மையான ஊடகங்களுள் ஒன்றாகும்.

புலன்களிலிருந்து உணர்வுகளும் உணர்வுகளிலிருந்து எண்ணங்களும் மனத்தால் உணரப்படுகின்றன. உருவப் புலன்களிலிருந்து உருவமில்லா மனத்திற்கும் உருவமில்லா மனத்திலிருந்து உருவப் புலன்களுக்கும் உணர்வுகளும் எண்ணங்களும் இயங்குதல் என்னும் அடிப்படையில் மாறி மாறிப் பயணிக்கின்றன. அதன் அடிப்படையில்தான் மனிதன் இயங்குகிறான். மனிதனின் உணர்வுகளுக்கும் எண்ணங்களுக்கும் அவனது மனம் உள்ளிட்ட புலன்களே முதன்மையான ஊடகங்களாக அமைகின்றன.

மெய் என்னும் உடலின்வழி தொடு உணர்வுகளும், வாயின்வழி சுவை உணர்வுகளும், கண்களின்வழி பார்வை அல்லது ஒளி உணர்வுகளும், மூக்கின்வழி மணம் அல்லது வாசனை உணர்வுகளும், செவிகளின்வழி ஒலி உணர்வுகளும் மனத்தால் உணரப்படுகின்றன அல்லது உள்வாங்கப்படுகின்றன. இதனால், எண்ணங்களும் அவற்றிலிருந்து விரிவடையும் செழுமையடையும் சிந்தனைகளும் உருவாகின்றன. அவை ஒரு மனிதனுக்குள்ளேயே பயணிப்பதைப்போல அல்லது இயங்குவதைப் போல அவன் சார்ந்த குடும்பம், சமூகம் என்கிற புறச்சூழல்களுடனாகவும் பயணிக்கிற – இயங்குகிற நிலையைப் பெறுகின்றன. ஒருவரின் உணர்வுகளும் எண்ணங்களும் சிந்தனைகளும் செயல்களும் இன்னொரு மனிதனின்மீதும், அவனது சுற்றத்தின்மீதும், சூழல்களின்மீதும் தாக்கத்தை ஏற்படுத்துகின்றன.

அதாவது ஒவ்வொரு மனிதனிடமிருந்தும் அவன்சார்ந்த பிற மனிதர்களுக்கும் அவன் சூழ்ந்த பிறவற்றுக்கும் இடையில் உணர்வுகள், எண்ணங்கள், செயல்கள் போன்றவை யாவும் மாறி மாறிப் பயணிக்கின்றன. அவை பிற மனிதர்களையும் பிறவற்றையும் இயங்கச் செய்கின்றன. இத்தகைய எண்ணப் பரிமாற்றங்களுக்கும் சிந்தனைப் பரிமாற்றங்களுக்கும் இவை போன்ற அனைத்து வகை கருத்து மற்றும்

செயல்பரிமாற்றங்களுக்கும் 'மொழியே' தலையாய ஊடகமாக இயங்குகின்றது.

மொழி என்னும் மானுடத்தின் தலையாய ஊடகம், காற்று, ஒலி மற்றும் ஒளி முதலிய ஊடகங்களையே அடிப்படையாகக் கொண்டு இயங்குகின்றன. மொழி என்பது, குறியீடு மற்றும் ஒலி அல்லது ஓசை போன்ற வடிவங்களில் இயங்குவதாகும். மொழியைக் குறியீட்டு மொழியாகவும், ஓசை மொழியாகவும் அறியலாம். குறியீடுகள் ஒலியற்றவையாகவும் ஒலியுடையவையாகவும் அமையும். புலன்களின் அசைவு அல்லது இயக்கம் ஒலியில்லாக் குறியீட்டு மொழியாகவும் ஒலிவழிக் குறியீட்டு மொழியாகவும் இயங்கும். ஒலியில்லாக் குறியீட்டு மொழியை உடல்மொழியாக அறியலாம். மகிழ்ச்சி அல்லது இன்பம், வருத்தம் அல்லது துன்பம், வியப்பு, ஆத்திரம் போன்ற புலனுணர்வுகளை ஒலியில்லாக் குறியீட்டு மொழியாகவும் ஒலிவழி அல்லது ஓசைவழிக் குறியீட்டு மொழியாகவும் மனிதன் வெளிப்படுத்துகிறான். அசைவுகள், சைகைகள் போன்ற ஒலியில்லாக் குறியீட்டு மொழிகளும், சிரித்தல், அழுதல், கத்துதல், முழங்குதல் போன்ற ஒலிவழிக் குறியீட்டு மொழிகளும் மனிதனின் உடல் மொழிகளாகும். இத்தகைய உடல்மொழிகளின் மூலமும் மனிதர்களுக்கிடையில் அனைத்துவகைக் கருத்துப் பரிமாற்றங்களும் நிகழ்கின்றன.

புலன்களின் வழியிலான உடல்மொழிகள் அல்லாமல் ஒலியில்லாக் குறியீட்டு மொழிகளாக சின்னங்கள், ஓவியங்கள், சிற்பங்கள் போன்றவையும் இத்தகைய பரிமாற்றங்களை நிகழ்த்துகின்றன. அந்த வகையில், எழுத்துக்களும் எண்களும் அவைசார்ந்த குறியீடுகளும் ஒலியில்லாத குறியீட்டு மொழிகளாகவே இயங்குகின்றன. எழுத்துக்களும் எண்களும் மிகவும் முதிர்ச்சியடைந்த – செழுமையடைந்த, மிகவும் சுருங்கிய; அதேவேளையில் மிகவும் எளிய வடிவிலான ஓவியங்கள் எனலாம். ஒலி சார்ந்த குறியீட்டு மொழிகளின் வளர்ச்சியடைந்த – செழுமையடைந்த – முதிர்ச்சியடைந்த நிலையே பேச்சு, இசை போன்ற ஓசை மொழியாகும்.

ஒலியில்லா மற்றும் ஒலிசார்ந்த குறியீட்டு மொழிகளும் ஓசை மொழிகளும் இணைந்த, வளர்ந்த வடிவமொழிதான் கலைமொழியாகும். அசைவுகள், சைகைகள் போன்ற உடல்மொழி என்னும் ஒலிசாராத குறியீட்டுமொழிகளும், பேச்சுமொழி, இசைமொழி போன்ற ஒலிசார்ந்த ஓசை மொழிகளும் இணைந்த கலவைமொழியே நடிப்பு, நடனம்,

நாட்டியம், கூத்து, பாடல் போன்ற கலைமொழியாகப் பரிணாமம் பெற்றுள்ளன. இவ்வாறு மொழி என்பது, குறியீடு மற்றும் ஓசை வடிவங்களில் கருத்துப் பரிமாற்றங்களுக்கான தலையாய ஊடகமாக இயங்குகின்றது.

புரிந்துகொள்ளுதல் மற்றும் புரியவைத்தல் என்னும் நடவடிக்கையில் மொழியே பேராளுமை செலுத்துகிறது. மனம் உள்ளிட்ட மனிதப் புலன்களின் வழியாகவே புரிந்துகொள்ளுதலும் புரியவைத்தலும் நிகழ்வதால், அவையே மனிதனின் முதன்மையான ஊடகங்களாக விளங்குகின்றன. எனினும் அத்தகைய புலன்களை ஆளுமை செய்கிற – அப்புலன்களின் மீது தாக்கத்தை ஏற்படுத்துகிற – அப்புலன்களை இயக்குகிற ஆற்றல் பெற்ற தலையாய ஊடகமாக 'மொழியே' விளங்குகிறது. இம்மொழியின் குறியீட்டு வடிவம், ஓசை வடிவம் மற்றும் இவ்வடிவங்கள் இணைந்த கலைவடிவங்கள் யாவும் மொழிக்கான ஊடகங்களாக இயங்குகின்றன. குறியீடுகள், ஓசைகள் மற்றும் கலைகள் போன்றவை உழைப்பின் வெளிப் பாடுகளே அல்லது உழைப்பின் உறவுகளேயாகும். உழைப்பை ஆதாரமாகக் கொண்டு வெளிப்படும் இத்தகு வடிவங்களே வளர்ச்சியின்போக்கில் மொழியாகப் பரிணாமம் பெறுகிறது.

மொழிக்கான உற்பத்திக்களமாக உழைப்பும், அவ்வுழைப்பின் உறவுகளாக வெளிப்படும் குறியீடுகள், ஓசைகள் மற்றும் கலைகள் போன்ற வடிவங்களும் அமைவதால், மொழியானது புலன்களிலிருந்து பிறக்கின்றது என்பதை அறியலாம். புலன் களின் உணர்வுகளிலிருந்தும், புலன்கள் மற்றும் மனத்தின் உணர்தல்களிலிருந்தும், புலன்களின் இயங்குதல் மற்றும் இயக்குதல்களிலிருந்தும் மொழி பிறந்து, வளர்ந்து, பல்வேறு வடிவங்களாகப் பரிணாமம் பெற்று உயர்ந்து, சிறந்து மானுடத்தின் தலையாய ஊடகமாக வலிமை பெற்று விளங்குகின்றது.

மனிதனின் புலன்களிலிருந்து, புலன்களின் உழைப் பிலிருந்து, உழைப்பின் வெளிப்பாடுகளிலிருந்து, பிறந்து வளர்ந்த மொழியென்பதால் அப்புலன்களுக்குரிய பாரம்பரிய வழிமுறையின்படி அம்மொழி அம்மனிதனுக்கு 'தாய்மொழி' யாக அமையும். உழைப்பின் பாரம்பரியம், உறவின் பாரம்பரியம் என்னும் அடிப்படையில் ஒரு மனிதனுக்கு எது தாய்மொழியாக அமைகிறதோ அம்மொழி புரிந்துகொள்ளுதல் மற்றும் புரியவைத்தல் என்னும் நடவடிக்கையினை மிகவும் இலகுவாக்கும் வலிமை பெற்றதாக விளங்கும். அதாவது, தாய்மொழி என்பது மிகவும் இலகுவான வெற்றிகரமான –

ஊடகமாக இயங்கும். அவரவர் தாய்மொழியில் அவரவர் புரிந்துகொள்வதும், புரியவைப்பதும் நிகழ்ந்தால் அது மிகவும் எளிதானதாகவும், விரைவானதாகவும், வெற்றிகரமானதாகவும் அமையும்.

புலனூடகங்களும் மொழிஊடகங்களும் மனிதனின் புரிதலுக்குப் பெரும்பங்கு வகிப்பதைப்போல, அறிவியல் மற்றும் தொழில்நுட்பங்களும் மகத்தான பங்களிப்பைச் செய்துவருகின்றன. புதிய புதிய ஆராய்ச்சிகளும் அவற்றினடிப் படையிலான மாபெரும் வளர்ச்சிப் போக்குகளும் அறிவியல் மற்றும் தொழில்நுட்பம் ஆகியவற்றின் புரட்சிகரமான மாற்றங்களும் மனிதர்களுக்கிடையில் வேகமான – இலகுவான – வெற்றிகரமான புரிதலை நிகழ்த்துகின்றன. மானுடத்தின் இடைவெளியைச் சுருக்கவும், உலகத்தை உள்ளங்கையில் வைக்கவும், வல்லமை பெற்றவையாய் அவை விளங்குகின்றன. இத்தகைய பேராற்றல் வாய்ந்த அறிவியலும் தொழில்நுட்பங்களும் மனிதனின் புரிதலுக்கான மகத்தான ஊடகங்களை உருவாக்கியுள்ளன. இவ்வகையான ஊடகங்களை 'கருவி ஊடகங்கள்' என அறியலாம். இவை ஒலி ஊடகங்களாகவும் ஒளி ஊடகங்களாகவும் இயங்குகின்றன. ஒலி மற்றும் ஒளி ஆகியவற்றைச் சார்ந்து இயங்கும் இத்தகைய ஊடகங்கள் அச்சு ஊடகங்களாகவும் காட்சி ஊடகங்களாகவும் மின்னணு ஊடகங்களாகவும் வடிவம்பெற்று வலிமை பெற்றுள்ளன.

மடல்கள், படங்கள், ஓவியங்கள், நாளேடுகள், வார ஏடுகள், மாத ஏடுகள், நூல்கள், ஆணைகள், அறிக்கைகள், தீர்ப்புகள் போன்ற எண்ணற்ற தகவல்கள், அறிவிப்புகள், செய்திகள் முதலியன ஒலி–ஒளி இல்லாத அச்சு வடிவில் இயங்கும் ஊடகங்களாகும். தொலைக்காட்சிகள், திரைப்படங்கள், குறும்படங்கள், ஆவணப்படங்கள் போன்றவை ஒலி– ஒளியிலான, அதாவது கேட்கவும்–காணவுமான காட்சி வடிவில் இயங்கும் ஊடகங்களாகும். கைபேசிகள், கணினிகள் போன்றவை மின்னணுக்களாலான மென்பொருள்கள் மற்றும் வன்பொருள்கள் ஆகியவற்றைக் கொண்டு ஒலி–ஒளி வடிவில் இயங்கும் ஊடகங்களாகும்.

இத்துடன், ஒளியில்லாமல் ஒலி வடிவில் மட்டுமே இயங்கும் ஊடகங்களும் இயங்குகின்றன. வானொலிகள், பாடல்கள் – உரைகள் – உரையாடல்கள் – தகவல்கள் முதலியவை அடங்கிய ஒலிப்பேழைகள் போன்றவை இத்தகு ஒலி ஊடகங்களாகும். அச்சு, காட்சி மற்றும் மின்னணு ஊடகங்களான இவை யாவுமே கருவி ஊடகங்களாக இயங்குபவையாகும். ஒலி–ஒளி

அலைகள், மின்னணுக்கள், மின்காந்த அணுக்கள் போன்றவற்றை அடிப்படையாகக் கொண்டு இயங்கும் கருவி ஊடகங்கள் பரந்த அளவில் வெகுமக்களிடையே தகவல் பரிமாற்றங்களை, கருத்துப் பரிமாற்றங்களை இலகுவாகவும் வெற்றிகரமாகவும் பரப்புகின்ற பேராற்றலைப் பெற்றவையாகும்.

பார்வையிழந்தோர், காதுகேளாதோர், பேச இயலாதோர் போன்ற மாற்றுத்திறனாளர்களுக்கு, குறியீட்டு மொழிகளின் ஊடாக, புரிந்துகொள்ளுதல் மற்றும் புரியவைத்தல் நிகழ்த்தப்படுகின்றன.

ஒவ்வொரு மனிதனும் மனத்தால், அறிவால் ஒன்றை உணர்வதற்கு – உணரவைப்பதற்கு, புரிந்துகொள்வதற்கு – புரியவைப்பதற்குப் புலனூடகங்கள், மொழி ஊடகங்கள் மற்றும் கருவி ஊடகங்கள் என ஒன்றுக்கும் மேற்பட்ட பல்வேறு ஊடகங்கள் இயங்குகின்றன; இயக்கப்படுகின்றன.

அமைப்பாதல் நடவடிக்கையில், இத்தகைய அனைத்துவகை ஊடகங்களும் இயங்குதல் மற்றும் இயக்குதல் இன்றியமையாத தேவையாகும். அமைப்பாக்கப் பணிகளை ஆற்றுவோரும், அமைப்பாக்கப்பட வேண்டியோரும் அமைப்பு யாருக்காகக் கட்டமைக்கப்படுகிறதோ அதற்குரிய மக்களும் அமைப்பைப் பற்றி, அமைப்பின் தகவல்கள், கருத்துக்கள், கொள்கை-கோட்பாடுகள் போன்றவற்றைப் பற்றி, இன்னும் இவை போன்ற அமைப்புசார்ந்தவை பற்றிப் புரிந்துகொள்ளவும் – புரியவைக்கவும் ஊடகங்களின் பங்களிப்பு தவிர்க்க இயலாதவையாகும்.

உள்ளது உள்ளபடி உணர்தலே புரிதலாகும்! – அதனை ஊடகத்தால் பிறருக்கும் உணர்த்தலே வெற்றியாகும்!

பிப்ரவரி, 2013

31

கலைச்சொற்களும் கருத்துப் புரிதலும்

புலனூடகம், மொழிஊடகம் மற்றும் கருவிஊடகம் ஆகிய இம்மூன்றும் மானுடத்தின் புரிதல்களுக்கு மகத்தான தேவைகளாகும். இவை வெற்றிகரமாக இயங்குவதற்கு ஒலி மற்றும் ஒளி அலைகள் அடிப்படையான ஊடகங்களாகும். இவற்றை 'அலைஊடகம்' என அறியலாம்.

அலை ஊடகங்களான ஒலி மற்றும் ஒளி ஆகியவற்றினூடாகவே மொழி ஊடகம் இயங்கு கிறது. ஊடகங்களில் மொழியே அனைத்துக்கும் முதன்மையான ஒன்றாக அமைகிறது. புலன்களும் கருவிகளும் ஒலி–ஒளி அலைகளும் மொழிகளை ஏந்தும் ஊடகங்களாகும். மொழி உற்பத்தியாவதும், மொழி பொருளைச் சுமந்திருப்பதும், மொழி கடந்து செல்வதும், மொழி பரவுவதும் புலன்கள், அலைகள் மற்றும் கருவிகள் ஆகியவற்றின் ஊடாகவே நிகழ்கின்றன. இவை புரிதல்களுக்கான, மொழிக்குரிய ஊடகங்களாகவே பயன்படுகின்றன.

மனிதனின் புரிதல்களுக்கு மொழியே முதன்மையானது என்பதனால், மொழிக்காகவே புலன்களின் இயக்கம், மொழிக்காகவே அலைகளின் வேகம், மொழிக்காகவே கருவிகளின் தொழில்நுட்பம் என இயங்குவதாக அமைகின்றன. அத்தகைய மொழி தொடர்பாக ஒவ்வொரு மனிதனுக்கும் போதிய திறன் இருந்தால் மட்டுமே அவனால்

ஒன்றை மிக எளிதாகவும் வேகமாகவும் புரிந்துகொள்ளவும் புரியவைக்கவும் இயலும்.

தாய்மொழியானாலும், பிறமொழியானாலும் எந்த அளவுக்கு ஒருவன் மொழிவளம் பெற்றிருக்கிறான் என்பதைப் பொறுத்தே அவனது புரிதல் திறன் அமையும். மொழித்திறன் அனைத்துவகைத் திறன்களையும் பெருக்கும். மொழிவளம் அனைத்துவகை வளங்களையும் சேர்க்கும். மக்கள் தொடர்பையும் மக்களுடன் நெருக்கமான உறவையும் உருவாக்கிக் கொள்ளவும் வலுவாக்கிக் கொள்ளவும் அம்மக்களின் மொழியோடு உள்ள தொடர்பையும் உறவையும் பொறுத்தே இயலும். எத்தகைய மக்களை அமைப்பாக்குதல் வேண்டுமோ, அத்தகைய மக்களின் மொழியில் போதிய ஈடுபாடும் ஆற்றலும் அமைப்பாக்கப் பணியிலுள்ளோருக்கு இன்றியமையாத தேவைகளாகும். மக்களுக்குத் தொடர்பில்லாத பிறமொழிகளில் எவ்வளவு ஆற்றலிருந்தாலும் அது அமைப்பாக்குவதற்குரிய மக்களுடன் உள்ள உறவை வலுப்படுத்தாது. ஒன்றுக்கும் மேற்பட்ட மொழிகளைக் கற்பது அறிவையும் ஆளுமையையும் பெருக்கும். புரிந்துகொள்வதும், புரியவைப்பதும்தான் ஆளுமைக்குரிய அடிப்படையாகும். பல்வேறு மொழிகளைக் கற்றுக்கொள்வதும் அம்மொழிகளில் பேசவும் எழுதவும் போன்ற ஆற்றல்களை வளர்த்துக்கொள்வதும் ஒருவரின் ஆளுமையை வலுப்படுத்தும். அதேவேளையில் ஒன்றுக்கும் மேற்பட்ட மொழிகளைப் பேசுவதும் எழுதுவதும் போன்ற திறன்கள் மட்டுமே அத்தகைய ஆளுமைக்குப் போதுமானதாக அமையும் என்று கருதிவிட முடியாது. எந்த மொழியாய் இருந்தாலும் எத்தனை மொழிகளாக இருந்தாலும் அந்த மொழியில் அல்லது அம்மொழிகளில் எவ்வளவு சொல் வளத்தைப் பெற்றிருக்கிறான் என்பதைப் பொறுத்தே ஒருவரின் மொழி ஆளுமையும் பிற ஆளுமையும் அமையும்.

ஒரே மொழியானாலும், தாய்மொழியானாலும், அம்மொழி ஒரே வகையான சொற்களையும், ஒரே வகையான பொருள்களையும், ஒரே வகையான உச்சரிப்புகளையும் கொண்டிருப்பதில்லை. வாழிடம், உழைப்பு, பண்பாடு ஆகியவற்றைப் பொறுத்து அவரவரின் சொல்லாடல்கள் அமையும். வாழும் பகுதி, வசிக்கும் வீடு, வழிபடும் கடவுள், பின்பற்றும் மதம், பிறந்த சாதி, செய்யும் தொழில், கடைப்பிடிக்கும் உணவுப் பழக்கம், கையாளும் பொருளாதாரம், உடுத்தும் ஆடைகள், தொடர்புகொள்ளும் உறவுகள், பழகும்

அமைப்பாய்த் திரள்வோம்

நட்பு, கற்றுக்கொள்ளும் பிறமொழிகள், படிக்கும் புத்தகங்கள், மகிழும் பொழுதுபோக்குகள், பயிற்சிகொள்ளும் கலைகள், பயன்படுத்தும் பொருள்கள் போன்ற பல்வேறு கூறுகளைப் பொறுத்து ஒவ்வொருவரின் சொல்வளமும் சொல்லாடல்களும் அவற்றுக்குரிய பொருள் மற்றும் உச்சரிப்பு முறைகளும் அமையும். அத்தகைய சொல்வளமும் சொல்லாடல்களும் கொண்டவர்களிடையே மட்டும்தான் இலகுவான புரிதலும் புரியவைத்தலும் நிகழும்.

அமைப்பாதல் நடவடிக்கையில், மக்களின் மொழியும் அவற்றைக் கையாளும் திறனும் தலையாயப் பங்கு வகிக்கிறது. மக்களோடு பழகுவதும், மக்களோடு வாழ்வதும், மக்களோடு இயங்குவதும் போன்ற நடவடிக்கைகளின் மூலமே மக்களிடம் புழங்கும் சொற்களையும் மக்கள் சொல்லாடும் முறைகளையும் கற்றுக்கொள்ளவும் கையாளவும் இயலும். மக்களின் பேச்சு மொழியையும் குறியீட்டு மொழியையும் மக்களிடமிருந்து மட்டுமே கற்றுக்கொள்ள முடியும். எழுத்துமொழி அல்லது இலக்கிய மொழியிலிருந்து இது வேறுபட்டதாக விளங்கும். இதனை வழக்குமொழி என்று அறியலாம். வழக்குமொழி அல்லது வட்டாரமொழி என்பது பகுதிகளுக்கு ஏற்ப, காலத்திற்கேற்ப, இன்னும் பிற புறநிலைச் சூழல்களுக்கேற்ப மாறுபடும். ஒரே மொழியில், ஒரே பொருளைக் குறிக்கும் ஒரே சொல் எனினும் அது வழக்குமொழியாக அமையும்போது, அதன் ஒலிப்பு முறையும் ஒலிப்பு அளவும் ஒரே வகையில் அமைவதில்லை. வழக்குமொழிகளை எழுத்துமொழியாகப் பயன்படுத்தும்போது, அவ்வழக்குமொழிகளின் வட்டாரப் பண்புகளை அறியாமல் அவற்றின் பொருளையும் ஆற்றலையும் உணர இயலாது. வழக்கு மொழியைப் பேசும்போதும் கேட்கும்போதும் உருவாகிற உணர்வுகள் மற்றும் புரிதல்கள், எழுத்துமொழியில் உருவாவதில்லை.

வழக்குமொழிகளிலிருந்து ஒருவன் பெறும் மொழிவளமும் மொழித்திறனும்தான் அம்மொழிக்குரிய மக்களுடன் அவனுக்கான தொடர்புகளும் உறவுகளும் நெருக்கமாக, பெருக்கமாக அமைய வழிவகுக்கும். மக்களோடு தொடர்பில் லாமல், மக்கள் பேசும் வழக்குமொழியை எழுத்துமொழியால் புரிந்துகொள்ள இயலாது. எழுத்துகளில் காட்சிகள் விரியவேண்டுமானால், அவ்வெழுத்துக்களுக்குரிய பொருள் புரியவேண்டும். எழுத்துக்கும் பொருளுக்கும் தொடர்புடைய பேச்சும் வழக்கும் அறிந்தவையாக, புரிந்தவையாக இருத்தல் வேண்டும். இல்லையேல், எழுத்துமொழி உரிய பொருளை

உணர்த்தாது. உரிய காட்சியை அகத்தில் திரையிடாது. இலக்கண முறைப்படி, இலக்கிய முறைப்படி அமையும் எழுத்துக்கள், சொற்கள், வாக்கியங்கள் யாவும் எழுத்துமொழியாக இயங்குகிறது. இவ்வரம்புகளுக்கு ஆட்படாமல் சொற்களின் ஒலிப்புமுறைகள், ஒலிப்புக்கான அளவுகள், ஒலிப்பின்போது நிகழும் உடல்மொழிகள் போன்ற யாவும் வழக்குமொழியாக இயங்குகிறது. வழக்குமொழிக்கான இந்தச் சிறப்புக் கூறுகளை அறிந்திருந்தால் மட்டுமே, அவற்றுக்கான எழுத்துமொழி, இயங்கும் உயிர்ப்பைக் கொண்டதாக விளங்கும். அதாவது, புரிந்துகொள்ளவும் புரியவைக்கவுமான ஆற்றலைக் கொண்டிருக்கும்.

காலப்போக்கில் புரிதலை இலகுவாக்கவும் விரைவாக்கவும் நடந்த தொடர்ச்சியான முயற்சிகளிலிருந்து கூத்து, நாடகம் போன்ற 'கலைமொழி' பரிணாமம் பெற்றது. கருத்துச் சிதைவுகளின்றி, திரிபுகளின்றி அடுத்த தலைமுறைகளுக்கு எடுத்துச் செல்ல மேற்கொண்ட இடையறாத முயற்சிகளிலிருந்து எழுத்து வடிவங்களும், இலக்கியச் செழுமை மற்றும் இலக்கண வளமை போன்ற பரிணாமங்களும் நிகழ்ந்தன. எழுத்து, சொல், வாக்கியம், இலக்கியம், இலக்கணம் போன்ற வளர்ச்சிகளை ஒரு மொழி பெற்றிருந்தாலும், இத்தகைய வடிவங்களோடு தொடர்பில்லாத – அறிமுகமில்லாத எளிய மக்களிடையே எப்போதும் உயிர்ப்புடன் இயங்குவது பேச்சுமொழி என்னும் வழக்கு மொழியே ஆகும். இலக்கியம், இலக்கணம் போன்றவற்றுடன் தொடர்புடைய கல்வி கற்றோரும் வழக்குமொழிகளைப் பயன்படுத்துவதே அன்றாட நடைமுறையாகும். அத்தகைய வழக்குமொழிகளையும் எழுத்து மொழிகளையும் களப்பணியாற்றுவோர் கற்றுத் தேர்வதும் கையாளுவதும் அமைப்பாதலில் இன்றியமையாத தேவையாகும்.

ஒவ்வொரு மொழியிலும் ஒவ்வொரு தளத்திலும் இடம், காலம் மற்றும் வாழ்க்கை முறை போன்றவற்றைச் சார்ந்து, தேவைகளின் அடிப்படையில், மனிதன் தனக்கான சொற்களைப் படைக்கிறான். ஒரே பொருளைக் குறிப்பதாக இருந்தாலும் சொற்கள் மொழிக்கு மொழி மாறுபடும். ஒரே மொழியிலும் இடத்திற்கு இடம் மாறுபடும். ஒரே இடத்திலும் காலத்திற்குக் காலம் மாறுபடும். இவ்வாறான மாறுபாடுகள் எண்ணிலடங்காதவையாகும். சமூகம், அரசியல், பொருளியல் மற்றும் பண்பாடு போன்ற இன்னபிற தளங்கள் யாவிலும் மனிதனுக்குத் தேவையான, மனிதனால் உருவான, தொடர்ந்து

உருவாகிக்கொண்டேயிருக்கும் சொற்கள் கணக்கிலடங் காதவையாகும். இத்தகைய சொற்கள் பெயர்ச் சொற்களாகவும் வினைச் சொற்களாகவும் இன்னும் பிற சொற்களாகவும் பிறந்து, பயன்பாட்டின் அடிப்படையில் அவை செழுமையுற்று அச்சொற்களுக்குரிய மொழிக்கு வளம் சேர்க்கின்றன.

ஒரு மொழியில் அல்லது உலக மொழிகளில் உருவாகும் அத்தனைச் சொற்களும் ஒவ்வொரு மனிதனுக்கும் தேவைப்படாது. அன்றாடத் தேவைகளுக்கேற்ப ஒவ்வொருவருக்கும் குறிப்பிட்ட அளவிலான சொற்கள் மட்டுமே பயன்படும். ஒருவனுக்குத் தேவைப்படும் சொற்கள் இன்னொருவனுக்குத் தேவைப்படாது. விவசாயத் தொழில் செய்வோனுக்குப் பயன்படும் சில சொற்கள், கட்டடத் தொழில் செய்வோனுக்குத் தேவைப்படாது. பெட்டிக் கடைக்காரனுக்குத் தேவைப்படும் சொற்கள் வட்டிக் கடைக்காரனுக்குப் பயன்படாது. இவ்வாறு துறைக்குத் துறை கையாளப்படும் சொற்கள் மாறுபடும். மனிதனுக்கு மனிதன் சொற்களுக்கான பயன்பாடுகளும் மாறுபடும். அனைவருக்கும் பொதுவான, அன்றாடப் புழக்கத்திலுள்ள சொற்களைத் தவிர, ஒவ்வொரு தளத்திலும் ஒவ்வொரு துறையிலும் பயன்பாட்டில் உள்ள, குறிப்பான – சிறப்பான பிற சொற்களையே கலைச் சொற்களாக அறிகிறோம். அனைத்துத் தரப்பு மக்களையும் தொடர்புகொள்கிற, அனைவருக்கும் தொண்டாற்றுகிற, அமைப்பாதல் பணிகளை மேற்கொள்கிற ஒவ்வொருவரும், இவ்வாறான கலைச்சொற்களைக் கற்கவும் கையாளவும் வேண்டியது மிகமிக இன்றியமையாததாகும்.

பல்வேறு சாதிகள், பல்வேறு மதங்கள், பல்வேறு மாநிலங்கள், பல்வேறு நாடுகள், பல்வேறு மொழிகள், பல்வேறு தொழில்கள், பல்வேறு பண்பாடுகள் என மக்கள் பல்வேறு அடையாளங்களைப் பெற்றிருப்பதால், அவர்கள் பயன்படுத்தும் சொற்களும் பல்வேறு வகைகளைக்கொண்டிருக்கின்றன. அதாவது, மக்களுக்குப் பல்வேறு வகையான 'கலைச் சொற்களை'ப் படைக்கவும் பயன்படுத்தவும் வேண்டிய நிலை உருவாகிறது. ஒரு துறைக்கான கலைச்சொற்களை அறிந்து கொள்ளாமல், பயன்படுத்தாமல், அத்துறை சார்ந்த மக்களுடன் தொடர்புகொள்ளவோ, நெருக்கமான உறவுகொள்ளவோ இயலாது.

தொழிலாளர்களுடன் தொடர்புகொள்ளவும் உறவுகொள்ள வும் தொழிலாளர்களுக்காகப் பாடாற்றவும், தொழிலாளர்களை அமைப்பாக்கவுமான பணிகளையாற்றுவோர், தொழிலாளர் களுக்குரிய அன்றாடப் பயன்பாட்டுச் சொற்களை, அத்துறைக்

கான கலைச்சொற்களைக் கற்றுக்கொள்வதும், அவற்றின் பொருள் மற்றும் பயன்பாடு ஆகியவற்றை அறிந்துகொள்வதும் தவிர்க்க இயலாதவையாகும்.

அரசுத் துறைகள், பொதுத் துறைகள் மற்றும் தனியார்த் துறைகள் போன்றவற்றில் தொடர்புடைய மக்களோடு தொடர்பு கொள்வதற்கும் உறவுகொள்வதற்கும் அந்தந்தத் துறைகளைச் சார்ந்த 'கலைச்சொற்கள்' இன்றியமை யாதவையாகும். அரசியல் துறை, சட்டத்துறை, நீதித்துறை, நிர்வாகத்துறை போன்றவற்றின் கலைச்சொற்களும், இத்துறைகளைச் சார்ந்த மக்களுடனான தொடர்புகளை, உறவுகளை வலுப்படுத்துவதற்குரிய தேவை களாகும்.

இந்துத்துவம், சமணம், பௌத்தம், சீக்கியம், கிறித்தவம், இசுலாமியம் போன்ற மதம்சார்ந்த, ஆன்மிகம் சார்ந்த கோட்பாடுகளுக்குரிய 'கலைச்சொற்களைக்' கையாளுவ திலிருந்தே அத்தகு ஆத்திகத்தளத்தில் உள்ள மக்களுடன் நெருக்கமாகவும் இணக்கமாகவும் இருத்தல் இயலும்.

அதைப்போலவே, நாத்திகக் கோட்பாடுகளுக்குரிய 'கலைச் சொற்களை'க் கொண்டே அத்தகு தளத்தைச் சார்ந்த மக்களை நெருங்க முடியும். மாணவர்கள், இளைஞர்கள் எனப்படும் இளைய தலைமுறையினரிடையே புழங்கும் சிறப்புச் சொற்கள், கலைச்சொற்கள் போன்றவற்றின் மூலமே அவர்களுடன் உறவாடவும் செயலாற்றவும் இயலும். இவ்வாறு ஒவ்வொரு துறைக்குமான கலைச்சொற்கள், அத்துறையைச் சார்ந்தோருக்கு மட்டுமின்றி, ஒரே களத்தில் நிற்கும் ஒவ்வொருவருக்கும் தேவைகளாக அமையும். அமைப்பாக்கும் கடமையாற்றுவோருக்கு மட்டுமின்றி, அமைப்பாதலுக்குரிய மக்களுக்கிடையிலும் இத்தகைய புரிதலும் பயன்பாடும் தேவையாகும்.

விவசாயத்திற்குரிய கலைச்சொற்கள் வணிகத் துறையைச் சார்ந்தோருக்கும், வணிகத்துறைக்கான கலைச்சொற்கள் சட்டத் துறையைச் சார்ந்தோருக்கும், சட்டத் துறையில் புழங்கும் கலைச் சொற்கள் தொழில்துறையைச் சார்ந்தோருக்கும், இப்படி ஒரு துறையைச் சார்ந்த கலைச்சொற்கள் பிற துறைகளைச் சார்ந்த ஒவ்வொருவருக்கும் பயன்படுவதாக இருக்கும். இத்தகைய கலைச்சொற்களிலிருந்தும், மக்களின் அன்றாட வழக்குமொழிகளிலிருந்தும் ஒருவரின் மொழிவளமும் மொழித்திறமும் வளர்ச்சியடையும்; வலுவடையும்! அதாவது, ஒருவரின் சொல்லாற்றலும் ஆளுமையும்

பெருகும். மக்களுடனான தொடர்புகளும், அமைப்பாக்கச் செயற்பாடுகளும் இலகுவாகும்!

ஒருவருக்கொருவர் தமக்கிடையிலான தொடர்புகளையும் உறவுகளையும் செழுமைப்படுத்திக்கொள்வதற்கு 'புரிதல்கள்' முதன்மையானவையாகும். அதாவது, ஒவ்வொருவரின் உணர்வுகளைப் புரிந்துகொள்ளுதல், தேவைகளைப் புரிந்து கொள்ளுதல், அவரவர் பின்பற்றும் கொள்கை – கோட்பாடுகளைப் புரிந்துகொள்ளுதல், செயல்திட்டங்களைப் புரிந்துகொள்ளுதல், வெற்றி – தோல்விகளைப் புரிந்துகொள்ளுதல், இவை போன்ற 'புரிதல்கள்' தாம் ஒவ்வொரு மனிதனுக்கும் முதன்மையான தேவைகளாகும். இதற்கு மொழிகளும் சொற்களும் பெரும் பங்கு வகிக்கின்றன. குறிப்பாக, கலைச்சொற்களின் பங்களிப்பு மகத்தானதாக அமையும். கலைச்சொற்கள் ஒரே மொழியிலிருந்து மட்டுமின்றி பிற மொழிகளிலிருந்தும் பங்காற்றும்.

அமைப்பாக்க நடவடிக்கையில், ஒவ்வொருவரின் புரிதல் திறன்களை மேம்படுத்துவதும், புரிதல்களை எளிதாக்குவதும் விரைவாக்குவதும் வெற்றிகரமாக நிகழ்வதற்கு, தொடர்புடைய மக்களுக்குரிய வழக்குமொழிச் சொற்களும், பெயர்ச்சொற்கள், வினைச்சொற்கள் மற்றும் புறவகை சார்ந்த சொற்கள் உள்ளடங்கிய கலைச்சொற்களும் அடிப்படையான தேவைகளாகும்!

கருத்தினில் தெளிவுபெற கலைச்சொற்கள் வேண்டும்! – மக்கள் களத்தினில் அவற்றைக் கையாளுதல் வேண்டும்!

மார்ச், 2013

32

மக்கள்மொழியும் களப்பணியும்

மக்களுடன் பணியாற்றுவதும் மக்கள் மொழியைக் கற்றுக்கொள்வதும் அமைப்பாக்கும் நடவடிக்கையினை இலகுவாக்கும். எழுத்து மொழி அல்லது இலக்கிய மொழியினைக் கற்றுக்கொள்வதுடன் வழக்குமொழி அல்லது வட்டார மொழியினைக் கற்பதும் மக்களுடனான நெருக்கத்தை மேலும் அதிகப்படுத்தும். மக்களைப் புரிந்துகொள்வதற்கும் மக்களுக்குப் புரிய வைப்பதற்கும் மக்கள்மொழியே ஏதுவாக இருக்கும். மக்கள் மொழியானது, வசிக்கும் பகுதி, செய்யும் தொழில், கொள்ளும் உறவு போன்ற வற்றை அடிப்படையாகக்கொண்டிருக்கும். தாய்மொழியானாலும், பிறமொழியானாலும் பேசும் மொழியின் சொல்லாடல்கள்தாம் மக்கள்மொழிக்கு அடிப்படையாகும். மக்களோடு மக்களாகக் கலந்து களப்பணியாற்றாமல், மக்கள்மொழியுடன் அறிமுகமாக இயலாது.

ஒரே மொழி, ஒரே சொல் ஆனாலும் பகுதிக்குப் பகுதி அதன் உச்சரிப்பு முறை மாறுபடும். மொழியில் சொற்களுக்கு எவ்வளவு சிறப்பிடம் உள்ளதோ அதைப்போல், சொற்களின் உச்சரிப்புக்கும் சிறப்பான பாத்திரம் உள்ளது. உச்சரிப்புதான் சொற்களுக்கான அடையாளத்தை வழங்குகிறது. உச்சரிப்பில், சொல்லின் ஒலிப்பு முறை, ஒலிப்புக்கான கால அளவு, ஓசை வகை போன்றவை உள்ளடங்கியிருக்கின்றன.

சொற் களுக்குரிய பொருளை மட்டுமின்றி, மதிப்பினையும் புலப்படுத்துவனவாக 'உச்சரிப்பு முறைகள்' அமையும். உச்சரிப்பிலேயே சொல்லின் பொருள், சொல்லின் தகுதி, சொல்லின் வலிமை யாவும் வெளிப்படும்.

எழுத்தாயிருக்கும் சொல்லுக்கும், பேச்சாய் ஒலிக்கும் சொல்லுக்கும் வேறுபாடுகள் உண்டு. ஒரே சொல்தான் என்றாலும், ஒரே பொருள்தான் என்றாலும் அதன் உச்சரிப்பில் அச்சொல்லுக்குரிய பொருள் மற்றும் தகுதிகளை அறியலாம். 'எழுத்துச்சொல்'லிலும் அதற்குரிய உணர்ச்சிகள் உள்ளடங்கியிருக்கின்றன.

அதேவேளையில் 'பேச்சுச்சொல்' உணர்ச்சிகளோடு வெளிப்படுகின்றன. உச்சரிக்கப்படாத சொல் 'எழுத்துச்சொல்'. உச்சரிக்கப்படும் சொல் 'பேச்சுச் சொல்'. சொல்லின் ஒலிநயமும் உணர்ச்சிநயமும் பொருத்தமாக அமையும்போதுதான் 'உச்சரிப்பு' சரியாக அமையும். பொருத்தமான உச்சரிப்பில்லாத எந்தச் சொல்லும் அதற்குரிய பொருள் வலிமையை, செயல் வலிமையை வெளிப்படுத்தாது. ஒவ்வொரு மொழியிலும் அம்மொழியிலுள்ள ஒவ்வொரு எழுத்துக்கும் ஒவ்வொரு சொல்லுக்கும் தனித்தனியான ஒலிகளும் அவ்வொலிகளுக்கு வெவ்வேறு ஒலி அளவுகளும் உண்டு. குறிப்பாக, குறில், நெடில் என்னும் ஒலி அளவுகள் கொண்ட எழுத்துக்களை உடையனவாக சொற்கள் அமைகின்றன.

அத்தகைய ஒலி அளவுகள் மாறாமல் எழுத்து அல்லது சொற்கள் உச்சரிக்கப்படும்போது அவை உரிய பொருளை, உரிய உணர்ச்சிகளோடு வெளிப்படுத்தும். மென்மையான, வன்மையான, அழுத்தமான வகையிலும் ஒலி மற்றும் உணர்ச்சி அளவுகளைக்கொண்டும் சொற்கள் இயங்கிடும். அத்தகைய அளவுகள் மாறாமல் சொற்களை உச்சரிப்பதில்தான் அவற்றின் உண்மையான ஆற்றல் விளங்கும். வன்மையிடத்தில் மென்மையும் மென்மையிடத்தில் வன்மையும் மாறி மாறி சொற்களை உச்சரிக்கும் நிலையில், பொருத்தமான உணர்ச்சிகளும், பொருளும் வெளிப்படாது. கருத்துப்புரிதலில் குழப்பத்தையும் நகைப்பையும் உருவாக்கும். சில வேளைகளில் நேர்மாறான புரிதலையும் எதிரான விளைவுகளையும் உருவாக்கும் நிலையும் ஏற்படலாம். பொருத்தமில்லாத உச்சரிப்புகளால் பொருத்தமில்லாத உணர்ச்சிகள் அமைந்து பொருத்தமில்லாத செயல்களை அல்லது விளைவுகளை ஏற்படுத்தலாம். சொல்லின்மீதும் சொல்வோரின்மீதும் உள்ள நன்மதிப்பும் நம்பிக்கையும் பாதிக்கப்படலாம்.

அவ்வாறின்றி நேர்வினைகளும் நேர்விளைவுகளும் நிகழ்ந்திட, உள்ளது உள்ளபடி சொற்களுக்கான உச்சரிப்பு அமைதல் இன்றியமையாததாகும். அத்தகைய உச்சரிப்புத்திறனே சொல்லாற்றலாகாவும் பேச்சாற்றலாகவும் வெளிப்படும்.

சொற்கள் உணர்ச்சிகளை இயக்குகின்றன; உணர்ச்சிகள் மனிதர்களை இயக்குகின்றன; மனிதர்கள் தமக்கான உலகை இயக்குகிறார்கள். அதாவது, மானுட உலகை இயக்கும் ஆற்றல் சொல்லுக்கு உள்ளது. சொல்லாற்றலைப் பொருத்தமான இடத்தில் பொருத்தமாகப் பயன்படுத்துதல்தான் பேச்சாற்றலாகும். சொற்கள், எழுத்து வடிவிலும் பேச்சு வடிவிலும் அமைந்து மானுடத்தை இயக்குகின்றன. எனவே, சொல்லாற்றல் என்பது பேச்சாற்றலாக மட்டுமின்றி எழுத்தாற்றலாகவும் இயங்குகின்றன என்பதை அறியலாம். அமைப்பாக்க நடவடிக்கையில் பங்காற்றுவோர் இத்தகைய எழுத்தாற்றலையும் பேச்சாற்றலையும் கொண்டிருந்தால் அது விரைவாகவும் இலகுவாகவும் நிறைவேறும். குறிப்பாக, இவை மக்கள்மொழியில் அமைதல் வேண்டும்.

மக்கள்மொழியானது, அரைகுறை உச்சரிப்புகளையும் திரிபுற்ற உச்சரிப்புகளையும் கொண்டிருக்கலாம். ஆகவே, அவை வெளிப்படையான பச்சை மொழியாகவோ, கொச்சை மொழியாகவோ அமையலாம். அத்தகைய மொழிகளின் உச்சரிப்பு மற்றும் உரித்தான பொருள்குறித்த புரிதல் இன்றியமையாததாகும். மக்கள் தம்முடைய உணர்வுகளையும் கருத்துகளையும் வெளிப்படுத்துவற்கு பல்வேறு வகையிலான, வடிவிலான சொல்லாடல்களைக் கையாளுவர். இன்பத்தை, துன்பத்தை வெளிப்படுத்தவேண்டிய சூழல்களானாலும், விருப்பு, வெறுப்பு, அன்பு, கருணை, காதல், வெற்றி, தோல்வி, ஏமாற்றம், கோபம் போன்ற இன்னபிற உணர்ச்சிகளைக் கையாள வேண்டிய சூழல்களானாலும், அவற்றுக்கேற்ப மக்கள் வட்டார வழக்கு மொழிகளையே பெரிதும் பயன்படுத்துவர். குறிப்பாக, பழமொழி அல்லது சொலவடை, விடுகதை போன்றவற்றைத் தம்முடைய உரையாடல்களில் பயன்படுத்துவதைக் காணலாம்.

பெருங்கதையாய், நெடுங்கதையாய் விரித்துச் சொல்ல வேண்டியவற்றையெல்லாம் ஒருசில சொற்களில் சுருக்கிச் சொல்ல, நறுக்குத் தெறித்தாற்போல பழமொழி அல்லது சொலவடை வடிவில் உரையாடுவது வழக்கமாகும். எத்தனையோ பல கேள்விகளை எழுப்புவதற்கும், அவ்வாறு எழுப்பும் எண்ணற்ற பல கேள்விகளுக்கு விடையளிப்பதாகவும் இத்தகைய

பழமொழிகள் அமைவதுண்டு. நீண்ட நெடுங்காலத்துப் பட்டறிவால், எக்காலத்தும் பொருந்துகிற வகையினில் முன்னோரால் வடிக்கப்பெற்ற சொல்லாடல்கள்தாம் 'பழமொழிகள்' என்பனவாகும். மிகுந்த எளிய மற்றும் குறைந்த சொற்களால், ஆழ்ந்த கருத்துக்களும் விரிந்த செய்திகளும் கொண்டவையாக அவை விளங்கும்.

விடுகதைகள் எனப்படும் புதிர்களும் அதே வடிவிலான விடை கோரும் வகையிலான சொல்லாடல்களைக் கொண்டவையாகும். பொது அறிவுக்குரிய, பொழுது போக்குவதற்குரிய வகையில் இத்தகு புதிர்கள் விளங்கும். உழைக்கும் மக்களின் அன்றாட வாழ்வில், புழக்கத்திலிருக்கும் உரையாடல்களில் இவை வழக்கமாக கையாளப்படுவதைக் காணலாம். பெரும்பாலும் அறிவினா, விடைபொதிவினா வடிவிலிருக்கும் இத்தகைய விடுகதைகள் உழைப்பின் களைப்பைப் போக்கும் உத்திகளிலும் பயன்படுத்தப்படும். இவை பகுதிசார்ந்து பண்பாடு மற்றும் பாரம்பரியம் சார்ந்து மாறுபட்டிருக்கலாம்.

கூத்து, நாடகம் போன்ற கலை நிகழ்ச்சிகளில் பாடல்களாகவோ உரையாடல்களாகவோ மக்கள் தம்முடைய உணர்வுகளை வெளிப்படுத்துவதுண்டு. இழவு நிகழ்வுகளில் துக்கத்தைப் பகிர்ந்து கொள்ளும் பெண்டிர் தமது இன்னல்களை, கோபங்களை இன்னபிற உணர்வுகளை வெளிப்படுத்தும் வகையில் ஒப்பாரிகளை இட்டுக்கட்டிப் பாடுவதுண்டு. ஆழ்மனதில் அழுந்திக் கிடக்கும் வேதனைகளை, வலிகளையெல்லாம் வடிப்பதற்கான ஒரு வாய்ப்பாக ஒப்பாரிகளைப் பயன்படுத்துவதுண்டு. திருமணம், சாவு உள்ளிட்ட அனைத்து வகையான பண்பாட்டு நிகழ்வுகளிலும், சாதி, மதம், குலம் போன்ற பிரிவுகளின் பாரம்பரியம் சார்ந்து மக்கள் வெளிப்படையாகவோ, உள்ளிடையாகவோ தமது உணர்வுகளையும் கருத்துக்களையும் பகிர்ந்துகொள்வது வழக்கமாகும். விவசாயம், நெசவு, தச்சுவேலை, சலவைத்தொழில், ஆடு, மாடு மேய்த்தல் போன்ற உழைப்புத் தளங்களில் பரிமாறிக்கொள்ளும் – பகிர்ந்துகொள்ளும் உரையாடல் மொழிகளும் வெவ்வேறு வகையினில் அமையும். உள்ளூர்ச் சந்தைகள், திருவிழாக்கள் போன்ற பொதுஇடங்களிலும் பகுதிசார்ந்த வழக்குமொழிகளில் மக்கள் உரையாடிக் கொள்வதைக் காணலாம். பச்சையான, கொச்சையான, நெளிவுசுளிவான வகைகளிலெல்லாம் வசவுமொழிகளும் பரிமாறிக்கொள்ளப்படும்.

இவ்வாறான மக்கள்மொழிகளைப் பற்றி அறிந்து கொள்ளாமல் மக்களோடு உரையாடவோ, பணியாற்றவோ, அவர்களை அமைப்பாக்கவோ இயலாது. ஊர்ப் பெயர்கள், மனிதர்களின் பெயர்கள், இடப்பெயர்கள், வழிபாட்டுத் தலங்களின் பெயர்கள், கடவுளின் பெயர்கள்; சாதி, மதம்சார்ந்த சொல்லாடல்கள், தொழில் சார்ந்த வினைகள் மற்றும் கருவிகளின் பெயர்கள், மரம், செடி, கொடி போன்ற இயற்கைத் தாவரங்களின் பெயர்கள்; ஏரி, குளம், குட்டை, ஆறு, ஓடை போன்றவற்றின் பெயர்கள்; மீன், நண்டு, நத்தை போன்ற நீர்வாழ் உயிரினங்களின் பெயர்கள், நடப்பன, பறப்பன, ஊர்வன போன்ற பிற வகை உயிரினங்களின் பெயர்கள்; மனிதர்களின் பட்டப் பெயர்கள், கேலிப் பெயர்கள்; மனிதன் உண்ணும், அருந்தும் வகையிலான உணவுப் பொருட்களின் பெயர்கள்; உடுத்தும்–அணியும் ஆடைகள் மற்றும் அணிகலன்களின் பெயர்கள் என மக்களைச் சுற்றியுள்ள யாவற்றின் அடையாளங்களையும் அறிந்துகொள்வதும் அவற்றைக் கையாள்வதும் களப்பணியில் இன்றியமையாத தேவையாகும்.

சொற்பிழை, வாக்கியப் பிழை, பொருட்பிழை மற்றும் உச்சரிப்புப் பிழை போன்றவை எளிய மக்களின் உரையாடல்களில் தவிர்க்க இயலாதவையாகும். அத்துடன், காலப்போக்கினால், சொற்களில் வழூவுதல், மருவுதல், திரிபுநிலையாதல், ஒலிப் பிறழ்தல் போன்றவை நிகழ்வதும் தடுத்திட இயலாதவையாகும். இவற்றால் மூலச்சொல் அல்லது வேர்ச்சொல் சிதைந்து வேறு நிலையில் பயன்படுத்தப்படலாம். பேச்சுமொழி அல்லது வழக்குமொழியில் இத்தகைய குறைபாடுகள் தவிர்க்க முடியாதவையே ஆகும். ஆனால், எழூத்து மொழி அல்லது எழூத்துச் சொல், திரிபு மற்றும் பிறழ் நிலைகளிலிருந்தும், பிற பிழைகளிலிருந்தும் திருத்தப்பட்டு ஆவணங்களில் பதிவாகியிருக்கும். அதாவது, எழூத்துச் சொற்களுக்கும் பேச்சுச் சொற்களுக்கும் இடையில் பெரிய அளவிலோ சிறிய அளவிலோ இடைவெளி அமைந்திருக்கும். சில வேளைகளில் சில சொற்களின் எழூத்துக்கும் பேச்சுக்கும் தொடர்பே இல்லாத நிலை இருக்கும்.

இத்தகைய மாற்றங்களுக்கு அல்லது மருவுநிலைகளுக்கு பிழைகளும் பிறழ்வுகளும் இவைபோன்ற பிற வினைகளும் அடிப்படையாகும். இவற்றுடன் மொழிக் கலப்பும் ஒரு கூறாக அமையும். மொழிக் கலப்பில்லாமல் உலகில் ஒரு மொழியும் இல்லை. ஒவ்வொரு மொழியிலும் இத்தகைய பிறமொழிக் கலப்பு என்பது வெவ்வேறு அளவுநிலைகளில்

இருக்கும். அதாவது, குறைந்த அல்லது அதிக அளவுகளைக் கொண்டிருக்கலாம். இவ்வாறு கலப்பு நிகழும் பிறமொழிச் சொற்களே 'திசைச் சொற்கள்' என அறியப்படுகின்றன. இத்தகைய திசைச் சொற்கள், மருவி, பிறழ்ந்து, மக்கள் மொழியாக மாற்றம் பெறும் நிலையில் இவற்றைப் புரிந்துகொள்வதில் தேக்கம் ஏற்படலாம். வசவானாலும் வாழ்த்தானாலும், பச்சையானாலும் கொச்சையானாலும் மக்கள்மொழியைப் புரிந்துகொள்வது மக்களுடன் உரையாடுவதற்குரிய ஒரே வழியாகும். மக்களின் தேவைகளறிந்து மக்களின் உறவுகளறிந்து, இணைந்து இடையறாது மக்களோடு களப்பணியாற்றுவதன் மூலமாக மட்டுமே மக்கள் மொழியைப் புரிந்துகொள்ளவும் கையாளவும் இயலும்.

ஒன்றுக்கும் மேற்பட்ட பல்வேறு மொழிகளைக் கற்றுக்கொள்வது, பிழையின்றி முறையாகக் கற்றுக்கொள்வது, அவற்றை உரிய அழுத்தங்களுடன் உரிய ஒலிப்பு முறையுடன் பேசவும் கற்றுக் கொள்வது இன்றியமையாத் தேவைகளாகும். அதேபோல, ஒரே மொழியில் அல்லது பன்மொழியில், மக்கள் பேசும் இயல்மொழி அல்லது வட்டார வழக்கு மொழி என்னும் மக்கள்மொழியைக் கற்றுக்கொள்வதும் அதனைத் தெளிவாக, சரியாகக் கையாளுவதும் அதனினும் இன்றியமையாததாகும்.

மக்கள் மொழியறிதல் களப்பணியை எளிதாக்கும்! – உழைக்கும் மக்கள் உறவுதனை மென்மேலும் வலுவாக்கும்!

ஏப்ரல், 2013

33

பண்பாட்டுப் புரிதலும் மக்களோடு வாழ்தலும்

மக்கள்மொழி பற்றிய புரிதல், அமைப்பாக்க நடவடிக்கையில் இன்றியமையாத பங்கை வகிக்கிறது. பகுதிசார்ந்த, பண்பாடுசார்ந்த மொழியாடல் உள்ளிட்ட மக்களின் வாழ்க்கை முறைகளைப் பற்றிய புரிதல்களும் செயற்பாடுகளும் மக்களை அமைப்பாக்குகிற களப்பணிகளை இலகுவாக்கும். மக்களைப் புரிந்துகொள்வதும் மக்களோடு கலந்து வாழ்வதும் மக்களுடனான உறவுகளை வெகுவாக வலுப்படுத்தும். புரிந்து கொள்வது, கலந்துவாழ்வது போன்ற நடவடிக்கைகள் களப்பணியாளர்களின் கடமைகளாகும்.

மக்களின் மொழி, உடை, உணவு போன்ற பண்பாட்டுக்கூறுகளை அறிந்து, அவற்றுடன் ஒன்றி இயங்குவது மக்களிடையே நம்பிக்கையை உருவாக்கும். மக்களுக்குத் தொடர்பில்லாத மொழி, மக்களை அந்நியப்படுத்தும் உடை, மக்களிடமிருந்து மாறுபடும் உணவு, இன்னும் இவை போன்ற முரண்பாடுகள் மக்களுடனான உறவுகளில் இடைவெளியை உருவாக்கும். அத்தகைய இடைவெளி நம்பிக்கையை வலுப்படுத்தாது. மக்களிடையே பாதுகாப்பு உணர்வை உறுதிப் படுத்துவதிலும் நம்பிக்கையை மேன்மேலும் வலுப் படுத்துவதிலும்தான் அமைப்பாக்க நடவடிக்கை களை வெற்றிகரமாகச் செயற்படுத்த முடியும்.

சாதி, மதம், மொழி, பொருளாதாரம் மற்றும் கல்வி போன்றவை பண்பாட்டுத் தளங்களை

அமைப்பாய்த் திரள்வோம்

வரையறுக்கும் கூறுகளாகும். ஒரே மொழியைப் பேசும் மக்களிடையே ஒரே பண்பாடுதான் இருக்கும் என்பதில்லை. ஒரே மொழியைப் பேசினாலும் வெவ்வேறு மதங்களைச் சார்ந்தவர்களாயிருக்கலாம். மதங்கள் மாறுபடுகிறபோது அவர்களின் பண்பாட்டுக்கூறுகள் மாறுபடலாம். ஒரே மதமாயிருந்தாலும் பேசும் மொழி அல்லது இனம் மாறுபடலாம். இனமாறுபாடுகளால் பண்பாட்டுக் கூறுகளிலும் மாற்றங்கள் நிகழலாம். ஒரே மொழி, ஒரே மதம் என்றாலும் சாதி மாறுபடலாம். சாதி வேறுபாடுகளும் பண்பாட்டு வேறுபாடுகளை உருவாக்கலாம். ஒரே சாதியாக இருந்தாலும் அதனில் நிலவும் உட்சாதி, குலம், கோத்திரம் போன்றவை பண்பாடுகளில் வேறுபாடுகளைக் கொண்டிருக்கலாம். ஒரே உட்சாதியாகவோ அல்லது ஒரே குலம் – கோத்திரமாகவோ இருந்தாலும், அவர்களின் பொருளாதார நிலை, கல்வி நிலை போன்றவற்றால் பண்பாட்டுக்கூறுகளில் அவை மாறுபாடுகளைப் பெற்றிருக்கும். சாதி, மதம், மொழி–இனம், கல்வி மற்றும் பொருளாதாரம் போன்றவற்றுடன் மக்கள் வசிக்கும் பகுதி அல்லது மாநிலம் அல்லது தேசம் என்கிற நிலம்சார்ந்த கூறுகளும் மக்களின் பண்பாட்டுத் தளத்தில் மாறுபாடுகளைக் கொண்டதாகவே விளங்கும்.

இத்தகைய பண்பாட்டுக்கூறுகள், பழமைக்கும் புதுமைக் குமிடையிலான பரிணாமப் போராட்டங்களையும் நிகழ்த்திய வாறே, புதிய மாற்றங்களையும் உள்வாங்கிக் கொண்டேயிருக்கும். அதாவது, பண்பாட்டுக்கூறுகளைத் தீர்மானிப்பதில் பழமைக்கும் புதுமைக்கும் இடையிலான பரிணாமப் போரும் ஒரு கூறாக விளங்கும். உழைக்கும் மக்களிடையே நிலவும் பண்பாடுகளை, 'மக்கள் பண்பாடு' என அடையாளம் கண்டாலும் அவற்றில் முற்போக்கான கூறுகளை அடையாளம் காணவேண்டியது அமைப்பாக்க நடவடிக்கைகளில் பங்கேற் போரின் கடமைகளாகும். பிற்போக்கான பண்பாட்டிலிருந்து மக்களை மீட்பதும், முற்போக்கானவற்றை மக்களிடையே அடையாளப்படுத்துவதும் – வளர்த்தெடுப்பதும் இன்றியமை யாதவையாகும். இவ்வாறு மக்கள் பண்பாடுகளைப் பற்றி அறிந்துகொள்வதும், பண்பாட்டுத்தளத்தில் மக்களை முற்போக் கான திசைவழியில் நகர்த்துவதும் அமைப்பாக்குதலில் அடிப்படையான தேவையாகும்.

மக்கள் பண்பாடு என்பது, அமைப்பாதலுக்குரிய மக்களின் பாரம்பரிய வாழ்க்கைமுறையே ஆகும். ஆதிக்கம்

செலுத்துவோர், சுரண்டிக் கொழுப்போர், தமது ஆதிக்கத்தையும் சுரண்டலையும் தக்க வைத்துக்கொள்வதற்காக உழைக்கும் எளியோர்மீது தொடர் அடக்குமுறைகளைச் செய்வோர் போன்ற மேல்தட்டு வகுப்பினரின் பண்பாட்டை 'மக்கள் பண்பாடு' என்ற வரையறைக்குள் அடையாளப்படுத்தலாகாது. சமூகம், அரசியல், பொருளாதாரம் மற்றும் பண்பாட்டுக் கட்டமைப்பு முறைகளால், அவற்றின் தொடர்ச்சியான இயங்குமுறைகளால், ஒதுக்கப்பட்டோர், ஒடுக்கப்பட்டோர், சில்லு சில்லாகச் சிதறடிக்கப்பட்டோர், பல்வேறு வகையில் சிறுபான்மையாக்கப்பட்டோர், உரிமைகள் மற்றும் உடைமைகள் மறுக்கப்பட்டோர், அதிகாரப் பகிர்வுகளைப் பெற இயலாத வகையில் தடுக்கப்பட்டோர் என உழைக்கும் அடித்தட்டு மக்களை அமைப்பாக்குவதே நோக்கமாக அமையும் நிலையில், அத்தகைய அடித்தட்டு வகுப்பினரே 'மக்கள்' என்ற வரையறைக்குள் அடங்குவர். அவர்களின் மொழி, உடை, நடை, உணவு மற்றும் கலைகள் போன்ற பண்பாட்டுக்கூறுகளே 'மக்கள் பண்பாடு' என்பதாக அமையும்.

உழைப்போருக்கும் சுரண்டுவோருக்கும் இடையில் எப்போதும் ஒரு இடைவெளி இருந்துகொண்டேயிருக்கும். அது பண்பாடு உள்ளிட்ட அனைத்துத் தளங்களிலும் காணப்படும். ஒரே மொழி, ஒரே இனம், ஒரே மதம், ஒரே சாதி, ஒரே குலம், ஒரே பகுதி அல்லது ஒரே நாடு என ஒரே வளையத்திற்குள் அடங்கினாலும், அந்த ஒரே வளையத்துக்குட்பட்ட மக்கள் யாவரும் ஒரே வாழ்க்கைமுறையைக் கொண்டிருக்க இயலாது. குறிப்பாக, ஒரே பண்பாட்டைக் கொண்டிருக்க வாய்ப்பில்லை.

சாதி, மதம் போன்ற ஒவ்வொரு தளத்திலும் உழைப்போருக்கும் சுரண்டுவோருக்கும் இடையிலான இடைவெளி தவிர்க்க இயலாததாகும். சுரண்டுவோரின் வாழ்க்கை முறைகள் உழைப்போரை இழிவுபடுத்துவதாகவும் அடிமைப்படுத்துவதாகவுமே அமையும். உழைக்கும் மக்களிடையே பகைமையை உருவாக்குவதாகவும், மோதல்களைத் தூண்டுவதாகவும் விளங்கும். உழைப்போர் ஒன்றுபட்டு விடாமல் தடுப்பவையாகவுமே இருக்கும். விவசாயத் தொழிலாளர்களாகவோ, ஆலைத் தொழிலாளர்களாகவோ இன்னும் பிற உடலுழைப்புத் தொழிலாளர்களாகவோ உழைக்கும் வகுப்பினர் ஒன்றுபடுவதற்கு அல்லது அமைப்பாவதற்கு சுரண்டுவோர் எளிதில் இடமளிப்பதில்லை. சுரண்டுவோரின் ஆதிக்கத்திற்கு எதிரான நடவடிக்கைகளின் மூலமாகவே உழைப்பவர்களை ஒன்றுபடுத்திட இயலும்.

அரசியலதிகாரம் உள்ளிட்ட அனைத்துவகை அதிகார மையங்களும் சுரண்டுவோருக்கான பாதுகாப்பு அரண்களாகவே கட்டமைக்கப் பெற்றுள்ள நிலையில், அதிகார வலிமையுள்ளவர்களோடு மோதுவது என்பது, உழைப்பவர்களை ஒருங்கிணைப்பதில் எதிர்கொள்ள வேண்டியதாக இருக்கும். அதாவது, விவசாயத் தொழிலாளர்களை அல்லது கூலி உழைப்பாளர்களை அமைப்பாக்குகிறபோது, நிலவுடைமையாளர்களின் பகைமையை, மோதலை எதிர்கொள்ள வேண்டியிருக்கும். ஆலைத் தொழிலாளர்களை ஒருங்கிணைக்கும் களத்தில் முதலாளிகளின் எதிர்ப்பைச் சந்திக்க நேரிடும். உழைப்பவர்களை ஒன்றுபடுத்தும் ஒவ்வொரு தளத்திலும், களத்திலும் ஆதிக்கம் செய்வோரின் அல்லது சுரண்டுவோரின் எதிர்ப்புகளை, ஒடுக்குமுறைகளை எதிர்கொண்டேயாக வேண்டும்.

சாதியின் பெயரால், மதத்தின் பெயரால், தொழில் அல்லது உழைப்பின் பெயரால் தொடரும் ஒடுக்குமுறைகளால் உழைக்கும் மக்களிடையே ஒருவகையான 'பாதுகாப்பாற்ற உணர்வுநிலை' பரவலாகவே மேலோங்கி இருப்பதைக் காணலாம். 'பாதுகாப்பில்லாத உணர்வு' என்பது, உழைக்கும் மக்களின் ஒற்றுமைக்குப் பெருந்தடையாக இருப்பதையும் அறியலாம். இத்தகைய அச்சத்திலிருந்து மக்களை மீட்பதற்கு, அவர்களிடம் பாதுகாப்பு உணர்வு மற்றும் நம்பிக்கையை வளர்ப்பது இன்றியமையாத தேவையாகும்.

எந்த ஒரு உறவிலும் நெருக்கமும் இணக்கமும்தான் பாதுகாப்பான உணர்வையும் நம்பிக்கையையும் உருவாக்கும்; உறுதியாக்கும். நெருக்கமின்றி, இணக்கமின்றி மக்களிடையே எதனையும் கொண்டு செல்லவோ நடைமுறைப்படுத்தவோ இயலாது. மக்களோடு ஒன்றியிருப்பதன் மூலமே அவர்களின் வாழ்க்கைமுறைகளை அறிந்துகொள்ளவும் அவற்றை முற்போக்கான திசைவழியில் முன்னெடுத்துச் செல்லவும், அத்தகைய பண்பாட்டுக்கூறுகளைப் பின்பற்றுவதன் வழி, மக்களிடையே நம்பிக்கையைப் பெறுவதும் நம்பிக்கையை ஊட்டுவதும் இயலும். நம்பிக்கையே பாதுகாப்பு உணர்வையும் உருவாக்கும். அதற்கு மக்களுடன் ஒன்றியிருத்தல் வேண்டும்.

மக்களோடு ஒன்றியிருத்தல் என்பது, மக்களைப்போல் வாழ்வது, மக்களோடு மக்களாகவே வாழ்வது ஆகும். உண்ணுதல், உடுத்துதல், இன்ப - துன்பங்களில் பங்கேற்றல், கருத்துக்களை, உணர்வுகளைப் பகிர்ந்து கொள்ளுதல், போராட்டக் களங்களில்

கைகோர்த்துச் செயலாற்றுதல் போன்ற யாவற்றிலும் மக்களோடு இருந்து, கலந்து வாழ்வதாகும். அதே வேளையில், மக்களின் பண்பாட்டைப் போற்றுதல் மற்றும் பின்பற்றுதல் என்னும் பெயரில் பிற்போக்கானவற்றுக்குத் துணையிருத்தல் ஆகாது. அதாவது, முற்போக்கான – புரட்சிகரமான, பண்பாட்டு மாற்றங்களுக்கு எதிரானவற்றை ஊக்கப்படுத்துதல் ஆகாது. ஆதிக்கச் சக்திகளால் பாதுகாக்கப்படும் – ஊக்கப்படுத்தப்படும் பிற்போக்கான – அடிமைத்தனமான பண்பாட்டுக் கூறுகளை உழைக்கும் மக்கள் 'பாரம்பரியம்' என்கிற முறையில் பின்பற்றும் நிலை இருக்கலாம்.

அத்தகைய பண்பாடுகளை 'மக்களோடு ஒன்றுதல்' என்னும் பெயரால், களப்பணியாளர்களும் அப்படியே பின்பற்றுதல் கூடாது. அவற்றிலிருந்து மக்களை மீட்பதும் அமைப்பாக்குதல் நடவடிக்கையில் தேவையான தாகும். மக்களைப் பிரிக்கும் – உறவுகளைச் சிதைக்கும் – உழைப்பைச் சுரண்டும் – மானுடத்தைப் பழிக்கும் பண்பாடு எதுவாயினும், எத்தகைய பாரம்பரியம் கொண்ட தாயினும், தொன்மைவாய்ந்ததாயினும் அதனை ஏற்றுவதோ போற்றுவதோ ஏற்புடையதாகாது.

மக்களிடமிருந்து அவர்தம் பண்பாட்டு நெறிமுறைகளைக் கற்றுக் கொள்வதற்கும் அவற்றைக் கடைப்பிடிப்பதற்கும் அவர்களோடு தங்கியிருத்தலும் பணியாற்றுதலும் தவிர்க்க இயலாதவையாகும். மக்களின் தகுதிநிலைகளிலிருந்து தம்மை வேறுபடுத்திக் காட்டவோ உயர்த்திக் காட்டவோ முனைந்தால் களப்பணியாளர்கள் மக்களிடமிருந்து அந்நியப்படும் நிலை உருவாகும். நடை, உடை, பாவனை உள்ளிட்ட அனைத்து வகை நடைமுறைகளிலும் மக்களிடமிருந்து பெரும் இடைவெளி ஏற்படாத வகையில் அமைப்பாக்குதல் நிகழ வேண்டும்.

சமூகத் தகுதி, பொருளியல் தகுதி, கல்வித் தகுதி, அரசியல் தகுதி போன்ற தகுதிநிலைகள் ஒவ்வொருவருக்குமிடையில் வேறுபாடுகளைக் கொண்டிருக்கும். இத்தகைய தகுதிநிலை களிலிருந்து உழைக்கும் மக்களுடனான உறவுகளைத் தீர்மானித்தல் கூடாது. ஆதிக்கம் செய்யும் சுரண்டும் வகுப்பினருக்கும் உழைக்கும் வகுப்பினருக்கும் இடையிலான இடைவெளிகளுக்கு இவ்வாறான தகுதிநிலை வேறுபாடுகளே அடிப்படையாக உள்ளன. உயர்வு–தாழ்வு என்கிற முரண்பாடுகளும் அவற்றின் அடிப்படையிலான உழைப்புச் சுரண்டல்களும் நிகழ்கின்றன. இவற்றிலிருந்து மக்களை மீட்பதற்கும் காப்பதற்கும் செயலாற்று கிற களப்பணியாளர்கள், தங்களை மக்கள் அந்நியப்படுத்திப்

பார்க்கும் வகையில் நடந்துகொள்ளுதல் கூடாது. 'இவர்கள் நம்மைப் போன்றவர்கள் – நமக்கானவர்கள்' என்று மக்களிடையே நம்பிக்கையை விதைப்பதும் வளர்ப்பதும் களப்பணியாளர்களின் கடமையாகும். அதற்கேற்ற வகையில், அமைப்பாதலுக்குரிய மக்களின் பண்பாட்டுக்கூறுகளைப் பற்றிய புரிதலும் ஏற்புடையவற்றில் ஈடுபாடும் கொண்டிருத்தல் தேவையாகும்.

பண்பாடு என்பது, மக்களின் உணர்வுகளோடும் நம்பிக்கையோடும் தொடர்புடையதாகும். அது பகுத்தறிவுக்கு அல்லது அறிவியலுக்கு முரண்பட்டதாகவும் இருக்கலாம். மனிதனின் பிறப்பு முதல் இறப்பு வரை அவன் கையாளுகிற நடைமுறைகள் யாவற்றிலும் சாதி, மதம், மொழி – இனம், போன்றவற்றின் அடிப்படையிலான பண்பாடு அடையாளங்கள் இடம்பெற்றிருக்கும். இவ்வாறான பண்பாட்டுக்கூறுகள் மக்களிடையே நிலவும் ஒற்றுமைக்கும் வேற்றுமைக்கும் உரிய காரணிகளாக விளங்கும். அதாவது, பண்பாட்டு அடையாளங்களே குழு அடையாளங்களாக அமையும். சாதிக் குழு, இனக் குழு, மதக் குழு போன்றவை யாவும் மக்களின் பண்பாட்டுக் குழுக்களேயாகும். ஒருமித்த பண்பாட்டுக்கூறுகளைக் கொண்டவை ஒரு குழுவாகத் திரளுகிறபோது, அவற்றிலிருந்து வேறுபடுகிற பண்பாட்டு அடையாளங்களைக் கொண்டவை வேறொரு குழுவாகத் திரளுவது இயல்பேயாகும். இவ்வாறு, மக்கள் குழுக் குழுவாகத் திரண்டு, சிறுபான்மையாகவோ, பெரும்பான்மையாகவோ வாழ்வதற்கு மக்களின் பண்பாட்டு அடையாளங்களே அடிப்படையாகும்.

பண்பாட்டுத் தளத்தில், பொது அடையாளங்களால் ஒன்றுபடும்போது ஒரு குழுவாகவும், தனி அடையாளங்களால் ஒன்றுபடும்போது வேறொரு குழுவாகவும் குழுக்களுக்கிடையே உடன்பட்டும் முரண்பட்டும் இயங்கும் நிலையைக் காணலாம். அதாவது, பல சாதிக்குழுக்கள் தமது தனித்தனி அடையாளங்களோடு தனித்தியங்கும் அதே வேளையில், அவை பொதுஅடையாளங்களின் அடையில் இனக்குழுவாகவோ, மதக் குழுவாகவோ அல்லது இவை போன்ற வேறு பல குழுக்களாகவோ இயங்கும். ஒரே சாதிக் குழுவிலுள்ள மக்களிடையிலும் திருமணச் சடங்குகள், ஈமச் சடங்குகள், தெய்வ வழிபாட்டு முறைகள், உணவுப் பழக்கங்கள், உடையணியும் வழக்கங்கள் போன்ற பண்பாட்டுக்கூறுகளில் வேறுபாடுகள் உண்டு.

இத்தகைய வேறுபாடுகளினால் அவற்றின் அடிப்படையில் தனித்தனிக் குழுக்களாக அல்லது குலம், கோத்திரங்களாக இயங்குவதையும் காணலாம். குழுக்கள் உருவாவதற்கும் ஒருங்கிணைவதற்கும் பண்பாட்டுக்கூறுகள் முதன்மையான பாத்திரத்தை வகிக்கின்றன.

அத்தகைய பண்பாட்டுக்கூறுகள் பிரிவதற்காக மட்டுமின்றி இணைவதற்காகவும் இயங்குவதனால், உழைக்கும் மக்களை ஒருங்கிணைப்பதற்குப் பண்பாட்டுத்தளத்தில் ஆற்றவேண்டிய கடமைகளைப் பற்றிய புரிதல் மற்றும் செயல்பாடுகள் இன்றியமையாதவையாகும். மக்களுக்கும் மக்களுக்கான களத்தில் பணியாற்றுவோருக்குமிடையில் பண்பாட்டு அடிப்படையிலான புரிதல் இல்லாமல், முரண்பாடுகளும் இடைவெளியும் வெகுவாக இருந்தால் அமைப்பாக்க நடவடிக்கையில் தேக்கநிலையே உருவாகும்.

பண்பாட்டுத் தளத்தில் நிலவும் தேக்கம் சமூக மாற்றங் களுக்கு இடம்தராது. அரசியலில், ஆட்சியில் ஏற்படும் திடீர் மாற்றங்கள், அறிவியல் வளர்ச்சியால் உருவாகும் புதிய மாற்றங்கள் முதலியன பண்பாட்டுத் தளங்களில் பெரும் தாக்கத்தை உருவாக்கும். அவற்றின் ‘அடிப்படை’யினையே தகர்க்கும். பண்பாட்டின் ‘அடிப்படை’ எதுவோ அதன்மீதான தாக்கம் அல்லது மாற்றம் என்பதையே ‘புரட்சி’ என அறியலாம். ‘பழையன கழிதலும் புதியன புகுதலும்’ என்னும் அடிப்படையில் தன்னியல்பாக நிகழும் மாற்றங்கள் யாவும் புரட்சிகரமான மாற்றங்கள் எனக் கருதிட இயலாது. பிற்போக்கான, பழைமையான, பாரம்பரியமான பண்பாடுகளின் அடிப்படையில் ஏற்படும் தாக்கத்தால் நிகழும் தலைகீழ் அல்லது புதிய மாற்றங்களையே புரட்சிகரமான மாற்றங்களாகக் கருதலாம்.

மொழிக் கலப்பு, இனக் கலப்பு, சாதி மற்றும் மதக் கலப்பு போன்றவை நிகழ்வதனால் சமூகக் கட்டமைப்பில் ஏற்படும் தாக்கங்களும் நெகிழ்வு நிலைகளும் பண்பாட்டுத் தளத்தில் அசைவுகளை ஏற்படுத்துகின்றன. அவற்றின்மூலம் பண்பாட்டுக் கலப்பு நடந்தேறுகின்றன. அதன்வழி, பண்பாட்டு மாற்றங்களும் சமூக மாற்றங்களும் நிகழலாம். பண்பாட்டுத் தளத்தில் ஏற்படும் மாற்றங்களைப் ‘பண்பாட்டுப் புரட்சி’ எனவும் அதனடிப்படையில் சமூகத்தளத்தில் ஏற்படும் மாற்றங்களைச் ‘சமூகப் புரட்சி’ எனவும் அறியலாம். இத்தகைய புரட்சிகரமான மாற்றங்கள், காலத்தின் போக்கில் தன்னியல்பாக

நிகழ்வதில்லை. திட்டமிட்ட நடவடிக்கைகளின் மூலம் உரிய மாற்றங்களை விரைவுபடுத்தும் போக்கே 'புரட்சி' என்பதாக அமையும். அதாவது, குறிப்பிட்ட இலக்கை நோக்கி, குறிப்பிட்ட காலவரம்புகளுக்குள் வரையறுக்கப்பட்ட செயல் திட்டங்களை நிறைவு செய்திட விரைவுபடுத்தும் நடவடிக்கையே ஆகும். சமூகம், அரசியல், பொருளாதாரம் மற்றும் பண்பாடு ஆகிய ஒவ்வொரு தளத்திலும் இத்தகைய மாற்றங்களை நிகழ்த்த வேண்டியது உழைக்கும் மக்களின் வரலாற்றுக் கடமையாகும். தமது ஆதிக்கத்தின்மூலம் உழைப்போரைச் சுரண்டும் வகுப்பினரை மோதி வெல்வதால் மட்டுமே புரட்சிகரமான மாற்றங்களை உருவாக்கிட இயலும்.

ஏற்கனவே நிறுவப்பட்டுள்ள கட்டமைப்புகள் மிகுந்த இறுக்கமாகவும் வலுவாகவும் இயங்கிக்கொண்டிருக்கும் நிலையில், அவற்றைத் தகர்ப்பது அவ்வளவு இலகுவானதல்ல. கடுமையான – தீவிரமான – விரைவான – உறுதியான போராட்டங்களின்மூலம் மட்டுமே ஆதிக்கச் சக்திகளின் அல்லது சுரண்டல் வகுப்பினரின் அதிகார மையங்களைத் தகர்த்திட இயலும். அத்தகைய போராட்டங்களுக்குரிய மக்களை அமைப்பாக்குதல் வெற்றிகரமாக அமைந்திட, அம்மக்களுடன் ஒன்றித்து களப்பணியாற்றுதல் தவிர்க்க இயலாததாகும்.

மக்களோடு கலத்தல் என்பது அவர்களின் பண்பாட்டுடன் கொண்டுள்ள தொடர்புகளைப் பொறுத்தே அமையும். சாதி, மதம், மொழி–இனம் ஆகியவற்றைச் சார்ந்த சமூகப் பண்புகள் மற்றும் இசை, நாடகம், ஓவியம் மற்றும் சிற்பம் போன்ற கலைநுட்பங்கள் முதலிய பண்பாட்டுக்கூறுகளில், மக்களுடன் கொண்டுள்ள உறவுகள், பங்களிப்புகள் தாம், மக்களோடு இணைதலை அல்லது கலத்தலைத் தீர்மானிக்கும். அத்தகைய ஈடுபாடுகள் இல்லையேல் மக்களிடமிருந்து அந்நியப்படும் நிலையே உருவாகும். மக்களின் மொழி, மக்களின் உடை, மக்களின் உணவு, மக்களின் தொழில், மக்களின் கலை என உழைக்கும் மக்களின் பண்பாட்டுக்கூறுகளைப் பற்றிய புரிதல்களும் ஈடுபாடுகளும், மக்களிடமிருந்து அந்நியப்படாத அணுகுமுறைகளும்தான் அமைப்பாக்க நடவடிக்கைகளை வெற்றிகரமாக நிகழ்த்தும்.

பண்பாட்டுத் தளத்தில் முற்போக்கான – புரட்சிகரமான மாற்றங்களை நிகழ்த்துவதற்கு அவ்வாறான மக்கள் பண்பாட்டை அடையாளம் காண்பதும் அவற்றை வளர்த்தெடுப்பதும்

அமைப்பாதலுக்குரிய மக்களோடு இணைந்து–கலந்து களப்பணியாற்றுதலும் தவிர்க்க இயலாத தேவையாகும்.

பாடுபடும் மக்களோடு கலத்தல் வேண்டும்! – மக்களின் பண்பாட்டுப் புரிதலோடு உழைத்தல் வேண்டும்!

சூன், 2013

34

ஒருமைத்துவமும் பன்மைத்துவமும்

உலகில் எதுவும் 'ஒருமைத்துவம்' கொண்டதாக இல்லை. படைப்புகள் யாவும் 'பன்மைத்துவம்' கொண்டதேயாகும். உயிருள்ளவை அல்லது உயிரற்றவையாயினும், உருவமானவை அல்லது அருவமானவையாயினும் யாவுமே ஒன்றுபோல் மற்றொன்று இல்லை. குறைந்த அளவிலோ, கூடுதல் அளவிலோ ஒற்றுமைக் கூறுகள் இருப்பினும், அவை ஒன்று அல்ல; வெவ்வேறானவை. ஒன்றும் இன்னொன்றும் ஒன்றுபோலில்லை என்பதைவிட ஒன்றே ஒருபொழுதும் ஒன்றாயிருப்பதில்லை.

அதாவது, தனித்த எந்த ஒன்றும் 'ஒருமைத்துவம்' கொண்டிருப்பதில்லை, ஒவ்வொன்றும் தனக்குள்ளேயே 'பன்மைத்துவம்' கொண்டிருக்கிறது, ஒருமைத்துவம் அல்லது பன்மைத்துவம் என்பது பண்புகளை அல்லது பண்பாடுகளை அடிப்படையாகக் கொண்டிருக்கும். பண்புகள் என்பவை உயிருள்ளவை, உயிரற்றவை யாவற்றுக்கும் உரியவை. பண்பாடுகள் என்பவை மானுடத்திற்கு மட்டுமே உரித்தானவை. பண்புகளிலுள்ள வேறுபாடுகளும் முரண்பாடுகளும் பன்மைத்துவத்திற்கு அடிப்படையாகும்.

பன்மைத்துவம் என்பது படைப்புகளின் அல்லது இருப்புகளின் பொதுப்பண்பு ஆகும். அது நிலையானது! பன்மைத்துவத்தில் ஒருமைத்துவத்தைக் காணலாம். ஒற்றுமைக் கூறுகளின் அடிப்படையில் ஒருமைத்துவம்

அமையும். இத்தகைய ஒற்றுமைக்கு அல்லது ஒருமைத்துவத்திற்கு பண்புகள் அல்லது பண்பாடுகளே அடிப்படைக் கூறுகளாக அமையும். அத்தகைய பண்புகள் அல்லது பண்பாடுகளின் அடிப்படையில்தான் உயிரினங்கள் ஒருங்கிணைந்து ஒருமைத்துவமாக இயங்குகின்றன.

ஒவ்வொன்றும் வெவ்வேறு என்றாலும், ஒன்றுக்குள் பல்வேறு என்றாலும் ஒரே வகையான பண்புகள் அல்லது பண்பாடுகள் ஒருமைத்துவத்தை அடையாளப்படுத்துகின்றன. அதற்குரிய அமைப்புகளாக அல்லது நிறுவனங்களாகவே மானுடத்தில் சாதி, மதம், மொழி, இனம் போன்றவை இயங்குகின்றன. இத்தகைய அமைப்புகளால் அல்லது நிறுவனங்களால் நெறிப்படுத்தப்படும் வாழ்க்கை முறைகளே மனிதனின் பண்பாடுகளாகப் பரிணாமம் பெறுகின்றன. தலைமுறை தலைமுறைகளாக இத்தகையப் பண்பாடுகளைப் பாதுகாத்திட, ஒருமைத்துவத்தைப் பாதுகாத்திட அத்தகைய அமைப்புகள் அல்லது நிறுவனங்கள் போராடிக் கொண்டேயிருக்கின்றன. உலகப் போராகவும் அவை வெடித்திருக்கின்றன; உலகம் முழுவதும் ஏதோ ஒரு வடிவத்தில் தொடர்ந்து அத்தகைய ஒருமைத்துவத்திற்கான மோதல்கள் அல்லது போராட்டங்கள் நிகழ்ந்துகொண்டேயிருக்கின்றன. அவை, எண்ணிக்கையில் சிறுபான்மையாக உள்ளோரின் தற்காப்புக்கான ஒருமைத்துவப் போராட்டங்களாகவோ அல்லது பெரும்பான்மையாக உள்ளோரின் ஆதிக்கத்திற்கான, ஒருமைத்துவத் திணிப்புப் போராகவோ, ஒடுக்குமுறையாகவோ நிகழலாம்.

தமது அடையாளங்களைப் பாதுகாப்பதற்கு அல்லது பாரம்பரியங்களைப் பாதுகாப்பதற்கு அல்லது பண்பாடுகளைப் பாதுகாப்பதற்கு சிறுபான்மையாகவுள்ள ஒரு சாதி அல்லது, மதம் அல்லது இனம் போன்ற இன்னபிற குழுக்கள் நடத்தும் போராட்டங்கள் தற்காப்புக்கானவையாகும். பண்பாட்டை அழிப்பது அடையாளத்தை அழிப்பதாகும். பண்பாட்டைச் சிதைப்பது ஒருமைத்துவத்தைச் சிதைப்பதாகும். அத்தகைய அழித்தொழிப்பு நடவடிக்கைகளிலிருந்து தம்மைத் தற்காத்துக் கொள்ள ஒடுக்குமுறைக்குள்ளாகும் சிறுபான்மைச் சாதியினர் அல்லது மதத்தினர் அல்லது இனத்தினர் தொடர்ந்து போராடுவது தவிர்க்க இயலாத தேவையாகும். இத்தகைய போரானது, அடிப்படையில் சனநாயகத்திற்கான போரேயாகும்.

அதேவேளையில், தம்முடைய ஆதிக்கத்தை விரிவுபடுத்துவதற்காக, நிலைப்படுத்துவதற்காக, வலுப்படுத்து

அமைப்பாய்த் திரள்வோம்

வதற்காக, பெரும்பான்மையாகவுள்ள அல்லது வலிமையாகவுள்ள குழுவினர் பிறர் மீது தமது அடையாளங்களை அல்லது பண்பாடுகளைத் திணிப்பது, தமது ஒருமைத்துவத்தை நிலைநாட்ட முனைவது, பன்மைத்துவத்தை மறுதலிப்பதாகும்.

பன்மைத்துவத்தை மறுதலிப்பது சனநாயகத்திற்கு எதிரானதாகும். ஒன்றை இழப்பதும் ஏற்பதும் ஒவ்வொருவருக்கு மான விருப்புரிமையாகும். அத்தகைய விருப்புரிமைக்கு ஊறு விளைவிப்பது சனநாயகமாகாது. மாறாக, ஒன்றைத் திணிப்பதும் மறுப்பதும் தனியொருவரின் விருப்புரிமைக்கும் சனநாயகத்திற்கும் நேரெதிரானதாகும். அதாவது, தனியொரு வரின் அல்லது தனியொரு குழுவினரின் விருப்புரிமைக்கு எதிராக எந்த ஒன்றையும் திணிப்பதோ மறுப்பதோ சனநாயகத்தை நசுக்குவதாகும். தற்காப்புக்கான ஒருமைத்துவத்தை அனுமதிப் பதும் ஆதிக்கத்திற்கான ஒருமைத்துவத்தை எதிர்ப்பதும்தான் சனநாயக நடைமுறையாக அமையும்.

மானுடத்தின் அனைத்துத் தளங்களிலும் இத்தகைய ஒருமைத்துவம் மற்றும் பன்மைத்துவம் இயங்கிக்கொண்டே இருக்கும். குறிப்பாக, பண்பாட்டுத் தளத்தில் மிகவும் கூர்மையாகவும் அழுத்தமாகவும் இவை இயங்கும். மேலும், மிகுந்த உணர்வுபூர்வமானவையாகவும் இருக்கும். எனவே, பண்பாட்டுத்தளத்தில் ஒருமைத்துவத்தைத் திணித்தாலோ அல்லது மறுத்தாலோ, அது மோதலாக அல்லது போராக வெடிக்கும். அத்தகைய உணர்ச்சிகள் மிகுந்த பண்பாட்டுத் தளத்தில் மக்களோடு இணைந்து, பிணைந்து களமாடுவதால் மட்டுமே போதிய புரிதலைப் பெறமுடியும்.

ஒரே சாதி, ஒரே மதம், ஒரே இனம், ஒரே வர்க்கம் என மக்களை அணிதிரட்டும் ஒருமைத்துவத்திற்கான முயற்சியில் பன்மைத்துவத்தைப் பின்னுக்குத் தள்ளவோ அல்லது அதனை முற்றிலும் இழக்கவோ வேண்டி யிருக்கும். ஒரே சாதியில் பல்வேறு உணவுப்பழக்கம், உடைப்பழக்கம், பிறப்பு, இறப்பு, சடங்குகள், வழிபாட்டு முறைகள் இருக்கலாம். இவை ஒரு சாதியிலுள்ள பண்பாட்டுத் தளத்திலான பன்மைத்துவமாகும். இத்தகைய பன்மைத்துவம், பண்புக் கூறுகளை மானுடத்தின் அனைத்துத் தளங்களிலும் காணலாம். அரசியல், சமூகம், பொருளாதாரம் போன்ற யாவற்றிலும் இவ்வாறான ஒருமைத்துவம் மற்றும் பன்மைத்துவம் இயங்கிக் கொண்டேயிருக்கும். இவற்றில், எத்தகைய தளத்தில் எத்தகைய ஒருமைத்துவத்தை ஏற்பது அல்லது எதிர்ப்பது என்கிற புரிதல் அமைப்பாதல் நடவடிக்கையில்

இன்றியமையாததாகும். பண்பாட்டுப் புரிதல்களிலிருந்தே பண்பாட்டுத் தளத்தில் வெற்றிகரமாகச் செயலாற்ற இயலும்.

அவ்வாறே அரசியல், சமூகம் மற்றும் பொருளாதாரம் போன்ற இன்னபிற தளங்களிலும் போதிய புரிதல்களின் அடிப்படையிலேயே அத்தளங்களில் ஒருமைத்துவம் மற்றும் பன்மைத்துவம் தொடர்பான செயற்பாடுகளை வெற்றிகரமாக நகர்த்த முடியும். மக்களுக்காகப் போராடுதல், மக்களுக்காக வாதாடுதல், மக்களுக்காக வாழ்தல்... என மக்களுக்காக மக்களோடு பணியாற்றுவதன்மூலமே அத்தகைய புரிதல்களைப் பெற முடியும்.

ஒருமைத்துவம், பன்மைத்துவம் ஆகியவை ஒன்றுக்குள் ஒன்றாய் உடன்பட்டும் முரண்பட்டும் தொடர்ந்து இயங்கும் பண்புகளைக் கொண்டவை. இத்தகைய பண்புகள் இயங்கியல் பண்புகள் என அறியலாம். இயங்கியல் பண்புகளே இயங்கியல் விதிகளாகவும் அறியப்படுகிறது. இவ்வாறான விதிகளின்படி மக்களின் பண்பாடுகளை மதிப்பீடு செய்வது அவற்றிலுள்ள ஒருமைத்துவத்தையும் பன்மைத்துவத்தையும் அடையாளம் காண்பது அமைப்பாக்க நடவடிக்கையில் இன்றியமையாததாகும்.

தனிநபர்கள், சமூகக் குழுக்கள் மற்றும் பிற அமைப்புகள் போன்ற யாவும் தனித்துவம் கொண்டவையாதலால், அத்தகைய தனித்துவத்தைக் கட்டிக்காப்பாற்றவும் தொடர்ந்து அடுத்தடுத்த தலைமுறைகளுக்கு முன்னெடுத்துச் செல்லவும் அவை முயற்சித்துக் கொண்டேயிருக்கும். மானுடத்தில் நிலவும் இத்தகைய பல்வேறு வகையிலான தனித்துவங்களை சமூகத்தின் பன்மைத்துவமாக அறியலாம். அதேவேளையில் ஒவ்வொரு தனிநபருக்குள்ளும் பன்மைத்துவம் உண்டு. பல்வேறுபட்ட பண்புகள், பல்வேறு வகையிலான திறன்கள், பல்வேறு முரண்கள் போன்றவை தனியொருவரிடம் காணும் பன்மைத்துவமாகும்.

அதேபோலவே ஒவ்வொரு சமூகக் குழுவுக்கும் பல்வேறு பண்புகள் அல்லது பண்பாடுகள் அக்குழுவின் பன்மைத்துவ மாக விளங்கும். பல்வேறு குலம் – கோத்திரங்கள், ஒரே சாதிக்குழுவாக இயங்கும்போது, குலம் – கோத்திரங்களின் பண்புகள் மற்றும் பண்பாடுகள் அச்சாதிக் குழுவின் பன்மைத்துவமாக இயங்கும். பல்வேறு சாதிகள், பல்வேறு மொழி – இனங்கள் மற்றும் மரபினங்கள் ஒரே மதமாக இயங்கும்போது சாதி, இனம் போன்றவற்றின் தனித்துவ மான பண்புகள் மற்றும் பண்பாடுகள் அம்மதக் குழுவின் பன்மைத்துவ மாக விளங்கும். இவ்வாறான பன்மைத்துவங்களில் காணப்படும் ஒற்றுமைக்

கூறுகளை அடையாளம்கண்டு அவற்றின் அடிப்படையிலான ஒருங்கிணைவை ஒருமைத்துவமாக அறியலாம்.

வெவ்வேறு பண்புகளைக் கொண்ட தனிமனிதர்கள் வெவ்வேறு பண்பாடுகளைக்கொண்ட உட்சாதிகள் தம்மிடையே உள்ள குறைந்த அளவிலான ஒருமித்தப் பண்புக் கூறுகளைக் கொண்டு ஒரே சாதியாகவோ அல்லது ஒரே சாதி அமைப்பாகவோ ஒருங்கிணைவதும் அத்தகைய ஒருமைத்துவத்தின் புலப்பாடேயாகும். பல்வேறு தனித்துவங்களின் ஒருங்கிணைவே ஒருமைத்துவமாகும். தனித்துவம் என்பது வேறு; ஒருமைத்துவம் என்பது வேறு! தனித்துவங்களை இழந்து ஒன்றாதலும் தனித்துவங்களை இழக்காமல் ஒன்றித்தலும் ஒருமைத்துவத்தின் போக்குகளேயாகும். தனித்துவத்தைப் பாதுகாப்பது என்னும் பெயரால் தனிநபர்களாகவோ, தனித்தனிக் குழுக்களாகவோ சிதறித் தனிமைப்பட்டு போகாமல், வலிமையிழந்து முடங்காமல் வீரியம் பெறுவதற்கு இத்தகைய ஒருமைத்துவ ஒருங்கிணைப்பு இன்றியமையாத தேவையாகும்.

வலிமை என்பது அதிகாரத்தோடு தொடர்புடையதாகும். அதிகாரமில்லாத யாரும், எதுவும் வலிமையில்லாத நிலையிலேயே உழல வேண்டியிருக்கும். ஒடுக்குமுறைகளுக்கு ஆளாக நேரிடும். இத்தகைய நிலைமைகளிலிருந்து விடுபடத் துடிக்கும் ஒவ்வொருவரும் அல்லது ஒவ்வொரு சமூகக் குழுவும் தம்முடைய பொது அடையாளங்களைக் கொண்டு, ஒருமித்தப் பண்புக்கூறுகளைக்கொண்டு ஒருங்கிணைவது தவிர்க்க இயலாத தேவையாக அமையும். இத்தகைய ஒருமைத்துவப் போக்குகள் அமைப்பாக்கும் நடவடிக்கைகளில் மிகவும் இன்றியமையாதவையாகும்.

சில தனித்துவக் கூறுகளை இழந்து பிறவற்றோடு ஒருங்கிணைவது ஒருவகை ஒருமைத்துவப் போக்கு எனில், முற்றிலும் தமது தனித்துவத்தை பண்புகளை அல்லது பண்பாட்டு அடையாளங்களை இழந்து பிறவற்றோடு தம்மை இணைத்துக்கொள்ளுதல் என்பது இன்னொரு வகையிலான ஒருமைத்துவப் போக்கு என அறியலாம். உட்சாதிகள் ஒரே சாதியாக ஒன்றிணைவது சிலவற்றை இழந்து உருவாகும் ஒருமைத்துவம் எனலாம். ஒரு மதத்திலிருந்து இன்னொரு மதத்தைத் தழுவுவது முற்றிலும் இழந்து உருவாகும் ஒருமைத்துவம் எனலாம். இத்தகைய ஒருமைத்துவப் போக்குகள் பெரும்பாலும் தம்மைத் தற்காத்துக்கொள்ளவும் வலிமைப்படுத்திக் கொள்ளவும் நிகழ்வனவாகும்.

பண்பாட்டுத் தளத்தில் இத்தகைய ஒருமைத்துவப் போக்குகள் நிகழ்வதைப் போலவே பிற தளங்களிலும் நிகழும். அரசியல், பொருளியல் மற்றும் சமூகத் தளங்களிலும் இத்தகையப் போக்குகளைக் காணலாம். இவை யாவும் ஒன்றோடு ஒன்று பின்னிப் பிணைந்தவை என்பதால், ஒன்றில் நிகழும் போக்குகள் பிறவற்றின் மீது உரிய தாக்கங்களை உருவாக்கும். அவற்றினடிப்படையில் ஆதரவாகவோ, எதிராகவோ உரிய விளைவுகள் உருவாகும். தனித்துவங்களை இழக்காமல், குறைந்த அளவிலான உடன்பாடுகளின் அடிப்படையில், பொதுச் செயல்திட்டங்களின் அடிப்படையில் நிகழும் கூட்டமைப்பு நடவடிக்கைகளையும் பன்மைத்துவ ஏற்புடன் நிகழ்கின்ற ஒருமைத்துவமாக அறியலாம். பல்வேறு அரசியல் கட்சிகள், பல்வேறு சமூக அமைப்புகள், பல்வேறு தொழில் மற்றும் வணிக அமைப்புகள், பல்வேறு உழைப்பாளர் இயக்கங்கள் போன்ற பல்வேறு பன்மைத்துவங்களை அவற்றின் கொள்கை கோட்பாடுகளை இவை போன்ற இன்னபிற நிலைகளையெல்லாம் அவை ஏற்புடையவையாயினும் ஏற்க இயலாதவையாயினும் அவற்றின் இருப்புகளை ஒப்புவதுதான் பன்மைத்துவ ஏற்பாகும்.

அரசியல் தளத்தில் இயங்கும் வெவ்வேறு நோக்கங்களைக் கொண்ட சிறிய சிறிய அமைப்புகளை, குழுக்களை, கட்சிகளை, அவற்றின் இருப்பு களை ஏற்க இயலாமல் நசுக்கவோ, முற்றிலும் இல்லாதொழிக்கவோ முயற்சித்தால், செயற்பட்டால், அது சனநாயக மறுதலிப்பாகும். குறிப்பாக, பன்மைத்துவ மறுதலிப்பாகும். மாற்று அமைப்பு, மாற்றுக் கருத்து, மாற்று நடைமுறை போன்றவற்றை ஏற்க இயலாமல், எதிராகக் கருதுவது, எதிராகச் செயல்படுவது பன்மைத்துவ மறுதலிப்பேயாகும்.

அதேபோல பண்பாட்டுத்தளத்தில் சிறிய சிறிய சாதிக் குழுக்களை, மதக் குழுக்களை, மொழி – இனக் குழுக்களை, அவற்றின் இருப்புகளை ஏற்க இயலாமல் அவற்றை அடக்கியொடுக்கவோ, அழித்தொழிக்கவோ முனைவது ஒடுக்குமுறைகளை ஏவுவது போன்ற யாவும் பன்மைத்துவ மறுதலிப்பேயாகும். சனநாயகத்திற்குப் புறம்பானத2ாகும். மாற்றுப் பண்பாடு, மாற்று வாழ்க்கை முறை, மாற்று சாதி, மாற்று மதம், மாற்று மொழி அல்லது இனம் போன்றவற்றை ஏற்க இயலாமல், இணங்கவிரும்பாமல், இணையாக மதிக்க இசையாமல், அவற்றைச் சின்னாபின்னமாக சிதறடித்து, சிதைய வைத்து, பணிய வைத்து, தனித்துவத்தை முற்றிலுமாக

இழக்க வைக்க முயற்சிப்பதும் பன்மைத்துவத்தை ஏற்க மறுப்பதேயாகும்.

தமது கருத்தை, தமது மொழியை, தமது மதத்தை, தமது பண்பாட்டை அல்லது வாழ்க்கைமுறையைப் பிறர்மீது திணிப்பது, அவர்களைக் காலப்போக்கில் தம்மினத்தவராக, தம் மதத்தவராக அல்லது தம்மவராக மாற்றிவிட வேண்டுமென எண்ணுவது, அதற்கான செயற்பாடுகளை அல்லது அடக்குமுறைகளை மேற்கொள்வது முற்றிலும் சனநாயகத்திற்கு எதிரானதாகும். அதாவது, பன்மைத்துவத்திற்கு எதிரான 'ஒருமைத்துவ ஆதிக்க'மாகும். இத்தகைய 'ஒருமைத்துவ ஆதிக்கப்' போக்கையே 'ஏகாதிபத்தியம்' என அறியலாம். அதாவது, வலிமையானவர்கள் தமது ஆதிக்கத்தை மேலும் விரிவாக்கவும் வலுவாக்கவும் மேற்கொள்கிற ஒருமைத்துவப் போக்கே 'ஏகாதிபத்தியம்' ஆகும். எண்ணிக்கை வலிமை, அரசியல் வலிமை, பொருளியல் வலிமை மற்றும் சமூக வலிமை போன்ற யாவும் அதிகார வலிமையைத் தீர்மானிப்பவையாகும். இத்தகைய வலிமைகளைப் பெற்றவர்கள்; அதாவது, அதிகார வலிமை பெற்றவர்கள் மேற்கொள்ளும் ஒருமைத்துவமானது 'ஆதிக்க ஒருமைத்துவம்' ஆகும்.

அவ்வாறின்றி, எத்தகைய வலிமையுமில்லாத நிலையில் சிதறிக் கிடப்போர் தங்களுக்குள் ஒருங்கிணைந்து தற்காத்துக் கொள்ள முயற்சிப்பது, தங்களுக்கிடையிலான தனித்துவங்களை இழந்தும் இழக்காமலும் ஒன்றாவது, 'சனநாயக ஒருமைத்துவம்' என அறியலாம். அமைப்பாக்க நடவடிக்கையில் இத்தகைய 'சனநாயக ஒருமைத்துவம்' அடிப்படையான ஒரு தேவையாக அமையும். அரசியல் தளத்தில், பண்பாட்டுத் தளத்தில், பொருளியல் தளம் என்னும் வர்க்கத்தளத்தில், சமூகத்தளத்தில் இவ்வாறான சனநாயக ஒருமைத்துவத்தை வென்றெடுக்க வேண்டியது அமைப்பாக்க நடவடிக்கையில் தவிர்க்க இயலாத கடமையாகும்.

சாதியின் பெயரால், மதத்தின் பெயரால், தனித்துவத்தைப் பாதுகாத்தல் என்னும் பெயரால், ஆதிக்க வெறியர்களின் அடக்குமுறைகளால், இன்னும் இவை போன்ற இன்ன பிற காரணிகளால் சிதறிக்கிடக்கும்; வலிமையிழந்து முடங்கிக் கிடக்கும் உழைக்கும் மக்கள் யாவரும் பொது அடையாளங்கள், பொதுப்பண்புகள் அல்லது பண்பாட்டுக்கூறுகள், பொதுத் தேவைகள் அல்லது குறிக்கோள்கள் போன்றவற்றின் அடிப்படையில் சிலவற்றை இழந்தும் இழக்காமலும் அல்லது

முற்றிலும் இழந்தும் ஒருங்கிணைவது ‘சனநாயக ஒருமைத்துவ’மாக அமையும். குறிப்பாக, பண்பாட்டுத் தளத்திலும் அரசியல் தளத்திலும் இது நிகழ்தல் வேண்டும்.

உலகெங்கும் பன்மைத்துவம் ஒப்புவதே சனநாயகம்! – ஆதிக்கம் உருவாக்கும் ஒருமைத்துவம் ஊறுசெய்யும் வினையாகும்!

சூலை, 2013

35

திட்டமிட்டவையும் திட்டமிடாதவையும்

பன்மைத்துவத்தில் ஒருமைத்துவமும் ஒருமைத்துவத்தில் பன்மைத்துவமும் கொண்டியங்குவதே உலகியல்பாகும். ஒன்றாயிருப்பது பலவாய்ச் சிதறுவதும் பலவாயிருப்பவை ஒன்றாய் இணைவதும் இடையறாது நிகழ்ந்து கொண்டேயிருக்கும். இது உலகியலின் மாறா விதியாகும்.

இந்த இயங்கியல் விதியின் இருப்பை உணர்ந்துகொள்வதும் அதன் இயல்பைப் புரிந்துகொள்வதும்தான் உலகியலைப் பற்றி, குறிப்பாக மானுடவியலைப் பற்றி இலகுவாக அறிந்துகொள்வதற்கு வாய்ப்பாக அமையும். பன்மைத்துவத்தின் இருப்பை ஒப்பேற்பது என்பது, மாறுபட்ட மற்றும் முரண்பட்ட கருத்துக்களையும் செயற்பாடுகளையும் ஒப்புவதற்கான நடவடிக்கையே ஆகும். மாறுபட்ட அல்லது முரண்பட்ட கருத்துக்களையும் செயற்பாடுகளையும் ஏற்பதோ மறுப்பதோ ஒருபுறமிருந்தாலும், அவற்றின் இருப்பை ஒப்புவது உலகியலைப் புரிந்துகொள்வதாகும்.

மனிதர்கள் பல்வேறு பண்புகளைக் கொண்டவர்களாக, பல்வேறு கருத்துக்களைக் கொண்டவர்களாக, பல்வேறு ஆற்றல்களைக் கொண்டவர்களாக, இருப்பதும் இயங்குவதும் பன்மைத்துவ இருப்பேயாகும். அதேபோல, மனிதர்கள் பல்வேறு சாதிகளாக, பல்வேறு மதங்களாக, பல்வேறு இனங்களாக, பல்வேறு

நாட்டினர்களாக, பல்வேறு தொழிலாளர்களாக, இன்னும் இவைபோன்ற பல்வேறு அடையாளங்களைக் கொண்டவர்களாக இயங்குவதையும் பன்மைத்துவ இருப்பாகவே அறியலாம். இத்தகைய பன்மைத்துவ இருப்பின் புரிதல்களிலிருந்தே அமைப்பாக்க நடவடிக்கைகளையும் புரிந்துகொள்ள வேண்டும்.

அமைப்பாக்குதல் என்பது ஒருமைத்துவ முயற்சியே ஆகும். பல்வேறு பண்புகள், பல்வேறு கருத்துக்கள், பல்வேறு செயல்திறன்கள், பல்வேறு குழுக்கள் என பல்வேறு அடையாளங் களைக் கொண்டவர்களை ஒருமித்த கருத்து, ஒருமித்த களம், ஒருமித்த செயல்திட்டம், ஒருமித்த இலக்கு என ஒரே வடிவத்திற்குள் அல்லது ஒரே அடையாளத்திற்குள் ஒருங்கிணைக்கும் ஒருமைத்துவ முயற்சியே அமைப்பாக்குதலாகும். ஒன்றிலிருந்து மற்றொன்றாக மாறுவது அல்லது மற்றொன்றுடன் இணைவது, அவற்றின் முரண்களுக்கிடையிலான மோதல்களினூடாகவே நிகழ்வதாகும். இவை அகமும் புறமும் இடையறாமல் நிகழும் பெரும் போராட்டங்களாகவே அமையும்.

ஒரு கருத்திலிருந்து இன்னொரு கருத்துக்கு மாறுவது அல்லது இணைவது அவ்வளவு இலகுவாக நிகழக்கூடிய ஒன்றல்ல. அத்தகைய கருத்துமுரண்களால் நிகழும் கருத்துமோதல்கள் ஒவ்வொரு மனிதனுக்குள்ளே அகநிலையிலும் மனிதர்களுக்கிடையில் புறநிலையிலும் தொடர்ச்சியாக நிகழ்ந்து கொண்டேயிருக்கும். இவ்வாறான அகநிலை, புறநிலை மோதல் களினூடாகவே ஒருமைத்துவம் அல்லது அமைப்பாதல் நிகழும்.

ஒவ்வொரு மனிதனின் உள்ளும் புறமும் நிலவும் முரண்களையும் நிகழும் மோதல்களையும் எதிர்க்கொண்டு அமைப்பாக்க நடவடிக்கையினை வெற்றிகரமாக நிகழ்த்துவது தொடர்ச்சியான ஒரு போராட்டமேயாகும். மனிதனைச் சுற்றிக் கட்டமைக்கப்பட்டுள்ள அல்லது கட்டமைக்கப்படுகிற அடையாளங்களிலிருந்து அல்லது தனித்துவப் பண்புகளிலிருந்து விடுபட்டு இன்னொன்றுடன் இணைவதும் மனிதனுக்கு அவ்வளவு இலகுவான ஒன்றல்ல. சாதி, மதம், இனம், இன்னும் இவை போன்ற அடையாளங்கள் மனிதனைச் சுற்றி ஏற்கனவே கட்டமைக்கப்பட்டுள்ள, திணிக்கப்பட்டுள்ள தனித்துவப் பண்புக்கூறுகளாகும். அவற்றிலிருந்து மனிதன் அவ்வளவு எளிதில் விடுபட இயலாது. அவற்றுக்கு மாறான, எதிரான அடையாளங்களை அல்லது பண்புக்கூறுகளை ஏற்றிடவும் இயலாது. இவ்வாறு ஒன்றிலிருந்து விடுபடவோ ஒன்றை

ஏற்கவோ ஒரு மனிதன் நடத்தும் போராட்ட நடவடிக்கையினை அமைப்பாக்க நடவடிக்கையிலும் காணலாம்.

பல்வேறு அடையாளங்களை அல்லது பண்புகளைக் கொண்ட பன்மைத்துவ இருப்புநிலையிலிருந்து, பொது அடையாளம் அல்லது பொதுப்பண்புக் கூறுகளை நோக்கி இயங்குவதும் ஏற்பதும் ஒரு தெளிவான – வலுவான செயல் திட்டத்தின் மூலமாகவே நிகழும். அதற்குரிய திட்டமிடுதலும், செயற்படுத்துதலும்தான் அமைப்பாக்க நடவடிக்கையாகும்.

ஆதிக்கம் செய்வோருக்கிடையிலும் இத்தகைய அமைப்பாதல் நிகழும். தமது ஆதிக்கத்தை நிலைநாட்டவும், சுரண்டலை நீட்டிக்கவும் தொடர்ச்சியான அடக்குமுறைகளைக் கையாளவும் அத்தகைய அமைப்பாக்கம் நிகழும். அதற்கேற்ற திட்டமிடுதலும் நிகழும். இது 'ஆதிக்க ஒருமைத்துவ'ப் போக்காகும். இதற்கு நேரெதிராக நிகழும் அமைப்பாதல் 'சனநாயக ஒருமைத்துவ'ப் போக்காகும். இத்தகைய அமைப்பாதலை நிகழவிடாமல் தடுப்பதில் அல்லது உடைப்பதில் எப்போதும் ஆதிக்க சக்திகள் விழிப்பாக இயங்குவதைக் காணலாம். இவ்வாறான தடுப்பு அல்லது உடைப்பு முயற்சிகளையும் முறியடிக்கும் வகையில் திட்டமிடுதலும் செயற்படுத்துதலும் நிகழ வேண்டும். அதற்கான விழிப்பையும் ஆற்றலையும் அமைப்பாக்கச் செயற்பாட்டாளர்கள் பெற்றிருத்தல் வேண்டும் அல்லது பெருக்கிக்கொள்ளுதல் வேண்டும்.

ஒருமித்த கருத்தை நோக்கி அல்லது பொது அடையாளத்தை நோக்கி மக்களை வென்றெடுப்பது எவ்வளவு இன்றியமையாத ஒரு தேவையோ, அதேபோல, ஆதிக்கச் சக்திகளின் சதிகளை முறியடித்துப் பகையை வென்றெடுப்பதும் அமைப்பாக்க நடவடிக்கையில் தவிர்க்க இயலாத ஒரு தேவையாகும். அதற்கேற்ற வகையில், கடந்த காலத்தை ஆய்ந்துணர்ந்தும், எதிர்காலத்தைத் தொலைநோக்கில் மதிப்பீடு செய்தும் நிகழ்காலத்தை வெற்றிகரமாகக் கையாளும் ஆற்றலுடன் திட்டமிடுதல் இன்றியமையாததாகும்.

இத்தகைய திட்டமிடுதலில் எதிர்பார்த்தவையுடன் எதிர்பாராதவையும் அடங்கும். எட்டவேண்டிய இலக்கையும் அதற்கு ஆற்றவேண்டிய செயலையும் வரையறை செய்வது மற்றும் நடைமுறைப்படுத்துவது வெளிப்படையான அல்லது எதிர்பார்த்த திட்டமிடல் ஆகும். இதற்கான களப்பணிகளைத் திட்டமிட்ட பணிகள் என அறியலாம். இவ்வாறின்றி, எதிர்பாராத வகையில் திடீரெனக் களத்தில் எதிர்கொள்ள வேண்டிய

பணிகளும் அல்லது சிக்கல்களும் வரலாம். திட்டமிட்ட பணிகளில் இவை இல்லையே என இத்தகைய திடீர்ப்பணிகளை அல்லது சிக்கல்களைப் புறந்தள்ளிவிட இயலாது. இலக்கை நோக்கிய பயணத்திற்கு அல்லது களப்பணிகளுக்கு இடையூறாகவோ அல்லது ஆதரவாகவோ அவை அமையலாம். அவற்றை எதிர்கொள்ளும்போது, அடிப்படையில் திட்டமிட்ட பணி களிலிருந்து விலகாமல் அவற்றைச் செயற்படுத்துவதும் களப்பணியாளர்களின் கடமையாகும்.

திட்டமிட்ட காலவரையறைக்குள் திட்டமிட்ட பணிகளை நிறைவேற்றும்போது, அவற்றை முடக்கும் வகையிலோ, திசை மாற்றும் வகையிலோ, அடிப்படையான அல்லது முதன்மையான பணிகளைப் பாதிக்கும் வகையிலோ, கூடுதலாகப் பணிகளை இணைப்பதோ, திணிப்பதோ கூடாது. அவ்வாறு இடைச்செருகல்கள் நிகழுமேயானால், திட்டமிட்டவாறு முதன்மையான பணிகளை நிறைவேற்ற இயலாதநிலை ஏற்படுவதுடன், இயக்கப் போக்கின் ஒழுங்குமுறையும் வெகுவாகப் பாதிக்கப்படும். அதாவது, உரிய காலத்தில் ஆற்றவேண்டிய பணிகள் தடைப்பட்டு, தேக்கமுற்று, கையாளவேண்டிய ஒழுங்குமுறை முற்றிலும் சிதைந்துவிடும்.

ஒரு செயல்திட்டத்தை நடைமுறைப்படுத்தும்போது, அது தங்குதடையின்றி தன்னியல்பாக இயங்கும் வகையில் கையாளப்படும் ஒருவகை வழிமுறையே ஒழுங்குமுறையாகும். நெருக்கடிகளை ஏற்படுத்தும் வகையில் எத்தகைய புறச்சூழல்களோ அல்லது அகச்சூழல்களோ இருந்தாலும் அவற்றால் பெரிதும் பாதிக்கப்படாத வகையில், திட்டமிட்டவாறு ஆற்றவேண்டிய பணிகள் தன்னியல்பாக நடைபெறுவதற்கேற்பக் கையாளப்படும் வழிமுறையே ஒழுங்குமுறையாக அமையும். இத்தகைய ஒழுங்குமுறை இல்லையெனில், அமைப்பாக்க நடைமுறை வெற்றிகரமாக அமையாது.

ஒழுங்குமுறையைச் சீர்குலைக்கும் வகையில், திட்டமிட்ட பணிகள் பாதிக்கப்படும் வகையில், திடீர் வேலைத்திட்டங்களைத் திணிப்பது மற்றும் அனுமதிப்பது ஏற்புடையதல்ல. அதே வேளையில், எதிர்பாராத வகையில் சில வேலைகள், கடமைகள் குறுக்கிடும் நிலையும் உருவாகலாம். தவிர்க்க இயலாத வகையில், அவ்வாறு குறுக்கிடும் அல்லது திணிக்கப்படும் வேலைகளை ஏற்கவேண்டிய, எதிர்கொள்ளவேண்டிய நிலையும் ஏற்படலாம். காற்று, மழை, வெள்ளம், நெருப்பு, விபத்து, உடல்நலிவு, இறப்பு இவை போன்ற இயற்கை நேர்வுகளால் திட்டமிட்டவாறு

செயல்திட்டத்தை நிறைவேற்ற இயலாத நிலை உருவாகலாம். தவறான திட்டமிடல், போதிய கவனமின்மை, உரிய வழிமுறை அல்லது ஒழுங்குமுறை இல்லாத செயற்பாடு, கூட்டுமுயற்சி மற்றும் கூட்டுஉழைப்பு இல்லாநிலை போன்ற அகநிலைக் காரணிகளாலும் திட்டமிட்டவாறு செயல்பட இயலாதநிலை நேரலாம். இலக்கை நோக்கிய பயணத்தில் தேக்கமோ சிதைவோ நிகழலாம்.

இவ்வாறே புறநிலைத் தாக்கங்களாலும் இத்தகு தடைகள் உருவாகலாம். அதாவது, பகைத் தரப்பினின்று குறுக்கிடும் தடைகளாலும் திட்டமிட்டவாறு செயல்படுவதில் சிக்கல் உருவாகலாம். இவ்வாறான தடைகள் அல்லது சிக்கல்கள் யாவும் எதிர்பாராதவை எனப்பட்டாலும் அவை யாவும் எதிர்பார்க்கப்படும் வகையினைச் சார்ந்தவையே ஆகும். அதாவது, எதிர்பார்க்கப்படும் எதிர்பாராதவையாகும். இறப்பு எதிர்பார்க்கப்படும் ஒன்றுதான். ஆனால், அது எப்போது நிகழும்? எப்படி நிகழும்? எங்கே நிகழும்? போன்றவை எதிர்பாராதவை ஆகும். பகைத்தரப்பினரின் சதிகள் எதிர்பார்க்கப்படுபவை என்றாலும் அது எப்படி இருக்கும்? அதன் தாக்கம் எத்தகைய விளைவுகளை ஏற்படுத்தும்? எம்முனையிலிருந்து அது நிகழும்? என இவை போன்ற இன்னபிற யாவும் எதிர்பார்க்கப்படுபவை என்றாலும் அதன் வலிமையை, நேரத்தை மதிப்பிட இயலாது. இத்தகைய எதிர்பாராதவை அல்லது திட்டமிடாதவை யாவற்றுக்கும் திட்டமிடலில் இடமுண்டு.

திட்டமிடுதலில் காலம், வேகம், தூரம், கருவி, களம், உழைப்பு மற்றும் பொருளாதாரம் போன்றவை யாவும் மதிப்பீட்டுக்கூறுகளாகக் கணக்கில் கொள்ளப்படும். முதன்மைக் கூறுகளான இவற்றில் எது ஒன்றைக் கணக்கில்கொள்ளத் தவறினாலும் அது தவறான திட்டமிடலாக அமைந்து விடும். அதனால் அது இலகுவானதாகவோ வெற்றிகரமானதாகவோ அமையாது.

செயல்திட்டங்களை வரையறுப்பதில் காலஅளவு பிற யாவற்றையும்விட முதன்மைத்துவக்கூறாக விளங்குகிறது. கால அளவைப் பொறுத்தே பிற மதிப்பீட்டுக்கூறுகளின் அளவுகளைத் தீர்மானிக்க இயலும். காலத்தைப் பொறுத்து செயல்திட்டங்கள் மூவகையாக வரையறுக்கப்படுகின்றன. நிகழ்கால செயல்திட்டம், குறுகியகால செயல்திட்டம் மற்றும் நெடுங்கால செயல்திட்டம் என செயல்திட்டங்கள் வரையறுக்கப்படுவதைக் காணலாம். இவற்றில் நிகழ்காலச் செயல்திட்டம் என்பது உடன்பொழுதில்

திட்டமிடவும் செயற்படுத்தவும் கூடியதாக அமையும். இவை பெரும்பாலும் எதிர்பாராதவை என்னும் திட்டமிடலில் அடங்கும். எதிர்பாரா நேரத்தில் நிகழும் திடீர்க்குறுக்கீடுகளால், தடைகளால் அல்லது சிக்கல்களால் உருவாகும் நெருக்கடிகளை எதிர்கொள்ளவேண்டிய நிலைவரும்பொழுது, நேரமில்லாத நேரத்தில், அதாவது உடன்பொழுதுகளில் அதிவேகமாகத் திட்டமிட்டு அதனை நடைமுறைப்படுத்த வேண்டியிருக்கும். இத்தகைய செயல்திட்டத்தை 'நிகழ்கால அல்லது உடன்பொழுது செயல்திட்டம்' என அறியலாம். குறுகியகால மற்றும் நெடுங்காலச் செயல்திட்டங்களை நடைமுறைப்படுத்துவதற்கான செயற்பாடுகளினூடாகவே இத்தகைய நிகழ்காலச் செயல்திட்டங்களையும் வரையறுக்கவும் செயற்படுத்தவும் வேண்டியிருக்கும். அமைப்பாக்க நடவடிக்கையில் இத்தகைய திடீர்ச் செயல்திட்டங்களை எதிர்கொள்ள வேண்டியது தவிர்க்க இயலாததாகும். செயல்திட்டங்களைப் பற்றிய புரிதல் இல்லாமல் இவ்வாறான நெருக்கடிகளை எதிர்கொள்ள இயலாது.

எத்தகைய குறுக்கீடுகளானாலும் நெருக்கடிகளானாலும் அவற்றை நேர்மறையாகவோ எதிர்மறையாகவோ எதிர்கொள்ளும் அதே வேளையில், இலக்கை எட்டுவதற்கான அடிப்படை மற்றும் முதன்மைப் பணிகளிலிருந்து விலகிவிடாமல் செயலாற்ற வேண்டியது இன்றியமையாததாகும்.

குறித்த காலத்திற்குள், குறித்த வரையறைகளுக்குட்பட்டு, குறித்த வேலைத்திட்டத்தை நடைமுறைப்படுத்துவது என்னும் திட்டமிடுதலில் உள்ளடங்காத திடீர் வேலைத்திட்டங்கள் எத்தகையதாயினும் அவற்றைத் தேவையினடிப்படையில், தவிர்க்க இயலாதவை – தவிர்க்கக் கூடியவை என்று கையாளுதல் வேண்டும். அதாவது, திட்டமிட்ட முதன்மைப் பணிகளுக்குப் பாதிப்பு நேராத வகையில் அவற்றை எதிர்கொள்ளுதல் வேண்டும்.

திட்டமிட்ட பணிகளைப் பற்றி, அவற்றை உரிய காலத்தில் நிறைவேற்றுவது பற்றிக் கருத்தில் கொள்ளாமல், தவிர்க்கக் கூடிய வகையிலான திடீர் வேலைத்திட்டங்களைத் திணிப்பது, அனுமதிப்பது, காலத்தையும் உழைப்பையும் வீணாக்குவதாக அமையும்; உரிய குறிக்கோளை எட்ட இயலாமல், அதற்கென மேற்கொண்ட முயற்சிகளையும் பாழ் செய்வதாக அமையும்.

திட்டமிட்ட பணிகளுடன் திட்டமிடாதவற்றையும் ஏற்பது மற்றும் இணைப்பது செயல்திட்டத்தில் தவிர்க்க இயலாதவையாகும். தவிர்க்கக் கூடியவற்றைத் தவிர்ப்பதும்

அமைப்பாய்த் திரள்வோம் 311

தவிர்க்க இயலாதவற்றை வெற்றிகரமாக எதிர்கொள்வதும் அமைப்பாக்க நடவடிக்கையில் இன்றியமையாததாகும்.

எதிர்பாராதவை அல்லது திட்டமிடாதவை யாவும் திட்டமிடுதலில் உள்ளடங்கியதேயாகும். அதாவது, திடீர் வேலைத் திட்டங்களுக்கென இடமளிப்பதுவும் திட்டமிடலேயாகும். எதிர்பாராத வேலைகளுக்கு இடமளிக்காத திட்டமிடல் முழுமையானதாகாது. திடீர்த் தேவைகளின் அடிப்படையில் காலத்தையும் களத்தையும் உருவாக்கிக் கொள்ள ஏதுவாகத் திட்டமிடுதலே முழுமையானதாக அமையும். அதன்படி, திட்டமிடாதவை என்று ஏதுமில்லை என்றேயாகும்.

திட்டமிடாதவைக்கான இடம் திட்டமிடுதலில் இருக்கும் என்பதே முறையான, வெற்றிகரமான திட்டமிடலாக விளங்கும். திட்டமிட்ட பணிகளுக்கிடையில், திட்டமிடாத, எதிர்பாராத திடீர் வேலைத்திட்டங்களை ஏற்பதும் எதிர்கொள்வதும் முதன்மை நோக்கத்திற்குப் பாதிப்பின்றிக் கையாள்வதும் அல்லது மறுப்பதும் தவிர்ப்பதும் அமைப்பாக்க நடவடிக்கையில் தவிர்க்க இயலாதவையாகும்.

அதாவது, திட்டமிட்டவை–திட்டமிடாதவை, எதிர்பார்த்தவை – எதிர்பாராதவை, தவிர்க்கக் கூடியவை – தவிர்க்கக் கூடாதவை என அனைத்தும் திட்டமிடுதலில் இடம்பெறுவதே முழுமையான, வலிமையான திட்டமிடலாகும்.

திட்டமிடாப் பணிகள் திடுமெனக் குறுக்கிடும்! – அவை தேவையின் அடிப்படையில் திட்டத்தில் இடம்பெறும்!

ஆகத்து, 2013

36

ஊகநிலையும் உண்மைநிலையும்

மனிதன் நினைப்பதெல்லாம் நடப்பதில்லை. நினைத்ததையெல்லாம் சாதிப்பதில்லை. நினைப்பது ஒன்று; நடப்பது ஒன்று என்பதே பெரும்பாலும் நடைமுறையிலிருப்பதாகும்.

மனிதன் எதை அடைய வேண்டும் அல்லது சாதிக்க வேண்டும் என்று எண்ணுகிறானோ, அது தொடர்பான அவனது புரிதல், அப்புரிதலில் உள்ள தெளிவு, அத்தெளிவிலுள்ள உறுதி, அவ்வுறுதிப்பாட்டுடன்கூடிய திட்டமிடல், செயற்பாடு போன்றவையே அதற்கு அடிப்படை களாக அமையும். ‘புரிதல் – தெளிவு – உறுதி – செயற்பாடு’ என்கிற வகையில் ‘எண்ணமும் செயலும்’ ஒரு நேர்க்கோட்டில் அமையும்போது, எண்ணியதை எண்ணியவாறு எய்திட இயலும். புரிதலில் பிழை நேர்ந்தால், குழப்பமிருந்தால், ஊசலாட்டமும் தடுமாற்றமும் உருவாகும்; எதிர்மாறான விளைவுகளும் ஏற்படும்.

எண்ணுவது சிறிதோ, பெரிதோ; எளிதோ, கடிதோ எதுவாயினும் அது பற்றிய ‘புரிதல்’ என்பதுதான் மனிதனின் சாதனைகளுக்கு அடிப்படையான தேவையாகும். புரிந்து கொள்ளுவதிலுள்ள சிக்கல்தான் அனைத்துச் சிக்கல்களுக்கும் அடிப்படையாக அமையும். எளிதான – விரைவான புரிதல்கள் மட்டுமே செயல்களை விரைவாக்கும்; இலகுவாக்கும்!

எளிதாகப் புரிந்துகொள்ளுதல், விரைவாகப் புரிந்துகொள்ளுதல் என்பதைவிட, உரியதைப் புரிந்துகொள்ளுதலும் சரியானதைப் புரிந்து கொள்ளுதலுமே மிகமிக இன்றியமையாததவையாகும்.

'தேவை' எதுவெனப் புரிந்துகொள்ளுவதிலிருந்துதான், 'உரியதை'ப் புரிந்துகொள்ள இயலும். எது தேவை என்று புரிந்துகொள்ளாத நிலையில், எது உரியது என்பதையும் புரிந்துகொள்ள இயலாது. 'உரியதை' அடையாளம் காண இயலாத நிலையில், அடையவேண்டிய தேவைக்குத் தொடர் பானவற்றை, சரியானவற்றைப் புரிந்துகொள்ள இயலாது. எது தேவை, எத்தகைய தேவை, எதற்கான தேவை – என்னும் தேவையைப் பற்றிய புரிதலே, யாவற்றிலும் முதன்மையானதாகும். இதுவா? அதுவா? எது? – என தேவையைத் தேர்வு செய்வது புரிதலின் முதல் நிலையாகும். 'இதுவே தேவை' எனத் தேர்வு செய்வதற்கான புரிதலுடன் அது எத்தகையது, அது எதற்கானது, அல்லது யாருக்கானது என்கிற புரிதலும் இன்றியமையாத தேவையாகும். அத்தகைய 'தேவை' 'எத்தகையது' என்பது அதன் நன்மை – தீமைகளை அடிப்படையாகக் கொண்டு தீர்மானிப்பதாகும்.

ஒன்றைத் 'தேவை'யெனத் தேர்வு செய்யும் வேளையில், அதன் மீதான மதிப்பீடுகளைப் பற்றியும் அறிந்துகொள்ளுதல், புரிந்துகொள்ளுதல் மூலமே அது எத்தகையது என்பதைத் தீர்மானிக்க முடியும். அத்துடன், அந்தத் 'தேவை' யாருக்கானது என்பதும் இன்றியமையாததாகும். தனி நபருக்கானதா? ஒன்றுக்கும் மேற்பட்டோருக்கானதா? அனைவருக்கு மானதா? எதற்கானது? எந்த நோக்கத்திற்கானது? போன்ற வற்றின் அடிப்படையிலும் அந்தத் 'தேவை'யானது தேர்வு செய்யப்படவேண்டும். இவ்வாறு, தேவையை, எது, எத்தகையது மற்றும் எதற்கானது அல்லது யாருக்கானது என்னும் அடிப்படையில் தேர்வு செய்ய, பகுத்தாய்தலும், தொகுத்தறிதலும் இன்றியமையாததவொரு நடைமுறையாகும். பகுத்தாய்வு செய்யாமல், தொகுத்தறிய முயலாமல் ஒன்றைத் தேர்வு செய்வது, அதனைப் பற்றிய மற்றைய புரிதல்களிலும் சிக்கலையே, குழப்பத்தையே உருவாக்கும்.

ஒன்றைத் தேர்வு செய்வதற்கு முன்னரே, அதனைப் பற்றிய விவரங்களை அனைத்துக் கோணங்களிலும் திரட்டுவது, அவற்றைப் பகுத்தாய்வது, அத்தகைய பகுத்தாய்வுகளிலிருந்து கிடைக்கும் விவரங்களைத் தொகுத்தறிவது போன்றவை தவிர்க்க இயலாத தேவைகளாகும். இவ்வாறான நடைமுறைகளின்றி

ஒன்றைத் தேர்வு செய்வது, தவறானதாக அமையுமெனில், அனைத்துமே தவறானதாக அமைந்துவிடும்.

தேவையைப் புரிந்துகொள்வதற்கே, தேர்வு செய்வதற்கே பகுத்தாய்தலும் தொகுத்தறிதலும் இன்றியமையாதவையாக உள்ளன என்கிற நிலையில், குறிப்பாக, 'உரியதைப்' புரிந்து கொள்ளவும், சரியானதைப் புரிந்துகொள்ளவும் எத்தகைய அளவில் பகுத்தலும் தொகுத்தலும் தேவை என்பதை உணரலாம்.

ஒன்றைப் புரிந்துகொள்வது, கிடைக்கும் ஒரு சில விவரங்களை மட்டுமே உள்வாங்கிக்கொண்டு ஒரு முடிவுக்கு வருவது அல்ல. அந்த ஒன்றைப் பற்றிய விவரங்களைத் திரட்டுவது, அதிலும் குறிப்பாக, உரிய தேவைகளின் அடிப்படையிலான விவரங்களை மட்டுமே திரட்டுவது, அவற்றைத் தேவையினடிப்படையில் பல்வேறு கோணங்களில் பகுத்தாய்வு செய்வது, ஆய்விலிருந்து கிடைக்கும் விவரங்களைத் தொகுத்தறிவது போன்ற நடவடிக்கைகளின் மூலம் உணர்வதேயாகும். செவிவழி கிடைக்கும் தகவல்கள், அவ்வப்போது காலத்திற்கேற்ப செய்யப்பட்ட பதிவுகள், பல்வேறு வடிவங்களிலான தடயங்கள், தொடர்புடைய வல்லுநர்களின் கருத்துக்கள், சிந்தனைகள் என வெவ்வேறு வகையிலான ஆதாரங்களைத் திரட்டிப் பகுத்தாய்வு செய்யவோ, தொகுத்தறிந்து மதிப்பீடு செய்யவோ முயலாமல், ஏதேனும் ஒருவழித் தகவல் அல்லது ஓரிரு தகவல்களை மட்டுமே அறிந்துகொண்டு ஒரு முடிவுக்கு வந்தால் அது உரிய புரிதலும் ஆகாது; சரியான புரிதலாகவும் இருக்காது.

பகுத்தாய்தலும், தொகுத்தறிதலும் இல்லாத நிலையில், ஒன்றைப் புரிந்துகொள்ளுதல் என்பது பெரும்பாலும் ஒரு தோராயமான கணிப்பாகவே, மதிப்பீடாகவே இருக்கும். இத்தகைய கணிப்பு அல்லது மதிப்பீடு என்பதே 'ஊகம்' அல்லது 'யூகம்' என அறியப்படுகிறது. தேவையான, அடிப்படையான, குறிப்பான, தகவல்களின் அடிப்படையில் நுட்பமாகவும் ஒன்றைக் கணித்துவிட முடியும்.

ஆனாலும், இத்தகைய கணிப்பு பெரும்பாலும் உண்மை நிலையிலிருந்து அல்லது எதிர்பார்ப்பிலிருந்து மாறுபடக் கூடியதாகவே அமைந்துவிடும். அதாவது, ஊகங்கள் யாவும் உண்மைகளோடு பொருந்திவிடுவதில்லை. ஊகம் வேறாகவும் உண்மை வேறாகவும் இருப்பதே பெரும்பாலும் நினைப்பது ஒன்றாகவும் நடப்பது ஒன்றாகவும் அமைவதற்குக் காரணமாகும்.

புரிதல் என்பதை இரு நிலைகளில் உணரக்கூடியதாக அறியலாம். அதாவது, ஊக நிலை, உண்மை நிலை என்னும்

இரு வகைகளில் புரிந்துகொள்ளுதல் நிகழ்கிறது. கிடைக்கும் தகவல்கள் மற்றும் ஆதாரங்களைக் கொண்டு, பகுத்தாய்வோ, ஒப்பீட்டாய்வோ, தொகுத்தறியும் மதிப்பீடுகளோ ஏதுமின்றி, தோராயமான அளவில் ஒன்றைப் புரிந்துகொள்ளுதல் என்பதே ஊக நிலை அல்லது கணிப்பு நிலையாகும். ஊகங்கள் உண்மை நிலையினின்று மாறுபட்டதாகவோ, முற்றிலும் எதிரானதாகவோ அமைவதற்கே வாய்ப்புக்கள் ஏராளமுள்ளன. போதிய தகவல்கள் மற்றும் பிற ஆதாரங்கள் இல்லாத நிலையில் அவற்றின் உண்மைநிலையை எட்ட இயலாத நிலையே ஏற்படும்.

தன்னைப் புரிந்துகொள்ளுதல், தனக்கான தேவைகளைப் புரிந்துகொள்ளுதல், தன்னைச் சுற்றியுள்ள சூழல்களைப் புரிந்துகொள்ளுதல், தன்னைச் சார்ந்திருப்போரைப் புரிந்துகொள்ளுதல், சமூகம், அரசியல், பொருளாதாரம் மற்றும் பண்பாடு போன்ற தளங்களிலுள்ள சிக்கல்களைப் புரிந்துகொள்ளுதல், மதநம்பிக்கைகளைப் புரிந்துகொள்ளுதல், இயற்கை அமைப்பு மற்றும் இயங்கியல் விதிகளைப் புரிந்துகொள்ளுதல், அனைத்துத் தளங்களுக்குமான தத்துவம் மற்றும் கோட்பாடுகளைப் புரிந்துகொள்ளுதல், மானுட உளவியலைப் புரிந்துகொள்ளுதல், மண்ணியல், விண்ணியல் உள்ளிட்ட அனைத்துவகை அறிவியல்களைப் புரிந்து கொள்ளுதல்.. என மனிதன் புரிந்துகொள்ள வேண்டியவை அளவிடற்கரியவை ஆகும்.

ஒவ்வொரு மனிதனும் அவனுக்கு எது தேவையோ அதிலிருந்தே தனக்கான தொடர்புகளையும் உறவுகளையும் தீர்மானித்துக்கொள்கிறான். அவற்றின் அடிப்படையிலேயே அவனுக்கான புரிதல்களும் தேவையாகின்றன. அவ்வாறான புரிதல்களைப் பெரும்பாலும் ஊக நிலைகளிலிருந்தே பெறுகிறான். எதனையும் விரைவாக அடைய வேண்டும் என்கிற போட்டியும் வேகமும், தான்மட்டுமே வெற்றிபெற வேண்டும் என்கிற வேட்கையும் மனிதனை நெருக்குவதால், விரைந்து முடிவெடுக்கவும், விரைந்து செயல்படவும் தள்ளப்படுகிறான்.

இத்தகைய வேகமும் வேட்கையும் மனிதனின் புரிந்துகொள்ளுதலை ஊகத்திற்கு விட்டுவிடுகிறது. போதிய தகவல்களையும் ஆதாரங்களையும் திரட்டுவதற்கோ, ஆய்வு செய்வதற்கோ, ஒப்பீடு செய்வதற்கோ, தொகுத்தறிந்து உண்மைநிலையை எட்டுவதற்கோ போதிய அளவில் பொறுமையும், காலமும் அற்ற நிலைக்குத் தள்ளப்படுகிறான். இவ்வாறான நிலையில், அதாவது, அரைகுறைத் தகவல்களைக்

கொண்டு ஒன்றை ஊகநிலையில் புரிந்துகொள்வது, உண்மைக்கு மாறானதாகவோ, நேர்எதிரானதாகவோ, தீங்கு பயப்பதாகவோ, மேலும் சிக்கல்களை உருவாக்குவதாகவோ அமையலாம். இத்தகைய ஊகங்கள், தனிநபர்களுக்கிடையில், இரு வேறு குழுவினர்க்கிடையில், சாதி–மதம் போன்ற சமூகக் குழுக்களுக்கிடையில் முரண்பாடுகளையும் மோதல்களையும் உருவாக்கி வருகின்றன. பெரும்பாலான குழு முரண்பாடுகள், குழு மோதல்கள், பெரும் வன்முறைகள் போன்ற யாவும் இத்தகைய ஊகங்களின் அடிப்படையிலான புரிதல்களாலேயே நிகழ்கின்றன. தவறாகவும் எதிராகவும் புரிந்துகொள்ளும் வாய்ப்பை இத்தகைய ஊகங்கள் வழங்குகின்றன.

ஒரு தரப்பிலிருந்து வரும் தகவலைக் கொண்டே, அதன் உண்மை நிலையைக் கண்டறிவதற்கான எத்தகைய முனைப்பையும் மேற்கொள்ளாமல், அதிவேகமாக ஒரு முடிவுக்கு வந்து அதன்மீது எதிர்வினையாற்றும் போக்குகளே பெரும்பாலானோரிடம் காணப்படுகிறது. கிடைக்கும் தகவல்கள், ஆதாரங்கள், யாவும் எங்கிருந்து வருகின்றன? எந்தப் பின்னணியிலிருந்து வருகின்றன? அதன் நோக்கமென்ன? இவைபோன்ற இன்னபிற விவரங்களையெல்லாம் திரட்டாமல், பகுத்தாராயாமல், ஒரு முடிவுக்கு வருவது, களத்திலிறங்குவது தேவையற்ற பதற்றத்தையும் பாதிப்பையும் உருவாக்கும்.

இரு குழுக்களுக்கிடையில் நிகழ்கின்ற முரண்பாடுகள் மற்றும் வன்முறைகளானாலும் இரு நாடுகளுக்கிடையில் நிகழும் போர்களானாலும் அவற்றுக்கு அடிப்படை, ஊகங்களின் அடிப்படையிலான அய்யங்களும் அச்சங்களுமேயாகும். ஊகங்களில் அய்யங்களும் அச்சங்களுமே ஆதிக்கம் செய்வதைக் காணலாம். அய்யமின்றி அச்சமின்றி ஒருவன் ஊகம் செய்யும்போது, அது பெரும்பாலும் சரியானதாக அமையலாம். மாறாக, அய்யம் மற்றும் அச்சம் மேலோங்கும் நிலையில் ஊகம் செய்யும்போது அது பெரும்பாலும் தவறானதாகவும் எதிரானதாகவும் அமைந்துவிடும். 'கோஷ்டி' எனப்படும் குழுக்களுக்கிடையில் உருவாகும் குழு வாதங்களும் குழு முரண்களும் குழு மோதல்களும் இத்தகைய அய்யம் மற்றும் அச்சம் போன்ற ஊகநிலைப் புரிதல்களாலேயே நிகழ்கின்றன.

நினைத்ததை நினைத்தவாறு நிகழ்த்த இயலாமைக்கு இவ்வாறான ஊகநிலைப் புரிதல்களே அடிப்படையாகும். ஊகங்கள் அல்லது கணிப்புகள் தவறுகிறபோது, உறவுகளும் பாதிக்கப்படலாம்; செயல்களும் பாதிக்கப்படலாம்; நோக்கங்களும் நிறைவேற்றப்படாமல் தோல்வியை அல்லது ஏமாற்றத்தை எதிர்கொள்ள நேரலாம்.

அமைப்பாய்த் திரள்வோம்

ஒரு செயல்திட்டத்தை நடைமுறைப்படுத்துகிறபோது அது தொடர்பான ஒவ்வொரு தளத்திலும் செய்யப்படும் மதிப்பீடுகள் ஊகங்களின் அடிப்படையிலேயே நிகழுமானால், அவை சரியானவையாக அமையாமல் போகலாம். சமூக மதிப்பீடுகள், அரசியல் மதிப்பீடுகள், பொருளியல் மதிப்பீடுகள் என பல்வேறு தளங்களிலுமான மதிப்பீடுகள், மனிதனின் ஒவ்வொரு நகர்விலும் தேவைப்படுகின்றன. அத்தகைய மதிப்பீடுகளை உரிய முறைப்படி மேற்கொள்ளாமல், ஊகங்களின் வாயிலாக மேற்கொள்ளும் நிலையிருந்தால் அவை நடைமுறைச் சிக்கல்களையும் சேதங்களையும் ஏற்படுத்தும்.

மானுட வாழ்வில் ஊகநிலை அல்லது கணிப்பு நிலை புரிதல் என்பது தவிர்க்கவே இயலாத ஒன்றாகும். ஊகங்களி லிருந்து நம்பிக்கையும், நம்பிக்கையிலிருந்து இயங்குதலும், இயங்குவதிலிருந்து வாழ்க்கையும் அமைகிறது, அதாவது, ஆன்மிகம் தொடர்பான அனைத்து நம்பிக்கைகளும், இயங்குதலும் ஊகங்களை அடிப்படையாகக் கொண்டவையே என்பதை எளிதாக அறியலாம். குறிப்பாக், கடவுள், பிசாசு போன்றவை தொடர்பான நம்பிக்கைகள் யாவும் அத்தகைய கணிப்புகளேயாகும். இவற்றை அறிவியல் அடிப்படையில் பகுத்தாராயவோ, தொகுத்தறியவோ இயலாது. ஆனால், ஊகங்களின் அடிப்படையில் மனிதன் அவற்றின்மீது நம்பிக்கை பெறுகிறான். அந்நம்பிக்கையின் அடிப்படையில் வாழ்க்கையை எதிர்கொள்கிறான்.

ஆன்மிகத் தளத்தில் மட்டுமல்ல, மனித வாழ்வோடு தொடர்புடைய அனைத்துத் தளங்களிலும் ஊகங்களே பெரும்பாலும் ஆளுமை செய்கின்றன. அய்யங்கள் மற்றும் அச்சங்கள் மட்டுமின்றி, நம்பிக்கைகளும்கூட எப்போதும் உண்மைகள்மீது மட்டுமே கட்டமைக்கப்படுவதில்லை. போலிகள் அல்லது பொய்கள்மீதும் நம்பிக்கைகள் வளர்க்கப்படுகின்றன.

அய்யங்களும் அச்சங்களும் அறியாமையின் விளைச்சல் களேயாகும். அத்தகு அறியாமையே போலிகளின்மீதும் பொய்களின்மீதும் மூடத்தனமான நம்பிக்கைகளை உருவாக்கு கின்றன. இவ்வாறான நம்பிக்கைகளின் அடிப்படையில் ஒன்றைப்பற்றி ஊகிப்பதும் அல்லது கணிப்பதும் ஒருபோதும் சரியானதாக அமையாது. இது தனிநபர்களுக்கும் பொருந்தும். அதாவது, அய்யத்தோடும் அச்சத்தோடும் ஒருவரைப் புரிந்துகொள்ள முயற்சிப்பது ஏமாற்றத்தையே அழிக்கும். அய்யமும் அச்சமும் உள்ள இடத்தில் ஒருபோதும் புரிந்துகொள்ளுதல் சரியாகவும் வெற்றிகரமாகவும் நிகழாது.

அதாவது, அய்யமும் அச்சமும் நம்பிக்கைக்கு இடமளிக்காது. நம்பிக்கை இல்லாத இடத்தில் சரியான புரிதல் இருக்காது.

அய்யமும் அச்சமும் இல்லாத நிலையில்தான் அறிவும் தெளிவும் பிறக்கும். அறிவின் ஒளியில் மட்டுமே உண்மை விளங்கும். உண்மையிலிருந்தே நம்பிக்கை விளையும். நம்பிக்கையிலிருந்தே சரியான புரிதல்கள் நிகழும். சரியான புரிதல்களிலிருந்தே சாதனைகள் அமையும். சாதனைகள் என்பது நினைத்ததை நினைத்தவாறு நிகழ்த்துவதே ஆகும்.

மனிதனின் ஒவ்வொரு அசைவிலும் ஒரு முடிவு மேற்கொள்ளப்படுகிறது. ஒவ்வொரு முடிவிலும் ஒரு புரிதல் இடம்பெறுகிறது. அது சரியானதாகவோ, தவறானதாகவோ இருக்கலாம். ஆனால், ஏதோ ஒரு புரிதலின் அடிப்படையில்தான் முடிவும், முடிவின் அடிப்படையில்தான் செயலும் என மனிதன் இயங்குகிறான். அத்தகைய புரிதல்கள் பெரும்பாலும் ஊகங்களின் அடிப்படையிலேயே நிகழ்கின்றன. உண்மை நிலைகளை அறிந்து, அதனடிப்படையில் சிக்கல்களைப் புரிந்து முடிவுகளை மேற்கொள்வதற்கு, உரிய முறைகளைப் பின்பற்றுவதற்கோ, போதிய முயற்சிகளை மேற்கொள்வதற்கோ மனிதனுக்கு நேரமும் இல்லை; அதற்கான உந்துதலும் இல்லை. வெகுசிலரே, உண்மைகளின் அடிப்படையில் சிக்கல்களைப் புரிந்துகொள்வதற்கான முனைப்புக் கொண்டவர்களாக விளங்குகின்றனர்.

அதாவது, முதலில் உண்மைகளை அறிவதற்கான முயற்சிகளை மேற்கொள்கின்றனர். அரைகுறைத் தகவல்களைக் கொண்டோ அரைகுறை முயற்சிகளைக் கொண்டோ, ஊகங்களையே உண்மைநிலையாக அத்தகையோர் நம்பிவிடுவதில்லை. ஊகங்கள் யாவும் உண்மைகளாக இருப்பதில்லை. எப்போதாவது, ஊகிப்பதைப் போலவே உண்மைகள் இருக்கலாம். ஊகிப்பது என்பது ஒரு மகத்தான ஆற்றல், அது சிறப்புக்குரிய, வியப்புக்குரிய ஆளுமை! அது முறையான சிந்தனைப் பயிற்சியுடையோருக்கு மட்டுமே வாய்க்கும் வலிமை! அத்தகைய ஆற்றல் வாய்ந்தவர்கள், உண்மைகளையும், விளைவுகளையும் ஊகங்களின் வாயிலாகவே கணித்துவிடுவர். அது அனைவருக்கும் இயலாது. ஆனாலும், அவ்வாறான சிந்தனைப் பயிற்சி, அதற்கான முனைப்பு – முயற்சி ஒவ்வொருவருக்கும் தேவையாகும்.

குறிப்பாக, அமைப்பாக்க நடவடிக்கையில் களப்பணி யாற்றுவோருக்கு இது மிகவும் இன்றியமையாததாகும். செவிவழிச் செய்திகளை மட்டுமே ஆதாரமாகக் கொண்டு,

அமைப்பாய்த் திரள்வோம்

அதன் உண்மைநிலையைக் கண்டறிவதற்கு எத்தகைய முயற்சிகளுமின்றி ஊகங்களின் அடிப்படையில், அதிவேகத்தில் ஒரு முடிவுக்கு வருவது பாழ்வினையாகவே முடியும். அரைகுறை முயற்சிகளால் அரைகுறைத் தகவல்களையே திரட்டமுடியும். அரைகுறை தகவல்கள் அல்லது தரவுகள் அரைகுறை ஊகங்களுக்கே இடமளிக்கும். அரைகுறை ஊகங்கள் அரைகுறைப் புரிதல்களையே உருவாக்கும். அரைகுறைப் புரிதல்கள் தவறான முடிவுகளுக்கும் தவறான செயற்பாடுகளுக்கும் இட்டுச்செல்லும். இவ்வாறான அரைகுறை ஈடுபாடுகள் களப்பணியாளர்களுக்கிடையிலான உறவுகளை வெகுவாகப் பாதிக்கும். மக்களுடனான நெருக்கத்தையும் சிதைக்கும். அமைப்பாக்க நடவடிக்கைகளையும் தேக்கமுறச் செய்யும்.

அரசியல் களத்தில், 'ஊகித்தறியும் ஆற்றல்' என்பது ஒரு மகத்தான ஆயுதமாகும். எதிர்கால நடவடிக்கைகள் என்னவாக இருக்கும், எவ்வாறாக இருக்கும் என தொலைநோக்குப் பார்வையுடன் ஊகித்தறிவது நிகழும் இன்றியமையாத ஒன்றாகும். கடந்தகால நடவடிக்கைகளை, நிகழ்கால நடவடிக்கைகளோடு ஒப்பிட்டு ஆய்வதும், எதிர்கால நடவடிக்கைகளை ஊகித்துப் பிறவற்றோடு பொருத்திப் பார்ப்பதும் களப்பணியாற்றுவோரின் கடமைகளாகும். அதாவது, ஊகித்து அறிவது என்பது எதிர்காலத்தோடு மட்டுமே தொடர்புடையதல்ல; கடந்தகாலம், நிகழ்காலம், எதிர்காலம் என முக்காலத்தோடும் தொடர்புடையதாகும்.

முக்காலத்தையும் பொருத்திப் பார்க்கும் இத்தகைய பார்வையே 'தீர்க்க தரிசனம்' என அறியப்படுகிறது. தொடர்பு டைய யாவற்றையும், முக்காலத்தையும் காட்சி வடிவத்தில் மனத்திரையில் தொகுத்துப் பார்க்கும் ஆற்றலே தீர்க்க தரிசனமாகும். இதுவும் ஊகநிலைப் புரிதலேயாகும். அதாவது, கடந்தகால, நிகழ்காலப் போக்குகளை அடிப்படையாகக் கொண்டு எதிர்காலத்தைக் காட்சி வடிவத்திலேயே ஊகித்தறியும் பேராற்றலாகும்.

தனிநபர் உறவுகள், சமூக உறவுகள், அரசியல் உறவுகள், இவை போன்ற இன்னபிற உறவுகள் யாவும் நல்லுறவுகளாக அமைந்திட சரியான கணிப்புகளைச் செய்யும் அளவிலான ஊகநிலைப் புரிதல் தேவையாகும். இத்தகு ஊகநிலைப் புரிதலானது உண்மைநிலைப் புரிதலுக்கு இணையானதாகும்.

ஊகநிலை வேறு; உண்மைநிலை வேறாக இருக்கும்போது, 'நினைப்பது வேறு – நடப்பது வேறு' என்றே அமையும். ஊகநிலைப் புரிதலும் உண்மைநிலைப் புரிதலும் ஒருமித்ததாக அமையும்போது, 'நினைப்பும் நடப்பும்' ஒன்றாகவே அமையும். உரிய ஆய்வுகளும் போதிய முயற்சிகளும் இருப்பின் ஊகநிலைப் புரிதல்களையே உண்மைநிலைப் புரிதல்களாகச் செழுமையாக்கிட இயலும்.

'பூமி தட்டையானது' என்பது ஊகநிலை! பூமி உருண்டையானது என்பது உண்மைநிலை! ஊகங்கள் உண்மைகளை நோக்கியதாக அமையும்போது, ஊகமே உண்மையாகும். ஊகங்கள் யாவுமே பொய்த்துப் போவதில்லை. ஊக்கமுள்ள ஊகங்கள் உண்மையாகின்றன. உண்மைகளை எட்டுவதற்கான ஊக்கமே இல்லாத ஊகங்கள், தவறான புரிதல்களையும் பிழையான முடிவுகளையும் தீங்கான விளைவுகளையும் உருவாக்கும். பூமி தட்டை என்பதிலிருந்து உருண்டை என்பதை எட்ட, எத்தகைய ஆய்வுகளும் முயற்சிகளும் தேவைப்பட்டனவோ, அதுபோலவே, அனைத்து அசைவுகளிலும் மனிதனுக்கு உண்மையைத் தேடும் வேட்கை தேவைப்படுகிறது.

பொதுவாக, தவறான ஊகங்களின்மீதும் மாயைகளின்மீதும் நம்பிக்கைகளைக் கட்டுவதே மனிதனின் வாழ்க்கையாக உள்ளது. இதுவே அனைத்து முரண்களுக்கும் மோதல்களுக்கும் அடிப்படையாக உள்ளது. இத்தகைய தவறான ஊகங்களுக்கு இடமளிக்காமல், உண்மைகளை நோக்கிய ஊகங்களைச் செழுமைப்படுத்துவது அமைப்பாக்க நடவடிக்கையில் இன்றியமையாத தேவையாகும்.

ஊகங்கள் யாவும் உண்மை ஆவதில்லை! – எனினும் உண்மைதேடும் ஊகங்கள் பொய்மை ஆவதில்லை!

செப்டம்பர், 2013

37

தொடக்கமும் தொடர்ச்சியும்

'அருமையாய்த் தொடங்குவது அரை வேலை முடிந்தது' எனச் சொல்லலாம்.

ஒரு வேலையின் தொடக்கம் எவ்வாறு அமைகிறது என்பதைப் பொறுத்து அவ்வேலையின் முடிவு எவ்வாறு அமையும் என்பதையும் ஊகித்தறிய முடியும்.

'விளையும் பயிர் முளையிலே தெரியும்' என்பதைப் போலவே, 'தொட்டது துலங்கும் ஒன்று, தொடக்கத்தில் விளங்கும் நன்று' எனக் கூறலாம்.

ஒன்றின் தொடக்கமே 'ஏனோ தானோ' என்று அமைந்தால் அதன் முடிவு வெற்றிகரமாக அமையும் என்று கருத முடியாது. எதைத் தொடங்கினாலும் அதில் ஒரு எழுச்சி இருத்தல் வேண்டும். எழுச்சி கரமான தொடக்கம் வெற்றிகரமான முடிப்பாய் அமையும். எழுச்சி என்பது பகட்டு, பரபரப்பு என்று பொருளாகாது; ஆடம்பரம், ஆர்ப்பாட்டம் ஆகாது. முழுமையான ஈடுபாடு மற்றும் முயற்சிகளால் பிறருக்கும் உந்துதல் மற்றும் ஊக்கமளிக்கும் வகை யிலான சிறப்புக்குரிய செயற்பாடே எழுச்சியாகும்.

முழுமையான ஈடுபாடு இல்லாத முயற்சிகளும், முழுமையான முயற்சியில்லாத ஈடுபாடுகளும் எழுச்சிகரமாகவோ வெற்றிகரமாகவோ அமையாது. ஈடுபாடு என்பது வேண்டாத, விருப்பமில்லாத எந்த ஒன்றின் மீதும் ஏற்படவே வாய்ப்பில்லை.

தேவைகள் மட்டுமே தேடப்படும். தேடப் படுவதில் மட்டுமே ஈடுபாடு ஏற்படும். ஈடுபாடுகளில் மட்டுமே முயற்சிகள் உருவாகும். முயற்சிகள் மட்டுமே வெற்றி அல்லது சாதனையாகும். முயற்சி என்பது தொடக்கத்திலிருந்து முடிவுவரையில் தளராமல், இடையறாமல் நீளும் தேடுதலின் தொடர்ச்சியே ஆகும்.

ஒரே மூச்சில், ஒரே முயற்சியில் நினைத்ததைச் சாதித்துவிட முடியாது. எதிர்கொள்ளும் சவால்களில் எதிர்பாராத அளவில் ஏமாற்றங்களும் தோல்விகளும் நிகழலாம். அவ்வாறான சூழல்களில் அடுத்தடுத்து இடைவிடாத முயற்சிகளை மேற்கொள்ளுதல் இன்றியமையாததாகும். முயற்சிகளின் தொடர்ச்சியே சாதனைகளாகும்.

முயற்சியானது ஒன்றின் தொடக்கத்தில் மட்டுமே போதுமான தில்லை. அது தொடக்கத்திலிருந்து முடிவை வெற்றிகரமாக எட்டும்வரையில் முழுமூச்சாய்த் தொடர வேண்டியதாகும். தொடர்ச்சியில்லாத முயற்சி, தொடர்ச்சியில்லாத உழைப்பு, வெறும் முயற்சியாய், வீண் உழைப்பாய், விரயங்களில் முடியும். முயற்சியும் தொடர்ச்சியும்தான் முடிவில் வெற்றியாகும். முயற்சியில்லாத தொடர்ச்சியும் தொடர்ச்சியில்லாத முயற்சியும் முடிவில் வெற்றியை எட்டவே எட்டாது.

தொடக்கப்புள்ளியிலிருந்து நிறைவுப்புள்ளிவரையில் இடையில் ஒவ்வொரு புள்ளிக்கும் தொடர்ச்சியான இணைப்பு இருந்தால் மட்டுமே வெற்றியை எட்ட முடியும். ஒன்றுக்கும் இன்னொன்றுக்கும் இடையில் தொடர்ச்சி இல்லையேல் அதன் தொடக்கத்திற்கும் முடிவுக்கும் தொடர்பற்று, வெற்றிக்குத் தொடர்பில்லாத நிலையே உருவாகும்.

தொடங்கிய வேகத்திலேயே எதுவும் முடிந்து விடுவதில்லை. தொடங்கிய பொழுதிலேயே எதுவும் முற்றுப் பெறுவதில்லை. தொடங்கிய இடத்திலேயே எதுவும் நின்றுவிடுவதில்லை. இடம், பொழுது, வேகம் ஆகியவை ஒவ்வொரு செயலிலும் தவிர்க்க முடியாத பங்கை வகிக்கின்றன.

எந்த இடத்தில் தொடங்கி எந்த இடத்தில் முடிய வேண்டும்; எந்தப் பொழுதில் தொடங்கி எந்தப் பொழுதில் முடிய வேண்டும்; எந்த வேகத்தில் தொடங்கி எந்த வேகத்தில் முடிய வேண்டும்– என்கிற வினாக்களுக்குரிய விடைகளுடன், விடைகளுக்குரிய தெளிவுடன் ஒரு செயலில் ஈடுபடும் நிலையில்தான் அதனைத் தொய்வின்றித் தொடர்ச்சியாய் முன்னெடுக்க இயலும். ஆதியும் புரியாமல் அந்தமும் தெரியாமல் எந்தவொரு செயலையுமே தொடர்ச்சியாகவும் வெற்றிகரமாகவும் நகர்த்தவே முடியாது.

எதைத் தொடங்குவது? எப்போது தொடங்குவது? எங்கே தொடங்குவது? எவ்வாறு தொடங்குவது? யார் தொடங்குவது? இவை போன்ற கேள்விகளுக்கு விடைகள் காண்பதிலிருந்தே ஒரு நல்ல தொடக்கம் அமைய முடியும். தொடங்குவதிலேயே குழப்பமிருந்தால், தயக்கமிருந்தால், தேக்கமிருந்தால், தடுமாற்றமிருந்தால் அது வெற்றிகரமான தொடக்கமாக அமையாது.

ஒன்றின் தொடக்கம் குறித்துத் தெளிவும் உறுதியும் இருந்தால் மட்டுமே அதன் முடிவு குறித்தும் ஒரு பார்வையை அல்லது புரிதலைப் பெற முடியும். தொடக்கம் தொடர்பாகவே ஒரு தெளிவில்லையென்றால் முடிவு தொடர்பாக எந்தப் புரிதலும் இருக்க முடியாது. அதாவது, தொடக்கத்தைப் பற்றிய புரிதலிலிருந்துதான் முடிவைப் பற்றிய புரிதலையும் பெற முடியும். தொடக்கம் மற்றும் முடிவு ஆகியவற்றின் புரிதல்களிலிருந்தே அவற்றுக்கிடையிலான தொடர்ச்சியினைப் பற்றிய புரிதலையும் பெற முடியும்.

நல்ல தொடக்கம் அமைந்துவிடுவதாலேயே நல்ல முடிவை அல்லது வெற்றிகரமான முடிவை எட்டிவிட முடியும் என்றாகாது. தொடக்கத்துடன் அதன் தொடர்ச்சியும் மிக மிக இன்றியமையாத ஒன்றாகும்.

ஒன்றை வெற்றிகரமாகத் தொடங்குவதற்கு அதற்குரிய முன்னேற்பாடுகளைச் செய்ய வேண்டியது தவிர்க்க இயலாத தேவையாகும். தொடங்குவதற்கு மட்டுமின்றி அதனைத் தொடர்ந்து இறுதி இலக்குவரை முன்னெடுப்பதற்கும் அவற்றுக்குரிய முன்னேற்பாடுகளைச் செய்ய வேண்டியது மிகவும் தேவையான ஒன்றாகும்.

முன்னேற்பாடுகள் செய்யாமல் ஒரு செயலை அல்லது செயல்திட்டத்தைச் சிறப்புறத் தொடங்கவோ, தொடரவோ இயலாது. ஒன்றைத் தொடங்குவதாயினும் தொடருவதாயினும் அவற்றுக்குரிய அனைத்துவகைத் தேவைகளையும் அறிதல் வேண்டும். அவற்றைத் தேடுதல் வேண்டும்.

உரிய வேலைகள் மற்றும் வேலைக்கான திட்டங்கள், உரிய இடம், உரிய காலம் மற்றும் பொழுது, உரிய பொருள்கள் மற்றும் கருவிகள், உரிய ஆட்கள் மற்றும் திறனாளர்கள் போன்ற அனைத்துவகைத் தேவைகளையும் ஆய்ந்தறிதலும் வேண்டும்; அவற்றைப் போதிய அளவில் தேவைகளுக்கேற்பத் தேடித் திரட்டுதலும் வேண்டும்.

இவை யாவற்றையும் தொடங்கும் பொழுதில் மட்டுமின்றி தொடங்குவதற்கு முன்பும் தொடங்கிய பின்பும் தேவைகளுக்கேற்ப முன்கூட்டியே ஏற்பாடு செய்தல் வேண்டும். இத்தகைய முன்னேற்பாடுகள் எவ்வாறு அமைகின்றனவோ அவற்றினடிப்படையில்தான் தொடக்கம் மற்றும் தொடர்ச்சிப் பணிகளும் அமையும். முன்னேற்பாடுகள் போதிய அளவில், உரிய வகையில் அமையவில்லையெனில் தொடக்கமோ தொடர்ச்சியோ சிறப்புற அமையாது.

முன்னேற்பாடுகளில் தேவையானவற்றையெல்லாம் ஆய்ந்தறிவதைப் போலவே பொருத்தமானவற்றையும் அடையாளம் கண்டு தேர்வுசெய்தல் வேண்டும். அவ்வாறு தேர்வுசெய்வதில் ஒன்றுக்கும் மேற்பட்டவர்களுடன் கலந்தாய்வு மற்றும் கூட்டுமுயற்சிகளை மேற்கொள்ளுதல் வேண்டும். கலந்தாய்வு செய்வதும், கூட்டு நடவடிக்கைகளில் ஈடுபடுவதும், அதற்குப் பொருத்தமான திறனாளர்களைத் தேர்வுசெய்வதும் போன்ற யாவுமே முன்னேற்பாடுகளில் அடங்கும்.

இவைமட்டுமின்றி, ஒரு செயலை அல்லது செயல்திட்டத்தைத் தொடங்கும்போது, அதனால் நிகழும் விளைவுகள் எத்தகையவையாக இருக்கும் என்பதையும் ஊகித்துக் கணித்திட வேண்டும். நேர்விளைவுகள், எதிர்விளைவுகள் மற்றும் பக்க விளைவுகள் போன்ற யாவற்றையும் முன்கூட்டியே ஊகித்தறிவது முன்னேற்பாடுகளுக்கான தேவையாக அமையும்.

எப்போதுமே ஒரு செயலில் அல்லது செயல்திட்டத்தில் நேர் விளைவுகள் மட்டுமே நிகழ்வதில்லை. எதிர்விளைவுகளும் பக்கவிளைவுகளும் இருக்கவே செய்யும்.

நேர்விளைவுகள் பெரும்பாலும் நோக்கத்தை நிறைவேற்றக் கூடியவையாக, பயனளிக்கக் கூடியவையாக இருக்கலாம். எதிர்விளைவுகள் பெரும்பாலும் பகைமைக்குரியவையாகவோ, பாதிப்பு அளிக்கக் கூடியவையாகவோ இருக்கலாம். பக்க விளைவுகள் அல்லவையாகவோ, நல்லவையாகவோ இருக்கலாம். இவ்வாறான பின்விளைவுகள் யாவற்றையும் ஊகித்தறிவதால் மட்டுமே அவற்றுக்கேற்ப முன்னேற்பாடுகளைச் செய்ய முடியும்.

மேலும், ஒன்றைத் தொடங்கும்போது, தொடங்கித் தொடரும்போது, தொடர்ந்து முன்னெடுத்து இறுதியாய் இலக்கை எட்டும்போது.. என ஒவ்வொரு நிலையிலும் தடைகள் மற்றும் எதிர்ப்புகள் போன்ற நெருக்கடிகளையும் எதிர்கொள்ள நேரலாம்.

அமைப்பாய்த் திரள்வோம் 325

ஆதரவு சக்திகளை அடையாளம் காண்பதும், அவற்றை ஒருங்கிணைப்பதும் எவ்வளவு இன்றியமையாததோ அதைப் போலவே பகை சக்திகளை அடையாளம் காண்பதும் அவற்றை எதிர்கொள்ள வழிவகை அறிவதும் மிக மிகத் தேவையான நடவடிக்கையாகும்.

ஒன்றைத் தொடங்குவதற்குமுன்போ, தொடங்கும் பொழுதோ, தொடரும்போதோ அதற்குப் பல்வேறு தடைகள் வரலாம். அவை தன்னியல்பானவையாகவோ திட்டமிடப் பட்டவையாகவோ குறுக்கிடலாம். பகைமையினால் உருவாகும் வெளிப்படையான மற்றும் மறைமுகமான எதிர்ப்புகளின் வடிவில் வரும் தடைகளைத் திட்டமிடப்பட்டவை எனக் கருதலாம்.

ஆற்ற வேண்டிய செயல் அல்லது செயல்திட்டம் தொடர்பாகப் போதியப் புரிதலின்மை, குழு மோதல்கள் உள்ளிட்ட உட்பகை முரண்கள், குறித்த காலத்தில் ஆற்ற வேண்டிய கடமைகளைத் தவறுதல், போதிய பொருள் மற்றும் மனித வளமின்மை, கலந்தாய்வு மற்றும் கூட்டு முயற்சியின்மை.. இன்னும் இவை போன்ற அகநிலைக் கூறுகளால் நிகழும் தடைகள் திட்டமிடப்பட்டவையாகாது; மாறாக, தன்னியல்பானவையே ஆகும். பகைவழி உருவாகும் சதிகள் மற்றும் எதிர்ப்புகள் போன்றவை புறநிலைக் கூறுகளால் நிகழும் தடைகளே ஆகும்.

இத்தகைய அகநிலை மற்றும் புறநிலைத் தடைகளைப் பற்றிய புரிதல்கள், ஊகங்கள் மற்றும் கணிப்புகள் ஆகியவற்றின்மூலமே, அவற்றைத் தவிர்ப்பதற்கு அல்லது தடுப்பதற்குரிய முன்னேற்பாடுகளையும் பிற முயற்சிகளையும் மேற்கொள்ள இயலும்.

ஒன்றின் தொடக்கத்திலிருந்து இறுதி வரையில், இவ்வாறான அகநிலை மற்றும் புறநிலைத் தடைகளை எதிர்கொள்ள வேண்டியது தவிர்க்க முடியாததாகும். இவற்றைத் தவிர்ப்பது மற்றும் தடுப்பதிலிருந்தே தொடக்கமும் தொடர்ச்சியும் வெற்றிகரமானவையாக அமையும். தொடக்கத்தில் பெரும்பாலும் அகநிலைக் காரணிகளால் உருவாகும் தடைகளே அதிகம் எனலாம். தொடங்கிய பின்னர் அதன் தொடர்ச்சியின் போக்கில் அகநிலைக் காரணிகள் மட்டுமின்றி போட்டி, பொறாமை, வெறுப்பு போன்ற புறநிலைக் காரணிகளும் நேர்முகமான மற்றும் மறைமுகமான எதிர்ப்புகள் அல்லது தடைகளுக்கு அடிப்படையாக அமைகின்றன.

தன்முனைப்பின்மை, கூட்டு முயற்சியின்மை, தன்னலத்தை முன்னிறுத்துவதால் எழும் குழு முரண்கள் போன்ற அகநிலைக் காரணிகளைத் தவிர்ப்பதன் மூலம், ஒன்றின் தொடக்கத்திலோ தொடர்ச்சியிலோ ஏற்படும் தேக்கங்களை உடைத்தெறிய முடியும். அதேவேளையில், போட்டி, பொறாமை, வெறுப்பு போன்றவற்றால் எழும் பகைமை, அதனால் விளையும் சூது, சூழ்ச்சி முதலிய சதிகள், அத்தகைய சதிகளால் குறுக்கிடும் எதிர்ப்புகள் மற்றும் தடைகள் ஆகிய புறநிலைக் காரணிகளை முன்கூட்டியே ஆய்ந்தறிந்து தவிர்ப்பதும் தடுப்பதும் அவ்வளவு எளிதானவையல்ல. ஆனாலும், இவ்வாறான சதிகளை முறியடிப்பதிலிருந்தே இவற்றால் எழும் தேக்கங்களைத் தகர்க்கவும், ஆற்ற வேண்டிய பணிகளைத் தொடர்ச்சியாய் முன்னெடுக்கவும் இயலும்.

போட்டி, பொறாமை, வெறுப்பு போன்றவை மனிதனின் பிறவிக் குணங்களாய் அமைந்த வெறி உணர்ச்சிகளாகும். இவை பகைமையை வளர்க்கும்; எதிர்ப்பைப் பெருக்கும்; வீண்பழி சுமத்தும்; அவதூறு பரப்பும். இவையெல்லாம் ஒன்றின் தொடக்கத்திலும் அதன் தொடர்ச்சியிலும் அவ்வப்போது தடை செய்யும் முட்டுக்கட்டைகளாய் முன்வந்து நிற்கும். இவற்றை முற்றிலும் தவிர்த்திட இயலாது. எனினும், முடிந்தவரை குறைத்திட முயலலாம்; இயலாத நிலையில், பகைமையை எதிர்கொண்டு வீழ்த்தலாம். அவ்வாறு பகைமையைத் தவிர்க்கவோ, குறைக்கவோ, வீழ்த்தவோ இயலாத நிலையில் ஒன்றின் தொடக்கமோ, தொடர்ச்சியோ சிறப்புற அமையாது. தொடக்கம் சிறப்புற அமைந்தாலும் அதன் தொடர்ச்சி இறுதிவரை வெற்றிகரமாக நீளாது. இறுதி இலக்கை எட்டும் வரையில், வழிநெடுகிலும் ஆங்காங்கே ஏற்படும் தேக்கங்களையும் தடைகளையும் தவிர்த்தோ, தகர்த்தோ, தொடங்கிய ஒன்றின் தொடர்ச்சியை இடையறாமல் தொய்வின்றி முன்னெடுப்பதே வெற்றிகரமாக அமையும்.

நினைத்ததை நினைத்தவாறே செய்துமுடிக்க எதிலும் தொடக்க முயற்சிகள் மட்டுமின்றி தொடர்முயற்சிகளும் தேவையாகும். முயற்சியும் தொடர்ச்சியுமே வெற்றிக்கு அடிப்படையாகும். தொடர்ச்சி என்பது ஒன்றுக்கும் மேற்பட்டவற்றை இணைப்பதும், ஒன்றன்பின் ஒன்றாய்த் தொடர்வதும், ஒன்றின்முடிவில் இன்னொன்றைத் தொடங்குவதும், தொடங்கியதை அரைகுறையாய்த் தேங்க விடாமல் முழுமை செய்வதும், இறுதி இலக்கு வரை இடைவிடாமல் இயங்குவதும்

போன்ற நடவடிக்கைகளைக் குறிப்பதாகும். இத்தகைய தொடர்ச்சிகளும் தொடர்முயற்சிகளும் தான் ஒன்றைத் தொடக்கம் முதல் இறுதிவரையில் வெற்றிகரமாக நிறைவு அல்லது முழுமை செய்யும்.

ஒருவரே தொடங்கி, ஒருவரே தொடர்ந்து, ஒருவரே முடிக்கும் ஒரு செயலும் உலகில் இல்லை எனலாம். ஒரே பொழுதில், ஒரே இடத்தில், ஒரே வேகத்தில், ஒரே முறையில், ஒரே வழிவகை அல்லது உத்தியில், ஒரே செலவின மதிப்பீட்டில் எந்த ஒன்றையும் செய்துவிட முடியாது என்பதும் இயல்பானதேயாகும். அதாவது, ஒன்றுக்கும் மேற்பட்டவர்களோடு, ஒன்றுக்கும் மேற்பட்ட செயற்பாட்டுக் கூறுகளோடு இணைந்தும் தொடர்ந்தும் செயலாற்ற வேண்டியது தவிர்க்க இயலாததாகும். இவ்வாறு ஒன்றோடு ஒன்று இணைந்தும் ஒன்றன்பின் ஒன்றாய்த் தொடர்ந்தும் இடைநில்லாது ஆற்றும் செயல்முறையே தொடர்ச்சி என்பதாகும்.

பொதுவாக, மனிதன் தொடங்கும் ஒவ்வொன்றும், ஒன்றுக்கும் மேற்பட்ட நபர்களையும் ஒன்றுக்கும் மேற்பட்ட செயற்பாட்டுக் கூறுகளையும் கொண்டிருப்பதால், அவை 'இணைந்தும் தொடர்ந்தும்' இயங்கக் கூடியவையாகவோ அல்லது இயக்க வேண்டியவையாகவோ உள்ளன. இவ்வாறு 'இணைந்தும் தொடர்ந்தும்' செயலாற்ற வேண்டிய நிலையில், உரிய நபர்களைத் தேர்வு செய்தல், உரிய வேலைகளைப் பகிர்ந்தளித்தல், உரிய கண்காணிப்பு அல்லது மேற்பார்வை செய்தல், உரியவர்களுக்கு ஊக்கமளித்தல், உரிய மதிப்பீடு செய்தல் மற்றும் மறுசீரமைப்புச் செய்தல் போன்ற நடவடிக்கை களை மேற்கொள்ளுதல் மிகவும் இன்றியமையாத தேவையாகும். இவையே தொடர்ச்சி என்னும் இடையறாத செயல்முறையாகும்.

ஆற்றல்வாய்ந்த ஆட்களைத் தேர்வு செய்வதிலும் ஆட்களுக்குரிய வேலைகளைப் பகிர்ந்தளிப்பதிலும் பிழை நேர்ந்தால் ஒன்றைத் தொடங்குவதிலும் தொடங்கிய பின்னர் தொடர்வதிலும் சிக்கல் எழலாம்; தேக்கம் நிகழலாம். பொருத்தமான ஆட்கள் தேர்வும், உரிய வேலைகள் அல்லது அதிகாரப் பகிர்வும் வெற்றிகரமாக அமைந்தாலும், அவ்வேலைகள் எவ்வாறு நடைபெறுகின்றன? கலந்தாய்வு மற்றும் கூட்டு முயற்சிகள் எந்த அளவுக்கு அமைகின்றன? அதிகாரம் எவ்வாறு பயன்படுத்தப்படுகிறது?.. என்றெல்லாம் கண்காணிப்பதும், நிறைகுறைகளை மதிப்பீடு செய்வதும், அதனடிப்படையில் நடைமுறை உத்திகளைத் தேவைக்கேற்ப கையாளுவதும், செயலாற்றுவோரை ஊக்கப்படுத்துவதும்

போன்ற செயற்பாடுகளும் வெற்றிகரமாக அமைதல் வேண்டும். இவையே ஒன்றின் தொடர்ச்சியாக அமையும்.

கண்காணித்தல் அல்லது மேற்பார்வை செய்தல் என்பது 'தொடர்ச்சி'யின் ஒரு பகுதியான 'பின்தொடர் பணிகளில்' பெரும்பங்கு வகிப்பதாகும். தொடர்ச்சி அல்லது தொடர் பணிகள் என்பது ஒரு நீண்ட, விரிந்த செயல் முறையாகும். அதாவது, முதன்மைச்செயல் அல்லது செயல்திட்டம், இணை, துணைப்பணிகள் அல்லது பணித்திட்டங்கள் ஆகியவற்றின் அடுத்தடுத்த இணைப்புகளைக் குறிப்பதே ஒன்றின் தொடர்ச்சியாகும்.

ஒரு நபர் ஒன்றைத் தொடங்கிச் செய்து அதை விடும் இடத்திலிருந்து இன்னொரு நபர் அதையே தொடர்வது, ஒரு நபரோடு பிற நபர்களும் இணைந்து ஒரே பணியில் தொடர்வது, ஒரு குழுவின் பணிகளைப் பிற குழுவினர் தொடர்வது, ஒரு நேரத்துப் பணிகளை அல்லது ஒரு காலத்துப் பணிகளை இன்னொரு நேரத்தில் அல்லது இன்னொரு காலத்தில் தொடர்வது, ஓர் அமைப்பின் பணிகளை அல்லது ஒரு நிறுவனத்தின் பணிகளை இன்னோர் அமைப்பு அல்லது இன்னொரு நிறுவனம் தொடர்வது, ஒரு தலைமுறை பணிகளை இன்னொரு தலைமுறை தொடருவது.. என அடுத்தடுத்த இறுதி இலக்கு வரையில் அல்லது முதன்மை நோக்கத்தைச் செழுமைப்படுத்தும் வகையில் தொடர்வதையே 'தொடர்ச்சி' என அறியலாம். இத்தகைய தொடர்ச்சியின் அல்லது தொடர்பணிகளின் ஒரு பகுதியே 'பின் தொடர்' பணிகளாகும்.

ஆற்றவேண்டிய அடிப்படைப் பணிகள் மற்றும் முதன்மைப் பணிகள் எவ்வாறு நடைபெறுகின்றன என்று பின்தொடர்ந்து கண்காணித்து, மதிப்பீடுகள் செய்து, அவற்றினடிப்படையில் முதன்மை மற்றும் அடிப்படைப் பணிகளை முறைப்படுத்துவதும் மேம்படுத்துவதும் போன்ற பணிகளே 'பின்தொடர்' பணிகள் என அறியலாம். அதாவது, முதன்மை மற்றும் அடிப்படைப் பணிகளுக்கான தொடர்ச்சியின் ஒவ்வொரு நிலையிலும் பின்தொடர்ந்து, அவற்றைச் சிறப்புற நிறைவேற்றிட ஆற்றும் பணிகளையே குறிக்கும்.

உரிய நபர்களிடம் உரிய வேலைகளை மற்றும் அதிகாரங்களைப் பகிர்ந்தளிப்பது எவ்வளவு இன்றியமையாததோ, அதைப்போலவே, அவ்வேலைகளை, அதிகாரங்களை நடைமுறைப்படுத்துவதும் இன்றியமையாததாகும். அதாவது வேலை வழங்குவதைப்போலவே 'வேலை வாங்குவதும்' கூடுதல்

அக்கறை செலுத்தவேண்டிய கடமையாகும். அமைப்பாக்க நடவடிக்கையில் இது மிகவும் இன்றியமையாததாகும். வேலைகளையும் அதிகாரங்களையும் பகிர்ந்தளித்துவிட்டு அவையெல்லாம் தாமாகவே வெற்றிகரமாக நடந்தேறும் என்று அக்கறையற்ற போக்கில் 'ஏனோ தானோ'வென்று இருந்துவிடக் கூடாது.

வேலை செய்வோரால்தான் வேலை வாங்க முடியும். வேலை வாங்குதல் என்றால் பிறரையும் வேலைகளைச் செய்ய வைத்தலே ஆகும். உந்துதலளித்தல் மற்றும் ஊக்கமளித்தல் போன்ற செயற்பாடுகளின் மூலம் தொடர்புடைய அனைவரையும் செயற்பட வைக்க வேண்டும். புரிய வைத்தல், நம்பிக்கையூட்டுதல், அவ்வாறு புரிந்துகொள்ளும்வரை, நம்பிக்கை பெறும்வரை மீண்டும்மீண்டும் சந்தித்தல், கலந்துரையாடுதல், நிறைகுறைகளைக் கலந்தாய்வு செய்தல், தேக்கங்களையும் தடைகளையும் அகற்றுதல், ஒருவருக்கொருவர் உற்ற துணையாய் இருத்தல்.. போன்ற நடைமுறைகள் அல்லது அணுகுமுறைகளின் வழியே அத்தகைய உந்துதல்களையும் ஊக்கங்களையும் அளித்திட இயலும்.

உந்துதல் மற்றும் ஊக்கம் ஆகியவை பெரும்பாலும் புறநிலைத் தூண்டல்களே ஆகும். மற்றவர்களோடு இணைந்தும் கலந்தும் இயங்குவதன் மூலமே இத்தகைய உந்துதல் மற்றும் ஊக்கங்களைப் பெற முடியும். அமைப்பாக்க நடவடிக்கையில் 'பின்தொடர்' பணிகளுக்கான உந்துதல்களையும் ஊக்கங்களையும் தேவைகளுக்கேற்பத் தேடிப் பெறுதல் வேண்டும் அல்லது திட்டமிட்டு வழங்குதல் வேண்டும். குறிப்பாக, இவ்வாறு உந்துதல் அளிப்பதற்கும் ஊக்கமளிப்பதற்கும் திறம்படப் பணியாற்றுவோரைப் பாராட்டுவதும் பரிசுகள், விருதுகள் வழங்கிச் சிறப்பிப்பதும் போன்ற நடவடிக்கைகளைத் தவறாது மேற்கொள்ளுதல் வேண்டும். பதவி உயர்வு, கூடுதல் அதிகாரப் பகிர்வு போன்ற சிறப்புகளையும் செய்தல் வேண்டும். அதாவது, சிறப்பான செயலாற்றல் கொண்டோரை ஊக்கப்படுத்தும் வகையில் அங்கீகரித்தல் வேண்டும். இவை யாவும் தொடர்ந்து சிறப்பான வகையில் களப்பணியாற்றுவதற்கு உரிய உந்துதலையும் ஊக்கத்தையும் தன்னம்பிக்கையையும் கொடுப்பவையாகும்.

இவ்வாறு, ஒன்றின் தொடக்கத்தைத் தொடர்ந்து, அதன் தொடர்ச்சிப் பணிகளைப் பல்வேறு தளங்களில் முன்னெடுப்பதும் அவ்வாறான தொடர்ச்சிப் பணிகளின் ஒவ்வொரு படிநிலையிலும் 'பணிகளுக்கான பணிகள்' என்னும்

'பின்தொடர்' பணிகளைச் சிறப்பாகச் செயற்படுத்துவதும் தான் அந்த ஒன்றின் வெற்றிக்கு அடிப்படையாக அமையும்.

தொடக்கம் முதல் முடிவு வரையில் ஒரு செயலின் அல்லது செயல்திட்டத்தின் ஒவ்வொரு படிநிலையிலும் இடையறாது தொடர்ச்சியும் பின்தொடர்தலும் இருத்தல் வேண்டும். அதாவது, கால இடைவெளியோ, கருத்து இடைவெளியோ, நபர் இடைவெளியோ, இன்னும் இவை போன்ற இடைவெளிகளோ ஏதுமின்றித் தொடங்கிய ஒன்று தொடர்ச்சியாய் முன்னோக்கிச் செல்லுதல் வேண்டும். இடைவெளிகள் எப்போதும் வேண்டாத குறுக்கீடுகளுக்கு இடம் கொடுக்கும். திசை திருப்புதல்களுக்கு வழிவகுக்கும். நபர்களுக்கிடையிலான உறவுகளில் சிதைவுகளை ஏற்படுத்தும். இன்னும் இவைபோன்ற சிக்கல்களையும் குழப்பங்களையும் உருவாக்கும். இதன்வழி தேக்கங்களும் தடைகளும் உண்டாகும். எனவே ஒன்றை வெற்றிகரமாகத் தொடங்கிய பின்னர் எத்தகைய இடைவெளியும் ஏற்படாதவாறு அதனைத் தொடர்ச்சியாக முன்னெடுத்துச் செல்ல வேண்டும். அதாவது, இடைவெளிகள் இல்லாத தொடர்ச்சியே வெற்றிகரமான தொடர்ச்சியாக அமையும். தொடக்கமும் தொடர்ச்சியும் வெற்றிகரமாக அமைந்தால் முடிவும் அவ்வாறே அமையும்.

தொடக்கமும் தொடர்ச்சியும் வெற்றிகரமாக அமைய வேண்டுமெனில் உரிய முன்வேலைத்திட்டமும் பின்வேலைத்திட்டமும் இன்றியமையாதவையாகும். எந்த ஒன்றையும் வெளிப்படையாக அல்லது அதிகாரப்பூர்வமாகத் தொடங்குவதற்கு முன்பாக ஆற்றவேண்டிய முன்னேற்பாடுகள் ஏராளமுண்டு. அதற்கான வேலைத்திட்டமே முன்னேற்பாடுகள் என்னும் முன்வேலைத்திட்டம் அல்லது உள்வேலைத் திட்டம் என்பதாகும். தொடங்கியதிலிருந்து முடிக்கும்வரையில் ஒவ்வொரு படிநிலையிலும் முதன்மைப் பணிகளைக் கண்காணிப்பதும் கலந்தாய்வதும் குறைபாடுகள் இருப்பின் அவற்றைச் சீர்செய்வதும் இடைவெளிகளைத் தவிர்ப்பதும் போன்றவையே பின்தொடர்ப் பணிகள் என்னும் பின்வேலைத் திட்டமாகும். இத்தகைய முன்வேலைத்திட்டங்களும் பின்வேலைத்திட்டங்களும் வெற்றிகரமாக அமைவதிலிருந்தே தொடக்கமும் தொடர்ச்சியும் முடிவும் வெற்றிகரமாக அமையும்.

அமைப்பாக்க நடவடிக்கையின்போது தொடக்கம் முதல் முடிவு வரையில் இயல்பாகவே ஏராளமான எதிர்ப்புகளையும் தடைகளையும் எதிர்கொள்ள வேண்டிவரும். இவற்றை வெற்றிகரமாக எதிர்கொள்வதற்கு முன்னறிதல்,

முன்னோக்குதல், முன்னாய்வு செய்தல் போன்ற முன் வேலைத் திட்டங்களை வெற்றிகரமாகச் செயற்படுத்துதல் வேண்டும். அத்துடன், முதன்மைச் செயல்திட்டத்தின் தொடர்ச்சியான நடவடிக்கைகளையடுத்து தொடர்சந்திப்புகள், தொடர்கண்காணிப்புகள், தொடர்கலந்தாய்வுகள், மற்றும் தொடர்சீரமைப்புகள் போன்ற பின் வேலைத் திட்டங்களையும் வெற்றிகரமாக நிறைவேற்றுதல் வேண்டும். அதாவது, 'முன்னேற்பாடுகள்' என்னும் முன்வேலைத்திட்டங்களும் 'பின் தொடர்தல்' என்னும் பின்வேலைத்திட்டங்களும் அமைப்பாதலின் தொடக்கம், தொடர்ச்சி, முடிவு அல்லது இறுதி இலக்கு ஆகியவற்றை வெற்றிகரமாகச் செயற்படுத்தும்.

தொடங்கிடும் யாவும் துலங்குதல் வேண்டும்! – அதற்குத்
தொடர்ந்திடும் முன்பின் வேலைகள் வேண்டும்!

அக்டோபர், 2013

38

தயக்கமும் தேக்கமும்

இதைத் தொடங்கலாமா தொடங்கக்கூடாதா, தொடரலாமா தொடரக்கூடாதா, முடிக்கலாமா முடிக்கக் கூடாதா என ஒவ்வொரு நிலையிலும் ஒருவகைக் குழப்பம், தடுமாற்றம் வரலாம். இத்தகைய மனநிலையை ஊசலாட்ட மனநிலை அல்லது தயக்க மனநிலை எனலாம். தயக்கமானது, எடுத்துக்கொண்ட வேலைத்திட்டத்தை விரைந்து செயற்படுத்த விடாமல் தேக்கமுறச் செய்யும். வெற்றி மற்றும் சாதனைகளுக்குத் தயக்கமே முதல் பகையாகும். தயங்கும் செயல்கள் தேங்கும்.

நல்லது கெட்டது புரியாமல் எதிலும் திடுமென இறங்கிவிடக்கூடாது என்னும் எச்சரிக்கை உணர்வு மிகவும் இன்றியமையாத தேவையே ஆகும். அவ்வகையான எச்சரிக்கை உணர்விலிருந்து எழும் தயக்கம் இயல்பானதே ஆகும். தயக்கத்திற்குப் பெரும்பாலும் அய்யமும் அச்சமும், சோம்பலும், தன்னம்பிக்கை இன்மையுமே அடிப்படைகளாகும்.

அறியாமையே அய்யத்திற்கும் அச்சத்திற்கும் மூலமாகும். அறியாமை என்பது பிறவிக்குற்றமோ, பிறவிக்குறையோ அல்ல. அறியாமையானது அறிவின் மறுபக்கமே ஆகும். அறிவு வெளிச்சம் எனில், அறியாமை இருள் எனலாம். வெளிச்சம் இருந்தால் இருள் இல்லை என்றோ, இருள் இருந்தால் வெளிச்சம் இல்லை என்றோ பொருளாகாது.

அறிவிருந்தால் அறியாமை இல்லை என்றோ, அறியாமை இருந்தால் அறிவில்லை என்றோ கருதமுடியாது. அறியாமையிலிருந்து வெளியேறுவதே அய்யத்தையும் அச்சத்தையும் போக்குவதற்குரிய வழியாகும். அறிவைத் தேடுவதே அறியாமையை விலக்குவதற்குரிய வாய்ப்பாகும்.

அறிவு என்பது தேவைக்கான தேடல்களிலிருந்தும் தீவிர மான உடல் மற்றும் மூளை உழைப்புகளிலிருந்தும் அவ்வப்போது அறிந்துகொள்ளும் விவரங்களின் தொகுப்பேயாகும். அய்யங்களிலிருந்தும் அச்சங்களிலிருந்தும் கற்றுக்கொள்ளும் உண்மைகளின் புரிதல்களேயாகும். நம்பிக்கையையும் துணிவையும் அளிக்கின்ற ஈடு இணையற்ற பேராற்றலேயாகும்.

அத்தகைய அறிவை 'படிப்பறிவு' மற்றும் 'பட்டறிவு' என இருவகையாகப் புரிந்துகொள்ளலாம். குருக்கள் அல்லது ஆசான்களால் பயிற்றுவிப்பதன் மூலம் கற்றறிந்து தெளிவு பெறுதலே 'படிப்பறிவு' அல்லது 'கல்வியறிவு' என்பதாகும். மெய், வாய், கண், மூக்கு, செவி என்னும் அய்ம்புலன்களின் வழி உணர்ந்து, அறிந்துகொள்ளும் விவரங்களும் இப்புலன்களின் மூலம் மேற்கொள்ளும் உழைப்பிலிருந்து கற்றுக்கொள்ளும் படிப்பினைகளுமே 'பட்டறிவு' அல்லது 'அனுபவ அறிவு' என்பதாகும்.

படிப்பறிவாயினும் பட்டறிவாயினும் அவை புலன்களின் வழி உணர்ந்தும் உழைத்தும் அறிந்துகொள்ளுதலேயாகும். அதாவது, ஆதி–அந்தம், மேல்–கீழ், உள்–வெளி, வளர்ச்சி–சிதைவு, எழுச்சி–வீழ்ச்சி, மெய்–பொய், நன்மை–தீமை, வன்மை–மென்மை என தொடர்புடையவற்றின் பல்வேறு பரிமாணங்களையும் அறிந்துகொள்ளுதலே அறிவு என்பதாகும்.

அறிவு என்பது உணர்வு, ஆய்வு, தெளிவு என்னும் மூன்று படிநிலைகளைக் கடந்து செழுமையுறும் புரிதல்களின் முதிர்நிலையே ஆகும். அய்ம்புலன்களின் வழி கண்டும், கேட்டும், முகர்ந்தும், சுவைத்தும், தொட்டும் உள்வாங்கிக் கொள்கிற உணர்தல்கள் யாவும் உணர்ச்சிகளாகும். உணர்ச்சிகள் என்னும் உணர்வுநிலை என்பது அறிவின் தொடக்கநிலை எனலாம். உணர்ச்சிகளிலிருந்து உருவாகும் புரிதல்களைத் தொகுத்தும் பகுத்தும் ஒப்பீடு செய்தும் சிந்தனை செய்யும் ஆய்வுநிலை என்பது அறிவின் ஆழ்நிலை எனலாம். உணர்ந்தும் சிந்தித்தும் பெறுகிற புரிதல்களின், அறிதல்களின் தெளிவுநிலை அல்லது தேர்வுநிலை என்பது அறிவின் கூர்மைநிலை எனலாம். அதாவது

உணர்ந்து புரிதல், சிந்தித்து அறிதல், தேர்ந்து தெளிதல் என்னும் மூன்று நிலைகளும் உள்ளடங்கியதே அறிவின் முழுமையாகும்.

இவ்வாறு விளையும் அறிவே அறியாமையை விலக்கும். அறியாமை விலகுவதிலிருந்தே அய்யமும் அச்சமும் வெளியேறும். அய்யம் விலக்கி, அச்சம் தவிர்த்து, தொடங்கும் செயல்களில் தயக்கமோ தேக்கமோ நிகழ்ந்திட வாய்ப்பில்லை. அறிவு எப்போதுமே விரைந்து முடிவெடுக்கவும், விரைந்து திட்டமிடவும், விரைந்து செயல்படவும் வழி வகுக்கும். அமைப்பாக்க நடவடிக்கையில் தயக்கமின்றி, தேக்கமின்றி விரைந்து செயற்படவேண்டியது இன்றியமையாத தேவையாகும். விரைவான செயற்பாடுகளுக்குத் துணிவான முடிவுகள் தேவை.

துணிவுக்கு அறிவு தேவை; அறிவுக்குத் துணிவு தேவை. அறிவும் துணிவும் இணை பிரியாதவை. அறிவு துணிவுக்கும், துணிவு விரைவுக்கும், விரைவு வெற்றிக்கும் வழி வகுக்கும். விரைவு என்பது கூடுதல் வேகத்தைக் குறிக்கும். இயல்பான அல்லது தேவையான வேகத்தைவிட குறைவான அளவிருப்பின் மந்தநிலை எனவும், கூடுதலான அளவிருப்பின் விரைவுநிலை எனவும் அறியலாம். கூடுதல் வேகம் என்பதில் இருநிலைகளைக் காணலாம். அறிவும் துணிவும் இணைந்த கூடுதல் வேகத்தை 'விரைவு', 'அதிவிரைவு' எனலாம். அறியாமையின் விளைவுகளான அய்யமும் அச்சமும் இணைந்த கூடுதல் வேகத்தைப் பதற்றம், பரபரப்பு என்னும் 'அவசரம்' எனலாம்.

அதாவது கூடுதலான வேகம் என்பது துணிவிலும் உண்டு; அச்சத்திலும் உண்டு. துணிவில் விளைவது விரைவு என்னும் பாய்ச்சல். அச்சத்தில் பிறப்பது அவசரம் என்னும் பதற்றம். விரைவாய் அல்லது பாய்ச்சலாய்ச் செயற்படுவது அறிவுசார்ந்தது. அவசரமாய் அல்லது பதற்றமாய்ச் செயற்படுவது உணர்ச்சிகள் சார்ந்தது. உணர்ச்சிவயப்பட்டுப் பதறும் செயல்கள் சிதறும். விரைவாகச் செயல்படவேண்டும் என்னும் நோக்கில் உணர்ச்சிவயப்படுதல், அவசரப்படுதல், பதறுதல், ஆற்றவேண்டிய பணிகளை அல்லது வரையறுக்கப்பட்ட செயல்திட்டங்களைச் சீர்குலைத்துவிடும்.

இத்தகைய உணர்ச்சிநிலை அல்லது அவசரநிலை என்பது அமைப்பாக்க நடவடிக்கையில் எதிரான விளைவுகளை உருவாக்கிவிடும். உடன் பணியாற்றுவோரிடையில் உள்ள ஒருங்கிணைவை, ஒற்றுமையைப் பாழாக்கி விடும். அறிவார்ந்த அணுகுமுறைகளுக்கு இடமில்லாதாகிவிடும். அறிவு,

அமைப்பாய்த் திரள்வோம்

கொள்கைசார்ந்த போர்க்குணத்தை நெறிப்படுத்தும். உணர்ச்சி, தன்னலம் சார்ந்த வன்முறைகளை வலுப்படுத்தும்.

அறிவு, பெருமளவில் சேதமில்லாத அதிவிரைவான முடிவுகளுக்கும் அதிதீவிரச் செயற்பாடுகளுக்கும் வழியமைக்கும். உணர்ச்சி, பெரும் சேதங்களை, இழப்புகளை உருவாக்கக்கூடிய பதற்றமான அல்லது அவசரமான முடிவுகளுக்கும் அரைகுறை செயற்பாடுகளுக்கும் இடமளிக்கும். உணர்ச்சிவயப்பட்டு, அவசரப்பட்டு, பதற்றப்பட்டு அணுகும் வேலைத்திட்டங்கள் பெரும்பாலும் இடையிலேயே சிதறவும் தேங்கவுமான நிலைகளை எதிர்கொள்ளும்.

அய்யமும் அச்சமும் மேலோங்கும்போது பதற்றம் அல்லது சோர்வு, ஆத்திரம் அல்லது அழுகை போன்ற உணர்ச்சிகள் மேலாதிக்கம் செய்யும். இத்தகைய உணர்ச்சிகளுக்கு ஆளாகும்போது ஆற்றவேண்டிய கடமைகளை அல்லது செயல் திட்டங்களை வெற்றிகரமாகத் தொடர முடியாத வகையில் தயக்கமும் தேக்கமும் உருவாகும்.

இவ்வாறான தயக்கங்களைத் தவிர்த்து, தேக்கங்களை உடைத்து, விரைவாகவும் வெற்றிகரமாகவும் செயலாற்றுவதற்குத் தொடர்புடைய செயல்திட்டத்தைப் பற்றிய, செயற்களத்தைப் பற்றிய பல்வேறு பரிமாணங்களையும் அறிந்துகொள்ளுதல் வேண்டும். இதுவே அடிப்படையான, உரிய, தேவையான அறிதல் என்னும் அறிவாகும். இத்தகைய அறிவை 'கள அறிவு' அல்லது 'தொழில் அறிவு' எனலாம்.

எது தேவைக்குரிய தளமோ அத்தளத்தில், எது தேவைக்குரிய களமோ அக்களத்தில், எது தேவைக்குரிய செயல்திட்டமோ அச்செயல்திட்டத்தில், எது தேவைக்குரிய வழிமுறையோ அவ்வழிமுறையில், எது தேவைக்குரிய உத்தியோ அவ்வுத்தியில்.. இவை போன்ற தேவைக்குரியவை எவை எவையோ அவை பற்றிய அனைத்து விவரங்களையும் அறிந்துகொள்ளுதலே கள அறிவாகும்.

பணியாற்றும் களம் எதுவோ அக்களத்தின் அனைத்துப் பரிமாணங்களையும் தேவைக்கேற்ப, போதிய அளவில் அறிந்து கொள்ளவில்லையெனில் அதுவே அக்களம் தொடர்பான அறியாமை என்பதாகும். தொடர்பில்லாத, தேவையே இல்லாத துறைகள் மற்றும் களங்களைப்பற்றி அறிந்திருக்கவில்லையெனில், அந்த அறியாமை, செயற்படும் களத்திற்கு எந்தப் பாதிப்பையும் ஏற்படுத்த வாய்ப்பில்லை. அந்த வகை அறியாமையைப் பொதுவாக அறியாமை என்று கருதுவதில்லை.

பொருளாதாரத் தளத்தில் ஆழ்ந்த அறிவுள்ளவர்களுக்கு அரசியல் தளத்தில் அதே அளவில் விவரங்கள் தெரியாம லிருக்கலாம். அதேபோல அரசியல் தளத்தில் தேவையான மற்றும் போதிய அளவில் நுட்பமான விவரங்களை அறிந்திருப் பவர்களுக்குப் பொருளாதாரத் தளத்தில், குறிப்பாக தொழில் மற்றும் வர்த்தகம் தொடர்பானவற்றில் அந்த அளவிற்கு அறிதல்களோ புரிதல்களோ இல்லாமலிருக்கலாம். இவ்வாறு தொடர்பில்லாத துறைகளைப் பற்றியெல்லாம் முழுமையாய் அறிந்திருக்கவேண்டும் என்பதில்லை. ஆனால், தொடர்புடையவற்றின் தளங்களையும் களங்களையும் தாண்டி பிற துறைகள் அல்லது தளங்களைப் பற்றியும் அறிந்துகொள்ளுதலை 'பொது அறிவு' என அறியலாம்.

பொது அறிவானது, வாழ்வின் அனைத்து நிலைகளிலும் அவ்வப்போது கைகொடுத்துத் துணை நிற்பதாகும். கள அறிவானது, குறிப்பான, ஏற்றுக்கொண்ட செயல்திட்டத்திற்குரிய தாகும். கள அறிவும் பொது அறிவும் ஒன்றுக்கு ஒன்று தொடர்பில்லாதவையோ நேர்எதிரான முரண்பாடானவையோ அல்ல. ஏதோ ஒருவகையில் தொடர்புடையவையாகவும் துணையிருப்பவையாகவும் விளங்கும்.

மானுட வாழ்வில் எல்லாத் துறைகளும் அல்லது தளங்களும் ஒன்றுடன் ஒன்று தொடர்புடையவையே ஆகும். ஆதலால், தேர்வு செய்யப்பட்ட தளம் மற்றும் களத்திற்குரியவற்றைப் பற்றி மட்டுமின்றி பிற துறைகளைப் பற்றியும் தேவையான மற்றும் போதிய அளவில் அறிந்துகொள்ளுதல் இன்றியமையாத தாகும். அத்தகைய பொது அறிவும் பெற்றிருக்கவில்லையெனில் அதுவும் ஏற்றுக்கொண்ட களத்தின் செயற்பாடுகளுக்குப் பாதிப்பை ஏற்படுத்தும் அறியாமையாக அமையும்.

அதாவது, செயற்படும் களத்திற்குத் தொடர்பில்லாதவை யெனக் கருதப்படும், பிற துறைகளைப் பற்றிய அறியாமையும் ஆற்றும் களப்பணிகளில் அய்யங்களையும் அச்சங்களையும் உருவாக்கும். அவை அத்தகைய குறிப்பிட்ட களப்பணிகளில் அல்லது செயற்திட்டங்களில் தயக்கத்தையும் தேக்கத்தையும் ஏற்படுத்தும்.

தயக்கத்திற்கும் தேக்கத்திற்கும் செயற்பாட்டுக்களம் பற்றிய அறியாமை, குறிப்பாக அதன் விளைவுகளான அய்யம் மற்றும் அச்சம் ஆகியவை காரணிகளாய் அமைவதைப்போல, சுறுசுறுப்பின்மையும் தன்னம்பிக்கையின்மையும் மேலும் குறிப்பிடவேண்டிய காரணிகளாக அமைவதுண்டு. ஒரு செயல்

அமைப்பாய்த் திரள்வோம் 337

திட்டத்தை நடைமுறைப்படுத்துவதில் ஒவ்வொரு தனி நபரின் இயல்புகள் பெரும்பங்கு வகிக்கின்றன. அதாவது, தனி நபர்களின் உணர்ச்சிகள் மற்றும் பண்புகள் ஒரு செயலின் போக்கைத் தீர்மானிப்பதில் குறிப்பிடும்படியான பாத்திரம் வகிக்கின்றன. தனி நபரின் உணர்ச்சிகளும் பண்புகளும் அந்தந்தத் தனி நபர்களோடு உள்ளடங்கிப்போவதில்லை. உடன்இருப்போர் உளநிலையின் மீது ஏதோ ஒரு வகையில், ஏதோ ஒரு அளவில் தாக்கத்தை ஏற்படுத்துகின்றன. அதாவது, பிறரின் உணர்ச்சிகள் மற்றும் பண்புகள் மீது உடன்பாடாகவோ, முரண்பாடாகவோ வினையாற்றுகின்றன.

ஒருவரின் மகிழ்ச்சி, உடன்இருப்போரில் சிலருக்கு மகிழ்ச்சியையும் சிலருக்கு எரிச்சலையும் உருவாக்கலாம். ஒருவரின் அழுகை, சிலருக்கு இரக்கத்தையும் சிலருக்கு இன்பத்தையும் ஏற்படுத்தலாம். ஒருவரின் ஆத்திரம், சிலருக்கு ஆவேசத்தையும் சிலருக்கு அச்சத்தையும் உண்டு பண்ணலாம். இவ்வாறு ஒருவரின் உணர்ச்சிகள் இன்னொருவரின் உணர்ச்சிகளைத் தாக்கலாம். இத்தகைய உணர்ச்சிகள் அறிவுக்கு முரணானவையல்ல; முதன்மையானவை. வேண்டாதவையல்ல; மிகவும் வேண்டியவை. தவிர்க்கக் கூடியவையல்ல; நெறிப்படுத்த வேண்டியவை. உணர்ச்சிகளைப் போலவே, ஒருவரின் பண்புகளும் இன்னொருவரின் பண்புத்தளத்தில் அதிர்வுகளை, அசைவுகளை விளைவிக்கலாம். பண்புகள் ஒருவகையில், பெற்றோர்வழி ஒரு தலைமுறையிலிருந்து அடுத்த தலைமுறைக்கு இறங்கப்பெறும் பாரம்பரிய இயல்புகளாகவும், இன்னொரு வகையில் வாழ்வின் போக்கில், நடைமுறையில் கற்றுக்கொள்வதிலிருந்து பக்குவம்பெற்ற குணநலன்களாகவும் அமைவதாகும். உணர்ச்சிகளைப்போல பண்புகள் எளிதில் வெளிப்படுவதாகவும் விரைவில் வடிந்துவிடுவதாகவும் இருப்பதில்லை.

பண்புகள், அதன் இயல்புகளிலிருந்தே மனிதனுக்கு வாழ்வை உணர்த்துகிறது; சுற்றத்தைப் புரிய வைக்கிறது; உலகத்தை அறிய வைக்கிறது. இனிய பண்புகள், வாழ்வை, சுற்றத்தை, உலகை இனியவையாகவே பார்க்கின்றன. கசக்கும் பண்புகள் யாவற்றையும் கசப்பவையாகவே பார்க்கின்றன. அதாவது, நேர்மறைப் பண்புகள் நேர்மறையாகவும் எதிர்மறைப் பண்புகள் எதிர்மறையாகவுமே அனைத்தையும் அறிந்துகொள்கின்றன. இத்தகைய இயல்புகளைக்கொண்ட பண்புகளே உணர்ச்சிகளின் போக்கையும் ஆற்றலையும் தீர்மானிக்கின்றன. உணர்ச்சிகளுக்கும் பண்புகளே அடிப்படையாகும்.

பண்புகளிலிருந்தே உணர்ச்சிகள் வினையாற்றுகின்றன. பண்புகளின் வெளிப்படையான வடிவங்களே உணர்ச்சிகளாகும். பண்புகள் எளிதில் மாற்றம் பெறுவதில்லை; எளிதில் எதையும் ஏற்பதுமில்லை; இழப்பதுமில்லை. பண்புகளின் மாற்றத்திலிருந்தே உணர்ச்சிகளின் மாற்றம் அமையும். உணர்ச்சிகளின் மாற்றத்திலிருந்தே செயல்களின் மாற்றம் அமையும். இத்தகைய பண்புகளின் மாற்றத்திற்கு அளவு மாற்றமே அடிப்படையாகும். அமைப்பாதலே அளவு மாற்றமாகும். ஒன்றைப் பலவாய், பலநூறாய், பல ஆயிரமாய்ப் பெருக்கும் அமைப்பாக்க நடவடிக்கையில், தனி நபரின் பண்புகளும் உணர்ச்சிகளும் இவ்வாறு பெரும் பங்களிப்பைச் செய்கின்றன.

சுறுசுறுப்பும் தன்னம்பிக்கையும் ஒருவரின் விரைவான, உறுதியான செயற்பாடுகளைத் தீர்மானிக்கும் பண்புகளாகும். அமைப்பாக்க நடவடிக்கையில் இப்பண்புகள் மிக மிக இன்றியமையாதவையாகும். ஒருவரின் சுறுசுறுப்பும் தன்னம்பிக்கையும் சிலருக்கு ஊக்கத்தையும் சிலருக்குப் பொறாமையையும் உற்பத்தி செய்யலாம். ஊக்கம் பெறுவோரை ஓரணியில் ஒருங்கிணைக்கவும் பொறாமை கொள்வோரை எதிரணியில் ஒன்று திரட்டவும் செய்யலாம். பண்புகள் அவ்வளவு எளிதில் மாறுவதில்லை அல்லது மாற்றுவதில்லை. எனினும், ஒருமித்த பண்புள்ளோரை எளிதில் ஒருங்கிணைத்துவிடும். இவ்வாறு ஒருங்கிணையும் ஒருமித்த பண்புள்ளோரின் அளவு பெருகப் பெருக, தன்னளவில் பண்பு மாற்றங்களைப் பெறுவதோடு, முரணான பண்புள்ளோரிடையேயும் மாற்றங்களை நிகழ்த்தும் ஆற்றலைப் பெறலாம். சுறுசுறுப்பும் தன்னம்பிக்கையும் இத்தகைய பண்பு மாற்றங்களைச் செய்யும் பண்புக்கூறுகளாக விளங்குகின்றன.

அதேவேளையில், சுறுசுறுப்பும் தன்னம்பிக்கையும் இல்லையெனில் அது செயற்பாட்டில் தயக்கத்தையும் தேக்கத்தையும் உண்டாக்கும். சுறுசுறுப்பின்மைக்கும் தன்னம்பிக்கையின்மைக்கும் அடிப்படையானது தாழ்வு மனோநிலையாகும். சுறுசுறுப்பின்மை என்னும் சோம்பலானது, மூளை மற்றும் உடலுழைப்பின் மந்தநிலையையும், தன்னம்பிக்கையின்மை என்பது தன்னைக் குறைத்து மதிப்பீடு செய்தலையும் குறிப்பதாகும். சோம்பலாயினும் தன்னம்பிக்கையின்மையாயினும் இவை, தாழ்வெண்ணத்தின் விளைவுகளேயாகும்.

பொதுவாக, தாழ்வெண்ணங்களே மனிதர்களின் அனைத்துச் சிக்கல்களுக்கும் மூலமாக அமையும். தாழ்வெண்ணம்

அமைப்பாய்த் திரள்வோம்

எப்போதும் பிறரோடு ஒப்பிட்டுக்கொண்டே, பிறரைவிட தாழ்த்திக்கொண்டே இருக்கச்செய்யும். பிறரை எப்போதும் இயல்புக்கு மாறாக மிகைத்து மதிப்பீடு செய்யவைக்கும். தன்னைக்காட்டிலும் மற்றவர்களே அழகானவர்கள், அறிவான வர்கள், வலிமையானவர்கள் எனவும், மற்றவர்களால் மட்டுமே எதையும் எப்போதும் சாதிக்க முடியும் எனவும் நம்பவைக்கும். தன்மீது நம்பிக்கை வைக்கவோ மதிப்பளிக்கவோ இடமளிக்காது.

மேலும் அது, துணிவை நெருங்காது. போட்டியை, மோதலை விரும்பாது. சிக்கல்களை, தடைகளை எதிர்கொள்ளாது. புதுமையைத் தேடாது. பொதுவெளியில் எப்போதும் தன்னை முன்னிறுத்திக்கொள்ள முனையாது. எப்போதும் எதிலும் அய்யம்கொள்ளும்; அச்சம் காணும்; தயக்கம் காட்டும்; தனிமைப்படும்; பொறாமை வளர்க்கும்; பழிவாங்கப் பார்க்கும்; அவதூறு பரப்பும்; ஆத்திரம் கொட்டும்; ஒழுங்கு மீறும்; வழிமுறை மாறும்; வன்முறை தூவும்; குற்றம் புரியும்; கொடுமை செய்யும்; பொது அல்லது மைய நீரோட்டப்போக்கிலிருந்து விலகிச்செல்லும். இவ்வாறு வெளிப்படும் உணர்ச்சிகளும் பண்புகளும் தாழ்வு மனப்பான்மையின் எதிர்விளைவுகளேயாகும். இவையெல்லாம் நேரியவழியில் வெற்றிகரமாகச் செயலாற்றுவதற்குரிய தன்னம்பிக்கை யின்மையால் விளையும் நடவடிக்கைகளேயாகும்.

தன்னம்பிக்கையின்மையால் சுறுசுறுப்பின்மையும், சுறுசுறுப்பின்மையால் தயக்கமும், தயக்கத்தால் தேக்கமும் என, தொடர்வினைகளாக நிகழும் இவை யாவும், அடிப்படையில் தாழ்வு மனோநிலையால் ஒவ்வொரு தனிநபரும் சந்திப்பவையே ஆகும். அமைப்பாக்க நடவடிக்கையின்போது, இத்தகைய தாழ்வு மனநிலையானது களப்பணியாளர்களிடையே தவறான புரிதல்களையும் குழுவாதப் போக்குகளையும் வளர்த்துவிடுகிறது. ஒருவர் தனது தாழ்வெண்ணத்தால், கூச்சப்பட்டுப் பிறரோடு இணங்கி, இணைந்து செயல்பட இயலாமல் ஒதுங்கி நிற்க நேரலாம். ஆனால், இன்னொருவர் தனது தாழ்வெண்ணத்தால், அவ்வாறு ஒதுங்கி நிற்பவரை, அவர் வேண்டுமென்றே ஆணவத் தால், திட்டமிட்டுப் புறக்கணிக்கிறார் எனக் கருத நேரலாம்.

அதாவது, ஒருவர் கூச்சப்பட்டு, தனிமைப்பட்டு ஒதுங்குவதற்கு அவரின் தாழ்வு மனோநிலையும்; அவர் திட்டமிட்டு வேண்டுமென்றே ஆணவத்தால் புறக்கணிக்கிறார் என அய்யப்படுவதற்கு இன்னொருவரின் தாழ்வு மனோ நிலையும்தான் காரணிகளாக அமைகின்றன. தாழ்வு மனப்பான்மையானது, இருவரிடையே இருவேறு எதிர்மறைப்

புரிதல்களை அளிக்கிறது. இதுவே தனி நபர்களிடையே இடைவெளிகளை உருவாக்குகிறது. குழு முரண்களையும் ஆற்றவேண்டிய கடமைகளில் அல்லது களப்பணிகளில் தேக்கத்தையும் ஏற்படுத்துகிறது. இவற்றைத் தவிர்ப்பதற்குத் தாழ்வு மனப்பான்மையைத் தகர்த்தெறிதல் வேண்டும்.

தாழ்வெண்ணமும் தன்னடக்கமும் ஒன்றுபோல் தோன்றலாம். எதிலும் தன்னை முன்னிறுத்தாமல் பின்னணியிலிருத்தல், அமைதியை நாடுதல், ஆதிக்கம் தவிர்த்தல், மாற்றார் கருத்தை மதித்தல், விட்டுக்கொடுத்தல் போன்றவை தாழ்வெண்ணத்தாலும் நிகழலாம்; தன்னடக்கத்தாலும் நிகழலாம். தன்னம்பிக்கை இல்லாதநிலையில், நிகழும் இவைபோன்ற செயற்பாடுகள் தாழ்வெண்ணத்தின் வெளிப்பாடுகளாக இருக்கலாம். தன்னையறிந்தும் சூழலறிந்தும் தன்னம்பிக்கை பெற்று பக்குவமுற்ற நிலையில் நிகழ்ந்தால், இவை பெரும்பாலும் தன்னடக்கத்தின் செயற்பாடுகளாகவே இருக்கும். அதாவது, தன்னடக்கம் என்பது தன்னம்பிக்கையின் முதிர்ச்சியே ஆகும். தாழ்வெண்ணம் என்பது தன்னம்பிக்கையில்லா மனோ நிலையாகும். தன்னடக்கம் வளர வேண்டும்; தாழ்வெண்ணம் உதற வேண்டும்.

தன்னம்பிக்கை வளர்வதிலிருந்தே தன்னடக்கம் வளரும். தன்னம்பிக்கையைப் பெறுவதும் வளர்ப்பதும் தன்னை அறிந்துகொள்வதிலும் தன்னை மதிப்பதிலும் அடங்கி உள்ளது. தாழ்வெண்ணத்திற்கு இடமளித்தால் அது தன்னையே குறைத்து மதிப்பிட வைக்கும். தன்னையே வெறுக்கச் செய்யும். தன்னையே நம்பிட மறுக்கச் செய்யும். அதாவது, தாழ்வெண்ணத்தின் ஆதிக்கம் மேலோங்க மேலோங்க தன்மீதான வெறுப்பு, தன்மீதான இரக்கம், தன்மீதான அவநம்பிக்கை போன்றவை மென்மேலும் வளரும். இவ்வாறு வளரும் பண்புகளால், பெரும்பாலும் தன்னை வெறுப்பவர்களே பிறரை வெறுக்கிறார்கள். தன்னை நம்ப மறுப்பவர்களே பிறரை நம்ப மறுக்கிறார்கள். தனக்குத்தானே பகையாகவும் பிறரைப் பகையாக்கவுமான பண்பினைக் கொண்ட தாழ்வெண்ணத்தை அண்டவிடவோ ஆக்கிரமிப்புச் செய்யவோ வாய்ப்பளித்திடக் கூடாது. அதன்வழியாகவே தன்னம்பிக்கையை வளர்த்திட இயலும். தன்னம்பிக்கையை வளர்த்தலும் தாழ்வெண்ணத்தை அழித்தலும் சமகாலத்தில் நிகழ்தல்வேண்டும்.

அமைப்பாக்க நடவடிக்கையின்போது ஒவ்வொரு முன்னணிச் செயற்பாட்டாளரும் தமக்குள் இத்தகைய

பண்புமாற்றங்களைச் செய்தல் இன்றியமையாததாகும். ஒருவருக்கொருவர் வெறுப்பின்றி, பகையின்றி, குழு மோதல்களின்றி ஒருங்கிணைந்து வெற்றிகரமாகப் பணியாற்றுவதற்கு, தம்மைப் பாழ்செய்யும் தாழ்வு மனப்பான்மையை முற்றிலும் துடைத்தெறிதல் வேண்டும். தன்னம்பிக்கையை மிகவும் வலுவாக்குதல் வேண்டும். தன்மதிப்பும் தன்னம்பிக்கையும் வளர்வதற்கு அறியாமையைப் போக்கும் கள அறிவும் பொது அறிவும் வளர்தல் வேண்டும். அறியாமை போக்கி, தாழ்வெண்ணம் நீக்கி, தன்னம்பிக்கை மற்றும் சுறுசுறுப்பைப் பெறுவதன் மூலமே தயக்கங்களையும் தேக்கங்களையும் தகர்த்திட இயலும்.

தாழ்வெண்ணம் வளர்ச்சிக்குத் தடைக்கல்லாய் நிற்கும்! – எதிலும் தயக்கம் குறுக்கிட்டுத் தேக்கமுற வைக்கும்!

நவம்பர், 2013

39

மிகைமதிப்பீடும் மேலாதிக்கமும்

நன்மையாயினும் தீமையாயினும் அவை மனிதனின் மனோநிலையிலிருந்து உருவாகும் விளைச்சல்களேயாகும். மனம் எதை நாடுகிறதோ அதை ஈர்க்கிறது; மனத்தை எது ஈர்க்கிறதோ அதை நாடுகிறது. மனிதனின் மனோநிலைக்கும் அவன் வாழும் சூழ்நிலைக்கும் இடையில் இப்படியொரு தொடர்பு இருந்துகொண்டேயிருக்கிறது. மனத்தின் வலிமையைப் பொறுத்தும் சுற்றுச்சூழல்களின் வலிமையைப் பொறுத்தும் இத்தகைய தொடர்புகள் அமையும். மனமும் சூழலும் அவற்றின் வலிமைக்கேற்ப ஒன்றையொன்று ஆளுமை செய்வதாக இருக்கும்.

மனம் முதிர்ச்சியுற்று, வலிமை பெற்று பக்குவமடைந்திருந்தால் அது சுற்றுச்சூழல்களை இயக்கும்வகையில் ஆளுமை செய்யும். அதேவேளையில் மனம் முதிர்ச்சியின்றி, வலுவின்றி, அரைகுறை வேக்காட்டு நிலையிலிருந்தால், அது சுற்றுச்சூழல்களால் ஆளுமை செய்யப்படும். பெரும்பாலும் சுற்றுச்சூழல்களே மனிதனின் மனத்தை ஆளுமை செய்வதாக அல்லது ஆதிக்கம் செய்வதாக இருக்கும். மனத்தை அவன் வாழும் சூழல்களே வடிவமைக்கின்றன என்றாலும், மனத்தின் பிறவிப்பண்புகள் மனத்தை வடிவமைப்பதில் முதன்மையான பங்கை வகிக்கின்றன. அதாவது, பெற்றோரின்வழி பெறப்படும் பாரம்பரியப் பண்புகள், மனிதன்

கருவாக, உருவாகத் திரளும் சிசு நிலையிலேயே, மனத்தைக் கட்டமைப்பதற்குரிய அடித்தளத்தை அமைக்கிறது எனலாம். அதுவே மனத்தின் அகநிலைப் பண்புக்கூறுகளாய் அமைந்து பிறப்பிலிருந்தே புறச்சூழல்களை எதிர்கொள்கிறது. மனிதனின் பிறப்புநிலையில் பெற்றோர்வழி பெறப்படும் பாரம்பரியப் பண்புகளோடு அமைந்த மனத்தை 'பிறவி மனம்' எனலாம். அதாவது, மனத்தின் 'பிறவிநிலை' எனக்கொள்ளலாம்.

மனிதனின் மனத்தை 'பிறவிநிலை', 'வளர்நிலை', 'முதிர்நிலை' என மூவகையாக அறியலாம். இவற்றில் 'பிறவிநிலை' மனமானது, மனத்தின் வளர்ச்சிக்கும் முதிர்ச்சிக்கும் அடிப்படையாய் அமைகிறது. மனத்தின் வளர்ச்சியே மனிதனின் வளர்ச்சியாகும். மனத்தின் முதிர்ச்சியே மனிதனின் முதிர்ச்சியாகும். மனத்தின் வலிமையே மனிதனின் வலிமையாகும். மனத்தின் வளர்ச்சி, முதிர்ச்சி, வலிமை ஆகியவை மனிதனின் குடும்பச்சூழல், சமூகச்சூழல் உள்ளிட்ட அனைத்துவகைப் புறச்சூழல்களாலும் தீர்மானிக்கப்படுகின்றன என்றாலும், மனிதனின் பிறவிமனமே அவற்றுக்கு அடித்தளமாய் அமையும்.

பிறவிக்குணமே பிறவிமனமாகும். இது விதை போன்றதாகும். விதைகளின் பண்புகளுக்கேற்பவே விளைச்சல்களின் பண்புகள் அமையும். மண்ணில் என்னென்னவோ இருந்தாலும், வேம்பின் விதை முளைநிலையிலிருந்து விளைநிலை வரையில் கசப்பை மட்டுமே ஈர்க்கிறது. பலாவின் விதை இனிப்பை மட்டுமே ஈர்க்கிறது. மனிதனின் பிறவிமனமும் அவ்வாறே, தனது பிறவிக்குணத்திற்கேற்ப புறச்சூழல்களை ஈர்க்கிறது அல்லது புறச்சூழல்களால் ஈர்க்கப்படுகிறது. மனத்தின் முழுமையான வளர்ச்சிக்கும் முதிர்ச்சிக்கும் மனிதனின் பிறவிமனமும் அவன் வாழும் புறச்சூழல்களுமே வழி வகுக்கின்றன.

மனிதனின் மன வளர்ச்சிக்கும் உடல் வளர்ச்சிக்கும் நெருங்கிய தொடர்புண்டு. உடலுறுப்புகளின் வளர்ச்சிக்கேற்ப மனத்தின் வளர்ச்சியும் அமையும். உடல் வளர்ச்சியில், உறுப்புகளின் வளர்ச்சியில், குறையிருப்பின் உள்ளத்தின் வளர்ச்சியிலும் குறையேற்படலாம். உடலின் ஒட்டுமொத்த வளர்ச்சியிலோ, உறுப்புகளின் வளர்ச்சியிலோ குறைகள் அல்லது சேதங்கள் இருப்பின் அவற்றால் மனத்தின் வளர்ச்சியிலும் முதிர்ச்சியிலும் பாதிப்பு ஏற்படலாம். அதே வேளையில், உடல் முழுமையாக வளர்ச்சியடைந்தாலும் மன வளர்ச்சி குன்றிய நிலையும் இருக்கலாம். அது பிறவியிலேயே பிறவிமனத்தில் உருவான குறைபாட்டின் விளைவேயாகும்.

தொல்.திருமாவளவன்

இவ்வாறு உடல் வளர்ச்சிக்கும் உள்ள வளர்ச்சிக்கும் இடையில் ஒரு தொடர்பு உள்ளது. உடல், உள்ளத்திற்கு மிக நெருங்கிய புறநிலைச் சூழலே ஆகும். உடல் உள்ளிட்ட அனைத்துப் புறச்சூழல்களும் உள்ளத்தின் வளர்ச்சியில் ஏதோ ஒருவகையில் தாக்கத்தை ஏற்படுத்துகின்றன.

பிறவிமனமும் புறச்சூழல்களும் ஒன்றுக்கொன்று முரண்படுகிற நிலையில் மனவளர்ச்சியில் சிக்கல்கள் ஏற்படலாம். அது நாளடைவில் மன அழுத்தமாகவோ, மனச்சிதைவாகவோ, மனமுறிவாகவோ, மனம் பல்வேறு பாதிப்புகளை அடையலாம். குறிப்பாக, குடும்பத்திலும் சமூகத்திலும் நிகழ்கின்ற ஒழுங்கு மீறல்களும், வன்முறைகளும், ஏமாற்றங்களும், தோல்விகளும் மற்றும் பிற குற்றச்செயல்களும் மனவளர்ச்சியில் இத்தகைய பாதிப்புகளை ஏற்படுத்தும். இவ்வாறு மனிதனின் மனம் பிறவிநிலையிலும் வளர்நிலையிலும் பாதிக்கப்படும் நிலையில் அது முழுமையான வளர்ச்சியையோ முதிர்ச்சியையோ அடைவதில்லை; வலிமை பெறுவதுமில்லை. வளர்ச்சியில்லாத, முதிர்ச்சியடையாத, வலிமைபெறாத மனநிலை, தாழ்வான எண்ணங்களுக்கும் தவறான செயல்களுக்கும் தள்ளப்படும். நாளடைவில் அது 'தாழ்வு மனப்பான்மை' என்னும் மனச் சிதைவுக்கு ஆட்பட்டுவிடும்.

தாழ்வு மனப்பான்மையானது மனிதனைச் சீரழிப்பதில் முதன்மையான இடத்திலிருக்கிறது. தாழ்வெண்ணங்களின் ஆதிக்கத்திற்கு ஆட்படும் மனிதன் இருவகைகளில் தனது உணர்வுகளையும் செயற்பாடுகளையும் வெளிப்படுத்துகிறான். ஒன்று, தன்மீது பிறருக்கு இரக்கம் ஏற்படும் வகையில், தாழ்வு மனோநிலையை வெளிப்படுத்தும் வகையில், தன்னை மிகவும் தாழ்த்திக்கொள்கிறான். அல்லது, தன் மீது பிறருக்கு வெறுப்பு ஏற்படும் வகையில், தாழ்வு மனப்பான்மையை மூடி மறைக்கும் வகையில், தகுதிக்கு மீறி போலித்தனமாக தன்னைத் தானே உயர்த்திக்கொள்கிறான் அல்லது பீற்றிக்கொள்கிறான். அதாவது, தாழ்த்திக்கொள்வது அல்லது பீற்றிக்கொள்வது என்கிற இரு வகையான நேரெதிர் முனைகளில் செயற்படுகிறான். இவை இரண்டும் தாழ்வுமனப்பான்மையின் வெளிப்பாடுகளே ஆகும்.

தாழ்விருந்தால் உயர்விருக்கும்; குறையிருந்தால் நிறை யிருக்கும். அதன்படி, தாழ்வு மனோநிலை என ஒன்றுள்ளபோது அதற்கு எதிர்நிலையாக உயர்வு மனோநிலை என ஒன்று இருப்பது இயல்பானதாகும். தாழ்வு மனோநிலையானது இயல்பான மனோநிலையிலிருந்து முற்றிலும் மாறுபட்டதாகும். அதாவது, இயல்புக்கு மாறாக மிகவும் தாழ்த்திக்கொள்வது அல்லது

அமைப்பாய்த் திரள்வோம்

மிகவும் குறைத்து மதிப்பிடுவது போன்ற மனோநிலையைக் குறிக்கும்.

உயர்வு மனோநிலை என்பது இயல்புக்கு மாறானதில்லை. நேர்மறையான எண்ணங்களையும் அணுகுமுறைகளையும் கொண்டிருக்கும். நிறைவான அல்லது முதிர்ச்சியான அல்லது பக்குவமான மனவளர்ச்சியைப் பெற்றிருக்கும். தன்மதிப்பும் தன்னம்பிக்கையும் கொண்டதாக விளங்கும். எதிர்மறையாக சிந்திக்கவோ அணுகவோ செய்யாது. பீற்றிக்கொள்வதோ அல்லது தன்னை மிகைத்து மதிப்பிடுவதோ இருக்காது. மாறாக, தனது தகுதியுணர்ந்து, வலிமையறிந்து, அவற்றினூடாக உரிய தன்னம்பிக்கையைப் பெற்று, நேர்மறையான, துணிவான எண்ணங்கள் மற்றும் செயல்களைக் கொண்டதாக விளங்கும். அதாவது, மனச்சிதைவில்லாமல், மனவலிமை குன்றாமல், நிறைவான மற்றும் வலுவான வளர்ச்சியைப் பெற்று முதிர்ந்த மனநிலையே உயர்ந்த மனோநிலையாகும். அது நல்லவை நோக்கியே சிந்திக்கும். நல்லவர்களையே நாடும். நல்லதே நடக்கும் என நம்பும். கடந்த கால வேதனைகளில், எதிர்காலக் கற்பனைகளில் சிக்காமல் நிகழ்காலப் பொழுதுகளில் வாழும். தன்னைப்போலவே பிறரையும் மதிக்கும்; நம்பும். தனது நேர்மறை அணுகுமுறைகளால் எதிர்மறைப் போக்குள்ளவர்களையும் தீயோரையும் வென்றெடுக்கும். இவ்வாறாக விளங்கும் நேர்மறை மனோநிலையே உயர்வு மனோநிலையாகும்.

பொதுவாக, 'போலி உயர்வு' என்னும் 'உயர்வு மனச் சிக்கலையே' உயர்வு மனோநிலையாகப் புரிந்துகொள்ளப்படுகிறது. உயர்வு மனோநிலையானது நேரியதாகவும் மிகைத்து மதிப்பீடு செய்யாததாகவும் இயல்பான நிலையிலிருப்பதால் அது மனச்சிக்கலாகாது. ஆனால், 'போலி உயர்வு' மனோநிலையானது, தாழ்வு மனோநிலையின் எதிர்மறை வெளிப்பாடு என்பதால், இது ஒருவகையான மனச்சிக்கல் அல்லது மனச்சிதைவு என அறியலாம். அதாவது, 'உயர்வு' மனோநிலை என்பது வேறு; 'உயர்வு மனச்சிக்கல்' மனோநிலை என்பது வேறு. தாழ்வு மனப்பான்மையை மூடி மறைக்கும் முயற்சியின் எதிர்மறை வெளிப்பாடுகளே போலி உயர்வு மனோநிலையாகும். இத்தகைய போலி உயர்வு மனோநிலையே உயர்வு மனச்சிக்கலாகும்.

இது தகுதிக்கும் வலிமைக்கும் மீறி தன்னையும் மிகைத்து மதிப்பிடும்; பிறரையும் மிகைத்து மதிப்பிடும். குறிப்பாக, தனக்கு வேண்டாதவர்களை, எதிரிகளை, அவர்களின் தகுதிக்கும் வலிமைக்கும் மீறி அவர்களை மிகைத்து மதிப்பீடு செய்யும்.

ஆனால், அவர்களை மிகவும் தாழ்த்தும். இழிவுப்படுத்தும். தற்பெருமை கொள்ளும். தற்புகழ்ச்சி செய்யும். பிறரைக்காட்டிலும் தன்னையே உயர்வாகவும் வலிமையாகவும் காட்டிக்கொள்ளும். தனக்கு எல்லாம் தெரியும் எனத் தம்பட்டமடிக்கும். பிறரின் கருத்தையோ, ஆலோசனையையோ, அறிவுறுத்தலையோ ஒரு போதும் ஏற்காது. யாரையும் நம்பாது. யாரோடும் கலந்தாய்வு செய்யாது. யாருடைய பேச்சையும் செயலையும் கவனிக்காது. தன்னை அப்படியே ஏற்றுக்கொண்டவர்களையும் போற்றுகின்றவர்களையும் மட்டுமே கருத்துச் சொல்ல அனுமதிக்கும். அதுவும் தனக்கு ஆதரவாகவும் ஆறுதலாகவும் பேசினால் அல்லது செயல்பட்டால் மட்டுமே ஏற்கும். மாற்றுக்கருத்துச் சொன்னால் தன்னை அவமதித்ததாகக் கருதும். தன்னை யாராலும் ஏமாற்றவோ தோற்கடிக்கவோ முடியாது என வெளிப்படுத்தும். எந்தநிலையிலும் ஏமாந்து போகவோ தோற்றுப்போகவோ கூடாது என்பதில் குறியாகவே இருக்கும். அப்படி ஏமாந்தாலும் தோற்றாலும் அவற்றை முழுமையாக மூடி மறைப்பதில் முனைப்பாக இருக்கும். குற்றம், குறைகளை ஒப்புக்கொள்ளாது. அவற்றை யாரேனும் சுட்டிக்காட்டினால் சகித்துக்கொள்ளாது; திருத்திக்கொள்ள முன்வராது; ஆத்திரத்திற்கு ஆட்படும்; எளிதில் யாரையும் மன்னிக்காது; உடன்இருப்பவர்கள் அல்லது ஒரே களத்தில் நிற்பவர்கள் தன்னைவிடச் சிறப்பானவர்களாகவோ, ஆற்றல் மிக்கவர்களாகவோ இருந்தால் அவர்களை அங்கீகரிக்காது; அவர்களுக்கு எதிராக இல்லாத பொல்லாத கட்டுக் கதைகளையெல்லாம் இட்டுக்கட்டி இறைக்கும்.

தனக்கு மட்டுமே எல்லாம் தெரியும், தன்னால் மட்டுமே எல்லாம் முடியும், தனக்கு மட்டுமே அதிகாரம், தன்னை மீறி எதுவுமே நடக்கக்கூடாது, தான் சொல்லுவதை மட்டுமே செயற்படுத்த வேண்டும் என்றெல்லாம் அடம்பிடிக்கும். நட்புறவுகளையும் பகைக்கும். நல்லிணக்கத்தைச் சிதைக்கும், அரவணைக்க மறுக்கும், ஆதரவை இழக்கும். தான் என்ற கர்வத்தால் தனிமைப்படும். வறட்டுக் கௌரவம் பார்க்கும், பகட்டு வாழ்வை விரும்பும். வீண் பெருமை பேசும், வீம்புக்கு பொருளையும் ஆற்றலையும் விரயமாக்கும். ஊதாரித்தனத்தில் வீழும். உடனுக்குடன் உணர்ச்சிவயப்படும். எடுத்தேன் கவிழ்த்தேன் என முடிவுகள் எடுக்கும். தன்னால் ஏற்படும் தோல்விகளையும் இழப்புகளையும் பிறர்மீது சுமத்தும். சின்னச் சின்ன வெற்றிகளையும் சிலாகிக்கும். ஒன்றுக்கும் உதவாத அற்ப விவகாரங்களையும் ஊதிப்பெருக்கும். தன் கருத்தே

சரியானது; மேலானது எனப் பிறர் ஒப்புக்கொள்ளுகிற வரையில் அதனைத் திரும்பத் திரும்பத் திணிக்கும். எதிர்க் கருத்தே கூடாது; எதிரிகளே கூடாது என எதேச்சதிகாரம் என்னும் மேலாதிக்கம் பண்ணும். தன்னை ஏற்காதவர்கள், தனக்குப் பிடிக்காதவர்கள் வேறு எங்கோ, வேறு யாரிடமோ ஏமாந்துபோனாலும் அல்லது தோற்றுப்போனாலும் அதில் பூரிப்படையும். தன் வளர்ச்சியையும், தன் ஆற்றலையும் விரும்பாதவர்கள், தன்னை வீழ்த்துவதற்காகவே, தனக்கு எதிராகச் சதித்திட்டம் தீட்டுகிறார்கள் என எப்போதும் கற்பனை செய்யும். இயல்பாக நடக்கும் செயல்களுக்கும் உள்நோக்கம் கற்பிக்கும். தன்னைச்சுற்றி நடப்பவையெல்லாம் தனக்காகவே நடக்கின்றன என உச்சமாய் ஊகிக்கும். இவ்வாறு 'உயர்வு மனச்சிக்கலானது' அடுக்கடுக்கான போலி உயர்வு மதிப்பீடுகளைக் கொண்டிருக்கும். இவை யாவும் தாழ்வு மனப்பான்மையின் எதிர்வினைகளேயாகும்.

இத்தகைய 'உயர்வு மனச்சிக்கலை' கொண்ட, அல்லது 'போலி உயர்வு மனப்பான்மை' கொண்ட தனி நபர்களின் நடவடிக்கைகள், பிறர்மீது ஆதிக்கம் செலுத்துவதாகவே அமையும். இவையே நாளடைவில் அவர்களின் ஆணவமாக வெளிப்படும். இவ்வாறு வெளிப்படும் தனி நபரின் ஆதிக்கம் நிறைந்த ஆணவப்போக்குகள், கூட்டுறவையும் கூட்டுழைப்பையும் அனுமதிக்காது. யாரோடும் இணைந்து, தொடர்ந்து செயற்பட இடம் தராது.

குழு முரண்களையும் மோதல்களையும் உருவாக்கும். குழுவாதப் போக்குகளை மென்மேலும் ஊக்கப்படுத்தும். தனக்கு ஆதரவானவர்களை ஒருங்கிணைப்பதைவிட, தனக்கு வேண்டாதவர்களையும் எதிரானவர்களையும் தனது போலி உயர்வு நடவடிக்கைகளால் அல்லது ஆதிக்கப் போக்குகளால் எளிதில் ஒன்றிணைக்கும். அமைப்பாக்க நடவடிக்கைகளுக்கு இவையாவும் முட்டுக்கட்டைகளாக முன்வந்து நிற்கும்.

பொதுவாக, அமைப்பாக்க நடவடிக்கையின்போது ஒழுங்கு மீறுவோர், குற்றமிழைப்போர், ஒற்றுமை சிதைப்போர் ஒருங்கிணைவது நிகழும். இத்தகையோரை அடையாளம் கண்டு அவர்களைக் கட்டுப்படுத்துவது அல்லது களையெடுப்பது இன்றியமையாத தேவையாகும். அவற்றை நல்லெண்ணத்தின் அடிப்படையில், நேரிய அணுகுமுறைகள் மற்றும் உரிய வழிமுறைகளின்படிக் கையாளுதல் வேண்டும். இதில் தனது விருப்பு வெறுப்பை முன்னிறுத்துதல் கூடாது. போலி

உயர்வு மனோநிலையால் ஆதிக்கம் செய்வோரால் இவ்வாறு நேரிய அணுகுமுறைகளைக் கையாள முடியாது. தனக்கு எதிரான விருப்பு வெறுப்புகளையெல்லாம் அமைப்புக்கு எதிரானவையாகத் தொடர்புபடுத்தி அமைப்புக்குத் தேவையற்ற நெருக்கடிகளை உருவாக்குவார்கள். தனது போலியான உயர்வு மதிப்பீடுகளைக் காப்பாற்றுவதற்காக தான்சார்ந்த அமைப்புக்கோ சமூகத்திற்கோ எத்தகைய பாதிப்புகளையும் ஏற்படுத்தத் தயங்கமாட்டார்கள்.

தனி நபர்களின் இத்தகு மனோநிலைகளும் நடத்தை களும் அவரவர் சார்ந்த சுற்றுப்புறச் சூழல்களின்மீது இவைபோன்ற தாக்கங்களை அல்லது பாதிப்புகளை ஏற்படுத்துவதைக் காணலாம். இந்நிலையில் அமைப்பாக்க நடவடிக்கையில் ஈடுபடும் களப்பணியாளர்கள் தாழ்வு மனச்சிக்கல்களுக்கோ அல்லது போலி உயர்வு என்னும் உயர்வு மனச்சிக்கல்களுக்கோ ஆளாகாமல் தம்மைப் பக்குவப்படுத்திக் கொள்ளுதல் தேவையாகும். இயல்புக்கு மாறாக, தன்னைத் தாழ்த்திக்கொள்வதுமில்லாமல், போலியாய் உயர்த்திக் காட்டுவது மில்லாமல் நேர்மறையான உயர்வு மனப்பான்மையை வளர்த்துக்கொள்ளுதல் வேண்டும். போலி உயர்வு மனப்பான்மைக்கு அடிப்படையான தாழ்வு மனச்சிக்கல்களை உதறி எறிவதன் மூலமே, உயர்வு மனச்சிக்கல்களிலிருந்து விடுபட முடியும். சுற்றுப்புறங்களில் நல்லுறவையும் நல்லிணக்கத்தையும் பேண முடியும். அமைப்பாக்க நடவடிக்கைகளை வெற்றிகரமாக முன்னெடுக்க முடியும்.

வாழ்வைச் சிதைக்கும் உயர்மனச் சிக்கல்! – மனத்தின்
தாழ்வை மறைக்கும் எதிர்மறை விளைச்சல்!!

திசம்பர், 2013

40

மனத்தையறிதலும் சமநிலைப்படுத்துதலும்

மனம் அருவமானது. அம்மனம் எங்கே உள்ளது? அதன் இருப்பிடம் எது? மனிதனின் மார்பகப் பரப்பின் மையமா? அல்லது இதயமா? அல்லது மூளையா? எது மனம்? மூளையும் இதயமும் மனிதனின் உறுப்புகள். அவை, உருவமுள்ளவை; வடிவமுள்ளவை. அவ்வுறுப்புகள் மனமாகுமா? மனத்திற்கு உருவமுமில்லை; வடிவமுமில்லை. உருவமில்லா வடிவமில்லா ஒன்றுக்கு இருப்பிடமுண்டா?

உருவமுள்ள ஒவ்வொன்றுக்கும் ஒரு இருப்பிடமுண்டு. உருவத்தின் வடிவத்திற்கேற்ப அதன் இருப்பிடம் அமையும். ஒன்றின் உருவமும் வடிவமும் அதன் இருப்பிடத்தைத் தீர்மானிக்கின்றன. அதன்படி, மூளைக்கும் இதயத்திற்கும் அவற்றின் உருவம் மற்றும் வடிவத்திற்கேற்ப மனிதனின் உடலில் இருப்பிடங்கள் அமைந்துள்ளன. ஆனால், உருவமில்லாத, வடிவமில்லாத மனத்திற்கும் அப்படியொரு இருப்பிடமுண்டா?

மனம் கண்ணுக்குப் புலப்படும் ஒரு புலனாக இல்லையெனினும் அது அருவமாய் உணரப் படும் ஒரு புலனேயாகும். அதாவது, மனம் மனிதனுக்குள் இயங்கும், மனிதனை இயக்கும் மனிதனின் உருவமில்லா ஒரு உறுப்பேயாகும். 'உருவமுள்ள உறுப்பு' ஒவ்வொன்றுக்கும் ஒரு இருப்பிடமுள்ளதைப் போல, 'உருவமில்லா உறுப்பு'

என்கிற வகையில், மனத்திற்கும் அப்படி யொரு இருப்பிடம் உள்ளதா? உணர்வுகள், எண்ணங்கள், நினைவுகள், சிந்தனைகள், ஆய்வுகள், முடிவுகள், ஆணைகள் போன்ற ஆற்றல்கள் உருவாகும் இடமே மனத்தின் இருப்பிடம் எனலாம். அப்படியெனில், மூளைதான் மனத்தின் இருப்பிடமா? மூளைதான் உணருகிறது; எண்ணுகிறது; நினைக்கிறது; சிந்திக்கிறது; ஆய்வு செய்கிறது; முடிவெடுக்கிறது; ஆணையிடுகிறது; செயற்படுத்துகிறது. இன்னும் இவை போன்ற ஆற்றல்களையெல்லாம் வெளிப்படுத்துகிறது. எனவே, இத்தகைய ஆற்றல்கள் பிறக்கும் மூளைதான் மனம் என்பதா? அல்லது மனத்தின் இருப்பிடம் என்பதா? மனத்தின் இயல்புகளை அல்லது ஆற்றல்களைக் கொண்டிருப்பதால் மூளையும் மனமும் ஒன்றா?

மூளை வேறு; மனம் வேறு. எனினும், மூளையும் மனமும் மிக மிக நெருக்கமானவையே ஆகும். ஒன்றுடன் ஒன்று இணக்கமானவையே ஆகும். பெரும்பாலும் மனத்தின் விருப்பங்களுக்கேற்ப அல்லது மனமிடும் கட்டளைகளுக்கேற்பவே மூளை இயங்கும். அதாவது, மனம் மூளையை வழிநடத்தும். அதே வேளையில், மூளையின் துணையோடுதான் மனத்தால் இயங்கவே முடியும். அதாவது, மூளை மனத்தை நெறிப்படுத்தும். மூளையும் மனமும் ஒன்றுக்குள் ஒன்று இயங்குபவையாகும். மூளையை மனமும், மனத்தை மூளையும் மாறி மாறி அவற்றின் வலிமைக்கேற்ப அல்லது சூழ்நிலைமைக்கேற்ப ஆளுமை செய்யும். மூளையின் வளர்ச்சிக்கேற்ப மனவளர்ச்சி அமையும். மூளையின் வலிமையைப் பொறுத்து மனவலிமை விளங்கும்.

அதேவேளையில், மனத்தின் ஒப்புதலின்றி, ஒத்துழைப்பின்றி மூளையால் இயங்கவோ வலிமை பெறவோ இயலாது. மனம், மூளையின் மூளை எனலாம். மூளை, மனத்தின் தலையாய ஒரு அங்கம் எனலாம். மூளை, அறிவாற்றலோடு தொடர்புடையது. மனம், உணர்வாற்றலோடு தொடர்புடையது. மூளை, மனிதனுக்கு இயற்கையாய் வாய்த்த ஒரு பரிணாமக் கொடையாகும். மூளை, மனித ஆற்றல்களுக்கான மூல ஊற்றாகும். அத்தகைய பேராற்றல் வாய்ந்த மூளையைப் பயன்படுத்துவதைப் பொறுத்தே மனத்தின் பக்குவம் அல்லது மனத்தின் வளர்ச்சி மற்றும் வலிமை அமையும்.

பொதுவாக, ஆற்றல்கள் யாவும் அருவமானவையே. அவை உருவங்களிலிருந்தும் வெளிப்படும்; அருவங்களிலிருந்தும் புலப்படும். மனிதனின் மனம், உடல் என்னும் உருவ அமைப்பிலிருந்து அருவமாய் இயங்கும் ஒரு மகத்தான இயக்க

ஆற்றலாகும். மனம், உயிரியக்கமுள்ள உருவங்களிலிருந்து மட்டுமே இயங்கக் கூடியதாகும். உயிரும் மனத்தைப் போன்றே ஓர் அருவமான இயக்க ஆற்றலாகும். உயிரும் மனமும் மனிதனின் உடல் என்னும் உருவத்தினுள் இயங்கும் அருவங்களாகும்.

உருவமும் அருவமும் நிறைந்ததே பிரபஞ்சமாகும். அருவத்தில் உருவமும் உருவத்தில் அருவமும் கொண்டியங்குவதே உலகியல்பாகும். அருவமின்றி உருவமில்லை; உருவமின்றி அருவமில்லை. உருவம் என்பது ஒன்றின் இருப்பை அடையாளப்படுத்துவதாகும். அதேவேளையில், அருவம் என்பது ஒன்றின் இருப்பின்மையைக் குறிக்காது. அதாவது, உருவம் 'ஒன்று இருக்கிறது' என்பதை வெளிப்படுத்துவதனால், அருவம் 'ஒன்றுமே இல்லை' என்று பொருளாகாது. உருவம், ஒன்றின் இருப்பைத் தோற்றமாய்ப் புலப்படுத்தும். அருவம், ஒன்றின் இருப்பைத் தோற்றத்தில் புலப்படுத்தாது. அதாவது, அருவம் என்பது 'இருப்பின்மையைக்' குறிக்காது; மாறாக, 'தோற்றமின்மையைக்' குறிக்கும். தோற்றமில்லா நிலையானது எதுவுமில்லா நிலையாகாது. தோற்றமில்லா அருவநிலையிலும் ஏதோ 'உள்ளது' என்றே பொருளாகும்.

இயற்கையின் பஞ்சபூதங்களில் நிலம், நீர், நெருப்பு ஆகியவை அவற்றின் இருப்பை வெளிப்படுத்தும் உருவம் அல்லது தோற்றம் கொண்டவையாகும். காற்று, ஆகாயம் ஆகியவை அவ்வாறு உருவம் அல்லது தோற்றம் கொண்டவையல்ல; அவை அருவமானவையாகும். ஆகாயமும் காற்றும் தோற்றமில்லா அருவங்களாயினும் அவற்றின் இருப்பானது, நிலை ஆற்றல் மற்றும் இயக்க ஆற்றல்களாக வெளிப்படுகின்றன. அதாவது, அருவமானவை தோற்றங்களாய்ப் புலப்படுவதில்லை; மாறாக, ஆற்றல்களாய்ப் புலப்படுகின்றன. மனிதனின் உயிரும் மனமும் அத்தகைய ஆற்றல்களாகவே இயங்குகின்றன. உயிரின்றி மனமில்லை. உருவமின்றி உயிரும் இல்லை; மனமும் இல்லை. அதாவது, உருவம் சார்ந்தே அருவம் இயங்கும். அதேபோல அருவம் சார்ந்தே உருவம் இயங்கும். அருவக் கூறுகளின் இணைப்பும் பிணைப்புமே உருவங்களின் திரட்சியாகும். உருவங்கள் யாவும் அருவங்களின் கலவையே ஆகும். அருவங் களிலிருந்து உருவங்களும் உருவங்களிலிருந்து அருவங்களும் என, ஒன்றுடன் ஒன்று கலந்து ஒன்றுக்குள் ஒன்று இருந்து வெவ்வேறு ஆற்றல்களாய் அவை இயங்கிக்கொண்டே இருக்கின்றன.

உருவங்கள் பெரும்பாலும் திட, திரவ நிலைகளிலும் அருவங்கள் வாயு நிலைகளிலும் உள்ளன. அருவங்களாயுள்ள

வாயுக்களின் கலவையிலிருந்தே திட, திரவ நிலைகளில் உருவங்கள் திரளுகின்றன. ஹைட்ரஜன், ஆக்சிஜன் என்னும் அருவநிலை வாயுக்களின் கலவையிலிருந்து நீர் என்னும் உருவநிலைத் திரவம் திரளுவது அறிவியல் உண்மையாகும். இதன்படி, அனைத்துவகைத் திரவநிலைகளும் திடநிலைகளும் வாயுக்களின் கலவையிலிருந்தே உருவம் பெறுகின்றன. இவ்வாறு, உருவம் பெறும் உயிருள்ள மற்றும் உயிரற்ற திடநிலைகளும் திரவநிலைகளும் அவற்றின் அடர்த்திக்கேற்ப, மூலக்கூறுகளின் அல்லது அணுக்களின் பிணைப்பு வலிமைக்கேற்ப, வெவ்வேறு பூரிதக் கொதிநிலைகளை அல்லது உருகுநிலைகளைக் கொண்டிருக்கும். அக்கொதிநிலைகளை அல்லது உருகுநிலைகளைத் தாண்டி வெப்பமூட்டும்போது அவை இறுதியில் வாயு அல்லது ஆவிநிலையை அடையும். அதாவது, திடமாயினும் திரவமாயினும் உருவங்கள் யாவும் அருவமான வாயுநிலையினை அல்லது ஆவிநிலையினை அடிப்படையாகக் கொண்டுள்ளன.

அனைத்து உருவங்களுக்கும் மூலம் அருவங்களேயாகும். அனைத்து அருவங்களுக்கும் மூலம் உருவங்களேயாகும். அணுக்கள், அணுக்களின் உட்கூறுகள் என்னும் அதிநுட்பமான, மிக மிக நுண்மையினும் நுண்மையான உருவங்கள் அருவங்களின் உள்ளடக்கமாக உள்ளன. இத்தகைய உருவங்கள் மற்றும் அருவங்கள் யாவற்றுக்கும் மூலம் ஆற்றல்களேயாகும். இவ்வாறான ஆற்றல், அருவம், உருவம், ஆகியவற்றால் நிறைந்து இயங்குவதே பிரபஞ்சமாகும்.

அதாவது, திடம், திரவம், வாயு, ஆற்றல் என்னும் அடிப்படையைக் கொண்டு உலகின் படைப்புகள் யாவும் உயிருள்ளவையாகவோ உயிரற்றவையாகவோ தமது இருப்பைப் பெற்றுள்ளன. இவற்றின் இருப்புக்கான பரப்பே அண்டவெளியாகும். பிரபஞ்சத்தின் பஞ்சபூதங்களில் நிலம் திடநிலையிலும், நீர் திரவநிலையிலும், நெருப்பு திடமாகவுமின்றி திரவமாகவுமின்றி வாயுவோடு இயைந்த கலவைநிலையிலும், காற்று வாயுநிலையிலும், ஆகாயம் இப்பூதங்களின் இருப்புக்கான பெரும்பரப்பு அல்லது பெருவெளி நிலையிலும் அமையப்பெற்றுள்ளன. இத்தகைய பஞ்சபூதங்களின் கலவையாலான உடல் என்னும் உருவ அமைப்பில், உயிரும் மனமும் உள்ளடங்கிய இயக்க ஆற்றலே மனிதன் என்னும் பரிணாமமாகும். அதாவது, மனிதனும் பஞ்சபூதங்களின் கலவையாலானவன். உருவமும் அருவமும் கொண்ட ஆற்றலின் வடிவமானவன்.

மனிதனின் மூச்சு, பஞ்சபூதங்களில் ஒன்றான காற்றின் அங்கமாகும். குருதி, நீரின் அங்கமாகும். எலும்பும் சதையும் மண் அல்லது நிலத்தின் அங்கமாகும். உணவு செரித்தல் உள்ளிட்ட உடலின் அனைத்து இயக்கங்களுக்கும் தேவையான வெப்பம், நெருப்பின் அங்கமாகும்.

இவ்வாறு, பஞ்சபூதங்களில் காற்று, நீர், நிலம், நெருப்பு ஆகிய நான்கு பூதங்களும் கலந்திருக்கும் மனித உடலில் ஐந்தாவதாக ஆகாயம் எங்கே உள்ளது? மனிதனின் மனத்தையே ஆகாயம் எனலாம். ஆகாயத்தைப் போன்றே மனிதனின் மனமும் அருவமான ஒரு 'வெளி' ஆகும். ஆகாயம் என்னும் ஒரு பூதத்தின் பரப்பில்தான் பிற நான்கு பூதங்களும் இயங்குகின்றன. அதைப்போல, மனம் என்னும் பரப்பில்தான் மனிதனின் பிற யாவும் இயங்குகின்றன. ஆகாயம், பூமிக்கு மேலே மட்டுமல்ல; பூமிக்குக் கீழேயும் பூமியைச் சுற்றிலும் உள்ளது. அதாவது, பூமியைச் சுற்றிலுமுள்ள பரந்த பெருவெளி யாவும் ஆகாயமே ஆகும்.

அதைப்போல, மனமும் மனிதனுக்குள்ளிருந்து இயங்குவதாக மட்டுமின்றி மனிதனைச் சுற்றிலும் ஒரு வளையமாக, ஒரு வெளியாக இயங்குகிறது. மனிதனின் உணர்வுகள், தொடர்புகள், உறவுகள், ஈடுபாடுகள், எதிர்பார்ப்புகள், ஏமாற்றங்கள், வெற்றிகள், தோல்விகள் போன்றவை மனிதனுக்கான மனவெளியாக அமையும். மனிதனுக்கான உறவுகள் மற்றும் தொடர்புகளின் எல்லைகளைப் பொறுத்து மனவெளியின் எல்லையும் குறுகியதாகவோ விரிவானதாகவோ அமையும். மனத்தின் இத்தகைய எல்லைகள் இடம், காலம், பொருள் ஆகியவற்றை அடிப்படையாகக் கொண்டு எழும் இன்ப-துன்ப உணர்ச்சிகளை வரம்பாகக் கொண்டிருக்கும். இவ்வாறு, மனமானது மனிதனை மையமாக வைத்து மனிதனின் உள்ளும் புறமுமாகக் கட்டமைக்கப்படுகிறது.

மனிதனின் மனம், அவனது ஐம்புலன்களின் ஆற்றல்களிலிருந்து தொகுக்கப்பெறும் ஒரு பேராற்றலாக அவனைச் சுற்றி வடிவம் பெறுகிறது. அதாவது, ஐம்புலன்களின் வழியாகப் புறச்சூழலில் அவனுக்குள்ள தொடர்புகள் மற்றும் உறவுகளைப் பொறுத்து அவனது மனம் கட்டமைக்கப்படுகிறது. தூயத்தொடர்புகளும் உயர்ந்த உறவுகளும் தூய மனத்தை, உயர்ந்த மனத்தை வடிவமைக்க ஏதுவாக அமைகின்றன. மனத்தைத் தூயதாகவோ, தீயதாகவோ, உயர்ந்ததாகவோ, தாழ்ந்ததாகவோ வடிவமைப்பதில், மனிதனின் தொடர்புள்ள புறச்சூழல்களுக்குப் பெரும்பங்கு உள்ளது. தன்னியல்பான

புறச்சூழல்களின் தாக்கத்தால், மனம் தனது நிகழ்நிலையிலிருந்து உரிய மாற்றத்தைப் பெறுகிறது.

மனத்தில் நல்லவகை மாற்றத்தைப் பெற வேண்டுமெனில், அதற்கேற்ற நல்லவகைப் புறச்சூழல்களைத் தேடி அமைத்துக்கொள்ளுதல் வேண்டும். இத்தகைய தேவைக்குரிய சூழல்களைத் தேடுவதற்கு, மனத்தை நெறிப்படுத்தும் ஆற்றல் வாய்ந்த மூளையின் துணை வேண்டும். மனம், எப்போதும் தன் விருப்பு வெறுப்புகளை நிலைநாட்டுவதிலேயே குறியாகவும் பிடிவாதமாகவும் இருக்கும். மூளையின்மீதும் ஆதிக்கம் செய்வதையே விரும்பும். தன் விருப்பப்படியே மூளையைச் செயல்பட வைக்கும். தன் விருப்பத்திற்கு மாறாகச் சிந்திக்க முனைந்தால், மூளையைச் செயல்படவிடாமல் தடுக்கும். இத்தகைய மனத்தின் நிகழ்நிலையை அல்லது மனத்தின் சிக்கல்களை அறிய, மூளையின் பங்களிப்பு இன்றியமையாததாகும். மூளையின் ஆற்றலைக் கொண்டு மனத்தின் நிலையை மதிப்பீடு செய்து, தேவையின் அடிப்படையில் மனத்தை நெறிப்படுத்தவும் வலுப்படுத்தவும் வேண்டும்.

பொதுவாக, மனம் போகும்போக்கில் மூளை அதனைப் பின்பற்றுவது இயல்பானதே ஆகும். ஆனால், நல்லவை, கெட்டவை யாவற்றையும் ஆய்ந்தறிந்து அவற்றில் நல்லனவற்றைத் தேர்வு செய்து மனத்தைப் பின்பற்ற வைப்பது மூளையின் ஆற்றலாகும்.

பெரும்பாலும் மனம்தான் மனிதனை ஆளுமை செய்கிறது. அத்தகைய மனத்தைப் புரிந்துகொண்டால்தான் மனிதனால் அதனைக் கையாள முடியும். மனத்தை அறிதலே தன்னை அறிதலாகும். மனத்தை ஆளுதலே தன்னை ஆளுதலாகும். தன்னை அறிய முடியாதவர்களால் பிறரை அறிய முடியாது. தன்னை நெறிப்படுத்த இயலாதவர்களால் பிற எவரையும் அல்லது பிற எதையும் நெறிப்படுத்த இயலாது.

அமைப்பாக்க நடவடிக்கையில் பங்காற்றுவோர் ஒவ்வொருவரும் தன்னை அறிந்துகொள்ளவும் தன்னை நெறிப்படுத்திக்கொள்ளவும் போதிய ஆற்றல் பெற்றிருத்தல் தேவையாகும். மக்களை 'அணிதிரட்டுதல், நெறிப்படுத்துதல், அரசியல்படுத்துதல்' போன்ற பணிகளை ஆற்றும்போது மக்களின் மனோநிலையை அறிந்து செயலாற்ற வேண்டியிருக்கும். மக்களோடு மக்களாக ஒன்றிக் களப்பணியாற்றும்போது மக்களின் மனநிலையை அல்லது சமூக உளவியலை அறிந்துகொள்ள இயலும். ஆனால், தன்னை அறியமுடியாதவர்களால் அல்லது

அறிந்துகொள்ள முயற்சிக்காதவர்களால், மக்களோடு கலந்து பணியாற்றினாலும் கூட மக்களை அறிந்துகொள்ளவோ வெற்றிகரமாக அணிதிரட்டவோ இயலாது. 'மக்களை' அறிந்துகொள்ளுதல் என்பதை விட, 'உடன் பணியாற்றுவோர்' தங்களுக்கிடையில் ஒருவரையொருவர் அறிந்துகொள்ளுதல் என்பது மிகவும் கடினமானது. அவ்வாறு, தன்னை அறிந்துகொள்ளவோ, பிறரை அறிந்துகொள்ளவோ இயலாத நிலையானது, களப்பணியாற்றுவோருக்கிடையில் முரண்பாடுகள் மற்றும் மோதல்களுக்கு வழி வகுக்கும்; அமைப்பாக்க நடவடிக்கையைப் பாதிக்கும். ஆகவே, 'மனத்தையறிதல்' அல்லது 'தன்னையறிதல்' என்பது அமைப்பாக்க நடவடிக்கையில் இன்றியமையாததாகும். தன்னையறிதல் என்னும் தன்னாய்வு முயற்சியானது மனவலிமையை மதிப்பீடு செய்வதாகும்.

மனச்சிக்கல்கள் இல்லாத மனமே இயல்பான மனவளர்ச்சி மற்றும் மனவலிமையைப் பெற்றிருக்கும். மனச்சோர்வு, மன அழுத்தம், மனப்பிறழ்வு, மனச்சிதைவு போன்ற பாதிப்புகளால் விளையும் தாழ்வுமனச் சிக்கல்கள் அல்லது உயர்வுமனச் சிக்கல்கள் மனிதனின் மனவளர்ச்சியையும் மனவலிமையையும் வீரியமிழக்கச் செய்யும். இதனால், நேர்மறையான எண்ணங்கள் மற்றும் அணுகுமுறைகள், செயல்திறன்கள் நீர்த்துப்போகும். மனிதனின் இயல்புநிலை வெகுவாகப் பாதிக்கப்படும். எனவே, இத்தகைய மனச்சிக்கல்களுக்கு ஆட்படாதவாறு மனத்தைப் பாதுகாத்தல் மிகவும் இன்றியமையாத கடமையாகும். அதேவேளையில், ஏற்கனவே அவ்வாறான சிக்கல்களுக்கு ஆட்பட்டிருந்தால் அவற்றிலிருந்து மனத்தை மீட்டுப் பாதுகாத் திட வேண்டியது முதன்மையானதாகும்.

தனி வாழ்க்கையானாலும் பொது வாழ்க்கையானாலும் இத்தகைய மனச்சிக்கல்களை எதிர்கொண்டேயாக வேண்டும். எனினும், இவற்றால் மனம் நொடிந்துவிடக் கூடாது. மனம் வீழ்ந்தால் வாழ்வே வீழும். மனம் சிதைந்தால் வாழ்வே சிதையும். மனத்தின் பாதுகாப்பே வாழ்வின் பாதுகாப்பாகும். மனத்தை அறிதலின் மூலமே மனத்தைப் பாதுகாத்திட இயலும். மனத்தை அறியவும் மனத்தைப் பாதுகாக்கவும் மனத்தின் தலையாய அங்கமான மூளையின் பங்களிப்பு இன்றியமையாததாகும்.

மூளையும் மனமும் ஒரு புள்ளியில் குவிந்து, ஒன்றித்து, இயங்கினால்தான் எந்த ஒரு செயலும் வெற்றிகரமாக அமையும். மூளையின் ஈடுபாடில்லாமல் மனமும் மனத்தின் ஈடுபாடில்லாமல் மூளையும் செயல்பட்டால் எந்தவொரு

செயலும் வெற்றிகரமாக அமையாது. மூளை ஒட்டாத மனம் வெறும் உணர்ச்சிவயமானது; மனம் ஒன்றாத மூளை ஏதும் பயனில்லாதது. எனவே, மனமும் மூளையும் ஒன்றித்து நிகழ்பொழுதில் இயங்குதல் வேண்டும். அதுவே வெற்றிகரமாக அமையும். மூளை பாதிக்கப்பட்டால் அல்லது வீரியமிழந்தால் மனமும் பாதிக்கப்படும். மனமும் மூளையும் ஒன்றுக்கொன்று அவ்வளவு நெருக்கமான தொடர்புடையவை. அத்தகைய மூளையின் ஆற்றலைக்கொண்டே மனத்தை மதிப்பிடவும் மனத்தை நெறிப்படுத்தவும் இயலும்.

மனத்தை நெறிப்படுத்துதல் என்றால், அதன் வேகத்தை, அதன் வீரியத்தை, நேரியமுறையில், நேரிய திசையில், மேம்படுத்தும் வகையில் முறைப்படுத்துதலாகும். மாறாக, கட்டுப்பாடு என்னும் பெயரால், எதிர்மறை அணுகுமுறைகளைக் கொண்டு மனத்தை அடக்கி ஒடுக்குவதாகாது. மனத்தை நெறிப்படுத்துவதுதான் மன்த்தை அறிதல் அல்லது தன்னை அறிதலின் நோக்கமாகும். மனத்தை நெறிப்படுத்துதலில் முதன்மையானது, மனத்தை நிகழ்நொடியில் நிறுத்துவதுதான்.

பெரும்பாலும் மனிதன் நிகழ்பொழுதுகளில் வாழ்வதில்லை. கடந்த காலத்தின் கசப்பிலும் இனிப்பிலும் எதிர்காலத்தின் கனவிலும் கற்பனையிலும் மூழ்கி நிகழ்காலத்தை இழக்கிறான். மனம் இழுக்கிற இழுப்புக்கெல்லாம் மூளை ஈடுகொடுத்து அங்குமிங்கும் அலைபாய்ந்துகொண்டேயிருக்கிறது. அதேவேளையில், நிகழ்பொழுதுகளுக்கான வேலைகளிலும் ஈடுபட்டுக் கொண்டேயிருக்கிறது. போதிய அளவில், நிகழ்பொழுதில், மனத்தின் ஈடுபாடு இல்லாமலும் மூளை தனது கடமைகளை ஆற்றுகிறது. மனமும் மூளையும் முழுமையாக ஒன்றாமல், அங்குமிங்கும் ஊசலாடும் நிலையில் ஆற்றவேண்டிய பணிகள் சிறப்பாகவோ வெற்றிகரமாகவோ அமைவதில்லை. மனநிறைவில்லாத வகையில் யாவும் அரைகுறையாய் முடியும். இதுவே மன அழுத்தத்திற்கும் வழிவகுக்கும். ஆகவே, மனத்தையும் மூளையையும் நிகழ்நொடிகளுக்கு இழுத்து வருவது இன்றியமையாததாகும். இது மிகவும் கடினமானதாகும்.

மனம்தான் உலகிலேயே அதிவேகத்தில் பாயக்கூடியது எனலாம். ஒரு நொடியின் பின்னங்களில் விண்ணுக்கும் மண்ணுக்கும் பயணிக்கக்கூடியதாகும். எங்கும் ஊடுருவக் கூடியதாகும். அத்தகைய ஆற்றல் மனத்திற்கு மட்டுமின்றி மூளைக்கும் உண்டு. மனத்தோடு மூளையும், மூளையோடு மனமும் பெரும்பாலும் ஒன்றுக்கொன்று ஈடுகொடுத்து ஒரே

வேகத்தில் இயங்கினாலும், அவ்வாறு தொடர்ந்து, இணைந்து இயங்க முடியாது. அதாவது, மனம் உடனே அடைய விரும்புவதையெல்லாம் மூளையால் நிறைவேற்ற முடியாது. கடவுளைத் தேடி மனம் அலையும். மூளை என்ன செய்யும்? மனத்தின் கனவுகளுக்கெல்லாம், கற்பனைகளுக்கெல்லாம் அவ்வளவு எளிதில் மூளையால் செயல்வடிவம் கொடுக்க இயலாது. 'எல்லாம் எனக்கே' என்றும் 'எல்லாம் நானே' என்றும் மனம் பேராசை கொள்ளும். ஆனால், அதனை எவ்வாறு நடைமுறைப்படுத்துவது? அதற்குத் திட்டமிடுவதிலும் செயற்படுத்துவதிலும் மனம் மூளையைச் சிக்கவைத்துத் திணறச் செய்கிறது. அதனை நிறைவேற்ற இயலாத நிலையில், மனமே அதற்கான வலிகளை ஏந்தநேர்கிறது. வலிகளைத் தாங்கமுடியாத நிலையில், வெறுப்பும் சலிப்பும் மேலோங்கி மனம் முற்றிலும் நிகழ் பொழுதிலிருந்து விலகி, பேதலித்துச் சமநிலையை இழக்கிறது. இவ்வாறான சூழலில், மனத்தைப் பாதுகாப்பது அல்லது சமநிலையில் வைத்திருப்பது மூளை மேற்கொள்ளும் பெரும் சவாலாகும்.

மனத்தைச் சமநிலையில் வைத்திருப்பதுதான் மனிதன் சந்திக்கும் போராட்டங்களிலேயே கடுமையானதாகும். மனிதனைப் பெரும் நெருக்கடிகளுக்கும் கடும் உளைச்சல்களுக்கும் ஆளாக்குகிற மனத்தைச் சமநிலைப்படுத்துவதற்கு அல்லது நெறிப்படுத்துவதற்கு மனிதன் காலம் காலமாய்ப் போராடிக் கொண்டேயிருக்கிறான். அதன் விளைவாக மனிதன் உருவாக்கிய படைப்புகள்தாம் கடவுள் கோட்பாடு மற்றும் கடவுள் வழிபாடு போன்றவையாகும். அதாவது, அவனது எதிர்பார்ப்புகளை, ஏமாற்றங்களை, பாதிப்புகளையெல்லாம் கமுக்கமான நம்பிக்கைக்குரிய ஓரிடத்தில் கொட்டுவதற்கு அவனால் ஆதிகாலத்தில் கண்டுபிடிக்கப்பட்ட வடிகால்கள்தாம் கடவுள், மதம், ஆன்மிகம் போன்றவையாகும். இவை யாவும் மனத்தை நெறிப்படுத்துவதற்கு அல்லது சமநிலைப்படுத்துவதற்கென மனிதனின் மூளை மேற்கொண்ட முயற்சிகளின் உருவாக்கங் களாகும்.

மூளையையும் மனத்தையும் ஒருமுகப்படுத்தி, நிகழ்பொழுது களில் வாழ்வை நுகர, உளைச்சல்கள் போன்ற பாதிப்புகளுக்கு ஆட்படாமல் மனத்தைப் பாதுகாக்க, மனிதனின் மூளை எண்ணற்ற வழிமுறைகளைக் கண்டறிந்துள்ளது. தியானங்கள், மூச்சுப் பயிற்சிகள், ஆசனங்கள் உள்ளிட்ட யோகக் கலைகள் யாவும் மனத்தைச் சமநிலைப்படுத்துவதற்கான கண்டுபிடிப்பு களேயாகும். இவற்றுடன் விளையாட்டு, ஓவியம், சிற்பம், நடனம்,

இசை, பாடல், கவிதை போன்ற நுண்கலைகளும் மனத்தை நெறிப்படுத்தலுக்கான பண்பாட்டு வழிமுறைகளேயாகும். இவையெல்லாம் மனத்தையும் மூளையையும் ஒருமுகப்படுத்தி மனிதனை நிகழ்பொழுதுகளில் வழிநடத்தக் கூடியவையாகும்.

மனத்தைச் சமநிலைப்படுத்துதலில் உடற்பயிற்சியும் மகத்தான பங்கு வகிக்கிறது. மன இறுக்கத்திற்குப் பல்வேறு சிக்கல்கள் காரணிகளாக இருப்பினும், உடலிறுக்கமும் ஒரு காரணியாக அமையும். போதிய உடலுழைப்பு மற்றும் உடற்பயிற்சி இன்மையால் உடலின் தசைகள், நரம்புகள் இறுக்கமடைகின்றன. இதனால், மனமும் இறுக்கமடைகிறது. உடலில் ஏற்படும் பாதிப்புகள் மனத்தையும் பாதிக்கச் செய்கின்றன. உடலிறுக்கத்தால் மன இறுக்கமும், மன இறுக்கத்தால் உடலிறுக்கமும் ஏற்படுகின்றன. உடலிறுக்கத்தைப் போக்குவதன் மூலம் மன இறுக்கத்தைத் தளரச்செய்ய முடியும். இதற்குத் தவறாத உடற்பயிற்சியும் போதிய உடலுழைப்பும் தேவையாகும். இவற்றின் மூலம் மனத்தைச் சமநிலைப்படுத்திட அல்லது பாதுகாத்திட இயலும். இவ்வாறு, மனிதன் பல்வேறு வழிமுறைகளையும் உத்திகளையும் கையாண்டு தனது மனத்தைப் பாதுகாத்திட அல்லது சமநிலைப்படுத்திட முயற்சித்துக் கொண்டேயிருக்கிறான்.

மனத்தைச் சமநிலைப்படுத்துதல் என்பது பாதி-பாதியாய் இன்ப துன்பங்களைச் சமப்படுத்துதல் என்று பொருளாகாது. இன்பத்தை ஏற்றுக்கொள்வதைப்போல துன்பத்தையும் ஏற்றுக்கொள்வதை அல்லது தாங்கிக்கொள்வதைக் குறிக்கும். அதைப்போல தாழ்வுமனச் சிக்கலையும் உயர்வுமனச் சிக்கலையும் பாதி-பாதியாய்ச் சமப்படுத்துதல் என்றாகாது. இத்தகைய மனச்சிக்கல்கள் ஏதும் மனத்தை அண்டவிடாமல் தடுத்தோ தவிர்த்தோ அதனைப் பாதுகாப்பதைக் குறிக்கும். இவ்வாறு மனத்தைச் சமநிலைப்படுத்திட அல்லது நெறிப்படுத்திட, மனத்தை அறிதல் அல்லது தன்னை அறிதல் தவிர்க்க இயலாத தேவையாகும்.

அமைப்பாக்க நடவடிக்கையில் ஈடுபடும் ஒவ்வொருவரும் எத்தகைய மனச்சிக்கல்களுக்கும் ஆளாகாமல் தமது மனத்தைப் பாதுகாத்துக் கொள்ளுதல் வேண்டும். மனத்தின் பாதுகாப்பே மனிதவாழ்வின் உண்மையான பாதுகாப்பாகும். தமது மனத்தை அல்லது தன்னை அறிவதன் மூலமே, மனச்சிக்கல்களின் பாதிப்புகளுக்கு ஆட்படாமல், மனத்தை நெறிப்படுத்தி அல்லது சமநிலைப்படுத்தி அதனைப் பாதுகாத்திட இயலும்.

அமைப்பாய்த் திரள்வோம்

மக்களை அமைப்பாக்கும் களப்பணியாளர்கள் ஒவ்வொருவரும் தமது மனத்தை அறிந்தவர்களாய், மனச்சிக்கலற்றவர்களாய், மனச்சமநிலை பெற்றவர்களாய், மனத்தைப் பாதுகாத்திடும் ஆற்றல் கொண்டவர்களாய் தம்மைப் பக்குவப்படுத்திக் கொள்ளுதல் மிகமிக இன்றியமையாத தேவையாகும். இத்தகைய பக்குவமுள்ளவர்களால் மட்டுமே தனிவாழ்வையும் பொதுவாழ்வையும் வெற்றிகரமாக முன்னெடுத்துச் செல்லமுடியும்.

    தன்னை அறியும் மனமே விரியும்! – வரும்
    தடைகள் விலக்கி சாதனை புரியும்!

சனவரி, 2014

41

தன்னையறிதலும் பிறரையறிதலும்

மனத்தை அறிதல் என்பது ஒருவரின் பண்புகள் மற்றும் செயற்பாடுகளை மட்டுமே அறிதல் என்றாகாது. அவரின் மனம் சார்ந்த சூழல்களையும் மனத்தின் போக்குகளையும் ஆய்ந்தறிவதாகும். மனிதனின் இயக்கத்திற்கு மனமே அடிப்படை ஆற்றலாக அமைகிறது என்றாலும், மனத்தின் இயக்கத்திற்கு அம்மனம் சார்ந்த சூழல்களே முதன்மையான ஆதாரமாக அமைகிறது. அதாவது, மனத்தைக் கட்டமைப்பதில், மனத்தை இயங்க வைப்பதில், மனத்தோடு தொடர்புடைய சுற்றுச் சூழல்கள் பெரும்பங்கு வகிக்கின்றன.

பெற்றோரின் வழி பெறப்படும் பாரம்பரியப் பண்புகளால் கருவுறும் பிறவி மனம், படிப்படியாய், தொடர்புடைய புறச்சூழல்களால் உள்வாங்கப்படும் அல்லது திணிக்கப்படும் தாக்கங்களால் முழுமை பெறுகிறது. இவ்வாறு, முழுமைபெறும் மனத்தை அகமனமாகவும் புறமனமாகவும் பிரித்தறியலாம். அதாவது, பிறவி மனத்தை அகமனமாகவும் குடும்பம், சமூகம் போன்றவற்றால் கட்டமைக்கப்பெறும் மனத்தைப் புறமனமாகவும் புரிந்துகொள்ளலாம். இவ்விரு மனநிலைகளையும் அறிந்துகொள்ளுதலே மனத்தை அறிதலாகும்.

புறமனமானது மனிதனைச் சுற்றியுள்ள யாவற்றோடும் கொண்டுள்ள உறவுகள் மற்றும் தொடர்புகளைப் பொறுத்து அமைவதால்,

அத்தகைய உறவுகளின் அடிப்படையான பண்புகளையும் போக்குகளையும் அறிவதிலிருந்தே மனத்தை முழுமையாக அறிந்துகொள்ளவியலும். அதாவது, மனத்தையறிதல் அல்லது தன்னையறிதல் என்பது தன்னோடு மட்டுமின்றி, தன்னைச் சுற்றிச் சூழ்ந்துள்ள உறவுகளையும் தொடர்புகளையும் அறிவதேயாகும்.

மனிதனின் ஒவ்வொரு அசைவிலும் மனத்தின் பங்களிப்பு முதன்மையானதாகும். மனத்தின் ஈடுபாடு இல்லாமல் மனிதனால் எந்தவொன்றிலும் ஈடுபட இயலாது. மனிதன் ஒன்றில் ஈடுபடுவதாயினும் அல்லது பிறரை ஈடுபட வைப்பதாயினும் அதற்கு மனத்தின் ஈடுபாடு இன்றியமை யாததாகும். அத்தகைய மனத்தை அறியாமல் மனத்தின் ஈடுபாட்டைத் தீர்மானிக்கவியலாது. அமைப்பாக்க நடவடிக்கை யிலும் மனத்தின் ஈடுபாடு மிக இன்றியமையாதது என்பதை உணரலாம். அமைப்பாக்கப் பணிகளை ஆற்றுவோர் மற்றும் அமைப்பை வழிநடத்துவோர், தத்தமது மனநிலையையும் அமைப்புக்குரியவர்களின் மனநிலையையும் அறியாமல் வெற்றிகரமாகச் செயலாற்ற இயலாது.

ஒவ்வொருவரும் தனித்தனியான மனநிலையைக் கொண்டிருந்தாலும் அவரவர் சார்ந்த புறச்சூழல்களைப் பொறுத்து அவர்களுக்கிடையில் ஒரு பொது மனநிலையையும் கொண்டிருப்பது இயல்பேயாகும். மனிதனுக்கு அகமனமும் புறமனமும் இருப்பதைப் போலவே தனிமனமும் பொதுமனமும் உண்டு. அகமனமும் புறமனமும் இணைந்த ஒரு மனத்தை 'தனிமனம்' என அறியலாம். இது தனிநலனை முதன்மையாகக் கொண்டிருக்கும். தனிமனமும் கூட்டுமனமும் இணைந்த ஒரு மனத்தை 'பொதுமனம்' என அறியலாம். இது பொதுநலனை முதன்மையாகக் கொண்டிருக்கும். இத்தகைய தனிமனத்தையும் கூட்டுமனத்தையும் இணைத்து பொதுமனத்தை வென்றெடுப்பதே அமைப்பாக்க நடவடிக்கையின் அடிப்படையாகும்.

ஒரு பொது அடையாளத்தின் அடிப்படையிலும் குறைந்த அளவிலான ஒரு உடன்பாட்டின் அடிப்படையிலும் ஒன்றுக்கும் மேற்பட்டோர் இணைந்து இயங்கும் ஒருமித்த மனோநிலையே 'கூட்டுமனம்' எனலாம். கூட்டுச் சேருவோரின் நலன்களை மட்டுமே முதன்மையாகக் கொண்டிருந்தால் இது அவர்களுக்கான குழுமனம் அல்லது தனிமனமாகவே அமையும்; பொதுமனமாகாது. கூட்டுமனம் கொண்டு இயங்கும் ஒரு குழுவோடு இணையாத, இணைய வாய்ப்பில்லாத, அதே

வேளையில், பொது அடையாளமுள்ள பிறரின் நலன்களையும் முதன்மையாகக் கொண்டிருந்தால், அதுவே பொதுமனமாகும்.

குழுமனம் அல்லது கூட்டுமனத்தை 'அமைப்புமனம்' என்றும் அறியலாம். இது குடும்பம், குலம், சாதி, மதம், மொழி, இனம், தேசம், அரசு போன்ற அமைப்பு வடிவங்களில், அவ்வப்போது தேவைகளின் அடிப்படையில் மாறி மாறி இயங்கும். இவை மட்டுமின்றி, இயக்கம், கட்சி மற்றும் வணிக நிறுவனம் போன்ற அமைப்பு வடிவங்களிலும் கூட்டுமனம் இயங்குவதைக் காணலாம். அதாவது, தன்மனம் என்னும் தனிமனம் கொண்டுள்ள ஒவ்வொருவருக்கும் தான் சார்ந்துள்ள 'குடும்பமனம்' என்னும் கூட்டுமனமும் உண்டு. அதைப்போலவே குலமனம், சாதிமனம், மதமனம் போன்ற ஏராளமான கூட்டுமனமென்னும் அமைப்புமனங்கள் உண்டு. இவை யாவும் ஒவ்வொருவருக்குமுள்ள 'சமூக உளவியல்' பண்பாகும். அமைப்பாக்க நடவடிக்கைகளில் இத்தகைய கூட்டுமனமென்னும் 'சமூக உளவியலே' மூலாதாரமாக இயங்குகிறது. தனிநபர் ஒவ்வொருவருக்கும் அவரவருக்கான தேவைகளின் அடிப்படையில் அல்லது தொடர்புகளின் அடிப்படையில், இத்தகைய கூட்டுமனமென்னும் சமூக உளவியலின் பண்புகள் மற்றும் போக்குகள் தன்னியல்பாகவே அமைந்திருப்பதைக் காணலாம்.

ஒருவரின் உளவியல் பண்புகள் மற்றும் போக்குகள் யாவும் அவருக்குரிய சமூக உளவியலோடு தொடர்புடையவையாகும். சமூக உளவியல் பார்வை யின்றி தனிமனித உளவியலை முழுமையாகப் புரிந்துகொள்ளுதல் இயலாது. ஒருவர் தன்னைத்தானே அறிந்து கொள்ளுவதாயினும் பிறரை அறிந்து கொள்ளுவதாயினும் அவரவர் சார்ந்த சமூகம், அரசியல், பொருளாதாரம் மற்றும் பண்பாடு போன்ற புறச்சூழல்களின் பின்னணிகளைப் பற்றிய புரிதல் இன்றியமையாத ஒன்றாகும். இப்பின்னணிகள் ஒவ்வொன்றும் தனிநபரின் உளவியலில் தனித்தனியே ஆளுமை செலுத்தக் கூடியவையே ஆகும். குடும்பம், குலம், சாதி, மதம் போன்ற சமூக உளவியல் கூறுகள் மட்டுமின்றி, அரசியல், பொருளாதாரம் மற்றும் பண்பாடு போன்றவற்றின் உளவியல் கூறுகளும் தனிநபரின் உளவியலைக் கட்டமைப்பதில் பெரும்பங்கு வகிக்கின்றன. அதாவது, ஒவ்வொரு தனிமனித உளவியலிலும் சமூக உளவியலோடு, அரசியல் உளவியல், பொருளாதார உளவியல் மற்றும் பண்பாட்டு உளவியல் போன்ற புறச்சூழல் உளவியல் பின்னணிகள்

அமைப்பாய்த் திரள்வோம்

இணைந்த கூட்டுஉளவியலின் தாக்கம் இடம்பெற்றிருக்கும். இப்பின்னணிகள் பற்றிய புரிதலின்றி மக்களை வெற்றிகரமாக அணிதிரட்டவோ, அமைப்பாக்கவோ இயலாது.

பொதுவாக, தனிமனித உளவியலும் கூட்டுஉளவியலும் இணைந்தே தனிநபரை வழிநடத்துகின்றன. தான் என்கிற தனிமனமும் தன்குடும்பம், தன்சாதி, தன்மதம், தன்மொழி, தன்இனம், தன்நாடு போன்ற வகையிலான கூட்டுமனமும் இணைந்தோ பிரிந்தோ மனிதனை இயக்கிக்கொண்டிருக் கின்றன. அமைப்பாக்க நடவடிக்கையில், இத்தகைய தனிநபருக் கான கூட்டுமனத்தின் அல்லது கூட்டுஉளவியலின் பங்களிப்பே முதன்மையானதாகும். ஒவ்வொருவரிடமும் இயல்பாக அமைந் துள்ள கூட்டுமனம், ஒரு பொது உடன்பாட்டின் அடிப்படையில், பொதுநலன்களை முன்னிறுத்தி பொதுமனமாக ஒருங்கிணையும் நிலையில்தான் அமைப்பாதல் நிகழ்கிறது. அவ்வாறு பொதுநலன்களை முன்னிறுத்தாத நிலையில் தனிநபரிடையே காணும் கூட்டுமனமும் தனிநலன்களுக்குரியதாகவே அமையும்.

'நான்', 'என்' என்னும் தனிநலன் மனோநிலை மேலோங்கும் நிலையில் கூட்டுநலன்களும் பொதுநலன்களும் பின்னுக்குத் தள்ளப்படுகின்றன. பிறரோடு இணைவதற்கும் பிறரை இணைப்பதற்கும் இம்மனோநிலையே மிகப்பெரும் தடையாக அமைகிறது. அதாவது, அமைப்பாக்க நடவடிக்கைக்கு இது முற்றிலும் பகையாக விளங்குகிறது. தனிநலன்கள் மற்றும் கூட்டுநலன்களை அடிப்படையாகக் கொண்ட மனோநிலையிலிருந்து பொதுநலன்களுக்குரிய மனோநிலையைப் பெறுவதற்கான பரிணாமப் போராட்டமே அமைப்பாதலாகும். அமைப்பாக்க நடவடிக்கையில் ஒவ்வொரு தனிநபரும் இத்தகைய உளவியல் போராட்டங்களை எதிர்கொண்டேயாக வேண்டும். இதில் வெற்றி பெறுவோரால் மட்டுமே அமைப்பாக்க நடவடிக்கையையும் வெற்றிகரமாக முன்னெடுத்துச் செல்ல இயலும்.

பொதுநலன்களுக்கான பொதுமனோநிலையை வென்றெடுத்திட தன்னையறிதலும் பிறரையறிதலும் மிக இன்றியமையாத, சவால்கள் நிறைந்த தேவைகளாகும். தன்னை அறியமுடியாதவர்களால் ஒரு போதும் பிறரை அறியவே முடியாது. தன்னையோ பிறரையோ அறிய இயலாதவர் களால் ஒரு போதும் தன்னையும் பிறரையும் அமைப்பாக்கவே இயலாது. பொதுவாக, மனிதன் தன்னை அறிவதற்கு மேற்கொள்ளும் முயற்சியைவிட தன்னைச் சுற்றியுள்ளவர்களை

அறிவதற்கே பெரிதும் முயற்சிக்கிறான். தன்னை அறிவதற்கு முயற்சிக்காத நிலையில் பிறரை அறிவதற்கான அவனது முயற்சி வெற்றி பெறுவதில்லை. தன்னை அப்படியே ஏற்றுக் கொள்கிற அவனால், பிறரை அவ்வாறு ஏற்றுக்கொள்ள முடிவதில்லை. தான் மட்டுமே தனக்குப் பாதுகாப்பு என நம்பமுடிகிற அவனால் பிறரை அவ்வாறு நம்பமுடிவதில்லை. தான் மட்டும்தான் தனக்குப்போட்டியாக இருப்பதில்லை என்பதை அறியமுடிகிற அவனால் பிறரைப் போட்டி யாளர்களாக மட்டுமே கருதமுடிகிறது. இவ்வாறு தன்னை மட்டுமே அய்யங்களுக்கு அப்பாற்பட்டு முழுமையாக ஏற்றுக்கொள்வதனால், தன்னைத்தானே உற்றுக்கவனிக்கவோ, கண்காணிக்கவோ, தன்னை ஆய்வுக்குட்படுத்தவோ, விசாரணைக்கு ஆட்படுத்தவோ முனைவதில்லை. மாறாக, பிறரைக் கவனிப்பதிலும் கண்காணிப்பதிலும் விசாரிப்பதிலுமே ஈடுபாடுகொள்கிறான்.

தனது எண்ணங்களை, தனது உணர்ச்சிகளை, தனது செயற்பாடுகளை உற்று நோக்கிடவோ, ஆய்வுக்குட்படுத்திடவோ, நிறைகுறை காணவோ முனைப்புக் காட்ட இயலாத எவராலும் ஒருபோதும் தன்னை அறியவே இயலாது. தன்னுடைய எண்ணங்கள், உணர்வுகள், செயல்கள் யாவும் தன்னுடைய நலன்களுக்குப் பாதுகாப்பானவை என்றாலும் அவை பிறரின் நலன்களுக்கு எவ்வகையில் பாதிப்பானவை என்பதை அறிவதிலிருந்தே தன்னை அறிவது தொடங்குகிறது எனலாம்.

ஒவ்வொருவருக்கும் அவரவர் எண்ணங்கள், உணர்ச்சிகள் மற்றும் நடவடிக்கைகளுக்கு ஏதோ ஒரு வகையிலான ஞாயங்கள் அல்லது காரணங்கள் உண்டு. அவரவரின் நலன்களிலிருந்தே அத்தகைய ஞாயங்கள் அல்லது காரணங்கள் அவர்களால் கற்பிக்கப்படுகின்றன. பொதுவாக, தன்னளவில் ஒருவன் தன் நடவடிக்கைகளுக்கு ஞாயம் கண்டபின்னரே அதில் ஈடுபடுகிறான். அச்சூழல்களில், பிறரின் நலன்களைப் பற்றியோ, பிறருக்கான ஞாயங்களைப் பற்றியோ, பிறருக்கு ஏற்படும் பாதிப்புகளைப் பற்றியோ, ஒருபொழுதும் அவனால் சிந்திக்க இயலுவதில்லை.

தன்னுடைய செயற்பாடுகள் பிறருக்கு அல்லது பொதுநலன்களுக்கு எதிரானவை, ஊறு விளைவிப்பவை, ஞாயமற்றவை, நீதியற்றவை என அறிந்திருந்தாலும் தனது நலன்களுக்காக அவன் அவற்றை ஒரு பொருட்டாகக் கருதுவதே இல்லை. அறிந்தே, துணிந்தே அத்தகைய நடவடிக்கைகளில்

ஈடுபடுகிறான். அவை, சட்டத்திற்கும் சமூகத்திற்கும் எதிரான குற்றங்கள் எனினும், தன்னளவில் சரியானது என்றே ஞாயங்களைத் தேடுகிறான். தன்னை ஊக்கப்படுத்தும் வாழ்த்துக்களையும் பாராட்டுகளையும் மட்டுமே வரவேற்கிறான். எதிர்ப்புகளையும் எதிரான விமர்சனங்களையும் எதிர்கொள்ள மறுக்கிறான். முற்றிலும் அவற்றை வெறுக்கிறான். மனிதனின் இத்தகைய போக்குகளுக்கு, தனக்கான தனிநலன்களை மட்டுமே முன்னிறுத்தும் அவனது மனோநிலையே அடிப்படையாகும். கூட்டுநலன்களையோ பொதுநலன்களையோ அவன் மனம் உள்வாங்கவில்லை என்பதேயாகும்.

கூட்டுநலன்கள் யாவும் பொதுநலன்களாகாது. தனிநலன் களின் சற்று விரிந்த பரப்பையே கூட்டுநலன்களாக அறியலாம். குடும்ப நலன்களும் கூட்டுநலன்களாக விளங்கும் தனிநலன்களேயாகும். குடும்பம் என்கிற அமைப்பு கூட்டுநலன் என்னும் தனிநலன்களையே அடிப்படையாகக் கொண்டுள்ளது. ஆயினும், இத்தகைய கூட்டுநலன்களின் விரிவாக்கமே பொதுநலன்களாகப் பரிணாமம் பெறுகிறது. சாதிநலன் களாயினும் மதநலன்களாயினும் மொழி, இனநலன்களாயினும் இவை யாவும் கூட்டுநலன்கள் என்னும் குழுநலன்களே ஆகும். குடும்பம், சாதி, மதம், மொழி, இனம் என கூட்டுநலன்களின் பரப்பு விரிவடைய விரிவடைய அது பொதுநலன்கள் என்னும் படிமத்தைப் பெறுகிறது. எனினும், அவை பொதுநலன்களின் முழுமையாகாது. குறிப்பிட்ட குடும்பம், குறிப்பிட்ட சாதி, குறிப்பிட்ட மதம் போன்ற குறிப்பிட்ட வரம்புகளைக் கடந்த அனைத்துத் தரப்பு எளியோருக்குமான நலன்களையே பொதுநலன்களாக அறியலாம்.

பொதுவாக, மனிதனின் உளவியல் போக்கானது, அவனது தனிநலன்களிலிருந்து கூட்டுநலன்களும், கூட்டுநலன்களிலிருந்து பொதுநலன்களும் என்கிற படிநிலையில் நீட்சியடைவதாகவே அமைகிறது. பொதுநலன்களுக்காக தனிநலன்களையும் கூட்டுநலன்கள் என்னும் குழுநலன்களையும் முற்றிலுமாகத் தவிர்க்க வேண்டும் அல்லது இழக்க வேண்டும் என்பதில்லை. மாறாக, பிறர்நலன்கள் அல்லது பொதுநலன்கள் குறித்த பார்வை, சிந்தனை, செயல் போன்றவற்றில் ஈடுபாடுகொள்ளும் மனோநிலையைப் பெறுதல் வேண்டும். இவற்றை உள்வாங்கும் நடைமுறைப் போக்கில்தான், மனிதனுக்குத் தன்னை அறிதல் நிகழும். கூட்டுநலன்கள் அல்லது பொதுநலன்களுக்கான கூட்டுநடவடிக்கைகள் அல்லது அமைப்பாக்க நடவடிக்கைகளின் போதுதான் கூட்டுமனம் அல்லது பொதுமனம் என்னும்

மனோநிலை உருவாக்கம் பெறுகிறது. இத்தகைய பொதுமனோ நிலை உருவாக்க நடைமுறையில்தான் மனிதனின் தனிநலன் களுக்கான தனிமனம் சீண்டப்படுகிறது.

ஏற்கனவே கட்டமைக்கப்பெற்ற, தனிநல உணர்ச்சிகள் நிறைந்த தனிமனம் அத்தகைய சீண்டுதல்களை அல்லது தாக்குதல்களை எளிதில் ஏற்பதில்லை. அத்தகைய சூழல்களில் எதிர்த்துத் தெறிக்கும் உணர்ச்சிகளிலிருந்தும் எதிர்வினைப் போக்குகளிலிருந்தும் மனிதன் தன்னை அறிந்துகொள்ளும் வாய்ப்பு நிகழ்கிறது. குறிப்பாக, பொதுநலன்களுக்கான மனோநிலையை மேலும் வலுப்படுத்தும் போக்கில் மட்டுமே, எத்தகைய உணர்ச்சிகளால் தனது தனிமனம் கட்டமைக்கப்பட்டுள்ளது என்பதையும் அதன் இறுக்கத்தையும் வலிமையையும் அறிந்துகொள்ளுதல் இயலும். தனிமனத்தின் இறுக்கத்தைத் தளரவும் நெகிழவும் செய்வதன் மூலமே பொதுநலன்களுக்கான பொதுமனத்தை உள்வாங்க இயலும். ஏற்கனவே ஏற்றுக்கொள்ளப்பட்ட தனது நலன்களுக்கான உணர்ச்சிகளாலும் கருத்துக்களாலும் நிரப்பப்பட்டுள்ள மனத்தில், பொதுநலன்களுக்கான புதிய கருத்துகளை, மாற்றுக் கருத்துகளை உள்வாங்கும் வகையில் இடம் உருவாக்க வேண்டும். இவ்வாறு, புதிய கருத்துக்களையும் மாற்றுக் கருத்துகளையும் அனுமதிப்பது அமைப்பாக்க நடவடிக்கைகளுக்கு அடித்தளமாக அமையும்.

பொதுநலன்களுக்கான மனோநிலையை உள்வாங்கும் நடைமுறையின் போது தனிநலன்களுக்கான மனோநிலையில் விட்டுக்கொடுத்தல், இழத்தல் போன்ற உடைவுகள் நிகழும். 'நான், என்' என்கிற தனிப் படிமங்கள் உடைந்து 'நாம், நம்' என்கிற கூட்டுப்படிமங்கள் உருவாக்கம் பெறும். கூட்டுநடவடிக்கைகள் அல்லது அமைப்பாக்க நடவடிக்கைகளின்போது நிகழும் இத்தகைய உடைவுகள், ஒவ்வொருவரும் தன்னை அறிவதால் மட்டுமே நடந்தேறுவதாகும். தன்னை அறிவோரால் மட்டுமே பிறரையும் அறியமுடியும். பிறருக்காக தமது நலன்களை விட்டுக்கொடுக்கவும் இழக்கவும் முடியும்.

பிறரை அறிதலுக்கான முயற்சி பிறரிலிருந்து தொடங்குவ தில்லை. அம்முயற்சியையும் தன்னை அறிதலுக்கான ஆதாரங் களிலிருந்தே நிகழ்த்த இயலும். பொதுவாக, தன்னை அறிவதற்கே தன்மனம் அவ்வளவு எளிதில் ஒப்புவதில்லை; ஒத்துழைப்பதில்லை. உற்றுநோக்கவோ, ஒப்பீடுசெய்யவோ, உண்மை உணரவோ இயலாதவகையில் உணர்ச்சிகளால்

தடுமாற வைக்கும்; குற்றம் குறைகளைத் திருத்த மறுக்கும்; தன்னைப் பற்றி தனக்கு மட்டுமே தெரிந்த ஆதாரங்களையும் ஆய்வு செய்வதைத் தவிர்க்கும்; தன்னை மட்டும் உடனுக்குடன் மன்னிக்கும். இவைபோன்ற தனிநல உளவியல் போக்குகளால் தன்மனம் தன்னைப் பற்றிய முழுப் பரிமாணத்தை அறிய இடமளிப்பதில்லை. தன்னை அறிவதற்கே இவ்வளவு சிக்கல்களை எதிர்கொள்ளும் நிலையில், பிறரை அறிவதில் எத்தகைய இடர்கள், தடைகள் குறுக்கிடும் என்பதை உணரலாம்.

பிறரின் உணர்வுகளைத் தன் உணர்வுகளாக உள்வாங்குதலே பிறரை அறிதலுக்கான அடிப்படையாகும். பிறரின் மனத்தை அறியாமல் பிறரின் உணர்வுகளை அறிய இயலாது. பிறரின் சூழலை அறியாமல் பிறரின் மனத்தை அறிய இயலாது. பிறரின் மனமும் தன்மனத்தைப் போலவே பிறரின் சூழல்உளவியலை அடிப்படையாகக் கொண்டதே ஆகும். அதாவது, அவர் சார்ந்த சமூகம், அரசியல், பொருளாதாரம் மற்றும் பண்பாடு போன்ற புறநிலைக்கூறுகளின் தாக்கங்களை அறிதல்மூலமே அவரின் சூழல்உளவியலை அறிய முடியும். இத்தகைய அறிதலுக்கு, தொடர்புடைய பிறரோடு பொதுநலன்களை முன்னிறுத்தி கலந்து, இணைந்து இயங்குதல் வேண்டும். இது பிறரை அறிவதற்கான ஒரு வழிமுறையாகவும் அமைப்பாக்க நடைமுறையாகவும் அமையும்.

பிறர்நலன் அல்லது பொதுநலன்களுக்கான புரிதலோடு தன்னையறிதலும் பிறரை அறிதலும் நிகழும்போது, பிறர்வலியையும் தன்வலியாய் உணர முடியும். இவ்வாறு உணரமுடியாதவர்களால் பிறரோடு இணைந்து தொடர்ந்து இயங்கமுடியாது. 'கூடு விட்டுக் கூடு பாய்தல்' போல, 'தானே பிறராய்' மாறி உணர்தல் அமைப்பாக்க நடவடிக்கையில் இன்றியமையாததாகும். உடன் பணியாற்றுவோர் 'தானே பிறராய்' மாறி ஒருவரையொருவர் அறிந்து ஒருவருக்கொருவர் ஈடுகொடுத்துச் செயலாற்றுதல் வேண்டும். அத்துடன் அமைப்பாக்கப்பட வேண்டியோரின் தனிநபர் உளவியலையும் அவர் சார்ந்த சமூக உளவியல் அல்லது சூழல்உளவியலையும் அறிந்து அவர்களுக்கு ஈடுகொடுத்து இயங்குதல் வேண்டும். அதாவது, அமைப்பாக்கப்பட வேண்டியோரின் பொதுஉளவியலோடு தன்னைத் தகவமைத்துக்கொள்வதன் மூலமே அவ்வாறு அவர்களை அறியவும் அவர்களோடு இணையவும் இயங்கவும் இயலும். தனிநலன் சார்ந்த தனிமனோநிலையிலிருந்து பொது மனோநிலையை வென்றெடுக்காமல், பொதுஉளவியல் அல்லது

மக்கள் உளவியலை அறிந்துகொள்ளவோ அமைப்பாக்குதலை வெற்றிகரமாக நிகழ்த்தவோ இயலாது.

தனிநலன் உடைபட பொதுநலன் பிறக்கும்! – அதுவே தன்னையும் பிறரையும் அறிந்திட வைக்கும்!

பிப்ரவரி, 2014

42

விமர்சனமும் சுயவிமர்சனமும்

தன்னையறிதல் என்பது தன் மனத்தை அறிதலேயாகும். மனத்தை அறிதல் என்பது மனத்தின் இயல்புகளை அறிவதாகும். மனத்தின் இயல்புகளே மனிதனின் இயல்புகளாகும். மனத்தை மனமே அறியும். மனம் ஒன்றாமல், எதனையும் அறிந்திட இயலாது. எந்தவொன்றுடன் மனம் ஒன்றுகிறதோ, ஊன்றுகிறதோ அந்தவொன்றையே மனிதனால் அறிய முடியும். ஒன்றும் மனமும், உழைக்கும் மூளையுமே மனிதனுக்கு அறிதலைத் தருகிறது. அதாவது, அறிவைத் தருகிறது.

தன்னையறிவதற்கு தன்னில் மனம் ஒன்றுதல் வேண்டும். மனத்தில் மனம் ஊன்றுதல் வேண்டும். மனம், எதை விரும்புகிறது? எதை வெறுக்கிறது? மனம், எதை ஏற்கிறது? எதை மறுக்கிறது? மனம், எதை ஆதரிக்கிறது? எதை எதிர்க்கிறது? மனம், எதை ஈர்க்கிறது? எதைத் தவிர்க்கிறது? மனம், எப்போது மகிழ்கிறது? எப்போது அழுகிறது? மனம், எப்போது துள்ளுகிறது? எப்போது துவளுகிறது? மனம், எப்போது கெஞ்சுகிறது? எப்போது விஞ்சுகிறது? மனம், எப்போது குளிர்கிறது? எப்போது குமுறுகிறது? மனம், எப்போது அமைதியாகிறது? எப்போது ஆவேசமாகிறது?.. இப்படி, மனம் உணர்ச்சிகளால் இயங்குவதை உற்றுநோக்குதல் வேண்டும். எத்தகைய உணர்ச்சிகளால் மனம் எத்தகைய வினைகளை ஆற்றுகிறது என்பதை அறிதல் வேண்டும்.

இவ்வாறு மனத்தின் இயல்புகளை அறிவதிலிருந்தே ஒருவன் தன்னை அறிந்திட இயலும். தன் மனத்தின் இயல்புகளை அறிவது மட்டுமே தன்னை அறிவது ஆகாது. இவ்வாறு அறியும் இயல்புகளிலிருந்து நிறை – குறைகளை மதிப்பிடுவதே தன்னை அறிவதாக அமையும். ஒன்றை அறிவதும், அறிந்தவற்றை ஆய்வதும், ஆய்ந்தவற்றை ஒப்பீட்டாய்வதும், ஒப்பிட்டாய்ந்தவற்றை மதிப்பிடுவதும், மதிப்பீடுகளிலிருந்து நிறை – குறைகளைத் தெளிந்து தேர்வதும் போன்ற செயற்பாடுகளே அறிதலை முழுமை செய்யும். இத்தகைய பயிற்சிமுறைகளிலிருந்தே தன்னையறிதலையும் நிகழ்த்த இயலும். அதாவது, அறிதல், ஆய்தல், ஒப்பீட்டாய்தல், மதிப்பீடு செய்தல், தெளிவு பெறுதல், தேர்வு செய்தல் என்கிற நடைமுறைகளின் வழியே உண்மையை – முழுமையை அறிந்துகொள்ள முடியும். இவற்றைப் பின்பற்றத் தவறினால் ஒருவரின் தன்னையறிதலும் முழுமை பெறாது.

ஒருவர் தன் இயல்புகளை அறிவது அல்லது மதிப்பீடு செய்வதைப் போலவே, தனது பண்புகளையும் மதிப்பிடுதல் வேண்டும். இயல்புகளிலிருந்து பண்புகள் மாறுபடும். பெரும்பாலும் இயல்புகள் பொதுவானவையாக விளங்கும். பண்புகள் குறிப்பானவையாக இருக்கும். பண்புகள் அடிப்படையானவையாகும். இயல்புகள், பண்புகளின் வெளிப்பாடுகளாகும். பண்புகள், பெற்றோரின் வழி பெற்ற அகநிலைக் கூறுகளாகவும், குடும்பம், சமூகம் போன்ற சூழல்களின் வழி, வளர்ச்சியின் போக்கில் பெற்ற புறநிலைக் கூறுகளாகவும் இணைந்து கலந்திருக்கும். பண்புகள், அல்லவையாயினும் நல்லவையாயினும் அவை காலத்தாலும் பழக்கத்தாலும் வளர்ச்சிபெற்று, வலிமைபெற்று ஆளுமைக் கொண்டவையாக விளங்கும். இவை, தன்னலம் சார்ந்ததாகவோ, பொதுநலம் சார்ந்ததாகவோ, நன்மை பயப்பதாகவோ, தீங்கு இழைப்பதாகவோ, பெருமைக்குரியதாகவோ, இழிவுக் குரியதாகவோ, ஈர்ப்புக்குரியதாகவோ, வெறுப்புக்குரியதாகவோ.. இவ்வாறு ஏதேனும் ஒருநிலையில் அமையப் பெறலாம். இத்தகைய பண்புகளையும் அறிவதே தன்னை அறிவதாகும்.

உண்ணுவது, உறங்குவது, உடுத்துவது, உழைப்பது, கற்பது போன்றவை யாவும் அனைவருக்கும் பொதுவான இயல்பு களேயாகும். ஆனால், உண்ணுவது இயல்பாயினும் தனித்து உண்ணுவது அல்லது பகுத்து உண்ணுவது தனிநபரின் பண்பாகும். உடுத்துவது இயல்பாயினும், எளிமையை விரும்புவது அல்லது ஆடம்பரத்தை விரும்புவது தனியொருவரின்

அமைப்பாய்த் திரள்வோம்

பண்பாகும். இவ்வாறு, இயல்புகளையும் பண்புகளையும் ஆய்ந்து, ஒப்பிட்டு, தெளிந்து, தேர்வதன் மூலமே தன்னை அறிய இயலும். மனிதனின் இயல்புகளுக்கும் பண்புகளுக்கும் மனமே உறைவிடமாகவும் ஊடகமாகவும் இயங்குகிறது. அவ்வியல்புகளையும் பண்புகளையும் அறிவதன் மூலம் மனத்தை அறியவும், மனத்தை அறிவதன் மூலம் தன்னை அறியவும் இயலும். தனிவாழ்க்கையானாலும் பொதுவாழ்க்கையானாலும் தன்னையறிதல் இன்றியமையாத தேவையாகும். உற்றார் – உறவினரோடு, உடன்பணியாற்றுவோரோடு இணைந்து இயங்கிட, இணக்கமாக வாழ்ந்திட தன்னையறிதல் தவிர்க்க இயலாத தேவையாகும். தன் இயல்புகளையும் பண்புகளையும் அறிவது, தன் நிறைகளையும் குறைகளையும் மதிப்பிடுவதைக் குறிக்கும். தனது நிறைகளை அறிவதில் ஆர்வம்கொள்ளும் மனமானது, தன் குறைகளை அறிந்திட ஒப்பாது. அதே வேளையில், பிறரின் குறைகளை அறிவதில் வேகம் காட்டும் மனமானது, பிறரின் நிறைகளை ஏற்காது. பொதுவாக, இது மனத்தின் இயல்பாகும். தன் குறைகளை அறிய மறுப்பதும் பிறர் குறைகளை அறியத் துடிப்பதும் போன்ற இயல்பானது அல்லது அணுகுமுறையானது அமைப்பாக்க நடவடிக்கைகளுக்கு எதிராகவே அமையும்.

அமைப்பாக்க நடவடிக்கையின்போது, உடன் பணியாற்று வோர் மற்றும் அமைப்பாக்கப்பட வேண்டியோரின் குறைகளைச் சுட்டிக் காட்டுவது, அவற்றைக் களைவதற்கு ஒத்துழைப்பதாகவே அமைதல் வேண்டும். மாறாக, அவர்களைப் பழிப்பதாகவோ பகைப்பதாகவோ அமைதல் கூடாது. பிறரின் குறைகளைச் சுட்டுவதைப்போலவே நிறைகளைப் போற்றுவதும் வேண்டும். நிறைகளைப் போற்றுவது அமைப்பாக்க நடவடிக்கையில் மிகவும் இன்றியமையாத ஒன்றாகும். அது இணக்கத்தை வலுப்படுத்தும். இவ்வாறு, பிறரின் நிறைகளையும் குறைகளையும் நேர்மறையாய் அணுகுவதற்கு தனது நிறைகளையும் குறைகளையும் நேர்மையாய் அணுகுதல் வேண்டும்.

தனது நிறைகளை மட்டுமே அறிவதும் குறைகளை அறியத் தவிர்ப்பதும் நேர்மையான அணுகுமுறையாகாது. தனது நிறைகுறைகளை அறிந்து, நிறைகளைப் பெருக்குவதும் குறைகளைப் போக்குவதும்தான் தன்னை அறிதலை முழுமைப் படுத்தும். பெரும்பாலும், தனது குறைகளை அறிவதற்கே மனம் உடன்படாது. குறைகளை அறிந்தாலும் அவற்றை ஒப்புக்கொள்வதற்கு மனம் இசைவு தராது. குறைகளை ஒப்புக்

கொண்டாலும் அவற்றைக் களைவதற்கு மனம் இடம் தராது. மனத்தின் இத்தகு இயல்புகளை அறிவதன் மூலமே, மனத்தை அதற்கேற்பப் பக்குவப்படுத்திட இயலும்.

இவ்வாறு, தன்னையறிவது அல்லது மனத்தின் இயல்புகளை அறிவது, மனத்தைக் கையாளுவதற்கு அடிப்படையாக அமையும். மனத்தைக் கையாளுவதன்வழியே, தேவைக்கேற்ப மனத்தைப் பக்குவப்படுத்த இயலும். மனத்தை அறிவது, மனத்தைக் கையாளுவது, மனத்தைப் பக்குவப்படுத்துவது போன்ற யாவும் மனத்தின் மீதான மூளையின் ஆளுமையை அல்லது அறிவின் ஆளுமையைக் குறிக்கும். மூளையின் அங்கமாக மனமும், மனத்தின் அங்கமாக மூளையும் இயங்குவதால் இவை ஒன்றையொன்று ஆளுமை செய்யும். அதாவது, மூளையின் ஒத்துழைப்போடு மனமும், மனத்தின் ஒத்துழைப்போடு மூளையும் இயங்குவதால், ஒன்றன்மீது ஒன்று மாறி மாறி ஆளுமை செலுத்தும். மூளையே மனமாகவும், மனமே மூளையாகவும் இயங்கும் போக்குகளை அறிவதிலிருந்தே மனத்தைக் கையாளும் வழியைக் காண இயலும்.

அமைப்பாக்க நடவடிக்கையில், மனத்தைக் கையாளுதல் இன்றியமையாத ஒரு செயல்திறன் ஆகும். மனம் எவ்வாறு இயங்க வேண்டும் என்பதை மனத்தைக் கையாளும் செயல்திறனால் தீர்மானிக்கலாம். உணர்ச்சிகளால் உந்தப்படும்போது அல்லது அறிவால் வழிநடத்தப்படும் போது, மனம் எத்தகைய தாக்கத்திற்கு உள்ளாகும் என்பதை முன்கூட்டியே உணர்வதற்கு அம்மனத்தின் இயல்புகளையும் ஆற்றல்களையும் அறிந்திருத்தல் வேண்டும். எத்தகைய உணர்ச்சிகள், மனத்திற்கு எத்தகைய தாக்கங்களை ஏற்படுத்தும் என்பதை அறிந்தால்தான், அம்மனத்தை அதற்கேற்பப் பக்குவப்படுத்திட இயலும். தேவைக்கேற்ப மனத்தை ஒழுங்குபடுத்த, வலுப்படுத்த, பாதுகாக்க மேற்கொள்ளும் செயற்பாடுகளே மனத்தைப் பக்குவப்படுத்துதல் ஆகும். மனத்தைக் கையாளும் திறனால் மட்டுமே மனத்தைப் பக்குவப்படுத்த முடியும். வெற்றி அல்லது தோல்வி, இன்பம் அல்லது துன்பம் போன்ற எவையாயினும், அவற்றை ஏற்கவும், தாங்கவும், சகிக்கவும் பொறுக்கவும் ஏற்ற வகையில் மனத்தைப் பக்குவப்படுத்திட வேண்டும். அதற்குரிய வகையில் மனத்தைக் கையாளுதல் வேண்டும்.

அதாவது, தனது நிறைகுறைகளை மதிப்பிடும் பிறரின் செயற்பாடுகள் மற்றும் விமர்சனங்கள், மனத்தின் மீது உரிய தாக்கங்களை நேர்மறையாகவோ எதிர்மறையாகவோ

ஏற்படுத்தலாம். அத்தகைய சூழல்களில் அவற்றை எதிர்கொள்ள அவற்றுக்கேற்ப மனத்தைப் பக்குவப்படுத்துவது தேவையாகும்.

பிறரின் நிறைகுறைகளை மதிப்பீடு செய்யும் விமர்சனங்களைத் தோழமையாகவும் நேர்மறையாகவும் முன்வைத்தால் மட்டுமே, தன் மீதான நிறைகுறைகள் அல்லது விமர்சனங்களையும் அவ்வாறே எடுத்துக்கொள்ள இயலும். தன் மீதான இத்தகைய விமர்சனங்களை ஏற்கவோ, எதிர்க்கவோ வேண்டுமெனில், தன்னை சுயவிமர்சனங்களுக்கு உட்படுத்துதல் வேண்டும். விமர்சனம் எளிதானது. சுய விமர்சனம் அவ்வளவு எளிதில் இயலாதது. அமைப்பாக்க நடவடிக்கைகளில் ஈடுபடுவோர் தம்மை சுயவிமர்சனத்திற்குட்படுத்திட பக்குவம் பெற்றிருக்க வேண்டும். சுயவிமர்சனம் செய்துகொள்ள இயலாதோரால் தன்னை அறிந்திட இயலாது. தன்னை அறிய முயலாதோரால் சுயவிமர்சனம் செய்துகொள்ள இயலாது. சுயவிமர்சனம் செய்துகொள்ள முன்வராத எவராலும், உடன் பணியாற்றுவோருடன் ஒருங்கிணைந்து செயலாற்றவோ, மக்களை அமைப்பாக்கிடவோ இயலாது.

தன் மீதான பிறரின் விமர்சனங்களைத் தோழமையாக எதிர்கொள்ளவும் நேர்மறையாக எடுத்துக்கொள்ளவும் மனத்தைப் பக்குவப்படுத்தினால், தன்னைத்தானே சுயவிமர்சனம் செய்துகொள்வதற்கான துணிவைப் பெறலாம். தனது நிறைகளைத்தானே அறிந்துகொள்ளலாம். ஆனால், தனது குறைகளைப் பிறரின் விமர்சனங்களிலிருந்தே அறிந்திட இயலும். அந்த வகையில், தன் குறைகளை மதிப்பிடுவதற்கேனும் பிறரின் விமர்சனங்களை வரவேற்கவும் உள்வாங்கவும் வேண்டும்.

பொதுவாக, எதிர்மறையான விமர்சனங்கள் உள்நோக்கம் கொண்டவையாகவோ, ஆதாரமற்றவையாகவோ இருக்கலாம். எனினும் அவற்றை எதிர்கொள்ளும் பக்குவம் வேண்டும். அப்போதுதான் அவ்விமர்சனங்களிலுள்ள உள்நோக்கத்தையும் உள்நோக்கத்திற்கான பின்னணிகளையும் அறிந்திட இயலும். பெரும்பாலும், உள்நோக்கத்துடன்கூடிய எதிர்மறை விமர்சனங்கள், போட்டி மற்றும் பொறாமை உணர்வுகளால் வெளிப்படும் அவதூறுகளாகவோ அடாத பழிகளாகவோ இருக்கலாம். இவற்றைப் பொறுமையோடும் சகிப்புத் தன்மையோடும் எதிர்கொள்வது, அமைப்பாக்க நடவடிக்கையில் தவிர்க்க இயலாததாகும். அவதூறுகளைப் பொறுப்பதும் சகிப்பதும் பக்குவத்தின் அல்லது முதிர்ச்சியின் வெளிப்பாடுகளாகும். இத்தகைய பக்குவத்தைப் பெற சுயவிமர்சனம் மிகவும் இன்றியமையாததாகும்.

தன்மீதான பிறரின் எதிர்மறை விமர்சனங்கள் தனக்கு எத்தகைய தாக்கத்தை அல்லது பாதிப்பை ஏற்படுத்துகிறது என்பதை அறிவதைப் போல, பிறர் மீதான தன்னுடைய எதிர்மறை விமர்சனங்கள், அவர்களுக்கு எத்தகைய பாதிப்பை ஏற்படுத்தும் என்பதையும் அறிதல் வேண்டும். பிறரைப் பாதிக்கும் தன்னுடைய நடவடிக்கைகளை அறிவது சுயவிமர்சனத்தின் மூலம் நிகழ்வதாகும். பிறர்மீதான உள்நோக்கத்துடன் கூடிய தனது எதிர்மறை விமர்சனங்களைத் தவிர்ப்பதற்கும், தன்மீதான பிறரின் எதிர்மறை விமர்சனங்களைத் தடுப்பதற்கும் சுயவிமர்சனமே வழிவகுக்கும்.

அமைப்பாக்க நடவடிக்கையில், சுயவிமர்சனம் தனக்குள்ளாகவே நிகழ்தல் பயன்தராது. பிறர் அறியாத வகையில், தான் மட்டுமே அறியும் வகையில் தனக்குத்தானே சுயவிமர்சனம் செய்துகொள்வதில் முழுமை இருக்காது. உடன்பணியாற்றுவோர் தமக்கிடையில் கலந்தாய்வு செய்வதும், வெளிப்படையாகத் தம்மைத் தாமே சுயவிமர்சனம் செய்வதும் தமது குறைகளை ஒப்புக்கொள்வதற்கும், அவற்றைச் சரிசெய்வதற்கும் வழிவகுக்கும். சுயவிமர்சனத்தில், நிறைகளைக் காட்டிலும் குறைகளை வெளிப்படையாக ஒப்புக்கொள்வதுதான் குறிப்பிடத்தக்கதாகும். பொதுவாக, விமர்சனங்கள் யாவும் வெளிப்படையாகவே இருக்கும். அதைப்போல, சுயவிமர்சனமும் வெளிப்படையாகவே அமைதல் வேண்டும். இத்தகைய வெளிப்படையான சுயவிமர்சனங்களே உடன்பணியாற்றுவோருக்கிடையில் நட்புறவையும் நம்பிக்கையையும் வலுப்படுத்தும். எதிர்மறை விமர்சனங்களைத் தவிர்க்கச் செய்யும்.

சுயவிமர்சனமானது, ஒருவரின் ஒட்டுமொத்த தனிப்பட்ட வாழ்க்கை பற்றியதாக இருக்க இயலாது. தொடர்புடைய களத்தைப் பற்றியதாக அல்லது பொதுவாழ்க்கை பற்றியதாக அமையும். தனிப்பட்ட வாழ்க்கையிலும் தன்னைத்தானே, தனக்குள்ளாகவே சுயவிமர்சனம் செய்துகொள்வது, தன்னை முழுமையாகச் சீர்செய்துகொள்ள வாய்ப்பளிக்கும். இது வெளிப்படையாக அமைதல் தேவையில்லை. எனினும், தன் மனம் அறியும் வகையில் வெளிப்படையானதாக அமையும். அதாவது, சுயவிமர்சனம் தனிவாழ்க்கையிலும் பொதுவாழ்க்கையிலும் இன்றியமையாத மற்றும் வெளிப்படையான தேவையாகும்.

விமர்சனமும், சுயவிமர்சனமும் தன்னை அறிவதற்கும், தன்னை நெறிப்படுத்துவதற்கும், தன்னை செழுமைப் படுத்துவதற்கும், தன்னை வலுப்படுத்துவதற்கும் ஏதுவான

அமைப்பாய்த் திரள்வோம்

செயற்பாடுகளாகும். அதே வேளையில், விமர்சனங்கள் உள்நோக்கம் கொண்டவையாக இருத்தல் கூடாது. தன் மீதான பிறரின் விமர்சனத்தை நேர்மறையாக அணுகுதல் வேண்டும். பிறர் மீதான தன்னுடைய விமர்சனம் நேர்மையானதாகவும் நேர்மறையானதாகவும் அமைதல் வேண்டும். அவ்வாறின்றி, விமர்சனங்கள் கடுமையும் காழ்ப்பும் கொண்டவையாக அமையும்போது, உறவும் தோழமையும் சீர்குலைந்து, ஒற்றுமை சிதைந்து, குழுவாதப்போக்குகள் மிகுந்து அமைப்பாக்குதலைப் பாழ்படுத்தும். நேர்மையான சுயவிமர்சனங்களால் மட்டுமே, இத்தகைய எதிர்மறையான விமர்சனங்களை அல்லது அவதூறுகளைத் தடுக்கவும் தவிர்க்கவும் முடியும். அதேபோல தோழமையை மற்றும் நல்லிணக்கத்தைப் போற்றவும் பெருக்கவும் இயலும்.

சுயவிமர்சனங்களின்மூலம் மனத்தை அறியவும், தேவைக் கேற்ப மனத்தைக் கையாளவும் இயலும். புறச்சூழல்களால் கட்டமைக்கப் பெறும் மனத்தை, அத்தகைய சூழல்களாலேயே முறைப்படுத்தவும் வலுப்படுத்தவும் முடியும். அதாவது மனத்தை முறைப்படுத்தச் சூழல்களை முறைப்படுத்தவும், மனத்தை வலுப்படுத்தச் சூழல்களை வலுப்படுத்தவும் வேண்டும். அதேபோல மனத்தை அறிந்திட சூழல்களை அறிந்திட வேண்டும். மனத்தையும் சூழல்களையும் அறிய, விமர்சனங்களும் சுயவிமர்சனங்களும் வேண்டும்.

இத்தகைய விமர்சனங்களாலும் சுயவிமர்சனங்களாலும் மனத்தைக் கையாளவும் பக்குவப்படுத்தவும் இயலும். மனத்தின் வடிவத்தையும் வலிமையையும் தேவைக்கேற்ப சீரமைத்துக்கொள்வதே மனத்தைக் கையாளும் ஆற்றலாகும். இது மக்களை அமைப்பாக்குவதற்குரிய மகத்தான ஆற்றலாக அமையும்.

விமர்சனம் ஏற்கும் வலிமை பெறுவோம்! – சுய விமர்சனம் செய்யும் துணிவைப் பெறுவோம்!

மார்ச், 2014

43

பொறுமையும் சகிப்புத்தன்மையும்

பொதுவாக விமர்சனம் என்பது குற்றம்–குறைகளைச் சுட்டிக்காட்டுவதாகவே புரிந்து கொள்ளப்படுகிறது. குறை என்பது விமர்சனத்தின் ஒரு பகுதியே ஆகும். குறைகள் மட்டுமின்றி நிறைகளையும் மதிப்பீடு செய்வதே விமர்சனமாகும். விருப்பு வெறுப்பின்றி, ஒருசார்பு நிலையின்றி பிறரின் செயற்பாடுகளை மதிப்பீடு செய்யும் அணுகுமுறைதான் விமர்சனத்தின் முழுமையாகும். பிறரை மதிப்பிடுவது 'விமர்சனம்' எனில், தன்னைத் தானே மதிப்பிடுவது 'சுயவிமர்சனம்' ஆகும்.

பொதுவாக, பிறரை விமர்சனம் செய்வது மிகவும் எளிது. அதிலும் குற்றம் காணும் விமர்சனம் எளிதிலும் எளிது. ஆனால், சுயவிமர்சனம் அவ்வளவு எளிதான ஒன்றல்ல. தன்னிலிருந்து விலகிநின்று தன்னைத்தானே மதிப்பீடு செய்து, தனது நிறைகளை மட்டுமின்றி குறைகளையும் அறிந்து அவற்றை ஏற்பதைக் குறிக்கும். பிறரின் குறைகளைக் காண்பதும் தனது குறைகளைக் காணத் தவிர்ப்பதும் மனித இயல்பு. பிறரின் குறைகளை ஊதிப்பெருக்கிப் பூதாகரப்படுத்திப் பரப்புவதும், தனது குறைகளை நுணுக்கிச் சுருக்கி மூடிமறைத்து வெளிப்படுத்தத் தவிர்ப்பதும் மனிதனின் பொது இயல்பு.

பெரும்பாலும் தன்னைத்தானே சுயவிமர்சனம் செய்துகொள்ள மனிதன் ஒப்புக்கொள்வதில்லை.

பிறரின் குற்றங்களுக்காக அவர்களைத் தண்டிக்க வேண்டுமென்று துடிக்கும் மனிதன், தனது குற்றங்களுக்காகத் தன்னை எளிதில் மன்னித்துவிடுகிறான். தன்னைத்தானே ஒருபோதும் தண்டித்துக் கொள்வதில்லை. தன்னுடைய செயற்பாடுகள் எவ்வளவு கொடிய குற்றங்களாயினும் அவற்றைக் குற்றங்களாகவே ஏற்றுக்கொள்வதில்லை. குறைகளாயினும் நிறைகளாயினும் அவற்றை மதிப்பிடும்போது மற்றவர்களுக்கு ஓர் அளவுகோல்; தனக்கு ஓர் அளவுகோல்! மற்றவர்களுக்கு ஓர் அணுகுமுறை; தனக்கு ஓர் அணுகுமுறை! மற்றவர்களுக்கு ஒரு ஞாயம்; தனக்கொரு ஞாயம்! மற்றவர்களுக்கு ஒரு நீதி; தனக்கொரு நீதி! இவையே பெரும்பாலும் மனிதனின் பொதுவான பண்புகளாகும்.

இவ்வாறான பண்புகளைக்கொண்ட மனிதன் எவ்வாறு தன்னைத்தானே சுயவிமர்சனம் செய்துகொள்ள முன்வருவான்? தன்னைத்தானே உணர்ந்துகொள்வது என்பது, தனது குறைநிறைகளை அறிந்து தனது வலிமையையும் வலுவின்மையையும் அளவிட்டுப் புரிந்துகொள்வதாகும். இது 'தன்னையறிதலாகும்'. தன்னையறிதல் சுயவிமர்சனமாகாது. குறிப்பிட்ட செயற்பாடுகளில் குறிப்பிட்ட அளவுகளில் தனது குறைநிறைகளை வெளிப்படையாக அறிவிப்பது மற்றும் ஒப்புக்கொள்வது தான் சுயவிமர்சனம் ஆகும். பொதுவாழ்க்கையில் ஈடுபாடுள்ளவர்கள், அமைப்பு நலன் கருதியும் மக்கள் நலன் கருதியும் தன்னுடன் பணியாற்றுவோருடன் விமர்சனமும் சுயவிமர்சனமும் செய்துகொள்வது இன்றியமையாத தேவையாகும்.

சுயவிமர்சனம் செய்யும் துணிவில்லாதவர்களின் விமர்சனங்கள் நேர்மையானவையாக அமையாது. விமர்சனங்களை ஏற்றுக்கொள்ளவும் தாங்கிக்கொள்ளவும் வலிமையில்லாதவர்களால் சுயவிமர்சனம் செய்துகொள்ள இயலாது. சுயவிமர்சனத்திற்கு விமர்சனங்களே ஏதுவான கூறுகளாக அமையும். பொதுவாக, விமர்சனங்களை வெறுப்பதும் சுயவிமர்சனங்களைத் தவிர்ப்பதும் பெரும்பாலானவர்களின் இயல்பாகும். தன்னால் பார்க்க இயலாத அல்லது தான் பார்க்க விரும்பாத தன்னைப் பற்றிய எதிர்மறைப் பண்புகளை அல்லது குறைபாடுகளைப் பிறரால் மட்டுமே பார்க்க இயலும். அந்த வகையில் பிறர் செய்யும் விமர்சனங்கள் தன்னை அறிந்துகொள்வதற்கு வழிகாட்டக் கூடியவையாக அமையும். அவை, அவதூறுபரப்பும் உள்நோக்கம் கொண்டவையாகவோ செழுமைப்படுத்தும் உயர்நோக்கம் கொண்டவையாகவோ

வெளிப்படுத்தப்படலாம். அவற்றைப் பிரித்தறிவதும் அதனடிப்படையில் அவற்றை ஏற்பதும் தவிர்ப்பதும் விமர்சனத்துக்குரியோரின் கடமையாகும்.

தன்னைக் காயப்படுத்தக்கூடிய, கடும்வலி தரக்கூடிய விமர்சனங்கள் உள்நோக்கம் கொண்ட அவதூறுகளாயிருப்பின், அவற்றைச் சகித்துக்கொள்வதும், நல்நோக்கம் கொண்ட உண்மைகளாயிருப்பின், அவற்றைப் பொறுத்துக்கொள்வதும் தவிர்க்க இயலாதவையாகும். தோழமையோடும் உரிமையோடும் நல்லெண்ணத்தின் அடிப்படையிலும் வெளிப்படுத்தப்படும் விமர்சனங்கள் வலிதரக்கூடியவையாக இருந்தாலும் அவற்றைப் பொறுத்துக்கொண்டு உள்வாங்கிக்கொள்வதும், அவற்றைச் சீர்செய்து தன்னைச் செழுமைப்படுத்திக் கொள்வதும்தான் தன்னை வலிமைப்படுத்திக்கொள்ள ஏதுவாக அமையும்.

பொதுவாக, விமர்சனங்கள் தோழமை கலந்த, நல்லெண்ணம் நிறைந்த அணுகுமுறைகளைக் கொண்டிருத்தல் வேண்டும். கசப்பும் வெறுப்பும் கலந்த விமர்சனங்கள் தோழமையை, நட்புறவைச் சிதைக்கும். அத்தகைய விமர்சனங்களைத் தவிர்ப்பவர்களால் மட்டுமே பொதுவாழ்வில் வெற்றிகரமாகப் பயணிக்க முடியும். அமைப்பாக்க நடவடிக்கையில் இது மிகமிக இன்றியமையாத ஒன்றாகும்.

கொள்கை-கோட்பாட்டுப் புரிதலும் தீவிர அர்ப்பணிப்புடன் கூடிய பங்களிப்பும் எவ்வளவு இன்றியமையாத தேவையாக இருந்தாலும் அவற்றைவிட உடன் பணியாற்றுவோருடனும் மக்களுடனுமான 'நட்பார்ந்த, தோழமையான அணுகுமுறை' இன்றியமையாததாகும். குறை சொல்வது, குற்றம் காண்பது, கோள்மூட்டுவது, ஆதிக்கம் செய்வது, அவமதிப்பது போன்ற அணுகுமுறைகள் நட்புறவுக்கும் தோழமைக்கும் நேரெதிரானவை யாகும்.

அதாவது, தலைசிறந்த கொள்கையாக இருந்தாலும், மிக உயர்ந்த கோட்பாடாக இருந்தாலும் அவற்றை வெற்றிகரமாக நடைமுறைப்படுத்துவதற்குத் தீவிரமான ஈடுபாடும் கடுமையான உழைப்பும் மட்டுமே போதாது; அதற்கான உத்திகளும் அணுகுமுறைகளும் மிகமிக இன்றியமையாதவையாகும்.

எந்தவொன்றையும் வெற்றிகரமாகச் செயல்படுத்துவதற்கு இடம், பொருள், ஏவல் அறிந்து செயல்படவேண்டும். இவையே, உத்திகள் மற்றும் அணுகுமுறைகளாகும். பெரும்பாலும் வெற்றியாயினும், தோல்வியாயினும் அதற்கு உத்திகளும் அணுகுமுறைகளும்தான் அடிப்படைக் காரணிகளாக இருக்கும்.

சதிகளை அறுத்து, தடைகளைத் தகர்த்து, இலக்கினை எட்டும் வழிகளை வகுத்துச் செயல்படுத்தும் நடைமுறையை 'உத்தி' என அறியலாம். இடம், பொருள், ஏவலைப் பொறுத்து இந்தச் செயல்முறை வகுக்கப்பெறும். 'இடம்' என்பது செயற்பாட்டுக்கான 'களத்தைக்' குறிக்கும். 'பொருள்' என்பது செயற்பாட்டுக்கான 'நோக்கத்தைக்' குறிக்கும். 'ஏவல்' என்பது செயற்பாட்டுக்கான 'அதிகாரத்தைக்' குறிக்கும்.

ஒரு செயல் நிகழும் இடம் அல்லது நிகழ்த்த வேண்டிய இடம் எத்தகைய பின்னணிகளைக் கொண்டிருக்கிறது என்பதை அறிந்து, அதற்கேற்ற வகையில் செயல்முறைக்கான வழிவகைகளைக் கண்டறிதல் வேண்டும். இடம் என்பது ஒரு பகுதியை மட்டுமே குறிப்பதில்லை. குறிப்பிட்ட செயலுக்குரியவர்கள், அச்செயலில் பங்கேற்பவர்கள், அச்செயலுக்கு ஆதரவானவர்கள் – எதிரானவர்கள் என தொடர்புடையவர்களின் 'தகுதி'யையும் குறிக்கும். அதாவது, யாரிடம் பேசுகிறோம், யாரிடம் கருத்துக் கேட்கிறோம், யாரிடம் பணியாற்றுகிறோம், யாரிடம் உதவி பெறுகிறோம், யாரிடம் உறவாடுகிறோம், யாரிடம் பகையாடுகிறோம் எனச் செயலாற்றும் களத்தில் யார்யாரிடம் தொடர்புகொண்டிருக்கிறோம் என்பதுவும் 'இடம்' என்பதைக் குறிக்கும். அதாவது, செயல் நிகழும் 'பகுதி'யை மட்டுமின்றி, செயலுக்குத் தொடர்புடையோரின் பின்னணி, திறன் ஆகிய 'தகுதி'யையும் குறிக்கும். உத்திகள், அணுகுமுறைகள் போன்ற செயல்முறைகள் இத்தகைய இடனறிந்து அமைதல் வேண்டும். இடனறிந்து கையாளாத உத்திகளும் அணுகுமுறைகளும் வெற்றிகரமாக அமையாது என்பதையும்விட, தேவையற்ற சிக்கல்களையும் சேதங்களையும் வலிகளையும் உருவாக்கும்.

எதைச் செய்வது, எங்கே செய்வது, எவர் செய்வது, எப்போது செய்வது, எப்படிச் செய்வது போன்றவற்றுக்கான விடைகாணும் வழிமுறைகள், வெளிப்படையான, மறைமுகமான மற்றும் தொலைநோக்கான நுட்பங்களையும் தந்திரங்களையும் கொண்டிருக்கும். இத்தகைய செயல்நுட்பங்களையும் செயல் தந்திரங்களையும் அடிப்படையாகக் கொண்ட செயல்முறைகளே வெற்றிகரமான உத்திகளாக அமையும். இவ்வுத்திகளை வகுப்பதில் 'இடம்' என்பது மிகவும் அடிப்படையான ஒரு தேவையாக இருப்பதைப்போல, பொருள் மற்றும் ஏவல் ஆகியவையும் இன்றியமையாத கூறுகளாக விளங்குகின்றன.

'பொருள்' என்பது பொதுவாக அசையும் மற்றும் அசையாச் சொத்துக்களைக் குறிப்பதாகவே புரிந்துகொள்ளப்படும். ஆனால்,

இவ்விடத்தில் 'பொருள்' என்பது செயலுக்கான நோக்கம் மற்றும் குறிக்கோள்களைக் குறிக்கும். ஒரு செயல்திட்டத்தில் இறுதியாக எட்டவேண்டிய இலக்கு எதுவோ அதுவே நோக்கம் என்பதாகும். இறுதி இலக்கை எட்டுவதற்கு இடையிடையே தொடவேண்டிய இடைக்கால இலக்குகள் அல்லது நிறைவேற்றவேண்டிய குறுகியகால செயல்திட்டங்கள் எவையோ அவையே குறிக்கோள்கள் என்பனவாகும். அதாவது, குறிப்பிட்ட சில இலக்குகளின் வழியாகவே இறுதி இலக்கைச் சென்றுசேர இயலும். இறுதி இலக்கு நோக்கம் எனில், இடை இலக்குகள் குறிக்கோள்கள் எனப் புரிந்துகொள்ளலாம். இத்தகைய நோக்கம் மற்றும் குறிக்கோள்கள் போன்றவற்றையும் அடிப்படையாகக் கொண்டே உத்திகளும் அணுகுமுறைகளும் வரையறுக்கப்படும். எது நோக்கம், என்ன குறிக்கோள் என்னும் புரிதல்களின்றி உத்திகளை வரையறுத்திட இயலாது. செயலுக்கான நோக்கம் மற்றும் குறிக்கோள்கள், செயற்களத்தில் நேர்மறையாகத் தொடர்புடையோரின் நோக்கம் மற்றும் குறிக்கோள்கள் யாவும் ஒரே நேர்க்கோட்டில் அமையும் வெற்றிகரமான வழிமுறைதான் பொருளறிந்து வகுக்கப்பெறும் உத்திகளாகும்.

இவ்வாறு இடமறிந்து, பொருளறிந்து உத்திகளை வகுத்தாலும் ஏவலறிந்து வகுப்பதில் மட்டுமே அது முழுமைபெறும். ஏவல் என்பது, ஒரு குறிப்பிட்ட செயலை யார் செய்வது, யாருக்காகச் செய்வது, யாரைப் பகைத்துச் செய்வது என வகுக்கப்படும் அச்செயலுக்கான வழிமுறைகளைக் குறிக்கும். குறிப்பாக, செய்பவரின் செயல்திறன், செய்ய ஏவியவரின் வலிமைப் பின்னணி மற்றும் செயற்களத்தில் தொடர்புடையவர்களின் அதிகாரம் அல்லது ஆற்றல் ஆகியவற்றைக் குறிக்கும். அதாவது, தன்வலிமை மற்றும் மாற்றான் வலிமை ஆகியவற்றை அறிந்து அவற்றினடிப்படையில் செயல்முறை அல்லது உத்திகளை வகுத்திட வேண்டும். அவ்வுத்திகளின் அடிப்படையில் அணுகுமுறைகள் அமைந்திட வேண்டும்.

அமைப்பாக்க நடவடிக்கையிலும் உத்திகள் மற்றும் அணுகுமுறைகள் போன்றவை இடம், பொருள், ஏவல் அறிந்து வரையறுக்கப்படுதல் வேண்டும். ஒரு செயல் திட்டத்தில் இவ்வாறு வகுக்கப்படும் உத்திகள் எவ்வளவு இன்றியமையாதவையோ, அதைவிடவும் கூடுதலாக அணுகுமுறைகள் மிகமிக இன்றியமை யாதவையாகும். வெற்றிகரமான அணுகுமுறைகளின் மூலமே உத்திகளையும் வெற்றிகரமானவையாக உறுதிப் படுத்திட இயலும். அணுகுமுறைகள் பக்குவமானவையாகவோ முதிர்ச்சி

அமைப்பாய்த் திரள்வோம்

யானவையாகவோ அமையவில்லையெனில் உத்திகளும் வலுவிழந்துவிடும்.

பொதுவாக, அணுகுமுறைகள் பெரும்பாலும் இரண்டு வழிமுறைகளை அல்லது உத்திகளை மட்டுமே அடிப்படையாகக் கொண்டிருக்கும். ஒன்று மென்முறை; இன்னொன்று வன்முறை! இந்த இரண்டில் ஒன்றையோ அல்லது சமகாலத்தில் வெவ்வேறு சூழல்களில் இரண்டையுமோ கையாளுதல் நிகழும். மென்முறை என்பது மனிதனின் இயல்முறையாகும். வன்முறை என்பது மனிதனின் ஆதிக்கப்போக்கிலிருந்தும் அய்யம் மற்றும் அச்சம் ஆகிய மனோநிலைகளிலிருந்தும் வெளிப்படும் வழிமுறையாகும். அய்யமும் அச்சமும் மனிதனை வெறுப்புக்கும் விரக்திக்கும் தள்ளிவிடுகின்றன.

அய்யம், அச்சம், வெறுப்பு, விரக்தி, ஆதிக்கம் போன்ற மனோநிலைகள் மனிதனை வன்முறை வழிமுறைக்கு இட்டுச் செல்கின்றன. இவை அடிப்படையில் நட்புறவைச் சிதைத்து, தோழமைக்கு இடமில்லாத சூழலை உருவாக்கி விடுகின்றன. பொதுவாக, இத்தகைய மனோநிலைகள் மேலோங்கும் சூழலில் மனிதனைப் பொறுமை இழக்கச் செய்கின்றன. பொறுமை இழத்தலே பொறாமை என்பதாகும். பொறாமையே சினம்கொள்ளச் செய்கிறது. சினமே வன்முறைக்கு வழிவகுக்கிறது. அதாவது, பொறுமை இழக்கும் நிலையில் மனம் சமநிலை இழந்து பதற்றத்திற்குள்ளாகிறது. மனம் பதறும் நிலையில் ஆத்திரம் பீறிட்டு எழும். ஆத்திரம் மேலோங்கும் நிலையில் மனத்தின் அமைதி சிதறும். மனத்தின் அமைதி சிதறும் நிலையில் பேச்சும் செயலும் இயல்பு நிலைக்கு மாறாக வெளிப்பட்டு, சுற்றி நிலவும் அமைதியைச் சீர்குலைக்கும். குறிப்பாக, நட்புறவுச் சூழல்களைப் பாதிக்கச் செய்யும். இவ்வாறு நட்புறவை, தோழமையைப் பாதிக்கச் செய்யும் அணுகுமுறைகளே வன்முறை வழிமுறைகளாகும்.

அமைப்பாதல் நடவடிக்கையில் நட்புறவையும் தோழமையையும் போற்றிப் பாதுகாத்திடல் வேண்டும். தோழமைக்கான ஓர் உறவுச்சூழலில் பொறுமை இழத்தல் கூடாது. அதாவது, பொறாமை இருத்தல் கூடாது. பொறுத்துக்கொள்வதும் சகித்துக்கொள்வதும் தோழமைக் களத்தில் மிகவும் இன்றியமையாத பண்புக்கூறுகளாகும். பொறுத்துக்கொள்ளவும் சகித்துக்கொள்ளவும் இயலாத எவராலும் தோழமை உறவுகளைப் பேணிப் பாதுகாத்து, அரவணைத்து முன்னோக்கிச் செல்ல இயலாது. இத்தகைய

நட்புறவை, தோழமையைச் சிதைக்கும் அணுகுமுறைகள் ஒருபோதும் வெற்றிகரமானவையாக அமையாது.

கொடுமைக்கெதிரான, பகைமைக்கெதிரான களத்தில் இந்த அணுகுமுறைகளைக் கையாளுவது பொருந்தாது. தோழமைக் களத்தையும் பகைமைக்களத்தையும் ஒரே வகை உத்திகளால் அணுகமுடியாது; அணுகவும் கூடாது. தோழமை வடிவத்தில் தோற்றம் தரும் துரோகத்தையும் இடம், பொருள், ஏவல் அறிந்தே அணுக வேண்டும். துரோக உறவைத் தோழமை உறவாக நம்பி ஏமாறுவதோ, பாதிப்படைவதோ நேரலாம். எனினும், அதனைப் பொறுத்துக்கொண்டும் சகித்துக்கொண்டும் முறியடிப்பதற்கான அணுகுமுறைகளைக் கையாள வேண்டும். தோழமையை மட்டுமல்ல; துரோகத்தை அணுகுவதாக இருந்தாலும், பகைமையை அணுகுவதாக இருந்தாலும் பொறுமையை இழந்துவிடக்கூடாது என்பதே முதன்மையானதாகும்.

பொறுமையை இழக்காமலிருக்க இரண்டு வழிமுறைகள் உள்ளன. ஒன்று ஒப்புக்கொள்வது! இன்னொன்று சகித்துக் கொள்வது! ஒப்புக்கொள்வது என்பது, தன்னுடைய இயலாமையை, ஆற்றாமையை வெளிப்படையாகவோ, மறைமுக மாகவோ ஏற்றுக்கொள்வதைக் குறிக்கும். அத்துடன், பிறரின் ஆளுமையையும் ஆற்றலையும் அவ்வாறு ஏற்றுக்கொள்வதைக் குறிக்கும். அதாவது, தன்னுடைய இயலாமையையும் ஆற்றாமையையும் ஒப்புக்கொள்ள மறுக்கிறபோது அல்லது மூடி மறைக்கிறபோது மனிதன் பொறுமையை இழக்கிறான். அதேபோல, மாற்றானின் ஆளுமையை, ஆற்றலை ஏற்க மறுக்கிறபோது, அல்லது முடக்கிட முனைகிறபோது பொறுமையை இழக்கிறான். பொறுமையை இழக்கும் இத்தகைய பொறாமைப் பண்புகள் வெற்றிகரமான அணுகுமுறைகளுக்கு இடம் தருவதில்லை.

சகித்துக்கொள்வது என்பது பொறுமைக்கு அடிப்படையான தேவையாகும். அகச்சூழல்களாலும் புறச்சூழல்களாலும் உருவாகும் எளிதில் தாங்க இயலாத கடுமையான மனவலிகளைப் பொறுத்துக்கொள்வதைக் குறிக்கும். அதாவது, தோழமை வடிவில் வரும் துரோகங்களையும் பகைமை வழியில் வரும் இழிவுகளையும் கொடுமைகளையும் முறியடித்து வெல்ல முடியும் என்கிற நம்பிக்கையுடன் தாங்கிக்கொள்வதே சகித்துக்கொள்வதாகும். சகித்துக்கொள்வது, பொறுமையை இழக்காமல் இருப்பதற்கு வழிவகுக்கும். பொறுமையை இழக்காமல் இருப்பது, தன்னை இழக்காமல் இருப்பதற்கு

ஏதுவாக அமையும். தன்னை இழக்காமல் இருப்பது, வெற்றிகரமான உத்திகளையும் அணுகுமுறைகளையும் கையாளுவதற்கு அடிப்படையாய் விளங்கும். பொறுமையும் சகிப்புத் தன்மையும் அமைப்பாக்க நடவடிக்கையில் தவிர்க்க இயலாத தேவைகள் என்பதை அறியலாம்.

பொறுமையும் சகிப்புத்தன்மையும் வரம்பில்லாதவை அல்ல. எல்லாவற்றுக்கும் ஓர் எல்லை உண்டு என்பதைப் போல பொறுமைக்கும் சகிப்புத்தன்மைக்கும் வரம்பு உண்டு. தனியொருவரின் செயல்திறத்தையும் அவர் செய்யவிருக்கும் செயலின் வலிமையையும் அடிப்படையாகக் கொண்டு பொறுமையின் வரம்பு தீர்மானிக்கப்படும். செயல்திறம் மிக்கவர்கள் அவசரப்படுவதில்லை. ஒரு செயலை விரைவாக, வெற்றிகரமாக முடிக்க வேண்டும் என்கிற அதேவேளையில், அவசரப்பட்டு அரைகுறையாகச் செயலாற்றுவது பாதிப்பை ஏற்படுத்தலாம். ஆகவே, அவசரப்படாமலும் அதேவேளையில் விரைவாகவும் ஒரு செயலை நிறைவேற்றுவதற்குத்தான் 'பொறுமை' என்பது தேவையாகிறது. அத்தகைய பொறுமை யானது மந்தமாகாது. மந்தம் என்பது 'விழிப்பும் விரைவும்' இல்லாத சோம்பலைக் குறிக்கும். பொறுமை என்பது 'அவசரமும் பதற்றமும்' இல்லாத விரைவைக் குறிக்கும். அதாவது, விழிப்புடன்கூடிய விரைவு, பதற்றமில்லாத விரைவு எனப் புரிந்துகொள்ளலாம்.

தன்னைப் பற்றிய பிறருடைய விமர்சனங்கள், செவிவழிச் செய்தியாக வந்துசேரும் நிலையில், உண்மையில் அக்குறிப் பிட்ட நபர் விமர்சனம் செய்தாரா, அவரது விமர்சனம் உண்மையானவையா என்றெல்லாம் அறிந்து உறுதிப்படுத்து வதற்குள் விமர்சித்ததாகச் சொல்லப்படும் நபர் மீது ஆத்திரம் கொள்வதும், அவரைப் பகைவராகக் கருதுவதும், பழிவாங்குவதற்கு முனைவதும் போன்ற முடிவுகளை எடுப்பது அவசர முடிவாக அமையும். உண்மையில், அவர் அவ்வாறு விமர்சிக்கவே இல்லை என்றும் விசாரணையில் தெரிய வரலாம். அல்லது விமர்சித்திருந்தாலும், ஆத்திரமூட்டும் வகையில் விமர்சிக்கவில்லை என்றும் தெரியவரலாம். இத்தகைய சூழலில், பொறுமை இழந்து அவசரப்பட்டு எடுத்த முடிவு ஆத்திரப்படுவதற்கும், பழிவாங்குவதற்கும், பகை வளர்வதற்கும்தான் வழிவகுத்ததாக அமையும். அதாவது, அவசரப்படுவதும், ஆத்திரத்தில் முடிவுகள் எடுப்பதும், பக்குவ மின்றிச் செயலாற்றுவதும், தோழமை உறவுகளைச் சிதைக்கும். இத்தகைய அணுகுமுறைகள் அமைப்பாக்க நடவடிக்கையை வெகுவாகப் பாதிக்கும்.

ஒரே களத்தில், ஒரே நோக்கத்திற்காக உடன் பணியாற்றுவோருக்கிடையில் நட்பும் தோழமையும் வலுப்பெறுவதற்குப் பொறுமையும் சகிப்புத்தன்மையும் வெகுவாகத் தேவைப்படும். உடன் பணியாற்றுவோர் செய்யும் துரோகம், அவமதிப்பு போன்றவை உறுதிப்படுத்தப்பட்ட நிலையிலும் அவற்றைப் பொறுத்து அல்லது மன்னித்து அவர்களிடையே தோழமையை வென்றெடுக்க முயற்சிப்பதும், அம்முயற்சி வெற்றிபெறாத நிலையில் அவர்களைத் தண்டிப்பதும்கூட பக்குவமான அணுகுமுறைகளைக் கொண்டதாக அமைய வேண்டும். மன்னிப்பதாயினும் தண்டிப்பதாயினும் அவசரப்படுவதாக அமைந்துவிடக் கூடாது. தேவையான எல்லைவரையில் பொறுமையும் சகிப்புத்தன்மையும் கொண்டு இதனை அணுக வேண்டும்.

உடன்பணியாற்றும் களப்பணியாளர்களின் சமூக, அரசியல், பொருளாதாரப் பின்னணிகளையும் அவர்களின் புரிதல் திறனையும் செயல்திறனையும் கருத்தில்கொண்டு, அவர்களின் வேகத்திற்கு அல்லது தம்முடைய வேகத்திற்கு ஈடுகொடுக்கும் வகையில் தமது அணுகுமுறைகளை வரையறுத்தல் வேண்டும். 'தனக்கு இணையாகப் பிறர் இல்லையென்று' இறுமாப்புக் கொள்வதோ அல்லது 'பிறருக்கு இணையாகத் தான் இல்லையென்று' தன்னைக் குறைத்து மதிப்பீடு செய்வதோ தோழமையைச் சிதைக்கும். இத்தகைய மனோநிலையிலிருந்து வெளிப்படும் அணுகுமுறைகள் முதிர்ச்சியற்றவையாக இருக்கும்.

உடன் பணியாற்றுவோருக்கிடையில் இவ்வாறான வேறுபாடுகள் அல்லது முரண்பாடுகள் இருப்பினும் அவற்றை முன்னிறுத்தாமல், அமைப்பு நலன் கருதி, மக்கள் நலன் கருதி பாகுபாடில்லாத தோழமையைப் போற்றுவது தான் பக்குவமான அணுகுமுறையாகும். அவ்வாறின்றி, அய்யத்துடன் பழகுவது, அச்சத்துடன் அணுகுவது ஒருபோதும் இணக்கமான உறவுக்கு இடம் தராது.

தான் எதிர்பார்ப்பதைப் போல பிறர் தன்னுடன் உறவாடவோ உரையாடவோ வேண்டுமென்று கருதுவதைவிட, தான் பிறரின் விருப்பு வெறுப்பை அறிந்து, வெறுப்புக்கு இடம் தராத வகையில் அணுகுவது நல்லிணக்கமான உறவுக்கு வழிவகுக்கும். நம்பிக்கை தரும் உறவே நல்லிணக்கத்தை உருவாக்கும். அய்யமில்லாத, அச்சமில்லாத, குற்றம் சுமத்தாத, குறைகூறாத, அன்பு சார்ந்த உறவே நம்பிக்கையை உருவாக்கும்.

தன்னை நேசிக்காதவர்களைத் தன்னால் எப்படி நேசிக்க முடியும்? தனக்கு எதிராகக் குற்றம்-குறை கூறுபவர்களை, அவதூறு பரப்புபவர்களை, சதிவலை பின்னுபவர்களைத் தன்னால் எப்படி தோழமையாக அணுக முடியும்? இவை போன்ற கேள்விகள் எழுவது இயல்பே ஆகும்.

ஒரே களம், ஒரே நோக்கம் என உடன் செயலாற்றுவோரை நட்புக்குரிய அல்லது தோழமைக்குரிய உறவுகளாகக் கருதுதல் வேண்டும். இத்தகைய தோழமை உறவுகளின் எதிர்மறைச் செயல்களைப் பொறுத்துக்கொள்வதும் சகித்துக் கொள்வதும்தான் எதிர்வினையாக நிகழ்தல் வேண்டும். மாறாக, ஆத்திரப்படுவதும், எரிச்சலுறுவதும், கடுஞ்சொல் எறிவதும், பழிவாங்கத் துடிப்பதும், மனஉளைச்சலுக்குள்ளாவதும் போன்ற எதிர்வினைகளில் ஈடுபடுவது அமைப்பாக்க நடவடிக்கைக்கு நேரெதிராக அமையும். எளிதில் உணர்ச்சிவயப்படும் இத்தகைய அணுகுமுறைகள் தனிநபர்களுக்கிடையில் தேவையற்ற முரண்களையும், மோதல்களையும், குழுவாதப் போக்குகளையும் உருவாக்கும்! இடைவெளியைப் பெருக்கும்! தோழமையைச் சிதைக்கும்! அமைப்பாதலைத் தடுக்கும்!

தோழமை சக்திகளுக்கு எதிராக உணர்ச்சிவயப்படுதலைக் கட்டுப்படுத்தவும் தவிர்க்கவும் முயற்சி மற்றும் பயிற்சி மேற்கொள்ளுதல் வேண்டும். போதிய அரசியல் விழிப்புணர்வோ அரசியல் உள்நோக்கமோ இல்லாத, அதிகார வலிமை இல்லாத, எளிய உழைக்கும் மக்களை அரசியல்படுத்தி அமைப்பாக்கும் வரலாற்றுக் கடமையினை மேற்கொண்டுள்ள களப்பணியாளர் களும் அதே சமூக, அரசியல் பின்னணியிலிருந்தே வந்தவர்கள், வருகிறவர்கள் என்பதையும் கருத்தில் கொள்ளவேண்டும்.

அதாவது, களப்பணியாளர்கள் அல்லது முன்னோடிகள் தனது களத்தைப் பற்றியும், தனக்கான தோழமை சக்திகள் மற்றும் பகைமை சக்திகள் பற்றியும், உத்திகள் மற்றும் அணுகுமுறைகள் பற்றியும் போதிய அறிதலோ புரிதலோ இல்லாதவர்களாய் இருக்கலாம். அதனால், உணர்ச்சிகளைக் கொட்டித் தீர்ப்பவர்களாய் இருக்கலாம். எதிர்விளைவுகளைப் பற்றியும் எண்ணிப் பார்க்க இயலாதவர்களாய் இருக்கலாம். தன்னுடைய அணுகுமுறைகள் பிறரை எவ்வாறு பாதிக்கும் என்பதையும் சிந்திக்க இயலாதவர்களாக இருக்கலாம். தன்னுடைய நலன், தன்னுடைய பாதுகாப்பு என்கிற அளவில் மட்டுமே தனது பார்வையின் பரப்பைக் குறுக்கிக்

கொண்டவர்களாய் இருக்கலாம். எனினும், மக்களை அமைப்பாக்கும் மகத்தான பணியில் ஈடுபடுவதால் அவர்களின் அணுகுமுறைகள் எத்தகையதாயினும் அவற்றை அவர்களின் சமூக அரசியல் பின்னணியிலிருந்து புரிந்துகொள்ளுதல் வேண்டும். பக்குவமில்லாத அணுகுமுறைகளை அவர்கள் கொண்டிருந்தாலும் அவை எரிச்சலூட்டுவதாக அமைந்தாலும் அவற்றைப் பொறுத்துக்கொள்ளவும், சகித்துக்கொள்ளவும் வேண்டும். களத்திலுள்ள ஒவ்வொருவரும் இவ்வாறு பொறுமையும் சகிப்புத்தன்மையும் கொண்டவர்களாய் தம்மைப் பக்குவப்படுத்திக்கொண்டால் மட்டுமே தாங்களும் அமைப்பாவதுடன், மக்களையும் வெற்றிகரமாக அமைப்பாக்க இயலும்.

தனது விருப்பத்துக்கு எதிராக, எதிர்பார்ப்புக்கு மாறாக, தான் பணியாற்றும் களம் அமையுமெனில், உடன் பணியாற்றும் களப்பணியாளர்களின் போக்கும் அவ்வாறு அமையுமெனில், அவை மிகுந்த ஏமாற்றத்தையும் தடுமாற்றத்தையும் உருவாக்கி, கடுமையான விரக்தியையும் வெறுப்பையும் விளைவிக்கும். இத்தகைய நெருக்கடியான சூழலின்போது, 'எடுத்தேன்; கவிழ்த்தேன்' என்கிற வகையில், களத்திலிருந்து பின்வாங்குவதோ, பயணத்தைப் பாதியிலேவிட்டு பாதை மாறுவதோ, பகைத் தரப்போடு சமரசமாவதோ, தன்னால் இயலாது என்று தன்னம்பிக்கையை இழப்பதோ, தனது இயலாமைக்கு பிறர் மீது பழிபோட்டுத் தப்பிக்க முனைவதோ, இன்னும் இவை போன்ற நடவடிக்கைகள் ஒருபோதும் தீர்வாகாது. ஏமாற்றம், தோல்வி, வஞ்சகம், வன்கொடுமை, இழிவு, துரோகம் போன்ற நெருக்கடிகளைப் பொறுத்துக்கொள்வதும் அவற்றால் விளையும் மன உளைச்சல்களைச் சகித்துக்கொள்வதும் பொதுவாழ்க்கைக்கு அல்லது அமைப்பாக்க நடவடிக்கைக்கு தவிர்க்க இயலாத தேவைகளாகும்.

அத்தகைய பொறுமையினையும் சகிப்புத் தன்மையினையும் களப்பணியாற்றுவோர் படிப்படியாக வளர்த்தெடுக்கவும் வலுப்படுத்தவும் வேண்டும். அளப்பரிய இப்பண்புகளின் வழியாக பக்குவமான, முதிர்ச்சியான, வெற்றிகரமான அணுகுமுறைகளைப் பெற்றிட இயலும். தனிவாழ்க்கையானாலும் பொதுவாழ்க்கையானாலும் கையாளும் அணுகுமுறைகளைப் பொறுத்தே வெற்றி-தோல்வி அமையும். நேர்மறையான பார்வை, நேர்மறையான புரிதல் போன்றவை நேர்மறையான அணுகுமுறைகளைத் தரும். நேர்மறையான அணுகுமுறைகளால் மட்டுமே நல்லுறவையும் நல்லிணக்கத்தையும் கட்டியெழுப்ப

முடியும். நல்லிணக்கத்தால் மட்டுமே நம்பிக்கையையும் நம்பிக்கைக்குரிய தோழமையையும் வென்றெடுக்க இயலும்.

பொறுத்தலும் சகித்தலும் போற்றிடும் தோழமை! – பொறுமை இழத்தலும் பதைத்தலும் வீழ்த்திடும் ஆளுமை!

ஆகஸ்டு, 2014

44

மறத்தலும் மன்னித்தலும்

உணர்ச்சிகள்தாம் மனிதனை எப்போதும் உந்தி இயக்கும் முதன்மை ஆற்றல்களாய் விளங்குகின்றன. உணர்ச்சிகள் வழிநடத்த மனிதன் பின்பற்றுகிறான். அன்பு, பற்று; இரக்கம், கருணை; வெறுப்பு, ஆத்திரம்; பயம், பதற்றம்; பொறாமை, பகைமை; மகிழ்ச்சி, இன்பம்; துக்கம், துன்பம் என இவை போன்ற உணர்ச்சிகளே மனிதனை வழிநடத்துகின்றன.

எந்த நேரத்தில், எந்த உணர்ச்சி மனிதனின் மனத்தில் ஆதிக்கம் செலுத்துகிறதோ, அந்த நேரத்தில் அந்த உணர்ச்சியின் வடிவமாகவே மனிதன் இயங்குகிறான். உணர்ச்சிகளின் பிறப்பிடமாகவும் இருப்பிடமாகவும் மனிதனின் மனம் இயங்குகிறது. தன்னைச் சுற்றியுள்ள சூழல்களை மனம் எவ்வாறு புரிந்து உள்வாங்குகிறதோ, அவ்வாறே மனத்திலிருந்து உணர்ச்சிகள் பிறக்கின்றன. உணர்ச்சிகளின் பிறப்பிடமான அம்மனமே, அவற்றின் இருப்பிடமாகவும் உள்ளது.

மனத்தில் ஒரே நேரத்தில் பல்வேறு உணர்ச்சிகள் மாறிமாறித் தோன்றலாம்; மறையலாம். இவ்வாறு தோன்றும் உணர்ச்சியின் வலிமையைப் பொறுத்தும், அது மனத்தில் இருப்புக்கொள்ளும் காலஅளவைப் பொறுத்தும் மனிதனின் நடவடிக்கைகள் அமைகின்றன. எந்த உணர்ச்சி, எவ்வளவு நேரம் அல்லது காலம், மனத்தில் இருப்புக்கொள்கிறதோ

அல்லது ஆதிக்கம் செய்கிறதோ, அவ்வளவு நேரம் அல்லது காலம்வரையில் அந்த உணர்ச்சி மனிதனை ஆட்டிப்படைக்கிறது.

ஒவ்வொரு உணர்ச்சியும் ஒவ்வொரு பண்பைக்கொண்டிருக்கிறது. எந்தவொரு உணர்ச்சியால் மனம் நிரம்புகிறதோ, அந்த உணர்ச்சியின் பண்புக்கேற்பவே மனம் இயங்குகிறது. மனத்தின் போக்கின்படியே மனிதன் இயங்குகிறான். மனிதனின் வாழ்நிலை, சூழ்நிலைகளுக்கேற்ப அவனது மனத்தின் பண்பும் வலிமையும் வடிவம் பெறுகிறது.

ஒன்றை நேர்மறையாகவோ, எதிர்மறையாகவோ புரிந்துகொள்வதை, புரிந்துகொண்டவாறு உள்வாங்குவதை மனத்தின் பண்பு என அறியலாம். இத்தகைய பண்பு, பிறப்பின் வழியாக அல்லது பெற்றோரின் வழியாகப் பெறுவதாகவும், வளர்ச்சியின் போக்கில் வாழ்நிலை மற்றும் சூழ்நிலைகளுக்கேற்ப மனத்தின்மீது ஏற்படும் தாக்கத்தின் மூலமாகப் பெறுவதாகவும் அமையலாம். நட்பு தொடர்பாகவோ, பிற உறவுகள் தொடர்பாகவோ, எதிர்கொள்ளும் சிக்கல்கள் தொடர்பாகவோ, மனம் எதிர்மறையான அல்லது நேர்மறையான அணுகுமுறையின் மூலம் எந்தவொன்றையும் புரிந்துகொள்கிறது. இத்தகைய அணுகுமுறையானது, பெற்றோரின் பண்பிழைகளின் மூலமாகக் கருவிலிருந்தே பெற்றதாக இருந்தாலும், சுற்றுச்சூழல்களின் தாக்கத்தின் மூலமாக அல்லது பழக்கத்தின் மூலமாகப் பெற்றதாக இருந்தாலும், இவற்றைத் தொடர்பயிற்சியின் வழியாக தேவையையொட்டி சீர்செய்ய இயலும்.

ஒன்றைப் புரிந்துகொள்ளும் முறை, புரிந்துகொள்ளும் திறன், அவ்வாறு புரிந்துகொண்டதை உள்வாங்கும் முறை, உள்வாங்கும் திறன், அவ்வாறு உள்வாங்கியதைப் பயன்படுத்தும் முறை, பயன்படுத்தும் திறன் போன்றவையே மனத்தின் பண்பு மற்றும் வலிமை என அறியலாம். ஒன்றைப் புரிந்துகொள்வதிலிருந்தும், உள்வாங்குவதிலிருந்தும் உருவாகிற உணர்ச்சிகளை, மனம் எவ்வாறு வெளிப்படுத்துகிறது; கட்டுப்படுத்துகிறது; தாங்குகிறது போன்றவை மனத்தின் வலிமையைக் குறிக்கும்.

உணர்ச்சியின் பண்பும், உணர்ச்சியின் வலிமையும், மனத்தின் பண்பு மற்றும் வலிமையைவிட ஆளுமைமிக்கதாக இருப்பின் அவ்வுணர்ச்சிக்கேற்பவே மனம் இயங்கும். மனம் ஆளுமைமிக்கதாக இருப்பின் உணர்ச்சிகளை ஆதிக்கம் செய்ய அனுமதிக்காது. தேவைக்கேற்ப, சூழலுக்கேற்ப உணர்ச்சிகளை மனமானது கட்டுப்படுத்தவும் முறைப்படுத்தவும் செய்யும்.

அவ்வாறு உணர்ச்சிகளைக் கையாள இயலாத அளவுக்கு மனம் வலுவற்றதாக இருக்கும்போது, 'உள்ளது உள்ளபடியே' உணர்ச்சிகளை வெளிப்படுத்தும். இந்த நடைமுறையே 'உணர்ச்சிவயப்படுதல்' என்பதாகும். உணர்ச்சிவயப்படுதலும் உணர்ச்சிமயமாதலும், மனமானது உணர்ச்சியைவிட வலுக்குன்றியதாக உள்ளதை உறுதிப்படுத்துவதாகும். அதாவது, மனத்தைவிட உணர்ச்சி வலுவாக உள்ளபோது மனமானது உணர்ச்சியின் வேகத்திற்கும் வீரியத்திற்கும் ஆட்பட்டு உணர்ச்சி மயமாகிவிடுகிறது. அதன்போக்கிலேயே மனிதனின் போக்கும் அமைந்துவிடுகிறது. உணர்ச்சியின் ஆதிக்கத்திற்குள்ளாகிறபோது, உணர்ச்சியின் பண்பே மனத்தின் பண்பாகவும் உணர்ச்சியின் வலிமையே மனத்தின் வலிமையாகவும் மாறிவிடுகிறது.

அதேவேளையில், உணர்ச்சியின் வேகத்திற்கும் வீரியத்திற்கும் ஈடுகொடுத்து இயங்கும் வலிமையில்லாதபோது மனம் உடைந்து போகிறது; நொறுங்கிப் போகிறது. இதுவே 'இயலாமையாக' வெளிப்படுகிறது. இயலாமையின் விளைச்சல்களே விரக்தி, வெறுப்பு, சலிப்பு போன்றவையாகும். இயலாமை என்பது இயங்காமை என்றாகாது. உணர்ச்சிவயப்படுதலும் உணர்ச்சிமயமாதலும்கூட இயலாமையே ஆகும். அதாவது, உணர்ச்சிவயப்பட்டு எத்தகைய கட்டுக்குள்ளும் அடங்காமல் உணர்ச்சியின் வடிவமாகவே மாறிச் செயற்படுதலும், அவ்வாறே உணர்ச்சிவயப்பட்டு அவ்வுணர்ச்சிக்கேற்பச் செயற்பட இயலாமல் தேங்குதலும் திணறுதலும் இயலாமையைக் குறிக்கும்.

அதாவது, தோன்றும் உணர்ச்சிகளைத் தேவைக்கேற்ப, சூழலுக்கேற்பக் கட்டுப்படுத்தி, நெறிப்படுத்திக் கையாளும் வலிமை இல்லாத நிலையைக் குறிக்கும். உணர்ச்சிகளைக் கையாளும் மனவலிமை இல்லாத 'இயலாமையினால்'தான் மனம் கடும் உளைச்சலுக்குள்ளாகிறது. குறிப்பாக, எதிர்மறையான உணர்ச்சிகள் தோன்றும்போது, அவற்றைச் சூழலுக்கேற்பக் கையாள இயலாதபோது, இயலாமை வெளிப்படுகிறது. அதுவே மனத்தில் மேலும் கடுமையான எதிர்விளைவுகளை உருவாக்கும் உணர்ச்சிகளை உருவாக்குகிறது. அதாவது, மனத்தை வாட்டி வதைக்கும் உணர்ச்சிகளைப் பிறப்பிக்கிறது. இயலாமையிலிருந்தே மன அழுத்தம் உருவாகிறது. மனஅழுத்தத்திலிருந்து கசப்பு, சலிப்பு, வெறுப்பு, அய்யம், அச்சம், பொறாமை, பகைமை, ஆத்திரம், வெறி போன்ற உணர்ச்சிகள் ஊற்றெடுத்து உள்ளத்தை வதைக்கிறது; சிதைக்கிறது. இத்தகைய உணர்ச்சிகளின் விளைச்சல்களே மன உளைச்சல்களாகும்.

அமைப்பாய்த் திரள்வோம்

தன்னையே வதைக்கும், தன்னையே சிதைக்கும் உளைச்சல்களுக்கான உணர்ச்சிகளைத் தானே சுரக்கும் மனம், அவற்றிலிருந்து தன்னைத் தற்காத்துக் கொள்வதற்குத் தன்னைத்தானே வலிமைப்படுத்திக்கொள்ளுதல் வேண்டும். எதிர்மறையான உணர்ச்சிகளால் எதிர்மறையான அணுகு முறைகளும் எதிர்மறையான விளைவுகளும் உருவாகின்றன. இத்தகைய எதிர்மறையான உணர்ச்சிகளுக்குத் தன்னைச் சுற்றியுள்ள சூழல்களும், தனக்கு வேண்டாதவர்களின் நடவடிக்கைகளும்தான் காரணிகளாக உள்ளன; தன்னைச் சுற்றியுள்ள சூழல்களின் அல்லது நபர்களின் போக்குகளில் மாற்றம் நிகழாமல், தனது எதிர்மறை சிந்தனைகளையும் உணர்ச்சிகளையும் எவ்வாறு முறைப்படுத்த இயலும்? என்கிற கேள்வி எழுவது இயல்பேயாகும். இது ஒவ்வொரு மனிதனுக்கும் எழுகிற அய்யமே ஆகும்.

தன்னுடைய தீங்கான உணர்ச்சிகளுக்கும் அணுகுமுறை களுக்கும் பிறரின் நடவடிக்கைகளே காரணம் என நம்புகிறபோது, அத்தகைய உணர்ச்சிகளின் வேகத்தைப் பிறரின்மீது வெளிப்படுத்த நேருகிறது. இதனால், பிறரை ஒழுங்குபடுத்துவதாக எண்ணிக்கொண்டு, அவர்களைக் காயப்படுத்தும் நிலை உருவாகிறது. இதுவே, தோழமையை, நட்புறவை வெகுவாகப் பாதிக்கிறது. அமைப்பாக்க நடவடிக்கையில் தோழமையைப் போற்றுவதும் ஒருங்கிணைந்துச் செயலாற்றுவதும் இன்றியமையாத தேவையாகும். உடன்பணியாற்றுவோர் தன்னைப்போல் இல்லாமல் எதிர்மறையான போக்குகளைக் கொண்டிருக்கிறபோது, அவற்றை எவ்வாறு நேர்மறையாக எடுத்துக்கொள்ள இயலும்; எவ்வாறு பொறுத்துக்கொள்ளவும் சகித்துக்கொள்ளவும் இயலும்; என்கிற கேள்விகள் எழுவதும் ஞாயமானதே ஆகும். உடன்பணியாற்றுவோர் நீதி, ஞாயங்களுக்குப் புறம்பாகச் செயற்படும்போது, கொடுமைகள் இழைக்கும்போது எழும் உணர்ச்சிகளை எவ்வாறு கட்டுப்படுத்த இயலும்; அல்லது அத்தகைய கொடிய உணர்ச்சிகள் உருவாகாதவாறு எவ்வாறு தடுத்திட இயலும்; என்கிற கேள்விகளும் ஏற்புடையதே ஆகும்.

தன்னைச் சுற்றியிருப்பவர்களிடம் பொறுமையும் சகிப்புத்தன்மையும் இல்லாதபோது, நேர்மறையான சிந்தனைகளும் அணுகுமுறைகளும் இல்லாதபோது, தான் மட்டும் எவ்வாறு அவர்களுக்கு நேர்மாறாக இருந்திட இயலும் என்றும், பிறர் கெட்டிக்காரர்களாகவும் தான் மட்டுமே ஏமாளியாகவும் இருக்க முடியுமா என்றும் ஒருவன் சிந்திப்பதும்

தவறு என்றாகாது. இதனால், தான் ஏமாளியல்ல என்றும், கோழையல்ல என்றும் நிலைநாட்டவேண்டிய நிலைக்கு அவன் தள்ளப்படுவதும் தவிர்க்க இயலாததாகிறது. இந்நிலையில் அவனும் பொறுமை இழப்பதும் உணர்ச்சிகளைக் கொட்டுவதும், கட்டுப்பாடற்ற நிலையில் செயல்படுவதும் நிகழ்கிறது. இத்தகைய போக்குகள் அமைப்பாக்க நடவடிக்கையில் பெரும்பாதிப்பையே ஏற்படுத்தும். உடன் பணியாற்றுவோருக்கிடையில் 'ஒதுங்குவதும் ஒதுக்குவதும்' நிகழும். தீங்கான குழுவாதப் போக்குகளும் ஒருவரை ஒருவர் வீழ்த்துவது என்னும் பழிவாங்கும் போக்குகளும் பெருகும். அது அமைப்பு நலன்களையும் மக்கள் நலன்களையும் வெகுவாகப் பாதிக்கும்.

அமைப்புக்காக, மக்களுக்காகத் தன்னைப் பிறர் அவமதிப்பதையும் காயப்படுத்துவதையும் எவ்வாறு பொறுத்துக் கொள்ளவும் சகித்துக்கொள்ளவும் இயலும்? தோழமை என்ற பெயரில் பிறரின் ஆதிக்கத்தை எவ்வாறு அனுமதிக்க முடியும்? இவை போன்ற கேள்விகள் பொதுவாழ்க்கையில் உள்ள ஒவ்வொருவருக்கும் எழுவதைப் புறந்தள்ள முடியாது! இதனால், 'இழிவுக்கு இழிவு', 'காயத்துக்குக் காயம்' என பழிவாங்கும் உணர்ச்சிக்கு ஆட்படுவதும் வெறுப்பைக் கக்குவது, வெறியைக் கொட்டுவது போன்ற செயல்களில் ஈடுபடுவதும் அவற்றுக்கான எதிர்விளைவுகளைச் சந்திப்பதும் மன அமைதியை இழப்பதும் எனப் பதற்றமான மனநிலைக்குத் தள்ளப்படுகின்றனர். பதற்றம், பழிவாங்கும் உணர்ச்சி போன்ற உணர்ச்சிகளில் மனம் நிரம்பும்போது, அவ்வுணர்ச்சிகளின் கொந்தளிப்பில் மனம் கடுமையாகப் பாதிக்கப்படுகிறது. யாருக்கு எதிராக இத்தகைய உணர்ச்சிகள் பொங்குகின்றனவோ அவருக்கு ஏற்படுத்தும் பாதிப்பைவிட அவ்வுணர்ச்சிகளுக்கு இடமளிக்கும் மனத்திற்குப் பெரும்பாதிப்பை உருவாக்கும்.

பிறரைப் பாதிக்கச் செய்யவேண்டும் என்பதைவிடத் தன்னைப் பாதுகாத்திட வேண்டுமென்பது மிகமிக இன்றியமை யாததாகும். அதாவது, மனத்தில் இத்தகைய உணர்ச்சிகள் உருவாவதற்கு இடமளிக்கக்கூடாது. அப்படி உருவானாலும் அவை மனத்தின் வலிமைக்கு மீறிய அளவில் மனத்தை ஆதிக்கம் செய்ய, ஆட்டிப்படைக்க அனுமதிக்கக் கூடாது. எத்தகைய உணர்ச்சிகளாக இருந்தாலும் அவற்றைக் கட்டுக்குள் வைத்துக் கையாளும் வலிமையை மனம் பெற்றாக வேண்டும். இத்தகைய வலிமைக்கு உரிய பயிற்சி தேவையாகும். நேர்மறையான புரிதல் களாலும் அணுகுமுறைகளாலும்தான் மனத்தின் வலிமையைப் பெருக்கிட இயலும்.

நேர்மறையான புரிதல்கள் மற்றும் அணுகுமுறைகள் என்பவை, இருப்பதை இல்லாததாகவோ, இல்லாததை இருப்பதாகவோ புரிந்துகொள்வது ஆகாது. 'உள்ளது உள்ளபடி' புரிந்துகொள்வதே நேர்மறையான புரிதல் ஆகும். 'உள்ளது உள்ளபடி' அணுகுவதே நேர்மறையான அணுகுமுறையாகும். பொதுவாக, எதிர்மறைச் சிந்தனை உள்ளவர்களால் உள்ளதை உள்ளபடி புரிந்துகொள்ளவோ அணுகவோ முடியாது. அதேவேளையில், நேர்மறையான சிந்தனை உள்ளவர்களால் உள்ளது உள்ளபடியே புரிந்துகொள்வதும் தனக்குத் தீங்கானவையாக இருப்பின் அவற்றை எப்படிப் பொறுத்துக்கொள்ளவோ, சகித்துக்கொள்ளவோ இயலும்; அல்லது அவற்றை மனத்திலிருந்து எவ்வாறு அப்புறப்படுத்த இயலும் – என்ற வினாக்களை எப்படிப் பொருட்படுத்தாமல் இருக்க முடியும்?

உடன் பணியாற்றும் தோழர்களாயினும் ஒரே களத்தில் எதிர்கொள்ள வேண்டிய பகைவர்களாயினும் அவர்களை நேர்மறையாக அணுகுவதன் மூலம்தான் உண்மையை உண்மையாகவே புரிந்துகொள்ளமுடியும். உண்மைகள் பெரும்பாலும் போலிகளாலும் மாயைகளாலும் திட்டமிட்டு மறைக்கப்படுவதுண்டு. அறிந்தோ அறியாமலோ 'உள்ளது உள்ளபடி'யின்றி மிகைத்தோ, குறைத்தோ காட்டப்படுவதுண்டு. இவைபோன்ற நடைமுறைகளால் அவ்வளவு எளிதில் உள்ளதை உள்ளபடியே உணர்ந்திட இயலாது.

இந்நிலையில், எதிர்மறையான சிந்தனையும் அணுகுமுறையும் உள்ளவர்களால் உள்ளது உள்ளபடி உணர்த்தவும் முடியாது; உணரவும் முடியாது! அவ்வாறு, ஒன்றை உள்ளது உள்ளபடி உணர்வதும் உணர்த்துவதும் ஒவ்வொரு நாளும் மனிதன் எதிர்கொள்ளும் பெரும்போராட்டமாகும். பொதுவாக, பெரும்பாலானவர்கள் உண்மையை அறியும் வரையில் போராடுவதில்லை. அறிந்தவரையில் உண்மையென்றோ, பொய்யென்றோ ஒரு முடிவுக்குச் சென்று விடுகின்றனர். உண்மையை அறியும்வரையில் காத்திருப்பதற்குரிய பொறுமை இருப்பதில்லை. அத்தகைய காத்திருப்புக்கான அல்லது பொறுமைக்கான காலஇடைவெளியில் நிகழும் போலிகளின், பொய்களின், மாயைகளின் நடவடிக்கைகளை அல்லது அநீதிகளைச் சகித்துக்கொள்ள இயலுவதில்லை.

இத்தகைய பொறுமை மற்றும் சகிப்புத்தன்மை ஆகியவற்றை இழக்கும் நிலையில், ஆற்றாமையும் இயலாமையும் வெளிப்படும் நிலை உருவாகும். ஆற்றாமையும் இயலாமையும் எதிர்மறையான

புரிதல்களையும் அணுகுமுறைகளையும் உருவாக்கும்; மனத்தைப் பாதிக்கும் அளவுக்குப் பதற்றமான, கொந்தளிப்பான உணர்ச்சிகளைப் பிறப்பிக்கும்! இவ்வுணர்ச்சிகள் மேலோங்கி, ஆதிக்கம் செய்யும் நிலையில், தொடர்புடைய எந்தவொன்றும் உள்ளது உள்ளபடி மனத்திரையில் காட்சிப்படுத்தப்படுவதில்லை. எதிர்மறையான வகையில், மனத்தில் மிகைப்படுத்தியோ குறைப்படுத்தியோதான் காட்சிப்படுத்தப்படும்.

இத்தகைய காட்சிகளும் புரிதல்களும் மனத்தில் நிறையும் நிலையில் மனம், அவை சார்ந்த உணர்ச்சிகளுக்கு மட்டுமே இடமளிக்கிறது. இவ்வுணர்ச்சிகள் மனத்தில் தேங்கத் தேங்க அவை வன்ம உணர்ச்சிகளாக வீரியம் பெறுகின்றன. இந்த வன்ம உணர்ச்சிகள் மனத்திரையில் காட்சிப்படுத்துபவையும் உண்மை நிலையும் பெரும்பாலும் பொருந்துவதில்லை. அதாவது, தனக்கு நேரும் பாதிப்புகளுக்கெல்லாம் தனக்கு வேண்டாத நபரின் நடவடிக்கைகளே காரணம் என்று எண்ணும்போது, அவன் மனத்தில் எழும் உணர்ச்சிகளும், அவை அவனது மனத்திரையில் காட்டும் காட்சிகளும் வேண்டாத நபருக்கு எதிரான வன்மத்தை மேலும் கூர்மைப்படுத்தும். ஆனால், உண்மையில் தனக்கு நேரும் பாதிப்புகளுக்கும் தனக்கு வேண்டாத நபருக்கும் தொடர்பில்லாமலும் இருக்கலாம். அதாவது, வேண்டாத நபரின் மீதான வெறுப்பும் அவ்வெறுப்பிலிருந்து எழும் அய்யம், அச்சம், பொறாமை போன்ற உணர்ச்சிகளும், அவ்வுணர்ச்சிகளின் பண்புகளால் உருவாகும் எண்ணங்கள் மற்றும் காட்சிகளும் உண்மை நிலையோடு பெரும்பாலும் பொருந்துவதில்லை. மனம் நிறைய வன்ம உணர்ச்சிகள் மேலோங்கியிருக்கும்போது, உண்மை நிலைகளை உணரவோ உணர்த்தவோ முடியாது.

பொதுவாழ்க்கையில், உடன் பணியாற்றுவோரில் ஏதோவொரு வகையில் பிடிக்காதவர்கள், வேண்டாதவர்கள், துரோகிகள், எதிரிகள் என்று சிலரைக் கருத நேரலாம். அவர்கள் தொடர்பாக எதிர்மறையான சிந்தனைகளும் அணுகுமுறைகளும் உருவாகலாம். இவை அவர்களின் மீதான பொறாமை மற்றும் பகைமையை வளர்க்கலாம். இவற்றிலிருந்து வன்ம உணர்ச்சிகள் பெருகலாம். இவை நெடுங்காலத்திற்கு மனத்தைவிட்டு அகலாமல், மன அழுத்தத்தையும், பதைப்பையும், ஆத்திரத்தையும், வன்முறை நாட்டத்தையும் உருவாக்கலாம். இவ்வாறான போக்குகள் யாவும் பெரும்பாலும் வன்ம உணர்ச்சிகளின் பண்புகளேயாகும்.

அதைப்போல, அன்பு, பற்று, இரக்கம், கருணை போன்ற பாச உணர்ச்சிகள் மனத்தில் நிறையும்போது, மனமானது இவ்வுணர்ச்சிகளுக் கேற்பவே இயங்கும். இவ்வுணர்ச்சிகளால் மனம் பாதிக்கப்படுவதில்லை. சுற்றியுள்ள உறவுகளின் இணக்கம் பாதிக்கப்படுவதில்லை. தோழமை உறவுகளை மென்மேலும் வலுப்படுத்தவே செய்யும். இவ்வுணர்ச்சிகள் மேலோங்கி மனத்தில் ஆதிக்கம் செலுத்தும்போது, அய்யம், அச்சம், பொறாமை, பகைமை போன்ற வன்ம உணர்ச்சிகளுக்கு மனம் இடமளிப்பதில்லை. அதே வேளையில், பாச உணர்ச்சிகளும் மனத்தை நிரப்பி ஆதிக்கம் செய்யுமெனில் அம்மனத்தால் உண்மை நிலையை உள்ளது உள்ளபடி உணர மனம் இடமளிப்ப தில்லை. அதாவது, உள்ளது உள்ளபடி உண்மை நிலையை உணர எந்தவகை உணர்ச்சிகளும் மனத்தை ஆட்டிப்படைக்குமளவுக்கு ஆதிக்கம் செய்வது கூடாது. உணர்ச்சிகளை மனம்தான் கையாள வேண்டுமே தவிர, மனத்தை உணர்ச்சிகள் ஆளுமை செய்யக் கூடாது. பாச உணர்ச்சிகளாயினும் வன்ம உணர்ச்சிகளாயினும் அவற்றைக் கட்டுக்குள் வைத்துக் கையாளும் அளவுக்கு 'மனவலிமை' இன்றியமையாததாகும்.

இத்தகு மனவலிமையைப் பெறுவதற்கு நேர்மறையான சிந்தனைகள் மற்றும் அணுகுமுறைகள் மூலமான தொடர்பயிற்சி தேவையாகும். குறிப்பாக, வன்ம உணர்ச்சிகளின் தாக்குதலுக்கு ஆட்படாதவாறு மனத்தைப் பாதுகாத்திட வேண்டும். பிறரின் இயல்பான அணுகுமுறைகளால் அல்லது திட்டமிட்ட சதிவேலைகளால் மனம் பாதிக்கப்படும்போது உருவாகும் வன்ம உணர்ச்சிகளை வலுவிழக்கச் செய்தல் வேண்டும். அதற்கேற்ற மனவலிமையைப் பெறுவது இன்றியமையாத தேவையாகும். மனவலிமை இல்லையேல் பிறரால் மனத்திற்கு நேர்ந்த பாதிப்புகளிலிருந்து மீள இயலாது. பழிவாங்கும் உணர்ச்சி போன்ற வன்ம உணர்ச்சிகளின் ஆதிக்கத்தை விரட்ட இயலாது. தோழமையைப் போற்றி நட்புறவை வலுப்படுத்த இயலாது. உடன் பணியாற்றுவோருடன் இணக்கமாகச் செயல்பட்டு அமைப்பாக்க நடவடிக்கைகளை வெற்றிகரமாக நிறைவேற்ற இயலாது.

எனவே, அமைப்பு நலன் மற்றும் மக்கள் நலன் கருதி, தனிப்பட்ட முறையில் தனக்கு நேர்ந்த பாதிப்பைப் பொருட்படுத்தாமல், பாதிப்பை ஏற்படுத்திய நபர்களுடன் நட்பை, தோழமையைப் போற்றுதல் வேண்டும். அவர்களின் துரோகத்தால் ஏற்பட்ட காயங்களோ வடுக்களோ நெஞ்சில்

ஆறாமல் இருப்பினும் அவற்றை ஆற்றுப்படுத்திட வேண்டும். அதற்குப் போதிய மனவலிமை தேவையாகும்.

தனிநபரால் தனிப்பட்ட முறையில் தனக்கு நேர்ந்த பாதிப்பை முன்னிறுத்தாமல், அமைப்புக்காக, மக்களுக்காக அப்பாதிப்புகளைப் பாடமாகக் கருதி மறக்கவோ அல்லது மடைமாற்றி நீர்த்துப்போகச் செய்யவோ வேண்டும். மறக்கவே இயலாத பாதிப்புகளாக இருப்பினும் ஆக்கப்பூர்வமான சிந்தனைகளின் மூலம் அவற்றை வலுவிழக்கச் செய்தல் வேண்டும். அதற்கு அத்தகைய நபர்களை மன்னிப்பது மட்டுமே மாமருந்தாகும். கடுமையான பாதிப்புகளை அவ்வளவு எளிதில் மறக்கவோ, பாதிப்பை ஏற்படுத்திய நபர்களை அவ்வளவு எளிதில் மன்னிக்கவோ இயலாது! எனினும், பொது வாழ்க்கையில், குறிப்பாக, அமைப்பாக்க நடவடிக்கைகளில் 'மறப்பதும் மன்னிப்பதும்' தவிர்க்க இயலாத தேவையாகும்.

ஒரே அமைப்பில், ஒரே களத்தில், ஒரே இலக்கை நோக்கிப் பணியாற்றும் தோழர்களுக்கிடையில் அவ்வப்போது எழுகின்ற கசப்பு, வெறுப்பு, பொறாமை மற்றும் பகைமை போன்ற வன்ம உணர்ச்சிகளால் நேரும் பாதிப்புகளை மறப்பதும் மன்னிப்பதும் இன்றியமையாத தேவைதான் என்றாலும் அவ்வளவு எளிதில் அவற்றை மறக்கவோ மன்னிக்கவோ இயலாது. அமைப்புக்காக, மக்களுக்காக, பொதுநலன் கருதி அவற்றை மறக்கவும் மன்னிக்கவும் போதிய மனவலிமை தேவையாகும்.

தனிப்பட்ட முறையில் தனக்கு நேர்ந்த அவமதிப்பு, காயம், வலி ஆகியவற்றை முன்னிறுத்தாமல் அல்லது பொருட்படுத்தாமல், அமைப்புக்காக, மக்களுக்காக அவற்றைத் தாங்கிக்கொள்ளவும் பொறுத்துக்கொள்ளவும் சகித்துக் கொள்ளவும் தேவையான மனவலிமை பெற்றிருந்தால் மட்டுமே 'மறக்கவும் மன்னிக்கவும்' இயலும். தான், தனது நலன் என்று தன்னை குறுகிய வளையத்திற்குள் சிறைப்படுத்திக் கொள்ளாமல், அமைப்பு நலன், மக்கள் நலன் என விரிந்து பரந்த தொலைநோக்குப் பார்வையும் தோழமை உறவுகளால் நேரும் பாதிப்புகளையும் இழப்புகளையும் தாங்கிக்கொள்ளும் பக்குவமும் முதிர்ச்சியும்தான் மறப்பதற்கும் மன்னிப்பதற்கும் உரிய மனவலிமையை உருவாக்கும்.

இத்தகைய மறத்தலால், மன்னித்தலால் குற்றமிழைத்தோரின், கொடுமை செய்தோரின் நடவடிக்கைகளுக்கு உடன்பட்டு, அவற்றை ஏற்றுக்கொண்டதாகப் பொருளாகாது. அவர்களை

அரவணைப்பதற்கான ஒரு வாய்ப்பாகவே அதனைக் கருத வேண்டும். அவர்களை அமைப்புவழிப்படுத்துவதற்கும் மக்கள்வழிப்படுத்துவதற்கும் அளிக்கப்படும் வாய்ப்பாகவே புரிந்துகொள்ள வேண்டும். உடன் பணியாற்றுவோருக்கிடையில் முரண்களோ மோதல்களோ இன்றி நல்லிணக்கத்தை உருவாக்கவும், தோழமையை வலுவாக்கி ஒருங்கிணைந்து செயலாற்றவும் அமைப்பாக்க நடவடிக்கையை வெற்றிகரமாக முன்னெடுத்துச் செல்லவும் உருவாக்கப்படும் அளப்பரிய வாய்ப்பாகவே உணர்ந்துகொள்ள வேண்டும். இவையே நேர்மறையான புரிதலும் அணுகுமுறையும் ஆகும்.

இவ்வாறு, நேர்மறையான சிந்தனைகள், நேர்மறையான புரிதல்கள், நேர்மறையான அணுகுமுறைகள், நேர்மறையான உணர்ச்சிகள் போன்றவற்றின் மூலம் மனத்தைப் பாதுகாத்துப் பக்குவப்படுத்துவதன் மூலமே மனம் போதிய வலிமையைப் பெறும். இத்தகைய மனவலிமையால் மட்டுமே 'மறக்கவும் மன்னிக்கவும்' இயலும்! தோழமை உறவுகளைப் போற்றவும் பாதுகாக்கவும் இயலும்!

உள்ளம் பதைக்கும் உணர்ச்சிகள் தவிர்ப்போம்! – மன்னிக்கும் உயரிய பண்பால் உறவுகள் காப்போம்!

செப்டம்பர், 2014

45

தன்னை முன்னிறுத்தலும் அமைப்பை முன்னிறுத்தலும்

உணர்ச்சிவயப்படும்போது மனிதன் உணர்ச்சியின் பின்னாலேயே ஓடும்நிலை உருவாகிறது. அது இழுத்த இழுப்புக்கெல்லாம் ஆடவேண்டியுள்ளது. மேலோங்கும் உணர்ச்சியின் வேகத்திற்கேற்ப, வலிமைக்கேற்ப, பண்பிற்கேற்ப மனிதன் இயங்க வேண்டியுள்ளது. உணர்ச்சி, தன்னை ஆளுவதற்கு அனுமதிக்கும்போது அவ்வுணர்ச்சியால் ஏற்படும் விளைவுகளை அவன் எதிர்கொள்ள வேண்டியுள்ளது. எத்தகைய உணர்ச்சியாக இருந்தாலும் அவ்வுணர்ச்சியைத் தனது கட்டுக்குள் வைத்திருக்கும்போது, மனிதன் அவ்வுணர்ச்சியால் பாதிப்பு நேராத வகையில் நெறிப்படுத்திக்கொள்ள இயலும். மனிதன் உணர்ச்சிகளை ஆள வேண்டும்; உணர்ச்சிகள் மனிதனை ஆளக்கூடாது. இந்த நுட்பமான ஆற்றல்தான் மனிதனை மாபெரும் வல்லமை பெற்றவனாய் ஆளாக்குகிறது.

மனிதன் மட்டுமல்ல; உயிர்கள் யாவுமே உணர்ச்சிகளால் உந்தப்படுபவையே ஆகும். உணர்ச்சிகளின்றி உயிரியக்கம் இல்லை. பசியுணர்வு, பாலுணர்வு, பாதுகாப்பு உணர்வு போன்ற உணர்ச்சிகள் அனைத்து உயிர்களுக்கும் உள்ள பொதுவான பண்புகளாகும். இவ்வுணர்வுகளால் வெளிப்படும் ஆற்றல்கள்தான் உயிரியக்கத்தின் அடிப்படையாகும். அதாவது, இவ்வுணர்வுகளின் உந்துதல்களால் தான் உயிர்கள்

யாவும் இயங்குகின்றன. மனிதனும் இந்தப் பொதுவிதிக்கு உட்பட்டவனேயாவான். எனினும், மனிதன் அத்தகைய உணர்ச்சிகளைத் தனது கட்டுக்குள் வைத்து நெறிப்படுத்திக் கையாளக்கூடிய ஆற்றலைப் பெற்றவன். இந்த மகத்தான ஆற்றலை உணரும்போதுதான் மனிதன் தன்னை வலிமைப் படுத்திக் கொள்கிற வாய்ப்பைப் பெறுகிறான். உணர்ச்சிகளின் போக்கில் ஓடாமல், அவ்வுணர்ச்சிகளைத் தேவைக்கேற்பவும் சூழலுக்கேற்பவும் கையாளுவதற்குரிய பக்குவத்தைப் பெறுவதில்தான் மனிதன் ஆளுமை பெறுகிறான்.

உணர்ச்சிகளின்றி வாழமுடியாது! உணர்ச்சிகளைத் தவிர்க்கவும் இயலாது! உணர்ச்சிகளை மேலோங்கவிடாமல், முறைப்படுத்திக் கையாள முடியும். தொடர் பயிற்சியின் மூலம் தேவையற்ற மற்றும் தீய உணர்ச்சிகளைத் தவிர்க்கவும் தடுக்கவும் இயலும். உணர்ச்சிகளின் பண்புகளையும் ஆற்றல்களையும் புரிந்து அவற்றின் தேவைக்கேற்ப, அவற்றைக் கையாளுவதிலிருந்தே மனிதனின் வெற்றி அமைகிறது. அவ்வாறு கையாளத் தெரியாமல் உணர்ச்சிவயப்படுகிறவன், உணர்ச்சிகள் இழுத்த இழுப்புக்கெல்லாம் இடம்கொடுத்து வருகிறவன், தனது சுற்றத்தையும் நட்பையும் இழப்பதுடன் தனது ஆளுமையையும் இழக்கிறான். உணர்ச்சிகள் தன்னை ஆட்கொள்ளும்போது, அவற்றைக் கட்டுக்குள் வைத்துக் கையாளத் தெரியாமல், உள்ளது உள்ளபடியே உணர்ச்சிகளைக் கொட்டுகிறவன் தனது இயலாமையை உணர்வதில்லை. இயலாமையை உணர்கிறவன் அதனை மூடிமறைக்க முயலுகிறான்.

தான் ஒளிவு-மறைவு இல்லாதவன் என்றும், சூது-சூழ்ச்சி தெரியாதவன் என்றும், எதிர்விளைவுகளுக்கு அஞ்சாதவன் என்றும், மிகுந்த மானமுள்ளவன் என்றும், மிகுந்த நேர்மையானவன் என்றும், தவறென்று தெரிந்தால் உடனே தட்டிக்கேட்பவன் என்றும், அனைவருக்கும் நல்லவனாய் நடிக்கத் தெரியாதவன் என்றும், யாரோடும் எதற்காகவும் சமரசம் செய்துகொள்ளாதவன் என்றும், ஒழுங்கு மீறுவோர் யாராயிருந்தாலும் உடனே அவர்களைத் தண்டிக்கக்கூடியவன் என்றும், அநீதிகளையும் அநியாயங்களையும் வேடிக்கைப் பார்க்கத் தெரியாதவன் என்றும், இன்னும் இவைபோன்று ஏராளமாய்த் தனது இயலாமைக்கு ஞாயம் கற்பிக்கிறான். நேர்மை, தூய்மை, துணிவு, விரைவு போன்ற உயரிய பண்புகள் மனிதனின் ஆளுமையைச் செழுமைப்படுத்தக் கூடியவையே ஆகும். இப்பண்புகள் யாவற்றையும் இழந்தால்தான் உணர்ச்சி வயப்படுவதைத் தவிர்க்கமுடியும் என்பதில்லை.

நேர்மை தூய்மையைத் தரும்! தூய்மை துணிவைத் தரும்! துணிவு விரைவைத் தரும்! இவையாவும் மன அழுத்தத்தை அண்டவிடாமல் தடுக்கும்! உணர்ச்சிவயப்படுவதைத் தவிர்க்கும்! ஆனால், மனிதன் தனது உணர்ச்சிகளைத் கையாளத் தெரியாமல் தடுமாறும் இயலாமைப் போக்கிற்கு 'நேர்மையின் வெளிப்பாடு' என விளக்கம் கூறுகிறான். உணர்ச்சிவயப்படுவதுதான் நேர்மைக்கு அடையாளம், துணிவுக்கு சாட்சியம் என்பதில்லை. உணர்ச்சிவயப்படாமலிருப்பது என்பது, அடங்கிப்போவது என்றும் அச்சப்படுவது என்றும் பொருளாகாது. நெஞ்சுரத்தோடும் நேர்மைத் திறத்தோடும் உணர்ச்சிகளைத் தனது கட்டுக்குள் வைத்துக் கையாளும் பக்குவத்தைப் பெறவேண்டும். உணர்ச்சிகளைக் கையாளத் தெரியாதபோது உறவுகளையும் கையாளத் தெரியாது. உணர்ச்சிகளுக்குரிய பண்புகளையும் ஆற்றல்களையும் அறியாதபோது அவ்வுணர்ச்சிகளைக் கையாள முடியாது.

ஒவ்வொரு உணர்ச்சிக்கும் ஒவ்வொரு வகையான பண்பு மற்றும் வலிமை உண்டு. எத்தகைய உணர்ச்சிக்கு மனிதன் ஆட்படுகிறானோ அவ்வுணர்ச்சியின் பண்புக்கும் வலிமைக்கும் ஏற்றவாறு செயற்படுகிறான். எனவே, தன்னை ஆட்கொள்ளும் உணர்ச்சியின் பண்பையும் வலிமையையும் அறிந்துகொள்வதன் மூலமே அவ்வுணர்ச்சியை எவ்வாறு கையாள வேண்டுமென்பதை மனிதனால் தீர்மானிக்க இயலும். பிறவிப்பண்பால் வெளிப்படும் உணர்ச்சிகளாயினும், புறச்சூழல்களால் தூண்டப்படும் உணர்ச்சிகளாயினும் அவற்றை எவ்வாறு கையாள வேண்டுமென்பது அவ்வுணர்ச்சிகளைப் பற்றிய புரிதல்களிலிருந்தே அமையும்.

பெரும்பாலும் உணர்ச்சிகள் பிறரால் அல்லது புறச்சூழல் களால் தூண்டப்படும். அத்தகைய சூழல்களையும் தூண்டப்படும் உணர்ச்சி களையும் கையாளுவதிலிருந்து மனிதனின் ஆளுமை வெளிப்படும். தனக்கு விருப்பமில்லாத, உடன்பாடில்லாத சூழல்கள் அமையும்போதும், உணர்ச்சிகள் தூண்டப்படும்போதும் அத்தகைய சூழல்களுக்கும் உணர்ச்சிகளுக்கும் ஆட்படாமல் அல்லது தன்னை அவற்றுக்குப் பறிகொடுக்காமல் அல்லது பலியாகாமல் தற்காத்துக்கொள்வது இன்றியமையாததாகும். அமைப்பாக்க நடவடிக்கையில் இத்தகைய தற்காப்பு நடவடிக்கையானது தவிர்க்க இயலாத தேவையாகும். தன்னை ஆட்கொள்ளும் உணர்ச்சிகளுக்கு, தற்காத்துக்கொள்வதற்கு உரிய முனைப்பும் தொடர்முயற்சிகளும் தேவை. தீங்கு விளைவிக்கும் உணர்ச்சிகள் தன்னை அண்டவிடாமல்

தவிர்க்கவோ, தடுக்கவோ வேண்டும். அவ்வாறு தவிர்க்கவோ தடுக்கவோ இயலாமல் தன்னை அண்டினாலும் அவற்றை நெடுநேரமோ அல்லது நெடுநாட்களோ நெஞ்சில் தேங்குவதற்கு அனுமதிக்கக்கூடாது. அவற்றை நீர்த்துப்போகச் செய்யவோ, முற்றிலும் அப்புறப்படுத்தவோ வேண்டும். அவ்வுணர்ச்சிகள் தூண்டப்படுவதற்கு எது மூலக்கூறோ அதனை மறக்கவோ, விலக்கவோ வேண்டும். இதற்கு நேர்மறையான சிந்தனைகளின் மூலமே தீர்வுகாண இயலும்.

எதிர்மறையான உணர்ச்சிகளைத் தூண்டும் எதிர்மறையான சிந்தனைகளை நீர்த்துப்போகச் செய்வதற்கு அல்லது வலுவிழக்கச் செய்வதற்குத் தன்னைச் சுற்றியுள்ள தொடர்பு களையும் உறவுகளையும் நேர்மறையானவையாக, ஆக்கப்பூர்வ மானவையாக மாற்றி அமைத்துக்கொள்ளுதல் வேண்டும். 'மாற்றி அமைத்தல்' என்றால் தனக்கு வேண்டாத பிறரை அல்லது புறச்சூழலைத் தனது விருப்பத்திற்கேற்ப மாற்றுவது ஆகாது. அது அவ்வளவு எளிதானதல்ல. பெரும்பாலும் இத்தகைய முயற்சிகள் வெற்றி பெறுவதில்லை.

எதிர்மறைச் சிந்தனைகள், எதிர்மறை அணுகுமுறைகள் என்னும் தன்னிலையிலிருந்து மாறாமல், பிறரை மாற்றவோ, புறச்சூழலை மாற்றவோ மேற்கொள்ளும் முயற்சிகள் ஒருபோதும் வெற்றி பெறாது. நேர்மறைச் சிந்தனைகள், நேர்மறை அணுகுமுறைகள் என தன்னுடைய பார்வையில், தன்னுடைய போக்கில் மாற்றங்களைச் செய்வதன் மூலம் தன்னை மாற்றிக்கொள்ளும் முயற்சிகளே வெற்றிகரமாக அமையும்.

இவ்வாறு தன்னை மாற்றிக்கொள்ளும் நடைமுறைகளிலிருந்து மட்டுமே தனக்கு எதிரான அல்லது எதிர்மறையான உணர்ச்சிகளைத் தூண்டும் பிறரையும் புறச்சூழலையும் தனக்கு இணக்கமான வகையில் மாற்றிக்கொள்ள இயலும். இவ்வாறு தன்னை மாற்றிக்கொள்வது, தன்னை மாற்றிக்கொள்வதன் மூலம் பிறரை அல்லது புறச்சூழலை மாற்றுவது என்னும் இவ்விரு நடைமுறைகளும் வெற்றிகரமாக அமைவதற்கு, தான் சார்ந்துள்ள சூழலில் நிகழ்பொழுது இருப்புநிலையையும் இயல்புகளையும் ஒரு 'பொதுப்பண்பு' என ஒப்புக்கொள்ளுதல் வேண்டும்.

அதாவது, தனக்கு எதிராக நடக்கும் யாவும் 'தனக்கு மட்டுமே' நிகழ்கின்றன என்று நம்புவது கூடாது. தனக்கு வேண்டாதவர்கள் திட்டமிட்டுத் தன்னை மட்டுமே குறிவைத்துத்

தனக்கு எதிரான சதிவேலைகளில் ஈடுபடுகின்றனர் என்றும், தனக்கு மட்டுமே ஏமாற்றமும், தோல்வியும், அவமானமும், அவதூறும் நிகழ்கின்றன என்றும் எண்ணாமல், மனிதராய்ப் பிறந்த ஒவ்வொருவருக்கும் இவையாவும் வெவ்வேறு சூழல்களில் நிகழவே செய்யும் என்பதைப் புரிந்துகொள்ளுதல் வேண்டும். இத்தகைய புரிதலே, சமூகத்தின் 'பொதுப்பண்பு' என ஒப்புக்கொள்ளுதலைக் குறிக்கும். உணர்ச்சிகள் தூண்டப்படுவதும், அவ்வுணர்ச்சிகளுக்கு ஆட்படுவதும், உணர்ச்சிவயப்பட்ட நிலையில் தனது ஆளுமையை இழப்பதும் சுற்றம் மற்றும் நட்பைச் சிதைப்பதும் தனியொருவருக்கு மட்டுமே நிகழக் கூடியவை அல்ல. ஒவ்வொருவரும் ஏதோவொரு சூழலில் எதிர்கொள்ளக்கூடிய மானுடத்தின் ஒரு பொதுப்பண்பே ஆகும்.

மற்றவர்களுக்கும் நிகழக்கூடியவையே தனக்கும் நிகழ்கின்றன என்றும், மற்றவர்கள் எதிர்கொள்வதைப் போலவே, தானும் அவற்றை எதிர்கொண்டேயாக வேண்டும் என்றும் அதற்கேற்ப தன்னை மாற்றிக்கொள்ளவோ அல்லது பக்குவப்படுத்திக்கொள்ளவோ தனக்குத்தானே ஒப்புக் கொள்ளவேண்டும். இத்தகைய ஒப்புக்கொள்ளுதல் அல்லது ஏற்றுக்கொள்ளுதல் என்னும் பண்புநிலையானது. குறிப்பிடத் தகுந்த, மிகவும் இன்றியமையாத ஒரு 'மாற்றநிலை'யாகும். சமூக இருப்புநிலைகளை, மானுட இயல்புகளை, நேர்– எதிர் முரண்களையெல்லாம் யாவருக்கும் 'பொதுவான உலகியல்பு' என ஒப்புக்கொள்வதிலிருந்துதான் தன்னை மாற்றிக்கொள்ளும் புள்ளி தொடங்குகிறது. இவ்வாறு தன்னை மாற்றிக்கொள்வதற்கான பண்பு மாற்றமே தனக்கு ஏதுவான புறச்சூழல் மாற்றத்தை உருவாக்கும். 'தான்மட்டுமே சரி' என்றும் 'தனக்கு மட்டுமே சதி' என்றும் நம்புவதோடு, அக்கருத்தில் மறுஆய்வுக்கு இடமேயின்றி பிடிவாதமாக உறுதியாயிருப்பதும் புறச்சூழலை மாற்றுவதற்கு இடமளிக்காது.

பிறர் தன்னை மாற்றிக்கொள்ள உடன்படாதபோது, தான் மட்டும் ஏன் தன்னை மாற்றிக்கொள்ளவேண்டும்? தான் மட்டுமே தன்னை மாற்றிக்கொள்வதால், தான் பிறரிடம் தோற்றுப் போனதாகிவிடுமே! பிறர் வெற்றி பெற்றதாகிவிடுமே! மற்றவர்கள் கெட்டிக்காரர்களாகவும், தான் மட்டும் ஏமாளியாகவும் இருப்பதாகிவிடுமே! என்றெல்லாம் மிகைப்படுத்திப் பார்க்கும் எவராலும் தன்னை மாற்றிக்கொள்ளவே இயலாது. எந்தவொரு சூழலிலும் தான் தோற்றுப்போகவோ, ஏமாந்து போகவோ கூடாது என்று எண்ணுவதால், தன்னை மீளாய்வு செய்வதற்கோ,

அமைப்பாய்த் திரள்வோம் 403

தன்னிலையை மாற்றிக்கொள்வதற்கோ இடம்தராமல், 'தானே சரி; தானே கெட்டி; தனக்கே வெற்றி' – என்கிற பிடிவாதம் மேலோங்கும்.

அமைப்பாக்கநடவடிக்கையில், உடன்பணியாற்றுவோருடன் அவ்வப்போது ஏற்படும் உணர்ச்சி மோதல்களின்போது, ஒவ்வொருவருக்கும் இத்தகைய பிடிவாதப்போக்குகள் இருப்பின், ஒவ்வொருவரும் உணர்ச்சிவயப்படுதலுக்கு ஆட்படும் நிலையே உருவாகும். இதனால், தோழமை உறவுகள் பாதிக்கப்பட்டு ஒருங்கிணைந்து களப்பணியாற்றிட இயலாத நிலை ஏற்படும். தான் தோற்றாவது, தான் ஏமாந்தாவது, உடன்பணியாற்றுவோரின் தோழமையைக் காப்பாற்றுவதுதான், ஒரே நோக்கத்திற்கான களத்தில் உண்மையான வெற்றியாகும். பகைமையை வீழ்த்துவதில்தான் வெற்றி! தோழமையை அரவணைப்பதில்தான் வெற்றி! உணர்ச்சிவயப்படும்போது தோழமையையும், பகைமையாகவே கருத நேரிடும்!

தனக்கோ அல்லது அமைப்புக்கோ அல்லது மக்களுக்கோ தோழமை என்னும் பெயரில் துரோகம் இழைக்கப்பட்டால், அத்துரோகத்தை எப்படி தோழமையாக அரவணைக்க முடியும் என்கிற கேள்வி எழலாம்! பகைமையைப்போல் துரோகம் வெளிப்படையானது இல்லை என்பதால் அதனை பாதிப்புகளின்போதுதான் அடையாளம் காண இயலும். துரோகம் பகைமையைவிடவும் கொடியது. பகைமையை வெற்றி கொள்ளவேண்டும்; துரோகத்தை வெட்டிஎறிய வேண்டும்! பகைமையை வீழ்த்த வேண்டும்; துரோகத்தைத் தண்டிக்க வேண்டும்! துரோகத்தைத் தோழமை என்னும் பெயரில் அனுமதிக்கவோ, ஏமாறவோ கூடாது.

பொதுவாழ்க்கையில் அல்லது அமைப்பாக்க நடவடிக்கையில் தனிநபர்கள் 'தன்னை முன்னிறுத்துவது' வழக்கமான நடைமுறையாகும். அமைப்பையும், அமைப்புக்கான கொள்கை மற்றும் நோக்கங்களையும் முன்னிறுத்துவதைக் காட்டிலும் 'தன்னை முன்னிறுத்துவது'தான் பெரும்பாலும் முதன்மையானதாக விளங்கும். உடன்பணியாற்றுவோர் ஒவ்வொருவரும் தன்னை முன்னிறுத்துவதால் எழும் சிக்கல்களே, முரண்பாடுகளே உணர்ச்சிவயப்படுதலுக்கு அடிப்படையாக அமைகின்றன. தன்னை முன்னிறுத்துவதால், அதனை ஒவ்வொருவரும் தனக்கு எதிரான நடவடிக்கையாகக் கருதும் நிலை ஏற்படும். தன்னை முன்னிறுத்தாமல் அமைப்பை முன்னிறுத்துவோருக்கு, தன்னை முன்னிறுத்தும் பிறரின்

நடவடிக்கைகள் தனக்கு எதிரானவையாகத் தெரிவதில்லை. ஏனினும், அமைப்புக்கு எதிரானவை என்று கருதலாம். தனக்கு எதிரானவை என்று கருதும்போது ஏற்படும் உணர்ச்சிகள், பிறரின் நடவடிக்கைகள் யாவும் தனக்கு எதிரான துரோகம் என்று நம்பவைக்கும். அதேவேளையில், தன்னை முன்னிறுத்தும் போக்குகள் யாவும் திட்டமிட்ட துரோகம் எனக் கருத முடியாது.

பிறர் தன்னை முன்னிறுத்துவது இன்னொருவருக்கு எதிரான துரோகம் எனப் புரிந்துகொள்வதைவிட, போட்டி எனப் புரிந்துகொள்ளலாம். உடன் பணியாற்றுவோருக்கிடையில் போட்டி உருவாவதும், போட்டியில் தான் பின்னுக்குத் தள்ளப்படாமல் முன்னோக்கிச் செல்லவேண்டும் என்று விரும்புவதும் இயல்பானதேயாகும். தன்னை முன்னிறுத்தி, தன்னை நிலைநிறுத்தி தனது இடத்தைத் தக்கவைத்துக்கொள்ள முயற்சிப்பது, தன்னுடன் களத்தில் பணியாற்றும் பிறருக்குத் துரோகம் இழைக்க வேண்டும் என்பதற்காகவோ அல்லது தான் சார்ந்த அமைப்புக்கும் மக்களுக்கும் துரோகம் இழைக்க வேண்டும் என்பதற்காகவோ அல்ல. பொதுவாக, தன்னை முன்னிறுத்துவதால் பிறருக்கு ஏற்படும் பாதிப்புகளைப் பற்றியோ, அமைப்புக்கு அல்லது மக்களுக்கு ஏற்படும் பாதிப்புகளைப் பற்றியோ அவ்வாறு யாவற்றிலும் தன்னை முன்னிறுத்துவோர் சிந்திப்பதற்கு வாய்ப்பில்லை.

தன்னுடைய நலன்களைக் கருத்தில் கொண்டு தன்னை முன்னிறுத்துவோருக்கு, அமைப்புக்கோ மக்களுக்கோ துரோகம் இழைக்க வேண்டும் என்கிற உள்நோக்கம் ஒருபோதும் இருக்க வாய்ப்பில்லை. அமைப்பையும், மக்களையும் தனக்காகப் பயன்படுத்திக் கொள்வதும், அதன்வழி தன்னை முன்னிறுத்திக் கொள்வதும் 'தன்னலத்தின்' வெளிப்பாடுகளேயாகும். தன்னலம் என்பது அமைப்புக்கும் மக்களுக்கும் பாதிப்பை ஏற்படுத்தக் கூடியவையாக இருக்கலாம்! அதனால், அது துரோகம் என்றாகாது. ஆனால், தன்னலம் துரோகத்திற்கு அடித்தளமாக அமையலாம்.

தன்னலம், தன்னை வெளிப்படையாக முன்னிறுத்துவதிலேயே குறியாக இருக்கும். துரோகம், தன்னை மூடி மறைத்துக் கொள்வதிலேயே குறியாக இருக்கும். தன்னலம், துரோகத்தை அடிப்படையாகக் கொண்டிருப்பதில்லை. துரோகம், தன்னலத்தை அடிப்படையாகக்கொண்டிருக்கும். தன்னலம், தனக்கே உரியதாக இருக்கும். துரோகம், பகைமைக்கானதாக இருக்கும். தன்னலம், வெட்கமறியாது! துரோகம், இரக்கமறியாது!

தன்னலம், தன்னால் உருவாக்கப்படுவதாகும். துரோகம், பகைமைத் தொடர்புகளால் உருவாக்கப்படுவதாகும். தன்னலம், தன்னைச் சார்ந்தோருக்கும் பயன்படுவதில்லை. துரோகம், பகைமைக்குப் பயன்படுவதாகும். தன்னலம், துரோகத்திற்கும் முந்தைய நிலை. துரோகம், தன்னலத்தின் அடுத்த நிலை. இவ்வாறு தன்னலத்தையும் துரோகத்தையும் பிரித்தறியலாம். இதிலிருந்து தன்னலத்தைத் துரோகமாகக் கருதக்கூடாது என்பதையும் அறியலாம். துரோகமானது பகைமையுடன் மறைமுகமான தொடர்புகளும், சதிவேலைகளும் கொண்டிருக்கும். பகைமையால் இயக்கப்படுவதாக இருக்கும். இதுவே, துரோகத்தைத் தன்னலத்திலிருந்து வேறுபடுத்துவதாகும். எனவே, தன்னை முன்னிறுத்தும் தன்னலத்தைத் துரோகமாகக் கருதி, உணர்ச்சிவயப்படுவதும் தண்டிக்க முனைவதும் அமைப்பாக்க நடவடிக்கையில் தோழமையைச் சிதைக்கும்! ஒருங்கிணைவைப் பாதிக்கும்!

தன்னை முன்னிறுத்தி தன்னலத்துடன் செயல்படுவோரால் பிறருக்கும் தன்னை முன்னிறுத்தும் போக்குத் தூண்டப்படுகிறது. ஒருவரைப் பார்த்து இன்னொருவர் என ஒவ்வொருவரும் தன்னை முன்னிறுத்துவதில் போட்டிப் போடும் நிலை உருவாகிறது. இதனால், அமைப்பு நலன் மற்றும் மக்கள் நலன் பின்னுக்குத் தள்ளப்படுவதுடன், தன்னை முன்னிறுத்துவோருக் கிடையிலான போட்டி மனோநிலையானது பொறாமை உணர்ச்சிகளை வளர்க்கிறது. பொறாமை உணர்ச்சிகள் மிகவும் தீங்கானவையாகும். பொறாமை, பகைமையைப் பெருக்கும்! பகைமை, தோழமையைச் சிதைக்கும்! பழிவாங்கத் துடிக்கும்! உடன்பாடுள்ளவர்களுடன் ஒருங்கிணைந்து குழுவாதம் வளர்க்கும்! இத்தகைய குழுவாதத்திற்குள் சிக்கிக்கொள்ளும் குழுவாதிகள், தன்னை முன்னிறுத்துவதுடன் தனது குழுவையும் முன்னிறுத்துவதில் தீவிரம் காட்டுவார்கள். இதனால், குழுக்களுக்கிடையில் போட்டியும் பொறாமையும் மோதலும் உருவாகும். அமைப்பாக்க நடவடிக்கையில் இது பெரும் பாதிப்பை விளைவிக்கும்.

தன்னை முன்னிறுத்துவதாலும் தனது குழுவை முன்னிறுத்துவதாலும் தங்களுக்கிடையில் உருவாகிற போட்டி – பொறாமை உணர்ச்சிகளால் தங்களை நிலைநிறுத்திக் கொள்வதற்காக ஒருவருக்கொருவர் பழிசுமத்துவதும், அவதூறு பரப்புவதும் போன்ற நடவடிக்கைகளில் ஈடுபடும் நிலை ஏற்படும். இவை தன்னலம் சார்ந்த போக்குகளின்

வெளிப்பாடுகளேயாகும். இவை தண்டிக்கப்படுவதற்குரிய தீங்குகள் அல்லது குற்றங்களே ஆகும். எனினும் இவற்றைத் துரோக வரையறைக்குள் மதிப்பிடக்கூடாது. இவை சட்டத்தால், விதிமுறைகளால் நெறிப்படுத்தக் கூடியவையே ஆகும்.

தன்னையோ தன்னுடைய குழுவையோ முன்னிறுத்துவதால் விளையும் கேடுகளானாலும், பகைமையுடன் மறைமுக உறவுகொண்டு சதிவேலைகளில் ஈடுபட்டுத் துரோகமிழைப்பதால் விளையும் தீங்குகளானாலும், அவற்றைக் கட்டுப்படுத்துவதற்குத் தண்டனை வழங்குவது இன்றியமையாத தேவையாகும். அமைப்பாக்க நடவடிக்கையில் ஈடுபடுவோர், தண்டனை வழங்கு வதிலும் தன்னை முன்னிறுத்துவதனால், அது விருப்பு – வெறுப்பின் அடிப்படையில், ஒரு சார்புநிலையில், உள்நோக்கத்துடன் மேற்கொள்ளப்படுவதாகவே கருதப்படும்.

எத்தகைய குற்றங்களாயிருப்பினும், எத்தகைய நபர்களா யிருப்பினும், விசாரணை மற்றும் தண்டனை வழங்குவதில் தன்னை முன்னிறுத்துவது கூடாது. விசாரிப்பதற்கும் தண்டிப்பதற்கும் உரிய அதிகாரமுடையவர்களாயிருப்பினும், அமைப்பையும் அமைப்புக்கான சட்டத்தையுமே முன்னிறுத்த வேண்டும். அமைப்பே விசாரிக்கிறது; சட்டமே தண்டிக்கிறது என்கிற நம்பிக்கை தண்டிக்கப்படுவோருக்கும் பிறருக்கும் உருவாதல் வேண்டும். அவ்வாறின்றி, தன்னை முன்னிறுத்தும் போது, தொடர்புடையவர்கள் விசாரணைக்கு உட்படவோ, தண்டனையை ஏற்றுக்கொள்ளவோ உடன்படுவதில்லை என்னும் நிலை உருவாகிறது. அத்துடன், தண்டனை வழங்குவோரின் நடவடிக்கைகளுக்கு உள்நோக்கம் கற்பிப்பதும், அவமதிப்புச் செய்வதும் போன்ற எதிர்வினைகள் ஆற்றும் நிலையும் உருவாகிறது.

எனவே, எத்தகைய தண்டனைகள் வழங்குவதாக இருந்தாலும், அமைப்பையும் சட்டத்தையும் முன்னிறுத்துவதுதான், அமைப்பு நலன் மற்றும் மக்கள் நலன்களைப் பாதுகாப்பதாக அமையும். விருப்பு – வெறுப்பின்றி, நீதி தவறாமல் நேர்மையாக விசாரித்தாலும், தண்டித்தாலும், அமைப்பையும் சட்டத்தையும் முன்னிறுத்தாதபோது, தன்னை முன்னிறுத்தும் தனிநபர் மீதே வெறுப்பும் பகையும் உருவாகும்! அமைப்புக்காக, மக்களுக்காகத் தனிப்பட்ட பகையை வளர்த்துக்கொள்வது தேவையற்றதாகும். போட்டி – பொறாமை, வெறுப்பு – பகைமை போன்ற உணர்ச்சிகளுக்கு இடம் கொடுக்காமல், ஆட்படாமல், தவிர்ப்பதற்கும் தற்காத்துக்கொள்வதற்கும், அமைப்பாக்க

நடவடிக்கையில் தன்னையோ, தனது குழுவையோ முன்னிறுத்தும் தன்னலப்போக்கைக் கைவிட்டு, அமைப்பையும், மக்களையும், அமைப்புக்கான சட்டம் மற்றும் விதிகளையுமே முன்னிறுத்த வேண்டும்! இத்தகைய அணுகுமுறையே தனிநபர்களுக்கிடையிலான முரண்பாடுகளையும் மோதல்களையும் தடுக்கும் ஆக்கப்பூர்வமான செயல்திட்டங்களுக்கு வழிவழிக்கும்! வலுசேர்க்கும்!

அமைப்பை முன்னிறுத்தும் அடித்தளம் அமைப்போம்! – அமைப்பின் அரசியலை முன்னிறுத்தும் ஆளுமை வளர்ப்போம்!

அக்டோபர், 2014

46

கீழ்ப்படிதலும் பின்பற்றுதலும்

அமைப்பாக்க நடவடிக்கையின்போது, உடன் பணியாற்றுவோர் தங்களுக்கிடையில் நல்லிணக்கமான நட்புறவை, தோழமையான அணுகுமுறையைக் கொண்டிருத்தல் வேண்டும். நட்பும் தோழமையும் பாதிக்கும் வகையில் உணர்ச்சிவயப்படுதல் கூடாது. அமைப்புக்காக, மக்களுக்காக, கொள்கைக்காகத் தங்களுக்கிடையில் தோழமையைப் போற்றுவது தவிர்க்க இயலாத தேவையாகும். உணர்ச்சிவயப்படுதல் தோழமைக்குப் பகையாகும். உணர்ச்சிவயப்படுவோரின் சொல்லும் செயலும் தோழமை உறவுகளைப் பகைக்கும்! சிதைக்கும்!

மனிதன் உணர்ச்சிகளுக்கு ஆட்படாமல் இருத்தல் இயலாது. எனினும், உணர்ச்சிகளுக்குப் பலியாகாமல் இருத்தல் வேண்டும். தனக்கும் தன்னைச் சார்ந்தோருக்கும் பாதிப்பை உருவாக்கும் வகையிலான உணர்ச்சிகளைப் பக்குவமாகக் கையாளும் ஆற்றலைப் பெறுதல் வேண்டும். தூண்டப்படும் உணர்ச்சிகளைத் தவிர்க்கவோ, தடுக்கவோ இயலாத நிலையில் அவற்றால் பாதிப்பு நேராவண்ணம், அவற்றை மிகுந்த எச்சரிக்கையுடன் கையாள வேண்டும்.

குறிப்பாக, அய்யம், அச்சம், ஆத்திரம் ஆகியவை அனைத்து வகையான தீய உணர்ச்சிகளுக்கும் அடிப்படைகளாக அமைகின்றன. இவை

யாவற்றுக்கும் அடிப்படையாக, 'தன்னை முன்னிறுத்தும்' தன்னலப்போக்கு அமைகிறது.

தன்னை முன்னிறுத்தும் ஆசை என்பதுவும் ஓர் உணர்ச்சியே ஆகும். ஆசை என்னும் இவ்வுணர்ச்சிதான் மனிதனை இயக்கும் உந்து விசையாகும். ஆசை இன்றி அசைவு இல்லை. எனவே, ஆசை மனிதனின் இன்றியமையாத ஒரு தேவையாகும். ஆனால், அது தன்னை மட்டுமே முன்னிறுத்துவதாக அமைதல் கூடாது. தன்னுடைய நலன்களை மட்டுமே முன்னிறுத்தும் போக்கு, உடன்வசிப்போர் மற்றும் களப்பணியாற்றுவோருக்கிடையில் நிலவும் இணக்கத்தைக் கெடுக்கும்! இடைவெளியைப் பெருக்கும்! 'ஆசை'யானது வளர வளர, அது 'பற்று' என்னும் பேராசையாக வலுப்பெறும். ஆசையை விடாப்பிடியாகப் பற்றிக்கொள்வது தான் 'பற்று' ஆகும். தன்னை முன்னிறுத்தும் 'ஆசையானது', 'கெட்டிப்படக் கெட்டிப்பட' அது தன்னை மையப்படுத்தும் 'பற்றாக' பரிணாமம் பெறும். தன்னலன் சார்ந்த பற்று, தனக்கு உடன்படுவோர்மீது 'விருப்பையும்' தன்னுடன் முரண்படுவோர் மீது 'வெறுப்பையும்' உருவாக்கும்! இத்தகைய விருப்பு-வெறுப்பு குழுவாதப் போக்குகளுக்கு இடம் கொடுக்கும்! அமைப்பாக்க நடவடிக்கைகளைச் சீர்குலைக்கும்!

தன்னலன் சார்ந்த ஆசை வளர வளர, அது தன்னலன் சார்ந்த பற்றாக வளர்ந்தோங்கும். தன்னலன் சார்ந்த பற்று மேலோங்க மேலாங்க, அது தன்னலன் சார்ந்த வெறியாக வலுப்பெறும். தன்னலன் சார்ந்த வெறி வலுப்பெற வலுப்பெற, அது தன்னலன் சார்ந்த வன்முறையாக வெடிக்கும்! இத்தகைய தன்னலன் சார்ந்த ஆசை, பற்று, வெறி மற்றும் வன்முறை போன்றவை யாவும் நம்பிக்கைக்குரிய நட்புக்கோ, தோழமைக்கோ ஒருபோதும் இடமளிக்காது. களத்தில் உடன் பணியாற்றுவோருக்கிடையில் நல்ல நட்புக்கோ, தோழமைக்கோ இடமில்லையெனில் அமைப்பாக்க நடவடிக்கைகள் வெற்றிகரமாக அமையாது.

ஆசை கூடாது என்பது மானுட இயல்புக்கு மாறானது. ஆசை வேண்டும்! ஆனால், அது பிறர் நலன்களுக்குப் பாதிப்பு நேருவதாகவோ, தீங்கு விளைவிப்பதாகவோ அமையும்போது எதிர்விளைவுகளுக்கு வழிவகுக்கும்! உணவு, உடை, உறையுள் ஆகிய அடிப்படைத் தேவைகளின்றி மனிதனால் வாழமுடியாது. ஆசைப்படாமல் இத்தகைய அடிப்படைத் தேவைகளை நிறைவு செய்ய இயலாது. பசிக்கு உணவு, தன்மானத்திற்கு உடை, பாதுகாப்புக்கு உறையுள் என அடிப்படைத் தேவைகளுக்கு

ஆசைப்படுவது தன்னலன் சார்ந்தது என்றாலும் ஆசைப்படாமல் அவற்றைத் தவிர்த்துவிட முடியாது. தன்னலன் சார்ந்ததாகவோ, பொதுநலன் சார்ந்ததாகவோ இருப்பினும் 'ஆசைப்படுவது' இன்றியமையாத தேவையே ஆகும். ஆனால், தன்னலன் சார்ந்த ஆசையானது, 'பற்றாகத்' தோற்றும்போதுதான் அய்யம், அச்சம், ஆத்திரம் போன்ற உணர்ச்சிகளுக்கு ஆளாகும் நிலை உருவாகிறது. அதேவேளையில் ஆசைகள், தன்னலனிலிருந்து பொதுநலனாக விரிவடையும்போது தோழமை உறவுகளைப் பாதிக்கும் வகையிலான உணர்ச்சிகள் மேலோங்காது.

அதாவது, பொது நலன்களை அல்லது மக்கள் நலன்களை முன்னிறுத்தும் போது, உடன் பணியாற்றுவோருக்கிடையில் போட்டி, பொறாமை உணர்ச்சிகள் தலைதூக்குவதற்கு வாய்ப்பில்லை. போட்டி வேகத்தை மூட்டும்! பொறாமை பதற்றத்தைக் கூட்டும்! போட்டியும் பொறாமையும் தோழமையைப் பகைமையாய்க் காட்டும். தோழமையை வீழ்த்தி வெற்றிகொள்ள வேண்டுமென வெறிகொள்ள வைக்கும்! இலக்கை எட்டும் பாதைவிட்டு இடறவைக்கும்! பகையை வென்று நிலைநாட்ட வேண்டிய வல்லமையைத் தோழமையிடம் வெளிப்படுத்தச் செய்யும்! விட்டுக்கொடுக்கும் பேராண்மையை ஏமாளித்தனம் என நம்பவைக்கும்! எதிரியே தன்னை வென்றாலும் தோழன் தன்னை வென்று விடக்கூடாது அல்லது தன்னைவிட ஒரு அடிமுன்னே சென்றுவிடக்கூடாது எனப் பதைக்க வைக்கும்! தன்னை முன்னிறுத்துவதால் தன்னைச் சுற்றியுள்ளோரின் எதிர்வினைகளால் இத்தகைய பக்கவிளைவுகள் உருவாகும்! அதாவது, தோழமை உறவுகளைப் பாதிக்கச் செய்யும் போட்டி – பொறாமை உணர்ச்சிகளும் அவற்றிலிலிருந்து அய்யம், அச்சம், ஆத்திரம், வன்முறை போன்ற பெருந்தீங்குப் போக்குகளும் விளையும்! பொதுநலனையோ அல்லது அமைப்பு நலனையோ முன்னிறுத்துகிறபோது போட்டி – பொறாமை போன்ற எதிர்வினைகள், ஒரே அமைப்புக்குள், ஒரே களத்திற்குள் ஒருபோதும் எழுவதில்லை; எழவும் வாய்ப்பில்லை!

தனக்கில்லாமல் பிறர்க்கில்லை! தானில்லாமல் எதுவுமில்லை! தனது சொல்லே ஆணை! தனது முடிவே தீர்ப்பு! தனது நலனே கொள்கை! – என ஒவ்வொருவரும் தன்னை முன்னிறுத்தினால், ஒருவர் இன்னொருவருக்கு ஒத்துழைக்கும் பொது ஒழுங்கு உருவாகாது. தனக்கு வழிகாட்ட, தனக்குப் புத்திசொல்ல, தனக்கு ஆணையிட, தனக்குமேல் யாருமில்லை; தேவையுமில்லை எனத் தான்தோன்றியாய், தற்குறியாய்ச்

செயல்படும் போக்குகளே தலைதூக்கும்! தனக்கு இணையாகவும், துணையாகவும் தன்னோடு களத்தில் பணியாற்றுவோரின் உணர்வுகளை மதிக்கவோ, கருத்துகளைக் கேட்கவோ 'தான்' என்னும் தற்குறிப் போக்கு அனுமதிப்பதில்லை. தான் மட்டுமே உழைப்பதாகவும் தன்னால் மட்டுமே நடப்பதாகவும் தன்னை முன்னிறுத்துவோரின் தற்பெருமை தானே முந்துறும்! தன்னை ஏற்போரைத் தூக்கிப் பிடிப்பதும், தன்னை மீறுவோரைத் தூக்கி எறிவதும் தன்னை முன்னிறுத்தும் தான்தோன்றித் தனத்தின் வெளிப்பாடுகளாக அரங்கேறும்!

தன்னை முன்னிறுத்தும் இத்தகைய போக்குகளால், உடன் பணியாற்றுவோர் தங்களுக்கிடையில் யாரும் யாரையும் மதிப்பதில்லை; பின்பற்றுவதில்லை! யாரும் யாருக்கும் கட்டுப்படுவதில்லை; ஒத்துழைப்பதில்லை! அமைப்பாக்கச் செயற்களத்தில் இவைபோன்ற நடவடிக்கைகள் எத்தகைய ஒழுங்குமுறைக்கும் இடம் கொடுப்பதில்லை.

பொதுவாக, மனிதன் இன்னொரு மனிதனைத் தனக்கு மேலானவன் என்று ஏற்கவோ, கீழ்ப்படியவோ, கட்டுப்படவோ உடன்படுவதில்லை. தவிர்க்க முடியாத சூழல்கள் மற்றும் தேவைகளின் அடிப்படையில் மட்டுமே ஒருவனை ஒருவன் மதிக்கவும், ஒருவனுக்கு ஒருவன் கட்டுப்படவும் ஒப்புக்கொள்கிறான். வயதில் மூத்தோரை, அறிவில் சிறந்தோரை, ஆற்றலில் வல்லோரை மதிக்கவும் அவர்தம் வழிகாட்டுதலை ஏற்கவும் கற்றுத்தருவதையே கடமையெனக் கொண்டு இயங்கும் அமைப்புகளே காலப்போக்கில் மடங்களாகவும் மதங்களாகவும் பரிணாமம் பெற்று வலுப்பெற்றன. குடும்பம், சாதி, மதம் போன்ற அமைப்புகள் யாவும் இத்தகைய ஒழுங்குமுறைகளைக் கற்பிக்கும் நிறுவனங்கள் எனலாம்.

பெற்றோருக்குப் பிள்ளைகள் கட்டுப்படவும், குருவுக்குச் சீடர்கள் கட்டுப்படவும் காலம் காலமாகக் கற்பிக்கப்பட்டு வருகின்றன. அதுவும் கடுமையான கட்டுப்பாடுகள் அல்லது விதிகளை வகுத்தும், திணித்தும், கண்டித்தும், தண்டித்தும் ஏதோ ஒரு வகையிலான அச்சுறுத்தலின் அல்லது வற்புறுத்தலின் வழியாகவே அவரவருக்கு உரிய ஒழுங்குமுறைகள் கற்பிக்கப் படுகின்றன. தலைமுறை தலைமுறையாய்க் கற்பிக்கப்படும் இத்தகைய குடும்ப ஒழுங்கு, சாதி ஒழுங்கு, மத ஒழுங்கு போன்றவையே கலாச்சாரமாகவோ அல்லது பண்பாடாகவோ மாறியிருக்கின்றன. இவை யாவும், மனிதனை மனிதன் மதிக்கவும் மனிதனுக்கு மனிதன் கட்டுப்படவும் மானுட வாழ்வை

ஒழுங்குசெய்து நெறிப்படுத்தவும் யுகம் யுகமாய் மனிதன் மேற்கொண்ட முயற்சிகளின் விளைவாய் உருவானவையே ஆகும். மனிதனை ஒழுங்குபடுத்தும் அல்லது நெறிப்படுத்தும் கருத்தியலின் அடிப்படையில்தான் பண்பாட்டுத்தளத்தில் 'மதம்' என்னும் நிறுவனம் ஆளுமை செய்கிறது! அரசியல் தளத்தில் 'அரசு' என்னும் நிறுவனம் ஆட்சி செய்கிறது. மதமாயினும் அரசாயினும் மனிதனுக்கு மனிதன் கட்டுப்பட்டு ஒரு ஒழுங்குமுறைக்குள் இயங்குதல் வேண்டும் என்பதுதான் அடிப்படையாகும்.

வழக்கமாக, வலுத்தவனின் விருப்பங்கள்தாம் சட்டங்களாகவும் நெறிமுறைகளாகவும் வகுக்கப்படுகின்றன. சிந்தனையிலும் செயலிலும் வல்லவன் எவனோ அவனே வலுத்தவனாகிறான். பண்பாட்டுத்தளத்தில் அவன் 'குரு'வாகிறான். அரசியல் தளத்தில் அவன் 'தலைவன்' ஆகிறான். சமூகத்தளத்தில் அல்லது குடும்பத்தில் அவன் 'தந்தை' ஆகிறான்.

குடும்பத்தில் தந்தை, மதத்தில் குரு, அரசியலில் தலைவன் என ஒவ்வொரு தளத்திலும் ஆளுமை செலுத்துவோர் அவரவருக்குரிய மானுட ஒழுங்கைப் போதிக்கவும் நடைமுறைப்படுத்தவும் செய்கின்றனர். உடன்படுகிறவர்கள் தந்தைக்குப் பிள்ளைகளாகவும், குருவுக்குச் சீடர்களாகவும், தலைவர்களுக்குத் தொண்டர்களாகவும் கட்டுப்பட்டு உரிய ஒழுங்குமுறைகளைப் பின்பற்றுகின்றனர். உடன்படாதவர்கள் மறுத்தும் எதிர்த்தும் ஒழுங்குகளை மீறுகின்றனர். பொதுவாக வலுத்தவர்கள் வகுக்கும் ஒழுங்குகள் எளியவர்களுக்கு எதிரானவையாக இருக்கும். அத்தகைய ஒழுங்குமுறைகள் ஒடுக்குமுறைகளாகவும் இருக்கும். எனவே, அவற்றை ஏற்க மறுப்பதும் எதிர்ப்பதும் இயல்பானவையே ஆகும்.

ஒழுங்குமுறைகளைப் போதிப்பவர்கள், நடைமுறைப்படுத்து பவர்கள் தாம் சார்ந்த அமைப்பையோ, கோட்பாட்டையோ முன்னிறுத்தாமல் தம்மை முன்னிறுத்துகிறபோது அவர்களின் அணுகுமுறையானது ஆதிக்கமாக வெளிப்படுகிறது. அத்தகைய ஆதிக்கப்போக்கை மிகவும் எளிய மனிதனும் ஏற்றுக் கொள்வதில்லை. அதாவது, தன் மீது இன்னொருவன் ஆதிக்கம் செய்வதை அனுமதிக்கமுடியாது என அடங்க மறுப்பது அல்லது ஆதிக்கம் செய்வதற்குரிய ஒழுங்குமுறை என்னும் ஒடுக்குமுறையை ஏற்கமுடியாது என அத்துமீறுவது ஒருவகை! தனக்குப் புத்திசொல்ல, தனக்கு வழிகாட்ட, தன்னைக் கட்டுப்படுத்த,

தன்னை நெறிப்படுத்த தனக்குமேல் எவனுமில்லை என்று எந்த ஒழுங்குமுறைக்கும் ஒத்துழைக்க மறுப்பது இன்னொரு வகை. இவ்விருவகையிலும் கட்டுப்படாதவர்களை வென்றெடுக்கும் வகையில், நெறிப்படுத்தும் வகையில் கையாளப்படும் மிகவுயர்ந்த உத்தியே 'இறைவனை' முன்னிறுத்துவதாகும்!

மனிதனுக்கு மனிதன் இணையாகிறான். இணையாகச் சிந்திக்கவும் இணையாகச் செயல்படவும்கூடிய இணையான ஆற்றல் பெற்றவனாய் இருக்கிறான். எனவே, ஒருவன் இன்னொருவனுக்குப் புத்தி சொல்வதையோ, வழிகாட்டு வதையோ, ஆணையிடுவதையோ, கட்டுப்படுத்துவதையோ விரும்புவதில்லை.

எனவேதான், மனிதனோடு இணைவைக்க முடியாத, இணைவைக்கக்கூடாத 'இறைவன்' என்னும் கோட்பாட்டை உருவாக்குகிறான். தனக்கு இணையாகப் போட்டிக்கு வராதவன்; பொறாமைப்படாதவன் இறைவன் என்பதால், அவன் தனக்கு மேலானவன் என்று ஒப்புக்கொள்கிறான். தன்னால் புரிந்துகொள்ள முடியாத, வெல்ல முடியாத யாவற்றுக்கும் அடிப்படை அவனே, படைப்பவன் அவனே, பாதுகாப்பவன் அவனே, அழிப்பவன் அவனே என்று நம்புகிறான்.

அதாவது, தனக்கு இணைவைக்கமுடியாதவன் தனக்கு மேலானவன் இறைவன் மட்டுமே என்ற கோட்பாட்டை நம்புகிறான். எனவேதான் அத்தகைய இறைவனை முன்னிறுத்தும் உத்தியை மதங்கள் முன்னிறுத்துகின்றன. மதத்தை உருவாக்கிய, மதத்தை வழிநடத்துகிற, மதக் கோட்பாடுகளைப் போதிக்கிற ஒரு மதகுரு, சராசரி மனிதனிலிருந்து மேம்பட்டவராக இருந்தாலும், இறைவனின் தூதராகவோ அல்லது இறைவனின் மானுட அவதாரமாகவோ கருதப்பட்டாலும் அவரும் தன்னை முன்னிறுத்தாமல் இறைவனை முன்னிறுத்துவதைக் காணலாம். 'தான் சொல்லவில்லை; இறைவன் சொன்னான்' என்பதே ஒவ்வொரு மதத்திலும் வேதங்களாகப் போற்றப்படுகின்றன.

சராசரி மனிதரிலிருந்து மேம்பட்ட, அறிவிலும் ஆற்றலிலும் வல்லமை பெற்ற மகான்களாய், மத குருக்களாய், இறைத்தூதர்களாய் விளங்கும் மாமனிதர்களே தன்னை முன்னிறுத்துவதைத் தவிர்த்து இறைவனை முன்னிறுத்துகின்றனர். இறைவனின் வடிவமாகவோ, இறைவனின் தூதராகவோ மதிக்கப்படும் ஒருவரே, 'இதைத் தான் சொல்லவில்லை; தன் மூலம் இறைவனே சொல்கிறான்' என்று கூறுவதற்கு,

தன்னை முன்னிறுத்தக் கூடாது என்பதே அடிப்படையாகும். தன்னை முன்னிறுத்தாமல் இறைவனை முன்னிறுத்துவது மானுடவாழ்வை ஒழுங்குபடுத்தும், நெறிப்படுத்தும் ஒரு கோட்பாட்டை முன்னிறுத்துவதற்கே ஆகும்.

மதத்தின் கோட்பாடுகளை 'இறைவன் அருளிய வேதம்' என்று கூறுவதில் இறைவனை முன்னிறுத்துவதைப் போலவே, கோட்பாடுகளை மீறுவோரைத் தண்டிக்கும்போதும் 'இறைவனே தண்டிக்கிறான்' என்று இறைவனை முன்னிறுத்தும் போக்கைக் காணலாம். அதாவது, 'தனது கோட்பாடு, தனது சட்டம்' என்று தன்னை முன்னிறுத்தாமல், 'இறைவனின் வேதம், இறைவனின் தண்டனை' என்று இறைவனை முன்னிறுத்தும் உத்திகளை இறைத்தூதர்களாய் மதிக்கப்படும் மகான்களும் மத குருமார்களுமே கையாளுகின்றனர். மாபெரும் நிறுவனங்களாய் வலிமை பெற்றுள்ள மதங்களை நிறுவிய மகான்களும் மத குருமார்களுமே இத்தகைய உத்திகளைக் கையாளுவதற்கு முதன்மையான நோக்கம், இறைவனின் பெயரால் தமது கோட்பாடுகளை, நெறிமுறைகளை யாவராலும் ஏற்கச் செய்வதே ஆகும்.

இறைவன் உண்டா இல்லையா? இறைவன் வேதத்தைச் சொன்னானா இல்லையா? இறைவன் தண்டித்தானா இல்லையா? போன்ற கேள்விகளுக்கு விடைகாணுவதல்ல இதன் நோக்கம். இறைத்தூதரானாலும் மதகுருவானாலும் 'தானே கடவுள்' என்றும் 'தனது வாக்குகளே வேதம்' என்றும் தன்னையே அவர்களால் முன்னிறுத்த முடியும். ஆனால், அவ்வாறின்றி இறைவனின் ஆணைப்படியே தான் இயங்குவதாகவும் தன்னை இறைவனின் தொண்டனாகவும் வெளிப்படுத்துவதைக் காணமுடிகிறது. அறிவிலும் ஆற்றலிலும் வல்லமை வாய்ந்த ஒருவரே, தன்னை ஒரு தொண்டனாகக் கருதுகிறார்; தன்னைவிட மேலானவன் ஒருவன் இருக்கிறான் என நம்புகிறார்; தான் நம்புகிற வேதம் சொல்லும் நெறிமுறைகளைப் பின்பற்றுகிறார்; தன்னை நம்புவோருக்கு நல்வழி காட்டுகிறார் என்பது 'கீழ்ப்படிதல், பின்பற்றுதல், வழிகாட்டுதல்' என்னும் அவரது தலைமைப் பண்புகளை வெளிப்படுத்துகிறது. இவை, அமைப்பாக்க நடவடிக்கையின்போது களப்பணியாற்றுவோர் தங்களுக்கிடையில் கடைப்பிடிக்கவேண்டிய நடைமுறை களாகும். இறைத்தூதரால் அறியப்படுவோரும் மதகுருவாய் செயல்படுவோரும்கூட தங்களை முன்னிறுத்தாமல், தலைக் கனமில்லாமல், தாம் ஏற்றுக்கொண்ட மதத்தின் கோட்பாடு

அமைப்பாய்த் திரள்வோம்

களுக்குக் கட்டுப்பட்டுக் கீழ்ப்படிதல், பின்பற்றுதல், வழிகாட்டுதல் என்னும் கடமைகளை ஆற்றுகின்றனர் என்பதே இதில் அறிய வேண்டியதாகும்.

அதாவது, இறைவன் மிகப் பெரியவன் என்று தனது மதம் கூறுவதை ஏற்று இறைவனுக்குக் கீழ்ப்படிவதையும், தனது மதத்தின் வேதம் கூறும் நெறிமுறைகளைப் பின்பற்றுவதையும், தானே ஒரு முன்மாதிரியாக வாழ்ந்து பிறருக்கு வழிகாட்டுவதையும் இறைத்தூதர்களிடமும் மத குருமார்களிடமும் காணமுடிகிறது. இவர்களின் இத்தகைய அணுகுமுறைகளே மதம் என்னும் அமைப்பை வலிமைமிக்க நிறுவனமாக்கியுள்ளன.

அமைப்பாக்க நடவடிக்கையில், தனக்கு மேலான பொறுப்பிலுள்ளவர்களையும் தனக்கு மேலான ஆற்றல் உள்ளவர்களையும் தனக்கும் மேலான பங்களிப்புள்ளவர்களையும் தன்னைவிட மேலானவர்கள் அல்லது வலிமை மிக்கவர்கள் அல்லது மதிப்புக்குரியவர்கள் என்று ஒப்புக்கொள்வதுதான் கீழ்ப்படிதல் என்னும் நடைமுறையைக் குறிக்கும். அமைப்பாக்க நடவடிக்கையில் 'கீழ்ப்படிதல்' என்பது அடிமையாதல் என்றாகாது. அமைப்பு நலன் கருதி நல்லிணக்கத்திற்காக ஒத்துழைப்பதாகும். பகைமைக்குக் கீழ்ப்படிதல் அடிமையாதலாகும். தோழமைக்குக் கீழப்படிதல் வலிமையாதலாகும்.

உடன்பணியாற்றுவோருக்கிடையில் ஒருவருக்கொருவர் மதிப்பளித்தலும் ஒத்துழைத்தலும் மிகவும் இன்றியமையாதவையாகும். அதிகாரப்பகிர்வின் அடிப்படையில், மேலான அல்லது கூடுதலான அதிகார வலிமையுள்ளவர்களுக்கு உரிய மதிப்பளிப்பதும் உடன் ஒத்துழைப்பதும்தான் அவர்களுக்குக் கீழ்ப்படிதல் என்பதாக அமையும். அமைப்பை அல்லது அமைப்பின் சட்டங்களை, உரிமைகளை முன்னிறுத்துவதன் மூலமே, தன்னைவிட வலிமையுள்ளவர்கள் உண்டு என்பதை ஒப்புக்கொள்ளவும் அவர்களுக்கு உரிய மதிப்பை அளிக்கவும் ஒத்துழைக்கவும் இயலும்!

அமைப்பின் சட்டங்களையும் விதிகளையும் முன்னிறுத்துவது என்பது, அவற்றை மதிப்பதையும் அவற்றுக்குக் கட்டுப்படுவது அல்லது பின்பற்றுவதையும் குறிக்கும். அதாவது, அமைப்பைக் கட்டமைக்கவும், பாதுகாக்கவும், வழிநடத்தவும் தேவையான சட்டங்களும் விதிகளும் வரையறுக்கப்படும். அவ்வாறு வரையறுக்கப்பட்ட சட்டங்களையும் விதிகளையும் களப்பணியாற்றும் ஒவ்வொருவரும் மதிக்கவும் பின்பற்றவும்

வேண்டும். அவ்வாறு சட்டங்களை மதிக்காதவர்களால் அவற்றைப் பின்பற்ற இயலாது. அமைப்பை முன்னிறுத்தாதவர்களுக்கு அவற்றின் சட்டங்களை மதிக்கத் தெரியாது. தன்னை முன்னிறுத்துவோரால் தனது அமைப்பை முன்னிறுத்த முடியாது.

அமைப்பில், தனக்கு மேலானவர்களை மதிக்கவேண்டும் என்பதால் தனக்கு இணையானவர்களையும் தனக்கு அடுத்தபடிநிலையில் உள்ளவர்களையும் மதிக்கக்கூடாது என்று பொருளாகாது. தனக்கு மேல், கீழ் என எந்நிலையிலிருந்தாலும் அனைவரையும் மதித்தல் வேண்டும்; மதித்தலோடு ஒத்துழைத்தலும் வேண்டும். இதற்கு அமைப்பையும் அமைப்பின் அதிகாரப்பகிர்வு அடிப்படையிலான கட்டமைப்பு முறையையும், அவற்றுக்கான சட்டங்கள் மற்றும் விதிகளையும் மதித்தல் வேண்டும். அமைப்பையும் சட்டங்களையும் மதிக்கத் தெரியாதவர்கள் அமைப்பை முன்னிறுத்த இயலாது. அத்தகையோரால் அமைப்புக்கு, அமைப்பின் சட்டங்களுக்குக் கட்டுப்படவோ அல்லது கீழ்ப்படியவோ, அவற்றைப் பின்பற்றவோ இயலாது. அவ்வாறு கீழ்ப்படியவோ, பின்பற்றவோ இயலாதவர்களால் ஒருக்காலும் பிறருக்கு வழிகாட்டவும் முடியாது.

அமைப்பாக்க நடவடிக்கையில், ஒருவர் இன்னொருவருக்கு வழிகாட்ட வேண்டியது தவிர்க்க இயலாததாகும். அமைப்புநலன், மக்கள்நலன், கொள்கைநலன் போன்ற பொதுநலன்களைக் கருத்தில்கொண்டு, 'அமைப்பை' மதிக்கவும் அமைப்பின் வரையறுக்கப்பட்ட 'சட்டங்கள்' மற்றும் எழுதப்படாத மரபுகள்' ஆகியவற்றை மதிக்கவும் பின்பற்றவும் ஒருவருக்கொருவர் 'வழிகாட்டுதல்' வேண்டும். வழிகாட்டுதல் என்பது ஒருவர் பிறருக்கு முன்மாதிரியாய் வாழ்ந்துகாட்டுதலைக் குறிக்கும்.

தன்னை முன்னிறுத்தாமல், அமைப்பையும் அமைப்பின் சட்டங்களையும் மதித்து, அவற்றுக்குக் கீழ்ப்படியவும் அவற்றை பின்பற்றவும் செய்கிற ஒருவரால்தான் மற்றவர்களையும் அரவணைத்து அதேவகையில் வழிகாட்டவும் இயலும். தனக்கு இணையாகவோ துணையாகவோ, தனக்கு அடுத்தபடிநிலையிலோ உடன் பணியாற்றுவோருக்கும் அடுத்த தலைமுறையினருக்கும் வழிகாட்டக்கூடிய ஒருவர், நடைமுறையில் அவ்வாறு வாழ்ந்து காட்ட வேண்டும். அப்போதுதான் அவரைப் பிறர் பின்பற்ற வாய்ப்பிருக்கும். பின்பற்றுதல் இல்லாத ஒருவரை யாராலும் பின்பற்ற இயலாது! அவரைப் போலவே ஒழுங்கு மீறுவோரால்தான் இயலும்! தன்னை

முன்னிறுத்தும் ஒருவரைத் தன்னை முன்னிறுத்துவோரால்தான் பின்பற்ற இயலும்! அமைப்பை, சட்டங்களை, கொள்கைகளை, மக்களை முன்னிறுத்தும் ஒருவரை அதே பண்புள்ளோரால்தான் பின்பற்ற இயலும்! அல்லது தன்னை முன்னிறுத்துவோரைப் பின்பற்றும் ஒருவர், தன்னையே முன்னிறுத்துவார். அமைப்பை முன்னிறுத்துவோரைப் பின்பற்றும் ஒருவர் அமைப்பையே முன்னிறுத்துவார்.

அமைப்பின் நடவடிக்கையில், களப்பணியாற்றும் ஒவ்வொருவரும் ஏதோ ஒருவகையில் அமைப்பை வழிநடத்தக் கூடியவர்களே ஆவர். அவ்வாறு வழிநடத்தக்கூடியவர்கள்தான் பிறருக்கு வழிகாட்டக் கூடியவர்களும் ஆவர். எனவே, களப்பணியாளர்கள் யாவரும் கீழ்ப்படிதல், பின்பற்றுதல், வழிகாட்டுதல் என்னும் நடைமுறைகளை அல்லது கடமைகளைச் செயற்படுத்துதல் மிகவும் இன்றியமையாத தேவையாகும். அவ்வாறின்றி, ஒவ்வொருவரும் தன்னை முன்னிறுத்தி, அமைப்பைப் பின்னுக்குத் தள்ளினால், அல்லது அமைப்பைப் பொருட்படுத்தத் தவறினால், ஆளாளுக்கு நாட்டாண்மை செய்யும் அவலநிலை மேலோங்கும்! நட்பு வளராது! தோழமை மலராது! ஒழுங்கு விளையாது! அமைப்பாதல் நிகழாது! எனவே, அமைப்பாதலை வெற்றிகரமாக நிகழ்த்திட– அமைப்பையும் அமைப்புக்கான கொள்கை மற்றும் சட்டத்தையும் முன்னிறுத்துவதே முதன்மையான கடமையாகும்!

அமைப்பை முறைசெய்யும் விதிகள் மதிப்போம்! – வீணாய் ஆளுக்கொரு வழிசெல்லும் ஆணவம் தவிர்ப்போம்!

நவம்பர், 2014

47

தனிஒழுங்கும் பொதுஒழுங்கும்

கீழ்ப்படிதல் என்பது பயன்கருதுதல், மதிப் பளித்தல், அச்சப்படுதல் என்னும் அடிப்படையில் நிகழ்வதாகும். பயன்கருதிக் கீழ்ப்படிதல் தன்ன லமாகும். அச்சப்பட்டுக் கீழ்ப்படிதல் தற்காப்பாகும். மதிப்பளித்தும் கீழ்ப்படிதல் நல்லியல்பு ஆகும்.

பயன்கருதிக் கீழ்ப்படிதலும், அச்சப்பட்டுக் கீழ்ப்படிதலும் ஏதேனும் ஒரு பொழுதில் மீறப்படும். தன்னுடைய எதிர்பார்ப்பு நிறைவேறாத போது, உரிய பயனேதும் கிட்டாதபோது, பயன்கருதிக் கீழ்ப்படியும் ஒருவருக்கு அதை மீறவேண்டிய தேவை எழும்!

தன்னுடைய நலனை, தனக்கான பயனை முன்னிறுத்தும் ஒருவர் தான்சார்ந்த அமைப்புக்கோ, தான் ஏற்றுக்கொண்ட தலைமைக்கோ கீழ்ப்படிதல் அல்லது கட்டுப்படுதல் என்பது ஓர் இடைக்கால நடவடிக்கையே ஆகும். பெரும்பாலும் அது நீடிப்பதில்லை. பயன்கிட்டும் வரையில் கீழ்ப் படிவதைப் போன்ற ஒரு தோற்றமே வெளிப்படும். பயன்கிட்டிய பின்னரோ, அல்லது பயன்கிட்டாத நிலையிலோ கீழ்ப்படிதல் தொடராது. அதற்கு நேர்மாறாகச் செயற்படுதல் நிகழும். அவமதிப்பது, அவதூறு பரப்புவது போன்றவை மேலோங்கும். அமைப்பாக்க நடவடிக்கையில், பயன்கருதிக் கீழ்ப்படியும் போக்கானது இத்தகு எதிர்மறையான விளைவுகளையே உருவாக்கும்.

அச்சப்பட்டுக் கீழ்ப்படிதல் என்பதும் இடைக்கால நடவடிக்கையே ஆகும். அச்சம் விலகும்போது கீழ்ப்படிதல் மீறப்படும். அச்சத்திலிருந்து விடுபடும் நிலையில் நிகழும் மீறலானது, மிக வேகமான எதிர் விளைவுகளை உருவாக்கும். அச்சத்தால் உருவான அழுத்தம், அச்சப்பட்டோரை ஆவேசமாய் வெடித்தெழ வைக்கும்.

அச்சத்தின் பிடியில் வெளிப்படும் கீழ்ப்படிதல், தவிர்க்க முடியாத நெருக்கடியால் விளைவதேயன்றி மனமொப்பி நிகழ்வதல்ல. மனமொவ்வாக் கீழ்ப்படிதல் ஏதேனும் ஒரு நொடியில் கட்டறுத்துத் தாறுமாறாய் எகிறும்! அச்சுறுத்து வோருக்கு எதிராகப் பாயும்! அச்சுறுத்துவதோ அச்சுறுத்தலின் மூலம் கீழ்ப்படிவதோ நீடித்திருக்கவும் நிலைத்திருக்கவும் இயலாது. எனினும், ஒழுங்கு செய்வதற்கான கீழ்ப்படிதல் என்னும் நடைமுறைக்கு, அச்சுறுத்தல் என்பது மிகக் குறைந்த அளவிலேனும் இன்றியமையாத தேவையாகும். அதுவும் தனிநபரை முன்னிறுத்தி அமைதல் கூடாது. அமைப்பை முன்னிறுத்தி ஒழுங்கு நடவடிக்கை என்னும் வகையில் அது அமைதல் வேண்டும்.

ஒருவர் இன்னொருவரை தனது ஆள்வலிமை, அதிகார வலிமை ஆகியவற்றின் மூலம் அச்சுறுத்திக் கீழ்ப்படிய வைப்பது பகைமைக்கும் பழிவாங்குதலுக்கும் இடம் கொடுக்கும். ஆனால், அமைப்பை முன்னிறுத்தும்போது, அமைப்பின் சட்டம் மற்றும் விதிமுறைகளும் மரபுசார்ந்த நடைமுறைகளும் ‘கீழ்ப்படிதலுக்கான’ வழிமுறைகளை உருவாக்கும். அது தனிநபர் பகைமைக்கு இடம் கொடுக்காது. ஏனெனில், அமைப்புக்கான சட்டமும் விதிமுறைகளும் தனியொருவருக்கு எதிரானவையல்ல. அமைப்பைச் சார்ந்துள்ள அனைவருக்கும் பொதுவானவை.

எனவே, அமைப்பை ஒழுங்குபடுத்தும் நடவடிக்கையின் போது, சட்டமே முதன்மையான பங்கு வகிக்கிறது. அத்தகைய சட்டத்தையும் அதற்கான விதிமுறைகளையும் முன்னிறுத்தும் போது, அவை அமைப்பின் பொதுஒழுங்கை நிலைநாட்டுவதாக அமையும். சட்டத்தின் வழியிலான அச்சுறுத்தல், பொதுஒழுங்கை நிலைநாட்டுவதற்கு இன்றியமையாத தேவையாக அமையும்.

பொதுவாக, சட்டம் பாதுகாப்புக்கானது என்றும் அச்சுறுத்துவதற்கானது என்றும் அறியப்படுகிறது. ஒரு புறம் அச்சுறுத்துவதிலிருந்தே இன்னொருபுறம் பாதுகாப்பு உறுதிப்படுத்தப்படுகிறது. அதாவது, பாதுகாப்புக்கு அச்சுறுத்தல் இன்றியமையாத ஒன்றாகிறது. சட்டம், யாருக்காக யாரால்

உருவாக்கப்படுகிறதோ அவர்களுக்குப் பாதுகாப்பானதாகவும், பிற யாவருக்கும் அச்சுறுத்தலாகவும் விளங்கும். இத்தகைய அச்சுறுத்தலின் மூலம் உருவாகும் கீழ்ப்படிதலிலிருந்து ஒழுங்கு கட்டமைக்கப்படுகிறது. அரசமைப்புக்கான சட்டம் தேசத்திற்கான 'பொது ஒழுங்கையும்', சாதி—மத அமைப்புகளுக்கான சட்டங்கள் தொடர்புடைய 'சமூக ஒழுங்கையும், வணிக நிறுவனங்கள்—தொண்டு நிறுவனங்கள் போன்றவற்றுக்கான சட்டங்கள், தொடர்புடைய 'நிறுவன ஒழுங்கையும், அரசியல் இயக்கங்கள்—இலக்கிய அமைப்புகள் போன்றவற்றுக்கான சட்டங்கள் தொடர்புடைய 'அமைப்பு ஒழுங்கையும் கட்டமைக்கின்றன. இவ்வாறு சட்டங்கள் பெரும்பாலும் அவற்றை உருவாக்கியோர் விரும்பும் ஒழுங்கைக் கட்டமைப்பதற்கான ஆற்றல்களாக விளங்குகின்றன.

அதாவது, சட்டம் என்பது பாதுகாப்பு மற்றும் தண்டனைக் கானது எனப் புரிந்துகொள்வதைவிட, ஒழுங்கமைவுக்கானது என்பதே சரியாகும். ஒழுங்குபடுத்துவதே சட்டத்தின் அடிப்படையாகும். ஓர் அமைப்பு தன்னைத்தானே ஒழுங்கு படுத்திக்கொள்ளவும், தன்னைச் சார்ந்த சமூகத்தை ஒழுங்கு படுத்தவும் மேற்கொள்கிற நடவடிக்கைகளிலிருந்தே பாதுகாப்பும் தண்டனையும் விளைகின்றன. சட்டம் பாதுகாக்கும்! சட்டம் தண்டிக்கும்! அவற்றைவிட, சட்டம் ஒழுங்கு செய்யும்! அத்தகைய ஒழுங்கு முறைக்கு முதன்மையானது கீழ்ப்படிதலாகும். தண்டனை என்னும் அச்சுறுத்தலின் மூலம் சட்டம் இத்தகைய கீழ்ப்படிதலை உருவாக்குகிறது.

அமைப்பாக்க நடவடிக்கையில், அமைப்பு தன்னைத் தானே ஒழுங்குபடுத்திக்கொள்ளுதல் நிகழும். அமைப்புக்கான சட்டம் மற்றும் விதிகள், அத்தகைய ஒழுங்குபடுத்துதலை மேற்கொள்ளும். அமைப்பை ஒழுங்குபடுத்துவதற்கென வரையறுக்கப்படும் சட்டம் மற்றும் விதிகள், பாதுகாப்பையும் அச்சுறுத்தலையும் உறுதிப்படுத்தக்கூடிய வகையில் நடைமுறையில் இருத்தல் வேண்டும். அமைப்பின் சட்டத்தை ஏற்று, மதித்து, பின்பற்றுவோருக்குப் பாதுகாப்பும், சட்டத்தை ஏற்கவோ, மதிக்கவோ, பின்பற்றவோ மறுக்கும், எதிர்க்கும், மீறும் அமைப்பு சார்ந்தோருக்குத் தண்டனையும் வழங்குவதாக சட்டம் கையாளப்படுதல் வேண்டும். அமைப்பாக்கப் பணியில் ஈடுபடுவோர், அத்தகைய சட்ட விழிப்புணர்வும், சட்டத்துக்குக் கட்டுப்படும் பொறுப்புணர்வும், சட்டத்தை நடைமுறைப்படுத்தும் கடமையுணர்வும் பெற்றிருத்தல் வேண்டும். சட்டத்தை உருவாக்குவோர், சட்டத்தை நடைமுறைப்

படுத்துவோர் அச்சட்டத்தை மதிக்கவும் பின்பற்றவும் வேண்டும். அதாவது, சட்டத்திற்குக் கட்டுப்பட்டுக் கீழ்ப்படிதல் வேண்டும். அதிகாரம் வாய்ந்த பொறுப்பாளர்கள் மட்டுமின்றி அமைப்பைச் சார்ந்த அனைத்துக் களப்பணியாளர்களுமே சட்டத்தை நடைமுறைப்படுத்தும் கடமைக்குரியவர்களே ஆவர். அவ்வாறு சட்டத்தை நடைமுறைப்படுத்துதலும் சட்டத்துக்குக் கீழ்ப்படிதலேயாகும்.

இவ்வாறு, சட்டத்திற்கோ, தனிநபருக்கோ கீழ்ப்படிதலானது, பயன் கருதியோ அல்லது அச்சுறுத்தலினாலோ நிகழ்கிறது. இத்தகைய கீழ்ப்படிதல், அமைப்பாக்கப் பணிக்களத்தில், அடிப்படை நோக்கமான ஒழுங்குபடுத்துதலுக்குப் பெரும் பாலும் ஏதுவாக அமையாது. மாறாக, சட்டத்திற்கும் தனிநபருக்கும் 'மதிப்பளித்தல்' என்னும் அடிப்படையில் நிகழும் கீழ்ப்படிதல்தான் அமைப்பை ஒழுங்குபடுத்துவதற்கு ஏதுவாக அமையும். அமைப்பை, அமைப்புக்கான சட்டத்தை, அமைப்புக்கான கொள்கை-கோட்பாடுகளை, அமைப்பின் தலைமையை, அமைப்புக்குரிய களப்பணியாளர்களை மதிப்பதன் மூலம் கீழ்ப்படிவது ஒழுங்குசெய்தலை மிக எளிதாக்கும். பயன்கருதாத மதிப்பு! அச்சுறுத்தல் இல்லாத மதிப்பு! நம்பிக்கை மற்றும் நன்றியுணர்வுடன் கூடிய மதிப்பு! மனமுவந்த மதிப்பு! நல்லுறவுக்கான மதிப்பு! ஒத்துழைப்புக்கான மதிப்பு! கொள்கை – கோட்பாட்டுப் புரிதலுடன் கூடிய மதிப்பு! இவ்வாறான மதிப்பை அளிப்பதன் மூலம் நிகழும் கீழ்ப்படிதல் தான் ஒழுங்கமைவுக்கான இன்றியமையாத தேவையாகும்.

அதாவது, மதிப்பளித்தல் என்பது புரிந்துகொள்ளுதல், உடன்படுதல் மற்றும் ஒத்துழைத்தல் என்னும் வழிமுறையில் நிகழ்தல் வேண்டும். புரிந்துகொள்ளுதலின்றி உடன்படுதல் இல்லை; உடன்படுதலின்றி ஒத்துழைத்தல் இல்லை; ஒத்துழைத்தலின்றி மதிப்பளித்தல் இல்லை; மதிப்பளித்தலின்றி கீழ்ப்படிதல் இல்லை; கீழ்ப்படிதலின்றி ஒழுங்கமைதல் இல்லை; ஒழுங்கமைதலின்றி ஒருபோதும் அமைப்பாதல் இல்லை; அமைப்பாதலின்றி திரள்வலிமை இல்லை; திரள்வலிமையின்றி தொடர்ச்சியான எதிர்ப்பாற்றல் இல்லை; தொடர்ச்சியான எதிர்ப்பாற்றலின்றி ஆதிக்கம், ஒடுக்குமுறை, சுரண்டல் போன்றவற்றிலிருந்து மீட்சி இல்லை; மீட்சி பெறுதலின்றி ஒடுக்கப்பட்டோரின் அல்லது விளிம்புநிலை மக்களின் அடுத்த தலைமுறையினருக்குப் பாதுகாப்பில்லை. இந்நிலை உருவானால், பாதுகாப்பற்ற ஒரு வாழ்க்கையினையே அடுத்த தலைமுறைக்கு விட்டுச்செல்லும் பெரும்கேடு தொடரும்.

எனவே, அடுத்தடுத்த தலைமுறையினரின் பாதுகாப்புக்கு அமைப்பாதல் இன்றியமையாத தேவையாகும்.

அதாவது, அமைப்பாதலின் நோக்கமானது, அடுத்த நாட்களின் பயன்களுக்காக அல்ல; அடுத்த தலைமுறையின் பாதுகாப்புக்காக! பொருளை, புகழைத் தேடுவதற்காக அல்ல; போராடிப் பகையை வெல்வதற்காக! தலைக்கனத்தைப் பெருக்குவதற்காக அல்ல; தலைநிமிர்வைப் பெறுவதற்காக! ஆதிக்க வெறியை வளர்ப்பதற்காக அல்ல; அடிமைநிலையைப் போக்குவதற்காக! எளியோரை ஏய்ப்பதற்காக அல்ல; ஏய்ப்போரைச் சாய்ப்பதற்காக! சர்வாதிகாரம் நிலைப்பதற்காக அல்ல; சனநாயகம் தழைப்பதற்காக! ஒரு சிலர் ஆள்வதற்காக அல்ல; ஒடுக்கப்பட்டோர் மீள்வதற்காக! இவ்வாறு அமைப்பாதலின் அடிப்படையைப் புரிந்துகொள்ளுதலும், புரிதலுக்கேற்ப உடன்படுதலும், உடன்படுவதோடு ஒதுங்கிவிடாமல் ஒத்துழைத்தலும் அமைப்புக்கு மதிப்பளிக்கும் செயல்முறையாகும். அமைப்புக்கு மட்டுமின்றி அமைப்பைக் கட்டமைக்கும், வழிநடத்தும் யாவருக்கும் இவ்வாறே மதிப்பளித்தல் வேண்டும்.

அமைப்பைப் புரிந்துகொள்ளுதல் என்பது, அமைப்பின் கட்டமைப்பு, களம், சட்டம், கொள்கை – கோட்பாடுகள் போன்றவற்றைப் பற்றியும், அமைப்பை வழிநடத்தும் முன்னோடிகள், களப்பணியாளர்கள், அமைப்பைச் சார்ந்த மக்கள் போன்ற யாவற்றைப் பற்றியும் முழுமையாகவோ, பகுதியாகவோ தேவையின் அடிப்படையில் தெளிவு பெறுதலாகும். இவ்வாறு தெளிவுபெறுவதிலிருந்து உடன்படுதலும் முரண்படுதலும் நிகழும். தெளிவுபெறாமல் உடன்படுவதானாலும் முரண்படுவதானாலும் அது எதிர்மறை விளைவுகளை உருவாக்கும். ஒழுங்கமைவுக்கு இடம் தராது. போதிய தெளிவுடன் முரண்படுவதும் நன்மை பயப்பதாகவே அமையும். ஒழுங்கு செய்வதற்கு வழிவகுக்கும். அமைப்பையும், மக்களையும், அமைப்பு சார்ந்த அனைத்தையும் முழுமையான ஈடுபாட்டுடன் நேசிப்பதன்மூலமே அவற்றைப் புரிந்துகொள்ளவும் உடன்படவும் ஒத்துழைக்கவும் இயலும்; ஒழுங்குசெய்யவும் ஒழுங்கைப் பின்பற்றவும் இயலும்!

ஒழுங்கமைவுக்கு உடன்படுதல் மட்டுமின்றி முரண்படுதலும் தவிர்க்க இயலாத தேவையாகும். முரண்படுதல், ஒழுங்கமைவுக்கு எதிரானதாக, ஒழுங்கமைவைச் சீர்குலைப்பதாக அமையாமல், உடன்படுவதற்கான திசைவழி செல்வதாக அமைதல் வேண்டும்.

அதாவது, அமைப்பை முறைப்படுத்துவதற்குரியதாக முரண்படுதல் அமைவது, உடன்படுவதற்கான திசைவழியே ஆகும். பொதுவாக, முரண்படுதலானது, எதிர்மறை அணுகுமுறையாகவே அறியப்படுகிறது. ஏற்கவியலாத, பயனில்லாத, தீங்கான எதனோடும் உடன்பட்டுவிட இயலாது. முரண்பட நேரும். அவ்வாறு முரண்படுகிறபோதும் அதனை நேர்மறையாக அணுக முடியும். முரண்பாடுகளையும் உடன்பாட்டுத் திசைநோக்கி அணுகுவது நேர்மறையான அணுகுமுறையாகும். நேசம், தோழமை, நம்பிக்கை போன்றவற்றிலிருந்துதான் நேர்மறை அணுகுமுறை உருவாக்கம் பெறும். முரண்பாடுகளையும் நேர்மறையாக அணுகுவது ஒருங்கமைவுக்கு அடிப்படைத் தேவையாகும்.

ஒழுங்கு என்பது நெறிமுறையாகும். வரையறுக்கப்பட்ட சட்டங்களையோ, ஏற்றுக்கொள்ளப்பட்ட மரபுகளையோ தேவையின் அடிப்படையில் பின்பற்றுவதற்கான ஒரு வழிமுறையாகும். தனிநபர், குடும்பம், சாதி, மதம், இனம், தேசம், உலகம் போன்ற அனைத்திலும், ஒழுங்கு என்பது தவிர்க்க இயலாத தேவையாகும். ஒழுங்கு இல்லாத தனிநபராயினும் வேறு எதுவாயினும் வலுப்பெறவோ வளர்ச்சி பெறவோ வாய்ப்பில்லை. வலிமைக்கும் வளர்ச்சிக்கும் ஒழுங்கு மிகமிக இன்றியமையாததாகும். தனிநபராகவோ, குழுவாகவோ, அமைப்பாகவோ, நிறுவனமாகவோ இன்னும் இவை போன்று எதுவாகவோ இருப்பினும் அவை யாவற்றுக்கும் இது பொருந்தும்.

ஆக்கமாயினும் அழிவாயினும், நன்மையாயினும் தீமையாயினும் அவற்றுக்கும் ஒழுங்கு அடிப்படைத் தேவையாகும். ஒழுங்குமுறையின்றி எந்தவொன்றையும் விரும்பியவாறு ஆக்கவோ, அழிக்கவோ இயலாது; எதிர்பார்க்கும் நன்மையோ, தீமையோ விளையாது! ஒழுங்கானது, ஆக்கத்திற்கும் நன்மைக்கும் மட்டுமில்லை; அழிவுக்கும் தீமைக்கும் உரியதாகும்! நன்மைக்குரியது நல்லொழுக்கம்! தீமைக்குரியது தீயொழுக்கம்! அதாவது, ஆக்கமோ, அழிவோ; நன்மையோ; தீமையோ ஒவ்வோர் இயங்குதலிலும் அல்லது செயலிலும் ஓர் ஒழுங்கு தன்னியல்பாகவோ அல்லது வரையறுக்கப்பட்டதாகவோ அமையும். ஏதேனும் ஓர் ஒழுங்கின் அடிப்படையில்தான் உலகில் ஒவ்வொன்றின் இயக்கமும் நிகழ்கின்றன. அதாவது, ஒழுங்கிலிருந்தே இயங்குதல் தொடங்குகிறது. ஒழுங்கே இயங்கியலின் அடிப்படையாகும்.

இயங்குதல் என்பது, அசைதலை மட்டுமே குறிக்காது. அசையாதலையும் குறிக்கும். அசைதலும் அசையாதலும்

இயங்குதலேயாகும். அசையாதல் என்று எதுவுமே இல்லை. யாவும் அசைந்து கொண்டேயிருக்கின்றன. கூடுதல் காலமும் குறைந்த வேகமும் கொண்டவை அசையாத் தோற்றத்தையும், கூடுதல் வேகமும் குறைந்த காலமும் கொண்டவை அசையும் தோற்றத்தையும் அளிக்கின்றன. அதாவது, வேகத்தின் அளவையும் காலத்தின் அளவையும் பொறுத்தே அசையும் மற்றும் அசையா நிலைகள் வெளிப்படுகின்றன. எனவே, அசைதலும் அசையாதலும் இயங்குதலே ஆகும். ஒன்றின் அசையா நிலையிலிருந்தே இன்னொன்றின் அசையும் நிலை தோன்றுகிறது. ஒன்று அசையாமலிருந்துகொண்டே இன்னொன்றை அசையவைக்கிறது. அசையா நிலையிலிருந்து இன்னொன்றின் அசையும் நிலைக்குரிய ஆற்றலைப் பெறுவது ஓர் ஒழுங்குமுறையாகும். ஒன்றின் திசைக்கு எதிர்த்திசையும் ஒன்றின் விசைக்கு எதிர்விசையும் ஒன்றுக்கொன்று ஈர்த்தும் விலக்கியும் இயங்குதலுக்குரிய ஆற்றலைப் பெறுகின்றன. இவ்வாறு ஆற்றலைப் பெறும் முறை ஓர் ஒழுங்குமுறையாகும்.

அசையா நிலைக்குரிய ஆற்றலும் அசையும் நிலைக்குரிய ஆற்றலும் ஒன்றுக்கொன்று இணைந்தோ விலகியோ சமநிலைப் படுத்திக்கொள்ளும் தன்னியல்பான போக்கே இயங்குதலாகும். இவ்வாறு இணைந்தும் விலகியும் சமநிலைப்படுத்திக்கொள்ளும் முறையும் ஓர் ஒழுங்குமுறையாகும். ஆற்றலைச் சமநிலைப்படுத்தும் இயங்குதலில் ஆக்கமும் நிகழலாம்! அழிவும் நிகழலாம்! ஆனாலும், ஆற்றல் சமநிலையாதல் நிகழ்ந்து கொண்டேயிருக்கும். இவையாவும் ஓர் ஒழுங்கின் அடிப்படையிலேயே இயங்கிக் கொண்டிருக்கின்றன. இவ்வாறு ஒழுங்கிலிருந்து இயங்குதல் நிகழ்வதால் ஒழுங்கே இயங்கியல் என அறியலாம். இயற்கையில் தன்னியல்பாக அமைந்துள்ள ஒழுங்குமுறைகளை இயங்கியல் விதிகள் எனவும் அறியலாம்.

இயற்கையின் ஒழுங்குமுறைகள் என்னும் இயங்கியல் விதிகளின் அடிப்படையில்தான் மனிதனால் இயங்கிட இயலும். இயங்கியல் விதிகளை அவனால் மீறிட இயலாது. அவற்றையொட்டியே அவன் தனக்கான வாழ்க்கை முறையை, இயங்குமுறையை, ஒழுங்குமுறையை வரையறுத்துக் கொள்கிறான். அவை அவ்வப்போது வரையறுக்கப்படுவதாகவும் காலம் காலமாய்க் கடைப்பிடிக்கப்படும் மரபு முறைகளாகவும் இருக்கலாம். சட்டம் மற்றும் விதிகளாயினும் வழக்காறு மற்றும் மரபுகளாயினும் இயங்கியல் விதிகளோடு உடன்பட்டோ முரண்பட்டோ அமையும் வகையில் மனிதனால் அவை வரையறுக்கப்படுகின்றன. அவை, தனிமனித ஒழுங்கு, குடும்ப

ஒழுங்கு, சாதி ஒழுங்கு, மத ஒழுங்கு, இன ஒழுங்கு, தேச ஒழுங்கு என சட்டங்களாலும் மரபுகளாலும் கட்டமைக்கப்படுகின்றன. அவற்றை மீறும் நிலையில் தண்டனைகளால் இத்தகைய ஒழுங்குமுறைகள் திணிக்கப்பெற்று நிலைப்படுத்தப்படுகின்றன. தாம் விரும்பும் ஒழுங்கை நிலைநாட்டுவதற்கேற்ப, அதற்குரிய ஆளுமையைக் கொண்டவன் மரபுகளையும் சட்டங்களையும் தண்டனைகளையும் திட்டமிட்டு வரையறுக்கவும் திணிக்கவும் செய்கிறான். இவற்றை ஏதேனும் ஓர் அமைப்பு வழியாகவே நடைமுறைப்படுத்துகிறான். பெரும்பாலும், மதம், அரசு ஆகிய அமைப்புகளின் வழியாகவே ஒழுங்கை நிலைநாட்டிவருகிறான். இவை இரண்டும் மனிதனால் நிறுவப்பட்டுள்ள மாபெரும் 'ஒழுங்கு நடவடிக்கை' அமைப்புகளே ஆகும். இவை, தனிமனித ஒழுங்கையும், சமூக ஒழுங்கையும், பொது ஒழுங்கையும் தொடர்ச்சியாகக் கற்பிக்கவும் நடைமுறைப்படுத்தவும் செய்கிற நிறுவனங்களாக இயங்குகின்றன. மத நிறுவனங்களின் கொள்கை – கோட்பாடுகளாக அவற்றின் வேதங்களும்; சட்டம்–விதிகளாக அவற்றின் சடங்கு உள்ளிட்ட பண்பாட்டு வழக்காறுகளும் விளங்குகின்றன. அரசு நிறுவனங்களின் கொள்கை – கோட்பாடு களாக, முதலாளித்துவம் அல்லது சனநாயகம் போன்ற ஆட்சிமுறை தத்துவங்களும்; சட்டம் மற்றும் விதிகளாக, அரசியலமைப்புச் சட்டம் உள்ளிட்ட சட்டத் துறை, நீதித் துறை, நிர்வாகத் துறை போன்ற அனைத்துத் துறைகளுக்குமான சட்டங்களும் விளங்குகின்றன. இவ்வாறு மதமும் அரசும் தமக்கான ஒழுங்கை நிலைநாட்டுவதற்குரிய கொள்கை –கோட்பாடுகளின் அடிப்படையில், சட்டங்களையோ, மரபுகளையோ வரித்துக்கொள்கின்றன. தனிமனித ஒழுங்கையும் சமூக ஒழுங்கையும் கற்பிப்பதில் அரசைவிட மதமே பெரும்பங்கு வகிக்கிறது. மதங்கள் கற்பிக்கும் ஒழுங்கு ஏற்புக்குரியதாகவோ எதிர்ப்புக்குரியதாகவோ இருக்கலாம்.

எனினும், ஏற்போர் யாவரையும் வரையறுக்கப்பட்ட கருத்தியல் மற்றும் சட்டங்களின் அடிப்படையில் ஒழுங்கு படுத்துவதே மதத்தின் முதன்மையான செயல்திட்டமாகும். மதம் தாம் கற்பிப்பதை தெளிவுடனோ தெளிவின்றியோ மக்கள் ஏற்றுக்கொள்ளவும் பின்பற்றவும் செய்கிறது. அவ்வாறு ஏற்றுக் கொள்ளாத, பின்பற்றாத யாவரையும் கடுமையான தண்டனைகளால், கொடூரமான வன்முறைகளால் அடக்கி ஒடுக்குவதில் மத நிறுவனங்களின் பங்களிப்பு மிகப் பெரியது! இத்தகு தண்டனைகளும் வன்முறைகளும் கீழ்ப்படிதலை நிலைநாட்டுவதற்கான நெறிமுறைகளாகும். அதாவது,

கற்பித்தலும் தண்டித்தலும் மதம் சார்ந்தோரை ஒழுங்குபடுத்தும் நெறிமுறைகள் என அறியலாம்.

ஒவ்வொரு மதத்திலும், இன்று நிலவும் ஒழுங்கோ, கட்டுப்பாடோ, தலைமுறை தலைமுறையாய், தொடர்ச்சியாய், பல்லாயிரக்கணக்கான ஆண்டுகளாய் மேற்கொள்ளப்பட்டுவரும் கற்பித்தல் மற்றும் தண்டித்தல் போன்ற நெறிமுறைகளின் விளைவாகும். எனினும் இன்றும் மதம் சார்ந்த சமூக ஒழுங்கை அல்லது கட்டுப்பாட்டை மீறும் நிலை பரவலாக உள்ளது. அரசமைப்பிலும் இதே நிலை காலம் காலமாகத் தொடர்கிறது. கடுமையான அடக்குமுறைச் சட்டங்களால், இன்று நிலவும் பொது ஒழுங்கை அரசு நிலை நாட்டியுள்ளது. எனினும் பொது ஒழுங்கை மீறுவது இன்னும் இருக்கவே செய்கிறது. மதம், அரசு என்னும் இருபெரும் பூதங்களாலேயே இன்னும் முழுமையாக மானுடத்தை ஒழுங்குபடுத்துவதில் வெற்றிபெற இயலவில்லை எனலாம். சாதியின் பெயரால், மதத்தின் பெயரால், இனத்தின் பெயரால், தேசத்தின் பெயரால் அரங்கேறிக்கொண்டேயிருக்கும் கொடூரமான வன்முறைகள், அதற்குச் சாட்சியங்களாக விளங்குகின்றன. இவை இன்றும் பொது ஒழுங்கைச் சீர்குலைக்கின்றன. பொது ஒழுங்கானது சமூக ஒழுங்கு மற்றும் தனிமனித ஒழுங்கு ஆகியவற்றைப் பொறுத்தே அமையும். அதாவது, தனிமனித ஒழுங்கு எவ்வாறு கட்டமைப்படுகிறதோ அவ்வாறே சமூக ஒழுங்கும் பொதுஒழுங்கும் கட்டமைக்கப்பெறும்.

அமைப்பாக்க நடவடிக்கையில், அமைப்புக்கான பொது ஒழுங்கை நிலைநாட்டுவதற்கு, அமைப்பைச் சார்ந்த ஒவ்வொரு வரின் தனிமனித ஒழுங்கும் இன்றியமையாத கூறாக விளங்கும். நேர்மறையான தனிமனித ஒழுங்கு என்பது ஏற்றுக்கொண்ட அமைப்புக்கு, குறிப்பாக அமைப்பைச் சார்ந்தோருக்கு, உரிய மதிப்பை அளிப்பதாக விளங்கும். அதாவது, அமைப்புக்கு, அமைப்பின் கொள்கை – கோட்பாடு களுக்கு, சட்டம் மற்றும் விதிகளுக்கு, அமைப்பை வழிநடத்தும் பொறுப்பாளர்கள் மற்றும் பணியாளர்களுக்கு உரிய அளவில், உரிய வகையில் மதிப்பளித்தலைக் குவிக்கும்.

தான் சார்ந்த அமைப்புக்கு ஒவ்வொரு தனிநபரும் வற்புறுத்தலின்றி அச்சுறுத்தலின்றி உடன்பட்டு, தானே உரிய மதிப்பளித்தல் வேண்டும். அமைப்பைச் சார்ந்த மற்றவர்கள் அவ்வாறு அமைப்புக்கு மதிப்பளிக்கிறார்களா இல்லையா எனப் பாராமல், தனக்கென்ன பயன் என்றும் கருதாமல், தன்னியல்பாகவும் உளப்பூர்வமாகவும் தனது கடமையென

அமைப்பாய்த் திரள்வோம்

உணர்ந்து மதிப்பளித்தல் வேண்டும். அவ்வாறின்றி, தான் விரும்பினால் மட்டுமே அல்லது வற்புறுத்தினால் மட்டுமே அல்லது அச்சுறுத்தினால் மட்டுமே தவிர்க்க இயலாத நிலையில் மதிப்பளிப்பது, அமைப்பின் பொது ஒழுங்கைப் பாதிக்கச் செய்யும்.

தனக்கென ஒதுக்கப்பட்ட பணிகளை, ஒதுக்கப்பட்ட எல்லைக்குள் நின்று, உரிய காலத்தில், உரிய முறையில், உரியவர்களுடன் ஒருங்கிணைந்து, பொறுப்புணர்ந்து நிறைவேற்றுவது அமைப்புக்குரிய தனிநபர் ஒழுங்காகும்.

தான் ஏற்றுக்கொண்ட அல்லது தனக்கென ஒதுக்கப்பட்ட பணிகளைத் தாண்டி, தொடர்புடையவையாக இருப்பினும் பிறவற்றில் தலையிடுவது தனிநபர் ஒழுங்கு மற்றும் பொதுஒழுங்கை மீறுவதாகும். அதிகாரம் வாய்ந்த பொறுப்பிலே இருந்தாலும் அடிப்படைத் தொண்டாற்றும் நிலையிலே இருந்தாலும் தனக்கான பணிகளை மட்டுமே ஆற்றுதல் வேண்டும். அவ்வாறின்றி செய்ய வேண்டியவற்றைச் செய்யாமலிருத்தலும், செய்யக் கூடாதவற்றை செய்வதும் ஒழுங்கு திறலாகும். அதேபோல, செயலாற்ற வேண்டிய களம் அல்லது துறை, பகுதி அல்லது பரப்பு, நேரம் அல்லது காலம், ஆற்றவேண்டிய பணிகளுக்குரிய தொடர்புகள் அல்லது உறவுகள் போன்றவற்றின் எல்லைகளுக்குள் நின்று இயங்குதல் வேண்டும். அவ்வாறின்றி, எல்லைகளை மீறிச் செயல்படுவது ஒழுங்கு திறலாகும். இவ்வாறு, தான் சார்ந்த அமைப்பு அல்லது நிறுவனங்களின் பொது ஒழுங்கையும் அடிப்படையாகக் கொண்டதாகவே தனிநபர் ஒழுங்கு அமையும். எனவே, பொது ஒழுங்கை மீறுவது, தனிநபர் ஒழுங்கை மீறும் செயலாகும்.

தனிநபர் ஒழுங்கு என்பது தனிநலன்களை மட்டுமின்றி பொது நலன்களையும் அடிப்படையாகக் கொண்டதாகும். தான் சார்ந்த குடும்பம், சாதி, மதம், இனம், தேசம் என பல்வேறு அமைப்புகளின் பொது நலன்களையும் அடிப்படையாகக் கொண்டு பொது ஒழுங்கும் தனிநபர் ஒழுங்கும் உள்வாங்கப்படுகின்றன. அதாவது, ஒருவரின் குடும்ப ஒழுங்கு, சாதி ஒழுங்கு, மத ஒழுங்கு, இன ஒழுங்கு மற்றும் தேச ஒழுங்கு போன்ற பொது ஒழுங்குகள் அவர் விரும்பியோ விரும்பாமலோ அவரது தனிஒழுங்கைக் கட்டமைப்பதில் பெரும்பங்கு வகிக்கின்றன. இவை நேர்முகமாகவோ, மறைமுகமாகவோ ஒவ்வொரு தனிநபரின் தனி ஒழுங்கைக் கட்டமைப்பதில் தாக்கம் செலுத்துகின்றன. இவற்றில்

உடன்பாட்டின் அடிப்படையில் அல்லது ஈடுபாட்டின் அடிப்படையில் உள்வாங்கப்படும் ஒழுங்குமுறைகளே தனிநபர் ஒழுங்காக வடிவம் பெறுகிறது. இவ்வாறு தனக்கு உடன்பாடான, தான் சார்ந்த அமைப்பின் பொதுஒழுங்குகளை மதிப்பதும் கட்டுப்படுவதும் பின்பற்றுவதும்தாம் சிறப்பான தனிநபர் ஒழுங்காக அமையும். இல்லையேல், பொது ஒழுங்கைச் சீர்குலைக்கும் தனிநபர் ஒழுங்கு திறலாக விளங்கும்.

அமைப்பாக்க நடவடிக்கையில், அமைப்பின் நலன்களை அடிப்படையாகக்கொண்ட, அமைப்புக்கான பொது ஒழுங்கை மதிப்பது, கட்டுப்படுவது, பின்பற்றுவது மிகமிக இன்றியமையாதவையாகும். பயன்கருதுதல், அச்சுறுத்தலுக்காளா குதல் போன்ற தன்னலன் சார்ந்ததாக இல்லாமல், அமைப்பு நலன்கள் மற்றும் அமைப்பு சார்ந்தோரின் நலன்களை அடிப்படையாகக் கொண்டு, அமைப்பின் பொது ஒழுங்கைத் தன்னியல்பாகவே மதிக்கவும் கட்டுப்படவும் பின்பற்றவும் வேண்டும்.

குடும்பம், சாதி, மதம் போன்ற சமூக அமைப்புகளின் பொது ஒழுங்குகளை மதிப்பதிலிருந்து தனிநபர் ஒழுங்கு கட்டமைக்கப்படுவதைப்போல ஏற்கனவே கட்டமைக்கப் பெற்றுள்ள தனிநபர் ஒழுங்கிலிருந்தே பொதுஒழுங்கும் உள்வாங்கப்படும். அதாவது, தான் சார்ந்த அமைப்பின் பொதுஒழுங்குகளுக்கு மதிப்பளிப்பதற்கும் தனிநபர் ஒழுங்கு அத்தகைய பக்குவத்தைப் பெற்றதாகப் பண்பட்டிருத்தல் வேண்டும். உடன்பாடான பொது ஒழுங்குகளையும் உள்வாங்கக்கூடிய வகையில், தனிநபர் ஒழுங்கு ஆளுமை பெற்றதாக இருத்தல் வேண்டும். அடிப்படையில், பொது நலன்களில் ஈடுபாடும் உடன்பாடும் இருந்தால் மட்டுமே பொது ஒழுங்குகளை உள்வாங்க இயலும். தனிநலன்களில் சற்றுத் தளர்வு செய்வதும் விட்டுக்கொடுப்பதும் இழப்பதும் போன்ற அணுகுமுறைகளிலிருந்துதான் பொது நலன்களில் ஈடுபாடு காட்டவும் உடன்படவும் இயலும். தான் சார்ந்த குடும்ப ஒழுங்குகளைப் பின்பற்றுவதற்கும் குடும்ப நலன்களில் ஈடுபாடு கொள்ளுதல் வேண்டும். குடும்ப நலன்களில் ஈடுபாடுகொள்வதற்கும் தனி நலன்களில் ஏதேனும் விட்டுக்கொடுப்பதற்கும் இழப்பதற்கும் உடன்படுதல் வேண்டும். அவ்வாறே, அமைப்பாக்க நடவடிக்கையில், அமைப்பின் ஒழுங்குகளைப் பின்பற்றுவதற்கு அமைப்பின் நலன்களில் ஈடுபாடும் உடன்பாடும் தேவையாகும். அமைப்பு நலன்களில் ஈடுபாடுகொள்வதற்கு, தனிநலன்களை விட்டுக்கொடுக்கும் தனிநபர் ஒழுங்கு அல்லது பண்பு இன்றியமையாததாகும்.

இத்தகைய தனிநபர் ஒழுங்கிலிருந்தே பொது ஒழுங்குகளை மதிக்கவும் பின்பற்றவும் இயலும்.

பொது ஒழுங்கை நிலைநாட்டுவதற்குத் தனிநபர் ஒழுங்கும், தனிநபர் ஒழுங்கை வலுப்படுத்துவதற்குப் பொது ஒழுங்கும் ஒன்றுக்கொன்று இன்றியமையாத் தேவைகளாகும்.

தனிநபர் ஒழுங்காயினும் பொது ஒழுங்காயினும் அடிப்படையில் ஒருவருக்கொருவர் கீழ்ப்படிதல், பின்பற்றுதல் என்னும் பொதுப்பண்பு மிகவும் இன்றியமையாததாகும். இது தனிநபர் ஒழுங்கைக் கட்டமைப்பதற்கு அடித்தளமாகவும் பொது ஒழுங்கை நிலைநாட்டுவதற்கு வழிமுறையாகவும் அமையும். கீழ்ப்படிவதிலிருந்தே பின்பற்ற இயலும்; பின்பற்றுவதிலிருந்தே வழிகாட்ட இயலும்! இது ஓர் ஒழுங்குமுறையாகும். இத்தகைய ஒழுங்கை நடைமுறைப்படுத்துவதற்கென வரையறுக்கப்படுபவையே அரசியல் - பொருளியல் தளங்களில் சட்டங்களாகவும் விதிமுறைகளாகவும், சமூகம் - பண்பாடு போன்ற தளங்களில் வழக்காறுகளாகவும் மரபுகளாகவும் அறியப்படுகின்றன.

அமைப்பாக்க நடவடிக்கையில், வரையறுக்கப்படும் சட்டங்களையும், விதிமுறைகளையும், உள்வாங்கப்படும் வழக்காறுகளையும், இன்னபிற மரபுகளையும் மதிக்கவும், கட்டுப்படவும், பின்பற்றவும் வேண்டியது ஒவ்வொருவரின் தனிநபர் ஒழுங்காகவும் பொது ஒழுங்காகவும் அமையும்.

சட்டமாயினும் மரபாயினும், இவற்றுக்கான ஒழுங்கு முறையில் வரிசைமுறை என்பது இன்றியமையாதவொரு வழிமுறையாகும். 'ஒன்றன் பின் ஒன்று' என்னும் வரிசை முறையானது, ஒழுங்குமுறையில் தவிர்க்க இயலாததாகும். முன்பிருந்து பின்-பின்பிருந்து முன்; மேலிருந்து கீழ் - கீழிருந்து மேல்; இடமிருந்து வலம்-வலமிருந்து இடம்; உள்ளிருந்து வெளியே - வெளியிருந்து உள்ளே; எளிமையிலிருந்து வலிமை - வலிமையிலிருந்து எளிமை; இளமையிலிருந்து முதுமை - முதுமையிலிருந்து இளமை; ஆணிலிருந்து பெண் - பெண்ணி லிருந்து ஆண்; பெரும்பான்மையிலிருந்து சிறுபான்மை - சிறுபான்மையிலிருந்து பெரும்பான்மை; வெற்றியிலிருந்து தோல்வி - தோல்வியிலிருந்து வெற்றி; பழமையிலிருந்து புதுமை - புதுமையிலிருந்து பழமை; மையத்திலிருந்து விளிம்பு - விளிம்பிலிருந்து மையம்... இப்படி யாவற்றிலும் 'ஒன்றன் பின் ஒன்று' என்னும் வரிசை முறையானது ஓர் ஒழுங்குமுறையாக, தன்னியல்பாகவோ திட்டமிட்டதாகவோ

நடைமுறையிலிருக்கிறது. இவற்றுக்குக் கட்டுப்படுவதும் பின்பற்றுவதும் பொதுஒழுங்கிற்கான தனிநபர் ஒழுங்காகும்.

அமைப்பாக்கத்திற்கான களப்பணிகளில் இத்தகைய வரிசைமுறை என்னும் ஒழுங்குமுறைகள், 'ஒன்றன் பின் ஒன்றாக', 'படிப்படியாக', 'அடுத்தடுத்து' என்னும் வகையில், உரிய முறைப்படி, உரிய காலத்தில், உரிய வேகத்தில், பின்பற்றப் படவேண்டியது தவிர்க்க இயலாத தேவையாகும். அவ்வாறின்றி, வரிசைமுறைகளைப் பின்பற்றாமல், ஒழுங்குமுறைகளை மீறி, தன் விருப்பம்போல தான்தோன்றித் தனமாகச் செயல்படும் தனிநபர் ஒழுங்கு, அமைப்புக்கான பொது ஒழுங்கைச் சீர்குலைக் கும். எனவே, பொது ஒழுங்கைப் பாதிக்காத வகையிலான தனிநபர் ஒழுங்கின் மூலமே அமைப்பாக்கப் பணிகளை இடையூறுகளின்றி விரைவாகவும், சீராகவும், வெற்றிகரமாகவும் நிறைவேற்ற இயலும்.

தனிஒழுங்கு துணையின்றி பொதுஒழுங்கு அமையாது! – உரிய பொதுஒழுங்கு அமைவின்றி அமைப்பாதல் நிகழாது!

திசம்பர், 2014

48

பொதுநலமும் போர்க்குணமும்

தோன்றும் யாவும் மறையும். தொடங்கும் யாவும் முடியும். பிறக்கும் யாவும் இறக்கும். இது உலகின் பொதுவிதியாகும். இந்த இயங்கியல் போக்கில் ஒரு கால இடைவெளி இருக்கும். இந்த இடைவெளியில் நிகழும் யாவும் ஒரு நடைமுறையைக் கொண்டிருக்கும். அது தன்னியல்பாக நிகழும் இயல்முறையாகவோ, திட்டமிட்டு நடக்கும் செயல்முறையாகவோ அமையும். இந்த நடைமுறைகள் இயல்முறையாயினும் செயல்முறையாயினும் அடிப்படையில் ஏதேனும் ஓர் ஒழுங்குமுறையைக் கொண்டிருக்கும்.

தோற்றம்-மறைவு, தொடக்கம்-முடிவு, பிறப்பு-இறப்பு போன்றவற்றுக்கான கால இடைவெளியில் எத்தகைய ஒழுங்குமுறை அமைகிறதோ அதனைப் பொறுத்தே அவற்றின் 'இருப்பும் விளைவும்' அமையும். அதாவது, எவ்வளவு நேரம், எவ்வளவு காலம் நீடிக்கும் என்பதும், எத்தகைய பயன்களை விளைவிக்கும் என்பதும் நடைமுறையிலுள்ள ஒழுங்குமுறையே தீர்மானிக்கும். நல்வினையாயினும் தீவினையாயினும் அவற்றுக்கான நடைமுறையில் அமையும் ஒழுங்குமுறைதான் அவற்றின் வெற்றி-தோல்வியைத் தீர்மானிக்கின்றன. அந்த ஒழுங்குமுறையைப் பொறுத்தே அவ்வினைகளின் கால அளவு, வேக அளவு, உரிய விளைவு போன்றவையும் தீர்மானிக்கப்படுகின்றன.

அதாவது, குறித்த காலத்தில், குறித்த வேகத்தில் குறித்த இலக்கை அடைவதற்கு, அதற்கான ஒழுங்குமுறையுடன் கூடிய செயல்முறை இன்றியமையாததாகும். உரிய ஒழுங்குமுறை இல்லாத செயல்முறைகள் காலத்தை விரயமாக்கும்; வேகத்தை மந்தமாக்கும்; பதற்றத்தை உருவாக்கும்; குறித்த இலக்கை அல்லது எதிர்பார்த்த விளைவை உருவாக்காமல் எதிர்விளைவுகளை ஏற்படுத்தும்!

ஓய்வின்றி, அயர்வின்றி, அதிதீவிரமாய்ப் பாடாற்றினாலும் உரிய ஒழுங்குமுறை இல்லையேல், அவ்வுழைப்பு உரிய பயனளிக்காது! உரிய ஒழுங்குமுறையுடன் கூடிய செயல்முறைகள்தாம், குறிப்பிட்ட செயலுக்கான கால அளவைச் சுருக்கும்; வேக அளவைக் கூட்டும்; செயல்திறத்தைப் பெருக்கும்; உரிய இலக்கை எட்டும்! வெற்றிகரமான செயல்முறை என்பது, பொருத்தமான ஒழுங்குமுறைகளிலிருந்து அமைவதே ஆகும். உரிய காலத்தில் தொடங்கி, உரிய காலத்தில் முடிப்பது ஒரு வெற்றிகரமான செயல்முறையாகும். தொடங்குவதிலிருந்து முடிப்பதுவரையில் பின்பற்றப்படும் உரித்தான வழிமுறைகளே அதற்குரிய பொருத்தமான ஒழுங்குமுறையாகும். அதாவது, உரிய வேலை, உரிய ஆள், உரிய இடம், உரிய பொருள், உரிய காலம், உரிய வேகம், உரிய திறம், உரிய வரிசை என ஒன்றுக்கொன்று பொருத்தமானவையாக வரையறுக்கப்பட்டு, பின்பற்றப்படும் உரிய வழிமுறைகளே அதற்குரிய பொருத்தமான ஒழுங்குமுறை ஆகும். இத்தகு ஒழுங்குமுறை இல்லாத எந்தவொரு செயல்திட்டமும் வெற்றிகரமாக அமையாது.

அமைப்பாக்கச் செயல்திட்டம் வெற்றிகரமாக அமைய வேண்டு மெனில், அதற்குரிய பொருத்தமான ஒழுங்குமுறைகள் வரையறுக்கப்படவும், பின்பற்றப்படவும் வேண்டும். இவ்வாறு வரையறுப்பதும் பின்பற்றுவதும் பொதுஒழுங்காகும். ஒன்றுக்கும் மேற்பட்டவர்கள் இணைந்து இயங்கும் நிலையில் பொதுஒழுங்கைக் கடைபிடிக்க வேண்டியது ஒவ்வொரு தனிநபரின் தவிர்க்க முடியாத, மிகவும் இன்றியமையாத மாபெரும் கடமை ஆகும். அதாவது, பொது ஒழுங்கு என்பது ஒருங்கிணைந்து செயல்படும் ஒவ்வொருவரின் தனிஒழுங்கே ஆகும். தனிஒழுங்கு என்பது, தனிநலம், குழுநலம், பொதுநலம் போன்றவற்றை அடிப்படையாகக்கொண்டதாகும். இது பெரும் பாலும் பொதுஒழுங்குடன் பின்னிப் பிணைந்த ஒன்றேயாகும்.

தனிநலம் என்பது, தனிநபரின் உடல் நலம், மனநலம் ஆகியவற்றைக் குறிப்பதாகும். குழுநலம் என்பது குடும்பம்

சார்ந்ததாகவும், நட்பு சார்ந்ததாகவும், தொழில் சார்ந்ததாகவும், குலம், சாதி, மொழி, இனம், மதம் போன்றவற்றைச் சார்ந்ததாகவும் இருக்கும். பொதுநலம் என்பது இவைபோன்ற அனைத்தையும் சார்ந்ததாக இருக்கும். இவ்வாறு, தனிநலம், குழுநலம், பொதுநலம் போன்றவற்றை அடிப்படையாகக் கொண்டே தனிநபரின் தனிஒழுங்கு அமைகிறது! எனவே, தனிஒழுங்கானது, பெரும்பாலும் குழுநலம் மற்றும் பொதுநலம் என்னும் பொதுஒழுங்குடன் தொடர்புடையதாகவே விளங்கும். தனிநலன்கள், குழுநலன்கள் மற்றும் பொதுநலன்கள் என்னும் தேவைகளின் அடிப்படையில் உள்வாங்கப் பெறுவதாகவும் கற்பிக்கப் பெறுவதாகவும் ஒவ்வொரு தனிநபருக்கான தனிஒழுங்கும் பொதுஒழுங்கும் அமைகின்றன. அதே வேளையில், பெற்றோரின் வழியிலான பாரம்பரியப் பண்புகளின் அடிப்படையிலும் தனிநபரின் தனிஒழுங்கு உள்வாங்கப்படுகிறது. அதாவது, ஒவ்வொரு தனிநபரின் தனிஒழுங்கும் பொதுஒழுங்கும் அவரவரின் பாரம்பரியப் பண்புகள் என்னும் அகநிலைக் கூறுகளாலும், குடும்பம், சாதி, மதம் போன்ற புறநிலைக் கூறுகளாலும் கட்டமைக்கப்படுகின்றன.

பிறவிப் பண்புகள் என்னும் அகநிலைக் கூறுகளின் வல்லமையைப் பொறுத்துத்தான், தனிநபரின் ஒழுங்கைக் கட்டமைப்பதில், அவர் சார்ந்த குடும்பம், சாதி, மதம் போன்ற புறச்சூழல்களின் தாக்கம் அல்லது பங்களிப்பு அமையும். அகநிலையில் தன்னியல்பாக உள்வாங்கப்பெறும் பாரம்பரியப் பண்புக்கூறுகளும், புறநிலையில் கற்பிக்கப்பெறும் பண்பாட்டுக் கூறுகளும் இணைந்து, இவற்றில் வலிமைமிக்கதன் அடிப்படையில் தனிநபர் ஒழுங்கு கட்டமைக்கப் பெறும். அதாவது, பாரம்பரியப் பண்புக்கூறுகள் மற்றும் பண்பாட்டுக் கூறுகள் ஆகியவற்றில் எது வலிமை மிக்கதோ அதன் ஆளுமை மேலோங்கியிருக்கும் வகையில் தனிநபரின் ஒழுங்கு அமையும். இவ்வாறு கட்டமைக்கப் பெறும் ஒழுங்கானது, படிப்படியாக வலுப்பெற்று, தனிநபரின் நடவடிக்கைகளுக்கான ஆற்றலைப் பெறுகிறது. இதுவே ஒருவரின் நடத்தை மற்றும் போக்கு என அறியப்படுகிறது.

தனிநபரின் நடத்தை மற்றும் போக்கு, அவர் சார்ந்த பொதுஒழுங்கின் மீது தாக்கம் செலுத்துவதாக விளங்கும். ஒவ்வொரு தனிநபரும் அவரவர் சார்ந்த குடும்ப ஒழுங்கு, குல ஒழுங்கு, சாதி ஒழுங்கு, இன ஒழுங்கு, மத ஒழுங்கு என்னும் பொது ஒழுங்குகளை ஏற்றுக்கொள்வதிலும் புறம்தள்ளு

வதிலும் தனிநபரின் நடத்தை மற்றும் போக்குகளின் பங்களிப்பு இன்றியமையாததாக அமைகிறது.

அமைப்பாக்க நடவடிக்கையில், அமைப்பின் பொது ஒழுங்கை ஏற்பது, மதிப்பது, பின்பற்றுவது போன்றவை வெற்றிகரமாக நிகழ்வதற்கு, தனிநபரின் நடத்தை மற்றும் போக்கு நேர்மறையானவையாக அமைதல் இன்றியமையாததாகும். அதாவது, அமைப்பின் நலன்களுக்கு ஊறு விளைவிக்கும் வகையில், பொதுஒழுங்கைச் சீர்குலைக்கும் வகையில், தனிநபரின் நடத்தை மற்றும் போக்கு எதிர்மறையானவையாக அமைதல் கூடாது.

அமைப்பாக்கநடவடிக்கையில் அல்லது பொதுவாழ்க்கையில் ஈடுபடும் முன்னோடிகளின், களப்பணியாளர்களின் தனிநபர் நடத்தை மற்றும் போக்கு என்பது பொதுநலம் வாய்ந்தாக வும் போர்க்குணம் நிறைந்ததாகவும் இருத்தல் வேண்டும். தன்னலமும் அச்சமும் கொண்டிருந்தால் அமைப்பின் பொது ஒழுங்கை மதிக்கவோ, பின்பற்றவோ இயலாது. அமைப்பாக்கச் செயற்பாடுகளும் வெற்றிகரமாக அமையாது. பொதுநலமும் போர்க்குணமும் பாரம்பரியப் பிறவிப் பண்புகளாக அமைந்திருக்க வேண்டும் என்பதில்லை. இவற்றை, தீவிர ஈடுபாட்டுடன் கூடிய மக்கள் தொடர்பினால், மக்கள் நலன்சார்ந்த உழைப்பினால், உள்வாங்கிக் கொள்ளவும் வலுப்படுத்திக் கொள்ளவும் இயலும். அத்துடன், தன்னை ஆட்டிப்படைக்கும் தன்னலத்தையும் அச்சத்தையும் மக்களுக்கான களப்பணிகளின் மூலம் நீர்த்துப்போகச் செய்யமுடியும். மக்களை நாடுவதும், மக்களைப் படிப்பதும், மக்களைத் திரட்டுவதும், மக்களை அமைப்பாக்குவதும் போன்ற களப்பணிகளில் தொடர்ச்சியாக மேற்கொள்ளும் தீவிர ஈடுபாட்டினால் மட்டுமே தன்னலமும் அச்சமும் நிறைந்த தனிநபர் நடத்தை மற்றும் போக்கில் பெரும் தாக்கத்தையும் மாற்றத்தையும் உருவாக்க இயலும்; பொதுநலப் பண்பையும் போர்க்குணத்தையும் வென்றெடுக்க இயலும்.

பொதுவாக, தன்னலமும் அச்சமும் நிறைந்த தனிநபர் நடத்தையானது பொய் சொல்லும்; புறம்கூறும்; வதந்தி கிளப்பும்; அவதூறு பரப்பும்; வன்முறை செய்யும்; பழி சுமத்தும்; துரோகம் பண்ணும்; தியாகம் தவிர்க்கும்; பகைக்குப் பதுங்கும்; பாதிப்பில் ஒதுங்கும்; உழைக்க மறுக்கும்; ஏய்க்கத் துடிக்கும்; அகந்தை கொள்ளும்; ஆணவம் காட்டும்; உறவைக் கெடுக்கும்; மானம் இழக்கும்! இன்னும் இவைபோன்ற ஏராளமான எதிர்மறைப் போக்குகளைக்கொண்டிருக்கும். இத்தகைய

அமைப்பாய்த் திரள்வோம் 435

நடத்தையும் போக்கும் அமைப்பாக்க நடவடிக்கையின்போது, பெரும்பாலும் முட்டுக்கட்டைகளாக நின்று அமைப்பாதலைத் தேக்கமடையவோ, திசை திருப்பவோ செய்யும். குழு மோதல்களையும் குழப்ப நிலைகளையும் உருவாக்கும். அதாவது, தன்னலம் சார்ந்த தனிநபர் நடத்தை மற்றும் போக்குகளால் இத்தகைய பாதிப்புகள் விளையும்!

தனிநபர் ஒழுங்கானது, இத்தகைய தன்னலம் சார்ந்த, அச்சம் நிறைந்த நடத்தையும் போக்கும் கொண்டதாக அமையும் நிலையில், அமைப்புக்குரிய பொதுஒழுங்கை மதிப்பதாகவோ பின்பற்றுவதாகவோ அமையாது. அமைப்புக்கான பொதுஒழுங்கை மதிக்கும் வகையிலான தனிஒழுங்கில்லாதவர்களால் ஒருபோதும் அமைப்பாக்க நடவடிக்கைகளை வெற்றிகரமாக செயற்படுத்த இயலாது. தனிநபர் ஒவ்வொருவரின் தனி ஒழுங்கும் அமைப்பாக்க நடவடிக்கையில் மிகமிக இன்றியமையாத ஒரு அடிப்படைத் தேவையாகும்.

தான் வாழ்ந்துகாட்டுவதன் மூலம் பிறருக்கு வழிகாட்டுவதே மிக உயர்ந்த தனிநபர் ஒழுங்காகும். அமைப்புக்கான பொதுஒழுங்கைத் தான் மதிப்பதன் மூலம் பிறரை மதிக்கச் செய்தல் வேண்டும். தான் பின்பற்றுவதன் மூலம் பிறரைப் பின்பற்றச் செய்தல் வேண்டும். தான் பொறுமையைக் கையாளுவதன் மூலம் பிறரைப் பொறுமையாய் அணுகச் செய்தல் வேண்டும். தான் சகித்துக்கொள்வதன் மூலம் பிறருக்குச் சகிப்புத் தன்மையைப் பழக்குதல் வேண்டும். தான் மன்னிப்பதன்மூலம் பிறருக்கு மன்னிப்பதற்குரிய வழிகாட்டுதலைச் செய்யவேண்டும்.

இவ்வாறு, ஒவ்வொருவரும் தானே ஒரு முன்மாதிரியாக இருந்து, உடன்பணியாற்றுவோரை வழிநடத்தும் தனிநபர் ஒழுங்கு, அமைப்பாக்க நடவடிக்கையை வெற்றிகரமாக நிறைவேற்றும். அவ்வாறின்றி, அறிவுறுத்துவதும், ஆணையிடுவதும், கண்டிப்பதும், தண்டிப்பதும் தன்னுடைய வேலை என தனிநபர் ஒவ்வொருவரும் செயல்படநேர்ந்தால் அது, பொதுஒழுங்கைச் சீர்குலைக்கும் தனிநபர் ஒழுங்காக அமையும். அமைப்பாக்க நடவடிக்கையில் ஈடுபடும் ஒவ்வொருவரும் அமைப்பின் பொதுஒழுங்கை தானே முதலில் கடைபிடிக்க வேண்டும் என்பதில் உறுதியாயிருத்தல் வேண்டும். அமைப்பு சார்ந்த பொறுப்புகளோ, அதிகாரமோ பிறரின் மீது ஆதிக்கத்தைச் செலுத்துவதற்காக அல்ல; பிறருடன் தோழமை கொள்வதற்காக! பிறருக்குத் தொண்டு செய்வதற்காக! மக்களை ஆளுமை

செய்வதற்காக அல்ல; மக்களுடன் பணியாற்றுவதற்காக! மக்களுக்கு வலிமை சேர்ப்பதற்காக! களப்பணியாற்றுவோர் யாவரும் இத்தகைய புரிதலைப் பெறுவதும் அதன்படி செயற்படுவதும் அமைப்பின் பொது ஒழுங்கைப் பாதுகாத்திடும் தனிநபர் ஒழுங்காகச் செழுமை பெறும்.

பொதுஒழுங்கின் தேவையிலிருந்து தனிஒழுங்கின் வலிமை யினையும் அதன் இன்றியமையாதத் தேவையினை உணரலாம். பொய் சொல்லாமை, புறங்கூறாமை, ஆணவம் கொள்ளாமை போன்ற உயரிய தனி ஒழுங்குப் பண்புகள் தவிர்க்க இயலாத தேவையாக உள்ளதைப் போல, தனிநபருக்கிடையில் ஒருவருக் கொருவர் மதிப்பளித்தல் இன்றியமையாததாகும். உடன் பணியாற்றுவோருக்கிடையில், வயது, பொறுப்பு, பங்களிப்பு, ஆற்றல் போன்றவற்றிற்கேற்ப உரிய மதிப்பை அளித்தல் மிக உயர்ந்த தனிநபர் ஒழுங்காகும். ஒருவருக்கொருவர் நேரிலோ புறத்திலோ அவரவருக்குரிய மதிப்பை அளிப்பது அமைப்பாக்க நடவடிக்கையில் முதன்மையானதாகும். தொடர்புடைய நபர் உடன் இல்லாத நிலையிலும் அவருக்குரிய மதிப்பை அளிக்கும் வகையில் உரையாடுவதும், கருத்துச் சொல்வதும் போற்று தலுக்குரிய சிறப்பியல்பு ஆகும். அவ்வாறின்றி, நேரில் மதிப்பதும் புறத்தில் இழிப்பதும் தனிநபர் உறவைப் பாதிக்கச் செய்யும். பொது ஒழுங்கைச் சீர்குலைத்து அமைப்பாக்க நடவடிக்கையை முடக்கும். எனவே, உடன் பணியாற்றுவோருக்கிடையிலான உறவுகள் பாதிக்காத வகையிலான தனிநபர் ஒழுங்கு தேவை யாகும்.

பொது ஒழுங்கு மற்றும் பொதுநலத்தைப் பாதிக்காத வகையில் தனிஒழுங்கு அமைய வேண்டுமென்பதைப்போல, தனிநலத்தையும் பாதிக்காததாகவும் இருத்தல் வேண்டும். அதாவது, தனிநபரின் உடல் நலமும் மனநலமும் பாதிக்காத தனிஒழுங்கிலிருந்துதான் பொது நலத்திற்கான தனிஒழுங்கையும் வளர்த்தெடுக்க இயலும். அதாவது, உடல்நலத்தையும் மன நலத்தையும் பாதிக்கின்ற பழக்க வழக்கங்களுக்கு ஆட்படாமல் இருத்தல் வேண்டும். ஆட்பட்டிருந்தாலும் அவற்றிலிருந்து உடனடியாக அல்லது படிப்படியாக மீட்சி பெறுதல் வேண்டும். உடல் மற்றும் மனநலத்தைப் பாதிக்கும் வகையிலான பழக்க வழக்கமுள்ளோருடன் நட்புறவுகொள்ளாமல் இருத்தல் வேண்டும். நட்புறவு இருந்தாலும் அத்தகைய பழக்க வழக்கங்களில் சிக்காமலிருத்தல் வேண்டும். அவ்வாறு சிக்கியிருந்தாலும் அவற்றிலிருந்து மெல்லமெல்ல மீளுதல்

வேண்டும். இத்தகைய பழக்க வழக்கங்களுக்கு ஆட்பட்டு, அவற்றிலிருந்து மீளமுடியாதவாறு உடல்நலத்தையும் மனநலத்தையும் சீரழித்துக்கொள்வது தனி ஒழுங்கையும் பொதுஒழுங்கையும் கடுமையாகப் பாதிக்கச் செய்யும்.

உண்ணுதல், உறங்குதல் மற்றும் உழைத்தல் போன்றவற்றிலும் ஓர் ஒழுங்குமுறையைப் பின்பற்றுவது தனிநபரின் ஒழுங்கிற்கான அடிப்படையாகும். இவற்றில் ஒழுங்குமுறை ஏதும் பின்பற்றாத போது உடல்நலமும் மனநலமும் பாதிக்கப்படும். உடல்நலமும் மனநலமும் பாதிக்கப்படும் நிலையில் தனிநபரின் ஒழுங்கும் சீர்குலையும். இதனால், அவர் சார்ந்த அமைப்பின் பொது ஒழுங்கும் பாதிப்படையும். பசியறிந்து உரிய நேரத்தில் உண்ணுதல், செரிமானத் திறனறிந்து உரிய அளவில் உண்ணுதல், உடலுக்கான தேவையறிந்து உரிய உணவை உண்ணுதல் போன்ற ஒழுங்குமுறையைப் பின்பற்றுதல் வேண்டும். அவ்வாறின்றி நேரமறிந்து, அளவறிந்து, தேவையறிந்து உண்ணாமல், முறை தவறும்போது, உடல் நலமும் மனநலமும் பாதிக்கப்படலாம். இதனால் ஒருவரின் தனிஒழுங்கும் முறை தவறும் நிலை ஏற்படலாம். தனிஒழுங்கு முறை தவறும் நிலையில் அவர் சார்ந்த அமைப்பின் பொதுஒழுங்கைப் புறந்தள்ள நேரலாம்.

நேரமறிந்து உண்ணாமை, அளவறிந்து உண்ணாமை, பொருத்தமறிந்து உண்ணாமை போன்றவற்றால் ஒருவரின் தனிநலமும் அவர் சார்ந்த பொது நலமும் பாதிக்கப்படுவதைப் போல, மது, புகையிலை போன்ற போதைப்பொருட்களை உட்கொள்வதாலும் ஒருவரின் தனிநலமும் அவர் சார்ந்த பொதுநலமும் சீர்குலைவுக்குள்ளாகும். மதுப்பழக்கம், புகைப்பழக்கம், இன்னும் பிற வகையிலான போதைப்பழக்கம் தனிநபரின் ஒழுங்கை மிகக் கடுமையாகப் பாதிக்கச் செய்யும்.

இவ்வாறான போதைப் பழக்கம் உடல் நலத்தையும் மன நலத்தையும் பாதிக்கச் செய்வதுடன் தனிநபர்களுக்கிடையிலான உறவையும் அவர்தம் அமைப்பு சார்ந்த பொதுநலத்தையும் வெகுவாகப் பாதிக்கும். குடும்ப உறவுகள், தோழமை உறவுகள், சாதி மற்றும் மதம் போன்ற அடையாள உறவுகள் எனத் தொடர்புடைய அனைத்துவகை உறவுகளிடையே உள்ள நல்லிணக்கம் சிதையும். அமைப்பாக்க நடவடிக்கையிலும் உடன் பணியாற்றுவோருக்கிடையில் நிலவும் நன்மதிப்பும் நல்லிணக்கமும் பாதிக்கப்படும். இத்தகையப் பாதிப்புகள் நேராமல் தவிர்ப்பதற்கு மது, புகையிலை உள்ளிட்ட அனைத்துவகைப் போதைப் பழக்கங்களிலிருந்தும் வெகு

438 தொல்.திருமாவளவன்

தொலைவில் தள்ளியே நிற்றல் வேண்டும். போதைப் பழக்கத்திற்கு ஆளாகியிருந்தால், அதிலிருந்து மீட்சி பெற வேண்டியது களப்பணியாளர்களின் இன்றியமையாத தேவையாகும். பிறரையும் அத்தகைய கொடிய பழக்கத்திற்கு ஆளாகாமல் தடுக்க வேண்டியதும் ஒவ்வொருவரின் கடமையாகும்.

மது உள்ளிட்ட போதைப் பழக்கத்தால் தனிநபர் ஒழுங்கில் பாதிப்பு நேர்வதைப்போல, முறைதவறிய பாலுறவுகள், மனநலத்தைச் சிதைக்கும் சூதாட்டங்கள் போன்ற முறைகேடுகளாலும் தனிநபர் ஒழுங்கு கடுமையாகப் பாதிக்கப்படும். இத்தகைய பாதிப்புகளால், தனிநபர் ஒழுங்கு மட்டுமின்றி அவர் தொடர்புடைய அமைப்புக்கான பொதுநலமும் பொதுஒழுங்கும் மிக மோசமாகப் பாதிக்கப்படும்.

இவ்வாறு உண்ணுதலில் மட்டுமின்றி, உறங்குதலிலும் ஓர் ஒழுங்கு முறை தேவையாகும். உரிய நேரத்தில் உறங்குவதும் உரிய நேரத்தில் விழிப்பதும் தனிநபர் ஒழுங்கு சீராக அமைவதற்கு இன்றியமையாத தாகும். அவ்வாறின்றி உரிய நேரத்தில் உறங்காமலும் உரிய நேரத்தில் விழிக்காமலும் உரிய அளவில் ஓய்வெடுக்காமலும் முறை தவறும்போது உடல் நலமும் மனநலமும் சீராக அமையாது. சிந்தனையிலும் செயலிலும் போதிய திறம் வெளிப்படாது. மன அழுத்தம், மனஉளைச்சல் போன்ற பாதிப்புகள் ஏற்படலாம். இதனால், விரக்தி, வெறுப்பு, பதற்றம், குழப்பம், தடுமாற்றம் போன்ற எதிர்மறையான விளைவுகள் ஏற்படலாம். தனிநபர் ஒழுங்கு சீர்குலையலாம். அவர் சார்ந்த அமைப்புக்குரிய பொதுநலமும் பொதுஒழுங்கும் வெகுவான பாதிப்புக்குள்ளாகலாம். அத்துடன், இத்தகைய மனநலப் பாதிப்புகளால் மந்தமும் சோம்பலும் உருவாகலாம். சுறுசுறுப்பும் செயல்வீரியமும் மெல்ல மெல்ல நீர்த்துப் போகலாம். இதனால், தனிநபர் ஒழுங்கு பொதுஒழுங்கிற்கு எதிரானதாக அமையும் நிலை ஏற்படலாம். இந்நிலை ஏற்படாதவாறு தடுத்திட தனிநலத்தைப் பேணிப் பாதுகாத்தல் தவிர்க்க இயலாத தேவையாகும். தனிநலத்தின் பாதுகாப்பிலிருந்து தனி ஒழுங்கு சீராகும். தனி ஒழுங்கின் மேன்மையிலிருந்து பொதுஒழுங்கு மதிக்கப் பெறும்.

உண்ணுதல், உறங்குதல் போன்றே, உழைப்பதிலும் ஓர் ஒழுங்கு முறை பின்பற்றப்பட வேண்டும். குறித்த காலத்தில், குறித்த வேகத்தில், குறித்த வேலைத் திட்டத்தை நிறைவேற்றுவது தனிநபர் ஒழுங்கின் சிறப்பாகும். அவ்வாறின்றி, காலம் தாழ்த்துவது, மந்தமாய்ச் செயல்படுவது, தள்ளிப்போடுவது, பாதியிலேயே

கைவிடுவது, முன்கூட்டியே திட்டமிடாதது, முன்னோட்டம் அல்லது ஒத்திகை செய்யத் தவறுவது, உரிய ஆட்களிடம் உரிய வேலையை ஒப்படை செய்யாதது என உழைப்பதிலும் ஓர் ஒழுங்குமுறையைப் பின்பற்றாதபோது தனிநபர் ஒழுங்கு சிதைவுறும். அதனால், அவர் சார்ந்த அமைப்பின் பொதுநலமும் பொதுஒழுங்கும் பொருட்படுத்தப்படாத நிலைக்குத் தள்ளப்படும். இது அமைப்பாக்க நடவடிக்கையைப் பின்னுக்குத் தள்ளிவிடும்.

இவ்வாறு தனிநபர் ஒழுங்கு, தனிநலம் சார்ந்ததாகவோ, அச்சம் நிறைந்ததாகவோ அமையாமல் பொதுநலம் வாய்ந்ததாகவும் போர்க் குணம் மிக்கதாகவும் அமைதல் வேண்டும். இதுவே அமைப்பாதலை வெற்றிகரமாக நிகழ்த்தும்.

பொதுஒழுங்கின் அடித்தளமாய் தனிஒழுங்கு அமையும்! – அது பொதுநலத்தைக் கொண்டதெனில் தலைநிமிர்வு விளையும்!

சனவரி, 2015

49

நல்லொழுக்கமும் தீயொழுக்கமும்

மனிதன் ஒன்றுக்கும் மேற்பட்ட பல்வேறு அமைப்புகளின் உறுப்பினராக இயங்குகிறான். அவன் பிறந்ததும் ஒரு குடும்பத்தின் உறுப்பினராகிறான். அக்குடும்பம் எதைச் சார்ந்துள்ளதோ அதனைப் பொறுத்து, சாதி, மதம், இனம் போன்ற சமூக அமைப்புகளின் உறுப்பினராகவும் அடையாளப்படுத்தப்படுகிறான். அவன் பிறந்த குடும்பத்தின் பொருளாதார நிலையைப் பொறுத்து ஒரு வர்க்க அமைப்பின் உறுப்பினராகவும் இயங்குகிறான். விரும்பியோ விரும்பாமலோ மனிதன் பல்வேறு அமைப்புகளின் உறுப்பினராக இயங்குவதால், அவ்வமைப்புகளின் பொது ஒழுங்குகளை உள்வாங்கவும் பின்பற்றவும் வேண்டிய நிலைக்கு ஆளாகிறான். இவ்வாறு மனிதன் தான் சார்ந்த அமைப்புகளின் பொது ஒழுங்குகளைப் பின்பற்றுவதன் மூலம் அவனது தனி ஒழுங்கு கட்டமைக்கப்படுவதும் தீர்மானிக்கப்படுகிறது.

தனி ஒழுங்கைக் கட்டமைப்பதில் பொது ஒழுங்குகளின் பங்களிப்பு இன்றியமையாததைப் போலவே பொது ஒழுங்குகளைப் பின்பற்றுவதற்குத் தனிஒழுங்கும் இன்றியமையாததாகும். தனி ஒழுங்கைக் கட்டமைப்பதில் குடும்ப அமைப்பின் ஒழுங்கு முறைகள் பெரும்பங்கு வகிக்கின்றன. குடும்ப அமைப்பு, சாதி, மதம், இனம் போன்ற பல்வேறு அமைப்புகளின் பொது ஒழுங்குகளுக்கு உட்பட்டதாகும். எனவே, ஒவ்வொரு குடும்பமும்

ஒரு கூட்டமைப்பின் உறுப்பாக இயங்குகிறது. அத்தகைய குடும்பத்தின் உறுப்பினர் என்னும் முறையில் மனிதன் ஒரு சமூகக் கூட்டமைப்பின் உறுப்பினராக தனது தனி ஒழுங்கை உள்வாங்கிக் கொள்கிறான். இவ்வாறு உள்வாங்கப்படும் தனிஒழுங்கானது, மனிதனின் பழக்க வழக்கங்களிலிருந்து பெறுவதாகும்.

குடும்பம், சாதி, மதம், இனம் போன்ற சமூக அமைப்புகளின் பொது ஒழுங்கு எனக் காலங்காலமாகப் பின்பற்றப்படுவதாகத் திணிக்கப்படும் மரபுகளை வழக்கம் என அறியலாம். 'பெற்றோர் பின்பற்றுவதையே பிள்ளைகளும் பின்பற்றுவது' என்னும் அடிப்படையில், காலங்காலமாய், தலைமுறை தலைமுறையாய்ப் பின்பற்றும் மரபினை இன்றும் குடும்பவழக்கமென்றும் சாதிவழக்கமென்றும் நடைமுறையில் காணலாம். அவற்றை ஒரு தலைமுறை இன்னொரு தலைமுறைக்கு வழங்குவது வழக்கமாகும். அத்தகைய வழக்கத்தைப் பின்பற்றப் பழகுவது பழக்கமாகும். தான் சார்ந்த குடும்பவழக்கத்தையோ குல வழக்கத்தையோ, சாதி–மத வழக்கங்களையோ பழகுவதையும் தாண்டி நட்புறவு போன்ற தொடர்புகளின் மூலம் வழக்கத்திற்கு மாறானவற்றையும் பழகுவது நிகழும். இவ்வாறு பழகும் பழக்கங்களும் வழக்கங்களும் தனி ஒழுங்கைக் கட்டமைப்பதில் பெரும்பங்கு வகிக்கின்றன. அதாவது, வழக்கம் பழக்கமாகவும் பழக்கம் நடத்தையாகவும் பரிணாமம் பெறுகிறது. இத்தகைய பழக்க–வழக்கங்களை அடிப்படையாகக் கொண்ட நடத்தை அல்லது ஒழுங்கு, ஒருவரின் உயர்வுக்கும் தாழ்வுக்கும் அடிப்படையாக அமைகிறது.

ஒருவரின் நடத்தை அல்லது ஒழுக்கம் என்பது அவரது பழக்க வழக்கங்களால் தீர்மானிக்கப்படுகிறது. ஒருவரின் உடலுக்கும் உள்ளத் திற்கும் அவர் சார்ந்த குடும்பம் உள்ளிட்ட சமூக அமைப்புகளுக்கும் நலம்பயக்கும் வகையில் அமையும் பழக்க வழக்கங்கள் நல்லொழுக்கமாக கட்டமைக்கப்பெறும். அல்லவை தீயொழுக்கமாக அமையும். உடலின் மதிப்பு உயிரில்! உயிரின் மதிப்பு ஒழுக்கத்தில்! உயிரில்லா உடல் பிணம்! நல்லொழுக்கம் இல்லா உயிர் விலங்கு! நல்லொழுக்கமே விலங்கை மனிதனாக்குகிறது! நல்லொழுக்கமே மனிதனை மாமனிதனாக்குகிறது! அதாவது, மாமனிதன் என்பது மனிதனின் மிகஉயர்ந்த உச்சநிலை! முதிர்ச்சி நிலை! கேள்விக்கு இடமில்லா வகையில் போற்றி வணங்குவதற்குரிய வளர்ச்சி நிலை! நல்லொழுக்கத்தால் மட்டுமே இந்த அதியுச்ச வளர்ச்சியை – முதிர்ச்சியை எட்டமுடியும்.

தொல்.திருமாவளவன்

நல்லொழுக்கமே மனிதனுக்கு மிக உயர்ந்த மகிழ்ச்சி! மிகச் சிறந்த அமைதி! மிகப் பெரிய பாதுகாப்பு! அளப்பரிய சொத்து! நல்லொழுக்கத்தைப் பழகிக் கொள்ளாத நிலையில் மனிதனால் ஒருபோதும் பேரின்பத்தை நுகரவே இயலாது. மன அமைதியைப் பெறவே முடியாது. பாதுகாப்பையும் உணர இயலாது! நல்லொழுக்கத்தால் மட்டுமே மனநலத்தை மேம்படுத்தவும் பாதுகாக்கவும் இயலும். மனநலமே உடல் நலத்தைப் பேணிப் பாதுகாக்கும். மனநலத்தைப் பாதிக்கும் யாவுமே நல்லொழுக்கத்திற்கு எதிரானவையாகும். பெரும்பாலும் மனத்தின் அமைதியைப் பாதிக்கும் பழக்க வழக்கங்களே தீயொழுக்கமாய் அமையும். மனம் அமைதியை இழக்கும்போது, தன் கட்டுப்பாட்டை இழக்கும்! கட்டுப்பாட்டை இழக்கும்போது உணர்ச்சிகளின் போக்கில் அங்குமிங்கும் அல்லாடும்! புலன்கள் யாவும் அடக்கம் இழக்கும்! புலன்கள் அடக்கம் இழக்கும்போது, பொல்லாப்புக் கூடும்! பெருந்துன்பம் சேரும்!

மனநலத்திற்குத் தீங்கு விளைவிக்கும் உணர்ச்சிகளுக்கு இடம் கொடுக்காமல் மகிழ்ச்சியையும் அமைதியையும் அளிக்கும் ஆற்றல் நல்லொழுக்கத்திற்கு மட்டுமே அமையும். அய்யம், அச்சம், பொறாமை, ஆத்திரம் போன்ற உணர்ச்சிகளே மனநலத்தை வெகுவாகப் பாதிக்கும் நச்சுவாய்ந்த தீய உணர்ச்சிகளாகும். இவற்றை அடிப்படையாகக் கொண்ட பழக்க வழக்கங்கள் யாவும் தீயொழுக்கமாய் வலுப்பெற்றுவிடும். இந்த உணர்ச்சிகளே பெரும்பாலும் புலனடக்கத்தை இழக்கச் செய்யும். 'யாரையும் நம்புவதில்லை; எதனையும் நம்புவதில்லை; யாவற்றையும் சந்தேகிப்பது' என்னும் அய்ய உணர்ச்சி யாரோடும் நம்பிக்கையான நட்புறவை உருவாக்காது.

அமைப்பாக்க நடவடிக்கையில் 'நம்பிக்கை' என்பது அடிப்படையான தேவையாகும். உடன்பணியாற்றுவோரிடம் நம்பிக்கையின்றி அணுகும் நிலை இருந்தால், இணைந்து பணியாற்ற இயலாது. அய்யப்படுவதே கூடாது என்றில்லை; அய்யப்படுவதே ஒரு பழக்கமாகிவிடக்கூடாது. பழக்கமே நடத்தை ஆகிறது என்பதால், அய்யப்படுதலும் ஒருவரின் நடத்தையாக – ஒழுக்கமாக அமைதல் கூடாது. அய்யப்படுவதும் தீயொழுக்கமே ஆகும். அதேபோல, அச்சப்படுதலும் பொறாமைப்படுதலும் ஆத்திரப்படுதலும் எப்போதாவது வெளிப்படுகிற உணர்ச்சிகளாக இல்லாமல், அவை அன்றாட நடைமுறையில் பின்பற்றக்கூடியவையாக, பழகிவிடக் கூடாது. அய்யம் எழுந்தால் அச்சம் வரும். அச்சம் எழுந்தால் அய்யம் வரும். இவ்வுணர்ச்சிகள் அனைத்து வகை பாதிப்புகளுக்கும்

கதவுகளைத் திறக்கும். அச்ச உணர்ச்சி, சிந்தனைத் திறனையும் செயல் திறனையும் வலுவிழக்கச் செய்யும். அமைப்பாதல் நடவடிக்கையில், 'என்ன நடக்குமோ, ஏது நடக்குமோ, பாதிப்பு நேருமோ' – என்னும் அச்சஉணர்ச்சி மேலோங்குமேயானால், யாரோடும் நெருங்கவும் இயலாது, எந்தவொன்றையும் செய்திடவும் மனம் துணியாது!

அமைப்பாக்க நடவடிக்கையில், பகைமையைக் கண்டு அஞ்சுவது மட்டுமின்றி தோழமையைக் கண்டு அஞ்சுவதும் கூடாது. உடன் பணியாற்றும் தோழமையானவர்களின் ஆற்றலும் வளர்ச்சியும் தன்னுடைய வளர்ச்சிக்கு எதிராக அமையும் என்று அஞ்சினால், பொறாமை, ஆத்திரம் போன்ற உணர்ச்சிகளை உந்தச் செய்யும். பகைமையைக் கண்டு அஞ்சுவதோ தோழமையைக் கண்டு அஞ்சுவதோ முற்றிலும் கூடாது என்றில்லை. அஞ்சுவதே ஒரு பண்பாக, நடத்தையாக மாறிவிடக்கூடாது. எதைக் கண்டாலும் அஞ்சுவது, யாரைக் கண்டாலும் அஞ்சுவது என்னும் போக்கு முற்றிலும் தன்னம்பிக்கையினை இழக்கச் செய்யும். தன் மீதான நம்பிக்கையை இழப்பது, ஒட்டுமொத்த நம்பிக்கையையும் இழக்கச் செய்யும். நம்பிக்கையை நொறுக்கும் அச்சமும் தீயொழுக்கமேயாகும்.

அஞ்சாமை என்னும் பெயரில் முரட்டுத்தனமாகச் செயற்படுதலும் தீங்கானதாகும். அஞ்சவேண்டியவற்றுக்கு அஞ்சாமலிருப்பதும் தீங்குவிளைவிக்கும். கேடு செய்யவும் நன்றி மறக்கவும் அஞ்சுதல் வேண்டும். பொய் சொல்லவும், புறங்கூறவும், அவதூறு பரப்பவும், அடாப்பழி சுமத்தவும் போன்ற இழி செயல்களுக்கும் அஞ்சுதல் வேண்டும். திருட்டு, கொலை, ஊழல் போன்ற குற்றச் செயல்களில் ஈடுபடுவதற்கும் அஞ்சுதல் வேண்டும். இவ்வாறான அஞ்சுதல் யாவும் அஞ்சாமையின் பண்புகளே ஆகும். இத்தகைய இழிசெயல்களையும் குற்றச்செயல்களையும் செய்யாமை, நேர்மைத் திறத்தின் மேன்மையாகும். நேர்மைத் திறத்திலிருந்து நழுவாமல் வழுவாமல் உறுதியாயிருப்பதுவே மிக உயரிய அஞ்சாமையாகும். அமைப்பாக்க நடவடிக்கையில் உள்வாங்கிய கொள்கை கோட்பாடுகளில் கொண்டுள்ள பிடிப்பின் உறுதி தளராமல் இயங்கவேண்டிய அஞ்சாமை இன்றியமையாததாகும்.

ஏற்றுக்கொண்ட கொள்கைக்கு எதிரான அடக்குமுறைகள் ஏவப் படலாம். சொல்லொணா இன்னல்கள் திணிக்கப்படலாம். தோல்வி மேல் தோல்வி என அடுக்கடுக்கான வீழ்ச்சிகள் ஏற்படலாம். ஈடுசெய்ய இயலாத இழப்புகள் நேரலாம். இவ்வாறு

எத்தனை எத்தனையோ பாதிப்புகள் குவியலாம். எனினும், கொள்கைக்காக, மக்களுக்காக, பின்வாங்காமல் களமாடும் நேர்மைத் திறமே அஞ்சாமையின் உச்ச நிலையாகும். பட்டம், பதவி, பொருள், புகழ் போன்றவற்றைக் காட்டி, ஆவல் மூட்டி, தடுமாறவோ நிலைமாறவோ தூண்டலாம். எனினும், நேர்மை தவறாமல், நிலைமாறாமல் கடமையாற்றும் நெஞ்சுரமே அஞ்சாமையின் உன்னதநிலையாகும். இத்தகைய பழக்க வழக்கங்களை மேம்படுத்திக் கொள்வதே நல்லொழுக்கமாக அமையும்.

நேர்மைக்கும் வாய்மைக்கும் அஞ்சாமல், குறுகிய புத்தியிலும் குறுக்கு வழியிலும் செயல்படுவது ஒருபோதும் 'அஞ்சாமை' ஆகாது. இழப்புகள் எவையாயினும் அவற்றை ஏற்றுக்கொள்ளும் வகையிலான நேர்மையும் வாய்மையுமே போற்றுதலுக்குரிய அஞ்சாமை ஆகும். அமைப்பாக்க நடவடிக்கையில், இத்தகைய அஞ்சாமையே அடிப்படையான தேவையாகும். களப்பணியாற்றுவோர் தங்களுக்கிடையில் இதனைப் பழகிக் கொள்ளுதலும் மேம்படுத்திக்கொள்ளுதலும் இன்றியமையாததாகும். அய்யமும் அச்சமும் தீயொழுக்கங்களெனில் நம்பிக்கையும் அஞ்சாமையும் நல்லொழுக்கங்களாகும். அதாவது, நம்பிக்கையும் அஞ்சாமையும் உணர்ச்சிகளாக எழக்கூடியவை அல்ல; அவை, தொடர்ச்சியான மனப்பழக்கத்தால் விளையக் கூடியவையாகும். அதாவது, நம்பிக்கையும் அஞ்சாமையும் தனிஒழுங்காக, நடத்தையாக வளர்த்தெடுக்கப்பட வேண்டியவையாகும்.

இவையே நல்லொழுக்கமாக அமையும். அய்யமும் அச்சமும் பொறாமை, ஆத்திரம் போன்ற தீய உணர்ச்சிகளைப் பிறப்பிக்கும். மனிதனைச் சீரழிப்பதில் இவையே பெரும்பங்கு வகிக்கின்றன. இவற்றைக் கட்டுப்படுத்தவோ, குறைக்கவோ இயலவில்லையெனில் காலப்போக்கில் இவையே மனிதனின் உணர்ச்சிகளாக மட்டுமின்றி, பண்புகளாகவே மாறும். பண்புகளே பழக்க வழக்கங்களாகவும் நடத்தைப் போக்குகளாகவும் பரிணாமம் பெறுகின்றன. பொறாமையும் ஆத்திரமும் எப்போதாவது பொங்கும் உணர்ச்சிகளாக இல்லாமல் பழக்க வழக்கங்களாகப் பின்பற்றப்படும் நிலையில் அவையே ஒருவரின் நடத்தையாக வளர்ச்சி பெறும். இத்தகு நடத்தை தீயொழுக்கம் ஆகும்.

அமைப்பாக்க நடவடிக்கையில், பொறாமையும் ஆத்திரமும் மேலோங்குமெனில், களப்பணியாற்றுவோருக்கிடையில்

அமைப்பாய்த் திரள்வோம்

ஒற்றுமையோ ஒத்துழைப்போ ஒருபோதும் இடம்பெறாது. பொறாமையும் ஆத்திரமும் தன்னையும் தன்னைச் சார்ந்த யாவரையும் யாவற்றையும் அழித் தொழிக்கும் நச்சாற்றல்களாகும். இவற்றை அண்டவிடாமல் தவிர்ப்பதற்கும் தடுப்பதற்கும் பொறுமை மற்றும் அமைதி ஆகியவையே அடிப்படையாகும். பொறுமை, அமைதி ஆகியவற்றுக்குச் சகிப்புத் தன்மை இன்றியமையாதத் தேவையாகும்.

பொறாமையும் ஆத்திரமும் தீயொழுக்கங்கள் எனில், பொறுமையும் அமைதியும் நல்லொழுக்கங்களாய் அமையும். பொறுமைக்கும் அமைதிக்கும் அடிப்படையான சகிப்புத் தன்மை மிகவுயர்ந்த பண்பாகும். அமைப்பாக்க நடவடிக்கையில், சகிப்புத் தன்மையானது தவிர்க்கமுடியாத அடிப்படைத் தேவையாகும். சகிப்புத்தன்மை இல்லையேல், பொறுமை சிதையும்! அமைதி குலையும்! பொறுத்துக்கொள்ள இயலாமையே பொறாமையாகும். அமைதி காக்க இயலாமையே ஆத்திரமாகும். பொறுத்துக்கொள்வதற்கும் அமைதி காப்பதற்கும் உரிய ஆற்றலை வழங்குவது சகிப்புத்தன்மையே என்பதால், அதனைப் பழக்கமாக்கிக்கொள்ளுதல், மேம்படுத்திக்கொள்ளுதல் இன்றியமையாதத் தேவையாகும்.

தன்னோடு பிறரை ஒப்பிட்டு நோக்கும் நிலையில், தனக்கு இணையாகவோ, தனக்கு மேலாகவோ ஒருவரைக் காண நேரலாம். அவ்வாறு இல்லையென்றாலும் இருப்பதாகக் கருத நேரலாம். இதனைச் சகித்துக்கொள்ள இயலாத நிலையே பொறாமையாகிறது. பொறாமையின் அழுத்தம் மேலோங்கும் நிலையே ஆத்திரமாய் வெடிக்கிறது. ஒருவரோடு ஒருவர் ஒப்பிட்டுப் பார்ப்பதைத் தவிர்ப்பதன் மூலமே பொறாமைப் படுவதைத் தவிர்த்திட இயலும்.

அவ்வாறு ஒப்பிட்டாலும், தன்னைவிட மேலாகவே ஒருவரின் வளர்ச்சி அமையுமெனில் அதனை ஏற்றுக்கொள்ள மனத்தைப் பழக்குதல் வேண்டும். 'தன்னுடைய ஆற்றலுக்கும் உழைப்புக்கும் ஏற்ற வளர்ச்சியே தனக்கு' என்பதை ஒப்புக்கொள்ளுதல் இன்றியமையாததாகும். அதேபோல், 'பிறருடைய ஆற்றலுக்கும் உழைப்புக்கும் ஏற்ற வளர்ச்சியே பிறருக்கு' என்பதையும் ஒப்புக்கொள்ளுதல் வேண்டும். ஒருவருடைய ஆற்றலும் இன்னொருவருடைய ஆற்றலும் சமமாக இருப்பதில்லை. ஒருவருடைய உழைப்பும் இன்னொருவருடைய உழைப்பும் சமமாக இருப்பதில்லை. இந்நிலையில், ஒருவருடைய வளர்ச்சியை இன்னொருவருடைய வளர்ச்சியுடன் ஒப்பிட்டுப்

பார்ப்பதும், தனக்கு இணையாகவோ மேலாகவோ இருந்தால் பொறாமைப்படுவதும் பொருத்தமானதில்லை. எனவே, ஒப்பிடும் போக்கைத் தவிர்த்திட வேண்டும்; அல்லது ஒப்பிட்டாலும் தனக்கு மேலான பிறரின் நிலையை ஒப்புக்கொள்ளுதல் வேண்டும். இத்தகைய அணுகுமுறைகளின் மூலமே சகிப்புத்தன்மை என்னும் நல்லொழுக்கத்தைப் பழக்கிக்கொள்ள இயலும். இத்தகைய சகிப்புத்தன்மையால் மட்டுமே தன்னையும் தன்னைச் சார்ந்த யாவரையும், யாவற்றையும் பாதுகாத்துக் கொள்ளவும் மேம்படுத்திக் கொள்ளவும் இயலும்.

சகிப்புத்தன்மையை சொரணையற்ற தன்மையாகவோ கோழைத்தனமாகவோ குறைத்து மதிப்பிட வேண்டியதில்லை. அவ்வாறு பிறர் குறைத்து மதிப்பிட்டு விடுவார்களோ என்றும் கருத வேண்டியதில்லை. சகிப்புத்தன்மை என்னும் பெயரில் கொடுமைகளை, அநீதிகளை வேடிக்கை பார்க்க இயலுமா? – என்றும் பொறுமையை இழந்துவிடக்கூடாது. உரிய காலத்தில் உரிய வேலைகளைச் செய்துமுடிப்பதற்கும் பொறுமையும் அமைதியும் தேவைப்படும். அத்தகைய பொறுமைக்கும் அமைதிக்கும் தேவையான அளவில் சகிப்புத்தன்மை இன்றியமையாததாகும். எனவே, சகிப்புத்தன்மை சொரணைகெட்ட நிலையோ கோழைத்தனமோ ஆகாது.

அமைப்பாக்க நடவடிக்கையில், சகிப்புத் தன்மையின் பங்களிப்பு மகத்தானதாக அமையும். களப்பணியாற்றுவோருக் கிடையில், வெறுப்பின்றி, சலிப்பின்றி நல்லிணக்கத்தோடு பழகுவதற்கு நட்புறவை வளர்ப்பதற்கு சகிப்புத்தன்மையே அடிப்படைத் தேவையாகும். ஒருவரின் நடவடிக்கை, அல்லது ஒருவரின் வளர்ச்சி இன்னொருவருக்கு வெறுப்பூட்டுவதாக அமைந்தாலும் அதனைப் பொறுத்துக்கொள்வதற்கு அல்லது ஏற்றுக்கொள்வதற்கு சகிப்புத்தன்மை மிகவும் இன்றியமையாததாகும். இத்தகைய சகிப்புத் தன்மையானது தனிநபர் ஒழுங்கில் மிகவும் வலிமை வாய்ந்த பண்பாகும்.

பொது ஒழுங்கைப் பின்பற்றுவதற்குரிய தனிஒழுங்கைக் கட்டமைப்பதில், அய்யம், அச்சம், பொறாமை, ஆத்திரம் போன்ற உணர்ச்சிகளால் வளர்ச்சி பெறும் தீயொழுக்கங்களைத் தவிர்ப்பதும், அதேவேளையில், நம்பிக்கை, அஞ்சாமை, பொறுமை, அமைதி போன்ற பண்புகளால் வலுப்பெறும் நல்லொழுக்கங்களை வளர்ப்பதும் மிகவும் அடிப்படையானதாகும். குறிப்பாக, நல்லொழுக்கங்களை வளர்ப்பதற்கு சகிப்புத்தன்மையே யாவற்றிலும் முதன்மையான தேவையாகும். தொடர்ச்சியான

முயற்சியாலும் பயிற்சியாலுமே அத்தகைய சகிப்புத்தன்மை என்னும் பேராற்றலைப் படிப்படியாக வளர்த்துக்கொள்ள இயலும்.

பெருந்தீங்கை விளைவிக்கும் தீயொழுக்கம் தவிர்ப்போம்! – சகிக்கும் பெருந்தன்மை பின்பற்றி நல்லொழுக்கம் வளர்ப்போம்!

பிப்ரவரி, 2015

50

முயற்சியும் பயிற்சியும்

வெற்றிகரமான பொதுவாழ்க்கைக்கு இன்றியமையாத தேவை சகிப்புத்தன்மையே ஆகும். அமைப்பின் நலன்களுக்காக, அமைப்பின் பொதுஇலக்கை எட்டுவதற்காக, அமைப்பால் வரையறுக்கப்பட்ட பொது ஒழுங்குகளைப் பின்பற்றும்போது களப்பணியாற்றும் ஒவ்வொரு வரும் பல்வேறு சவால்களை எதிர்கொள்ள வேண்டிய நெருக்கடிகள் எழும். அவ்வாறான சவால்களை எதிர்கொள்வதற்கும் வெற்றிகரமாக முன்னோக்கிப் பயணத்தைத் தொடர்வதற்கும் போதிய சகிப்புத்தன்மை தேவையாகும்.

அமைப்பின் நலன்களுக்காகவும் மக்களின் நலன்களுக்காகவும் பணியாற்றும்போது தன்னுரிமைக்கும் தன்மதிப்புக்கும் பாதிப்புகள் நேரலாம். அதாவது, தன்மானத்திற்கு இழுக்கு விளையலாம். களப்பணியாற்றும் ஒவ்வொரு வருக்கும் அவர்களின் பங்களிப்புக்கேற்ற பயனை நுகர்வது அவரவருக்கான தன்னுரிமையாகும். தடைகளின்றி, அச்சுறுத்தல் மற்றும் வற்புறுத்தல் போன்ற அழுத்தங்களின்றி முடிவுகள் எடுப்பதும் கருத்துக்கள் கூறுவதும் ஒருவரின் தன்னுரிமையே ஆகும்.

அமைப்பின் நலன்களுக்காகப் பொது ஒழுங்கைப் பின்பற்றும் சூழலில், இத்தகைய தன்னுரிமையை விட்டுக்கொடுக்கவோ முற்றி

லும் இழக்கவோ நேரலாம். சிந்தனை மற்றும் செயல் போன்ற தளங்களில் செலுத்தும் பங்களிப்பு களுக்கேற்ற பயனை நுகர இயலாமல் போகலாம். உரிய பதவியோ பாராட்டோ கிட்டாமல் போகலாம். மேலும், எந்தவொன்றிலும் விருப்பம்போல் முடிவுகளை எடுக்கவோ, கருத்துகளைச் சொல்லவோ இயலாதநிலை ஏற்படலாம். உடன்பாடில்லாத முடிவாக இருந்தாலும் அமைப்பின் முடிவுக்குக் கட்டுப்பட வேண்டிய நெருக்கடிகள் எழலாம். அமைப்புக்கு மாறாக அல்லது எதிராகக் கருத்துச்சொல்ல வேண்டிய சூழலிலும் அவ்வாறு சொல்ல இயலாத சிக்கல்கள் உருவாகலாம். விருப்பம்போல் முடிவுகள் எடுப்பதோ, கருத்துகள் கூறுவதோ அமைப்பின் நலன்கள் மற்றும் பொதுஒழுங்குகளைப் பாதிக்கும் என்கிற அடிப்படையில்தான் ஒருவரின் தன்னுரிமைக்குப் பாதிப்பு நேரும் நிலை உருவாகிறது.

இத்தகைய பாதிப்புகளால் கடும் மனஉளைச்சல் உருவாக லாம். அரும்பாடுபட்டாலும் உரிய அங்கீகாரம் கிட்டாதபோது, எந்தவொன்றிலும் தன்னிச்சையாக முடிவெடுக்கவோ கருத்துச்சொல்லவோ இயலாதபோது, களப்பணியாற்றுவோர் இவ்வாறான மன அழுத்தத்திற்கு ஆளாவது தவிர்க்க இயலாததே ஆகும். அத்துடன், உழைக்காதவர்கள் தமது தகுதிக்கு மீறிய அங்கீகாரத்தைப் பெறுகிறபோது, பெரும்பயன்களை நுகருகிறபோது, இன்னும் கூடுதலான மனஅழுத்தத்திற்கும் மன உளைச்சலுக்கும் ஆளாக நேரும். இவற்றைச் சகித்துக்கொள்வதும் பொதுஒழுங்கைப் பின்பற்றுவதும்தான் வெற்றிகரமான பொதுவாழ்க்கையாக அமையும். அதாவது, அமைப்பின் பொதுஒழுங்கைப் பாதுகாப்பதற்காக, பொதுநலன்களைப் பேணுவதற்காக, களப்பணியாற்றும் ஒவ்வொருவரும் தமக்கான தன்னுரிமையை விட்டுக்கொடுப்பது அல்லது இழப்பது என்பதுதான் சகித்துக்கொள்வதாகும்.

சகித்துக்கொள்வது என்பது எது நடந்தாலும், எதை இழந்தாலும் அவற்றை அப்படியே இயலாமையால் ஏற்றுக்கொள்வது என்றாகாது. பொதுநலன்களுக்காக, பொது ஒழுங்கிற்காகத் தன்னை அவற்றுக்கேற்பத் தகவமைத்துக் கொள்ளுதல் அல்லது நெறிப்படுத்திக்கொள்ளுதல் என்றே புரிந்துகொள்ளவேண்டும். உழைப்புக்கேற்ற 'உரிய பயன்நுகர்வு' இல்லையெனினும், தகுதிக்கேற்ற 'உரிய ஏற்பிசைவு' இல்லை யெனினும், தன்னிச்சையாக முடிவெடுக்கவும் கருத்துச் சொல்லவும் கூடிய வகையிலான 'உரிய விடுதலை உணர்வு'

இல்லையெனினும் அமைப்பின் நலன்களுக்காக, மக்களின் நலன்களுக்காக, பொதுஒழுங்கின் பாதுகாப்புக்காக அவற்றை ஏற்றுக்கொள்வதும், அவ்வாறு ஏற்றுக்கொள்வதால் விளையும் மனவலிகளைப் பொறுத்துக்கொள்வதும்தான் சகிப்புத்தன்மையாகும்.

'அமைப்பு வேறு; தான் வேறு' என்று அமைப்பிலிருந்து தன்னை விலக்கிப் பார்க்கும்போது அமைப்பின் நலன்களையும் தன்னுடைய நலன்களையும் வேறு வேறாகக் காணவே நேரும். இத்தகைய பார்வையும் அணுகுமுறையும் கொண்டோருக்குத் தன்னுரிமையானது பாதிக்கும் சூழலில் கடுமையான மன அழுத்தங்களும் உளைச்சல்களும் உருவாகும். 'அமைப்பின் நலனே தன்னுடைய நலன்' என்று கருதும் பரந்த பார்வையும் அணுகுமுறையும் கொண்டோருக்கு அத்தகைய பாதிப்புகள் எத்தகைய தாக்கத்தையும் ஏற்படுத்தாது.

அதாவது, மனஅழுத்தங்களோ, உளைச்சல்களோ நேராது. தன்னால் உரிய பயனை நுகர இயலவில்லையே, விருப்பம்போல் சிந்திக்கவும் செயல்படவும் இயலவில்லையே, தனக்கான தன்னுரிமைகள் யாவும் பாதிக்கப்படுகின்றனவே என்று தனிப்பட்ட முறையில் தனக்கு இழப்பு ஏற்பட்டதாக ஒருவர் எண்ணும்போது, அமைப்புநலன்களைப் பொருட்படுத்தாமல் தன்னுடைய நலன்களையே முதன்மையானவையாகக் கருதும்போது, கடும் மனவலிகள் அவரை வதைக்கவே செய்யும். அவற்றைப் பொறுத்துக்கொள்ளும் பண்பே சகிப்புத்தன்மையாகும். அமைப்புக்கான பொதுஒழுங்கைப் பின்பற்றும் நிலையில், தனிப்பட்ட முறையில் தனக்கு நேரும் பாதிப்புகளை ஒரு பொருட்டாக எடுத்துக்கொள்ளாத உயரிய மனநிலையை எட்டுகிறபோது மனவலிகளுக்கு இடமிருக்காது; சகிப்புத் தன்மைக்கும் தேவை இருக்காது.

அமைப்பாக்க நடவடிக்கையில், களப்பணியாற்றும் ஒருவரின் தன்னுரிமை பாதிக்கும் நிலை நேருவதைப் போலவே அவரது தன்மதிப்பும் பாதிக்கப்படலாம். தன்மதிப்புக்குப் பங்கம் நேருவதை எவராலும் ஏற்றுக்கொள்ளவே இயலாது. அதனைச் சகித்துக்கொள்ளவும் முடியாது. அமைப்பின் நலன்களுக்காக ஒருவர் தன்மதிப்பை இழந்து களப்பணியாற்றுவது அவ்வளவு எளிதான ஒன்றல்ல.

எனினும் அமைப்பின் நலன்களையும் அதன் பொது ஒழுங்குகளையும் முதன்மையானவையாகக் கருதும்போது தனக்குரிய தன்மதிப்பைக் காட்டிலும் அமைப்புக்குரிய

அமைப்பாய்த் திரள்வோம்

நன்மதிப்பே மேலானதாக விளங்கும். அமைப்பின் மீதான மதிப்பீடுகளை மென்மேலும் உயர்த்துவதற்காகவும் அவற்றுக்குப் பாதிப்பு நேராத வகையில் பாதுகாப்பதற்காகவும் தன்னை முழுமையாக ஈடுபடுத்திக்கொள்ளும் ஒருவருக்குத் தனது பணிக்குரிய களத்தில் தன்மதிப்பை இழக்கும் நிலை ஏற்பட்டாலும் அவருக்கு அது ஒரு பொருட்டாக அமையாது. அதாவது, அத்தகையோருக்குத் தன்மதிப்பைவிட அமைப்பின் மதிப்பே மேலானது. அமைப்பின் மதிப்பைவிட அவ்வமைப்பைச் சார்ந்த மக்களின் மதிப்பே உயர்வானது. தன்னைவிட, தான்சார்ந்த அமைப்பையும், அவ்வமைப்பு சார்ந்த மக்களையும் நேசிப்போருக்குத் தன்மதிப்பு ஒரு பொருட்டே அல்ல. தன்னைப் பற்றி தானே உருவாக்கிவைத்துள்ள உண்மை மதிப்பீடுகளையும் பிம்பங்களையும் இணைத்தே தனக்குரிய 'தன்மதிப்பாகக்' கருதுவோர், எந்த நிலையிலும் எதற்காகவும் அதனை விட்டுக்கொடுக்க விரும்புவதில்லை.

அதாவது, பிம்பங்கள் என்னும் போலி மதிப்பீடுகளையே அவர்களால் இழக்க இயலாது. இல்லாததை இருப்பதாகவும் இருப்பதை இல்லாததாகவும் தெரியாததைத் தெரிந்ததாகவும் தெரிந்ததைத் தெரியாததாகவும் காட்டிக்கொள்வது பிம்பங்களாலான போலி மதிப்பீடுகளேயாகும். இத்தகைய போலி மதிப்பீடுகளையும் 'தன்மதிப்பாக' கருதுவோர் அவற்றை உண்மையெனக் காட்டிக் கொள்வதிலேயே குறியாக இருக்க நேரிடும். இதில் சிறு கீறல் ஏற்படுவதையும் அத்தகையோரால் சகித்துக்கொள்ளவே இயலாது.

ஒருவரின் உண்மையான தன்மதிப்பு, அவரின் சிந்தனை மற்றும் செயல் ஆகியவற்றிலிருந்தே தீர்மானிக்கப்படும். நேர்மறையான நற்சிந்தனை மற்றும் நற்செயல் போன்ற நல்லொழுக்கமே தன்மதிப்புக்கான உண்மை மதிப்பீடுகளாகும். நேர்மை, வாய்மை, தூய்மை போன்ற நல்லொழுக்கங்களால் விளையும் உண்மை மதிப்பீடுகளுக்குக் களங்கம் நேருகிறபோது அதனைத் தாங்கிக்கொள்வது அவ்வளவு எளிதான ஒன்றல்ல. எனினும், அமைப்பாக்க நடவடிக்கையில், அல்லது பொது வாழ்க்கையில் உண்மை மதிப்பீடுகளாலான தன்மதிப்புக்கு ஊறு நேரும்போதும், அமைப்பின் நலன்களுக்காக, பொது ஒழுங்கிற்காக அதனைச் சகித்துக்கொள்ள வேண்டியது தவிர்க்க இயலாத தேவையாகும்.

பட்டம், பதவி, அதிகாரம், புகழ், செல்வம் போன்றவற்றால் உண்மை மதிப்பீடுகள் மட்டுமின்றி போலி மதிப்பீடுகளும்

உருவாகும். இத்தகைய போலி மதிப்பீடுகள் பெரும்பாலும் உணர்ச்சிகளால் கட்டமைக்கப் பெற்றவையே ஆகும். இவற்றைச் சீண்டுவது பெரும்சீற்றத்தை உருவாக்கும். பொதுவாக, இத்தகைய போலி மதிப்பீடுகளாலான தன்மதிப்பைப் பெரிதினும் பெரிதாய்க் கருதுவோர் அமைப்பின் நலன்களுக்காக ஒருபோதும் அதனை இழக்க உடன்படுவதற்கு வாய்ப்பில்லை. பொதுவாழ்வில் இத்தகைய உணர்ச்சிப்போக்குகள் சகிப்புத்தன்மைக்கு இடமளிக்காது. சகிப்புத்தன்மை என்னும் பெயரால் தன்மதிப்பை அல்லது தன்மானத்தை இழந்தேயாக வேண்டும் என்பதில்லை.

மக்களை அமைப்பாக்குவதற்கு, அரசியல்படுத்துவதற்கு, அவ்வமைப்பை வளர்த்தெடுப்பதற்கு, வலுப்படுத்துவதற்கு, தன்மதிப்பை விட்டுக்கொடுப்பதற்கும் இழப்பதற்கும் முன்வரவேண்டும். அதிலும், உண்மை மதிப்பீடுகளாலான தன்மதிப்பையும் இழக்கிற நிலை நேர்ந்தால், அதனை ஏற்றுக்கொள்ளும் பக்குவமே சகிப்புத்தன்மையாகும். போலி மதிப்பீடுகளாலான தன்மதிப்பு என்னும் வறட்டுக் கவுரத்தை இழப்பதால் ஏற்படும் மனஅழுத்தம் மற்றும் மனஉளைச்சல்களை முற்றிலும் உதறியெறிய வேண்டும்.

போலி மதிப்பீடுகளைப் போலியென ஒப்புக்கொள்வதுதான் வறட்டுக் கவுரவத்தை உதறுவதற்கும் மனஉளைச்சல்களைத் தவிர்ப்பதற்கும் ஏதுவாக அமையும். உண்மை மதிப்பீடுகளாலான உயரிய தன்மதிப்பை அல்லது உண்மை கவுரவத்தைப் பாதிக்கும் வகையிலான நெருக்கடிகளை எதிர்கொள்ளவேண்டியதும், அவற்றைப் பொறுத்துக்கொண்டு வெற்றிகரமாகப் பயணத்தை மேற்கொள்ளவேண்டியதும், அமைப்பாக்க நடவடிக்கையில் மிகவும் இன்றியமையாத தேவையாகும்.

போலி மதிப்பீடுகளாலான வறட்டுக் கவுரவத்தையே இழக்க இயலாதவர்களால், உண்மை மதிப்பீடுகளாலான உயரிய தன்மதிப்பை எவ்வாறு விட்டுக்கொடுக்க இயலும்? அவ்வாறு, அதனை இழக்கும் நிலையில் ஏற்படும் பாதிப்புகளை எவ்வாறு சகித்துக்கொள்ள இயலும்? எனினும், போலி மதிப்பீடுகளை உதறவும், உண்மை மதிப்பீடுகளுக்கு நேரும் பாதிப்புகளைத் தாங்கிக்கொள்ளவும் களப்பணியாளர்கள் தம்மைப் பக்குவப்படுத்திக்கொள்ள வேண்டும்.

அமைப்பாக்க நடவடிக்கையின்போது, மேலும் பல்வேறு வகையிலான அவமதிப்புகள் நேரலாம். வயதுமூப்பு, பணிமூப்பு, உடலுழைப்பு, அறிவுசார்ந்த தளங்களில் ஆற்றும்

பங்களிப்பு போன்றவற்றிற்கு அமைப்பில் உரிய மதிப்பு அல்லது உரிய அங்கீகாரம் என்னும் ஏற்பிசைவு கிட்டாத நிலை உருவாகலாம். இவ்வாறான, அவமதிப்புகளைச் சகித்துக்கொள்வது மிகவும் கடினமானதேயாகும். ஆயினும், மக்களின் நலன்களுக்காக, அமைப்பின் பொதுஒழுங்கிற்காக அவற்றைச் சகித்துக்கொள்வதும், அமைப்பின் சட்டவழியில் அவற்றிற்குத் தீர்வு காண்பதும் களப்பணியாளர்களின் கடமையாகும். இத்தகைய அவமதிப்புகள் மட்டுமின்றி ஆதாரமில்லாத, அப்பட்டமான அவதூறுகளையும் எதிர்கொள்ள நேரலாம். உண்மை மதிப்பீடுகளாலான தன்மதிப்பைச் சிதைக்கும் வகையிலான அவதூறுகளை எவ்வகையிலும் சகித்துக்கொள்ளவே இயலாது. எனினும் அமைப்பின் நலன்கருதி, அத்தகைய அவதூறுகளை உள்வாங்கவோ அவற்றுக்கு எதிர்வினையாற்றவோ முயற்சிக்காமல் முற்றிலும் புறந்தள்ள வேண்டியது இன்றியமையாததாகும். அவமதிப்புகளாலும் அவதூறுகளாலும் ஒருவரின் தன்மதிப்புப் பாதிக்கும் நிலையில், பொதுவாழ்க்கையில் தீவிரமாக ஈடுபட இயலாத நிலை ஏற்படும். எனினும், அமைப்பின் நலன்களுக்காக அவற்றைச் சகித்துக்கொள்ளும் முயற்சியும் பயிற்சியும் களப்பணியாற்றும் ஒவ்வொருவருக்கும் தேவை.

சகித்துக்கொள்வது என்பதற்கு மன அழுத்தங்களையும் உளைச்சல்களையும் வெடித்துவிடாமல் கட்டுப்படுத்தி அமுக்கி வைத்திருப்பது என்று பொருளாகாது. அவை மனத்தை ஆக்கிரமிப்புச் செய்யவோ, ஆதிக்கம் செய்யவோ அனுமதிக்காமல், அவற்றைத் தடுக்கவோ அல்லது தவிர்க்கவோ வேண்டும். ஒருவரின் தன்னுரிமைக்கும் தன்மதிப்புக்கும் பாதிப்புகள் நேரும்போது, ஏற்படும் மன உளைச்சல்களுக்கு நெஞ்சில் நிலையான இடமளித்துவிடக் கூடாது. நெஞ்சில் அவை எத்தகைய தாக்குதலைச் செய்தாலும், எத்தகைய வலிகளை ஏற்படுத்தினாலும் அவற்றை அவ்வப்போது புறந்தள்ள வேண்டும். நெஞ்சில் நீடிக்கவோ நிலைக்கவோவிடக் கூடாது. அதற்கு நல்லெண்ணங்களையும் நல்லொழுக்கங்களையும் மாற்றாக உள்வாங்க வேண்டும். நேர்மறையான தகவல்களை உள்வாங்குவதும் நேர்மறையான சிந்தனைகளை வளர்த்துக்கொள்வதும் நேர்மறையான அணுகுமுறைகளைக் கையாளுவதும் போன்ற முயற்சிகளை மேற்கொள்ள வேண்டும். இது ஒரு கடுமையான முயற்சியாகும். இம்முயற்சியை மேற்கொள்ளாமல் எதிர்மறைப் போக்குகளிலிருந்து விடுபடவே

இயலாது. பாதிப்புகள் எப்போதும் எதிர்மறைச் சிந்தனைகளையே, எதிர்மறை அணுகுமுறைகளையே உருவாக்கும்.

அமைப்பாக்க நடவடிக்கையில் இத்தகைய எதிர்மறைப் போக்குகளிலிருந்து விடுபட, நேர்மறைப் போக்குகளை உள்வாங்க வேண்டும். அமைப்புக்காகவே, மக்களுக்காகவே தன்னுரிமையையும் தன்மதிப்பையும் விட்டுக்கொடுக்கிறோம் என்கிற கருத்தை உள்வாங்குவதுதான் நேர்மறைச் சிந்தனைக்குரிய முயற்சியாகும். தனிப்பட்ட முறையில் தன்னுடைய நலன்களுக்காக அவ்வாறு தனது உரிமை மற்றும் தனது மதிப்பு ஆகியவற்றை விட்டுக்கொடுப்பதுதான் கீழான அணுகுமுறையாகும். பொதுநலன்களுக்காக விட்டுக்கொடுப்பது; பொறுத்துக்கொள்வது மிகவும் உயர்வான அணுகுமுறையே என்பதைப் புரிந்துகொள்ள வேண்டும். அமைப்புக்காக, தன்னுரிமை, தன்மதிப்பு ஆகியவற்றைப் பாதிக்க அனுமதிப்பதும் அல்லது இழந்திட ஒப்புக்கொள்வதும் ஒருவகையில் ஈகமேயாகும். இவ்வாறான ஈகத்தைச் செய்திட முனைவதும் ஒருவகையான முயற்சியே ஆகும். தனது நலன்களைவிட அமைப்பின் நலன்களே முதன்மையானது என்பதை முழுமையாக மனம் ஒப்புக்கொள்ளுகிற வரையில், மீண்டும்மீண்டும் அவ்வெண்ணத்தை நெஞ்சில் உள்வாங்குவதும், நீடிக்கச் செய்வதும் அதற்கான பயிற்சியாகும். இத்தகு முயற்சியாலும் பயிற்சியாலும்தான் சகிப்புத்தன்மையைப் பெற்றிட இயலும்.

'சகிப்புத்தன்மைக்கும் ஒரு காலஅளவு இல்லையா?' என்கிற கேள்வி எழும். அது தனிநபரின் தன்னாளுமையைப் பொறுத்தே அமையும். ஒருவரின் தன்னுரிமையும் தன்மதிப்பும் பாதிக்கும் நிலையில், அவற்றால் ஏற்படும் சேதங்களையோ, இழப்புகளையோ தாங்கும் திறன் எவ்வாறு உள்ளது என்பதைப் பொறுத்தே சகிப்புத்தன்மைக்குரிய காலஅளவு அமையும். தாங்கும் திறன் அல்லது கையாளும் திறன் போன்றவை ஒருவரின் தன்னாளுமையாகும். நெருக்கடிகளை எதிர்கொள்ளும்போது, அவற்றைக் கையாளும் திறனிலிருந்து ஒருவரின் தன்னாளுமையை அறிந்துகொள்ள இயலும். இத்தகு தன்னாளுமையைக் கொண்டே ஒருவரின் சகிப்புத்தன்மைக்கான கால வரம்பைத் தீர்மானிக்கலாம்.

பொதுவாக, அடைய வேண்டிய இலக்கை எட்டும் வரையில் அல்லது அதற்கான சூழல் அமையும்வரையில், இடைக்காலத்தில் சூழும் நெருக்கடிகளைத் தாங்குவதற்குரிய கால அளவே, சகிப்புத்தன்மைக்கான காலவரம்பாக அமையும்.

இத்தகைய காலவரம்புக்கேற்ப தனிநபரின் தாங்கும் திறனைப் பெருக்கிக்கொள்வது இன்றியமையாத தேவையாகும். அதாவது, அமைப்பையும் அதன் இலக்கையும் முதன்மையாகக் கொண்டு நேர்மறையான சிந்தனைகளை உள்வாங்குவதும் நேர்மறையான நடைமுறைகளைக் கையாளுவதும் போன்ற தொடர்முயற்சியாலும் பயிற்சியாலும் தாங்கும்திறன் உள்ளிட்ட தன்னாளுமையைப் பெருக்கிக்கொள்ளுதல் வேண்டும்.

சகிப்புத்தன்மையைப் பெருக்குவதே தன்னாளுமையைப் பெருக்குவதாகும். சகிப்புத்தன்மை என்பது அறியாமையாலும் இயலாமையாலும் வெளிப்படும் வலுவில்லா இயல்பு அல்ல. அமைப்புக்காக, மக்களுக்காக, எட்டவேண்டிய இலக்கிற்காக, தன்னுரிமையை, தன்மதிப்பை விட்டுக்கொடுத்து வளர்த்தெடுக்கும் வலுமிக்க தன்னாளுமைப் பண்பு ஆகும். இதற்கு, நேர்மறையான சிந்தனைகளை உள்வாங்கும் தொடர் முயற்சியும் நேர்மறையான அணுகுமுறைகளைக் கையாளும் தொடர்பயிற்சியும் தவிர்க்க இயலாத தேவைகளாகும்.

அவமதிப்பைப் பொறுத்தேனும் அமைப்புநலன் காப்போம்! – சகிக்கும் ஆற்றலினைத் தொடர்ச்சியான பயிற்சியினால் வளர்ப்போம்!

மார்ச், 2015

51

தன்னை மாற்றுவதும் பிறரை மாற்றுவதும்

சகிப்புத்தன்மை என்னும் பெயரால் சூடு-சொரணை கெட்டு, முற்றிலும் உணர்ச்சியற்று, மானமில்லாப் பிறவியாய் மரத்துப்போக முடியுமா? சீண்டி வம்புக்கிழுத்து சினங்கொள்ளத் தூண்டும்போது, சீற்றம் கொண்டெழாமல் செயலிழக்க முடியுமா? மானத்தையும் வீரத்தையும் உரசித் தேய்த்துச் சோதிக்கும்போது, பொறுப்பதற்கும் சகிப்பதற்கும் ஓர் எல்லை வேண்டாமா? அளவு வேண்டாமா? தன் மானத்தையே காப்பாற்ற இயலாதபோது பிறர் மானத்தைக் காப்பாற்ற இயலுமா? உண்மைகளைப் புதைக்கும்போது, உரிமைகளைப் பறிக்கும்போது, ஓரங்கட்டி ஒதுக்கும்போது, ஓங்கிக் குரலெடுத்து உரத்துப்பேசாமல் ஒடுங்கிட முடியுமா? அடுத்தவர் முன்னிலையில் அவமானம் செய்யும்போது, அடாத பழிசுமத்தி அவதூறு பரப்பும்போது, அருவருப்பே கொள்ளாமல் அநீதி இழைக்கும்போது ஆத்திரம் கொண்டு ஆவேசப்படாமல் அடங்கிட முடியுமா?

போர்க்களமில்லாமல் பொதுவாழ்க்கையா? போர்க்குணமில்லாமல் போர்க்களமா? போர்க்களம் காணும் பொதுவாழ்க்கைக்குப் போர்க்குணம் என்பது அடிப்படைத் தேவையாகாதா? அத்தகைய போர்க்குணத்தை இழந்தால் பொதுவாழ்க்கையை வெற்றிகரமாக நடத்திச்செல்ல இயலுமா? பொறுமையும் சகிப்புத்தன்மையும் போர்க்குணத்தை நீர்த்துப் போகச் செய்யாதா? போர்க்குணம்

நீர்த்துப் போனால் போர்க்களத்தில் பகைவெல்ல முடியுமா? போர்க்குணமின்றிப் போர்க்களம் உண்டா? போர்க்களமின்றிப் பொது வாழ்க்கை உண்டா?

அத்தகைய பொதுவாழ்க்கையில் போர்க்குணத்தைக் கூர்மைப்படுத்தாமல், பொறுமை மற்றும் சகிப்புத்தன்மையை வளர்த்தெடுக்க இயலுமா? வாளேந்தும் போர்வீரனாய்க் களமாட வேண்டிய பொதுவாழ்க்கையில், ஆவேசம் கொள்ளாமல் அமைதிகாக்க முடியுமா? பொங்கியெழுந்து போர்க்கோலம் பூணவேண்டிய பொதுவாழ்வுக்களத்தில், பொறுமை, சகிப்புத்தன்மை என்னும் பெயரால் துரோகத்தை மன்னிக்கும் துறவுக்கோலம் பூண முடியுமா? கொடுமைகளைக் கண்டு குமுறவில்லையெனில் அது கோழைத்தனம் ஆகாதா? அநீதிக்கெதிராய் ஆர்த்தெழவில்லையெனில் அது அடிமைத்தனம் ஆகாதா?

பொறுத்துக்கொள்வதும் சகித்துக்கொள்வதும், கோழைத் தனம் என்றும் அடிமைத்தனம் என்றும் புரிந்துகொள்ளப்படாதா? சீண்டியதும் சீறுவதுதானே வீரமாகும்! அத்தகைய வீரத்திற்கும் மானத்திற்கும் எப்படிப் பொறுமையும் சகிப்புத்தன்மையும் பொருத்தமாகும்? உடன்பிறப்புகள் உள்ளிட்ட நெருக்கமான உறவுகளாயிருந்தாலும், உடன்பணியாற்றும் இணக்கமான தோழர்களாயிருந்தாலும் மானத்தைச் சீண்டும்போதும் வீரத்தை உரசும்போதும் எவ்வாறு பொறுத்துக்கொள்ளவோ, சகித்துக்கொள்ளவோ முடியும்?

இப்படி ஏராளமான கேள்விகள் எழாமல் இருக்காது. பொதுவாக, சகித்துக்கொள்ள வேண்டுமென்பதையே சகித்துக்கொள்ள முடியாது. இவ்வாறு எழும் கேள்விகளுக் கெல்லாம் ஒரே விடை, அமைப்பு நலன்களையும் மக்கள் நலன்களையும் முன்னிறுத்தி, அமைப்புக்கும் மக்களுக்குமான தோழமை சக்திகளையும் பகைமை சக்திகளையும் பிரித்தறிந்து அடையாளம் காண்பதேயாகும். அவ்வாறு அடையாளம் காணப்படும் தோழமை சக்திகளைச் சீண்டவோ உரசவோ கூடாது. அவர்கள் தன்னைச் சீண்டினாலும் உரசினாலும் தான் சீறவோ மோதவோ கூடாது. அதாவது, அமைப்புக்கான – மக்களுக்கான தோழமை சக்திகளின் சீண்டலையும் உரசலையும் இயன்ற அளவில் பொறுத்துக்கொள்வதும் சகித்துக்கொள்வதும் தவிர்க்க இயலாத தேவையே ஆகும்.

அமைப்பாக்க நடவடிக்கையில், பகைமை சக்திகளை அடையாளம் காண்பதைவிடவும் தோழமை சக்திகளை

அடையாளம் காண்பதுதான் மிகவும் இன்றியமையாததாகும். தோழமைக்குரியவர்களாக ஏற்கப்பட வேண்டியவர்கள் யார் யார்? ஓர் அமைப்பைச் சார்ந்த ஒவ்வொருவரும் ஒருவருக்கொருவர் தோழமை சக்தியே ஆகும். ஒரே அமைப்பில் இருப்பதால், ஒரே கொள்கையை ஏற்பதால், ஒரே களத்தில் செயற்படுவதால் ஒரே இலக்கை நோக்கிப் பயணிப்பதால் அவ்வமைப்பைச் சார்ந்த யாவருமே தோழமை சக்திகளாகத்தான் இருக்க முடியும். அமைப்பை ஏற்றுக்கொண்டு, அமைப்பின் கொள்கை-கோட்பாடுகளை உள்வாங்கிக்கொண்டு, மக்களை அமைப்பாக்கும் பணியில் தன்னை ஈடுபடுத்திக்கொண்டு, அமைப்பையும் மக்களையும் முன்னிறுத்திச் செயல்படும் ஒவ்வொருவரும் தோழமைக்குரியவர்களே ஆவர்.

அதேவேளையில், ஒருவர் அமைப்பில் இருப்பதாலேயே, அமைப்பின் அதிகாரமுள்ள பொறுப்பில் இருப்பதாலேயே, அவரின் அமைப்பு விரோத – மக்கள் விரோத நடவடிக்கைகளை யெல்லாம் பொறுத்துக்கொண்டும் சகித்துக்கொண்டும் தோழமைக்குரியவராகப் போற்றமுடியுமா? அமைப்பின் பெயரைப் பயன்படுத்திக்கொண்டே, தன்னுடைய நலன்களை முன்னிறுத்துவோரை, அதற்காக அமைப்புக்கும் மக்களுக்கும் எதிராகச் செயல்படுவோரை எவ்வாறு தோழமை சக்தியாகப் பார்க்க முடியும்? அவர்களின் தன்னலமான, தற்குறிப் போக்குகளையெல்லாம் எவ்வாறு சகித்துக்கொள்ள முடியும்? அமைப்புநலன்களையும் மக்கள் நலன்களையும் பொருட்படுத்தாமல், தன்னுடைய நலன்களை மட்டுமே முதன்மைப்படுத்தி, அதற்காக, அமைப்பையும் மக்களையும் பயன்படுத்தும் தன்னல சக்திகளை, துரோக சக்திகளாகத்தான் அடையாளப்படுத்த முடியும். அவர்களைத் தோழமைக்குரியவர்கள் எனப் பார்க்க இயலாது. பகைமைக்குரியவர்களாகவே புறந்தள்ள வேண்டும். ஆனால், அவர்கள் அத்தகைய துரோகச் சக்திகள்தானா என்பதை உறுதிப்படுத்துவது இன்றியமை யாததாகும்.

தனிப்பட்ட முறையில், தனக்கு எதிரான ஒருவரை, அமைப்புக்கும் மக்களுக்கும் எதிரானவர் என்று தவறாகப் புரிந்துகொள்ளுவதோ அல்லது திட்டமிட்டுத் திரித்துக் கூறுவதோ அமைப்புக்கும் மக்களுக்கும் எதிரான நடவடிக்கையாக அமையும். அதிகாரம் தொடர்பான ஆளுமைப் போட்டிகளால், அறியாமை மற்றும் முதிர்ச்சியின்மையால் வெளிப்படும் அணுகுமுறைச் சிக்கல்களால் எழும் தனிப்பகைமையை, அமைப்புக்கு எதிரானதாகக் காட்ட முயற்சிக்காமல், அதனைப்

அமைப்பாய்த் திரள்வோம் 459

பொறுத்துக்கொள்ளவும் சகித்துக்கொள்ளவும் அல்லது அப்பகையைத் தணித்து, நீர்த்துப்போகச் செய்ய முயற்சித்தலும் வேண்டும். அமைப்புக்கோ, மக்களுக்கோ எதிராக இல்லாமல், தனிநபர்களுக்கிடையிலான கருத்து முரண்பாடுகளாக, உணர்ச்சிமோதல்களாக, தனிநபர் நலன்கள் மட்டுமே பாதிக்கப்படக் கூடியவையாக பகைமை இருக்குமெனில், அப்பகைமையே தனிநபர்ப் பகைமையாகும். அதாவது அது, அமைப்புக்கோ, மக்களுக்கோ எதிரான பகைமையாகாது.

தனக்கு வேண்டாதவர்களாக, எதிரானவர்களாக இருந்தாலும், அமைப்புக்கும் மக்களுக்கும் எதிராக இல்லையெனில், அவர்களை, அமைப்புக்கான நலன்களின் அடிப்படையில், அமைப்புக்குரிய தோழமைசக்திகளாகவே புரிந்துகொள்ள வேண்டும். அதாவது, தனக்குப் பகைமை எனினும் அமைப்புக்குத் தோழமையென ஏற்றுக்கொள்ள வேண்டும். இத்தகைய புரிதலைப் பெறும்போது, அவர்களின் நடவடிக்கைகள் தனக்கெதிராக அமைந்தாலும் அவற்றைப் பொறுத்துக்கொள்ளவும் சகித்துக்கொள்ளவும் நேரும். அமைப்புக்காக, மக்களுக்காக, தனக்கு நேரும் அவமதிப்புகளையும் பாதிப்புகளையும் பொறுத்துக்கொள்ளப் பழகுவதே சகிப்புத்தன்மைக்கான பயிற்சியாக அமையும். இத்தகைய பொறுமையால், சகிப்புத் தன்மையால், பொதுவாழ்வுக்கான போர்க்குணம் ஒருபோதும் நீர்த்துப்போகாது. அமைப்புக்கும் மக்களுக்குமான கொள்கை–கோட்பாடுகளின் அடிப்படையில் முற்றிலும் நேரெதிரான பகைமை சக்திகளை எதிர்கொள்ளும்போதுமட்டும் உரிய போர்க்குணத்தை ஒருபோதும் இழந்துவிடக் கூடாது.

அதாவது, அமைப்புக்கும் மக்களுக்கும் எதிரான பகைவர்களை வெல்லும் வரையில், அவர்களின் நடவடிக்கைகளால் நேரும் இழப்புகளையும் பாதிப்புகளையும்கூட பொறுத்துக்கொள்ள வேண்டியதும் சகித்துக்கொள்ள வேண்டியதும் தவிர்க்க இயலாததேயாகும்.

தோழமை சக்திகளால் நேரும் தனிப்பட்ட பாதிப்புகளைப் பொறுத்துக்கொள்வது, சகித்துக்கொள்வது தனிப்பகையைத் தணிப்பதற்காகவும் தோழமை உறவை மேம்படுத்துவதற்காகவுமே ஆகும். பகைமை சக்திகளால் நேரும், அமைப்புக்கும் மக்களுக்கும் எதிரான பாதிப்புகள் யாவற்றையும் பொறுத்துக்கொள்வது, சகித்துக்கொள்வது பகைமையோடு மோதுவதற்கும் வெல்வதற்குமே ஆகும்.

அமைப்புக்கும் மக்களுக்கும் எதிரான பகைமை சக்திகளோடு மோதுவதற்கும் வெல்வதற்கும் உரிய புரிதலோ. திட்டமோ இல்லாமல், அவர்களின் மக்கள் விரோத நடவடிக்கைகளைப் பொறுத்துக்கொள்வதும் சகித்துக்கொள்வதும்தான் போர்க்குணத்தை நீர்க்கச் செய்யும். அமைப்பு நலன்களையும் மக்கள் நலன்களையும் விட்டுக்கொடுக்கும் சமரசத்தை நோக்கி இட்டுச்செல்லும். அது கோழைத்தனத்தை வெளிப்படுத்துவதாக அமையும். ஆனால், தோழமை சக்திகளோடு செய்துகொள்ளும் சமரசம் ஒருபோதும் கோழைத்தனமாகாது. அது, மக்களுக்காகவும் அமைப்புக் காகவும் பொறுத்துக்கொள்ளும் சகித்துக்கொள்ளும் பெருந்தன்மையே ஆகும். உடன் பணியாற்றுவோரின் உணர்ச்சிகளுக்கும் அணுகுமுறைகளுக்கும் இடம்கொடுத்து மதிப்பளிக்கும் ஒருவகை துணிச்சலே ஆகும். இத்தகைய பெருந்தன்மையோடும் துணிச்சலோடும் தனிநபர் முரண்களைக் கையாளுதல் வேண்டும். தனிநபர்ப் பகையை ஊதிப் பெருக்காமல், அதனை எதிர்கொள்வதற்கு ஏதுவாக குழுவாதப் போக்குகளைத் திட்டமிட்டு வளர்க்காமல், பொறுமையாலும் சகிப்புத்தன்மையாலும் அப்பகையை வலுவிழக்கச் செய்யவும் தோழமையை வலுப்பெறச் செய்யவும் வேண்டும்.

தன்னோடு முரண்படுகிறவர்களையும் பகைத்து மோதுகிறவர்களையும் வீழ்த்தி, பணியவைத்து 'தன்வழிக்கு மாற்ற' முயற்சிக்கும்போது, பொறுமைக்கும் சகிப்புத்தன்மைக்கும் இடமில்லாமல் போய்விடும். ஆத்திரமும் வெறுப்பும் ஆக்கிரமிப்புச் செய்யும். தன்னைவிட அவன் வலிமைமிக்கவனோ என்கிற அய்யமும், தன்னை வீழ்த்தி அவன் வெற்றி பெற்றுவிடுவானோ என்கிற அச்சமும் மேலோங்கும். இதனால், தன்னைப் பாதுகாத்துக்கொள்வதற்கும் தன்நிலையைத் தக்கவைத்துக் கொள்வதற்கும் தனக்கான ஒரு குழுவை உருவாக்கவும் அதற்கான வலுவுள்ள ஆள் சேர்க்கவும் தீவிரமாகச் செயல்பட வேண்டிய தேவை எழும்.

தனக்கான குழுவை உருவாக்கும் போக்கில், தனக்கெதிரான இன்னொரு குழுவையும் உருவாக்குவதற்கு அல்லது வலுவாக்குவதற்கு வழிவகுக்கும் நிலை ஏற்படும். தனக்கான குழுவில் இணையும் ஒவ்வொரு ஆளுக்கும் ஏதோவொரு வகையில் எதிரானவர்கள் இருக்கவே செய்வார்கள். அத்தகைய நபர்கள் எதிர்க்குழுவாக ஒருங்கிணைவது இயல்பே யாகும். அதாவது, தன்னலன்களை முன்னிறுத்தும் ஒருவர்,

தனிப்பட்ட முறையில் தனக்கெதிராகவுள்ள தனிநபர்ப் பகையை எதிர்கொள்வதற்காக, தனக்கு ஆதரவான குழுவை உருவாக்குவதோடு, தனக்கெதிரான இன்னொரு குழுவை உருவாக்குவதற்கும் இடமளித்து விடுகிறார். இதனால், தனிநபர் வலிமைகளுக்கிடையிலான போட்டியாக இல்லாமல், குழுவின் வலிமைகளுக்கிடையிலான போட்டியாக மாறும் நிலை ஏற்படும்.

இரு நபர்களுக்கிடையிலான மோதல், இரு குழுக்களுக்கிடையிலான மோதலாக மாறி, அமைப்பு மற்றும் மக்கள் நலன்களைப் பாதிக்கச் செய்யும். இது, 'தன் வழிக்குப் பிறரை மாற்ற வேண்டும்' என்கிற முயற்சியின் விளைச்சலாகும். இத்தகைய முயற்சியானது, 'தான்' என்கிற அகந்தையாலும், 'தானே' என்கிற ஆதிக்கத்தாலும் விளையும் முனைப்பாகும். அமைப்பு மற்றும் மக்கள் நலன்களைப் பாதிக்கச் செய்யும் இத்தகைய முயற்சிகளைக் கைவிட்டு, அவற்றைப் பாதுகாப்பதற்கான முயற்சிகளையே மேற்கொள்ள வேண்டும். அதாவது, 'தன் வழிக்குப் பிறரை மாற்ற வேண்டும்' – என்கிற முயற்சிக்கு மாறாக, 'அமைப்பு வழிக்குத் தன்னை மாற்ற வேண்டும்' என்கிற முயற்சியை மேற்கொள்வதே பொறுமை மற்றும் சகிப்புத்தன்மையைப் பழகுவதற்கான அடிப்படையாக அமையும்.

அமைப்பு வழி என்பது, அமைப்புநலன்களையும் மக்கள்நலன்களையும் முன்னிறுத்தும் வழியாகும்; அமைப்புக்கான சட்டம் மற்றும் விதிமுறைகளை மதித்துப் பின்பற்றும் வழியாகும். தன்னுடைய நலன்களை மட்டுமே முன்னிறுத்தும் தன்வழியானது, ஒருபோதும் அமைப்பு வழியாகாது. அதாவது, தன்னுடைய நலன்களுக்காகமட்டுமே அமைப்பைப் பயன்படுத்தும்வழியாக தன்வழி அமையும்போது, அது, அமைப்பின் வழியாக, அமைப்புக்கான கொள்கையின் வழியாக, அக்கொள்கைக்கான மக்களின் வழியாக அமையாது. இவ்வாறு அமைப்புக்காக, அமைப்புச் சார்ந்த கொள்கைக்காக, கொள்கை சார்ந்த மக்களுக்காக, அமைப்பின் வழியில், தன்னை மாற்றும் முயற்சியே மேலானதாகும். அவ்வாறின்றி, தனக்காக, தன்னைச் சார்ந்த குழுவுக்காக, அக்குழு சார்ந்த வேட்கைக்காக, தன் வழியில் பிறரை மாற்றும் முயற்சி தீங்கானதாகும்.

தன்னை மாற்றுவது என்பது, தன் அடையாளத்தை இழப்பதாகவோ, தன்னைத் தாழ்த்திக்கொள்வதாகவோ, தான் தோற்றுப்போனதாகவோ பொருளாகாது. தனிநபர்ப் பகையைத் தவிர்ப்பதற்காக, தோழமை உறவைப் பெருக்குவ

தற்காக, குழுவாதப் போக்குகளைத் தடுப்பதற்காக, தனிநபர் நலன்களையும் உள்ளடக்கிய அமைப்பு மற்றும் மக்கள் நலன்களைப் பாதுகாப்பதற்காக மேற்கொள்ளப்படும் போற்றுதலுக்குரிய முயற்சியாகும்.

'தான் மட்டுமே', 'தன்னால் மட்டுமே', 'தனக்கு மட்டுமே' என்கிற அகந்தையைத் தன்னிலிருந்து விரட்டியடிப்பதே தன்னை மாற்றுவதற்கான அடிப்படையாகும். அதற்கும் 'தான் மட்டுமே' முயற்சிக்கும் நிலை கூடாது. அகந்தையை விட்டொழிக்கும் கருத்தில் உடன்பாடுள்ளோர் யாவரும் ஒருங்கிணைந்து இயங்குதல் தேவையாகும். பிறரை மாற்றுவதற்கு அல்லது வீழ்த்துவதற்கு குழு வலிமை தேவைப்படுவதைப் போல, தன்னை மாற்றுவதற்கும் ஒருங்கிணைந்து இயங்கும் குழு வலிமை தேவைப்படும்.

தன்னை மாற்றுவதற்கு உடன்படும் ஒவ்வொருவரும் சில உறுதிப் பாடுகளை மேற்கொள்ள வேண்டியது தேவையாகும். அதாவது, 'பிறருக்கெதிரான வதந்திகளையும் அவதூறுகளையும் பரப்புவதில்லை; பிறருக்குத் தீங்கு விளையாது எனினும் புறங்கூறுவதில்லை; உண்மையென உறுதிப்படாத எதையும் நம்புவதில்லை; ஊகங்களையெல்லாம் செய்திகளாக்குவதில்லை; அமைப்புநலன்களையும் மக்கள் நலன்களையும் பாதிக்கும் வகையில் ஒருபோதும் தன்னுடைய நலன்களை முன்னிறுத்துவதில்லை' – என்னும் வகையிலான, இவைபோன்ற உறுதிப்பாடுகளை மேற்கொள்வதே தன்னை மாற்றுவதற்கான பயிற்சி முறையாக அமையும்.

இத்தகைய உறுதிப்பாடுகளில் உடன்பாடுள்ளவர்கள் ஒருங்கிணைந்து அவற்றைப் பின்பற்றத் தொடங்கினால், உடன் பணியாற்றுவோருக்கிடையில் முரண்பாடுகளோ, இடைவெளியோ உருவாக வாய்ப்பில்லை. பிறர் மாறாமல் தான் மட்டுமே மாறுவதால் என்ன பயன் என்று கருதினால், தன்னை மாற்றுவதற்கு ஒருபோதும் மனம் ஒப்பாது. தன்னைப் போலவே தன்னுடன் பணியாற்றும் ஒவ்வொருவரும் தன்னை மாற்றுவதற்கு முயற்சிக்கிறார்கள் என்பதை அறிந்துகொள்வதற்கே இவ்வாறு ஒருங்கிணைந்து செயல்படுவது தேவையாகிறது. தன்னை மாற்றிக்கொள்வது என்னும் இத்தகைய முயற்சிகளைத் தொடர்பயிற்சியாக மேற்கொண்டால் தனிநபர் பகைமைக்கு இடமிருக்காது. தனிநபர் பகையைத் தவிர்த்துக்கொண்டால், பிறரின் அவமதிப்புகளையும் அவதூறுகளையும் எதிர்கொள்ள வேண்டிய தேவை எழாது. எனவே 'பிறரை மாற்றும்' முயற்சியை

மேற்கொள்ளாமல் 'தன்னை மாற்றும்' பயிற்சியில் ஈடுபடுவதே தோழமை உறவுகளைப் பெருக்கும்! பகைமைப் போக்குகளைச் சிதைக்கும்!

பிறரை மாற்றும் பெரும்பாடு தவிர்ப்போம்! – அமைப்புவழி தன்னை மாற்றும் நிலைப்பாடு ஏற்போம்!

ஏப்ரல் 2015

52

ஒப்பீடும் மதிப்பீடும்

பொதுவாழ்க்கை என்னும் பெயரில் பிறருக்காகத் தன்னை எப்படி வேண்டுமானாலும் மாற்றிக்கொள்ள முடியுமா? மக்கள் நலன், கொள்கைப் பிடிப்பு என்னும் பெயரில் தனக்கான நல்லியல்புகளை நிலைகுலையச் செய்திட இயலுமா? மாற்றாருடன் இணக்கமான நட்புறவைப் பேண வேண்டும் என்னும் பெயரில் தனக்கே உரிய தன்னடையாளத்தை இழக்க இடமளிக்க வேண்டுமா? விட்டுக்கொடுப்பது, அரவணைப்பது என்னும் பெயரில் பிறரைத் தன்வழிக்குக் கொண்டுவர இயலாமல் பிறர்வழிக்குத் தான் செல்லும் போக்குத் தன்னாளுமை இல்லாத இயலாமை ஆகாதா? – தன்னை மாற்றுவது என்னும்போது, இன்னும் இவை போன்ற கேள்விகள் எழுவது இயல்பேயாகும்.

'தன்னை மாற்றுவது' என்பதை அறியாமை மற்றும் இயலாமை போன்றவற்றின் வெளிப்பாடு களாக மட்டுமே புரிந்துகொள்ளுதல் கூடாது. அது, தன்னை அறியும் தன்னாய்வில் நிகழும் ஒரு 'தன்னிலைச் சீரமைப்பு' நடைமுறையாகும். தனது அறியாமையையும் இயலாமையையும் அறிந்து, அவற்றைக் களைந்து, உரிய வகையில் ஆக்கப் பூர்வமான ஆற்றலையும் ஆளுமையையும் பெருக்கிக் கொள்ளும் ஒரு மகத்தான செயற்பாடாகும்.

பொதுவாக, அறியாமையை அறிந்து கொள்ளவோ, இயலாமையை ஏற்றுக்கொள்ளவோ

அவ்வளவு எளிதில் மனம் ஒப்பாது. ஒருவேளை அறிந்தாலும், ஏற்றாலும் அவற்றைச் சீரமைக்கவோ மாற்றிக்கொள்ளவோ அவ்வளவு எளிதில் மனம் இடம்கொடாது. அது ஒரு வலிமிகுந்த தன்னாளுமைக்கான போராட்டமாகும்.

தன்னை அறியாமல் யாரும் தன்னிலையில் எத்தகைய மாற்றத்தையும் உருவாக்கிட இயலாது. பிறரின் குற்றம் குறைகளைக் காணுவதில் தீவிர வேட்கை கொண்டுள்ள ஒவ்வொருவரும் தனது குறைகளை ஒருபோதும் ஒரு பொருட் டாகவே கருதுவதில்லை. ஒருவேளை தனது குறைபாடுகளைக் கண்டறிந்தாலும் அதனைச் சரிசெய்யவோ அல்லது மாற்றிக்கொள்ளவோ துளியும் முனைவதில்லை. அதாவது, தன்னை மாற்றுவது என்னும் நடைமுறை அவ்வளவு இலகுவானதில்லை. அதற்குத் தன்னைத்தானே உற்று நோக்குவதும் தனது சிந்தனை மற்றும் செயற்பாடுகளிலுள்ள நிறைகுறைகளை ஆராய்வதும் வெவ்வேறு சூழல்களில் வெளிப்படும் தன்னுடைய அணுகுமுறைகளையே ஒன்றுடன் ஒன்று ஒப்பீடு செய்வதும், தன்னுடைய வளர்ச்சி, முதிர்ச்சி, ஆற்றல், ஆளுமை போன்றவற்றை மதிப்பீடு செய்வதும் போன்ற முயற்சிகளில் ஈடுபடுவதும் தொடர்ச்சியான பயிற்சிகளை மேற்கொள்வதும் அடிப்படைத் தேவையாகும்.

தன்னுடைய எண்ணமும் சிந்தனையும், தன்னுடைய அறிதலும் புரிதலும், தன்னுடைய அணுகுமுறையும் செயல்முறையும், தன்னுடைய ஆற்றலும் ஆளுமையும் எத்தகையவை என உற்று நோக்குவது, ஆராய்வது, மதிப்பீடு செய்வது மற்றும் தனக்கு எதிராகத் தானே நின்று தன்னை விசாரிப்பது போன்ற நடவடிக்கைகளை மேற்கொள்ள முன்வர வேண்டும். இத்தகைய நடைமுறையினை தன்னை அறிந்துகொள்வதற்கான ஒரு வழிமுறையாகக் கையாளலாம்.

தன்னை அறிய இயலாதவர்களால் பிறரை அறியவே இயலாது. தன்னை அறியும் முனைப்பில் சிறிதும் ஈடுபாடு காட்ட இயலாதவர்களால் பிறரை அறியும் முயற்சியில் ஒருபோதும் வெற்றி பெறவே இயலாது. தன்னிடமும் குற்றம் குறைகள் இருக்கலாமென ஒப்புக்கொள்ளாதவரையில் தன்னைத்தானே ஆய்வதற்கோ தன்னைப்பற்றி மதிப்பீடு செய்வதற்கோ முன்வர இயலாது. தன்னுடைய புரிதலிலும் அணுகுமுறையிலும் செயற்பாட்டிலும் அடிப்படையிலேயே பிழைகள், தவறுகள், கோளாறுகள், குளறுபடிகள் இருக்கலாமென ஏற்றுக்கொண்டாலொழிய தன்னைத்தானே விசாரிப்பதற்கோ

உண்மைநிலை அறிவதற்கோ முனைந்திட இயலாது. பிறரிடம் மட்டுமே குற்றம் காண்பது, பிறரை மட்டுமே குறைத்து மதிப்பிடுவது, பிறருக்கு மட்டுமே தண்டனை அளிப்பது போன்றவற்றால் தன்னை ஒருபோதும் அறிந்துகொள்ள முடியாது. தன்னைப்போல பிறரை மதித்திடவும், பிறரைப்போலத் தன்னை மதிப்பிடவும் தன்னைத்தானே பக்குவப்படுத்திக் கொள்ளுதலே தன்னை அறிதலின் அடிப்படைத் தேவையாகும்.

தன்னை அறிவதற்குத் தன்னைத்தானே ஆழ்ந்து நோக்குவது, தனக்குத் தானே நிறைகுறைகளை ஆராய்வது போன்ற அகநிலைச் செயற்பாடுகள் மட்டுமின்றி, தன்னைப்பற்றிய பிறரின் பொதுவான புரிதல்கள், குறிப்பாக, நல்லெண்ணத்தின் அடிப்படையில் தோழமையோடு பிறர் சுட்டிக்காட்டும் குற்றம் குறைகள், தீய உள்நோக்கத்தின் அடிப்படையில் வேண்டாவெறுப்போடு பிறர் செய்யும் விமர்சனங்கள் போன்ற புறநிலைச் செயற்பாடுகளும் ஏதுவான தேவைகளாக அமையும். தன்னைப் பற்றிய பிறரின் இத்தகைய மதிப்பீடுகளை மிகவும் இலகுவாகப் புறந்தள்ளிவிடாமல் அவற்றையும் தன்னை அறிவதற்கான தரவுகளாக ஏற்றுக்கொள்ளுதல் இன்றியமையாததாகும்.

அமைப்பாக்க நடவடிக்கைகளின்போது உடன் பணியாற்றுவோர் இவ்வாறு தோழமையுணர்வோடு குற்றம் குறைகளைச் சுட்டிக்காட்டுவதும் காழ்ப்புணர்வோடு எதிர்மறை விமர்சனங்களை அள்ளிக்கொட்டுவதும் இயல்பான நடைமுறையே ஆகும். தன்னால் தன்னைப் பற்றிக் கண்டறிய இயலாதவற்றையும் தனக்கு வேண்டாதவர்களால் மிக இலகுவாகக் கண்டறிய முடியும். அத்தகையோர் செய்யும் இத்தகைய பங்களிப்பு தன்னை அறிதலுக்கு ஏதுவான தரவாக அமையும். எனினும் விமர்சனம் என்னும் பெயரில் திட்டமிட்டுப் பரப்பப்படும் அவதூறுகளை அவ்வாறு ஏற்றுக்கொள்ளுதல் இயலாது. ஆக்கப்பூர்வமான விமர்சனங்கள் வேறு; ஆதாரமில்லாத அவதூறுகள் வேறு. இவற்றைப் பிரித்தறிய வேண்டும். நல்லெண்ணத்துடன் கூடிய விமர்சனங்களை உள்வாங்கி ஆய்வுக்குட்படுத்துவதும் தீய எண்ணத்துடன் கூடிய அவதூறுகளைப் புறந்தள்ளி செயலாற்றுவதும் தன்னை அறிதலுக்குப் பயனுள்ளதாக அமையும்.

தன்னைப் பற்றிய பிறரின் மதிப்பீடுகளிலிருந்து தன்னை அறிவதைப்போல, பிறரைப் பற்றிய தன்னுடைய மதிப்பீடு களிலிருந்தும் தன்னை அறிந்துகொள்ள இயலும். பிறரைப்

பற்றி குறிப்பாக, உடன் பணியாற்றுவோரைப் பற்றி தான் அறிந்துள்ள விவரங்கள், உள்வாங்கியுள்ள தகவல்கள், அவருடன் கொண்டுள்ள உறவுகள், தொடர்புகள், அவரிடம் காட்டும் இணக்கம், நெருக்கம் போன்றவை அவர் மீதான அக்கறை, மதிப்பு ஆகியவற்றை வெளிப்படுத்துவதாய் அமையும். இதிலிருந்து பிறரை, தான் மதிப்பீடு செய்யும் தன்னுடைய அணுகுமுறைகளை அறிந்துகொள்ள இயலும். ஒருவருடைய குடும்பம், கல்வி, பொருளாதாரம் போன்றவற்றின் பின்னணி, அவர் சார்ந்த சாதி, மதம், மொழி, இனம் போன்ற அடையாளங்களின் பின்னணி, அவருடைய சிந்தனை, செயல் போன்ற ஆளுமைத்திறன்களின் பின்னணி முதலிய விவரங்களையெல்லாம் அறியாமல் அவரைப் பற்றிய முழுப் பரிமாணத்தை மதிப்பீடு செய்ய இயலாது. ஒருவரைப் பற்றிய செவிவழித் தகவல்களையோ அரைகுறை விவரங்களையோ மட்டும் ஆதாரமாகக் கொண்டு மதிப்பிட்டுவிடக் கூடாது.

ஒருவரைப் பற்றிய பின்னணியைப் போதிய அளவில் அறிந்து கொள்ளாமல் அவரை மதிப்பீடு செய்வது அவருடன் நல்லிணக்கமான உறவுக்கு வழிவகுக்காது. உருவான உறவையும் வலுப்படுத்தாது. மென்மேலும் தவறான புரிதல்களையும் கேடான அணுகுமுறைகளையும் உருவாக்கும். இதனால் உடன் பணியாற்றுவோருக்கிடையிலான நட்புறவு பாதிக்கும். இத்தகைய பாதிப்புக்கு மற்றவர்களின் நடவடிக்கைகள் மட்டுமே பொறுப்பு எனக் கருதாமல், தன்னுடைய நடவடிக்கைகளும் பொறுப்பாகுமென ஒப்புக்கொள்ளும்போதுதான் தன்னை அறிந்துகொள்ள இயலும். பிறரை அறிந்துகொள்ளுவதில் அல்லது மதிப்பீடு செய்வதில் தான் கையாண்ட முறைகளையும் மேற்கொண்ட முயற்சிகளையும் அவற்றிலுள்ள நிறைகுறைகளையும் சீராய்வு செய்யும்போது தன்னை அறிந்துகொள்வதற்கான சூழல் அமையும்.

ஒருவரைப் பற்றிய வதந்திகளையும் அவதூறுகளையும் ஆராயாமல் அப்படியே உண்மையென நம்புவது, தன்னை எட்டியதாகவோ, தானே திரட்டியதாகவோ இருந்தாலும் கிடைத்த தகவல்களின் உண்மை நிலையை விசாரித்தறி யாமல் ஏற்றுக்கொள்வது, ஏற்கனவே உள்வாங்கிய தவறான கருத்துக்களின் அடிப்படையில் தவறாகப் புரிந்துகொள்வது, உண்மைக்கு மாறான தகவல்களைப் பரப்புவோரின் உள்நோக்கத்தை அறியாமலிருப்பது, தனக்கு எதிராகச் செயல்படுவோரில் திட்டமிட்ட சதி எண்ணம் கொண்டோரையும் தவறான புரிதல்களால் இயங்குவோரையும்

இனங்காண இயலாமலிருப்பது, இன்னும் இவை போன்ற தன்னுடைய குறைபாடுகளையெல்லாம் கண்டறியும்போது தன்னை அறிந்துகொள்ளும் வாய்ப்பு அமையும். தனது நிறைகளைமட்டுமின்றிக் குறைகளையும் ஆய்ந்தறியும்போதுதான் தன்னை முழுமையாக அறிந்துகொள்ள முடியும். தன்னை அறிந்துகொள்ளும் இவ்வாறான சூழலில்தான் தன்னை மாற்றிக் கொள்ளவும் இயலும்.

'தன்னை மாற்றுவது' என்பது இவ்வாறு தன்னை முழுமை செய்து கொள்வதற்கான சீராய்வு மற்றும் சீரமைப்பு நடவடிக்கையே ஆகும். மாறாக, தன்னடையாளத்தையும் தன்னாளுமையையும் சீர்குலைப்பதற்கான, சிதைப்பதற்கான நடைமுறை ஆகாது.

தன்னை அறிவதிலிருந்தே தன்னை மாற்றுவதும் நிகழ்வதால் தன்னை அறிவதற்கான தன்முனைப்பு தவிர்க்க இயலாததாகும். 'தன்னிடமும் குற்றம் குறை உண்டு; தன்னிலும் உரிய மாற்றம் தேவை' என்று தன்னளவில் உணருவதும் தனக்குத்தானே உடன்படுவதும்தான் தன்னை அறிவதற்கான தன்முனைப்பாகும். இத்தகைய தன்முனைப்பின்றி ஒருபோதும் தன்னை அறியவோ, தன்னை மாற்றவோ இயலாது.

தன்னை அறிவதில் ஒப்பீடும் மதிப்பீடும் இன்றியமையாத ஒரு நடைமுறையாகக் கருதலாம். தன்னைத் தன்னோடு ஒப்பிடுவதும் மதிப்பிடுவதும்; தன்னைப் பிறரோடு ஒப்பிடுவதும் மதிப்பிடுவதும் தன்னை அறிந்துகொள்வதற்கான வழிமுறைகளாக அமையும். பொதுவாக, தன்னைப் பிறரோடு ஒப்பிட்டு, தன்னையும் பிறரையும் மதிப்பீடு செய்வது வழக்கமான நடைமுறையே ஆகும். ஆனால், தன்னைத் தன்னோடு ஒப்பிடுவதோ மதிப்பிடுவதோ பெரும்பாலும் நடைமுறையில் இல்லை. தன்னை அறிவதில் தன்னைப் பிறரோடு ஒப்பிடுவதைக் காட்டிலும் தன்னைத் தன்னோடு ஒப்பிடுவதுதான் மிகவும் அடிப்படையான தேவையாகும்.

தான் எப்போதும் ஒரே நிலையில் இருப்பதில்லை. அமைதியாய் ஒருநிலை, ஆவேசமாய் ஒருநிலை, ஆனந்தமாய் ஒருநிலை, அழுகையாய் ஒருநிலை.. என உணர்ச்சிகளின் போக்குகளுக்கேற்ப வெவ்வேறு நிலைகளில் மனிதன் இருக்கும் நிலை உண்டு. இவற்றை ஒன்றுடன் ஒன்று ஒப்பிடுவது தான் தன்னோடு தன்னை ஒப்பிடுவதாகும். இவ்வாறு ஒப்பிடுவதிலிருந்து மதிப்பிடுவதன் மூலம் தன்னை அறிந்து கொள்ளுதல் இலகுவாகும்.

ஒவ்வொரு நிலைக்கும் பின்னால் ஒவ்வோர் உணர்ச்சி. ஒவ்வோர் உணர்ச்சிக்கும் பின்னால் ஒவ்வோர் எண்ணம். ஒவ்வோர் எண்ணத்திற்கும் பின்னால் ஒவ்வொரு சூழல். ஒவ்வொரு சூழலுக்கும் பின்னால் ஏற்கனவே உள்வாங்கப் பட்டிருக்கும் அகநிலையும் ஏற்கனவே கட்டமைக்கப்பட்டிருக்கும் புறநிலையும் இணைந்த கலவை. இவற்றை ஒன்றிலிருந்து ஒன்றாய் ஊடுருவி ஆழ்ந்து ஆய்வதும், ஒருநிலையோடு இன்னொரு நிலையை ஒப்பிட்டு மதிப்பிடுவதும்தான் தன்னைத் தன்னோடு ஒப்பிட்டு மதிப்பீடு செய்யும் நடைமுறையாகும். இதுவே தன்னை அறிவதற்கான அகவழி ஆய்வுநெறியாகும். அதேபோல, தன்னைப் பிறரோடு ஒப்பிட்டு மதிப்பீடு செய்து தன்னையும் பிறரையும் அறிவது புறவழி ஆய்வுமுறையாகும். அமைப்பாக்க நடவடிக்கையில், உடன் பணியாற்றுவோருக்கிடையில் இத்தகைய ஒப்பீடுகளும் மதிப்பீடுகளும் எப்போதும் நிகழ்ந்துகொண்டே இருக்கும். இதனால் ஊக்கமும் ஆக்கமும் பிறக்கலாம். போட்டியும் பொறாமையும் முளைக்கலாம். இத்தகைய நிலைகளையும் உணர்ச்சிகளையும் ஊன்றி நோக்கி னால் அவற்றின் பின்னணிகளை அறியலாம். இவற்றிலிருந்து தன்னையும் தன்னோடு ஒப்பிடப்படும் பிறரையும் அறிந்து கொள்ளலாம். யாரோடு யார் ஒப்பிட்டுக்கொள்வது, எதனோடு எது ஒப்பிடப்படுகிறது என்பதிலிருந்து ஒப்பீடு செய்வோரின் வளர்ச்சியையும் முதிர்ச்சியையும் அறிந்துகொள்ள இயலும்.

தன்னைப் பிறரோடு ஒப்பிடும்போது தன் வலிமையையும் பிறரின் வலிமையையும் அறிவதற்கான முயற்சிகள் நிகழும். இவ்வாறு வலிமையறிதலின் மூலம் தன்னையறிதல் இயலும். பொதுவாக, ஒப்பீடு என்பது தனக்கு இணையாகக் கருதப்படு வோருடன்தான் நிகழ்கிறது. வலிமையில் தன்னைவிட மேலானவர் அல்லது கீழானவர் என உறுதிப்பட அறியப்படுவோருடன் பெரும்பாலும் நிகழ்வதில்லை. இத்தகைய ஒப்பீடானது இயல்பாகவே ஒப்பீடு செய்வோரின் மனவலிமையைப் பொறுத்தே அமையும். தனது வலிமையைக் குறைத்தோ, மிகைத்தோ மதிப்பீடு செய்வோர், தன்னோடு ஒப்பிடப்படுவோரின் வலிமையையும் குறைத்தோ, மிகைத்தோ மதிப்பிடும் நிலை ஏற்படும். இதனால் தன்னையும் பிறரையும் அறிந்துகொள்வதில் பிழை நேரும். அதாவது தன்னைச் சரியாக மதிப்பிட இயலாதபோது பிறரையும் சரியாக மதிப்பிட இயலாது. தன்னுடைய வலிமையை அறிய இயலாதபோது பிறரின் வலிமையையும் அறிய இயலாது. தவறான பார்வை, தீங்கான அணுகுமுறை, பொருத்தமில்லா ஒப்பீடு, போலியான

மதிப்பீடு என யாவும் பிழையாக அமையுமெனில் தன்னையோ பிறரையோ அறிந்திட இயலாது.

எந்தவொன்றின் மீதும் யாரொருவரின் மீதும் ஒவ்வொரு வருக்கும் ஒரு பார்வைக்கோணம் உண்டு. அது பெரும்பாலும் ஏற்கனவே உள்வாங்கப் பெற்ற கருத்தின் அடிப்படையில் அமைவதாகும். இவ்வாறு உள்வாங்கப் பெறுவது தவறான கருத்தாக அமையுமெனில், அத்தகைய தவறான கருத்திலிருந்து தவறான பார்வையும், தவறான பார்வையிலிருந்து தவறான அணுகுமுறையும், தவறான அணுகுமுறையிலிருந்து தவறான ஒப்பீடும், தவறான ஒப்பீட்டிலிருந்து தவறான மதிப்பீடும் நிகழும். இந்த நடைமுறையில் தவறான கருத்து உள்வாங்கப்பட்டிருப்பதை அறிவதுதான் தன்னை அறிவதாகும். இவ்வாறு தன்னை அறிவதிலிருந்து, ஏற்கனவே தன்னால் உள்வாங்கப்பெற்ற தவறான கருத்தை மாற்றிக்கொள்வதுதான் தன்னை மாற்றிக்கொள்ளும் வழிமுறையாகும்.

தன்னைப் பற்றிய மதிப்பீடாக இருந்தாலும் பிறரைப் பற்றிய மதிப்பீடாக இருந்தாலும் போதிய தரவுகளின்றி உரிய ஆய்வுகளின்றி உறுதிப்படுத்துவது கூடாது. செவிவழித் தகவல்கள், ஒருவழித் தகவல்கள், ஆதாரமில்லாத தகவல்கள், திரிபுவாதத் தகவல்கள் போன்றவற்றை எத்தகைய ஆய்வுக்கும் உட்படுத்தாமல் நம்புவதோ, அதனடிப்படையில் உடன்வினை ஆற்றுவதோ தீங்கானதாக அமையலாம். ஆதாரம் தேடுதல், விசாரித்தல், ஒப்பீடு மற்றும் மதிப்பீடு செய்தல் போன்ற ஓராய்வு மட்டுமின்றி சீராய்வு, மீளாய்வு என உண்மைநிலை அறியும்வரை பல்வேறு ஆய்வுகளைத் தொடர்தல் வேண்டும். இத்தகைய ஆய்வுகளின் வழி தன்னை அறிவதும், தன்னை அறிவதன்வழி தன்னை மாற்றுவதும் நிகழ்தல் வேண்டும்.

தன்னை அறிந்துகொள்வதும் தன்னை மாற்றிக்கொள்வதும் தான்சார்ந்த அமைப்புக்காக, அமைப்புச் சார்ந்த மக்களுக்காக என்றாலும் அளப்பரிய இப்பெரும் முயற்சி, தன்னுடைய முற்போக்கான வளர்ச்சிக்காகவும் பக்குவமான முதிர்ச்சிக்காகவும் அடிப்படையாக அமையும். தன்னைச் சார்ந்தோர் மற்றும் தன்னுடன் களப்பணியாற்றுவோருக்கிடையில் நல்லிணக்கமான தோழமை விளையும். ஒவ்வொருவரும் தன்னையறிந்து தன்னை மாற்றிச் சீர்செய்துகொள்ளும் நிலையில், யாரும் யாரையும் மாற்றும் முயற்சிக்குத் தேவை எழாது. யாரும் யார் மீதும் குற்றம் காணும் பழிசுமத்தும் நிலை வராது. மற்றவர்களோடு

அமைப்பாய்த் திரள்வோம்   471

அணுகும் முறைகளில் போற்றுதலுக்குரிய மாற்றம் தேடும். மக்களை அமைப்பாக்கும் நடவடிக்கைகளில் வேகம் கூடும்.

தன்னை மாற்றுவது தனக்குமான வளர்ச்சியாகும்! – அதற்குவழி தன்னை அறிவதென்னும் தன்னேரில்லா முயற்சியாகும்!

மே, 2015

53

தாகமும் ஈகமும்

தன்னைப் பிறரோடு ஒப்பீடு செய்வதும் அவ்வொப்பீட்டின் அடிப்படையில் தன்னைப் பற்றியும், ஒப்பிடப்படும் பிறரைப் பற்றியும் அவ்வப்போது மதிப்பீடு செய்வதும் போன்ற நடவடிக்கைகள் ஒவ்வொருவரின் வாழ்விலும் ஏதோ ஒருவகையில் நாள்தோறும் தன்னியல்பாக நிகழ்ந்து கொண்டேயிருக்கும்.

இதற்கு எவரும் விதிவிலக்கல்ல. இவ்வாறு நிகழும் 'ஒப்பீடும் மதிப்பீடும்' ஒவ்வொருவருக்கும் அவர்தம் வாழ்வின் போக்குகளைத் தீர்மானிப்பதில் பெரும்பங்கு வகிக்கின்றன.

ஒருவர், தன்னை யாரோடு ஒப்பிடுகிறார் என்பதையும் எந்தெந்த நிலைகளோடு ஒப்பிடுகிறார் என்பதையும், என்னென்ன விவரங்களைக் கொண்டு ஒப்பிடுகிறார் என்பதையும் பொறுத்து, அவர் தன்னைப் பற்றியும் தன்னோடு ஒப்பிடப்படுவோரைப் பற்றியும் செய்யும் மதிப்பீடுகள் அமையும். அவ்வாறு, ஒப்பீடு செய்வதில் குறையோ பிழையோ இருந்தால், அதனடிப்படையிலான மதிப்பீடுகளும் குறையுடையவையாகவும் பிழையானவையாகவும் அமைய நேரும். இவ்வாறான ஒப்பீடுகள் மற்றும் மதிப்பீடுகளிலிருந்தும் ஒருவரின் சிந்தனைப் போக்குகளும் செயற்பாடுகளும் அமையும்.

பொதுவாக, மதிப்பீடு செய்தல் என்பது ஒரே நேரத்தில் தன்னைப்பற்றி மட்டுமின்றி,

தன்னோடு ஒப்பிடப்படும் பிறரைப் பற்றியும் நிகழும். இவ்விரு மதிப்பீடுகளில் எந்த ஒன்றில் குறையோ பிழையோ நேர்ந்தாலும் அவற்றின் அடிப்படையில் மேற்கொள்ளப்படும் முடிவுகளிலும் செயற்பாடுகளிலும் குறைகள் மற்றும் பிழைகள் நேரும். அதாவது, தன்னைப் பற்றியோ, பிறரைப் பற்றியோ குறைத்து மதிப்பிட்டாலும் மிகைத்து மதிப்பிட்டாலும் அவற்றால் பாதிப்புகள் அல்லது எதிர்மறை விளைவுகள் உருவாகும்.

தவறான மதிப்பீடுகளைத் தவிர்ப்பதற்கு, தவறான ஒப்பீடுகளைத் தவிர்க்க வேண்டும். சரியான மதிப்பீடு செய்வதற்கு தன்னைப்பற்றியும் தன்னோடு ஒப்பிடப்படும் பிறரைப்பற்றியும் போதிய தரவுகளைத் திரட்டுவது தேவை யாகும். அவ்வாறின்றி, அரைகுறை விவரங்களை மட்டுமே வைத்துக் கொண்டு தன்னைப்பற்றியோ பிறரைப்பற்றியோ மதிப்பிடுதலும், அதனடிப்படையில் செயற்படுதலும் கூடாது. அதாவது, 'ஒப்பீடு செய்தலும் மதிப்பீடு செய்தலும்' எவரோடு, எவ்வாறு, எப்படி, எதனோடு நிகழ வேண்டும் என்பது மிகவும் இன்றியமையாத ஒன்றாகும்.

பொதுவாக, தனக்கு அறிமுகமானவர்கள், தனக்குத் தொடர்புடைய அல்லது ஈடுபாடுள்ள களத்தைச் சார்ந்தவர்கள், குறிப்பாக, தனக்கு இணையாகவும் நெருக்கமாகவும் உள்ளவர்கள் போன்ற நபர்களோடுதான் பெரும்பாலும் தன்னை ஒப்பிடுவது நிகழும். அதாவது, வயது, கல்வி, தொழில், சாதி, மதம், இனம், பொருளாதாரம் போன்றவற்றுடன் தனக்குத் தொடர்புடையவர்களோடும் குறிப்பாக, அவற்றில் தனக்கு இணையாகவும் நெருக்கமாகவும் உள்ளவர்களோடும் ஒப்பிடுவது இயல்பாகும்.

அவ்வாறின்றி, வயதில் மிகவும் மூத்தவர்களோடு அல்லது மிகவும் இளையவர்களோடு தன்னை ஒப்பிடுதல், கல்வி, தொழில், பொருளாதாரம், சாதி, மதம், இனம் போன்றவற்றில் தனக்குத் தொடர்பில்லாதவர்களோடும், தொடர்பிருந்தாலும் தனக்கு இணையில்லாதவர்களோடும் ஒப்பீடு செய்வது நிகழ்ந்தால், அது எதிர்மறையான அணுகுமுறையாக அமையும். இத்தகைய ஒப்பீடு செய்தல் உள்ளிட்ட எதிர்மறை அணுகுமுறைகளால் பொறாமை, பகைமை, மோதல், அவமதிப்பு போன்ற எதிர்மறை விளைவுகளே உருவாகும்.

நேரியமுறையில் நல்வழியில் வெற்றிகரமாகச் சாதனைகள் படைத்தவர்களுடன், ஒருவர் தனது நலன்கள் மற்றும் மேம்பாட்டை அடிப்படையாகக் கொண்டு, தன்னை ஒப்பீடு

செய்வதும் மதிப்பீடு செய்வதும், அவற்றினடிப்படையில், அவர்களையே நல்வழியிலான மேம்பாட்டுக்குரிய ஒரு முன்மாதிரியாகக்கொண்டு தனது ஆளுமையைப் பெருக்கிக் கொள்வதும் சாதனைகள் படைப்பதும் வரவேற்கக் கூடியதாகும். அதே வேளையில், தவறான, கேடான, குறுக்கு வழிமுறைகளில் இடைக்காலமாகப் பெறும் சின்னச் சின்ன வெற்றிகளையும் மாபெரும் சாதனைகளாகக் கருதி தற்பெருமையடிக்கும் தற்குறி களோடு தன்னை ஒப்பிடுவதோ மதிப்பிடுவதோ அவர்களைத் தனக்கு முன்மாதிரியாகக் கொள்வதோ கூடாது. அது தீங்கான திசைவழிக்கு இட்டுச்செல்லும்.

ஒருவர் தன்னை யாரோடு ஒப்பிட்டு எவ்வாறு மதிப்பீடு செய்கிறார் என்பதிலிருந்து அவரின் அணுகுமுறையானது நேர்மறையானதா எதிர்மறையானதா என அறிந்துகொள்ளலாம்.

வயது, கல்வி, தொழில், பொருளாதாரம், குலம், சாதி, மதம், மொழி, இனம் போன்ற தளங்களில் தனக்கு இணையில்லாதவர்களோடு, அதாவது, தன்னைவிட வலியவர் களோடு அல்லது தன்னைவிட எளியவர்களோடு ஒப்பிடும் போது, வலியவர்களுக்கு எதிரான அச்சமும் பொறாமையும், எளியவர்களுக்கு எதிரான ஏளனமும் இழிவும் வெளிப்படுமே யானால் அது எதிர்மறையான அணுகுமுறையே ஆகும்.

தன்னைவிட வலியவர்களை வலியவர்கள் என ஏற்றுக் கொள்வதும் அவர்தம் ஆற்றலைப் போற்றி ஊக்கப் படுத்துவதும்தான் நேர்மறையான ஒப்பீட்டு அணுகு முறையாகும். மாறாக, அவர்களைப் போட்டியாளர்களாகக் கருதிப் பொறாமைகொள்வதும் அவர்தம் ஆற்றலைக் கண்டு அச்சப்பட்டு அவர்களை வெறுப்பதும் எதிர்ப்பதும் எதிர்மறையான அணுகுமுறையே ஆகும்.

அதேபோல, எளியவர்களை அரவணைத்துக்கொள்வதும் அவர்களுக்கு உற்ற துணையாயிருப்பதும்தான் நேர்மறையான அணுகுமுறையாகும். மாறாக, எளியவர்களைத் தன்னைவிடக் கீழானவர்கள் எனக் கருதி அவர்களை ஏளனமாக நடத்துவதும், அவமதித்து இழிவுபடுத்துவதும் எதிர்மறையான அணுகுமுறையாகும்.

அமைப்பாக்க நடவடிக்கையில், தன்னோடு ஒப்பிடப்படு வோர் வலியவர்களானாலும் எளியவர்களானாலும் அவர் களோடு எதிர்மறையான அணுகுமுறைகளைக் கையாளுவது அமைப்பாதலைப் பாழ்படுத்தும்.

பொதுவாக, பொதுவாழ்க்கையில் ஈடுபடும் ஒருவர், யார் யாரைத் தனக்குப் போட்டியாகக் கருதுகிறாரோ, அவர்களையே பெரும்பாலும் தன்னோடு ஒப்பீடு மற்றும் மதிப்பீடு செய்வது நிகழும். அத்தகைய போட்டியில், தான் முந்தவும் அல்லது வெல்லவும் அவர் முயற்சிப்பது இயல்பேயாகும். இதனால், தனது போட்டியாளர்களை தன்னுடைய எதிரிகளாகவே கருதி, அவர் முற்றிலும் எதிர்மறையான அணுகுமுறைகளைக் கையாளும் போக்குகள் மேலோங்கும். போட்டியாளர்களை வீழ்த்த வேண்டும் என்பதிலேயே அவர் குறியாக இருக்கும் நிலை கூர்மையடையும்; தனது நலன்களின் பாதுகாப்பை முன்னிறுத்தும் குழுச்சேர்க்கை தீவிரமடையும். அப்போது அமைப்பு மற்றும் மக்கள் நலன்களைப் பற்றிய அக்கறை பின்னுக்குத் தள்ளப்பட்டு, அமைப்பாக்கச் செயற்பாடுகள் தேக்கமடையும்.

இதனால், அமைப்பு நலன்களை மட்டுமே முன்னிறுத்தி, போட்டியிலிருந்து தான் விலகி நின்று தனது போட்டியாளர்கள் இலகுவாக தன்னைத் தாண்டி முன்னேறிச் சென்றிட அல்லது தன்னை வென்றிட வழிவகுத்திட இயலுமா என்னும் வினா எழுவது இயல்பேயாகும். எந்தப் போட்டியிலும் தான் வெற்றிபெற வேண்டும் என்பதில் முனைப்புக் காட்டுவது பாராட்டுக்குரியதே ஆகும். ஆனால், அது அமைப்பாக்க நடவடிக்கையில் இலக்கை எட்டும் பொதுவான நோக்கத்தைப் பாதிக்காத வகையில் நேர்மறையான அணுகுமுறையாக அமைதல் வேண்டும்.

ஒரே நோக்கம், ஒரே களம் என்னும் நிலையில், தனக்குப் போட்டியாக யார் எழுந்தாலும் அல்லது யாரைக் கருதினாலும் அவர்களை வீழ்த்தியே தீர வேண்டும்; வேரோடு சாய்த்தே தீர வேண்டும் என்னும் பகைமையை வளர்க்காமல், அவர்களும் தனக்கு ஒத்துழைக்கும் வகையில் தோழமையான அணுகுமுறையைக் கையாளுதல் வேண்டும். அதாவது, உடன் களப்பணியாற்றுவோருக்கிடையில் இயலும் வகையெல்லாம் தோழமையைப் பெருக்க வேண்டும்; பகைமையைத் தவிர்க்க வேண்டும்.

ஒருவரைத் தனக்குப் போட்டி; பகை என்றும், தன்னுடைய வளர்ச்சிக்குப் பாதிப்பை ஏற்படுத்தும் எதிரி என்றும் கருதி அஞ்சும் நிலையில், அவர் மீதான வெறுப்பு பெருந்தீயாய் வளரும். வெறுப்பு என்னும் நெருப்பு, தனது இருப்பையே எரித்துக் கருக்கும். அதாவது, எந்த நெஞ்சில் வெறுப்புப் பரவுகிறதோ அந்த நெஞ்சே எப்போதும் பதைப்புக்குள்ளாகிறது;

பாதிப்புக்குள்ளாகிறது. இவ்வெறுப்பு எவருக்கு எதிரானதோ அவருக்குப் பெரிதாய் எந்தப் பாதிப்பையும் ஏற்படுத்துவதில்லை.

யாருக்கு எதிராக வெறுப்பையும் எதிர்ப்பையும் ஒருவர் ஆயுதமாக ஏந்துகிறாரோ அவரோடு தன்னைத்தானே பகைமை உணர்ச்சியால் கட்டிப்போட்டுப் பிணைத்துக்கொள்ளும் சிக்கலுக்கு அவர் ஆளாக நேருகிறது. அதாவது, தனது போட்டியாளர்களுக்கு எதிரான வெறுப்பு மற்றும் பகைமை உணர்வுகளால் தன்னைத்தானே சிறைப்படுத்திக் கொள்ளும் பெரும் நெருக்கடிநிலை உருவாகிறது. அதிலிருந்து எளிதில் விடுபட இயலாது.

போட்டியாளர்களின் ஒவ்வோர் அசைவையும் தன்னோடு ஒப்பிட்டுப் பார்ப்பதையே முழுநேர வேலையாக்கிக்கொள்ளும் அவலம் உருவாகும். ஏதேனும் ஒருவகையில், தனது போட்டியாளரைவிட தானே உயர்நிலையில் இருப்பதாகக் காட்டிக்கொள்ளும் தாகமெடுக்கும். தன்னை மிகைப்படுத்திக் காட்டுவதில் வேகம் கூடும். தன்னைவிட ஆற்றலில் வலியோரைப் பழிப்பதும் எளியோரை இழிப்பதும் போன்ற பக்குவமில்லாப் போக்குகள் பெருகும். தான் என்ற தற்பெருமை பேசித் தம்பட்டமடிக்கும் அகந்தை இறுகும். இவ்வாறு தனது போட்டியாளர்களை மட்டுமே முன்னிறுத்தி தன்னைத்தானே தனிமைப்படுத்திக்கொண்ட ஒருவரால் அந்தக் குறுகிய வளையத்திலிருந்து ஒருபோதும் வெளியேறவே முடியாது.

ஒருவர், தனக்கு எதிரான போட்டியாளர் தன்னைவிட வலியவர் என்றாலும் அதனை அவர் உளப்பூர்வமாக ஒப்புக் கொள்வதில்லை. போட்டியாளரிடம் ஏதேனும் குற்றம், குறை காண்பதில்தான் அவருக்கு நாட்டம் மிகும். மேலும், போட்டியாளரைப் பற்றிய வதந்திகளைக் கேட்பதிலும் இல்லாத, பொல்லாத கட்டுக்கதைகளை இட்டுக்கட்டிப் பரப்புவதிலும் ஈடுபாடு கூடும். போட்டியாளருக்கு மிகவும் நெருக்கமானவர்களிடம் கோள்மூட்டி, கலகமுண்டாக்கி, அவரது நட்பு வட்டத்தில் குழப்பம் விளைவிப்பதிலும் ஆவல் அதிகரிக்கும். இவை ஒருவரின் போட்டி மனப்பான்மையிலிருந்து வெளிப்படும் பொறாமை மற்றும் பகைமை உணர்ச்சிகளின் விளைச்சல்களாகும். இவற்றால் அமைப்பாக்க நடவடிக்கைகள் சிதறும். இத்தகைய போட்டி மனப்பான்மையானது, அறிவால், ஆற்றலால் தானே மேல் என்று தற்பெருமை பேச வைக்கும். தனது போட்டியாளர் 'கல்லாதவன்' என்றால், தான் 'கற்றவன்' என்றும்; அவனும் கற்றவன் என்றால், தான் 'அதிகம் கற்றவன்'

என்றும்; அவன் 'கூலிக்காரன்' என்றால், தான் 'அரசு ஊழியன்' என்றும்; அவனும் அரசு ஊழியன் என்றால், தான் 'அதிகாரி' என்றும்; அவன் 'தொழிலாளி' என்றால், தான் 'முதலாளி' என்றும்; அவனும் முதலாளி என்றால், தான் 'தொழிலதிபர்' என்றும்; அவன் 'இளையவன்' என்றால், தான் 'மூத்தவன்' என்றும்; அவனும் மூத்தவன் என்றால், தான் 'அறிவுஜீவி' என்றும்; இன்னும் இவை போன்று ஏட்டிக்குப் போட்டியாகத் தற்பெருமை பேசித் தம்பட்டம் அடிக்க வைக்கும்.

தன்னைப்போல அவனும் ஒரே இனம் என்றால், மதப் பெருமை பேசும்; ஒரே மதம் என்றால், சாதிப் பெருமை பேசும்; ஒரே சாதி என்றால், உட்சாதி பெருமை பேசும்; ஒரே உட்சாதி என்றால், குலப்பெருமை பேசும்; ஒரே குலம் என்றால், வகையறா பெருமை பேசும்; ஒரே வகையறா என்றால், பணக்காரப் பெருமை பேசும்; ஒரே பணவசதி என்றால், நன்னடத்தை பெருமை பேசும்; இன்னும் இவை போன்று ஏதேனும் ஒருவகையில் தற்பெருமை பேசிப் பீற்றிக்கொள்ள வைக்கும். சிலநேரங்களில் இத்தகைய 'தான்' என்கிற தற்பெருமைப் போக்குகளால், உண்மையில் தன்னைவிட வலியவர்களையும் எளியவர்களாகக் குறைத்து மதிப்பிட வைக்கும். இது பாதிப்பளிக்கும் எதிர்மறை விளைவுகளை உருவாக்கும்.

அதேபோல, தனது போட்டியாளர் தன்னைவிட எளியவர் எனினும், போட்டி மனப்பான்மையானது, அவரது இல்லாமையை, இயலாமையைக் குத்திக்காட்டி, மட்டம் தட்டுவதில் மகிழவைக்கும். ஆணவத்தின் உச்சத்தில் ஆட்டம் போடவைக்கும். சிலநேரங்களில் தனது ஆணவப் போக்குகளையும் மீறி, உண்மையில் தன்னைவிட எளியவர்களை யும் வலியவர்களாக மிகைத்து மதிப்பிடும் வகையில் தடுமாற வைக்கும். இதுவும் தேவையற்ற சேதங்களை உருவாக்கிட வழிவகுக்கும்.

அமைப்பாக்க நடவடிக்கையில், இவ்வாறு தன்னோடு ஒரே நோக்கத்திற்காக ஒரே களத்தில் பணியாற்றுவோரைத் தனது பகைமைக்குரிய போட்டியாளர்களாகக் கருதினால், இத்தகைய எதிர்விளைவுகளைச் சந்தித்தேயாக வேண்டும். உண்மையான கொள்கை எதிரிகளோடு போட்டிப் போடவோ மோதிக்கொள்ளவோ வாய்ப்பில்லாத நிலை உருவாகும். வெறுப்பு, பகை, தற்பெருமை போன்றவற்றைத் தாண்டிப் புற உலகைப் பார்க்கவோ, தொலைநோக்குடன் சிந்திக்கவோ இயலாதநிலை ஏற்படும். தனக்குத்தானே இப்படி தன்னைச்சுற்றி

எழுப்பிக்கொண்ட பெருஞ்சுவருக்குள்ளேயே சிக்கிக்கொள்ளும் அவலத்திலிருந்து மீள முடியாத சூழல் அமையும்.

மாறாக, உடன் பணியாற்றுவோரைப் பகைமைக்குரிய போட்டியாளராகக் கருதாமல், தன்னைவிட வலியவர்களை வலியவர்களென ஒப்புக்கொண்டு இணங்கி, இணைந்து வெற்றிகரமாகச் செயலாற்றுதல் வேண்டும். அதாவது, தன்னைவிட வலியவர்களையும் தன்னோடு இணைத்துக்கொண்டு தன்னை மேலும் வலிமையாக்கிக் கொள்ளுதல் வேண்டும். தன்னைவிட எளியவர்களையும் பரிவோடு அரவணைத்துக் கொண்டு அவர்களையும் வலுப்பெறச் செய்தல் வேண்டும். இத்தகைய நேர்மறையான அணுகுமுறையால் மட்டுமே, தான் என்கிற அகந்தையைத் தகர்த்து, தற்பெருமை என்கிற ஆணவம் தவிர்த்து, அமைப்புக்காகவும், மக்களுக்காகவும் தோழமைக்காகவும் சிலநேரங்களில் சிலவற்றை விட்டுக்கொடுத்தும் இழந்தும் ஈகம் செய்தும் களப்பணியாற்ற வேண்டிய நிலை உருவாகும். அதாவது, உயர்கல்வி பெற்றிருந்தாலும் பாமரனோடு பாமரனாகவும், பெருஞ்செல்வம் கொண்டிருந்தாலும் ஏழையோடு ஏழையாகவும் தனது உயர்வான தகுதிநிலைகளை அடையாளப்படுத்திக் கொள்ளாமல், பிறரிடமிருந்து தன்னை வேறுபடுத்திக் காட்டிக் கொள்ளாமல், மக்களோடு மக்களாக, களப்பணியாளர்களோடு களப்பணியாளர்களாகச் செயலாற்றுதல் வேண்டும்.

தோற்றத்தால், கல்வியால், பொருளாதாரத்தால், சாதியால், மதத்தால், இனத்தால், இன்னும் இவை போன்ற அடையாளங்களால் உயர்வான தகுதிநிலைகளைப் பெற்றிருந்தாலும் அவற்றையெல்லாம் வெளிக்காட்டாமல் உழைக்கும் மக்களோடு மக்களாக, தொண்டர்களோடு தொண்டர்களாக அடையாளப்படுத்திக்கொள்வதும் ஒருவகை ஈகமேயாகும். இவ்வாறான ஈகத்துடன் கூடிய நேர்மறையான அணுகுமுறைகளைக் கையாளும்போது உடன் பணியாற்று வோருக்கிடையில் ஏட்டிக்குப் போட்டியான ஒப்பீடுகளும் மதிப்பீடுகளும் நிகழாது. போட்டி, பொறாமை மற்றும் பகைமை உணர்வுகள் விளையாது. அமைப்பாக்கப் பணிகள் தேக்கமின்றி மிகவும் வேகமாக, வெற்றிகரமாக முன்னேறிச் செல்லும்.

தற்பெருமை பேசுவது நட்புறவைச் சிதைக்கும்! – அதனைத் தவிர்த்து அணுகுவதே மக்களோடு இணைக்கும்!

ஆகஸ்டு, 2015

54

ஏளனமும் இறுமாப்பும்

தன்னைப் பற்றிப் பிறருக்குத் தானே சொல்வது தவறா? தன்னைப் பற்றிப் பிறருக்கு வேறு யார் சொல்லமுடியும்? தன்னைப் பற்றிப் பிறரும், பிறரைப் பற்றித் தானும் அறியாமல் எவ்வாறு நட்புக்கொள்ள இயலும்? தன்னைப் பற்றிப் பிறருக்கு எதைச் சொல்ல வேண்டும்; எதைச் சொல்லக்கூடாது என தன்னைவிட வேறு யாருக்குத் தெரியும்? தன்னைப் பற்றிப் பிறர் உயர்வாக மதிக்க வேண்டுமென தான் ஆசைப்படக் கூடாதா? தன்னைப் பற்றிப் பிறர் தாழ்வாகக் கருதிவிடக் கூடாது என்பதிலும் தான் எச்சரிக்கையாக இருத்தல் ஆகாதா?

தன்னைப் பற்றித் தானே பெருமையாகப் பேசுவதால் பிறருக்கு என்ன பாதிப்பு? தன்னடக்கம் என்னும் பெயரால் தனது அருமை பெருமைகளை, தான் செய்த சாதனைகளைத் தனக்குள்ளேயே புதைத்துக்கொள்ள வேண்டுமா? தன்னைப் பற்றிப் பெருமையாகப் பேசாமல் தன்னைத் தானே தாழ்த்திக்கொள்வதுதான் தன்னடக்கமா? தன்னைப் பற்றிப் பிறர் வேண்டுமென்றே தவறான பிம்பங்களை உருவாக்கும்போதும், தனது பங்களிப்புகளைத் திட்டமிட்டே இருட்டடிப்புச் செய்யும்போதும், உண்மைகளை வெளிப்படையாய் உரத்துப் பேசுவது குற்றமா? – இவ்வாறு எண்ணற்ற கேள்விகள் எழலாம்.

அதாவது, தற்பெருமை பேசுவது, தம்பட்டம் அடிப்பது கூடாது என்னும்போது, தன்னைப்

பற்றித் தான் பேசுவதே கூடாதா என்கிற வகையில் பல்வேறு வினாக்கள் எழுவதும் அவற்றுக்கான விடைகளைத் தேடுவதும் தவிர்க்க இயலாததே ஆகும்.

அமைப்பாக்க நடவடிக்கையில், களத்தில் தன்னுடன் பணியாற்றுவோருக்கிடையில் நட்புறவு மலர்வதற்கும் அது நல்லிணக்கமாய் வளர்வதற்கும் ஏற்றவாறு, தன்னைப் பற்றிப் பிறருக்கு அறிமுகப்படுத்திக்கொள்வதும், தேவையையொட்டி குறிப்பிட்ட சில விவரங்களைத் தெரிவிப்பதும், நம்பிக்கை வலுப்பெறும் நிலையில் ஒளிவு மறைவின்றி உளம்திறந்து பேசுவதும் போன்ற அணுகுமுறைகள் தவிர்க்க முடியாதவையாகும்.

தன்னைப்பற்றித் தானே உயர்வாகவும் பெருமையாகவும் கருதுவதோ, அவ்வாறு பிறரும் தன்னைப் பற்றிக் கருத வேண்டுமென விரும்புவதோ கூடாதெனக் கூறிட இயலாது. அத்துடன், அது பக்குவமில்லா அணுகுமுறையெனவும் இயம்பிட இயலாது. ஆனால், பிறரைச் சீண்டி, வெறுப்பேற்றும் வகையில், பிறரை மட்டம் தட்டி இழிவுபடுத்தும் வகையில், தனக்கு இணையாக எவருமில்லையென 'தான்' என்னும் அகந்தை துள்ளும் வகையில், தன்னைப்பற்றிப் பிறரிடம் பெருமையாகப் பேசுவதுதான் நட்புறவைப் பாதிப்பதாக அமையும்.

தன்னை உயர்வாகக் கருதுவதைவிட பிறரைத் தாழ்வாகக் கருதுவதும், தன்னைப் பெருமையாகப் பேசுவதைவிட பிறரை இழிவாகப் பேசுவதும்தான் மிகவும் சிக்கலான அணுகுமுறையாகும். பொதுவாக, தற்பெருமை என்பது பிறரைவிட தானே மேல் என்னும் அகந்தையின் வெளிப்பாடேயாகும். 'தனக்குத் தெரியாதது எதுவுமில்லை; தன்னால் முடியாதது எதுவுமில்லை; தானே எல்லாம்' என, தன்னை முன்னிறுத்தும் வகையில் தற்பெருமையாகப் பேசுவதும் செயல்படுவதும் தன்னுடன் இணைந்து பணியாற்றுவோரின் உணர்வுகளைச் சீண்டுவதாக அமையும். தனக்குள்ள அறிவும் ஆற்றலும் பிறருக்கில்லையெனக் காட்டிக்கொள்ளும் வகையில் தம்பட்டமடிப்பது பிறரை ஏளனம் செய்யும் இறுமாப்பாக அமையும்.

தனக்குள்ள ஆற்றலைப்போல பிறருக்கு இல்லையென்பது ஒருவேளை உண்மையெனினும் அதனைக் குத்திக் காட்டி ஏளனம் செய்வது ஒருவகை இறுமாப்பின் வெளிப்பாடேயாகும். பிறரின் அறிவு மற்றும் செயல்திறன்களைக் கேள்விக்குள்ளாக்குவதும் கேலிக்குள்ளாக்குவதும் போன்றவைதான் அவர்களை ஏளனம் செய்யும் நடவடிக்கைகளாகும். ஒருவருடைய அறிவாற்றலையும்

செயலாற்றலையும் மறைமுகமாகவோ, வெளிப்படையாகவோ சீண்டுவதைப் போன்ற ஒரு தீங்கு வேறெதுவும் இருக்காது. பிறரை வலிய வம்புக்கிழுக்கும் இத்தகைய போக்குகள் போதிய பக்குவமில்லாத, முதிர்ச்சியில்லாத பண்புகளின் வெளிப்பாடுகளேயாகும். பிறரின் ஆற்றலை ஏற்கவோ வெளிப்படையாகப் போற்றவோ மனம் ஒப்பவில்லையெனினும், அவர்களைச் சீண்டவோ காயப்படுத்தவோ ஒருபோதும் முயற்சித்தல் கூடாது. அது நட்புறவைப் பாதிக்கும் உட்பகையாக மாறும்; பழிவாங்கத் துடிக்கும் கடும்பகையாகச் சீறும். அமைப்பாக்கத்தின் களப்பணிகளைச் சீராகவும் வெற்றிகரமாகவும் முன்னோக்கிச் செல்லவிடாமல் முடக்கும்; சிதைக்கும். எனவே, உடன் பணியாற்றுவோரைக் காயப்படுத்தும் வகையில், பகைத்துக்கொள்ளும் வகையில் ஒருபோதும் தன்னுடைய போக்குகள் அமைந்துவிடக் கூடாது என்பதில் ஒவ்வொருவரும் மிகுந்த எச்சரிக்கையாக இருத்தல் வேண்டும்.

ஒருவருடைய இல்லாமையைச் சுட்டிக்காட்டுவதைப் போன்ற ஒரு பொல்லாப்பு வேறெதுவும் இருக்கமுடியாது. குறிப்பாக, சுட்டிக்காட்டுவது என்னும் பெயரால் குத்திக்காட்டுவதுதான் பொல்லாப்புக்கு அடிப்படையாகும். இல்லாமையும் இயலாமையும் ஒவ்வொருவருக்குமுள்ள தவிர்க்க இயலாத குறைபாடுகளாகும். ஒருவருக்கொருவர் அளவுகள் மாறுபடுமேயன்றி இல்லாமையும் இயலாமையும் இல்லாதவர்கள் எவருமிருக்க இயலாது. அத்தகைய குறைபாடுகளைச் சீர்செய்யும் நல்லெண்ணத்தின் அடிப்படையில் தோழமையோடு ஒருவருக்கொருவர் சுட்டிக்காட்டிக்கொள்வது வரவேற்கக் கூடியதாகும். அதனையும் பக்குவமாக, நாகரிகமாகச் சுட்டிக் காட்ட வேண்டுமேயன்றி, ஒருவரின் தன்மானத்தைச் சீண்டும் வகையில், ஆழ்மனத்தைக் கீறும் வகையில் ஒருபோதும் அமைந்துவிடக் கூடாது.

ஒருவரின் இல்லாமை மற்றும் இயலாமை ஆகியவற்றை வெளிப்படையாகச் சுட்டிக்காட்டுவது அல்லது குத்திக்காட்டுவது என்பது அவருடைய தன்மான உணர்வைச் சீண்டும் மிகவும் தீங்கான வீண்வம்புப் போக்காகும். எந்தவகையிலும் வலுவில்லாத மிகவும் எளியோரானாலும் அவர்களுக்கும் ஏதோவொரு அளவில், ஏதோவொரு சூழலில், ஏதோவொரு வகையில் தன்மானம் வெளிப்படும். அதாவது, வலியோருக்கு மட்டுமின்றி எளியோருக்கும் அவரவரின் விழிப்புணர்வு மற்றும் மானுட உறவுகள் போன்றவற்றின் அடிப்படையிலான

பரிணாம வளர்ச்சிக்கேற்ற அளவில் தன்மானமுண்டு என்பதை உளப்பூர்வமாக ஒப்புக்கொள்ளும் பக்குவம் வேண்டும்.

இல்லாமை என்பது பொருளாதார இன்மையென்னும் வறுமையை மட்டுமே குறிப்பதாகாது. பொருள் இல்லாமை மட்டுமின்றி கல்வி இல்லாமையும் ஒருவரின் வலுவில்லாமைக்கு அடிப்படையாக அமைகின்றன. பொருளின்மை என்னும் வறுமையும் கல்வியின்மை என்னும் அறியாமையும் புரிந்துகொள்ளுதல், பொறுத்துக்கொள்ளுதல், சகித்துக் கொள்ளுதல் போன்ற பண்புகளை வளர்த்துக்கொள்வதற்கும் வலுப்படுத்திக்கொள்வதற்கும் மிகப்பெரும் தடைகளாக உள்ளன.

'பொருள் இல்லாமை'யும் 'கல்வி இல்லாமை'யும் ஒருவரின் உளவியல் சிக்கலுக்கு வழிவகுத்திட ஏதுவாகின்றன. குறிப்பாக, தன்னைத்தானே குறைத்து அல்லது தாழ்த்தி மதிப்பிடுவதும், பிறர் தன்னை ஏய்க்கவோ, வீழ்த்தவோ சதி செய்கிறார்கள் என்று அய்யப்படுவதும் போன்ற உளவியல் சிக்கல்கள் எழுவதற்கு இத்தகைய 'இல்லாமைகள்' அடிப்படையாக அமைகின்றன. இவ்வாறு எழும் உளவியல் சிக்கல்கள், களத்தில் உடன் பணியாற்றுவோருக்கிடையிலான நட்புறவைக் கடுமையாகப் பாதிக்கச் செய்கின்றன. நல்லிணக்கத்தைச் சீர்குலைக்கின்றன.

அப்படியெனில், பெரும் பொருளுடைய செல்வந்தர்களும் கல்வி கற்ற பெரும் படிப்பாளிகளும் இத்தகைய உளவியல் சிக்கல்களுக்கு ஆளாகாமல் மிகுந்த தெளிவும் துணிவும் பெற்றவர்களாக விளங்குகின்றனரா என்னும் கேள்வி எழும். பொருளுடையோரும் கல்வி பெற்றோரும் 'தாழ்வெண்ணம்' என்னும் உளவியல் சிக்கலுக்கு ஆளாகிறார்களோ இல்லையோ பெரும்பாலும் 'ஆணவம்' என்னும் உளவியல் சிக்கலுக்கு ஆளாகின்றனர். அதாவது, ஒருவரின் செல்வச்செருக்கும் கல்விச்செருக்கும் இத்தகைய ஆணவப்போக்குகளுக்கு வழிவகுக்கின்றன. இவ்வாறான தாழ்வெண்ணம், ஆணவம் போன்ற உளவியல் சிக்கல்கள் களப்பணியாற்றுவோருக்கிடையில் போதிய 'புரிதல் இல்லாமை'யை உருவாக்குகின்றன. புரிதல் இல்லாமையானது, கடுமையான முரண்பாடுகளுக்கும் வீணான மோதல்களுக்கும் இடமளிக்கின்றன. இவை 'பக்குவமில்லாமை' என்னும் முதிர்ச்சியின்மையை வெளிப்படுத்துகின்றன.

அமைப்பாக்க நடவடிக்கைகளின்போது, உடன் பணியாற்றுவோருக்கிடையில் இத்தகைய இல்லாமை களிருப்பினும் அவற்றை முன்னிறுத்தி தேவையற்ற முரண்பாடு

அமைப்பாய்த் திரள்வோம்

களுக்கோ மோதல்களுக்கோ இடமளிக்காமல், நல்லிணக்கத்தைப் பேணும் வகையில் பக்குவமான அணுகுமுறைகளைக் கையாள வேண்டும். அதாவது, பொருள் இல்லாமை, கல்வி இல்லாமை, புரிதல் இல்லாமை, பக்குவம் இல்லாமை போன்ற குறைபாடுகளைக் குத்திக்காட்டிப் பிறரைக் காயப்படுத்தும் இழிவான அணுகுமுறைகளை, ஏளனம் செய்யும் இறுமாப்புப் போக்குகளை ஒருபோதும் கையாளுதல் கூடாது.

தன்னுடைய ஆற்றல்கள் மற்றும் சாதனைகள் யாவும் உண்மையெனில், அவற்றை எண்ணியெண்ணி தான் இறுமாந்து இறும்பூது எய்துவதும் அவற்றைப் பிறரும் அறிந்துகொள்ளும் வகையில் வெளிக்காட்ட விரும்புவதும் பெரிதும் வரவேற்கக் கூடியதேயாகும். அதேபோல, பிறரின் இல்லாமை மற்றும் இயலாமை யாவும் உண்மையெனில், அவற்றையும் வெளிப்படை யாகச் சுட்டிக்காட்டுவதில் தவறென்ன இருக்க முடியும்? உண்மையைச் சொல்வதற்கும்கூட தயக்கம் அல்லது அச்சம் தேவையா?

உண்மையைச் சொல்ல ஒருபோதும் தயக்கமோ அச்சமோ தேவையில்லை. ஆனால், உண்மையையும்கூட எப்போது சொல்ல வேண்டும்; எப்படிச் சொல்ல வேண்டும்; எவரிடம் சொல்ல வேண்டும் என்கிற அணுகுமுறையில் ஒரு தெளிவான புரிதல் வேண்டும். இத்தகைய புரிதலும் பக்குவமும் இல்லாதநிலையில்தான் நட்புறவில் சிக்கல்களை உருவாக்கும் முரண்களும் மோதல்களும் எழுகின்றன. பெரும்பாலும் இவ்வாறு அணுகுமுறைகளில் உள்ள கோளாறுகளே அனைத்துச் சிக்கல்களுக்கும் அடிப்படையாக அமைகின்றன.

பொதுவாக, அணுகுமுறைகளில் தன்னைப் பீற்றிக் கொள்ளும் இறுமாப்போ, பிறரைக் காயப்படுத்தும் ஏளனமோ இல்லாமல் இருக்குமெனில், இடம் பொருள் ஏவல் அறிந்து தொலைநோக்குப் பார்வையுடன் செயல்படக்கூடிய 'பக்குவம்' நிறைந்திருக்குமெனில், தோழமை உறவுகளில் பெரும்பாலும் சிக்கல்கள் எழுவதற்கு வாய்ப்புகள் இருக்காது.

தனக்கு ஒளிவுமறைவாகப் பேசவோ, முன்னொன்று பின்னொன்று பேசவோ தெரியாது என்றும், மனதில் பட்டதைப் பளிச்சென்று நேருக்குநேர் வெளிப்படையாகப் பேசுவதுதான் தனக்குரிய இயல்பு என்றும், தன்னுடைய அணுகுமுறைகளை ஞாயப்படுத்த முயற்சிப்பது ஏற்புடையதாகாது. பொதுவாக, வெளிப்படையான அணுகுமுறைகள் மிகவும் போற்றுதலுக்குரி யவையே ஆகும். எனினும், நேரம்-காலம், இடம்-பொருள்

போன்ற சுற்றுச்சூழல்களுக்கேற்ப, தவறான புரிதல்களுக்கோ தவறான எதிர்வினைகளுக்கோ இடமளிக்காமல் நெளிவுசுளிவாக அவற்றைக் கையாளுதல் வேண்டும். அதாவது, அணுகு முறைகளில் 'ஒளிவு மறைவு' வேண்டாம் என்றாலும், 'நெளிவு சுளிவு' வேண்டும் என்பது மிகவும் இன்றியமையாததாகும்.

அமைப்பாக்கப் பணிகளின்போது உடன் செயல்படுவோருக் கிடையில் நட்புறவு சிதையாமல் பாதுகாக்கப்படுவதற்கு, பொதுவாக வயது, கல்வி, பொருளாதாரம், பதவி போன்றவற்றின் அடிப்படையில், ஒருவருக்கு அளிக்க வேண்டிய மதிப்பைத் தவறாமல் அளிக்க வேண்டும் என்பதிலும்; ஒருவருடைய ஆற்றலை மனமுவந்து ஏற்றுக்கொள்ளாவிட்டாலும் ஆற்றிய சாதனைகளைப் போற்றிப் பாராட்டாவிட்டாலும் அவரின் இல்லாமையையும் இயலாமையையும் கேலிசெய்து காயப்படுத்தும் வகையில் ஏளனம் செய்யாமலிருக்க வேண்டும் என்பதிலும்; பிறருக்குப் போட்டி, பொறாமை உணர்வுகளை மூட்டும்வகையில் தற்பெருமை பேசி தம்பட்டமடிக்கவோ 'தானே எல்லாம்' என்கிற இறுமாப்புக் கொள்ளவோ கூடாது என்பதிலும் ஒவ்வொருவரும் உறுதியாக இருத்தல் வேண்டும். இத்தகைய உறுதிப்பாடுகளே பக்குவமான அணுகுமுறைகளுக்கு ஏதுவான வாய்ப்புகளை உருவாக்கும்.

ஏளனம் செய்கின்ற இறுமாப்பு கூடாது! – அந்த இழிபோக்கைக் கைவிடாமல் எச்சிக்கலும் தீராது!

செப்டம்பர், 2015

55

உறவு விளிப்பும் உரிய மதிப்பும்

ஒருவரின் சிந்தனையும் செயலும் அவருக்கான மதிப்பைத் தீர்மானிக்கின்றன. ஒருவர், தான் சார்ந்த சமூகத்தின் தாக்கங்களிலிருந்தே சிந்திக்கவும் செயல்படவும் உந்தப்படுகிறார். இத்தகைய தாக்கங்களை ஏற்படுத்துவதில் அவருடைய வயது, கல்வி, பதவி மற்றும் பொருளாதாரம் போன்றவை முதன்மையான பங்கை வகிக்கின்றன. அதாவது, ஒருவருடைய சிந்தனைக்கும் செயல்பாட்டுக்கும் அவருடைய 'வயது' ஒரு காரணியாக அமைகிறது. ஒன்றைப் புரிந்துகொள்வதற்கும், புரிந்து கொண்டதைப் பின்பற்றுவதற்கும், அதனைப் பிறருக்குப் புரியவைப்பதற்கும், புதிது புதிதாய்ச் சிந்திப்பதற்கும், நன்மை தீமைகளைப் பகுத்தறிவதற்கும், நட்புறவுகளைப் பேணுவதற்கும் ஒருவடைய 'வயது' இன்றியமையாத பாத்திரத்தை வகிக்கிறது.

ஒருவரின் சிந்தனை மற்றும் செயல்பாடுகளில் அவரது இளமைக்கும் முதுமைக்கும் வேறுபாடு உண்டு என்பதைப்போல, ஒரு தலைமுறையின் சிந்தனை மற்றும் செயல்பாடுகளிலும் இத்தகைய வேறுபாடுகள் உண்டு! அதாவது, இளைய தலை முறைக்கும் மூத்த தலைமுறைக்கும் இடையில் சிந்தனை மற்றும் செயல்பாடுகளில் இடைவெளி எழும். ஒரு தலைமுறைக்கும் அடுத்தடுத்த தலைமுறைகளுக்கும் இடையிலான 'சிந்தனை இடைவெளியே', 'தலைமுறை இடைவெளி'யாகும். அதாவது, மூத்த தலைமுறையினரைப் போலவே,

இளைய தலைமுறையினரும் இளைய தலைமுறையினரைப் போலவே மூத்த தலைமுறையினரும் ஒரே அலை வரிசையில் சிந்திக்கவும் செயல்படவும் இயலாது. இது, அடுத்தடுத்த தலைமுறைகளுக்கிடையிலான காலத்தில் நிகழும் சுற்றுச்சூழல் மாற்றங்களின் தாக்கத்தால் விளைவதாகும்.

சமூகம், அரசியல், பொருளாதாரம், பண்பாடு உள்ளிட்ட சுற்றுச்சூழல்களில் தொடர்ச்சியாக நிகழும் மாற்றங்களும் அவற்றால் ஒருவரின் சிந்தனைப்போக்கில் ஏற்படும் தாக்கங்களுமே தலைமுறை இடைவெளிக்கு அடிப்படையாக அமைகின்றன. இவ்வாறு ஒரு தலைமுறைக்கும் இன்னொரு தலைமுறைக்குமிடையில் உருவாகும் சிந்தனை இடைவெளிகளால் எழும் முரண்பாடுகள் பெரும்பாலும் தன்னியல்பான விளைச்சல்களேயாகும். இவை உள்நோக்கம் கொண்டவையாக இருக்க வாய்ப்பில்லை. இவ்வாறான சிந்தனை இடைவெளிகளை இட்டு நிரப்புவதும், எழும் முரண்பாடுகளை எதிர்கொள்வதும் இளையோருக்கும் மூத்தோருக்கும் இடையிலான பெரும் சவாலாகிறது.

அமைப்பாக்க நடவடிக்கையிலும் இத்தகைய சவாலை எதிர்கொள்ள வேண்டியது தவிர்க்க இயலாததாகும். மூத்தோரும் இளையோரும் இணைந்து களப்பணியாற்றும் நிலையில், அமைப்பில் இருதரப்பாருக்குமிடையிலான உறவைத் தீர்மானிப்பதில் 'வயது' ஓர் அடிப்படையாக அமைகிறது. ஒருவருக்கொருவர் 'உரிய மதிப்பை' அளிப்பதிலிருந்தே நல்லிணக்கமான உறவைக் கட்டமைக்க முடியும். ஒருவரின் சிந்தனைகளும் செயற்பாடுகளும் அவருக்கான மதிப்பைத் தீர்மானிக்கின்றன என்றாலும், அவரின் 'வயதுக்கேற்ற' வகையில், அவருக்கு 'உரிய மதிப்பு' என்பது உண்டு.

அதாவது, ஒருவரின் சிந்தனை மற்றும் செயற்பாடுகளைப் போதிய அளவில் அறியவியலாத நிலை இருப்பினும், 'வயது' என்பது அவரின் உரிய மதிப்புக்கான அளவையாக அமைகிறது. சிறுவர், இளையோர், மூத்தோர், முதியோர் என வயதின் அடிப்படையில் ஒருவருக்கான 'உரிய மதிப்பு' அளிக்கப்படுவது நல்லிணக்கமான உறவுகளைக் கட்டமைப்பதற்கு ஏதுவாக அமைகிறது. கல்வி, பொருளாதாரம், பதவி போன்ற பிற தகுதிநிலைகள் இல்லையெனினும் மூத்தோரை மதித்தல், முதியோரை மதித்தல் என்பது வயதுக்கேற்ற 'உரிய மதிப்பை' அளித்தலாகும். இது மானுடத்தின் நனிசிறந்த பண்பாடாகும். அமைப்பாக்க நடவடிக்கைகளிலும் மூத்தோர் மற்றும்

முதியோரை மதித்தல் என்பது மிகவும் இன்றியமையாதவொரு தேவையாகும்.

அரசியல் இயக்கங்களில் மட்டுமின்றி, குடும்பம், குலம், சாதி, மதம் போன்ற அனைத்து வகையான சமூக நிறுவனங்கள் மற்றும் பண்பாட்டு நிறுவனங்கள் யாவற்றிலும் இத்தகைய பண்பாடு நெடுங்காலமாக நடைமுறையில் இருந்து வருகிறது. கண்டதும் எழுவது, கைக்கூப்பித் தொழுவது, காலில் விழுவது போன்றவையின் மூலம் மூத்தோரையும் முதியோரையும் மதிப்பது காலம் காலமாகப் பின்பற்றப்பட்டு வருகிறது. இவை ஒருவரின் தன்மானத்திற்கும் சனநாயக நெறிமுறைகளுக்கும் நேர் எதிரானவை எனக் கருதினாலும், ஓர் அமைப்பை ஒழுங்குபடுத்துவதில், இவ்வாறு மூத்தோரை மதித்தலும் முதியோரை மதித்தலும் தவிர்க்க முடியாத தேவையாகும்.

வயதை மட்டுமே அடிப்படையாகக்கொண்டு மூத்தோரையும் முதியோரையும் மதிப்பது, ஒருவகை ஒழுங்குமுறைக்கான நடைமுறை எனலாம். மாறாக, ஆதிக்கத்தை நிலைநாட்டவும், தொடர்ந்து அதனைத் தக்கவைக்கவுமான நோக்கத்தை அடிப்படையாகக்கொண்டு திணிக்கப்படும் ஒழுங்குமுறைகள் எவையாயினும், அவை சனநாயகத்திற்கு எதிரானவையே ஆகும். அதாவது, 'வயதால் முதியவர்' என்னும் அடிப்படையில் ஒருவருக்கு 'உரிய மதிப்பை' அளிப்பது ஒருவகை நாகரிகமான ஒழுங்கு முறையாகும். ஆனால், 'பிறப்பால் உயர்ந்தவர்' என்னும் அடிப்படையில் ஒருவருக்கு 'உரிய மதிப்பளித்தால்' அது ஆதிக்கத்தை ஏற்கும் அடிமை நெறிமுறையாகும். ஆதிக்கம் செலுத்துவதில் நாட்டம் உள்ளவர்களுக்கு அதுவும் ஒரு ஒழுங்குமுறையாகவே தெரியும்!

பிறப்பால், கல்வியால், பதவியால், உடைமையால் உயர்ந்தவர், வலியவர் எனினும் அடிப்படையில் ஒருவருக்கு 'உரிய மதிப்பளித்தல்' என்பது வேறு! வயதால் மூத்தவர்கள், முதியவர்கள் என்னும் அடிப்படையில் ஒருவருக்கு 'உரிய மதிப்பளித்தல்' என்பது வேறு! பிறப்பு, கல்வி, பதவி மற்றும் பொருள் ஆகியவற்றின் அடிப்படையில் உயர்ந்தோருக்கும் வலியோருக்கும் உரிய மதிப்பை அளிப்பது, மரபுகளின்படியும் திட்டமிட்டு வரையறுக்கப்பட்ட, திணிக்கப்பட்ட விதிமுறை களின்படியும் செய்யப்படுவதாகும்.

ஆனால், வயதின் அடிப்படையில், மூத்தோருக்கும் முதியோருக்கும் 'உரிய மதிப்பை' அளிப்பது மானுடத்தின் பரிணாம வளர்ச்சியால் விளையும் பண்பாட்டு முதிர்ச்சியாகும்.

தொல்.திருமாவளவன்

குடும்பம் உள்ளிட்ட சமூக, பண்பாட்டு அமைப்புகளானாலும், அரசியல் சார்ந்த பிற அமைப்புகளானாலும் இந்தப் பண்பாடு, அவற்றைச் சார்ந்த ஒவ்வொருவராலும் பின்பற்றப்படுமேயானால், அவை வெற்றிகரமாக இயங்குவதற்கு ஏதுவாக அமையும். அவ்வாறு, உரிய மதிப்பளிக்கத் தவறுகிறபோது மூத்தோருக்கும் இளையோருக்குமிடையில் நல்லிணக்கம் வலுப்பெறாது. இடைவெளி பெருகும்! முரண்பாடுகள் வளரும்! உறவுகள் சிதையும்!

அமைப்பாக்க நடவடிக்கையில், மூத்தோரையும் முதியோரையும் மதிப்பது என்பது, 'செவி மடுத்தல்', 'வழிநடத்தல்' என்னும் வகையில் அமையலாம். மாறாக, எழுவது, தொழுவது, விழுவது என்னும் அடிப்படையில் அமைவதாகாது. அதாவது, மூத்தோர் சொல் கேட்டு, அதனைப் பின்பற்றி நடப்பது என்னும் வகையில்தான் மூத்தோருக்கும் முதியோருக்கும் 'உரிய மதிப்பைச்' செலுத்துவதாக அமையும்.

வயதின் அடிப்படையில் 'உரிய மதிப்பு' அளித்தல் என்பது, மூத்தோருக்கும் முதியோருக்கும் மட்டும்தானா? இளையோருக்கு அது பொருந்தாதா? வயதில் இளையோருக்கு 'உரிய மதிப்பு' என்பது அளிக்கப்படுவது கூடாதா? அவர்களை எப்படி வேண்டுமானாலும் நடத்தலாமா? இவ்வாறு பல்வேறு கேள்விகள் எழலாம். இளையோருக்கும் 'உரிய மதிப்பு' உண்டு. மூத்தோர், முதியோர் என்றாலும், இளையோர், சிறியோர் என்றாலும், ஒவ்வொருவருக்கும் அவரவருக்கான உரிய மதிப்பு உண்டு என்பதால்தான், மானுட வாழ்வில் உறவுமுறைகளும் உரிய மதிப்பு வழிமுறைகளும் வரையறுக்கப்பட்டுள்ளன.

அம்மா – அப்பா, தாத்தா – பாட்டி, பேரன் – பேத்தி, அண்ணன் – தம்பி, அக்கா – தங்கை, மாமன் – மைத்துனன், பெரியம்மா – சின்னம்மா, பெரியப்பா – சித்தப்பா, பெரிய தாத்தா – சின்னத் தாத்தா, பெரிய பாட்டி – சின்னப் பாட்டி போன்ற உறவுமுறைகள் குடும்ப அமைப்பில் வரையறுக்கப்பட்டுள்ளன. இந்த உறவுமுறைகளிலேயே ஒவ்வொருவருக்குமான 'உரிய மதிப்பும்' வரையறுக்கப்பட்டுள்ளன.

அதாவது, இவ்வுறவுமுறைகளிலேயே மூத்தோர், இளையோர், சிறியோர் என வயது அடிப்படையிலான தகுதிநிலையும் மதிப்பு நிலையும் தெளிவாகிறது. இந்த உறவுமுறைகளும், அவற்றுக்கான 'உரிய மதிப்பும்' குடும்ப அமைப்புக்கான ஒழுங்குமுறைகளே ஆகும். இவை குடும்ப அமைப்புக்கானவை என்றாலும் அடிப்படையில், ஒட்டுமொத்த சமூக அமைப்புக்கான –

பண்பாட்டு அமைப்புக்கான ஒழுங்குமுறைகளாகவே அமைந்துள்ளன. அதாவது, நடைமுறையில் குடும்ப ஒழுங்குகளே சமூக ஒழுங்குகளாக இயங்குகின்றன. குடும்ப ஒழுங்குகளையே பின்பற்ற முடியாதவர்களால் சமூக ஒழுங்குமுறைகளை ஏற்று, மதித்துப் பின்பற்ற முடியாது. அமைப்பாக்க நடவடிக்கையிலும் இவ்வாறு மூத்தோர், இளையோர், சிறியோர் என்னும் அடிப்படையில் உறவுமுறைகளைப் போற்றுவதும் உரிய மதிப்பை அளிப்பதும் இன்றியமையாத தேவையாகும். அதாவது, குடும்ப உறவுமுறைகளையே அமைப்பின் உறவுமுறைகளாக ஏற்று, அண்ணன் – தம்பி, அண்ணன் – தங்கை, அக்கா – தம்பி, அக்கா – தங்கை என்னும் அடிப்படையில் உரிய மதிப்பளிக்க வேண்டியது தவிர்க்க இயலாததாகும்.

அத்தை – மாமன், மாமன் – மைத்துனன் ஆகிய உறவுமுறைகள் குருதித் தொடர்புள்ள குடும்ப உறவுகளில் மட்டுமே ஏற்கப்படுகின்றன. குடும்பம் அல்லாத பிற அமைப்புகளின் உறவுமுறைகளில் இவை பெரும்பாலும் ஏற்கப்படுவதில்லை. அதனடிப்படையில்தான், குடும்பம் அல்லாத பிற அமைப்புகளில் பெரும்பாலும் சகோதரத்துவ உறவுமுறைகள் பின்பற்றப்படுகின்றன. அண்ணன், அக்கா, தம்பி, தங்கை என்னும் சகோதரத்துவம் ஏற்கப்பட்டு, களப்பணியாளர்களுக்கிடையில் நல்லிணக்கம் பேணப்படுகிறது. இத்தகு சகோதரத்துவத்தை ஏற்காதவர்கள், அதனை மதிக்காதவர்கள், உடன் பணியாற்றுவோருக்கிடையிலான நல்லிணக்கத்திற்கு எதிரானவர்களே ஆவர். சகோதரத்துவத்தை ஏற்பதன் மூலம் சமூக நல்லிணக்கத்தைப் பேணமுடியும். அதாவது, சகோதரத்துவம் நல்லிணக்கத்திற்கு அடிப்படையாகும். அத்தகைய சகோதரத்துவத்தின் வழியே மூத்தோருக்கும் இளையோருக்கும் 'உரிய மதிப்பை' வழங்கிட இயலும்.

'உரிய மதிப்பு' என்பது மூத்தோர் – இளையோர் என வயதின் அடிப்படையில் மட்டும்தான் தீர்மானிக்கப்படுகிறதா? வயது அல்லாமல் வேறு அளவீடுகள் ஏதுமில்லையா? மூத்தோருக்கு இல்லாத வாய்ப்பு இளையோருக்குக் கிட்டாதா? மூத்தோருக்கு இல்லாத திறன் இளையோருக்கு இருக்காதா? மூத்தோருக்கு மட்டும்தான் எப்போதும் கூடுதலான மதிப்பா? இளையோருக்கு எப்போதும் குறைவான மதிப்பா? இப்படிப் பல்வேறு கேள்விகள் எழலாம்! மூத்தோர் – இளையோர் என்னும் வயது அளவை மட்டுமின்றி, ஒருவருக்கான 'உரிய மதிப்பு' அவரின் கல்வி, பதவி, பொருள் போன்ற அளவைகளின் மூலமும் தீர்மானிக்கப்படுகிறது. மூத்தோரைவிடவும் இளையோர் சிறந்த

கல்வியோ உயர்ந்த பதவியோ பெற்றிருந்தால், அவர்களுக்கு 'உரிய மதிப்பை' அளிப்பது இன்றியமையாததாகும்.

வயதில் இளையோர்தானே என்று அவர்களின் கல்விக்கோ பதவிக்கோ 'உரிய மதிப்பை' அளிக்கத் தவறுதல் கூடாது.

கல்விக்கும் பதவிக்கும் 'உரிய மதிப்பு' உள்ளதைப்போல, பொருளாதார நிலைக்கும் உரிய மதிப்பு உண்டு. அப்படி யென்றால், பொருளாதாரத்தில் வலுவுள்ளோருக்கு ஒரு மதிப்பு! வலுவில்லாதோருக்கு ஒரு மதிப்பா? அதாவது, வசதி படைத்தோருக்குக் கூடுதல் மதிப்பும் வறுமையில் வாடுவோருக்குக் குறைந்த மதிப்பும் வழங்குதல் வேண்டுமா? இவ்வாறு சில கேள்விகள் எழலாம். அடிப்படையில், கல்வியாலும் பதவியாலும் ஒருவர் தனக்கு 'உரிய மதிப்பை'ப் பெற்றிருப்பதை ஒப்புக்கொள்ளுதல் வேண்டும். அதன்படி, கல்வியின் அடிப்படையில் ஒருவருக்கு உரிய மதிப்பளிக்க வேண்டுமெனில், கல்வி பெறாத பாமரனை அவமதிக்க வேண்டும் என்று பொருளாகாது. கல்வி பெறாதவர் கல்விக்குரிய மதிப்பை எதிர்பார்ப்பதில்லை. கல்வி பெற்றவருக்கு அத்தகைய எதிர்பார்ப்பு உண்டு. அதேபோல, பதவியின் அடிப்படையில் ஒருவருக்கு உரிய மதிப்பளிக்க வேண்டுமென்றால், பதவி பெற இயலாதவருக்கு மதிப்பளிக்க வேண்டாமென்று பொருளாகாது. பதவியில் இல்லாதவர் பதவிக்குரிய மதிப்பை எதிர்பார்ப்பதில்லை. பதவியில் இருப்போருக்கு அந்த எதிர்பார்ப்பு உண்டு.

அதேபோல, பொருளாதாரத்தின் அடிப்படையில் உரிய மதிப்பை அளிக்க வேண்டுமென்றால், பொருளாதார வலிமையின்றி வறுமையில் உழலுவோரை மதிக்கவேண்டாம் என்று புரிந்துகொள்ளுதல் கூடாது. வறுமையில் வாடுவோர் வசதி படைத்தோருக்குரிய மதிப்பை எதிர்பார்ப்பதில்லை. வசதி படைத்தோருக்கு அல்லது பொருளாதார வலுமிக்கோருக்கு அத்தகைய எதிர்பார்ப்பு உண்டு. அதாவது, பொருளாதாரத்தைத் தேடியதன் மூலம் தான்தேடிக்கொண்ட மதிப்பை, 'உரிய மதிப்பாக'ப் பெற வேண்டுமென எதிர்பார்ப்பது இயல்பேயாகும். அந்த எதிர்பார்ப்பு சரியோ, தவறோ, அதனை எதிராகக் கருதாமல் இருப்பதே அதற்குரிய மதிப்பளித்ததாக அமையும்.

அத்துடன், ஒருவர் தான் தேடிய பொருளைப் பிறருக்காகக் கொடையளிப்பது, பொதுநலன்களுக்காகச் செலவிடுவது போன்ற பொருளாதாரப் பங்களிப்புக்கு 'உரிய மதிப்பை' அளித்தல் இன்றியமையாததாகும். தான் தேடிய பொருளாதாரத்தைத்

தான் சார்ந்த சமூகத்தின் நலன்களுக்காக, அமைப்பின் வலிமைக்காகப் பயன்படுத்துவது என்னும் அடிப்படையில், ஒருவர் செலுத்தும் பொருளாதாரப் பங்களிப்புக்கான ‘உரிய மதிப்பை’ அளிப்பது தேவையே ஆகும். அதாவது, நேரிய வழியில் பொருளீட்டல், சேமிப்பு, கொடை மற்றும் பிற உதவிகள் போன்றவற்றின் அடிப்படையில் ஒருவருக்கு ‘உரிய மதிப்பை’ அளிப்பது இன்றியமையாததாகும்.

எளியோராயினும் வலியோராயினும்; இளையோராயினும் மூத்தோராயினும்; அவரவர்க்கான ‘உரிய மதிப்பை’ அளிப்பதுவே நல்லிணக்கமான உறவுக்கு, வெற்றிகரமான தோழமைக்கு ஏதுவாக அமையும். ‘உரிய மதிப்பு’ என்பதைத் தீர்மானிக்கும் அளவைக் கூறுகளாக, வயது, கல்வி, பதவி மற்றும் பொருளாதாரம் போன்றவை விளங்குகின்றன. அமைப்பாக்கத்திற்கான செயற்களத்தில், மேற்கண்ட அளவைக் கூறுகளின் அடிப்படையில் பல்வேறு தரப்பினரை ஒருங்கிணைத்துச் செயல்படவேண்டியிருப்பதால், அக்கூறுகளைக் கணக்கில்கொண்டு, உடன் பணியாற்றுவோருக்கிடையிலான உறவுகளைப் பேணுதல் வேண்டும்.

‘உரிய மதிப்பு’ என்பது அவரவரின் வலிமைக்கேற்ப அளிக்கப்பட வேண்டுமெனில், வலியோருக்கே மதிப்பு என்னும் நிலை ஏற்படாதா? வயதில், கல்வியில், பதவியில், பொருளாதாரத்தில் வலுவில்லாதோருக்கு வஞ்சனை செய்வது ஆகாதா? அதாவது, வயதில் இளையோர், கல்வியில் பாமரர், பதவியில் சிறியோர், பொருளாதாரத்தில் வறியோர் ஆகிய எளியோரை ‘உரிய மதிப்பு’ என்னும் பெயரால் ஓரங்கட்டுவதாகாதா? இவ்வாறான வினாக்களும் எழலாம்! ‘வலியோருக்கு வாய்ப்பு! எளியோருக்கு ஏய்ப்பு!’ என்பதே பெரும்பாலும் நடைமுறை விதியாக உள்ளது. அவ்வாறு, எளியோரை ஏய்த்துவிடக்கூடாது; அவமதித்துவிடக் கூடாது என்பதற்கான வழிமுறைதான் ‘உரிய மதிப்பு’ என்பதாகும். எளியோராயினும் வலியோராயினும் ஒவ்வொருவருக்கும் ‘உரிய மதிப்பு’ என்பது ஒரு எதிர்பார்ப்பாகவே உள்ளது. இத்தகைய மதிப்பை அளிக்காத உறவுகளை நம்பிக்கைக்குரியவையாக ஏற்றுக்கெள்ள எவரும் விரும்புவதில்லை.

வெற்றிகரமான அமைப்பாக்கத்திற்கு உடன் பணியாற்று வோருக்கிடையில் நம்பகமான நல்லுறவு தேவையாகும். களப்பணியாளர்களிடையே அத்தகைய நம்பிக்கை மலர் வதற்கும் வளர்வதற்கும் ஒருவருக்கொருவர் ‘உரிய மதிப்பை’

அளித்தல் வேண்டும். மாறாக, சொல்லாலும் செயலாலும் ஒருவரையொருவர் அவமதித்துக்கொள்ளும் நிலை இருப்பின் நம்பிக்கைக்கோ, நல்லுறவுக்கோ இடமிருக்காது. சகோதரத்துவத்தின் அடிப்படையில், அண்ணன், அக்கா, தம்பி, தங்கை என்னும் உறவுமுறைகளைப் பின்பற்றுவதன் மூலம் 'உரிய மதிப்பை' அளிப்பதாகவும் வலியோருக்கும் எளியோருக்கும் இடையில் ஒருவகை சமத்துவத்தை நிலைநாட்டுவதாகவும் அமையும்.

சகோதரத்துவத்தின் அடுத்த பரிணாமநிலை சமத்துவம் எனலாம். அண்ணன், தம்பி, அக்கா, தங்கை என்னும் உறவுமுறை விளிப்பில், கல்வி, பதவி, பொருள் போன்ற பிற தகுதி நிலைகளும் திறன்களும் முன்னிறுத்தப்படாமல் சமன்செய்யப்படுவதைக் காணலாம். சகோதரத்துவ உறவுமுறையால் உருவாகும் இத்தகைய சமத்துவத்தால், கல்வி, பதவி, பொருள் போன்றவற்றுக்கான உரிய மதிப்பு எவ்வகையிலும் பாதிக்கப்பட்டுவிடக் கூடாது. அவற்றுக்குரிய மதிப்பை அளிப்பதும் சகோதரத்துவத்தைப் பின்பற்றுவதும் சமகாலத்தில் நிகழ்தல் வேண்டும். அண்ணன் – தம்பியாய், அக்கா – தங்கையாய், உறவுமுறை கொண்டாடுவதால் ஒருவருடைய கல்வி, பதவி மற்றும் பொருளாதாரம் போன்றவற்றுக்கான மதிப்பைப் புறந்தள்ள வேண்டுமென்று பொருளாகாது. அவற்றுக்கு உரிய மதிப்பை வழங்குவதே நாகரிகத்தின் அல்லது பக்குவத்தின் வெளிப்பாடாகும்.

கல்வி, பதவி, பொருளாதாரம் ஆகியவற்றால் ஒருவருக்குச் சமூகத்தில் உருவாகியிருக்கும் நன்மதிப்புக்குச் சேதம் ஏற்படாமல் உறவாடுவதே அவற்றுக்கு வழங்கப்படும் 'உரிய மதிப்பு' ஆகும். அதாவது, அத்தகைய நன்மதிப்பை அங்கீகரிப்பதே அவற்றுக்கு அளிக்கப்படும் 'உரிய மதிப்பு' ஆகும். கற்ற கல்வியால், பெற்ற பதவியால், ஈட்டிய பொருளாதாரத்தால், ஒவ்வொருவருக்கும் ஒரு சமூக மதிப்பு உண்டு. அத்தகைய சமூக மதிப்பு, நல்லோர் போற்றும் நன்மதிப்பு எனில், அதனை அங்கீகரிப்பது, அதற்கு உரிய மதிப்பை அளிப்பதாக அமையும். ஒருவரின் வயது மற்றும் பிற தகுதிநிலைகளால் உருவான சமூகமதிப்பு ஆகியவற்றை உரிய வகையில் ஏற்பதும் மதிப்பதுமே நம்பகமான நல்லிணக்கமான, நல்லுறவுக்கு வழிவகுக்கும்.

உறவுமுறை விளிப்பினால், உடன் பணியாற்றுவோருக்கிடையில் சகோதரத்துவமும் சமத்துவமும் மலருவதற்கான சூழல் அமையும். சகோதரத்துவம் என்பது, அண்ணன் – தம்பி, அக்கா – தங்கை ஆகிய உறவுமுறைகளை மட்டுமே குறிப்பதாகப்

அமைப்பாய்த் திரள்வோம்

புரிந்துகொள்ளப்படும். அய்யா, தாத்தா, தந்தை, அன்னை, மாமா என்னும் உறவுமுறைகள் பொதுவாழ்வில் மிகவும் அரிதாகவே பின்பற்றப்படும். இவ்வாறான உறவுமுறைகள்கூட சகோதரத்துவமே எனப் புரிந்துகொள்ள வேண்டும். அமைப்பாக்க நடவடிக்கையில் அல்லது பொதுவாழ்க்கையில், அய்யா, தாத்தா, தந்தை, அன்னை, மாமா போன்ற உறவுமுறைகள் யாவும் 'ஒரே குடும்பம்' என்னும் உறவுமுறைகளாகவே புரிந்துகொள்ளப்படுகிறது. குடும்ப உறவுமுறை எனில், அது 'ஒரே குருதி வழி' என்னும் சகோதரத்துவ முறையே ஆகும். எனவே, உறவுமுறை விளிப்புகள் யாவும் சகோதரத்துவம் என்னும் 'ஒரே குருதிவழி' உறவுமுறைகளாலானவை என அறியலாம். ஒரே குருதி அல்லது ஒரே குடும்பம் என்கிற உணர்வுகளுடன், புரிதல்களுடன் ஒரே அமைப்பில் உடன் பணியாற்றுவோர் தங்களுக்கிடையில் உறவுகளை மேம்படுத்திக்கொள்ளுதல் வேண்டும். 'ஒரே அமைப்பு – ஒரே குடும்பம் – ஒரே உறவு' என்னும் அடிப்படையில் களப்பணியாற்றுதல் மட்டுமே வெற்றிகரமான அமைப்பாக்கத்திற்கு வழிவகுக்கும்.

சகோதரத்துவ உறவுமுறை விளிப்புகள், உடன் பணியாற்று வோருக்கிடையில் ஓரளவுக்கு நெருக்கத்தையும் இணக்கத்தையும் உருவாக்கும். இத்தகைய நெருக்கமும் இணக்கமும் களப்பணிகளில் தீவிரத்தையும் வேகத்தையும் முடுக்கிவிடும்; காழ்ப்புணர்வுகள், கடுஞ்சொற்கள் போன்றவை மேலோங்குவதற்கு இடமளிக்காது; வயது, கல்வி, பதவி, பொருள் போன்றவற்றுக்கான உரிய மதிப்பைச் சிதைக்கும் வகையில் ஒருமையில் விளிக்கும் ஆணவத்தை ஒப்புக்கொள்ளாது; எளியோராயினும் வலியோராயினும் ஒருமை விளிப்பை ஏற்பதில்லை! 'அவன் – இவன், அவள் – இவள்' என்னும் ஒருமை விளிப்பானது, அமைப்பாக்க நடவடிக்கைக்கு முற்றிலும் எதிரானதாகும். சகோதரத்துவ உறவுமுறை விளிப்பில் ஒருமை விளிப்பினால் எழுவதைப்போன்ற கசப்புக்கோ, முகச்சுளிப்புக்கோ இடமிருக்காது. அத்தகைய சகோதரத்துவ உறவுமுறைகளைப் பின்பற்றும்போது, ஒவ்வொருவருக்குமான உரிய மதிப்பு அளிக்கப்படுவதால், நெருக்கமும் இணக்கமும் மேம்படுவதால், களப்பணியாளர்களுக்கிடையில் எழும் முரண்பாடுகள் பெரும்பாலும் தீவிரமடைவதில்லை! கூர்மையடைவதில்லை! சகோதரத்துவத்திற்கு அத்தகைய மகத்துவமுண்டு என்பதை நடைமுறையில் காணலாம். சகோதரத்துவ உறவுமுறை விளிப்புகளால் நிகழும் நல்லிணக்கமானது, உயர்வு – தாழ்வு, மேல் – கீழ் போன்ற அகந்தைப் போக்குகளைத் தகர்த்து, சமத்துவத்தை நோக்கி இட்டுச்செல்லும்.

சமத்துவம் என்பது அனைவருக்கும் சமமான சொத்து, சமமான பதவி, சமமான ஆற்றல், சமமான ஆயுள் என்று பொருளாகாது. வலியோர், எளியோர் என்றில்லாமல் ஒவ்வொருவரின் உணர்வுகளையும் கருத்துகளையும் மதிப்பதில் சமமான அணுகுமுறையைக் கையாளுவதே ஆகும். இத்தகைய அணுகுமுறைகள் சகோதரத்துவ உறவுமுறைகளிலிருந்தே தொடங்கிட இயலும். எத்தனை வேறுபாடுகள் இருந்தாலும் மாறுபாடுகள் இருந்தாலும் தன்னைப்போல் பிறரும் மனிதர்களே என்கிற ஏற்பும் உரிய மதிப்பும்தான் சமத்துவத்திற்கான அடிப்படையாகும். இத்தகைய ஏற்புக்கும் உரிய மதிப்பு அளிப்புக்கும் சகோதரத்துவ அணுகுமுறையே வழிவகுக்கும். சகோதரத்துவ உறவுமுறையிலும்கூட வயது அடிப்படையில் மூத்தோர் — இளையோர் என்கிற வேறுபாட்டினை அறிய முடியும். இவ்வேறுபாட்டினால் உரிய மதிப்பு அளிப்பதிலும் மேல்—கீழ் என்கிற நிலையைக் காணமுடியும்.

இவ்வாறான வேறுபாடுகளுக்கும் இடம்கொடுக்காத உறவுமுறை விளிப்பு ஒன்று இன்றைய பொதுவாழ்வுக் களத்தில் கையாளப்படுகிறது. அதுதான் 'தோழர்' என்னும் உறவு முறையாகும். இது வயது வேறுபாடுகளையும் துடைத்து ஒரு சமத்துவ உறவை வெளிப்படுத்துகிறது. அமைப்பாக்க நடவடிக்கையில், இவ்வாறு சகோதரத்துவ, சமத்துவ உறவுமுறைகளை வளர்ப்பதும் அவற்றைச் செழுமைப்படுத்துவதும் இன்றியமையாத தேவையாகும்.

**ஒருமை விளிப்பால் உறவுகள் சிதையும்! – அளிக்கும்
உரிய மதிப்பால் உயர்நட்பு விளையும்!**

அக்டோபர், 2015

56

உரையாடலும் உறவாடலும்

உறவாடுதல் யாவும் உரையாடுவதிலிருந்தே அமையும். கொண்டாடும் உறவுகள் என்னவகை யானாலும் அவை மலர்வதற்கும் வளர்வதற்கும் தொடர்வதற்கும் உறவாடுவோருக்கிடையிலான உரையாடலே அடிப்படையாக அமைகிறது. இணக்கமான உரையாடல்கள்தான் நெருக்கமான – இறுக்கமான உறவுகளுக்கு வழிவகுக்கும். ஒருவரின் உரிய மதிப்பிற்கோ, உயரிய மானத்திற்கோ கீறல்களை ஏற்படுத்தும் வகையில் உரையாடல்கள் உரசல்களாக அமையுமெனில் மலர்ந்த உறவுகள் வளர்வதற்கோ தொடர்வதற்கோ வாய்ப்பில்லாமல் போகும்.

இருவருக்கிடையிலான தனி உரையாடல் களாயினும், பிறரின் முன்னிலையில் நிகழும் பொது உரையாடல்களாயினும் அவை பிறரை பெருமைப்படுத்தும் வகையிலும் ஊக்கப்படுத்தும் வகையிலும் அமைவது, நல்ல உறவுகள் மலர்வதற்கும், மலர்ந்த உறவுகள் வளர்வதற்கும், வளர்ந்த உறவுகள் தொடர்வதற்கும் ஏதுவாக அமையும். அவ்வாறின்றி, அவை பிறரைச் சிறுமைப்படுத்துவதாகவோ, காயப்படுத்துவதாகவோ அமையுமெனில் உண்மை உறவுகள் மலர்வதற்கு ஒருபோதும் இடமிருக்காது. அதாவது, உண்மையாகவும் உளப்பூர்வமாகவும் உறவுகள் அமைவதற்கு உறவாடுவோருக்கிடையில் நிகழும் உரையாடல்கள் இணக்கமாகவும் இனிமையாகவும் அமைதல் இன்றியமையாததாகும்.

ஒருவர் தான்சார்ந்த குடும்பம், சமூகம், பொருளாதாரம், அரசியல் மற்றும் பண்பாடு போன்றவற்றின் அடிப்படையில் தன்னுடைய உரையாடல்களையும் உறவாடல்களையும் தீர்மானித்துக் கொள்கிறார். அவ்வாறு தீர்மானிக்கப்படும் ஒருவரின் உரையாடல்களும் உறவாடல்களும் அவர் சார்ந்த சூழல்களின் உள்ளும் புறமும் நிலவும் முரண்களை அடிப்படையாகக் கொண்டு நிகழ்கின்றன. முரண்களில் நட்புமுரண், பகைமுரண் ஆகிய இருவகை முரண்கள் உண்டென்பதால் அவற்றின் அடிப்படையில்தான் உரையாடல்களும் உறவாடல்களும் அமையும். இவ்வாறான, முரண்களிலிருந்தே நட்புறவையும் பகை உறவையும் தீர்மானிக்க இயலும். பெரும்பாலும், நட்புமுரண்களைத் தீர்மானிப்பதிலும் நட்புறவுகளை அடையாளம் காண்பதிலும்தான் தவறுகள் நேர்ந்துவிடுகின்றன.

முரண்களைப் பிரித்தறியும் புரிதல்களைப் பொறுத்தே உரையாடல்களும் உறவாடல்களும் அமைகின்றன. போதிய புரிதல்களின்மையே நட்பு முரண்களையும் பகை முரண்களாகக் கருதும் பிழைகள் நேர்கின்றன. பொதுவாக, முரண்கள் இடம், காலம், பொருள் ஆகியவற்றின் அடிப்படையில் தம்முடைய நிலைகளில் மாறுபடும். அதாவது, நட்பு முரண்கள் எப்போதும் நட்பு முரண்களாகவே இருப்பதில்லை. அவை, இடம், பொருள், காலம் போன்றவற்றிற்கேற்ப மாறுபட்டு பகை முரண்களாகவும் விளங்கலாம். அதேபோல பகை முரண்கள் மாறுபட்ட சூழல்களில் நட்பு முரண்களாகவும் விளங்கலாம்.

முன்னிறுத்தப்படும் முதன்மை முரண்பாடுகளைப் பொறுத்தே நட்பு முரண், பகை முரண் ஆகியவற்றைப் பிரித்தறிய முடியும். முரண்பாடுகளில், உடனடியாகத் தீர்வுகாணப் படவேண்டியவை, நீண்டகாலச் செயல்திட்டங்களின் அடிப்படையில் தீர்வுகாணப்பட வேண்டியவை என வகைப் படுத்தி அறியும் நிலையிலிருந்துதான் உரையாடல்கள் அமையும். இத்தகைய புரிதல்கள் இல்லா நிலையில், உரையாடல்களின் போக்குகள் இணக்கமாகவும் வெற்றிகரமாகவும் அமைவதில்லை.

அமைப்பாக்க நடவடிக்கையில் உடன்பணியாற்று வோருக்கிடையில் இவ்வாறான புரிதல்கள் மிகவும் இன்றியமையாதவையாகும். அமைப்பின் நலன்கள், மக்களின் நலன்கள் ஆகியவற்றின் அடிப்படையில் வரையறுக்கப்படும் உடனடி இலக்கு மற்றும் நெடுங்கால இலக்குகளைக் கொண்டே அடிப்படை முரண்களையும் முதன்மை முரண்களையும் வகைப்படுத்திட இயலும். பல்வேறு வகையிலான அடிப்படை

முரண்களும் அவற்றின் அடிப்படையில் அவ்வப்போது எழும் சிக்கல்களும் உடனடியாகத் தீர்வுகாண வேண்டிய அல்லது முதலில் தீர்வுகாணவேண்டிய முரண்களை உருவாக்கும். அவற்றை 'முதன்மை முரண்கள்' என அறியலாம். குடும்பம் உள்ளிட்ட சமூகம், பொருளியல், அரசியல், பண்பாடு போன்ற தளங்களில் நிலவும் முரண்கள் மற்றும் சிக்கல்களில் உடனடியாகத் தீர்வுகாண இயலாதவையே 'அடிப்படை முரண்கள்' என்றும், அவற்றில் எவ்வகை முரண்பாட்டுக்கு முன்னுரிமை அளிக்கப்படுகிறதோ அதுவே முதன்மை முரண்பாடு என்றும் புரிந்து கொள்ளலாம். இது அமைப்பு மற்றும் மக்கள் நலன்களைச் சார்ந்தே தீர்மானிக்கப்படும்.

அதாவது, அமைப்பின் இலக்கு, அதனடிப்படையிலான அடிப்படை முரண்கள், அவற்றில் முன்னுரிமை அளிக்கப்பட வேண்டிய முதன்மை முரண்கள், அவற்றைக் கொண்டு தீர்மானிக்கப்படும் நட்பு முரண்கள், பகை முரண்கள் போன்ற யாவற்றையும் புரிந்துகொள்வதும் தீர்மானிப்பதும் அமைப்பாக்க நடவடிக்கையில் களப்பணியாற்றுவோரின் கடமையாகும். இத்தகைய புரிதலும் தீர்மானிக்கும் திறனும் இல்லையேல், பெரும்பாலும் தனிநபர்களுக்கிடையிலான உரையாடல்கள் தற்குறியான குறுகிய பார்வை கொண்டவையாகவும் அமைப்பு மற்றும் மக்கள் நலன்களுக்கு எதிரானவையாகவும் அமையும். குறிப்பாக, நட்பு முரண்களையே பகை முரண்களாக அணுகும் நிலை உருவாகும். இதனால், குழு முரண்களும் மோதல்களும் விளையும்.

வெற்றிகரமான உரையாடல்களுக்கும் உறவாடல்களுக்கும் தம்மைச் சுற்றி நிலவும் முரண்களைப் 'புரிந்துகொள்ளுதல்' என்பது எவ்வளவு இன்றியமையாததோ அதேபோல அவற்றை எவ்வாறு கையாளுவது என்னும் 'அணுகுதல்' என்பதும் மிகமிக இன்றியமையாததாகும். உள்ளது உள்ளபடி ஒன்றைப் புரிந்துகொள்வதோடு அதனை எவ்வாறு வெற்றிகரமாக அணுகுவது அல்லது எதிர்கொள்வது அல்லது செயற்படுத்துவது என்பதுதான் முதன்மையான தேவையாகும். அதாவது, வெற்றிகரமான செயற்பாட்டுக்குப் பக்குவமான அணுகுமுறைதான் அடிப்படையாக அமையும். அவ்வாறு பக்குவமான அணுகுமுறை இல்லாத எதுவும் இறுதி இலக்கை எட்டும் வகையில் வெற்றிகரமாக அமையாது.

அணுகுமுறை என்பது சொல் மற்றும் செயல் என்னும் இரு வடிவங்களில் நிகழ்வதாகும். இவை எவ்வாறு

கையாளப்படுகிறது என்னும் நடைமுறையே அணுகுமுறை யாகும். சொல்லும் செயலும் நடைமுறை வடிவங்கள் என்றாலும் அவற்றை நடைமுறைப்படுத்துவதற்காகக் கையாளப்படும் உத்திகள், தந்திரங்கள், நுட்பங்கள் போன்ற வழிமுறைகளையே அணுகுமுறை என அறியலாம். ஒன்றைச் சொல்வதும் செய்வதும் தனியொருவரோடு மட்டுமே தொடர்புடையவையல்ல. ஒன்றுக்கும் மேற்பட்டவர்களுடன் தொடர்புடைய கூட்டுநடவடிக்கையாகும். இன்னொருவரின் தொடர்பில்லாமல், துணையில்லாமல் தனியொருவர் இயங்கிட இயலாதநிலையில், கூட்டுநடவடிக்கைகள் தவிர்க்க இயலாதவையாகும். கூட்டுநடவடிக்கைகளுக்கு கூட்டுறவு அடிப்படையாகும். அமைப்பாக்க நடவடிக்கையில் கூட்டுறவு என்பது இன்றியமையாத அடிப்படைத் தேவையாகும். இத்தகைய உறவினை மேம்படுத்துவதும் வலுப்படுத்துவதும் களப்பணியாளர்கள் மற்றும் முன்னோடிகளின் கடமையாகும்.

இத்தகைய உறவுகளை மேம்படுத்துவதற்கு வெற்றிகரமான அணுகுமுறை தேவையாகும். உறவுகளிலும் எத்தகைய உறவுகளை மேம்படுத்துவது என்பதைப் பொறுத்து அணுகுமுறைகளைத் தீர்மானிக்க இயலும். பொதுவாக, உறவுகளை தனிஉறவுகள், பொதுஉறவுகள் என இருவகையாக அறியலாம். தன்நலன்களைச் சார்ந்த உறவுகளைத் தனிஉறவுகள் எனவும், பொதுநலன்களைச் சார்ந்த உறவுகளை பொதுஉறவுகள் எனவும் புரிந்துகொள்ளலாம்.

குறிப்பாக, தனிநபர் மற்றும் தனிக்குழுவினர் நலன் சார்ந்த உறவுகளையும் குருதி வழியிலான குடும்ப உறவுகளையும் 'தனி உறவு' என்றும் அமைப்பு நலன், மக்கள் நலன், தேச நலன் போன்ற பொதுநலன் சார்ந்த உறவுகளைப் 'பொதுஉறவு' என்றும் புரிந்துகொள்ளலாம்.

அமைப்பாக்க நடவடிக்கையில், உடன்பணியாற்றுவோர் தங்களுக்கிடையிலான உறவுகளைப் பொதுநலன் சார்ந்த உறவுகளாக மேம்படுத்த வேண்டும். குருதி வழியிலான குடும்ப உறவினரும் ஒரே களத்தில் பணியாற்றும் நிலை இருக்கலாம். எனினும், அமைப்பு மற்றும் மக்கள் நலன் கருதி அத்தகைய களப்பணியாளர்கள் தங்களுக்கிடையிலான தனிஉறவைப் பின்னுக்குத்தள்ளி பொதுஉறவை மேம்படுத்துவதில் குறியாக இருத்தல் வேண்டும். குடும்பம், சாதி, மதம், மொழி, இனம் என பல வேறுபாடுகள் இருப்பினும் ஒரே அமைப்பில், ஒரே களத்தில் பணியாற்றும் நிலையில் அனைத்துத் தரப்பினருக்குமான பொது நலன்களை முன்னிறுத்தி பொதுஉறவை வலுப்படுத்தவேண்டும்.

அதுவே வெற்றிகரமான அமைப்பாக்கத்திற்கு ஏதுவாக அமையும்.

தனிஉறவாயினும், பொதுஉறவாயினும் அவற்றை நல்லிணக்கமான, வெற்றிகரமான உறவுகளாக வளர்த்தெடுக்கப் பொருத்தமான அணுகுமுறைகள் தேவையாகும். தனிஉறவில் தன்னலன், தனிநபர் நலன், குழு நலன், குடும்ப நலன் போன்ற குறுகிய பார்வைகொண்ட அணுகுமுறையாகவும், பொதுஉறவில் பிறர்நலன், பிற குழுநலன், பிற குடும்பநலன், பிற சமூகநலன் மற்றும் அமைப்புநலன் போன்ற பரந்த பார்வைகொண்ட அணுகுமுறையாகவும் அணுகுமுறைகள் இருவகையாக அமையும். அமைப்பாக்க நடவடிக்கையில் அமைப்பு மற்றும் மக்கள் நலன்களைப் பின்னுக்குத்தள்ளி, தாம்சார்ந்த குழுநலன்களை முன்னிறுத்தினால் அது தனி உறவுக்கான அணுகுமுறையே ஆகும். அத்தகைய தனி உறவுக்கான அணுகுமுறைகள் மேலோங்கினால் அமைப்புக்குள் இணக்கமான உறவாடல்களுக்கு இடமிருக்காது. வெற்றிகரமான அமைப்பாக்கத்திற்குப் பொதுநலன்களை முன்னிறுத்தி பொது உறவுகளை மேம்படுத்துதலும் அதற்குரிய அணுகுமுறைகளைக் கையாளுதலும் இன்றியமையாத தேவையாகும்.

பொதுவாக, அணுகுமுறைகள் வெற்றிகரமாக அமைவதற்கு உடன் பணியாற்றும் பிறரை இணங்கவைக்கும் கூட்டு நடவடிக்கைகளை மேம்படுத்துதல் வேண்டும். பிறரை இணங்கவைப்பதற்குக் கையாளப்படும் அணுகுமுறைகள் வெளிப்படையாகவும், நம்பகத்தன்மையுடையனவாகவும் அமைதல் வேண்டும். அதாவது, அவை அமைப்பு நலன் மற்றும் மக்கள் நலன் சார்ந்த அணுகுமுறைகள்தாம் என்பதை உறுதிப்படுத்துவதற்கு ஏதுவாக அணுகுமுறைகள் யாவும் ஒளிவு மறைவின்றி, அய்யத்திற்கு இடமின்றி அமைதல் வேண்டும். அத்துடன், நம்பகத்தன்மையையும் வலுப்படுத்துவதாக அமைதல் வேண்டும். அமைப்பு நலன் மற்றும் மக்கள் நலன் ஆகியவற்றிற்கான அணுகுமுறைகள்தாம் என்றாலும் அவை தனிநபர் அல்லது தனியொரு குழுவினர் ஆதிக்கம் செலுத்துவதாகவோ எச்சரிக்கை செய்வதாகவோ அமைதல் கூடாது. அதாவது, தனிநபர் அல்லது தனியொரு குழுவினரின் தான்தோன்றித்தனமான போக்குகளாக அமைதல் கூடாது. பிறரும் ஏற்றுக்கொள்வதற்கான, நம்புவதற்கான சனநாயக அணுகுமுறைகளாக அமைதல் வேண்டும்.

பொதுவாக, உறவுகளை வலுப்படுத்துவதற்கு, மேம்படுத்துவதற்குப் புரிந்துகொள்வதும் செயற்படுத்துவதும்

போன்ற கூட்டுநடவடிக்கைகளை மேம்படுத்துவதற்கான சனநாயக நடைமுறைகளையே வெற்றிகரமான அணுகுமுறைகள் என அறியலாம். மாறாக, தான் புரிந்துகொண்டதே சரியென முரண்டுபிடிப்பதும், தான் புரிந்துகொண்டதையே பிறரும் புரிந்துகொள்ள வேண்டுமெனத் திணிப்பதும் சனநாயக அணுகுமுறை ஆகாது.

தான் செய்ததையே சரியென்று பிடிவாதம் செய்வதும், தான் செய்ய விரும்புவதையே பிறரும் செய்யவேண்டுமென வற்புறுத்துவதும் சனநாயகத்திற்கு எதிரான அணுகுமுறையாகும். அதாவது, ஒன்றைப் புரிந்துகொள்வதிலும் சனநாயக அணுகுமுறைகள் வேண்டும்; பிறருக்குப் புரியவைப்பதிலும் சனநாயக அணுகுமுறைகள் வேண்டும். அதேபோல, ஒன்றைச் செய்வதிலும் சனநாயக அணுகுமுறைகள் வேண்டும்; பிறரைச் செய்யவைப்பதிலும் சனநாயக அணுகுமுறைகள் வேண்டும். இதற்குப் பிறரின் கருத்துகளை அறிந்துகொள்வதற்கேற்ற 'கலந்துரையாடல்' என்னும் கூட்டுநடவடிக்கை தேவையாகும்.

'கலந்துரையாடல்' என்பதே ஒரு மகத்தான சனநாயக நடைமுறையாகும். இது ஒரு கூட்டுநடவடிக்கையேயாகும். இதற்கு வலுவான, நம்பகமான கூட்டுறவு தேவையாகும். இத்தகைய கூட்டுறவுக்கு நல்லிணக்கமான, நம்பகமான 'உரையாடல்' என்னும் அணுகுமுறை இன்றியமையாததாகும். உரையாடல் என்பது பேச்சாகவோ, எழுத்தாகவோ, குறியீடு என்னும் அடையாள மொழியாகவோ இருக்கலாம்.

கருத்துகளைத் தெரிவித்தல், பகிர்ந்துகொள்ளுதல், உணர்வுகளை வெளிப்படுத்துதல் போன்றவை உரையாடல்களின் அடிப்படையாகும். அவை, பேசுதல், எழுதுதல் மற்றும் உடலசைவுகளின்வழி மொழிதல் ஆகிய வடிவங்களின் மூலம் நிகழ்த்தப்படுகின்றன. இத்தகைய வடிவங்களிலான உரையாடல்கள், எத்தகைய அணுகுமுறைகளைக் கொண்டுள்ளன என்பதைப் பொறுத்தே உறவாடல்களின் நிலை அமையும். அதாவது, பேச்சானாலும், எழுத்தானாலும், உடல் மொழியானாலும் அவற்றிற்குரிய அணுகுமுறைகள் இணக்கமாகவும், நம்பகமாகவும், நயமாகவும் அமைந்தால் மட்டுமே உறவாடல்களும் வெற்றிகரமாக அமையும்.

அமைப்பாக்க நடவடிக்கையில், கருத்துகளையும் உணர்வுகளையும் உடன் பணியாற்றுவோருடன் பகிர்ந்து கொள்ளும்போது, எத்தகைய நெருக்கடியான சூழல்களா யிருந்தாலும், தங்களுக்கிடையிலான சகோதரத்துவ உறவு அல்லது

தோழமை உறவைப் பாதிக்கப்படாதவாறு அணுகுதல் வேண்டும். அன்றாட நடவடிக்கைகளின்போது நிகழும் இயல்பான உரையாடல்களாயினும், பிறரைக் காயப்படுத்தும் வன்சொல் கூடாது என்பதில் மிகவும் எச்சரிக்கையாகவும் உறுதியாகவும் இருத்தல் வேண்டும். தன்னைப் பிறர் காயப்படுத்தினாலும், தன்னைப் பிறர் தூண்டினாலும் அதற்கு தான் பலியாவதில்லை என்கிற அணுகுமுறையைக் கையாளுதல் வேண்டும். ஒவ்வொருவரும் இதே அணுகுமுறையைக் கையாண்டால் உரையாடுவோர் யாரும் உணர்ச்சிவயப்படுவதற்கு வாய்ப்பே இருக்காது! கடுஞ்சொல் தெறிக்காது! உள்ளத்தை வதைக்காது! உறவைச் சிதைக்காது!

ஒரே அமைப்பில், ஒரே களத்தில் பணியாற்றும்போது பிறருடன் முரண்பட்டுக்கொள்வதும் மோதிக்கொள்வதும் தவிர்க்க இயலாதவையாகும். எனினும், அவற்றை நட்பு முரண்களாகவும், உணர்ச்சிவயத்தால் நிகழும் இடைக்கால உரசல்களாகவும் புரிந்துகொள்ள வேண்டும். அவ்வப்போது அத்தகைய உரசல்கள் எழுந்தாலும் அவற்றைப் பகை முரண்களாகக் கருதி, இடைவெளியை உருவாக்கிக் கொள்வதும், விலகிச் செல்வதும், பழிதீர்க்கத் துடிப்பதும், அதற்கென குழு சேர்க்க முனைவதும், புறம் பேசுவதும், வதந்தி அல்லது அவதூறு பரப்புவதும் போன்ற சீர்குலைவு நடவடிக்கைகளில் ஈடுபடுதல் கூடாது.

உணர்ச்சிவயப்படாமல், வன்சொல் வீசாமல், தோழமை உறவு அல்லது சகோதரத்துவ உறவு சிதையாமல் உரையாடும் அணுகுமுறையை வளர்த்துக்கொள்ளுதல் வேண்டும். இயன்றவரையில் உணர்ச்சிவயப்படுதலைத் தவிர்க்கப் பழகுதல் வேண்டும். யாருடைய தூண்டுதலுக்கும் இரையாகி உணர்ச்சிவயப்படுவதில்லை என்பதில் உறுதியாக இருக்கவும் முயலுதல் வேண்டும். அவற்றை மீறி உணர்ச்சிவயப்பட்டாலும், இன்சொல், இணக்கம், நட்பு, தோழமை போன்றவற்றைத் தவறுவதில்லை என்பதிலும் உறுதியாக இருத்தல் வேண்டும்.

இத்தகைய அணுகுமுறைகளையும் கையாள இயலாதநிலை இருப்பின், தன்னுடைய மீறல்களுக்காக வருந்துவதும் மீண்டும் அவ்வாறு நிகழாமல் தவிர்ப்பதும் போன்ற நடைமுறைகளைப் பின்பற்றுதல் நட்புறவைச் சிதைக்காமல் பாதுகாத்திட ஏதுவாக அமையும். எத்தகைய அகநிலை, புறநிலை அழுத்தங்கள் இருந்தாலும் நட்புறவை அல்லது தோழமை உறவைப் பாதுகாப்பதே களப்பணியாளர்களின்

கடமையென்பதைப் புரிந்துகொள்ளுதலும் அதற்கேற்ற அணுகு முறைகளைக் கையாளுவதும் அமைப்பாக்க நடவடிக்கையில் இன்றியமையாததாகும்.

வதந்திகளையும் அவதூறுகளையும் பொருட்படுத்துவதில்லை என்றும், கிட்டும் தகவல்கள் எவையாயினும் அவற்றை ஆராயாமலும் உண்மை நிலையை உறுதிப்படுத்தாமலும் எதிர்வினையாற்றுவதில்லை என்றும், எந்தவொரு கருத்தானாலும் முடிவானாலும் அவை மீளாய்வுக்கும் மாற்றத்துக்கும் உட்பட்டவை என்பதை ஏற்றுக்கொள்வது என்றும், பிறர் மீது தம் கருத்தைத் திணிக்கவோ ஆதிக்கம் செலுத்தவோ ஒருபோதும் முயலுவதில்லையென்றும், முரட்டுத்தனமாகவோ அநாகரிகமாகவோ பேசுவதோ எழுதுவதோ இல்லையென்றும், வறட்டுத்தனமான பிடிவாதமோ, வீண்வாக்குவாதமோ செய்வதில்லையென்றும், வறட்டுக் கவுரவத்தைக் காட்டுவதோ தாழ்வெண்ணங்களை அனுமதிப்பதோ இல்லையென்றும் அமைப்பாக்க நடவடிக்கையில் களப்பணியாளர்கள், முன்னோடிகள் ஒவ்வொருவரும் உறுதியேற்றுக்கொள்ளுதல் வேண்டும். இத்தகைய அணுகுமுறைகளை வெற்றிகரமாக நடைமுறைப்படுத்துவதன் மூலம் வெற்றிகரமான உரையாடலும் உறவாடலும் அமையும்.

உள்ளத்தைக் கிழிக்கும் உரையாடல் தவிர்ப்போம்! – அணுகும் உத்திகள் வகுத்து உறவுகள் வளர்ப்போம்!

நவம்பர், 2015

57

இடித்துரைத்தலும் இழித்துரைத்தலும்

உறவுகளைப் பற்றிய புரிதல்களிலிருந்து உரையாடல்களும், உரையாடல்களின் போக்குகளிலிருந்து உறவுகளும் அமைகின்றன. உறவுகளைத் தனிஉறவுகள், பொதுஉறவுகள் என இருவகைகளாகப் பிரித்தறிந்தாலும் அவற்றில் நட்புறவுகளையும் பகை உறவுகளையும் அடையாளம் காண்பதுதான் உறவுகளைப் பற்றிய புரிதல்களாகும். தனிநபர் நலன், குடும்பநலன் மற்றும் குழுநலன் போன்ற தன்னலன்கள் சார்ந்த உறவுகளைத் தனிஉறவுகளாகவும், இவையன்றி பிறர் நலன்கள் மற்றும் பிறநலன்கள் சார்ந்த உறவுகளைப் பொதுஉறவுகளாகவும் புரிந்துகொள்ளும் அதே வேளையில் இவற்றில் நட்புறவுகள் எவை, பகை உறவுகள் எவை என்பதை அடையாளம் காணுதல் வேண்டும்.

பொதுவாக, தன்னலன்களுக்கு எதிரான யாவும் பகையானவை என்றே புரிந்துகொள்ளப்படுகிறது. தன்னலன்களை மட்டுமே முன்னிறுத்துகிற போது, தனக்கு எதிரான ஒவ்வோர் அசைவையும் பகைமையாகவே கருதும் நிலை உருவாகும். தனது கருத்துகளுக்கு முரணாகவோ, தனது விருப்பங்களுக்கு மாறாகவோ யார் என்ன பேசினாலும், எங்கே எது நடந்தாலும் அவற்றைப் பகையாகக் கருதுவது இயல்பே ஆகும்.

எதிர்ப்பும் மறுப்பும் பகைவர்களிடமிருந்து மட்டுமல்ல; நண்பர்களிடமிருந்தும் எழலாம்.

எதிர்ப்போர், மறுப்போர் அனைவரையுமே பகைவர்கள் எனக் கூறமுடியாது. நட்பு சக்திகளின் எதிர்ப்பும் மறுப்பும் நட்புமுரண்கள்தாம் என்பதையும், இத்தகைய முரண்களிருப்பினும் நட்பு சக்திகளுடனான உறவுகள் நட்புறவுகள்தாம் என்பதையும் புரிந்துகொள்ளுதல் வேண்டும். தன் நிலைப்பாடுகளை எதிர்ப்பதாலும் தன் கருத்துகளை மறுப்பதாலும் நட்பு சக்திகளையும் பகை சக்திகளாக எதிர்நிலைக்குத் தள்ளி நட்புறவைச் சிதைத்துக் கொள்ளக்கூடாது.

தனக்கு எதிராகச் செயல்படுபவர்கள் எப்படி நட்பு சக்திகளாக இருக்க முடியும்? எதிர்ப்பவர்கள் எதிரிகள்தானே! எப்படி நண்பர்களாக இருக்க இயலும்? அவர்களுடன் எப்படி உறவாட முடியும்? அது எப்படி நட்புறவாகும்? இவ்வாறு கேள்விகள் எழுவது இயல்பே ஆகும். எத்தகைய நலன்கள் முன்னிறுத்தப்படுகின்றன என்பதையும், எத்தகைய முரண்கள் முதன்மைப்படுத்தப்படுகின்றன என்பதையும் பொறுத்துத்தான் இக்கேள்விகளுக்கான விடைகளைத் தீர்மானிக்க முடியும். தனக்கும் தன்னை எதிர்ப்பவர்களுக்குமிடையில் பொதுவான கொள்கை, பொதுவான செயல்திட்டம், பொதுவான இலக்கு போன்றவை இருப்பின், அவற்றை நடைமுறைப்படுத்துவதற்கான களத்தில், அவர்கள் தனக்கு எதிரான நட்பு முரண்களைக்கொண்ட நட்பு சக்திகளே என்பதைப் புரிந்துகொள்ளுதல் வேண்டும்.

ஒருமித்த கொள்கை – இலக்கு, ஒரே களம் – செயல் என ஒருங்கிணைந்து இயங்குவோருக்கிடையில் நிலவும் தனிநபர் முரண்கள் அல்லது குழுமுரண்கள் யாவும் நட்பு முரண்களே ஆகும். குடும்ப உறவுகளில் நிலவும் முரண்களைப் போலவே ஓர் அமைப்பில் நிலவும் முரண்களையும் நட்பு சக்திகளுக்கிடையிலான முரண்களாகப் புரிந்துகொள்வதும் ஒப்புக்கொள்வதும் தேவையாகும். குடும்ப நலன்களை முன்னிறுத்துகிறபோது, குடும்ப நலன்களுக்கு ஆதரவான, குடும்பத்தைச் சார்ந்த, தனிநபர்களுக்கு எதிரான முரண்களும் எழலாம். ஒரே குடும்பத்திற்குள் எழும் அகநிலை முரண்களில் தனிநபர்களுக்கு எதிரான முரண்கள் நட்பு முரண்களேயாகும். ஆனால், குடும்ப நலன்களுக்கு முற்றிலும் எதிரான தனிநபர் முரண்கள் பகை முரண்களாகும்.

ஒன்றுக்கும் மேற்பட்ட குடும்பங்களை உள்ளடக்கிய ஓர் அமைப்பின் பொதுநலன்களை முன்னிறுத்தி, அதற்குரிய ஆதரவு மற்றும் எதிர்ப்பு முரண்களை முதன்மை முரண்பாடுகளாக ஏற்கும் நிலையில், தனியொரு குடும்பத்தின் அகநிலையில் எழும் தனிநபர் நலன்களுக்கான எதிர்முரண்கள் அவ்வமைப்பின்

பொதுநலன்களைப் பாதிக்காது எனில், அவை அமைப்புக்கு பகை முரண்கள் ஆகாது. அதாவது, குடும்பத்திற்கு எதிராக, பகையாக இருப்பினும் அமைப்பு நலன்களுக்கு எதிராக அமையாத நிலையில், அவை அமைப்புக்குரிய நட்பு முரண்களே ஆகும். அதாவது, குடும்பத்திற்குப் பகை முரண்களாக இருப்பினும் அவை அமைப்புக்கு நட்பு முரண்களாக அமைகின்றன. குடும்பச் சிக்கல்கள் முதன்மை முரண்பாடுகளாக முன்னிறுத்துவதற்கு மாறாக, அமைப்புச்சிக்கல்கள் முதன்மை முரண்பாடுகளாக முன்னிறுத்தப்படும்போது இவ்வாறு அமையும். ஒரே அமைப்பில் நிலவும் குழுமுரண்களுக்கும் இது பொருந்தும்.

இவ்வாறு முரண்களைப் புரிந்துகொள்வதிலிருந்தே நட்புறவு மற்றும் பகை உறவுகளைப் புரிந்துகொள்ள இயலும். இவ்வாறு உறவுகளைப் புரிந்துகொள்வதிலிருந்தே உரையாடல்கள் தீர்மானிக்கப்படும். அதாவது, முன்னிறுத்தப்படும் நலன்களிலிருந்து முரண்களும், முரண்களிலிருந்து உறவுகளும், உறவுகளிலிருந்து உரையாடல்களும் அமைகின்றன. அமைப்பு நலன்களையும் மக்கள் நலன்களையும் முன்னிறுத்தினால், உறவுகளும் உரையாடல்களும் நல்லிணக்கமானவையாக அமையும். மாறாக, தன் நலன்களை மட்டுமே முன்னிறுத்தும்போது, நட்புசார்ந்த உறவுகளோ நல்லிணக்கமான உரையாடல்களோ அமைவதில்லை. அமைப்பாக்க நடவடிக்கையில், களப்பணியாளர்கள் மற்றும் முன்னோடிகள் யாவரும் அமைப்பு நலன்களையும் மக்கள் நலன்களையும் முன்னிறுத்துவதில் குறியாகவும் உறுதியாகவும் இருத்தல் வேண்டும். இத்தகைய நிலைப்பாடுகள் பெரும்பாலும் குழுமுரண்களையும் வீண்உரையாடல்களையும் தவிர்க்கும்.

உடன்பணியாற்றும் களப்பணியாளர்கள் தங்களுக்கிடையில் நிகழ்த்தும் உரையாடல்கள் நல்லிணக்கமாக அமைவதற்கு நாகரிகமான சொல்லாடல்களைக் கையாளுவதும் இன்றியமையாததாகும். உரையாடல்கள் எத்தகைய நோக்கத்தை அடிப்படையாகக் கொண்டுள்ளன என்பதைப் பொறுத்து சொல்லாடல்கள் கையாளப்படும். பெரும்பாலும் உரையாடல்கள் ஒருவரை இகழ்தலையோ புகழ்தலையோ அல்லது ஒன்றை ஏற்பதையோ மறுப்பதையோ அடிப்படையாகக் கொண்டிருக்கும். அதாவது, இவை விருப்பையோ வெறுப்பையோ அடிப்படையாகக் கொண்டிருக்கும். இத்தகைய விருப்பும் வெறுப்பும் தனிநபர் நலன்களைச் சார்ந்தவையாக அமைந்தால், அமைப்பு மற்றும் மக்கள் நலன்களுக்கு எதிரான உரையாடல்களாகவும், கசப்பான சொல்லாடல்களாகவும் அமையும். தனிப்பட்ட விருப்பும் வெறுப்பும் முன்னிறுத்தப் படும்போது, பெரும்பாலும் உரையாடல்களின் போக்கு

மிகவும் கடுமையாக இருக்கும். குறிப்பாக, கையாளப்படும் சொல்லாடல்கள் காட்டமானவையாக வெடிக்கும்! உறவுகளைச் சிதைக்கும்! எனவே, விருப்பும் வெறுப்பும் அமைப்பு மற்றும் மக்கள் நலன்களை அடிப்படையாகக் கொண்டிருத்தல் இன்றியமையாததாகும்.

தனிநபர் நலன்களைச் சார்ந்தோ அல்லது அமைப்பு மற்றும் மக்கள் நலன்களைச் சார்ந்தோ உடன்பணியாற்று வோருக்கிடையில் நிகழும் உரையாடல்கள் எத்தகையதாக இருப்பினும், பிறரை இழிப்பதாகவோ, பழிப்பதாகவோ அவை அமைதல் கூடாது என்பதில் உறுதியாக இருத்தல் வேண்டும். இழித்தும் பழித்தும் உரையாடும் அணுகுமுறைகளால்தான் பெரும்பாலும் உறவாடல்களில் சிக்கல்கள் எழுகின்றன. ஒருவரை அல்லது ஒன்றை ஏற்க இயலாது என்னும் நிலையில், உரையாடும் அணுகுமுறை இடித்துரைப்பதாக அமையலாம்; இழித்துரைப்பதாக அமைதல் கூடாது. இடித்துரைத்தலில் இன்சொல்லுடன் வன்சொல்லும் இடம்பெறலாம். ஆனால், இழித்துரைத்தலில் இன்சொல்லுக்கு இடமிருக்காது. இடித்துரைப்பது நட்புக்கு வலுச்சேர்க்கும். இழித்துரைப்பது பகைமைக்கு வழிவகுக்கும்!

உரையாடல்களின்போது, மாற்றுக்கருத்தோ எதிர்க் கருத்தோ எழும் நிலையில், அவற்றுக்கு இடமளிப்பது சனநாயகப் பண்பின் வெளிப்பாடாகும். அவ்வாறின்றி, அத்தகைய கருத்துகளுக்கு இடமில்லையென்னும் வகையில் உரையாடலின் அணுகுமுறை அமையுமெனில் கையாளப்படும் சொல்லாடல்கள் காட்டமாகவே வெளிப்படும். கடுமையான அணுகுமுறைகளுக்கும் கசப்பான சொல்லாடல்களுக்கும் அடிப்படையாய் அமைவது, சனநாயகப்பண்புகளை ஏற்க மறுக்கும் இயல்பேயாகும். இணக்கமான அணுகுமுறைகள், எளிமையான இன்சொற்கள் போன்றவையே இனிமையான உரையாடல்களுக்கும் உறவாடல்களுக்கும் ஏதுவாக அமையும்.

உரையாடல்கள் தொடர்வதும் உறவுகள் வளர்வதும் கையாளும் சொல்லாடல்களைப் பொறுத்தே அமையும். சொற்கள் வெறும்உணர்ச்சிகளின் வெளிப்பாடுகள் அல்ல; பெரும்விளைவுகளுக்கான வித்துக்கள்! ஒவ்வொரு சொல்லும் பிரபஞ்சக் கலவையின் சிதறல்களாகும். பஞ்சபூதங்களின் நுண்துகள்களாகும்! ஒவ்வொரு சொல்லிலும் பிரபஞ்சத்தின் வீரியமுண்டு! அவை, நிலத்தைப்போல் பொறுக்கும்! நெருப்பைப் போல் எரிக்கும்! நீரைப்போல் தணிக்கும்! காற்றைப்போல் அடிக்கும்! விண்ணைப்போல் விரிக்கும்! அதாவது, பிரபஞ் சத்தின் பேராற்றலே சொற்களாகும். இவை, ஒலிவடிவமாய்,

அமைப்பாய்த் திரள்வோம்

வரிவடிவமாய் மனிதன் கொட்டும் உணர்ச்சிகளாகும்! மனிதன் உதிர்க்கும் சொற்கள் மட்டுமின்றி மனிதனே பிரபஞ்சத்தின் கலவைதான்! எனவே, மனிதனின் வினைகள் யாவும் பிரபஞ்சத்தின் வினைகள்தாம்! மனிதனின் ஆற்றல்கள் யாவும் பிரபஞ்சத்தின் ஆற்றல்கள்தாம்! அதாவது, மனிதனின் இயக்கம் யாவும் பிரபஞ்சத்தின் இயக்கமே ஆகும்! எனவே, மனிதன் கொட்டும் உணர்ச்சிகளும், உணர்ச்சிகள் உதிர்க்கும் சொற்களும் பிரபஞ்சத்தின் பேராற்றல் வடிவங்களேயாகும்.

இத்தகைய வலிமைவாய்ந்த சொற்களை எவ்வாறு கையாள வேண்டுமென்பதில் மிகுந்த எச்சரிக்கையாக இருத்தல் இன்றியமையாததாகும். சொற்களின் வலிமையானது சொல்லும் நபர், இடம், பொருள், காலம் ஆகியவற்றைப் பொறுத்து வெளிப்படும்! ஒரே சொல்லாயினும், சொல்லும் நபரைப் பொறுத்து அதன் வலிமை மாறுபடும்! அதேபோல, ஒரே சொல்லாயினும் சொல்லும் இடம், சொல்லும் காலம், சொல்லும் நோக்கம் ஆகியவற்றைப் பொறுத்து அதன் வலிமை வேறுபடும்! எனவே நபர், இடம், பொருள், ஏவல், காலம் போன்றவற்றைக் கணக்கில்கொண்டு சொற்களைக் கையாளுதல் வேண்டும்.

ஒரு சொல்லை யார் சொல்வது? யாரிடம் சொல்வது? எங்கே சொல்வது? எப்போது சொல்வது? எப்படிச் சொல்வது? என்ன நோக்கத்திற்காகச் சொல்வது? போன்றவற்றையெல்லாம் கணக்கில்கொள்ளாமல், உணர்ச்சிகளின் வடிகாலாய்ச் சொற்களை உதிர்ப்பது கூடாது! ஒவ்வொரு சொல்லுக்கும் ஒரு வலிமையுண்டு! ஒரு விளைவு உண்டு! பயன் இல்லாச் சொற்கள் இருக்கலாம்! ஆனால், விளைவில்லாச் சொற்கள் ஏதுமில்லை! பயனில்லை என்பதுவும் ஒரு விளைவுதான்! அதாவது, வலிவும் விளைவும் ஆள், இடம், பொருள், ஏவல் மற்றும் காலம் ஆகியவற்றைப் பொறுத்து அமையும். இவற்றுக்கேற்ப சொற்களைத் தேடுவதும், தேர்வு செய்வதும், கையாளுவதும் வெற்றிகரமான உரையாடல்களுக்கு இன்றியமையாதவையாகும்.

பெரும்பாலும் உரையாடல்கள் ஒலிமொழியிலும், வரிமொழியிலும்தாம் நிகழ்கின்றன. இவையன்றி உடல்மொழி, குறியீட்டு மொழி போன்ற வடிவங்களிலும் நிகழ்கின்றன. ஒலிமொழி என்பது பேச்சு, இசை போன்ற வடிவங்களிலும், வரிமொழி என்பது எண், எழுத்து போன்ற வடிவங்களிலும் வெளிப்படுகின்றன. இவற்றில் பேச்சுக்கும் எழுத்துக்கும் சொற்கள் மிகவும் இன்றியமையாதவையாகும்.

இசை போன்ற ஒலி வடிவங்களுக்கும் உடல்மொழி, குறியீட்டு மொழி போன்றவற்றிற்கும் சொற்கள் தேவையில்லை. சொற்களின்றியும் இத்தகைய வடிவங்களில் உரையாட முடியும். இவ்வாறு உரையாடல்கள் பல்வேறு வடிவங்களில் நிகழ்ந்தாலும் பேச்சு, எழுத்து போன்ற வடிவங்களுக்கு சொற்கள் தவிர்க்க முடியாத தேவையாகும். மனிதன் நாகரிகத்தின் முதிர்ச்சியை எட்டியிருக்கிறான் என்பதற்கு, அவனது பேச்சும் எழுத்தும் சான்றுகளாகும். அத்தகைய பேச்சு மற்றும் எழுத்து ஆகிய வடிவங்களுக்கு அடிப்படையாக அவன் கண்டறிந்த மொழியும் அம்மொழியின் சொற்களும்தாம் மானுட நாகரிகத்தின் உச்சமாகும். வெறும் கூச்சல், இரைச்சல் போன்ற ஒலிவடிவங்களிலும், உடலசைவு, குறியீடு போன்ற பிற வடிவங்களிலும் உரையாடிக் கொண்டிருந்த மனிதன், காலப்போக்கில் பேச்சு, எழுத்து, இசை, ஓவியம் போன்ற பல்வேறு வடிவங்களில் தமது உரையாடல்களை மேம்படுத்திக் கொண்டிருக்கிறான்.

பேச்சு, கதை, கட்டுரை, கவிதை போன்ற இலக்கிய வடிவங்களையும், அவற்றுக்கான வரையறைகள் என்னும் இலக்கண வடிவங்களையும் கொண்டவையாக இன்று மனிதனின் உரையாடல்கள் பரிணாமம் பெற்றுள்ளன. இத்தகைய இலக்கிய, இலக்கண வடிவங்களுக்கும் மிகவும் இன்றியமையாத, அடிப்படைத் தேவையாக விளங்குபவை சொற்களே ஆகும். இவ்வாறான சிறப்புக்குரிய சொற்களைக் கையாளுவதிலிருந்தே உரையாடல்கள் தொடர்வதும் உறவாடல்கள் வளர்வதும் அமையும்.

அமைப்பாக்க நடவடிக்கையில், உடன் பணியாற்றும் களப்பணியாளர்கள் தங்களுக்கிடையில் தொடர்ந்து உரையாடுவது இன்றியமையாததாகும். தகவல்களைப் பரிமாறிக் கொள்ளுதல், கருத்துக்களைப் பகிர்ந்து கொள்ளுதல், வாதிடுதல், ஆணையிடுதல், வழிகாட்டுதல், அன்பை வெளிப்படுத்துதல், கண்டனத்தைத் தெரிவித்தல், உடன்பாடுகளையும் முரண்பாடுகளையும் உணர்த்துதல், போன்ற பல்வேறு வகைகளிலும் மனிதன் உரையாடிக் கொண்டேயிருக்கிறான். இத்தகைய உரையாடல்கள் அமைப்பாக்கப் பணிகளிலும் நிகழ்ந்துகொண்டேயிருக்கும். இவை, வெற்றிகரமாக அமைவதற்கு ஆள், இடம், பொருள், ஏவல், காலம், நேரம் போன்ற சூழல்களறிந்து சொற்களைக் கையாளுதல் இன்றியமையாத தேவையாகும். சூழல்கள் யாவும் பொருத்தமாக அமைந்தாலும் கையாளும் சொற்கள் பொருத்தமாக அமையவில்லையெனில் உரையாடல்கள் வெற்றிகரமாக அமையாது!

அமைப்பாய்த் திரள்வோம்

வெற்றிகரமான உரையாடல் என்பது பிறரைப் பணியவைத்து வெற்றி பெறுவது என்று பொருளாகாது. இணக்கமான உறவுகளை வளர்க்கும் இனிமையான உரையாடல்களே வெற்றிகரமான உரையாடல்களாகும். இனிமையான உரையாடல் என்பது மிகவும் பணிவான, குழைவான, மென்மையான உரையாடல் என்று புரிந்துகொள்ளுதல் கூடாது. மென்மையும் வன்மையும் கலந்ததே இனிமை! மென்மை என்பது வலுவில்லாதது, உறுதியற்றது என்று பொருளாகாது! மிருதுவானது, நெகிழ்வானது என்றும், அதேவேளையில் வலுவானது என்றும் புரிந்துகொள்ளலாம். வன்மை என்பது மிகவும் கடினமானது அல்லது கடுமையானது என்று மட்டும் பொருளாகாது; வலிமையானது அல்லது உறுதியானது என்றும் புரிந்துகொள்ளலாம். எனவே, மென்மையான, இனிமையான அணுகுமுறை என்பது மிருதுவான, நெகிழ்வான மற்றும் வலிமையான அணுகுமுறைகளையே குறிக்கும். பிறருக்குக் கொடுமையாய் அமையும் கடுமையான சொற்கள், கடுமையான அணுகுமுறைகள் ஒருபோதும் இனிமையான உரையாடல்களுக்கும் இணக்கமான உறவாடல்களுக்கும் இடம்கொடுக்காது.

உடன்பணியாற்றுவோருக்கிடையில் நிகழும் உரையாடல்கள் எத்தகையதாக இருப்பினும், நட்புறவுக்குப் பாதிப்புநேரும் வகையிலான கடுஞ்சொற்களைக் கையாளுதல் கூடாது. பிறரைக் காயப்படுத்தும் சுடுசொற்கள் நட்புசார்ந்த உரையாடல்களையும் உறவாடல்களையும் முறிக்கும்! இல்லாதது பொல்லாதது என இட்டுக்கட்டிப் பேசுவது, ஆதாரமற்றவையென அறிந்தும் திட்டமிட்டே அவதூறுகளைப் பரப்புவது, வம்பு வளர்க்கும் நோக்கில் வதந்திகளை அள்ளி இரைப்பது, உண்மைநிலை அறியாமல் வதந்திகளுக்கு எதிர்வினையாற்றுவது, பொங்கும் உணர்ச்சிகளை ஆற்றுப்படுத்த இயலாமல் வாய்க்கு வந்தபடி கடுஞ்சொற்களை வாரிக்கொட்டுவது போன்ற முதிர்ச்சியற்ற, பக்குவமற்ற அணுகுமுறைகளால் வெற்றிகரமான உரையாடல்களை நிகழ்த்த இயலாது! வெற்றிகரமான உரையாடல்களுக்கும் உறவாடல்களுக்கும் இணக்கமான அணுகுமுறைகளும் இனிமையான சொற்களும் இன்றியமையாதவையாகும்.

பக்குவமாய் உரையாடும் பண்புகள் வளர்ப்போம்! – யாரையும் பழிக்கும் இழிக்கும் பழக்கம் தவிர்ப்போம்!

திசம்பர், 2015

58

வெறும் பேச்சும் வீண் வம்பும்

ஒரே அமைப்பில், ஒரே களத்தில் உடன் பணியாற்றுவோருக்கிடையில் நிகழும் உரை யாடல்கள், அவர்களது உறவுகளின்மீது மட்டுமின்றி, அவர்கள் சார்ந்த அமைப்பின் மீதும் ஏதோவொரு வகையிலான தாக்கத்தை ஏற்படுத்தும். அது, அமைப்பின் வளர்ச்சிக்கோ, வீழ்ச்சிக்கோ வழிவகுப்பதாக அமையும். எனவே, களப் பணியாளர்கள் தாங்கள் நிகழ்த்தும் உரையாடல் களில் மிகவும் எச்சரிக்கையாக இருத்தல் வேண்டும்.

உரையாடுவோர், தங்களுக்கிடையில் கருத்துகளைப் பகிர்ந்துகொள்ளும் போது, தாம் இருக்கும் சூழல்களை அறிந்து, தேவைகளைப் புரிந்து, விளைவுகளைத் தெளிந்து, சொற்களை அளந்து உரையாடுதல் இன்றியமையாததாகும். சூழல்களை அறிந்து பேசுதல் என்பது ஒரு மகத்தான ஆளுமையாகும்! தனது கருத்துகள் எவ்வளவு சரியானவையாயிருந்தாலும் ஞாயமானவை யாயிருந்தாலும் அவற்றைச் சூழலறிந்து பேசுவதே வெற்றிகரமான அணுகுமுறையாகும்.

எவரிடம் பேசுவது, எதைப் பேசுவது, எப்போது பேசுவது, எங்கே பேசுவது, எப்படிப் பேசுவது, எவ்வளவு பேசுவது போன்றவற்றை அறிந்து பேசுவதே சூழலறிந்து பேசுவதாகும். தாம் பேச விரும்பும் கருத்தைப் பொறுத்து, அதனை எவரிடம் பேச வேண்டும் என்பதைத் தீர்மானிக்க வேண்டும். எந்தக் கருத்தை எவருடன் பகிர்ந்துகொள்வது

என்பதில் எச்சரிக்கையாய் இருத்தல் ஆளுமைப் பண்பின் சிறப்புக்கூறுகளுள் ஒன்றாகும்.

எந்தவொன்றை எவரிடம் சொல்ல வேண்டும் என்பதைத் தெளிந்து, தீர்மானிக்க இயலவில்லையெனில் அது பெரும் தீங்கில் போய் முடியும். நல்லவையோ, அல்லவையோ எதுவானாலும் உரியவர்களோடு பகிர்ந்துகொண்டால்தான் உரிய விளைவுகள் உருவாகும். உரிய நபர்கள் என்பது, அந்தக் கருத்துக்குத் தொடர்புடையவர் என்று மட்டுமே பொருளாகாது. சொல்லும் கருத்தை முழுமையாக உள்வாங்கிக்கொள்ளக் கூடியவரா? உள்வாங்கினாலும் சரியான கோணத்தில் புரிந்து கொள்ளக் கூடியவரா? சரியாகப் புரிந்துகொண்டாலும் அதன்படி நேர்மறையாக இயங்கக் கூடியவரா? நேர்மறையாக இயங்கினாலும் தீவிரமான ஈடுபாடும் தேவையான முயற்சியும் கொண்டவரா? தீவிர ஈடுபாடும் முயற்சியும் கொண்டிருந்தாலும் வாக்கு மாறாத, நம்பகத்தன்மைகொண்ட ஆளுமையுள்ளவரா? நம்பிக்கைக்குரிய ஆளுமையுள்ளவராயிருந்தாலும் அவரும் சூழலறிந்து செயல்படக் கூடியவரா? அவ்வாறு அவரும் சூழலறிந்து செயல்படக் கூடியவர்தான் எனில், அவரே உரிய நபர் என்று உணர்ந்துகொள்ளலாம். உரிய நபரைத் தேர்வு செய்வது, எவ்வளவு இன்றியமையாததோ, அதைப்போலவே உரிய நேரம், உரிய காலம், உரிய அணுகுமுறை போன்றவற்றைக் கணக்கில் கொள்வதும் மிகமிக இன்றியமையாததாகும். உரிய நேரம் என்பது, உரையாடல் வெற்றிகரமாக அமைவதற்குப் பொருத்தமான நேரச்சூழலைக் குறிக்கும். நேரம் என்பதும் ஒருவகைச் சூழலே ஆகும். சூழல் என்பது இடத்தை மட்டும் குறிப்பதல்ல. நபர், இடம், காலம், நேரம், பேசுபடுபொருள், அணுகுமுறை போன்ற யாவுமே சூழ்நிலையின் உள்ளடக்கமாகும்.

இவற்றில் நேரமும் காலமும் வேறு வேறாகும். நேரம் பொழுதுகளைக் குறிக்கும். காலம், பருவங்களைக் குறிக்கும். நேரம், பொழுதுகளின் மிக நுண்ணிய பின்னச் சுருக்கமாகும். காலம், நேரங்களின் பல்கிப் பெருகிய பன்மப் பெருக்கமாகும்! இத்தகைய நேரம், காலம் அறிந்து பேசுதல் என்பது நேரச் சூழல் மற்றும் காலச்சூழல் ஆகியவற்றை அறிந்து உரையாடுவதைக் குறிக்கும். ஒன்றை, எந்த நேரத்தில் பேசுவது, எந்தக் காலத்தில் பேசுவது என்பதையறிந்து பொருத்தமான சூழலில் பேசுவதுதான் வெற்றிகரமான உரையாடலாக அமையும். இத்தகைய பொருத்தமான நேரச்சூழலையும் காலச்சூழலையும்தான் நல்ல நேரம், நல்ல காலம் எனப் புரிந்துகொள்ளுதல் வேண்டும். பொருத்தமில்லாத சூழலாக

அமையுமெனில் அவையே கெட்ட நேரம், கெட்ட காலம் எனவும் அறியலாம். பேசப்பட வேண்டியவை ஞாயமானவையாயினும், பேசுவதற்குரிய நபர் பொருத்தமானவராயினும் நேரமும் காலமும் அவ்வாறு பொருந்தவில்லையெனில், அவை வெற்றிகரமான உரையாடலாக அமையாது. நேரம், காலம் என்பவை பொழுது, பருவம் ஆகியவற்றோடு மட்டுமின்றி உரையாடுவோரின் உளவியலோடும் தொடர்புடையவையாகும்.

ஒருவரின் உளநிலையானது, உரையாடவேண்டிய பொருளுக்கும், உரையாடவேண்டிய நபருக்கும் ஏற்றவாறு பொருந்தியோ பொருந்தாமலோ இருக்கலாம். அவ்வாறு பொருந்தும் அல்லது பொருந்தாதப் பொழுது மற்றும் பருவம் ஆகியவை, உளநிலையோடு தொடர்புடைய நேரச் சூழலாகவும் காலச்சூழலாகவும் அமையும். அதாவது, நேரம், காலம் ஆகியவை பொழுது, பருவம் ஆகியவற்றோடு, உரையாடுவோரின் உளநிலையோடும் தொடர்புடையவையாகும். உரையாடுவோரின் நல்ல உளநிலையுள்ள பொழுது அல்லது பருவம்தான் அவர்களுக்கான நல்ல நேரம், நல்ல காலம் என அறியலாம். உரையாடுவோருக்கிடையிலான உளநிலைகள், உரையாடுவதற்குப் பொருத்தமானவையாக அமையவில்லை யெனில், அத்தகைய உளநிலையுள்ள நேரத்தையும் காலத்தையும் கெட்ட நேரமாகவும், கெட்ட காலமாகவும் புரிந்துகொள்ளலாம். இவ்வாறு, தங்களின் உளநிலைகளையும் அறிந்து உரையாடுவது சூழலறிந்து உரையாடுவதைக் குறிக்கும்.

கருத்து, நபர், நேரம், காலம் போன்றவை உரையாடுதலில் எவ்வளவு இன்றியமையாதவையோ, அதைப்போலவே இடம் என்பதும் இன்றியமையாத ஒன்றாகும். எது, எவர், எப்போது என்பதைப் போலவே எங்கே என்பதும் சூழலை அறிந்துகொள்ளும் நடவடிக்கையில் தவிர்க்க இயலாத ஒரு கூறாகும். அதாவது, இடமறிந்து பேசுதலும் சூழலறிந்து பேசுவதேயாகும்.

பொதுவாக இடம் என்பது, ஒரு நிகழ்வு நடைபெறும் குறிப்பிட்ட ஒரு பகுதியை அல்லது பரப்பைக் குறிக்கும். எனினும், அத்தகைய பரப்பை மட்டுமின்றி அந்நிகழ்வின் தொடர்புடைய சூழல்களையும் பொறுத்தே 'இடம்' என்பதன் பொருளைப் புரிந்துகொள்ள முடியும். 'நிகழ்விடச் சூழல்கள்' என்பது நிகழ்விடத்துடன் நிகழ்வில் பங்கேற்கும் நபர்கள், நிகழ்வின் பேசுபடுபொருள், நிகழ்வின் நேரம் – காலம் போன்ற யாவும் இணைந்தவொரு நிலையை உள்ளடக்கமாகக் கொண்டிருக்கும்.

அமைப்பாய்த் திரள்வோம்

எனவே, இடமறிந்து பேசுதல் என்பது நிகழ்வுக்கான பகுதி, நபர், பொருள், நேரம், காலம் போன்ற யாவற்றையும் அறிந்து பேசுவதைக் குறிக்கும். சந்திப்பு, உரையாடல், கலந்தாய்வு, இன்ப-துன்ப நிகழ்ச்சிகள், தனி நிகழ்ச்சிகள் பொதுநிகழ்ச்சிகள் போன்ற யாவும் நடைபெறும் நிகழ்விடம் குறித்த புரிதல் முதன்மையானதாகும். அதாவது, நிகழ்வு நடைபெறும் குறிப்பிட்ட பகுதியைப் பற்றியும் புரிந்துகொள்ளுதல் வேண்டும். அந்நிகழ்வில் பங்கேற்போர், நிகழ்வின் பொருள் போன்றவை பற்றிய புரிதல் எவ்வளவு இன்றியமையாததோ அதைப் போலவே, நிகழ்விடத்தைப் பற்றிய புரிதலும் இன்றியமையாத ஒன்றாகும். தனி இடமா, பொது இடமா, குறுகிய இடமா, பரந்த இடமா, தூய்மையானதா, காற்றோட்டமுள்ளதா, நிழலா, வெயிலா, பாதுகாப்புள்ளதா – என நிகழ்விடம் குறித்த புரிதலும் வெற்றிகரமான உரையாடலுக்குத் தேவையாகும்.

தனி இடங்களில் பேசவேண்டியவற்றைப் பொது இடங்களில் பேசுவதோ, பேசுவதை உள்வாங்கும் வகையிலான, பொருத்தமான சூழல் அமையாத நிலையில் உரையாடுவதோ வெற்றிகரமாக அமையாது. அதாவது, நிகழ்விடமானது, உரையாடுவோரின் உளநிலையோடு தொடர்புடைய தாகும். தனி இடம் எனில் ஒரு மனநிலையும் பொது இடமெனில் வேறு மனநிலையும் அமையும். அதேபோல, தனி இடமானாலும் பொது இடமானாலும் அவற்றின் சுற்றுச்சூழல்களும் மனநிலையின் போக்குகளைத் தீர்மானிக்கின்றன.

அதாவது, குறுகிய இடத்தில் ஒரு மன நிலையும், பரந்த இடத்தில் வேறு மனநிலையும் உருவாகும். இரைச்சல் மிகுந்த பகுதியெனில் ஒரு மனநிலையும், அமைதியான சூழலில் வேறு மனநிலையும் இருக்கும். தூய்மை, காற்றோட்டம், நறுமணம் போன்ற இனிய சூழல்களில் ஒரு நிலையும், அழுக்கு – குப்பை – சாக்கடை போன்ற தூய்மையில்லாத, போதிய காற்றோட்டமின்றி புழுக்கம் நிறைந்த, நாற்றம் பரவுகிற, இன்னும் இவை போன்ற கேடான சூழல்களில் ஒரு நிலையும் என உளநிலைகள் வெவ்வேறாக அமையும்.

எனவே, இவ்வாறு உரையாடுவோரின் உளநிலைகளைத் தீர்மானிப்பதில் நிகழ்விடத்தின் அமைவு உள்ளிட்ட சுற்றுச் சூழல்கள் பெரும்பங்கு வகிக்கின்றன. ஆகவே, உரையாடுவோர், நிகழ்விடத்தின் அமைவினையும் அதன் பிற சூழல்களையும் கருத்தில்கொள்ள வேண்டும். அவ்வாறின்றி, நிகழ்விடம் எதுவாயினும், நினைத்ததைப் பேச வேண்டும் என்பது பக்குவமான, வெற்றிகரமான அணுகுமுறையாக

அமையாது. அதாவது, நிகழ்விடத்தின் சுற்றுச்சூழல்களையும் உரையாடுவோருக்கிடையிலான உளவியலையும் பொருத்திப் பார்த்து உரையாடலின் போக்கைத் தகவமைத்துக் கொள்ளுதல் வேண்டும்.

நிகழ்விடத்தின் அமைவு மற்றும் சுற்றுச்சூழல்கள், அவற்றால் நிகழும் உளவியல் சார்ந்த போக்குகள் ஆகியவை மட்டுமின்றி, நிகழ்வுகளில் பங்கேற்போர், அந்நிகழ்வுக்கான அடிப்படைப் பொருள் போன்றவையும் கருத்தில் கொள்ளப்படவேண்டியவையாகும். அதாவது, நிகழ்விடத்தில் இருப்போர், நிகழ்விடத்தில் இல்லாவிட்டாலும் நிகழ்வோடு தொடர்புடையோர் போன்ற நபர்களின் பின்னணியையும், அந்நிகழ்வில் பேசப்படும் அடிப்படையான பொருள் அல்லது பேச விரும்பும் பொருள் ஆகியவற்றையும் பொருத்திப் பார்த்து, தேவையின் அடிப்படையில் உரையாடுதல் வேண்டும்.

பேசப்படும் அல்லது பேச விரும்பும் பொருள்களுடன் உடன்பாடானவர்கள் அல்லது மாறுபாடானவர்கள் யார் யார் என்பதை அறிந்து கொள்ளுதல் வேண்டும். கருத்து உடன்பாடானவர்களாயிருந்தாலும் அந்தக் கணப்பொழுதுகளில் நிலவும் அவர்களின் உளநிலைகள், புரிதல்திறன், செயல்திறன், நம்பகத்தன்மை ஆகியவற்றையும் புரிந்து, அவற்றின் அடிப்படையில் அவர்களுடன் கருத்துகளைப் பகிர்ந்து கொள்ளுதல் வேண்டும். அவ்வாறின்றி, உரையாடுவோர்பற்றி எதனையும் அறிந்துகொள்ள முனையாமல், எவரிடமும் எதனையும் பேசுவது வெறும்பேச்சு ஆகும். அதாவது, தனது நேரத்தையும் ஆற்றலையும் தானே வீணாக்கும் உரையாடலாகும். தனக்கே பயனில்லாத பேச்சு, பயனில்லாத உழைப்பு, பயனில்லாத நேரம் என யாவற்றையும் பயனின்றிக் கழிப்பதாக அமையும். எனவே, எவரோடு பேச வேண்டும், என்ன பேச வேண்டும், எப்போது பேச வேண்டும், எங்கே பேச வேண்டும் – என்பதையெல்லாம் அறிந்து பேசுவதே, இடம், பொருள் அறிந்து சூழலறிந்து நிகழ்த்தும் வெற்றிகரமான உரையாடலாகும்.

பொதுவாக, பெரும்பாலோரின் உரையாடல்கள், பெரும்பாலான நேரங்களில், பெரும்பாலும் தன்னைப் பற்றிப் பேசுவதாகவோ அல்லது பிறரைப் பற்றிப் பேசுவதாகவோ அமைந்துவிடுகின்றன. இவையும், பெரும்பாலும் இடம், பொருள் உள்ளிட்ட சுற்றுச்சூழல்களை அறிந்து பேசப்படுவதில்லை.

தன்னைப் பற்றிப் பேசுவதும், பிறரைப் பற்றிப் பேசுவதும் பெரும்பாலும் வீண் பேச்சாகவும் வெட்டி அரட்டையாகவுமே

அமைப்பாய்த் திரள்வோம்

அமையும். தன்னைப் பற்றிப் பேசும் வழக்கமானது, காலப்போக்கில் தற்பெருமை பேசுவதாக, தம்பட்டமடிப்பதாக, 'தானே எல்லாம்' எனக் கர்வம் கொள்வதாக, 'தன்னால் மட்டுமே முடியும்' எனச் சவால் விடுவதாக இன்னும் இவைபோன்ற பிரமைகளையும் பிம்பங்களையும் தன்னைச் சுற்றி மென்மேலும் பெருக்கிக்கொள்வதாகப் பரிணாமம் பெறும்.

அத்துடன், இவ்வழக்கமானது, இதற்கு நேர்மாறாக எதிர்நிலையிலும் வளர்ச்சியடையும் நிலை உருவாகலாம். அதாவது, தன்னைப் பற்றிப் பேசுவோர், தனது வெற்றிகளைப் பற்றி மட்டுமல்ல; தோல்விகளைப் பற்றியும் பேச வேண்டிய நிலை வரலாம். எதிர்மறை அணுகுமுறை கொண்டோர், பெரும்பாலும் தமது இயலாமைகளையும், ஆற்றாமைகளையும், கமுக்கங்களையும் அள்ளி இறைக்கும் நிலைக்கு ஆளாவர். அதாவது, தன்னைப் பற்றித் தானே இரக்கம் கொள்வது என்னும் அணுகுமுறையின் மூலம், தன்மீது பிறர் பரிவுகாட்டவும், இரக்கம் கொள்ளவும் முயற்சிப்பதாகும்.

தன்னைப் பற்றியே பேசும் இந்த நடைமுறையானது, ஒருபுறம் தன்னைப் பற்றிப் பிறர் பிரமிக்க வேண்டுமென்பதற்காக 'தற்பெருமை' பேசுவதாகவும், இன்னொருபுறம் தன்மீது பிறர் பரிவுகாட்ட வேண்டும் என்பதற்காகத் 'தன்னிரக்கம்' கொள்வதாகவும் அமைகிறது. இவ்விரு அணுகுமுறைகளும் பெரும்பாலும் வெறும்பேச்சுகளுக்கே வழிவகுக்கும். அதாவது, தற்பெருமையும் தன்னிரக்கமும் வெற்றிகரமான உரையாடல்களுக்கு இடமளிக்காது.

'தற்பெருமை பேசும்' அணுகுமுறையானது, இல்லாதது பொல்லாததையெல்லாம் இட்டுக்கட்டிப் பேசவும், பொய், புளுகுகளையெல்லாம் அள்ளிக்கொட்டி இறைக்கவும், வீண் சவால்கள், வெற்றுச்சவடால்களையெல்லாம் வாரிவாரி வீசவும் வழிவகுக்கும்! இதனால் நம்பகத்தன்மையை இழக்கவும் வீண்வம்பை வலிய இழுக்கவும் நேரலாம். அதாவது, இத்தகைய உரையாடல், வெறும்பேச்சாக மட்டுமல்லாமல், வீண்வம்பைத் தேடுவதாக அமைந்துவிடும்! அதுபோல, 'தன்னிரக்கம் கொள்ளும்' அணுகுமுறையானது தாழ்வு மனோநிலையை வலுக்க வைக்கும்! தன்மீதே வெறுப்பை வளர்க்கும்! இதனால், தன்மீது பிறர் பரிவுகாட்டுவதற்கு மாறாக இழிவுபடுத்தும் நிலையையே உருவாக்கும்! எனவே, இத்தகைய அணுகுமுறையிலான உரையாடல்கள் வெற்றிகரமானவையாக அமையாது.

தன்னைப் பற்றிப் பேசுவதைப் போல, பிறரைப் பற்றிப் பேசுதலும் வெறும் பேச்சாகவும் வீண் வம்பாகவுமே முடியும். பிறரைப் பற்றிப் பேசுவது, பெரும்பாலும் கோள் சொல்வது, அவதூறு பரப்புவது என்கிற வகையிலான உரையாடல்களாகவே அமையும். ஓர் இடத்தில் ஒருவர் இல்லாதபோது, அவரைப் பற்றிப் பேசும் அணுகுமுறையானது பெரும்பாலும் அவரைப் பற்றிய பெருமையாக இருக்க வாய்ப்பில்லை. அவரைப் பற்றிப் புகார் சொல்வதாகவும் இழித்தோ, பழித்தோ அவரைப் பேசுவதாகவும்தான் இருக்கும். இத்தகைய உரையாடல், பெரும்பாலும் தன் தலையில் தானே கொள்ளி வைத்துக் கொள்வதாகவே அமையும்.

'கோள் சொல்லும்' அணுகுமுறையானது, பிறரைப் பற்றிக் குற்றம் குறைகளை மட்டுமின்றி, தொடர்பே இல்லாத அபாண்டமான பழிகளைச் சுமத்துவதற்கும் வழிவகுக்கும்! இழிவாகப் பேசுவது மட்டுமின்றி, திட்டமிட்ட அவதூறுகளைப் பரப்புவதற்கும் இடமளிக்கும்! அதேபோல, 'அவதூறு பரப்பும்' அணுகுமுறையானது, பிறரைப்பற்றி இல்லாத, பொல்லாத கட்டுக்கதைகளைப் பரப்புவதாக மட்டுமின்றி, பழிவாங்கும் வெறியை வளர்ப்பதாகவும் அமைந்துவிடும்! எனவே, கோள் சொல்லுதல், அவதூறு பரப்புதல் என்னும் வகையில் பிறரைப் பற்றிப் பேசும் அணுகுமுறையை முற்றிலும் தவிர்ப்பதுதான் வெற்றிகரமான உரையாடலுக்கு வழிவகுக்கும்!

அமைப்பாக்க நடவடிக்கையில், உடன் பணியாற்றுவோருக் கிடையில், இவ்வாறு தன்னைப் பற்றிப் பேசுதல் மற்றும் பிறரைப் பற்றிப் பேசுதல் என்னும் வகையிலான உரையாடல்களைப் பெரும்பாலும் தவிர்த்துக்கொள்வதே நல்லிணக்கத்திற்கும் நல்லுறவுக்கும் அடிப்படையாக அமையும்.

உரியஇடம் பொருளறிந்து உரையாட வேண்டும்! – வீணில் உளறிடும் வெறும்பேச்சைத் தவிர்த்திட வேண்டும்!

சனவரி, 2016

குறிப்பு